'निष्णात सैनिकी इतिहासकार रिचर्ड होम्स यांनी या पुस्तकात अतिशय ताजा दृष्टिकोन मांडला आहे; त्यामुळे हे पुस्तक वाचायला घेतल्यावर खाली ठेवणं अशक्यच होऊन जातं.'

– **मॅक्स हास्टिंग्ज,** मेल ऑन सण्डे

5

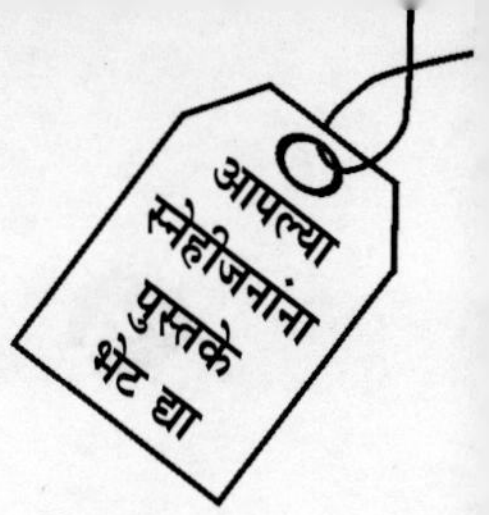

‘In The Footsteps of Churchill’ या पुस्तकाचा मराठी अनुवाद

चर्चिलच्या पाऊलखुणा

रिचर्ड होम्स

अनुवाद

अवधूत डोंगरे

मेहता पब्लिशिंग हाऊस

IN THE FOOTSTEPS OF CHURCHILL by RICHARD HOLMES
First published 2005

First published in paperback 2006

Translated into Marathi Language by Avadhoot Dongare

चर्चिलच्या पाऊलखुणा / अनुवादित व्यक्तिचरित्र

अनुवाद : अवधूत डोंगरे

Email : author@mehtapublishinghouse.com

प्रकाशक : सुनील अनिल मेहता, मेहता पब्लिशिंग हाऊस,
१९४१, सदाशिव पेठ, पुणे - ३०.

मुद्रक : ट्रिनिटी अ‍ॅकॅडमी फॉर कॉर्पोरेट ट्रेनिंग लिमिटेड,
नऱ्हे इंडस्ट्रिअल एरिया, झील कॉलेज रोड, नऱ्हे, पुणे - ४१.

मुखपृष्ठ : मेहता पब्लिशिंग हाऊस

प्रथमावृत्ती : एप्रिल, २०२०

किंमत : ₹ ५९५

P Book ISBN 9789353174484
E Book ISBN 9789353174491
E Books available on : play.google.com/store/books
www.amazon.in
https://books.apple.com

प्रास्ताविक

विन्स्टन चर्चिल यांचा मागोवा घ्यायचा असेल तर आपल्याला आत्यंतिक संवेदनशील ऐतिहासिक कल्पकता वापरावी लागेल. त्यांनी चोखाळलेल्या सामाजिक व राजकीय वाटा आता लुप्त झालेल्या आहेत. किंबहुना त्या कधी अस्तित्वातच नव्हत्या, असं वाटण्यासारखी आजची परिस्थिती आहे. खरं तर अशी परिस्थिती बहुतांशानं त्यांच्या हयातीतच निर्माण झालेली होती : 'समाजाचं चारित्र्य, राजकारणाचा पाया, युद्धाच्या पद्धती, तरुणाईचा दृष्टिकोन, मूल्यांची व्याप्ती- सगळंच बदलून गेलंय. हिंसक स्वदेशी क्रांतीशिवाय इतक्या अल्पावधीमध्ये एवढा विस्तृत बदल घडू शकतो, हे मला तरी अविश्वसनीयच वाटतं'[१], असं त्यांनी १९३० मध्ये लिहिलं होतं. त्यांनी वर्णन केलेली ही प्रक्रिया त्यांच्या उर्वरित आयुष्यात कायम राहिली. या काळात ग्रेट ब्रिटननं आंतरराष्ट्रीय पातळीवर व्यापलेला अवकाश संकोचत गेला, त्याची भरपाई म्हणूनच की काय स्वदेशी राज्यसंस्थेची सत्ता अथकपणे वाढत गेली. आपल्याला सत्ता गाजवायचा अधिकार आहेच, असा ठाम विश्वास असलेल्या वर्गात आणि राष्ट्रात विन्स्टन चर्चिल यांचा जन्म झाला होता; पण त्यांचा मृत्यू होईपर्यंत मोठमोठी उमराव घराणी संग्रहालयांमधील वारशात जमा झालेली होती आणि जगभरातील घडामोडींवर प्रभाव टाकायची आपली क्षमता गमावल्यानंतर निर्माण झालेली पोकळी स्मरणरंजनात्मक वक्तव्यांनी भरून काढण्याचं काम 'हाउस ऑफ कॉमन्स'मध्ये सुरू होतं. 'राष्ट्रं सामर्थ्यवान असतात, तेव्हा ती कायम न्याय्य असतातच असं नाही आणि न्याय्य बनण्याची इच्छा त्यांच्यात निर्माण होते, तेव्हा त्यांनी सामर्थ्य गमावलेलं असतं,' असं निरीक्षण चर्चिल यांनीच एकदा नोंदवलं होतं.[२]

सांस्कृतिक प्रदेशात इतके मूलगामी बदल घडूनही चर्चिल यांच्या काळातील भौतिक अवकाशात मात्र फारसे बदल झालेले नाहीत. त्यांचं जन्मस्थळ असलेला 'ब्लेनहेम पॅलेस' अजूनही समोरच्या भूप्रदेशावर थंड कटाक्ष टाकत उभा आहे; मोरपेथ मॅन्शन्स परिसरातील त्यांची सदनिका अजूनही वेस्टमिन्स्टर कॅथेड्रलच्या

सावलीत निवांत बसून आहे; सव्होय हॉटेलमधील पिनाफोअर रूममध्ये अजूनही त्यांच्या सिगारचा धूर दिसल्यासारखं भासतं; त्यांच्या आवडीच्या चार्टवेल या निवासस्थानातही त्यांची उपस्थिती स्पष्टपणे जाणवून जाते. ओंदुर्मानमध्ये १८९८ मध्ये दरवेशींवर हल्ला चढवणारा तरुण विन्स्टन असो किंवा सिडने स्ट्रीटला पडलेल्या वेढ्याच्या दरम्यान नागरी शक्तीला पाठिंबा देण्यासाठी आलेल्या 'स्कॉट्स गार्ड्समेन'वर देखरेख करायला अचानकपणे उपस्थित राहिलेला तरणाबांड गृहमंत्री चर्चिल असो, या दोन्हींमध्ये प्रचंड अंतर असल्यासारखं वाटतं. मी प्राथमिक शाळेत होतो, तेव्हाचे पंतप्रधान चर्चिल ज्येष्ठ मुत्सद्दी मानले जात होते, कष्टानं मिळवलेल्या कीर्तीचं प्रतीक म्हणून त्यांच्याकडे पाहिलं जात होतं; परंतु त्यांचा सर्वोत्तम काळ तोवर सरून गेला होता. मी केम्ब्रिजमध्ये जाण्याच्या तयारीत होतो, तेव्हा १९६५ मध्ये त्यांचं निधन झालं. 'स्विंगिग सिक्स्टीज' म्हणून परिचित झालेल्या त्या धगधगत्या दशकामध्ये माझाही काही वाटा असावा, अशी स्वाभाविक इच्छा माझ्या मनात होती (साठीच्या त्या हिंदोळ्यामध्ये असताना मी व्यावसायिक इतिहासकार बनण्याची कधी कल्पनाही केली नव्हती); पण या गदारोळातही चर्चिल यांचा मृत्यू एका युगसमाप्तीची खूण सांगणारा आहे, हे मला लक्षात आलं होतं. माझ्या आई-वडिलांच्या चेहऱ्यावरूनही हे सगळं कळून येत होतं. माझ्या आईच्या सहनशक्तीची परीक्षा बघणाऱ्या इतरही अनेक गोष्टी होत्या. तिच्या पिढीतल्या अनेकांप्रमाणे तीही अश्रूंच्या आश्रयाला जाणाऱ्यांमधली नव्हती; पण माझे वडील प्राणांतिक आजारपणामध्ये असतानाच चर्चिलच्या मृत्यूची बातमी आली आणि कुटुंबातील मंडळींना त्याचा धक्का बसला होता, हे मात्र मला आठवतं. ब्लेडनमधल्या एका लहानशा चर्चपाठीमागे चर्चिल यांना पुरण्यात आलं. पूर्वी त्यांच्या आई-वडिलांनाही तिथेच पुरण्यात आलं होतं. ब्लेनहेम उद्यानाच्या भिंतीला लागूनच बाहेरच्या बाजूला ही जागा आहे. दूरचित्रवाणीवर चर्चिल यांचा अंत्यविधी पाहत असताना त्यांच्या जन्म-मृत्यूमध्ये समर्पक समरूपता असल्याचं मला त्या वेळीही वाटलं होतं : इतकी प्रचंड मार्गक्रमणा केलेलं त्यांचं प्रदीर्घ आयुष्य ऑक्सफर्डशायरमधील काही मोजक्या एकरांच्या अरुंद जागेमध्ये काहीसं अडकून पडलं होतं.

१९१४-१५ मधील ब्रिटिश स्वारी दलामधील अधिकारी फिल्डमार्शल सर जॉन फ्रेंच आणि ड्यूक ऑफ वेलिंग्टन अशा दोन व्यक्तिमत्त्वांची चरित्रं मी यापूर्वी लिहिली आहेत; परंतु चर्चिल यांच्याबाबत वाटणारी वैयक्तिक संबंधांची जाणीव त्या चरित्रनायकांबाबत मला वाटत नव्हती. शिवाय, त्या आधीच्या चरित्रांचं लेखन काहीसं सोपंही होतं. आधीचे दोन विषय वादग्रस्त नव्हते आणि एका सातत्यपूर्ण वाटेवरून जात त्यांची चरित्रं मांडणं तुलनेनं सोपं होतं. त्या लेखनावर माझ्या वैयक्तिक जीवनदृष्टीचा प्रभाव पडणार नाही, याची काळजी घेणंही तुलनेनं सहज

शक्य होतं. विन्स्टन यांच्या बाबतीत मात्र या सगळ्या बाजू सांभाळणं माझ्यासाठी अतिशय अवघड होतं. या पुस्तकामध्ये मी त्यांचा उल्लेख सर्वसाधारणतः 'विन्स्टन' असा केला आहे, हेही पुरेसं सूचक आहे. लॉर्ड ऑफ वेलिंग्टनला 'आर्थर' असं संबोधणं किंवा फिल्डमार्शल फ्रेंच यांना 'जॉनी' असं संबोधणं मला इतकं सहज साधलं नसतं. विन्स्टन यांच्याविषयी कित्येक कपाटं भरतील इतकी पुस्तकं आत्तापर्यंत लिहिली गेली आहेत, तरीही मला त्यांच्यावर पुस्तक लिहिण्याची अनिवार इच्छा झाली. सैनिकी इतिहासकार म्हणूनच्या माझ्या व्यग्र कारकिर्दीमध्ये मी दोन्ही महायुद्धांविषयी तपशिलात लिहिलेलं आहे. अलीकडेच *'टॉमी : द ब्रिटिश सोल्जर ऑन द वेस्टर्न फ्रंट'* या पुस्तकामध्ये खंदकांमधून लढलेल्या पिढीची तपासणी मी केली. (खुद्द विन्स्टनही याच पिढीचा भाग होते.) या दोन्ही युद्धांमधील ब्रिटिश सैनिकी धोरणाचा कोणताही अभ्यास विन्स्टन यांच्या संदर्भाशिवाय पूर्ण होऊ शकत नाही. शिवाय, पहिलं महायुद्ध संपल्यानंतर १९१८ मध्ये ब्रिटिश योद्धे मायदेशी परतले, तेव्हा या देशानं युद्धनायकांचं उचित स्वागत केलं नव्हतं, या वस्तुस्थितीचीही काही अंशी जबाबदारी विन्स्टन यांच्यावर पडते. काही वर्षांनी दुसऱ्या महायुद्धानंतर मायदेशी परतणाऱ्या सैनिकांनाही असाच अनुभव आला. आपल्या वाडवडिलांच्या तुलनेत आपल्याला तरी चांगली वागणूक मिळायला हवी होती, अशी भावना या जवानांमध्ये निर्माण झाली असल्यास आश्चर्य वाटायला नको. आणि १९४५ च्या निवडणुकीमध्ये विन्स्टन यांचा पराभव झाला त्यामागे या भावनेचाही काही अंशी वाटा होता, हे नाकारता येणार नाही. तर, या सगळ्या पार्श्वभूमीवर विसाव्या शतकातील ब्रिटिश सैनिकी इतिहासामध्ये विन्स्टन चर्चिल यांचं व्यक्तिमत्त्व एखाद्या अचल आणि वैशिष्ट्यपूर्ण खडकासारखं उभं आहे. त्यांना टाळून आपल्याला पुढे जाता येत नाही.

विन्स्टन यांच्या नावासोबत अनेक असाधारण स्पंदनं माझ्या मनात जागी होतात, हे मी नाकारू शकत नाही; परंतु त्यांच्याविषयी लिहिताना मी इतिहास लेखनाच्या 'अस्वामिक भूमी'वर (नो मॅन्स लँड) होतो. या पुस्तकातील काही भाग चर्चिल यांच्या समर्थकांना व टीकाकारांनाही अपरिहार्यपणे आक्षेपार्ह वाटेल, याचीही मला जाणीव होती; पण हे शेवटी एका माणसाचं मूल्यमापन आहे. तो पूर्णतः चांगला नव्हता किंवा पूर्णतः वाईटही नव्हता. काही वेळा तो अतिशय योग्य वागला तर काही वेळा त्यानं भीषण चुका केल्या. वेळप्रसंगी हळुवार नम्रतेनं वागणाऱ्या चर्चिल यांच्या स्वभावामध्ये मुख्यत्वे उग्र अहंकाराचा प्रभाव दिसतो. त्यांच्या बाबतीत माझा मेंदू मला एका दिशेनं नेत असतो, तर माझं मन मला दुसऱ्या दिशेनं खेचत असतं.

त्यांच्या प्रदीर्घ जीवनामध्ये महत्त्वाची भूमिका निभावलेल्या अनेक जागांना मी

भेट दिली आणि त्यातून या माणसाविषयीच्या माझ्या दृष्टिकोनामध्येही निश्चितपणे काही रंग भरले गेले आहेत. राजकारण्याच्या भूमिकेतील चर्चिल हे काही केवळ हताश बालपणाचं फलित नव्हते. या राजकारणी चर्चिलवर त्यांच्यातील सैनिकाचा शक्तिशाली प्रभाव होता. राजकारणात प्रवेश करण्यापूर्वी सैनिक म्हणून त्यांनी किमान डझनभर प्रसंगांत स्वतःच्या जिवाची जोखीम पत्करलेली होती. त्यांच्या देशातील सर्वोच्च शौर्य पुरस्कार मानला जाणारा 'व्हिक्टोरिया क्रॉस' त्यांना दोनदा मिळता-मिळता राहिला. ओंदर्मानमधील चढाई असो किंवा युद्धकैद्यांच्या तळावरून पळ काढणं असो, प्रत्येक वेळी नियतीवर त्यांची गाढ श्रद्धा होती. स्पिऑन-कोप इथल्या लढाईत बोअर मंडळींच्या बंदुकीतून सुटलेली एक गोळी फक्त विन्स्टनच्या हॅटवरचं पीस खाली पाडून गेली, तेव्हापासून त्यांचा नियतीवरचा विश्वास दृढ झाला. सैनिक असतानाचे त्यांचे अनुभव आणि जगातील तोपर्यंतच्या सर्वांत मोठ्या नौदलाची जबाबदारी असलेले सरकारी मंत्री म्हणून त्यांनी घेतलेले अनुभव- हे सगळं १९४० मध्ये पंतप्रधानपदी आरूढ होताना त्यांच्या गाठीशी होतं.

'बीबीसी'नं २००२ मध्ये घेतलेल्या एका मतचाचणीनुसार विन्स्टन चर्चिल हे सर्वांत महान ब्रिटनवासी असल्याचा कौल लोकांनी दिला होता. त्यांच्या प्रदीर्घ जीवनाच्या प्रत्येक वळणाची नोंद घेणारं परिपूर्ण चरित्र, असं या पुस्तकाचं स्वरूप नाही. उलट विन्स्टन यांच्या स्वभावधर्माचा शोध घेण्याचा प्रयत्न इथे केला आहे. त्यांच्या स्वभावात सौम्यता, निवांतपणा, समतोल यांचा आढळ नव्हता आणि कधीही ते वादांपासून दूर राहिलेले नव्हते. या स्वभावामुळेच ते एका संकटाकडून दुसऱ्या संकटाकडे ढकलले गेले. या घुसळणीतून त्यांना वेदनादायी अनुभव आले, तशीच कष्टसाध्य शहाणीवही लाभली. शेवटी या सगळ्या शिदोरीसह एका महाकाय सैतानाशी लढण्याची संधी त्यांना मिळाली. फ्रान्सचा पाडाव झाल्यानंतर १४ जुलै १९४० रोजी नभोवाणीवरून केलेल्या भाषणात विन्स्टन यांनी जाहीर केलं की : 'आपण एकट्यानंच लढतो आहोत; पण आपण केवळ आपल्या एकट्यापुरते लढत नाही.' पुढे हे सिद्धही झालं. त्या वर्षी ब्रिटन दुसऱ्या महायुद्धात पराभूत होण्याची शक्यता होती, तेव्हा ब्रिटननं शरणागती पत्करली असती, तर नाझी अथवा सोव्हिएत जुलूमशाहीचा विजय नक्की होता. मग अमेरिकेलाही यात काही हस्तक्षेप करता आला नसता. शेवटी ब्रिटन विजयी पारड्यात राहिल्यामुळे दुर्दैवानं संस्थात्मक कमकुवतपणा, निर्बंधात्मक पद्धती आणि आत्ममग्न भ्रम यांची रचना टिकून राहण्याला मुभा मिळाली, त्यातून पुढे युद्धोत्तर उपायांना अडसर निर्माण झाले; पण तरीही विन्स्टन यांचं वाक्पटुत्व, धैर्य व आत्मसन्मान यांमुळे लोकांना शांत स्वाभिमानाचा वारसा लाभला आणि त्यांची कारकीर्द अनेक उत्तराधिकाऱ्यांसाठी आदर्शवत ठरली. केवळ एवढ्यावरूनही विन्स्टनना महानता

प्राप्त झाली असती. त्या वर्षीच्या तळपत्या उन्हाळ्यात त्यांनी दाखवलेलं धैर्य इतकं पराकोटीचं होतं की, त्यांच्या अनेक दोषांनीही त्याची झळाळी कमी झाली नाही.

विन्स्टन यांचा मागोवा घेण्याचं काम अनेक कारणांमुळे अवघड ठरतं. त्यांनी मागे ठेवलेल्या अनेक फसव्या पाऊलखुणांपासून चरित्रकारानं सावध राहणं आवश्यक आहे. त्यांच्या काही कृतींचा फटका बसलेल्या लोकांनी जाणीवपूर्वक काही खुणांचं विकृतीकरण केलेलं होतं, त्यांपासूनही सावधगिरी बाळगणं गरजेचं आहे. शिवाय तत्कालीन घडामोडींमध्ये त्यांना मध्यवर्ती स्थान प्राप्त झालं असलं, तरी त्यांच्या राष्ट्राच्या व्यापक इतिहासासंदर्भात ते विशिष्ट युग खास प्रातिनिधिक होतं, असं म्हणता येईलच असंही नाही. अगदी चौदाव्या शतकातील एक फ्रेंच बखरकार ज्याँ फ्रोइसार्ट यानं इंग्रजांविषयी पुढील टिप्पणी केलेली दिसते : 'इंग्रजांवर शासन चालवणं अवघड आहे, त्यांची मनोवृत्ती तुच्छतावादी आहे, ते भडक डोक्याचे आहेत; पटकन संतापतात... एखाद्या परराष्ट्राशी मैत्री अथवा युती करण्याबाबत ते स्वभावतःच अक्षम आहेत.' आजचा एखादा दुखावलेला युरोपीय नागरी सेवकही अशाच प्रकारची भावना व्यक्त करू शकतो. फ्रोइसार्टनंतर चारशे वर्षांनी अमेरिकी क्रांतीसाठी प्रचार-पुस्तिका लिहिणाऱ्यांनीही आपल्या कृतीचं समर्थन करताना ब्रिटिशांचा भ्रष्टाचार, बीभत्सपणा व दारूनं मत्त होऊन हिंसाचार करण्याची वृत्ती यांचा धिक्कार केला होता. विन्स्टन यांच्या जीवनकाळातील तुलनेनं सभ्य, आत्मसंयमी व मर्यादाशील ब्रिटन हा कदाचित ऐतिहासिक विचलनाचा प्रकार असेल. 'ग्रेट ब्रिटन' या नावानं परिचित असलेल्या साम्राज्यवादी रचितामधील भेगांतून आयरिश, स्कॉट आणि वेल्श अशा भिन्न अस्मिता उगवल्या आहेत. तशाच प्रकारे इंग्रजही आकांक्षांची बंधनं झुगारून आपल्या मूलप्रवृत्तीकडे गेले असण्याची शक्यता आहे. कदाचित त्यांनाही यातून सुटल्यासारखं वाटत असेल.

समकालीन ब्रिटिश समाजाच्या अपरिपक्वतेमुळे विन्स्टन यांच्या सर्वच उच्चकुलीन संवेदनांना धक्का बसला असता, असं आपण गृहीत धरायला नको, कारण कदाचित त्यांच्यातील इतिहासकारानं पहिल्या एलिझाबेथ राणीच्या सत्ताकाळाशी असलेल्या या समाजाच्या काही साधर्म्यांचीही नोंद केली असती. विन्स्टनच्या काळात लाचारी वाटावी इतकी मर्यादाशीलता, अविचारी राष्ट्रभक्ती आणि जगड्व्याळ अहंकार यांचाच प्रादुर्भाव होता, असा समज असलेल्यांना हे सगळं विचित्र वाटू शकतं; परंतु रोखठोक उद्दाम वृत्ती व अविचारी धाडसाची प्रेरणा हे घटक ब्रिटिश स्वभावात पूर्वीपासूनच आहेत. विन्स्टन चर्चिल यांच्या ठायी या घटकांचं तीव्र प्रतिबिंब पडलं, इतकंच! ब्रिटिश लोकांविषयी त्यांना वाटणारं प्रेम आणि स्वतःवरचा त्यांचा अमर्याद विश्वास या दोन्ही गोष्टी निःसंशयपणे एकच होत्या. त्यांच्या अस्तित्वाला दृष्टी देणारी ही दुर्बीण होती. त्यांनी लिहिलेला प्रत्येक शब्द, त्यांची

प्रत्येक कृती स्पष्टपणे पाहायची असेल तर या दुर्बिणीच्या दोन्ही भिंगांचं लक्ष्यकेंद्र एकच असणं आवश्यक आहे. अमेरिकेनं १९६३ मध्ये विन्स्टनना सन्माननीय नागरिकत्व दिलं. हा अभूतपूर्व सन्मान स्वीकारताना त्यांनी व्यक्त केलेल्या भावना या संदर्भात लक्षणीय ठराव्यात. दोन महायुद्धांमध्ये केलेल्या त्यागामुळे ब्रिटन कायमस्वरूपी पांगळा बनला आहे, असं मत व्यक्त करणाऱ्यांना प्रत्युत्तर देताना विन्स्टन या वेळी म्हणाले होते : 'आपला भूतकाळ ही आपल्या भविष्याची किल्ली आहे आणि आपलं भविष्य गतकाळाइतकंच सफळ व देदीप्यमान असेल, असा माझा ठाम विश्वास व श्रद्धा आहे. आपली ऊर्जा, आपलं सामर्थ्य आणि सत्कर्माची आपली अथक शक्ती यांना कुणीही कमी लेखू नये.'

भविष्याविषयीचा कणखर आणि अमर्याद दृष्टिकोन विन्स्टन यांच्या काही देशवासीयांना कायमच खटकत आलेला आहे. अशा व्यक्तींच्या मूळ वृत्तीचं वर्णन चार्ल्स डिकन्सनी १८४२ मध्ये करून ठेवलं आहे : 'यातील अनेक उत्तमोत्तम मानल्या जाणाऱ्या मंडळींना भीषण आदर दिला जातो. त्यांच्या जीवनात अगदी क्षुल्लक स्वरूपाचा मर्यादित, पद्धतशीर नित्यक्रम सुरू असतो. एका अर्थी इंग्लंडच्या अवस्थेचंच विचित्र प्रतिबिंब त्यांच्या या जगण्यात पडलेलं असावं, असं मला वाटतं.' विन्स्टन यांची आठवण निघाल्यावरही नाकं मुरडणारी काही मंडळी आजही आहेत. १९३० च्या दशकामध्ये हिटलरच्या अनुनयांसाठी पूरक नीतीचं वातावरण निर्माण करणाऱ्या लोकांचे काही आध्यात्मिक वारसदारच आज आपल्यावर टीका करत आहेत, असं विन्स्टन म्हणाले असते.

> 'आपल्यासमोरच्या सगळ्यांत वाईट अडचणी काही बाहेरून आलेल्या नाहीत. आपल्याच देशात सापडणाऱ्या विशिष्ट प्रकारच्या बुद्धिमान मंडळींनीच या अडचणी उभ्या केलेल्या आहेत. हे लोक देशाच्या संस्कृतीत काही भर घालत असतील, तर त्या बदल्यात देशाचं बरंच सामर्थ्यही ते काढून घेतात. आपल्याच बुद्धिजीवीवर्गातील काही शक्तिशाली घटकांनी या समाजाला असमर्थनीय आत्मवंचनेच्या मनोवृत्तीची लागण केली आहे, त्यातून आपल्यासमोरच्या अडचणी निर्माण झाल्या आहेत.'[३]

या मनोवृत्तीची लांबलचक पडछाया दिसून येते. विन्स्टन चर्चिल यांचे अधिकृत चरित्रकार मार्टिन गिल्बर्ट यांनी या संदर्भात एक रोचक अनुभव नोंदवलेला आहे. गिल्बर्ट यांनी १९६० मध्ये ऑक्सफर्डमधून पदवी प्राप्त केली, तेव्हा त्यांच्या शिक्षकांना चर्चिल यांनी विसाव्या शतकाच्या सुरुवातीला ब्रिटनच्या सार्वजनिक जीवनामध्ये दिलेल्या प्रचंड योगदानाविषयी 'जवळपास शून्य माहिती होती'.[४] या हेतुपूर्वक करण्यात आलेल्या दुर्लक्षामागची कारणं शोधणं तितकंसं अवघड नाही. राष्ट्राच्या इतिहासामध्ये सिद्ध करता येण्याजोग्या वस्तुस्थितीच्या तुलनेत मिथकं व

दंतकथांना फारसं महत्त्व नसतं, अशी विन्स्टन यांची तीव्र धारणा होती. ही धारणा स्वतःला पुरोगामी मानणाऱ्या अकादमिकांच्या लेखी हास्यास्पद आणि कालबाह्य ठरलेली होती. शिवाय शैक्षणिक प्रशस्तिपत्रकं नसणारा विन्स्टन यांच्यासारखा उत्तुंग मुत्सद्दी अभ्यासक या अकादमिकांसाठी तिरस्काराचा विषय होता; पण याला याहूनही आणखी काही गोष्टींचा हातभार लागला होता. मी शिकत होतो त्या काळात जे. एच. प्लम्ब हे केम्ब्रिजमधील एक आघाडीचे इतिहासकार होते. त्यांच्या मते, 'चर्चिल यांच्यातील आत्मविश्वास, धैर्य आणि स्वतःचं ध्येय योग्य आहे अशी त्यांची जाज्ज्वल्य श्रद्धा हे सगळं अद्‌भुत ब्रिटिश भूतकाळाविषयीच्या तीव्र जाणिवेतून आलं होतं; पण आता ही जाणीवच लुप्त झालेली आहे. त्यातून आपली आजची भूमिका आणि आपलं ध्येय यांच्याबद्दल काही स्पष्टता येत नाही.'[५] पण इतिहास म्हणजे राष्ट्रीय अस्मितेची अभिव्यक्ती असते असं मानलं (विन्स्टन असं मानत असत), तर त्याचं लेखन सर्वसाधारणतः भव्य पातळीवर होणं साहजिक आहे. एकीकडे इतिहासाला देदीप्यमान महाकाव्य मानणारे इतिहासकार असतात, तर दुसरीकडे पूर्णतः वस्तुनिष्ठ निकषांवर इतिहासाची पुनर्मांडणी करणारे असतात आणि या दोन प्रकारांमधला भेद केवळ पद्धतीचा नसतो, तर त्यांच्या चैतन्यदायी उद्देशामध्येच फरक असतो.

प्लम्ब म्हणतात : 'व्यावसायिक इतिहास लेखनाशी तुलना केल्यावर अगदी उदारपणे मूल्यमापन केलं, तरीही चर्चिल फारतर प्रतिभावान हौशी ठरतात.'[६] विन्स्टनना १९५३ मध्ये साहित्यासाठीचा नोबेल पुरस्कार देण्यात आला. त्यांच्या आधी १९५२ मध्ये फ्रांक्वा मोरिआक यांना हा पुरस्कार मिळाला होता आणि त्यांच्यानंतर १९५४ मध्ये अर्नेस्ट हेमिंग्वे यांना हा पुरस्कार मिळाला. विन्स्टन चर्चिल यांच्या लेखनाकडे इतिहास म्हणून पाहण्याऐवजी साहित्य म्हणून पाहणंच जास्त योग्य आहे. गंभीर इतिहासकार म्हणून त्यांचं स्थान शंकास्पद राहिलं असलं, तरीही कथाकार म्हणून त्यांचा दर्जा निश्चितपणे एडवर्ड गिबन व थॉमस मॅकॉले यांच्या समकक्ष ठरतो. मॅकॉलेशी असलेल्या त्यांच्या दुव्याची दखल आणखी एका टीकाकारानं घेतली आहे. 'भाषेची उत्तम देणगी' आणि 'तिरकसपणा व पक्षपातीपणा' यांबाबतीत त्यांचे संबंध मॅकॉलेशी जोडता येतात.

> 'दोघेही प्रचंड ताकदीनं स्वतःची तीव्र मतं मांडतात, आपापले मुद्दे मांडताना भाषेचा प्रत्ययकारी वापर करतात, सर्वसामान्य वाचकाशी स्पष्टपणे संवाद साधतात. दोघांपैकी एकाकडूनही समतोल चित्रणाची अथवा वस्तुनिष्ठतेची अपेक्षा करता येत नाही. त्याऐवजी राजेशाही इंग्रजी, व्यापक दृष्टी आणि त्यांच्या देशाच्या माहात्म्याविषयीचा तीव्र विश्वास याच गोष्टी दोघांमध्येही दिसतात.'[७]

ऐतिहासिक काळात विन्स्टन यांनी चोखाळलेल्या वाटा आता लुप्त झाल्या आहेत, असं मी सुरुवातीला म्हटलं असलं, तरी त्यांच्या वारशाबद्दल मात्र असं म्हणता येणार नाही. विन्स्टन चर्चिल यांचा वारसा अजूनही टिकून आहे. उर्वरित जगामध्ये बहुतांश ठिकाणी विन्स्टन यांची महानता मान्य असल्यासारखं दिसतं; परंतु ब्रिटनमध्ये मात्र त्यांच्या नावलौकिकासंदर्भातील चर्चेला पूर्णविराम मिळण्याची शक्यता दिसत नाही. याचं एक कारण हे असावं की, इतिहासामध्ये आपण वरपांगी रुची ठेवून असलो तरी त्यातून काही शिकण्याबाबतची आपली अनुत्सुकता मात्र अगदी लक्षणीय आहे.

१९३९ मध्ये दुसरं महायुद्ध सुरू झालं. या युद्धाला सामोरं जाण्यासाठी ब्रिटनकडे आवश्यक तेवढी सैनिकी पूर्वतयारी नव्हती, याबद्दल संबंधित जबाबदार व्यक्तींचा धिक्कार करणारं *'गिल्टी मेन'* हे पुस्तक १९४० मध्ये प्रकाशित झालं होतं; पण या पुस्तकाच्या लेखकांनीच १९३० च्या दशकात एकतर्फी निःशस्त्रीकरणाची मागणी केली होती आणि ३० वर्षांनी पुन्हा त्यांनी अशी मागणी केली. यातील एक लेखक मायकल फूट कालांतरानं लेबर पार्टीचे नेते झाले आणि ब्रिटिश वसाहत असलेल्या फॉकलंड आयलंडमध्ये हुकूमशाही सत्तेकडून होत असलेल्या विध्वंसाला प्रत्युत्तर म्हणून कन्झर्वेटिव्ह पार्टीच्या सरकारनं केलेल्या सैनिकी कारवाईला त्यांनी पाठिंबा दिला. त्या वेळी संरक्षणविषयक खर्चात कपात जाहीर करण्यात आली नव्हती; परंतु या घोषणेची अंमलबजावणी त्या कारवाईच्या दिवसांपर्यंत झालेली नव्हती म्हणूनच त्यामध्ये ब्रिटिशांना यश मिळालं होतं. सशस्त्र दलांना कमकुवत करण्यासाठी प्रयत्नशील असलेल्या या सरकारला त्याच सैन्यदलांनी वाचवलं. अलीकडेच २००३ मध्ये झालेल्या इराक युद्धातील ब्रिटनच्या भूमिकेचं शहाणपण जोखण्याचं काम अजून तरी इतिहासकारांच्या अभ्यासकक्षेमध्ये आलेलं नाही; पण तत्कालीन पंतप्रधान टोनी ब्लेअर यांच्या एका राजकीय समर्थकानं त्यांची तुलना उघडपणे चर्चिलशी केली होती, ही लक्षणीय बाब आहे. विशेष म्हणजे सध्या हेच सरकार संरक्षणविषयक 'पुनर्रचने'साठी खटपट करतं आहे. (२००५ मध्ये या पुस्तकाची पहिली आवृत्ती प्रकाशित झाली, तत्कालीन संदर्भातील ही वाक्यं दिसतात- मराठी अनुवादक).

तीच अल्पकालीन धोरणं आणि काही बाबतींत तर- विन्स्टन यांनी ज्यांची चूक दाखवून दिली होती- तेच लोक ५० वर्षांनंतरही ब्रिटिश राजकारणामध्ये फिरताना दिसत आहेत. या पार्श्वभूमीवर ब्रिटिश राष्ट्रीय संभाषिताच्या चक्राकार मार्गावर विन्स्टन यांची छाया अजूनही साहजिकपणे पडलेली दिसते. गेली ६० वर्षं असूयादर्शक टीका हे ब्रिटिश समाजाचं वैशिष्ट्य बनून राहिलेलं आहे आणि अशा टीकेला तोंड देऊनही विन्स्टन यांचा वारसा टिकून आहे. मूर्ख सातत्य हे कोत्या

मनाचं लक्षण आहे, असं राल्फ वाल्डो इमर्सन यानं जाहीर केलं होतं; पण बहुधा महानता हाच काहींसाठी खरा अडथळा ठरत असावा. सर्वांत उंच वाढलेल्या झुडपांचे माथे साफ करून टाकण्याची इच्छा ब्रिटनमध्ये वारंवार ऐकायला मिळते. ही वृत्ती केवळ स्वतःला पुरोगामी मानणाऱ्यांपुरती मर्यादित नाही. ब्रिटननं दुसऱ्या महायुद्धामधील सहभाग टाळायला हवा होता किंवा युद्धविरामासाठी वाटाघाटी करायला हव्या होत्या, असं मत कन्झर्वेटिव्ह पक्षाचे दिवंगत खासदार आणि सैनिकी इतिहासकार ॲलन क्लार्क यांनी व्यक्त केलं होतं. ब्रिटननं १९४० मध्ये शरणागती पत्करायला दिलेला नकार देशासाठी भल्याचा नव्हता, तर विन्स्टन यांच्या गैरमार्गदर्शनामुळे देशाची विल्हेवाट लावणारा हा निर्णय होता, असं प्रतिपादन क्लार्क यांनी केलेलं आहे. त्यांच्या मते समाप्ती व्हावी अशी अमेरिकींची तीव्र इच्छा होती आणि त्यांनी त्यासाठीची अंशतः कृतीही केली होती.[८] पूर्णतः आधुनिक असलेल्या कॅसियसच्या तोंडी शेक्सपिअरनं घातलेले शब्द या ठिकाणी उद्धृत करणं सयुक्तिक वाटतं :

का बरं, या संकुचित जगावर तो एखाद्या महामानवाप्रमाणे स्वार झाला,
आपण क्षुद्र माणसं त्याच्या महाकाय पायांखाली चालतो आहोत,
इकडेतिकडे डोकावतो आहोत,
आपल्याच अवमानकारक थडग्यांचा शोध घेत आहोत.
काळाच्या एका टप्प्यावर माणसं स्वतःच्या नियतीचे मालक असतात :
तर, प्रिय ब्रुटस, यातली चूक आपल्या ताऱ्यांची नाही,
तर आपलं अंकित असणं ही आपली चूक आहे.[९]

ज्युलियस सिझरचा खून करण्यासाठी ब्रुटसला उचकवण्याचा प्रयत्न कॅसियस करत होता. ज्युलियस सिझर हाही वक्तृत्वकुशल व अहंकारी होता आणि विन्स्टन यांच्याप्रमाणे त्यानंही त्याच्या काळातील घडामोडींमध्ये आघाडीची भूमिका निभावली, शिवाय इतिहासात आपलं स्थान निश्चित करण्यासाठी स्वतःच इतिहासही लिहिला. हे काही असाधारण होतं, असंही नाही. 'बॅटलफिल्ड्स ऑफ द सेकंड वर्ल्ड वॉर' या माझ्याच पुस्तकातील एक उतारा मी वाचकांची माफी मागून इथे उद्धृत करू इच्छितो. हा उतारा विन्स्टनना किंवा अगदी सिझरलाही लागू होण्यासारखा आहे :

'इतिहास म्हणजे मृतांविषयी आपण रचलेल्या क्लृप्त्या नसतात, तर त्यांनी जिवंत असताना खेळलेल्या क्लृप्त्या प्रकाशात आणायचं काम इतिहास करतो. अनेकदा काळजीपूर्वक तयार केलेल्या मुखवट्यांना सामोरं जावं लागतं, अशा वेळी त्या मुखवट्यामागच्या 'खऱ्या' माणसाचा शोध घ्यावा लागतो. आयुष्यात या दोन्ही गोष्टी अविभाज्य असतात आणि मानवी जीवनप्रयासामधील अगदी मोजकी क्षेत्रं वगळली तर इतर

सर्वच ठिकाणी अभिनय करणाऱ्यांना व प्रदर्शनकर्त्यांना त्यांच्या गुणांचा फायदा मिळतोच.'[१०]

विन्स्टन यांच्या लेखनशैलीवर गिबन व मॅकॉले यांचा सखोल प्रभाव आहे; पण त्यांच्याकडे शेक्सपिअरच्या साहित्यातील पात्र म्हणूनही पाहता येतं. शेक्सपिअरच्या नाटकांप्रमाणेच गुणवान अभिनेता आणि उत्कृष्ट संहिता लाभलेली भूमिका यांचा संयोग त्यांच्यात झालेला होता. मानसशास्त्रज्ञ कार्ल युंग यांचे अनुयायी कदाचित असा युक्तिवाद करतील की, विन्स्टन यांचं व्यक्तिमत्त्व तार्किक समीकरणांपेक्षा अंतःप्रेरणेवर विसंबून राहणारं होतं; अपवादात्मक वाटावा इतका त्यांचा सामूहिक नेणिवेशी जवळून संपर्क होता. ही दोन्ही प्रतिपादनं ग्राह्य ठरण्यासारखी आहेत. विन्स्टन यांनी स्वतःच्या कारकिर्दीची संहिता स्वतःच लिहिली आणि मुख्य भूमिका करण्यापूर्वी त्यांनी बहुतांश दुय्यम पूरक भूमिका निभावल्या होत्या. 'विपरीत वर्षां'च्या (हा त्यांचाच शब्दप्रयोग आहे) कालखंडात त्यांनी स्वतःला नेणिवेच्या पातळीवर मोझेसच्या भूमिकेत नेऊन बसवलं, त्या क्षणाचा शोध घेण्याचा प्रयत्न मी सहाव्या प्रकरणात केला आहे. त्यांची सर्वाधिक ऐकू येणारी वक्तव्यं ही अतिशय असाधारण काळामध्ये विशिष्ट श्रोत्यांच्या गरजेनुसार घडवलेली होती; पण जगभरातील लोकांच्या कल्पनाविश्वावर आणि संवेदनांवर असलेला विन्स्टन चर्चिल यांचा प्रभाव पाहिला, तर युंग यांच्या मांडणीतील आद्यरूपी बालकाची वैशिष्ट्यंही विन्स्टनमध्ये असावीत, असं वाटतं. या आद्यरूपाची पडछाया म्हणजे ॲडॉल्फ हिटलर!

विन्स्टनना उच्च स्थान प्राप्त झालं असलं, तरी त्यांची अनेक विधानं व्यावहारिक विषयांशी संबंधित आहेत; त्यामुळे या विधानांमधून अनेकदा सर्वसामान्य ज्ञानाची चुणूक दिसणारी अभिव्यक्ती प्रत्ययाला येते. युरोपातील ब्रिटनच्या स्थानाविषयी अथकपणे सुरू असणाऱ्या वादचर्चांमध्ये साठ वर्षांपूर्वी विन्स्टन यांनी ठामपणे स्वतःची भूमिका मांडली. आपल्या घराची व्यवस्था आधी धड करायला हवी, असं त्यांनी ठासून सांगितलं.

> 'युरोपीयनांचं काहीएक कर्तव्य असतं, आपण चांगले युरोपीय असण्याविषयीच्या गप्पाही सुरू असतात. ब्रिटिश संसदसदस्याला अथवा मुत्सद्द्याला चांगला युरोपीय व्हायचं असेल, तर त्यानं आधी स्वतःचा देश सुरक्षित आणि सबळ राहण्याची तजवीज करायला हवी. बाकीच्या गोष्टी नंतर कमावता येतात. स्वतःच्या देशाचा विचार करत नसाल तर तुम्ही मुळात युरोपीयच ठरत नाही. उर्वरित जगाला शरम वाटावी असा कमकुवतपणाचा स्रोत म्हणून तुमच्याकडे पाहिलं जाईल.'[११]

विन्स्टन 'साम्राज्यवादी' होते, या कारणावरून संसदेतील त्यांच्या पुतळ्याचं

विद्रूपीकरण करणाऱ्या माणसांना बहुधा त्यांच्या धारणांमधील विरोधाभासाचा अदमास कधीच बांधता येणार नाही. इंग्रजांच्या सामाईक कायद्यामध्ये पवित्र मानण्यात आलेली व्यक्तिगत स्वातंत्र्यं टिकवायची असतील, तर या शत्रुभावी जगामध्ये आवश्यक पाठबळ म्हणून साम्राज्य गरजेचं आहे, अशी विन्स्टन यांची मांडणी होती. *'द स्टोरी ऑफ द मलाकांद फिल्ड फोर्स'* या आपल्या पहिल्या पुस्तकामध्ये त्यांनी 'साम्राज्यवादी लोकशाही'विषयी लिहिलेलं आहे. ही संकल्पना थुंकून देण्याआधी तिचं पुरेसं चर्वण गरजेचं आहे. विन्स्टन यांनी त्यांच्या बहुतांश समकालीनांप्रमाणे 'वंश' हा शब्द वापरलेला आहे. आज प्राधान्यानं वापरला जाणारा 'संस्कृती' हा शब्द अर्थातच अधिक अचूक आहे; पण कट्टर वंशवादी असलेल्या नाझी विचारसरणीचा उदय होईपर्यंत विन्स्टन 'वंश' हा शब्द वापरताना दिसतात. शिवाय विन्स्टन इंग्रजीभाषक लोकांबद्दल लिहितात; पण त्यामध्ये आफ्रिका व आशियातील इंग्रजी बोलणाऱ्या लाखो लोकांचा समावेश करत नाहीत, कारण आपण प्रतिपादन करत असलेल्या सांस्कृतिक मूल्यांशी या लोकांचा संबंध नाही, असं त्यांना वाटत होतं. ही त्यांची मांडणी चुकीची होती आणि त्यांच्या वर्गातील त्यांच्याइतपत शिकलेल्या इतर बहुतांश लोकांप्रमाणे त्यांची वंशाविषयीची मतंही अशीच साचेबद्ध होती; पण त्याचसोबत, विसाव्या शतकाच्या पूर्वार्धामध्ये मोठ्या प्रमाणावर पसरलेल्या सामाजिक डार्विनवादाच्या विचारसरणीला विरोध करण्यासाठी विन्स्टन यांनी प्रयत्नांची पराकाष्ठा केली. राष्ट्र म्हणजे जनुकीय मूल्यांची अभिव्यक्ती असते आणि जनुकीय शुद्धतेशी संबंधित विशिष्ट (मुख्यत्वे सैनिकी) गुणसंचाद्वारे महान राष्ट्रांची निर्मिती होते, असं सामाजिक डार्विनवादात मानलं जात होतं.

विन्स्टन यांच्यावर होणाऱ्या वंशवादाच्या आरोपासाठी पुरावा म्हणून अनेकदा १९३१ मध्ये त्यांनी दिलेल्या एका भाषणातील निवडक विधानं फेकली जातात. या भाषणात ते म्हणाले होते की, 'राष्ट्रद्रोही 'मिडल टेम्पल' वकील असलेले श्रीयुत गांधी खास पूर्वेकडच्या नमुनेदार फकिरासारखे अर्धनग्नावस्थेत ढांगा टाकत व्हाइसरॉयच्या महालाच्या पायऱ्या चढत असतात, एकीकडे सविनय कायदेभंगाची उद्दाम मोहीम चालवत असतानाच ते सम्राटाच्या प्रतिनिधींसोबत समपातळीवरून चर्चा करण्यासाठी येतात- हे सगळं पाहणं भयंकर किळसवाणं असतं.'[१२] वास्तविक गांधींनी वकिलीचं शिक्षण 'मिडल टेम्पल'मध्ये नव्हे, तर 'इनर टेम्पल'मध्ये घेतलेलं होतं आणि ब्रिटिश साम्राज्यवाद्यांना त्यांच्याच सामाईक कायद्याच्या बळावर यशस्वीरीत्या टोचा मारला होता. फ्रेंच, जर्मन वा जपानी सत्तेच्या आधिपत्याखाली गांधींचं भवितव्य कसं राहिलं असतं, याचा क्षणभर विचार करून पाहा. म्हणजे मग त्यांनी ज्या सत्तापरंपरेला आवाहन केलं होतं तिची सभ्यता लखखपणे दिसते. गांधी हे आधी हुशार बॅरिस्टर आहेत आणि नंतर हिंदू संत आहेत, असं मानणारे विन्स्टन

काही एकटेच नव्हते. शिवाय राजकीयदृष्ट्या महत्त्वाकांक्षी वकिलांविषयी- मग असे वकील कृष्णवर्णीय असले तरीही त्यांच्याविषयी- अप्रीती राखण्याला मूलतः वंशद्वेष्टेपणा म्हणता येणार नाही. फार तर अशा मांडणीला (विन्स्टन यांनी इतरत्र वापरलेला शब्दप्रयोग वापरायचा तर) 'संज्ञावापरातील अचूकतेचा अभाव'[१३] असं म्हणता येईल.

समुद्रापारच्या थोड्या लहान बेटांवरच्या लोकांना दूर अंतरावरील लाखो लोकांवर स्वतःचा अधिकार गाजवता आला, कारण शासन करण्याचा अधिकार आपल्याला आहे असा त्यांचा ठाम विश्वास होता आणि शासितांनी त्यांच्या विश्वासाला गंभीर आव्हान देईपर्यंत ही रचना कायम राहिली. हा विश्वास टिकवून ठेवणं सर्वांत महत्त्वाचं आहे, असं विन्स्टन मानत होते. खरं तर अंकित जनांनी केलेला स्वीकार हा यामागील कळीचा घटक असल्याचं अधिक शहाण्या लोकांच्या लक्षात आलं होतं. हा स्वीकार संपला की, साम्राज्य मृतप्राय होईल आणि पद्धतशीर माघार घेण्याशिवाय दुसरा पर्याय राहणार नाही. भारतावरील साम्राज्यवादी वर्चस्व कमी करण्याविरोधात युक्तिवाद करताना विन्स्टन जाहीरपणे म्हणाले की, 'ब्रिटिश सत्तेमुळेच भारत एकसंध राहिलेला आहे.' त्यांचं हे म्हणणं खरं असल्याचं सिद्धही झालं. अनेकेश्वरी हिंदू धर्माविषयी त्यांच्या मनात नावड होती. वायव्य आघाडीवर आणि सुदानमध्ये त्यांना दिसलेल्या लढवय्या इस्लामविषयीही त्यांचं असंच मत होतं. यातील कोणत्याच धर्मातून परोपकारी शासनाला आधार पुरवला जात नाही, अशी त्यांची धारणा होती. तरुणपणी त्यांनी प्रगतिशील सुप्रजननशास्त्रातील साचेबद्ध मतेच व्यक्त केली होती, हे नाकारण्यात अर्थ नाही. एतद्देशीय लोकांना ते दुय्यम मानत असत, भारतीय स्वराज्याविरोधात दिलेल्या भाषणांमध्ये ते वांशिक पूर्वग्रहाला हात घालत असत, ही वस्तुस्थिती आहे; पण गांधीविचारांवर आधारलेला स्वतंत्र भारत भविष्यातील कोणत्याही युद्धामध्ये ब्रिटनला पाठिंबा देणार नाही, या योग्य अंदाजावर विन्स्टन यांचा हा विरोध उभा होता, हेही खरंच आहे. कालांतरानं स्वातंत्र्याचे आघाडीचे समर्थक बनलेले विन्स्टन आणि भारताविषयीची त्यांची मतं यामध्ये ताळमेळ बसत नाही किंबहुना त्यांच्या स्वातंत्र्यसमर्थनाला या मतांमुळे कमीपणा येतो, असा युक्तिवाद काहीजण करतात; परंतु एकीकडे १९३०च्या दशकात ब्रिटिश परराष्ट्र धोरणाला काही अंशी ताठ कणा पुरवल्याबद्दल विन्स्टन यांची प्रशंसा करायची आणि दुसरीकडे आर्थिक व सैनिकी सामर्थ्याचा मूल्यवान स्रोत असलेल्या भारतावरचा ताबा कायम ठेवण्याच्या त्यांच्या प्रयत्नांचा धिक्कार करायचा, हे अतार्किक आहे. १९३९-४५ या काळात तर भारत अतिशय मोलाचा ठरला होता- इतिहासातील सर्वांत मोठं स्वयंसेवकी सैन्य भारतातून उभं राहिलं होतं, हे आपण कधीच विसरता कामा नये.

विन्स्टन चर्चिल युद्धखोर होते, असा आरोप स्वतः जगावर युद्ध लादणाऱ्या हिटलर यांनी केला होता, अलीकडे त्याची पुनरावृत्ती होताना दिसते आहे. युरोपच्या संदर्भात ब्रिटनला निश्चित स्थान देऊ पाहणाऱ्या आणि नंतर अमेरिकेच्या विरोधात युरोपचं स्थान निश्चित करणाऱ्या लोकांकडून हा आरोप होताना दिसतो. विन्स्टन चर्चिल हयात असताना असे आरोप करणाऱ्यांना त्यातील बदनामीसाठी मोठी किंमत मोजावी लागली. विन्स्टन यांच्यावर युद्धनाट्याची भुरळ पडलेली होती आणि त्यामध्ये सहभागी झाल्यावर त्यांना उत्फुल्ल वाटायचं, हे खरं असलं तरी युद्धवास्तवाचा त्यांना उबगही येत असे. 'मला युद्धाचं आकर्षण वाटतं आणि माझ्या मनावर त्या जबरदस्त परिस्थितीची भुरळही पडते... पण हे सगळं किती अधम, नीच आणि मूर्खपणाचं कृत्य आहे, त्यात केवढी निर्दयता असते याचीही तीव्र जाणीव मला दरवर्षी होत असते,'[१४] असं त्यांनी १९०९ मध्ये जर्मनीमध्ये असताना लिहिलं होतं. त्यानंतर अर्धशतकानं ते म्हणाले होते की, 'युद्धाला युद्धानं उत्तर देण्याऐवजी ठोशाला ठोशानं उत्तर देणं अधिक चांगलं!'[१५] विन्स्टनना गणवेश घालायला आवडत असे; पण तेवढं एक वैगुण्य सोडता त्यांच्यात लष्करशहा म्हणावं असं काही नव्हतं.

विन्स्टन अभिजनवादी होते. निवडणुकीतील पराभवानंतर त्यांनी काही संतप्त कुरकुर केली हेही खरं; पण लोकमत विरोधात गेल्यानंतर आता मतदारवर्गाला पुन्हा आपल्या बाजूनं आणण्यासाठी जनतेच्या कलानं घ्यायला हवं, असंही त्यांना वाटत होतं. स्वतःला खास बुद्धिजीवी मानणारी मंडळी सर्वसाधारणपणे अशा रितीनं लोकमताचा आदर राखायला उत्सुक नसतात. विन्स्टन लैंगिक भेदभावही करत. पुरुष व स्त्रिया यांचे दृष्टिकोन आणि त्यांच्या क्षमता भिन्न असतात; नेतृत्व करण्याचं काम पुरुषांनाच योग्यरीत्या जमतं, असं त्यांचं मत होतं; पण गोल्डा मायर, इंदिरा गांधी आणि मार्गरिट थॅचर यांच्याबाबत प्रतिक्रिया देताना त्यांनी निंदाव्यंजक हास्य करून नंतर जोन ऑफ आर्क व एलिझाबेथ ट्यूडर यांचे संदर्भ दिले असते, असा माझा होरा आहे. त्यांच्या मनात अनेक पूर्वग्रह होते; पण ते कडवे अभिमानी नव्हते. इंग्लिश क्रांतीच्या राजकीय तत्त्वांविषयी त्यांना आदर वाटत असे (एका युद्धनौकेला ऑलिव्हर क्रॉमवेल यांचं नाव देण्याचा अयशस्वी व असमंजस प्रयत्न त्यांनी केला होता); पण प्यूरिटन पंथीयांचा त्यांना राग येत असे. १९३६ मध्ये पदत्यागाचा प्रश्न निर्माण झाला, तेव्हा त्यांनी स्वतःला 'राजाचा चाकर' संबोधलं. त्यांच्या या स्वप्नाळू राजसत्तावादाची यथेच्छ चेष्टा करण्यात आली. लोकांचा लैंगिक नैसर्गिक कल सार्वजनिक अवकाशावर अतिक्रमण करत नसेल तोवर त्याबद्दल आक्षेप न घेण्याची विन्स्टन यांची भूमिका होती. त्यांच्या वर्गीय पार्श्वभूमीचा विचार करता हे साहजिकच होतं. आठव्या एडवर्डच्या बाबतीत मात्र त्यांनी याच्या उलट भूमिका

घेतली. यामागे केवळ त्यांची वैयक्तिक निष्ठा कारणीभूत नव्हती, तर पंतप्रधान स्टॅनले बाल्डविन यांना खाली खेचण्यासाठी विन्स्टन कोणत्या ना कोणत्या मुद्द्याच्या शोधात होतेच, तो मुद्दा या निमित्तानं मिळाला होता. १९४७ मध्ये बाल्डविन यांच्या ऐंशीव्या वाढदिवसानिमित्त आदरांजली व्यक्त करण्यासाठी बोलावलं असता विन्स्टन यांनी आपल्याला येणं शक्य नसल्याचं सांगितलं होतं. सर्वसाधारणपणे त्यांनी सूडबुद्धी दाखवल्याचं आढळत नाही; पण बाल्डविन यांच्या आदरांजली सभेच्या आयोजकांना विन्स्टन म्हणाले, 'बाल्डविन मुळात जन्मलेच नसते, तर आपल्या देशासाठी अधिक चांगलं झालं असतं.'[१६]

विन्स्टन दारूच्या आहारी गेलेले होते, असा आरोपही वारंवार केला जातो. कदाचित दारूसेवनाकडे त्यांचा जनुकीय पूर्वकल असेलही; पण 'मोजके प्रसंग आणि मोजके वार्षिक दिवस वगळता दारू पिणाऱ्या लोकांविषयी अतीव तुच्छतेनं पाहण्याचा संस्कार वाढत्या वयात'[१७] त्यांच्यावर करण्यात आलेला होता. दुर्दैवानं त्यांनी कधी या संस्काराला अनुसरून वर्तन केलं नाही. (पुढे त्यांचा मुलगा रन्डॉल्फ आणि मुली डायना व सारा यांनी मात्र दारूचं असं व्यसन केलं नाही.) पूर्ण सक्रिय राहण्यासाठी त्यांना अतिरिक्त नसलं तरी नियमित दारू पिणं गरजेचं झालं होतं. (आज अशा मद्यपानाला 'मेन्टेनन्स ड्रिंकिंग' संबोधलं जातं.) पण बहुधा या सवयीमुळेच त्यांना वारंवार निराशेलाही सामोरं जावं लागत असे, अशा निराशेच्या काळाला ते 'ब्लॅक डॉग' संबोधत. १९३१ मध्ये एका गाडीनं धडक दिल्यावर त्यांना न्यूयॉर्कमधील रुग्णालयात दाखल करण्यात आलं होतं. त्या काळी अमेरिकेत मद्यपानावर प्रतिबंध होता. मग विन्स्टन यांनी दिवसाला किमान २५० सीसी दारू मिळावी यासाठी डॉक्टरला गळ घातली आणि आपल्या तब्येतीसाठी 'विशेषतः जेवणाच्या वेळांना अल्कोहोलचं सेवन करणं आवश्यक' असं प्रिस्क्रिप्शन मिळवलं.[१८] 'शॅम्पेनची एक बाटली स्वतःसाठी आणि दुसरी मित्रासाठी मी कधीही मागवू शकत होतो,' असं विन्स्टन यांनी लिबरल पक्षाच्या नेत्या लेडी व्हायोलेट बॉनहॅम कार्टर यांना सांगितलं होतं.[१९] युद्धकाळातील त्यांचे मंत्रिमंडळातील सहकारी आणि वर्तमानपत्रांच्या क्षेत्रातील बडं प्रस्थ असलेले लॉर्ड बीव्हरब्रूक यांनी या संदर्भात योग्य निरीक्षण नोंदवलं आहे : 'वाइन आणि ब्रँडी यांची प्रशंसा करताना विन्स्टन स्वतःच्या बोलण्यातून दारूच्या सवयीबाबत अतिशयोक्ती करत असे.'[२०] वृद्धावस्थेत विन्स्टन यांनी असं जाहीर केलं होतं की, 'दारूला माझ्याकडून जे काही मिळालं असेल त्यापेक्षा खूप जास्त तिच्याकडून मला मिळालं.' दारूच्या व्यसनामधील इच्छाशक्ती, सामाजिक प्रमाणकं व जैवरसायनशास्त्र यांच्या आंतरक्रीडेविषयी आता ज्ञात झालेल्या माहितीनुसार पाहिलं तर विन्स्टन यांचं मूल्यांकन वाजवीच म्हणावं लागेल.

विन्स्टन देशभक्त होते; पण राष्ट्रवादी नव्हते. या दोन संज्ञांमधला महत्त्वाचा

भेद जाणून घेण्यासाठी विन्स्टन यांची मतं फ्रान्सचे चार्ल्स द गॉल यांच्याशी ताडून बघता येतील. विन्स्टन यांच्या मते, ब्रिटन म्हणजे तिथल्या रहिवाशांची सतत बदलती अभिव्यक्ती होती. याउलट गॉल यांनी पवित्र, अनाहत फ्रान्सचं स्वप्न पाहिलं होतं; त्यात देशाची महानता गृहीत धरलेली होती; त्यामुळे '(देशाच्या) कृत्यांमध्ये कुठे सुमारपणा आढळला, तर तो एक असंगत अपवाद असतो, त्याचा दोष फ्रेंच लोकांच्या त्रुटींकडे जातो, या भूमीच्या प्रतिभाशक्तीवर त्याचं बालंट येत नाही.'[२१] जनतेचं हित व चिंता यांपेक्षा उच्च पातळीवरच्या एखाद्या राष्ट्ररूपी आदर्शाचं पालन करावं, असं आवाहन विन्स्टन यांनी कधी केलं नाही. देशातील जनता आपल्या दर्जाची नाही, असं त्यांनी कधीही मानलं नाही. युद्धकाळातील त्यांची भाषणं ब्रिटिश लोकांमधील शाश्वत सामर्थ्य आणि वैयक्तिक मूल्यं यांना आवाहन करणारी होती. विन्स्टन चर्चिलना ब्रिटिश लोकांमध्ये हे गुण असल्याचा विश्वास होता.

अखेरीस १९५१-५५ मध्ये पुन्हा पदारूढ होण्याचा त्यांचा निर्णय चुकला असं साधारणपणे म्हणता येईल. त्या वेळी ते या कामासाठी शारीरिक व मानसिकदृष्ट्या सक्षम राहिलेले नव्हते; पण १९४५ च्या निवडणुकीत त्यांचा पराभव केल्याबद्दल लोकांमध्ये प्रायश्चित्त घेण्याची भावना निर्माण झालेली होती आणि या सार्वत्रिक राष्ट्रीय हळवेपणाचं प्रतिबिंब १९५१च्या मतदानामध्ये पडलं, हेही लक्षात घ्यायला हवं. याचा बराचसा दोष निश्चितपणे कन्झर्वेटिव्ह पक्षाकडे जातो. या पक्षानं विन्स्टनना कारकिर्दीचा बहुतांश काळ स्वतःच्या लाभासाठी सक्रिय राहिलेला लुडबुडा नेता मानलं. तत्कालीन लोकभावनेचा वापर करून विन्स्टन सत्तेत आले, त्याआधी त्यांनी निवृत्ती घेतली नाही, याबद्दल कन्झर्वेटिव्ह पक्षामध्येही नाराजी होती. बहुतांश थोर नेत्यांप्रमाणे विन्स्टनही आत्यंतिक अहंकारी होते. लोक त्यांचे फाजील लाड पुरवत असतील, तर त्यांनी कधी अशा लोकांना थोपवलं नाही. आपला ऱ्हास सुरू झालेला आहे, हे त्यांनीही कबूल केलेलं होतं : 'युद्धाच्या मधोमध असतानाही आता कोणती कृती करायची हे मला स्पष्टपणे माहीत असायचं. आजच्या समस्या मात्र अस्पष्ट आणि अनाकलनीय आहेत.'[२२] परंतु मरणोत्तर जीवनावर त्यांचा विश्वास नव्हता; त्यामुळे अधोगतीला लागलेल्या आपल्या चैतन्यशीलतेवर उपाय म्हणून राज्यकारभारात सहभागी होणं एवढा एकच मार्ग त्यांना दिसत होता. बेडौलपणे वयोवृद्ध होत जाण्याविषयी डिलन थॉमस यांनी वापरलेले शब्द विन्स्टनना तंतोतंत लागू होतात :

त्या शुभरात्रीमध्ये हळुवारपणे जाऊ नका
सायंकाळी उतारवयात उत्साही उसळी घ्यायला हवी;
पेटून उठा त्या मिटत्या प्रकाशाविरुद्ध.

विन्स्टन यांच्यावर ऐतिहासिक व्यक्तिमत्त्व म्हणून नव्हे, तर काही विद्यमान मनोव्यग्रतांचे प्रतीक म्हणून टीका करणाऱ्यांना बाजूला ठेवलं, तरीही त्यांच्याविरोधातील इतर काही आरोप सहज खोडता येण्याजोगे नाहीत. युरोपातील महाकाय सैन्यांमध्ये १९१४ मध्ये सुरू झालेल्या युद्धात अल्पशा ब्रिटिश सैन्यालाही ढकलल्याची सामूहिक जबाबदारी लिबरल पक्षाच्या सरकारच्या माथ्यावर येते आणि त्यात अर्थातच विन्स्टन यांचाही वाटा होता. हा त्यांच्यावरचा सर्वांत गंभीर आरोप म्हणावा लागेल. आवश्यक मनुष्यबळ उभं करण्यासाठी सक्तीची सैन्यभरती एवढाच मार्ग उरल्याचं स्पष्ट झाल्यानंतरही १९१६ सालच्या सुरुवातीपर्यंत ऐच्छिक सैन्यभरतीचं धोरण कायम ठेवण्यात आलं होतं; त्यामुळे ही परिस्थिती आणखी गंभीर बनली. या युद्धात झालेला रक्तपात सैनिकी अपयशापेक्षा राजकीय अपयशामुळे झालेला होता, हे न स्वीकारता सरकारनं स्वतःचा नैतिक भेकडपणा सिद्ध केला. पंतप्रधान ॲस्क्विथ यांच्या तत्कालीन सरकारमधील कोणताही सदस्य स्वतःच्या बचावासाठी स्वतःच्या अज्ञानाचं कारण देऊ शकत नाही. विन्स्टनना तर हे कारण अजिबातच देता येणार नव्हतं. डावपेच आता बचावात्मकतेकडे झुकलेले आहेत, याची स्पष्ट कल्पना त्यांना होती. जर्मन सैन्य फ्रान्सवर बेल्जियममार्गे बगल मारून कूच करेल, आणि त्यांना चाळिसाव्या दिवशी थांबवून परत पाठवणं शक्य आहे, असा अचूक पूर्वअंदाज १९११ मध्ये गृहमंत्री असलेल्या चर्चिल यांनी निवेदनाद्वारे व्यक्त केला होता. (त्यांच्या पदाशी संबंधित जबाबदारीतून हे निवेदन प्रसारित झालेलं नव्हतं, तर त्या उन्हाळ्यातील अगादिर समस्येमुळे त्यांना हे निवेदन द्यावं लागलं होतं.) फक्त त्यांचा हा अंदाज किंचित अतिशयोक्त ठरला : जर्मनीनं ३ ऑगस्ट १९१४ रोजी फ्रान्सविरोधात युद्ध सुरू केलं आणि ६-१० सप्टेंबरदरम्यान मार्नची लढाई झाली.

युद्धोत्तर समेटानंतर निर्माण झालेल्या समस्यांची जबाबदारी व्यक्तिशः त्यांच्यावर मोठ्या प्रमाणात येते. त्यानंतर १९२५ ते १९२९ या वर्षांमध्ये सरकारी कोषागाराचे प्रमुख असताना राबवण्यात आलेल्या आर्थिक धोरणांमुळे सामाजिक तणावांमध्ये भर पडली. मग सत्तेतून पायउतार व्हावं लागल्यानंतर लगेच त्यांनी वेगानं सैन्यबांधणीची मागणी सुरू केली; पण त्यांच्याच आधीच्या आर्थिक धोरणांमुळे नवीन सरकारकडे अशा सैन्यउभारणीसाठी आवश्यक साधनंही उरलेली नव्हती. त्या क्षेत्रातील आघाडीच्या मंडळींचा सल्ला विन्स्टन यांनी घेतला होता, असा युक्तिवाद त्यांच्यावरील आरोपाला काही अंशी सौम्य करत असला तरी त्यामुळे बचाव शक्य नाही. नागरी सेवेला चाकोरीतून बाहेर ओढून काढण्यासाठी आवश्यक बलशाली व्यक्तिमत्त्व असलेल्या मोजक्या ब्रिटिश राजकारण्यांमध्ये चर्चिल यांची गणना होत होती; पण प्रस्थापित सरकारशी त्यांची सहमती नसेल, तेव्हा त्यांनी अशा प्रकारचा प्रभाव टाकला नाही.

माझ्या आजोबांची पिढी या धोरणांमुळे होरपळून निघाली, हे कुठेतरी माझ्या मनात राहिलेलं आहेच; त्यामुळे या संदर्भात निःसंशयपणे माझी वस्तुनिष्ठता अस्पष्ट झाली आहे; पण याशिवायही १९१४-२९ या कालखंडात राजकीय नेतृत्वानं ब्रिटिश जनतेचा विश्वासघात केला, अशी माझी धारणा आहे. या बहुतांश काळात विन्स्टन उच्च पदांवर होते; त्यामुळे त्यांच्यावर या सगळ्याची मोठी जबाबदारी येते. वास्तविक या धोरणांसंदर्भातील दोषापासून कोणताही तत्कालीन राजकारणी वा राजकीय पक्ष मुक्त नव्हता. रॉबर्ट ऱ्होड्स जेम्स यांनी *'चर्चिल : अ स्टडी इन फेल्युअर, १९००-१९३९'* या १९७० मध्ये प्रकाशित झालेल्या चरित्रात दिलेला चर्चिल यांच्या अपयशाचा निवाडा नंतरच्या चरित्रकारांनीही कायम ठेवलेला दिसतो; पण विन्स्टन यांच्या कोणत्या समकालीन राजकीय नेत्याला पूर्णतः यशस्वी म्हणता येईल?

विन्स्टन यांनी १९२९-३९ हा कालखंड त्यांच्यासाठी 'विपरीत' राहिल्याचं नोंदवलं आहे. या वर्षांमध्ये ते पन्नाशी ओलांडून साठीमध्ये प्रवेश करत होते; पण या काळात लोकांनी त्यांच्या पाठीशी उभं राहायचं ठरवलं असतं, तर ते लोकांना कुठल्या आश्वासक भूमीकडे घेऊन गेले असते? खरं तर बहुतांश गोष्टींबाबत त्यांच्यापेक्षा त्यांचे विरोधक अधिक योग्य होते; पण एक खास मोठी गोष्ट मात्र विन्स्टननाच ज्ञात होती आणि शेवटी तीच सगळ्यांत कळीची ठरली. दीर्घ आणि सक्रिय जीवनामधून आकार घेतलेल्या त्यांच्या स्वभाववृत्तीला या कालखंडामध्ये बांधिलकीचं स्वरूप आलं- विशेषतः योग्य वर्तनाच्या खास ब्रिटिश संकल्पनेशी असलेली ही बांधिलकी होती. त्यांच्याविषयी इंग्रजांनी लिहिलेल्या पुस्तकांमध्ये हा मुद्दा सर्वसाधारणपणे फारसा चर्चिला जात नाही. सुदैवानं अमेरिकी लेखकांना असं काही दडपण नाही; त्यामुळे त्यांच्यापैकीच एकानं विन्स्टन यांच्या जीवनाचा मध्यवर्ती अर्थ लख्खपणे नोंदवलेला आहे : शिष्टाचारावर विन्स्टन यांचा ठाम विश्वास होता आणि ब्रिटिशांच्या जगभरातील प्रभावामुळे अशा आचाराचा प्रसार होत होता; त्यामुळे नाझी जर्मनीशी तडजोड करणं अशक्य होतं. हिटलर आणि ते ज्याचं प्रतिनिधित्व करत होते त्या सर्व गोष्टींविरोधात लढायचं नसेल, तर मग ब्रिटिश साम्राज्य व सत्ता यांचं समर्थन कशाच्या आधारावर करता येणार होतं?[२३]

ब्रिटिश साम्राज्य व ब्रिटिशांचा महासत्तेचा दर्जा टिकवून ठेवण्यात आपण अकार्यक्षम ठरलो, अशी खंत म्हातारपणी निराश झालेले असताना विन्स्टन यांनी व्यक्त केली होती. हे त्यांचं अपयश होतं, असं मानणाऱ्या लोकांना बहुधा असंही सुचवायचं असतं की, पर्यायी धोरणं असती तर अधिक व्यापक जगावरील ब्रिटिश सत्तेचा ऱ्हास थोपवता आला असता. ब्रिटिश साम्राज्य हे ऐतिहासिक घटकांच्या पुनरावृत्ती न होणाऱ्या संयोगाचं फलित होतं; परंतु दुसरं महायुद्ध लढण्यासाठी

विन्स्टन यांनी ब्रिटनचं भवितव्य गहाण ठेवलं, अशी टीका काही मंडळी करतात. वास्तविक सभ्य जगामध्ये अनाहत मानल्या जाणाऱ्या मूल्यांना भवितव्य राहावं, यासाठी विन्स्टन चर्चिल यांनी हा ऐतिहासिक संयोगांचा वारसा वापरला होता.

आत्तापर्यंत राजेशाही कुटुंबातील नसलेल्या केवळ सहा व्यक्तींवर सरकारी इतमामात अंत्यविधी करण्यात आले आहेत : थोरले विल्यम पिट (१७७८), लॉर्ड नेल्सन आणि धाकटे विल्यम पिट (१८०६), ड्यूक ऑफ वेलिंग्टन (१८५२), विल्यम एवार्ट ग्लॅडस्टोन (१८९८), फिल्ड मार्शल लॉर्ड रॉबर्ट्स (१९१४) आणि सर विन्स्टन चर्चिल (१९६५).[२४] वेलिंग्टन आणि विन्स्टन यांचे थोर पूर्वज ड्यूक ऑफ मार्लबरो यांच्या नेतृत्वानं अनेक मित्र सैन्यांना विजय प्राप्त करून दिला होता; पण लोकांच्या मोठमोठ्या आघाड्यांना प्रेरणा देण्याच्या बाबतीत विन्स्टन यांच्याशी तुलना करण्याजोगी कामगिरी अगदी धाकटे पिट यांनाही करता आली नव्हती.

या प्रस्तावनेचा शेवट वैयक्तिक नोंदीद्वारे करायचा माझा विचार होता. अर्धशतकापूर्वी टीव्हीवर विन्स्टन यांच्या अंत्यविधीचा कार्यक्रम पाहताना माझ्या मनात निर्माण झालेल्या भावना नोंदवायच्या असं मी ठरवलं होतं. लंडनमधील गोदी कामगार दीर्घ काळ विन्स्टन यांचे राजकीय विरोधक होते; परंतु त्यांची शवपेटी जात असताना या कामगारांनी यारी-यंत्रं खाली करून ठेवली होती, अशा त्या वेळच्या अनेक आठवणी होत्या; पण शेवटी माझ्या आठवणी किंवा भावना नोंदवण्याऐवजी हंगेरीयन-अमेरिकी लेखक जॉन लुकाक्स यांच्या शब्दांनी मी या प्रस्तावनेचा शेवट करायचं ठरवलं, कारण त्याहून अधिक योग्य शब्द मला सापडले नाहीत. ३० जानेवारी १९६५ रोजीच्या त्या थंड, शांत व घनगंभीर दिवसाचं शोकपूर्ण वर्णन लुकाक्स यांनी केलं आहे :

> 'त्यांचं (विन्स्टन यांचं) जगण्यावर अतिशय प्रेम होतं. मानवी शिष्टाचार व मानवी महानता यासंबंधीच्या शक्यतांवरचा ठाम विश्वास त्यांच्यात मुरलेला होता; त्यामुळे त्यांनी आमच्यासारख्या अनेकांचं जगणं शक्य बनवलं... मानवतेच्या दीर्घ, संथ आणि खिन्न संगीतामध्ये त्यांच्या रूपानं एक इंग्रज व उन्नत सूर लागून गेला, तो आमच्यापैकी काही सुदैवी लोकांना ऐकता आला. त्या सुराच्या आठवणी आमच्या मनात कायम राहणार आहेत.'[२५]

अनुक्रमणिका

प्रकरण पहिले

पिता ते पुरुष
१८७४-१८९५

विन्स्टन चर्चिल सात वर्षांचे असतानाचं त्यांचं एक छायाचित्र आणि साठ वर्षांनी १९४१ सालच्या अखेरच्या दिवशी कॅनडामध्ये युसुफ कार्श यांनी काढलेलं त्यांचं एक विख्यात पोर्ट्रेट यांमध्ये एक अस्वस्थकारक साधर्म्य आढळतं. कंबरेवर मागून टेकवलेले हात, किंचित वर उचललेली मान आणि कॅमेऱ्याला आव्हान देणारी नजर, असं त्यांचं रूप दोन्ही ठिकाणी दिसतं; पण या दोन छायाचित्रांमध्ये एक महत्त्वाचा भेदही आहे : यातील लहानग्या विन्स्टनची नजर मुत्सद्दी चर्चिलपेक्षाही उद्दाम वाटते. विशेष म्हणजे कार्श यांनी कॅमेऱ्याचं बटण दाबण्यापूर्वी चर्चिल यांच्या तोंडातली सिगार बाजूला काढली होती; त्यामुळे या दुसऱ्या छायाचित्राच्या वेळी ते चिडलेल्या अवस्थेत होते. ऐतिहासिक व्यक्तिमत्त्वांच्या कृतींची कारणं अनेकदा त्यांच्या प्रौढ वयातील प्रेरणांमध्ये शोधली जातात; परंतु अधिक सखोल उत्तरं या व्यक्तींच्या वारसाप्राप्त स्वभावात आणि प्रारंभिक संस्कारांमध्ये मिळतात. व्हिक्टोरियन काळातील कवी गेरार्ड मॅनले हॉपकिन्स यांनी या संदर्भातील विचारी वस्तुस्थिती त्यांच्या 'असंस्कृत शब्दां'च्या कवितेत मांडली आहे, ती अशी : 'पुरुषाचं पितृत्व बालकाकडे असतं.'

विन्स्टन यांच्या बालवयीन गरजा आणि त्यांच्या पालकांकडून त्यांना मिळालेलं प्रेम किंवा त्यांनी घेतलेली विन्स्टन यांची काळजी यांमध्ये समतोल साधला गेला नाही. याचा विन्स्टनच्या संपूर्ण अस्तित्वावरच प्रभाव पडला; पण ही विषमता पालकांच्या बाजूनं होती हे अगदी सहज स्वीकारून टाकलं जातं. उलट विन्स्टन यांच्याच भावनिक गरजा अमर्याद होत्या, हे पुरेसं स्पष्ट आहे. तरीही लोक अनेकदा त्यांचा प्रचंड अहंकार सहन करत आणि दुसऱ्याच्या भावनांविषयी बेपर्वा राहण्याच्या

त्यांच्या वृत्तीबाबतही लोक क्षमाशील असत किंबहुना काही वेळा त्यांच्या अशा बेफिकिरीवर लोकांनी प्रेमही केलेलं दिसतं. असं का घडत असावं, या प्रश्नाचं एक उत्तर विख्यात मानसोपचारतज्ज्ञ अँथनी स्टॉर यांनी दिलं आहे. स्टॉर यांच्या मते, 'लोकांनी सतत आपल्याकडे लक्ष द्यावं अशी इच्छा असणारे व गरज भासणारे लोक अनेकदा बालसदृश असहायतेचं प्रदर्शन करतात. ते कितीही तापदायक असले, तरी त्यांच्या अशा वागण्याला योग्य तो प्रतिसाद मिळतो, हेही खरं आहे.'[१]

विन्स्टनना चांगलं ओळखणाऱ्या किंवा त्यांच्यासोबत जवळून काम केलेल्या जवळपास सर्वांनी त्यांच्या कायमच्या पोरकटपणाविषयी प्रेमानं अथवा क्रोधानं टिप्पणी केलेली आहे. त्यांच्या स्वभावाची मोहिनी भूल टाकणाऱ्यासारखी नव्हती, तर एखादं लबाड मूल आपलं लक्ष आकर्षून घेतं तशा प्रकारचं त्यांचं वागणं होतं. या बालप्रवृत्तीमध्ये समोरच्यानं आपलं म्हणणं प्रेमानं मान्य करावं हा जणू काही हक्कच मानला जातो. सर्व मुलं त्यांना स्वतःसारखीच वाटायची, असं विधान विन्स्टन यांनीच एकदा केलं होतं; पण सत्याच्या अधिक जवळ जाणारं विधान करायचं तर असं म्हणावं लागेल की, सर्व मुलांना विन्स्टन चर्चिल यांच्यासारखं जीवन हवंसं वाटेल. सतत हितसंबंधी कंपूच्या केंद्रस्थानी असणारं, इच्छांची कदर केली जाणारं आणि लहरी स्वभावाचीही प्रशंसा होणारं असं हे जीवन होतं. अशा जगण्याची आकांक्षा ठेवणाऱ्या बहुतांश मुलांचा आपोआपच भ्रमनिरास होतो; पण काहीजण मात्र स्वतःच्या श्रेष्ठत्वाची जाणीव घेऊनच प्रौढ वयामध्ये प्रवेश करतात आणि इतरांना आपलं महत्त्व पटवून देण्यात त्यांना क्वचितच अडचण येते. विन्स्टन यांच्या प्रौढवयीन व्यक्तिमत्त्वाला हे वर्णन अगदी तंतोतंत लागू पडतं; त्यामुळे दुरावलेल्या व निष्काळजी पालकांचं एकाकी मूल, हे त्यांनी स्वतःविषयी उभं केलेलं चित्र दर्शनी स्वरूपात स्वीकारणं जड जातं. वास्तव यापेक्षा खूप जास्त गुंतागुंतीचं होतं.

'माय अर्ली लाइफ' हे विन्स्टन यांचं पुस्तक १९३० मध्ये प्रकाशित झालं. 'गरीब बिचारा विन्स्टन' ही त्यांची बालपणाविषयीची प्रतिमा तेव्हापासूनच प्रचलित होऊ लागली. त्यादरम्यान १९२९ च्या सार्वत्रिक निवडणुकांमध्ये पराभव झाल्यामुळे विन्स्टन सत्तेबाहेर होते. त्या वर्षी लेबर पार्टीला 'हाउस ऑफ कॉमन्स'मध्ये सर्वाधिक बहुमत मिळालं. भविष्याचं सूचन करणारी ही घडामोड होती. त्या काळी लेबर पार्टी कनिष्ठ मध्यमवर्गीय आणि औद्योगिक कामगारवर्गीयांच्या सामाजिक आकांक्षा व आर्थिक समस्यांची वाहक बनली होती. स्त्रियांना पुरुषांप्रमाणेच मतदानाचा अधिकार देणारा समान मताधिकार अधिनियम १९२८ मध्ये लागू झाला, त्यानंतरची ही पहिली निवडणूक होती. नव्याने मताधिकार मिळालेल्या पिढीच्या संवेदना आपल्या राजकीय स्थानाला छेद देणाऱ्या आहेत, याची विन्स्टनना पुरेपूर जाणीव

होती. उमराव घराण्यातील जन्म आणि प्रसिद्ध आकर्षक मातेच्या मुलांविषयी शक्तिशाली पुरुषांनी बाळगलेली उपकारवृत्ती यांचा लाभ विन्स्टनना झाला होता. शिवाय, १९१०-११ या काळात गृहमंत्री असताना त्यांनी महिलांना मताधिकार देण्याला विरोध केला होता; वेल्शमधील टॉनीपँडी शहरातील आंदोलनकर्त्यांविरोधात त्यांनी सशस्त्र दलं वापरल्याचंही मानलं जातं. या काळाच्या स्मृती पुसल्या जाव्यात यासाठी विन्स्टनना स्वतःच्या प्रतिमेत बदल घडवणं आवश्यक होतं. या पार्श्वभूमीवर मातृत्वाच्या प्रेरणेला आवाहन करत, आपण बालपणातील विपरीत अवस्थेवर विजय मिळवल्याचं प्रदर्शन करणं हा त्यांच्या दृष्टीनं उत्तम मार्ग ठरला.[२]

इतिहास आपल्याविषयी दयाभाव ठेवेल, कारण आपण स्वतःच इतिहास लेखन करणार आहोत, असं विन्स्टन बढाईच्या सुरात उत्साहाने म्हणत असत; त्यामुळे त्यांनी स्वतःच्या जडणघडणीच्या वर्षांवर जाणीवपूर्वक भर दिला. सर्वसाधारणपणे त्यांच्याविषयी जे काही बोललं-लिहिलं जातं, त्यापेक्षा ते अधिक चाणाक्ष होते. विन्स्टन यांचे समकालीन असलेले अमेरिकेचे राष्ट्राध्यक्ष फ्रँकलीन डेलानो रुझवेल्ट हे स्वतः संदिग्ध स्वभावासाठी प्रसिद्ध होते; पण तरीही आपल्याला वापरून घेतलं जात असल्याच्या जाणिवेनं ते विन्स्टन यांच्यापासून सतत सावधपणे वागत. रुझवेल्ट स्वतःच्या मनात चाललेला विचार कधीही उघड करून दाखवत नसत. (त्यांच्या पत्नीनं जाहीर केल्यानुसार, रुझवेल्ट विचार करायचे नाहीत, तर निर्णय घ्यायचे.) याउलट विन्स्टन मात्र लिहून अथवा बोलून आपले विचार उघड केल्यासारखे भासवत असत. त्यांच्या या धोरणामुळे इतरांना स्वतःच्या मुठी मोकळ्या करून दाखवाव्या लागत; पण त्यांनी स्वतःची अंतिम भूमिका मात्र शेवटपर्यंत उघड केलेली नसे. रुझवेल्टना विन्स्टन यांच्या या क्लृप्तीचा प्रचंड वैताग आला होता. या संदर्भातील एक किस्सा अतिशय प्रसिद्ध आहे. पोलिओमुळे अपंगत्व आलेले रुझवेल्ट चाकाच्या खुर्चीवर बसून एकदा विन्स्टन यांच्या गेस्ट रूममध्ये गेले, तेव्हा तिथे ते संपूर्ण नग्नावस्थेत होते. यावर वृद्ध विन्स्टन बोबडेपणा आणत म्हणाले, 'हे बघा, मिस्टर प्रेसिडेन्ट, तुमच्यापासून मी काहीच लपवत नाही.'[३] कदाचित त्यांनी यापूर्वीच हे वाक्य वापरलं असावं. बहुधा पत्नी क्लेमेन्टाइनसोबत झालेल्या काही घरगुती वादानंतर ते असं बोलले असावेत, अशी शक्यता आहे. ते काहीही असलं तरी अशा संवादानंतर समोरच्या कोणत्याही व्यक्तीचा अपमान होणं साहजिक नाही का?

आयुष्याच्या अखेरच्या दिवसापर्यंत विन्स्टन यांचं वागणं वंचित मुलासारखं नव्हतं, तर अवाजवी लाड झालेल्या मुलासारखं होतं. कुठलीही गोष्ट आपल्या मनासारखीच व्हायला हवी, हा हट्टी निर्धारही यातूनच आलेला होता. बालसुलभ उत्साह, स्वाभाविक दयाभाव आणि खोडकर विनोदबुद्धी यांची जोड मिळाल्यामुळे

अनेकदा त्यांच्या या हट्टीपणाचं घोडं पुढे दामटलं गेलं. अनेक वादळांना तोंड देत त्यांचा हा वारू पुढे जाऊ शकला. त्यांच्या जागी दुसरा कुणी दुर्बल आत्मविश्वासाचा इसम असता आणि त्यानं अशा हट्टानं स्वतःचं मत पुढे रेटलं असतं, तर तोच या सगळ्या गदारोळात पिचून गेला असता. युरोपात १९४४-४५ या वर्षांमध्ये मित्रराष्ट्रांच्या फौजांचे सेनाधिकारी असलेले आणि पुढे अमेरिकेचे राष्ट्राध्यक्ष बनलेले जनरल ड्वाइट डी. आयझेनहॉर यांनी त्यांच्या आत्मचरित्रामध्ये या संदर्भातील एक आठवण नोंदवलेली आहे. 'विन्स्टन यांनी अनिच्छेनं एखादा निर्णय स्वीकारला, तर ते वारंवार आक्रमक भूमिकेत जात आणि अगदी अंमलबजावणीच्या क्षणापर्यंत आपलंच मत रेटलं जाईल असा प्रयत्न करत; पण एकदा का प्रत्यक्ष कृती सुरू झाली की, पुढे जाण्याच्या आकांक्षेपायी इतर सर्व काही विसरून जाण्याची क्षमता त्यांच्याकडे होती; त्यामुळे प्रत्येक वेळी त्यांनी आश्वासित मदतीपेक्षा कितीतरी पटीनं अधिक ब्रिटिश पाठबळ पुरवण्याचा प्रयत्न केला.'[४] विन्स्टन यांच्या आईनं आपल्या मुलासोबत वागताना अनेकदा मनोबलाची परीक्षा घेतली जात असल्याचा उल्लेख पत्रांमधून केलेला दिसतो, त्याचं कारणही कदाचित हेच असावं.

लॉर्ड रँडॉल्फ स्पेन्सर-चर्चिल (विन्स्टन यांच्या मुलाचं नावही हेच होतं; साहजिकच नामसाधर्म्यामुळे होणारा गोंधळ टाळण्यासाठी इथून पुढे त्यांच्या वडिलांचा उल्लेख 'लॉर्ड रँडॉल्फ' असा ठेवला आहे.) आणि त्यांची पत्नी जेनी (ऊर्फ जेनेट किंवा जेरोम) या दोघांचं लग्नाच्या वेळचं वय अनुक्रमे २५ वर्षं आणि २० वर्षं असं होतं. बहुधा त्यांच्या लग्नाच्या पहिल्या रात्रीच विन्स्टन यांचा अंश आई जेनीच्या पोटात तयार व्हायला सुरुवात झाली असावी, कारण पॅरिसमधील ब्रिटिश दूतावासात १५ एप्रिल १८७४ रोजी लॉर्ड रँडॉल्फ व जेनी यांचा विवाह पार पडला आणि साडेसात महिन्यांनी ब्लेनहेम पॅलेसमध्ये विन्स्टन यांचा जन्म झाला. हा महाल त्यांचे आजोबा ड्यूक ऑफ मार्लबरो यांच्या मालकीचा होता. वास्तविक लंडनमधील आपल्या पालकांच्या घरीच विन्स्टन चर्चिल यांचा जन्म झाला असता. या जगातील त्यांच्या आगमनासाठी कोणतीही तयारी ब्लेनहेममध्ये करण्यात आलेली नव्हती; पण काही लोकांसोबत शिकारीला गेल्या असताना जेनी चर्चिल खाली पडल्या, मग त्यांना एका घोडागाडीमधून खाचखळग्यांचा प्रवास करावा लागला; त्यामुळे अपत्याला जन्म देण्यासाठी त्या लंडनला जाऊ शकल्या नाहीत. हा अपघात घडला, तरीही नवजात अर्भकाच्या भोवतीचं उमरावी वलय काही कमी झालं नाही, कारण अजूनही ब्लेनहेम पॅलेस म्हणजे ब्रिटिश प्रदेशातील सर्वांत भव्यदिव्य महालांपैकी एक गणला जातो. 'सूर्यसम्राट' चौदाव्या लुईच्या व्हर्सायमधील महाकाय निवासस्थानाशी स्पर्धा करण्यासाठी ब्लेनहेम पॅलेसचं बांधकाम झालं होतं. या चौदाव्या लुईच्या युरोपभर प्रभुत्वसत्ता गाजवण्याच्या आशेला खीळ घालण्याचं काम मार्लबरोचे

पहिले ड्यूक जॉन चर्चिल यांनी १७०४ मध्ये ब्लेनहेम इथे झालेल्या लढाईद्वारे केलं. सिंहहृदयी रिचर्ड आणि काळा राजपुत्र एडवर्ड यांचं जन्मस्थळ असलेल्या तसेच ब्रिटिश साहित्याचे पितामह जेफ्री चॉसर यांचं घर अजूनही जिथं उभं आहे अशा वूडस्टॉकमधील राजेशाही जमीनजुमल्यावर ब्लेनहेम पॅलेस बांधण्यात आला. हा महाल 'मुख्यत्वे घर म्हणून बांधलेला नव्हता, तर ब्रिटिश स्वाभिमानाचं प्रतीक असलेलं एक स्मारक असावं या उद्देशानं त्याची उभारणी झालेली होती,'[५] असं सिमॉन जेनकिन्स यांनी नमूद केलं आहे. ब्रिटिश वास्तुरचनेचं उत्तुंग यश म्हणून या महालाकडे पाहिलं जातं. त्याच्या मुख्य प्रवेशजागेची तुलना एखाद्या सुरावटीशीच करता येईल; कदाचित हेन्री पर्सेलची *'अब्देलझार'* ही रचना या ठिकाणी सुसंगत ठरेल. विन्स्टन यांची नियतीबाबतची बरीचशी जाणीव या दैवघटित जन्मस्थळाभोवतीच्या वलयातून आलेली होती.

बालपणातील विन्स्टनला घडवणाऱ्या पर्यावरणीय घटकांचा विचार करण्यापूर्वी त्यांच्या जनुकीय वारशाचा पडताळा घ्यावा लागेल. मद्यपानाविषयीचा पूर्वकल घेऊनच ते जन्माला आले होते, हे अगदी निःसंशयपणे म्हणता येतं. अनेकदा कथाकाराच्या व्यक्तिमत्त्वाशी ही सवय जोडली जाते. अलगता किंवा असुरक्षितता या भावनेवर तोडगा म्हणूनही मद्यपान केलं जातं. बहुतेक मंडळी मनाला तजेला आणण्यासाठी दारू पितात; पण काहीजण स्वतःच्या समजुतीनुसार 'साधंसरळ' वागण्यासाठीही दारूचं सेवन करतात. जनुकीय वारसा, व्यक्तिमत्त्व आणि वर्तन यांतील संबंध गुंतागुंतीचे असतात. त्या संदर्भात जोमानं वादही सुरू असलेले दिसतात. तरीही प्रौढ वयात विन्स्टन यांनी दारूला दिलेलं आत्यंतिक महत्त्व केवळ घटनाक्रम मांडून स्पष्ट होत नाही. त्यांची स्वाभाविक परंपरागत शहाणीव आणि व्यसनाधीनतेचा जनुकीय वारसा यांच्यातील संभाव्य संबंध पूर्णतः नजरेआड करणं योग्य ठरणार नाही. शिवाय 'ॲस्पर्जर्स सिन्ड्रोम' या नावानं परिचित असलेल्या मज्जाविकृतीशी संबंधित काही लक्षणंही त्यांच्यात दिसली होती. सहानुभूतीचा अभाव, कठोर वाटेल अशा देहबोलीचा अंदाज येण्याबाबतची अकार्यक्षमता, संवादापेक्षा स्वगताला दिलेलं प्राधान्य, रेशमी अंतर्वस्त्रांना शारीरिक गरज बनवण्यामध्ये दिसणारी त्वचेविषयीची आत्यंतिक संवेदना, दैनंदिन वेळापत्रकामध्ये बदल झाल्यावर ढासळणारा तोल आणि एखादं काम पूर्ण करण्याचा असाधारण तीव्र निर्धार किंबहुना एखादं काम अपूर्ण राहिलं तर त्यामुळे प्रचंड पछाडलं जाण्याची वृत्ती- असे त्यांच्या स्वभावातील अनेक घटक वर्तनविकृतीचा स्पष्ट निर्देश करणारे आहेत.

लॉर्ड रँडॉल्फ आणि जेनी या दोन बुद्धिमान व्यक्तींच्या तरुणपणातील उत्तुंग उत्कटतेचं पहिलं फळ विन्स्टन यांच्या रूपानं या जगात आलं. पहिली सहा वर्षं

विन्स्टन हे आपल्या आई-वडिलांचं एकमेव अपत्य होते. ऑगस्ट १८७३ मध्ये *'एचएमएस अरिआन्दे'* या जहाजावर भावी झार तिसरे अलेक्झांडर यांच्यासाठी स्वागत समारंभाचं आयोजन करण्यात आलं होतं, तिथेच जेनीशी लॉर्ड रँडॉल्फ यांची पहिली भेट झाली. रोमियो आणि ज्यूलिएटच्या पहिल्या भेटीनंतरच्या प्रवासासारखाच जेनी व लॉर्ड रँडॉल्फ यांच्या संबंधांचा प्रवास झाला. लॉर्ड रँडॉल्फ यांनी तिसऱ्याच भेटीत जेनीसमोर लग्नाचा प्रस्ताव मांडला आणि जेनी यांनीही तो तत्काळ स्वीकारला; पण नंतर दोघांना एकमेकांचा निरोप घ्यावा लागला आणि लॉर्ड रँडॉल्फ यांची लुब्धावस्थेतील प्रियाराधना पत्रांमधून सुरू झाली :

'इथल्या माझ्या खोल्या, माझ्या वस्तू, माझी कामं यांत मी आधी प्रचंड रस घ्यायचो; पण आता ते सगळंच मला नकोसं झालंय. फक्त तुझं पत्र वाचत बसावं आणि तुझ्या छायाचित्रांकडे बघत राहावं आणि माझं डोकं पूर्ण फिरून जाईपर्यंत तुझाच विचार करत राहावं, तुझाच विचार करत राहावं- एवढंच आता मला शक्य आहे. तुझ्यावर माझं किती प्रेम आहे आणि तू माझी व्हावीस यासाठी मी किती त्याग करू शकतो, याची कल्पनाही तुला येणार नाही गं, प्रिये. तुला आनंदी ठेवण्यासाठी आणि कोणत्याही धोक्यापासून तुझं रक्षण करण्यासाठी माझं संपूर्ण आयुष्य, माझी सगळी ऊर्जा खर्च होवो. तुझ्यासाठी जीवन म्हणजे वसंतातला एक प्रदीर्घ दिवस ठरावं.'[६]

आपल्या योग्यतेची खात्री असलेल्या कोणत्याही तरुणीप्रमाणे जेनीचा प्रतिसाद होता. शिवाय आपण त्याच्या घराण्यामुळे विशेष प्रभावित झालो, अशी आपल्या भावी पतीची समजूत होऊ नये, या विषयीची खास अमेरिकी चिंताही जेनीच्या पत्रांमधून जाणवते. (पण नाही म्हटलं तरी, लॉर्ड रँडॉल्फ यांच्या घराण्याचा प्रभाव जेनी यांच्यावर पडला होताच.) वाङ्निश्चयाची बातमी स्रोत उघड न करता 'कोर्ट जर्नल'पर्यंत पोहोचवल्यानंतर जेनी यांनी लॉर्ड रँडॉल्फला पहिलं पूर्ण पत्र लिहिलं. त्यांच्या नेहमीच्या धावत्या शैलीत लिहिलेलं आणि अंतर्गत सुसंगतीची फारशी फिकीर न करणारं हे पत्र आहे. आपण विवाहित होऊन 'उच्च' घराण्यात जात आहोत, असा अंधूकसा समजही होऊ नये यासाठी त्या आक्रमकपणे लिहितात :

'आपल्या दोघांमध्ये कधी काही घडलंच नसावं, इतका तू स्वतंत्र आहेस असं मी मानते, खरंच! काल रात्री मी तुला म्हणाले ना- तुझे आई-वडील आपल्या लग्नाला हरकत घेण्याची थोडीशी जरी शक्यता असेल

तर त्यांच्या वाटेला का जावं? खूप उशीर होण्याआधीच हे सगळं थांबवणं अधिक शहाणपणाचं ठरणार नाही का?... तू माझ्या वडिलांविरोधात काहीतरी ऐकलंस अन् त्यावरून अप्रत्यक्षपणे मला जे काही सुचवू पाहत होतास, त्यानं मी किती दुखावलेय ते मी सांगूही शकत नाही. तुला उत्तर देणं किंवा माझ्या वडिलांचा बचाव करणं यातलं काहीच मला शक्य झालं नाही, कारण तसाही तू माझ्यावर विश्वास ठेवला नसतास. मी फक्त एवढंच सांगेन की, जगातल्या इतर कोणत्याही पुरुषापेक्षा माझ्या वडिलांवर माझं जास्त प्रेम आहे, त्यांचा मी इतर कुणाहीपेक्षा जास्त आदर करते... या पत्रामुळे तुला खूप संताप येईल का, अशी मला शंका वाटते. की तू काही फिकीरच करणार नाहीस? मला माफ कर- खरंतर मला असं तोडून घेताच येणार नाही, कारण या पृथ्वीवरच्या कोणत्याही गोष्टीपेक्षा किंवा कोणत्याही व्यक्तीपेक्षा तुझ्यावर माझं सर्वाधिक प्रेम आहे आणि माझ्या कुटुंबीयांना तू काही वाईटसाईट बोलणार नसशील तर तुझ्यासाठी काहीही करायची किंवा काहीही बोलायची माझी तयारी आहे.'[७]

लॉर्ड रँडॉल्फ यांचे वडील, सातवे ड्यूक हे सार्वजनिक कामकाजात महत्त्वाची भूमिका निभावणारे त्यांच्या घराण्यातले संस्थापकानंतरची पहिलीच व्यक्ती होते. त्यांची पत्नीसुद्धा मार्क्विझ ऑफ लंडनचेरी यांची कन्या आणि लॉर्ड कॅसलरेह यांची भाची होती; म्हणजे त्या पिढीतील मोठ्या राजकीय व्यक्तिमत्त्वांशी त्यांचं थेट नातंच होतं. तर अशा या पती-पत्नीचा सर्वांत मोठा मुलगा जॉर्ड मार्क्विझ ऑफ ब्लँडफोर्ड अतिशय चंचल मनोवृत्तीचा होता; त्यामुळे आई-वडिलांशी त्याचे संबंध विखारी झाले होते. या पार्श्वभूमीवर लॉर्ड रँडॉल्फ या आपल्या धाकट्या मुलाकडून आई-वडिलांना मोठ्या अपेक्षा होत्या; पण ड्यूकनी लॉर्ड रँडॉल्फला वर्षाकाठी केवळ ११०० पौंड इतका माफक उत्पन्नाचा वाटा देऊ केला; त्यामुळे आपल्या मुलाच्या उत्साही व्यक्तिमत्त्वाला आर्थिक चाप बसेल अशी व्यवस्था त्यांनी करून ठेवली होती.

जेनी या लिओनार्ड जेरोम आणि क्लारा हॉल यांच्या चार मुलींपैकी एक. चारही मुलींपैकी जेनीवर आई-वडिलांचं जास्त प्रेम होतं. लिओनार्ड हे न्यू यॉर्कमधल्या एका उच्चभ्रू शेतकरी कुटुंबातले सर्वांत धाकटे पुत्र होते, तर क्लारा अनाथ होत्या. न्यू यॉर्क स्टॉक एक्सेंजमध्ये गुंतवणूक करून लिओनार्ड यांनी मोठी कमाई केली; पण कमाईपेक्षा त्यांचं पैसा गमावण्याचं प्रमाण जास्त होतं; त्यामुळे वेळोवेळी ते शेअर बाजारात गुंतवणूक करत राहत. स्वतःच्या मनोरंजनासाठी ते बराच पैसा

उडवत. घोड्यांच्या व नौकांच्या शर्यतींना जाणं, खासगी थिएटरमध्ये स्त्रियांचे ऑपेरा व इतर संगीत ऐकणं अशा गोष्टींवर त्यांचा पैसा खर्च होऊन जायचा. क्लारा पॅरिसमध्ये राहत होत्या, तर लिओनार्ड न्यू यॉर्कमध्ये; पण त्यांचाही प्रेमविवाहच होता. जेनीनं लॉर्ड रँडॉल्फसोबतच्या आपल्या नात्याची कल्पना दिल्यानंतर लिओनार्डनीच स्वतःच्या प्रेमविवाहाची माहिती तिला दिली. शिवाय 'तुझ्याकडे मालमत्तेचा वारसा नाही; त्यामुळेच रँडॉल्फचं तुझ्यावर प्रेम बसलं,' असं लिओनार्डनं जेनीला म्हटलं होतं. 'भयानक अमेरिकी'विरोधात इंग्रजांच्या मनात असलेल्या पूर्वग्रहांवर मात करायलाही रँडॉल्फला प्रेमाची प्रचंड मोठी ताकद लागली असणार,'[८] असंही लिओनार्ड यांचं मत होतं. जेनीचा हुंडा (प्रति वर्षी दोन हजार पौंड उत्पन्न मिळेल असे अविकल्पी विश्वस्त निधीच्या स्वरूपातील ५० हजार पौंड) वधू आणि वर यांच्यात समसमान विभागायचा असाधारण निर्णय लिओनार्ड यांनी घेतला. लग्नाच्या वेळी दोघांनाही आपापल्या कुटुंबांकडून मिळालेल्या मालमत्तेच्या वाट्यातून येणारं वार्षिक उत्पन्न आजच्या दरामध्ये दीड लाख पौंड इतकं होतं. ही रक्कम आपल्याला आज मोठी वाटत असली, तरी त्यांच्या सामाजिक वर्गाच्या प्रमाणकांनुसार हा पैसा किरकोळच होता. जेनी काही सहज मौजेखातर वाङ्मयाच्या वाटेवर फेरफटका मारणाऱ्या श्रीमंत मुलींसारखी नव्हती. तिची साहित्यिक अभिरुची सखोल होती. *'द अँग्लो-सॅक्सन रिव्ह्यू'* या अल्पजीवी साहित्यिक नियतकालिकाचं संपादन तिनं केलं होतं, एका नाटकाची निर्मितीही केली होती. विन्स्टन यांनी आपल्या आईला लिहिलेल्या पत्रात एकदा मोकळेपणानं नमूद केलं होतं की, त्या दोघांनाही जीवनातील उत्तमोत्तम गोष्टींची आवड आहे आणि त्या कुठे मिळतात हेही त्यांना माहीत असतं; मग या गोष्टींसाठी द्यावा लागणारा पैसा कुठून येईल याबद्दल अनिश्चिती असली तरीही ते आपली ही आवड जोपासतात. त्या दोघांच्या पत्रव्यवहारामधून एक गोष्ट लख्खपणे समोर येते : जेनी यांना आपल्या मुलाविषयी निखळ प्रेम वाटत होतं; पण ते विन्स्टन यांच्यासाठी कधीच पुरेसं ठरलं नाही.

पालकांच्या दुराव्याविषयी विन्स्टन यांनी *'माय अर्ली लाइफ'*मध्ये सांगितलेली कहाणी आणि त्यांच्या पालकांची एकमेकांना पाठवलेली पत्रं या दोन्हींचं एकत्रित वाचन केलं तर दूरस्थ पालकत्वापेक्षा वरपांगी ममता किंवा आत्मकेंद्रीपणाचं चित्र समोर येतं. जून १८७६ मध्ये लॉर्ड रँडॉल्फनी जेनीला लिहिलेल्या पत्रात विन्स्टनचा पहिल्यांदा उल्लेख आढळतो. त्या वेळी वेल्सच्या राजपुत्राशी झालेल्या भांडणामुळे त्यांना लंडनच्या समाजातून बाजूला सारण्यात आलं होतं. त्या काळातील एका पत्रात रँडॉल्फ जेनीला लिहितात : 'हे घर तुझ्याशिवाय उदासवाणं वाटतं. मला इथे राहणं नकोसं झालंय; बाळ मात्र मजेत आहे. आज दुपारी तो मला भेटायला इकडे आला आणि जाताना विजयी आवेशात कागदाची टोपली घेऊन गेला.'[९] जेनीसोबत

प्रेमात पडल्यानंतर सुरुवातीच्या एका पत्रात आपल्या पाळीव कुत्र्याविषयीही लॉर्ड रँडॉल्फनी काहीसं याच शब्दांत लिहिलेलं होतं. विन्स्टन यांच्या जडणघडणीच्या दृष्टीनं महत्त्वाची अशी आणखी एक घटना यादरम्यान घडली. आपल्या मुलाची व सुनेची मानखंडना टाळण्यासाठी आणि वेल्सच्या राजपुत्रापासून कायमची फारकत घ्यावी लागू नये या हेतूनं ड्यूक ऑफ मार्लबरो यांनी आयर्लंडच्या लॉर्ड लेफ्टनंटचं (मूलतः व्हाइसरॉयचं) आधी नाकारलेलं पद स्वीकारलं. आपल्या संतप्त मुलाला त्यांनी खासगी सचिव म्हणून सोबत नेलं.

या देशपारीच्या काळामध्ये इतर जोडप्यांप्रमाणे विन्स्टनच्या आई-वडिलांनाही आपल्या मुलाच्या भौतिक वाढीत सहभागी होणं शक्य झालं नाही; पण तरीही १८७७-८० दरम्यानच्या या काळात सगळं कुटुंब तात्पुरतं आयर्लंडमध्ये राहत होतं; त्यामुळे बहुधा लंडनपेक्षा इथे विन्स्टनला आपल्या आई-वडिलांचा अधिक सहवास लाभला असावा. या काळाची आठवण विन्स्टन यांनी अतिशय उत्कटतेनं नोंदवलेली आहे. जेनीचं वर्णन तर त्यांनी 'जादुई राजकुमारी : अमर्याद संपन्नता व शक्ती लाभलेलं तेजोवलय' असं केलं होतं. 'ती घोडेस्वाराच्या पोशाखात असायची, तो पेहराव त्वचेसारखाच तिच्या शरीराला लगटून असायचा नि अनेकदा त्यावर चिखलाचे सुंदर ठसे उमटलेले असायचे. ती आणि माझे वडील सतत त्यांच्या मोठ्या घोड्यांवरून शिकारीला जायचे. कित्येकदा अपेक्षेपेक्षा बराच वेळ उलटून गेला तरी त्यांच्यापैकी कुणीच परत आलेलं नसायचं; त्यामुळे मग सगळे भयग्रस्त होऊन जात'.[१०] जेनी व लॉर्ड रँडॉल्फ यांचा शिकारीवर गेले असताना कधी अपघात झाल्याचं विन्स्टन यांनी नोंदवलेलं नाही; त्यामुळे अशा प्रकारे बराच काळ घरापासून दूर राहण्याची दोन संभाव्य कारणं आहेत.

विन्स्टन यांनी केलेल्या वर्णनामध्ये लैंगिकतेच्या ठोस छटा आहेत. त्यामध्ये इडिपस गंडाचीही झलक दिसते. *'माय अर्ली लाइफ'* प्रकाशित झालं, त्याच वर्षी मानसशास्त्राचे जनक सिग्मंड फ्रॉइड यांचा *'सिव्हिलायझेशन अँड इट्स डिसकन्टेन्ट्स'* हा ग्रंथही प्रकाशित झाला. त्यात फ्रॉइड यांनी असा युक्तिवाद केला की, वयाच्या तीन ते सहा या वर्षांमध्ये मुलगा ज्या मनोलैंगिक संदिग्धतेमधून जात असतो, त्याचा निर्वाळा होण्यातून सर्व संस्कृती, सभ्यता व कायदे निर्माण होतात. आपल्या वडिलांची अजाणता हत्या करून स्वतःच्याच आईचा प्रियकर होण्याचं प्राक्तन लाभलेल्या इडिपस या मिथकीय पात्राचं अनुकरण करण्याची इच्छा मुलांमध्ये निर्माण होते. फ्रॉइड यांच्या सिद्धान्ताचा विकास सन १९०० पासून प्रकाशित होत गेलेल्या पुस्तकांच्या आणि विस्तृत निबंधांच्या मालिकेद्वारे झाला. या सिद्धान्तानुसार, बालकाची मातागमनी इच्छा आणि परिणामी, त्याच्यात निर्माण होणारी खूनशी भावना यामुळे त्याला अपराधी वाटू लागतं, त्यातूनच सुपर-इगो (परा-अहं) असं

संबोधलं जाणारं नैतिक मनोबल तयार होतं. पौगंडावस्थेत ही प्रक्रिया अधिकाराच्या संदर्भात घडते आणि एखादा पालक मरण पावल्यानंतर या प्रक्रियेची पुनरावृत्ती होऊ शकते, असं फ्रॉइड म्हणतो. जेनीसोबतचे विन्स्टनचे प्रौढवयीन संबंध मोकळेपणाचे होते. आपण एकमेकांशी भावा-बहिणीसारखे वागायचो, असं विन्स्टन यांनी म्हटलं आहे; त्यामुळे फ्रॉइडचा सिद्धान्त त्या संबंधांना लागू होणार नाही, असं वाटतं. विन्स्टन यांच्या जीवनातील अतिशय महत्त्वाच्या वेळी लॉर्ड रँडॉल्फ यांचा मृत्यू झाला आणि त्यानंतर विन्स्टनच्या जेनीसोबतच्या पत्रव्यवहारात पितृसत्ताक सूर उमटताना दिसतो, हेही खरं आहे. जेनी यांनी त्यानंतर दोन लग्नं केली. त्यांचा एक पती विन्स्टनच्या वयाचा होता, तर एक त्याहूनही कमी वयाचा होता.

विन्स्टन यांचं प्रौढवयीन चारित्र्य इडिपस गंडाशी सुसंगत न वाटण्यामागे आणखीही एक कारण आहे. त्यांच्या सामाजिक वर्गातील बहुतांश मुलांप्रमाणे त्यांनाही श्रीमती एलिझाबेथ एव्हरेस्ट यांच्या रूपात पर्यायी माता लाभली होती. एलिझाबेथ यांचं विन्स्टनवर पूर्ण वेळ लक्ष असायचं. एलिझाबेथ केन्ट या त्यांच्या जन्मस्थळाचं मोहक वर्णन इतक्यांदा करत असत की, तिथे जाऊन राहायची तीव्र इच्छा विन्स्टन यांच्या मनात निर्माण झाली होती. शेवटी १९२२ मध्ये त्यांनी केन्टमध्ये चार्टवेल हे घर विकत घेऊन ही इच्छा पूर्ण केली. विन्स्टन एलिझाबेथना 'वूमनी' किंवा 'वूम' या टोपणनावानं संबोधत असत. १८९५ मध्ये एलिझाबेथ यांचा मृत्यू होईपर्यंत त्यांनी हे संबोधन कायम ठेवलं होतं. या शब्दांची अर्थगर्भितता समजण्यासाठी फ्रॉइडविचाराचा आधार घ्यायचीही गरज नाही. 'श्रीमती एव्हरेस्ट यांनी माझी काळजी घेतली आणि माझ्या सर्व गरजा पूर्ण केल्या. माझ्या सगळ्या चिंता मी त्यांच्यापाशी मनमोकळेपणानं व्यक्त करत असे. मी शाळेत असतानाही हे असंच घडत होतं आणि आजही असंच घडतं.'[११] पण विन्स्टन यांच्या बालपणीच्या वर्तनाचं हे वर्णन पुरेसं नाही. १८८० मध्ये जॅक या धाकट्या भावाचा जन्म झाल्यावर विन्स्टन हे एकलं अपत्य राहिले नाहीत आणि नव्यानं कुटुंबात दाखल झालेल्या बाळाला विन्स्टन निष्ठूरपणे 'चिडवायचा' म्हणून त्याला बोर्डिंग-स्कूलमध्ये पाठवण्यात आलं होतं[१२], याचा उल्लेख त्यांनी आत्मचरित्रात केलेला नाही. शाळेला सुट्टी लागल्यावर घरी आल्यानंतर त्यांनी जॅकला सतावणं चालूच ठेवलं होतं. 'तो (विन्स्टन) इतका त्रासदायक वागतो की, एव्हरेस्टच्या मदतीशिवाय त्याला आवरणं अशक्य आहे- तिलाही तो कितपत आवरेल याची आता शंका वाटते,' अशी कबुली जेनीनं डिसेंबर १८८४ मध्ये स्वतःच्या बहिणीला लिहिलेल्या पत्रात दिली होती. या गैरवर्तनाचा उल्लेख विन्स्टननं २१ जानेवारी १८८५ रोजी जेनीला लिहिलेल्या पत्रातही येतो. शाळेत परत गेल्यानंतर आईला पत्र पाठवताना विन्स्टन लिहितात : 'मी तिथे नसताना आता तुला बरं वाटत असेल- आता जॅकची

आरडाओरड नसेल नि तक्रारीही नसतील. पृथ्वीवर स्वर्ग आल्यासारखंच वाटत असेल तुम्हाला.'[१३]

विन्स्टनला आकर्षणाच्या केंद्रस्थानी असण्याची सवय लागली होती आणि हीच परिस्थिती कायम राहायला हवी असा त्याचा अट्टाहास होता, हे त्यांनी शालेय वयात आई-वडिलांना पाठवलेल्या पत्रांमधून स्पष्ट होतं. आईनं भेटायला यावं, अशा रडवेल्या मागण्या त्यांनी पत्रांमधून केलेल्या दिसतात; पण मुळात त्या काळी बोर्डिंगच्या शाळेत जाणाऱ्या मुलांना केवळ सुट्ट्यांच्या काळातच पालकांना भेटायला मिळत असे किंवा पालक परदेशात असतील तर सुट्टीतली भेटही होत नसे, हे लक्षात घ्यायला हवं. त्या काळाचा विचार करता विन्स्टनच्या या अपेक्षा त्याच्या वयोगटातील व सामाजिक वर्गातील इतर कोणत्याही मुलापेक्षा जास्तच होत्या.[१४] त्यांच्यामधील संयमाचा अभाव पक्क्या ब्रिटिश असलेल्या लॉर्ड रँडॉल्फ यांना खटकत असे आणि विन्स्टनची काही पत्रं पुरुषाला शोभणारी नाहीत असं अमेरिकी मनोवृत्तीच्या जेनी यांना वाटत असे. शाळेसाठी आपल्याला घरापासून दूर पाठवल्याबद्दलची चिडचिड तब्बल ५० वर्षांनीही विन्स्टन यांनी व्यक्त केलेली दिसते :

> 'त्या मोठ्या, उग्र, भीतिदायक जागी सर्व अनोळखी लोकांमध्ये मला एकटं सोडलं जाणार होतं, या कल्पनेनंच मला नकोसं वाटायला लागलं. त्या वेळी मी फक्त सात वर्षांचा होतो. खरंतर प्राथमिक शाळेत जाण्यासाठी मुलांचं हे सर्वसाधारण वय होतंच आणि माझ्या खेळण्यांसोबत नर्सरीमध्ये मी एकदम खूश होतो. माझ्याकडे खूप विलक्षण खेळणी होती : खरं वाफेचं इंजिन, जादुई दिवा आणि साधारण हजारभर सैनिकांचा साठा. आता शाळेत मात्र फक्त धडे गिरवावे लागणार होते. अर्ध्या सुट्ट्या सोडल्या तर रोज सात किंवा आठ तास धडे, त्यात फुटबॉल आणि क्रिकेटची भर.'[१५]

घरची आठवण येणं हे साहजिक आहे; पण विन्स्टनच्या वागण्यातल्या नंतरच्या गोष्टी मात्र साहजिक नाहीत. सुरुवातीपासून केवळ स्वतःला रस वाटेल त्याच गोष्टी विन्स्टन करायचा. पुढच्या अकरा वर्षांमध्ये त्यानं शाळा व पालक यांपैकी कोणाच्याही दबावामुळे स्वतःच्या वागणुकीत बदल केला नाही. विन्स्टनवर असा दबाव कामच करायचा नाही. त्याला मान्य असेल त्याच दिशेनं त्याचा प्रवास चालू ठेवणं शक्य होतं. शिकण्यासंदर्भातील काही अंधूक अकार्यक्षमतांमुळेही हे घडलं असण्याची शक्यता आहे. 'विशेष गरजू' मुलांना आज शिक्षक ज्या पद्धतीनं शिकवतील त्या पद्धतीनं आपल्याला वाचायला शिकवल्याचा उल्लेख *'माय अर्ली लाइफ'*मध्ये

विन्स्टन यांनी केलेला दिसतो. वडिलांकडून त्यांना अडखळत्या उच्चारांचा वारसाही मिळाला होता, ते 'स'चा उच्चार 'श' असा करत. उच्चारातील ही अडचण आयुष्यभर त्यांच्यासोबत राहिली. त्या काळी डावखुरेपणासारख्या नैसर्गिक अपवादाच्या गोष्टी या सुधारण्यासारख्या वाईट सवयी मानल्या जात. विन्स्टन यांच्या डौलदार उच्चारांचा विकास बहुधा त्यांनी कुमारवयात घेतलेल्या वक्तृत्वाच्या धड्यांमधून झाला असावा. हॅरोमधील आपले इंग्रजीचे शिक्षक लिखित भाषेला कशा पद्धतीनं जिवंत करत, याचं विन्स्टन यांनी केलेलं वर्णन बरंच सूचक आहे :

> 'ते (शिक्षक) बऱ्यापैकी मोठं वाक्य घेत आणि काळ्या, लाल, निळ्या व हिरव्या शाईनं त्याचे घटक पाडत. प्रत्येक घटकाचा वेगळा रंग असे आणि त्याला कंस टाकलेला असायचा. ती एक प्रकारची कवायतच होती. आम्ही जवळपास रोज हे काम करायचो. मी सर्वांत खालच्या वर्गात तीन वेळा राहिलो; त्यामुळे ही सगळी प्रक्रिया माझ्या बाबतीत तीनदा पार पडली. मी ते मुळातून शिकलो. यातून सर्वसामान्य ब्रिटिश वाक्याची आवश्यक रचना माझ्या रक्तात मिसळून गेली- ही एक अतिशय चांगली गोष्ट घडली.'[१६]

विन्स्टन यांचं लेखनकौशल्य आणि विचार मांडण्याची व बोलण्याची क्षमता यांचा मिलाफही याचदरम्यान झाला असावा. एकदा त्यांनी स्वतःच्या लॅटिन भाषांतरामध्ये वरच्या वर्गातील विद्यार्थ्याची मदत घेतली आणि त्या बदल्यात त्या विद्यार्थ्याला इंग्रजी निबंध लिहून दिला होता. बेचाळीस वर्षांनी या घटनेबद्दल ते लिहितात : 'आत्तासारखंच तेव्हाही मी खोलीत येरझारा घालत मजकूर सांगत होतो आणि तो एका कोपऱ्यात बसून ते सगळं लिहून काढत होता.'[१७] एकदा हा अदलाबदलीचा डाव उघडकीस येता-येता वाचला. वरच्या वर्गातील त्या विद्यार्थ्याच्या एका निबंधावर खूश होऊन हेडमास्तरांनी त्याला भेटायला बोलावलं; पण प्रत्यक्ष संभाषणाच्या वेळी मात्र त्यांची निराशा झाली. 'तोंडी कामांपेक्षा तुझं लेखन जास्त चांगलं आहे असं दिसतंय,' असा निष्कर्ष हेडमास्तरांनी काढला. वास्तविक त्या निबंधाच्या खऱ्या लेखकाच्या बाबतीत- म्हणजे विन्स्टनच्या बाबतीत हा निष्कर्ष खोटाच ठरत होता. त्याच्या बोलण्याच्या तालानुसार शब्द पानांवर नाचायला लागत होते. विन्स्टन यांनी कामांची अदलाबदली केलेला हा विद्यार्थी म्हणजे भविष्यातील त्यांचे सह-राजकारणी लिओपोल्ड आमरी असण्याची शक्यता आहे. आमरी विन्स्टन यांच्यापेक्षा एकाच वर्षानं मोठे होते; पण १८८८ मध्ये हेरो इथे विन्स्टन 'थर्ड फॉर्म'मध्ये दाखल झाले, तेव्हा आमरी 'सिक्स्थ फॉर्मर'मध्ये होते.

विन्स्टन हे शारीरिकदृष्ट्या कायमच लहानखुरे राहिले. त्यांची उंची जेमतेम पाच फूट सहा इंच होती. त्यांची छाती इतकी अरुंद होती की, सँडहर्स्टमधील रॉयल मिलिटरी कॉलेजची लेखी प्रवेश परीक्षा तिसऱ्या प्रयत्नात पास झाल्यानंतरही शारीरिक चाचणीत ते जवळपास नापास होणार होते. त्यांना अनेकदा छातीचा गंभीर संसर्ग होत असे. बऱ्याच वेळा त्यांना अंतर्गत जखमाही झाल्या. याउलट त्यांचे हात व डोळ्यांमधील संयोजन विलक्षण होतं. प्राथमिक शाळेत असताना जिम्नॅस्टिक्समध्ये त्यांची कामगिरी उत्तम राहिली होती, पुढे १८९२ मध्ये त्यांनी फेन्सिंग चॅम्पियनशिपही मिळवली होती. भारतात असताना ते सर्वोत्तम पोलो खेळाडू होते. त्यांच्या उजव्या खांद्याला कायमची इजा झाल्यानंतरही बावन्नाव्या वर्षापर्यंत ते पोलो खेळत असत. ते दुर्दैवी होते असंही म्हणता येणार नाही किंबहुना अनेकदा दैवानं साथ दिल्यामुळे त्यांचा जीव वाचल्याचे दाखले मिळतात.

सार्वजनिक शालेय व्यवस्थेच्या विफल विद्यार्थ्यांमध्ये विन्स्टन यांचा समावेश करावा लागेल. या 'सार्वजनिक शाळां'ना 'सार्वजनिक' संबोधलं जात असे, कारण गडगंज श्रीमंत असलेली मंडळी शतकानुशतकं स्वतःच्या मुलांना खासगी शिक्षकाद्वारे शिक्षण देत असत; त्याउलट सार्वजनिक शाळांचा पर्याय स्वस्त होता आणि त्यांनी मुख्यत्वे मध्यमवर्गीयांना आश्रय दिला होता. या सर्व व्यवस्थेचे उद्गाते थॉमस अरनॉल्ड (निबंधकार मॅथ्यू अरनॉल्ड यांचे वडील) १८२८ ते १८४२ या वर्षांमध्ये 'रग्बी'चे मुख्याध्यापक होते, तेव्हा सार्वजनिक शाळांनी गट-क्रीडा, चांगुलपणा, सज्जन वर्तन, बौद्धिक क्षमता हे गुण मुलांमध्ये रुजवण्याची सुरुवात केली. अरनॉल्ड यांनी गणित व आधुनिक भाषांचा समावेश रग्बीच्या अभ्यासक्रमात केला आणि मुलांचे 'फॉर्म' (हा शब्द मूळ उद्देश स्पष्ट करणारा होता.) या संबोधनाचे गट पाडायला सुरुवात केली; पण त्यातही त्यांनी सुरू केलेली सामाजिक नियंत्रणाची अभिनव पद्धती खऱ्या अर्थानं लक्षवेधी ठरली. 'सिक्स्थ-फॉर्म'मध्ये असलेल्या विद्यार्थ्यांमधून छात्रप्रमुख निवडून, त्याला उर्वरित विद्यार्थ्यांवर अधिकार देण्याची ही पद्धती इतर सार्वजनिक शाळांनीही वेगानं अनुसरली.

'द ऑर्गनायझेशन ऑफ द पर्मनन्ट सिव्हिल सर्व्हिस' या शीर्षकाचा नॉर्थकोट-ट्रेवेलियन अहवाल १८५३ मध्ये प्रकाशित झाला. या काळात आश्रयदातृत्वाची जुनी नागरी सेवा व्यवस्था नाखुशीनं विरायला लागली होती. माध्यमिक शिक्षणातील परिवर्तनाशी या नवीन बदलाचा सक्षम संयोग साधला गेला. आता परीक्षांच्या आधारे भरती आणि बढती देण्याची प्रक्रिया रुजू लागली, विद्यापीठीय शिक्षण घेतलेल्या कारकुनांची कारकीर्द अधिक उच्चस्तरीय ठरू लागली आणि चांगलं माध्यमिक शिक्षण घेतलेले कारकून त्यांच्या आगेमागे राहिले. सातत्य व स्थैर्य राखण्यात सार्वजनिक शाळा व नवीन नागरी सेवा व्यवस्था यांना कमालीचं यश मिळालं; पण

आधी उद्योजक क्षेत्रानुसार कार्यरत असलेल्या वर्गामध्ये व्यवसायविरोधी पूर्वग्रह वाढवण्याचं कामही या व्यवस्थेनं केलं. या काळात ब्रिटिश अर्थव्यवस्थेतील जोम ओसरण्यामागे इतर घटकांपेक्षा या बदलाचा हातभार मोठा होता, असं म्हणता येईल.

सार्वजनिक शाळांमधील नीतिव्यवस्थेविषयी विन्स्टनना पूर्वीपासूनच काहीसा तिरस्कार होता. ब्रिटन म्हणजे 'जुन्या शालेय बंधनांनी गळचेपी झालेलं लेआकोआन बनलं आहे'[१८], असं आयुष्याच्या उत्तरार्धात त्यांनी नोंदवलं होतं. कितीही 'जडणघडण' झाली तरी विन्स्टन काही वकील किंवा नागरी सेवक बनण्याची शक्यता नव्हती. त्यासाठी आवश्यक गुणवैशिष्ट्यं त्यांच्यात रुजणं शक्यच नव्हतं. त्यांना एकतर या व्यवस्थेनं केलेलं त्यांचं नकारात्मक मूल्यमापन स्वीकारावं लागलं असतं अथवा या मूल्यमापनाला खोडून काढण्याजोगी कामगिरी करून दाखवावी लागली असती- त्यांच्यासमोरचे पर्याय हे एवढेच होते. यातला कोणता पर्याय निवडायचा याबद्दल त्यांच्या मनात काही शंकाच उपस्थित झाली नसावी. विन्स्टन चर्चिल यांना दीर्घ काळ प्रस्थापित व्यवस्थेविरोधी व्यक्तिमत्त्व मानलं जात होतं, त्यामागे हीच प्रक्रिया अंशतः कारणीभूत असावी. शिवाय आपल्यासोबत कायम कार्यरत असलेल्या अधिकाऱ्यांच्या मनात देवाची भीती निर्माण करणाऱ्या मोजक्या ब्रिटिश मंत्र्यांमध्ये विन्स्टन यांचा समावेश होता, याचं हेही एक कारण असावं.

शाळेत विन्स्टन आनंदात नव्हते. त्यांच्या शालेय कामगिरीची सूक्ष्म तपासणी केली तर ते मंदबुद्धीचे नव्हते, हे स्पष्ट होतं. अस्कॉटमध्ये प्राथमिक शाळेत असताना इतिहास व भूगोल या विषयांमध्ये त्यांना खूपच चांगली गती असल्याचं तिथल्या मुख्याध्यापकांनीही मान्य केलं होतं; परंतु शाळेतील सर्वांत मस्तीखोर आणि त्रासदायक मुलांमध्ये त्यांचा निश्चितपणे समावेश होत होता. अन्नधान्याच्या कोठारातून साखर चोरल्यावर त्यांना मार बसला होता; पण तरीही त्यांनी लगेचच मुख्याध्यापकांची खास आवडीची वेताची हॅट तोडून-मोडून टाकली. या करामतीमुळे आपल्याला पुन्हा फटके बसणार आहेत, याची जाणीव असूनही त्यांनी हे कृत्य केलं होतं. हॅरोमधील शाळेतही त्यांची वागणूक अशीच राहिली. त्यांना रस असलेल्या काही मोजक्या विषयांमध्ये त्यांची कामगिरी उत्तम राहिली. अर्थात शाळेचा प्रभाव अनेकदा अवाजवीपणे अधोरेखित केला जातो; पण शालेय प्रभावाची तुलनाही करता येणार नाही इतका कौटुंबिक प्रभाव महत्त्वाचा ठरतो. प्रत्येकाच्या जीवनात सुरुवातीची वर्षं निर्णायक असतात; पण वयात आल्यानंतर पालकांसोबतचे संबंध कसे असतात हेही तितकंच महत्त्वाचं असतं. वाढत्या वयासोबत मुलांच्या आणि पालकांच्या भूमिकांची अदलाबदल होत असते. नशीब बलवत्तर असेल तर मुलांना ती आहेत तसं स्वीकारलं जातं आणि त्यांच्यावर प्रेमही केलं जातं. अन्यथा

बालिश आदराचं प्रतीक किंवा किशोरवयीन बंडाची विषयवस्तू अशा साच्यांमध्ये मुलांकडे पाहिलं जातं. विन्स्टनला मात्र प्रौढ वयातील पालकांसोबतच्या बदलत्या नातेसंबंधांबाबत अशी काही संधी मिळाली नाही. *'माय अर्ली लाइफ'*मधील एका मार्मिक उताऱ्यामध्ये त्यांनी नमूद केल्यानुसार, १८९५ मध्ये त्यांच्या वडिलांचा अकाली मृत्यू झाला आणि त्यांच्यामध्ये वंचनेची आयुष्यभर पुरणारी भावना निर्माण झाली :

> 'मी त्यांच्याशी (वडिलांशी) मैत्री असल्यासारखं वागायचा कधी अंधूकसा प्रयत्न केला तरीही त्यांना ते रुचायचं नाही. काही पत्रं लिहिण्यासाठी त्यांच्या स्वीय सचिवाला मी मदत करू शकतो, असं एकदा मी त्यांना सुचवलं; त्यावर त्यांनी मला नजरेनंच गारठवून टाकलं होतं. तो काळ केवळ एखाद्या सरत्या टप्प्यासारखा असावा, हे मला आता कळतंय. ते आणखी चार किंवा पाच वर्षं जगले असते, तरी त्यांना नक्की माझा लळा लागला असता.'[१९]

पण असं घडायचं नव्हतं! लॉर्ड रँडॉल्फ यांनी आपल्या मुलाला लिहिलेले शेवटचे काही शब्दही कठोर भावना दाखवणारे होते. ऑगस्ट १८९३मध्ये लिहिलेल्या एका पत्रात ते लिहितात : 'तुझ्या प्रत्येक चुकीनंतर किंवा अपयशानंतर मी तुला लांबलचक पत्रं लिहीत बसेन, असा विचारही मनात आणू नकोस. या विषयावर मी पुन्हा कधीही लिहिणार नाही आणि माझ्या पत्रातील या भागाला प्रत्युत्तर द्यायची तसदी तूही घेऊ नकोस, कारण तुझं यश किंवा अपयश यांबद्दल तुला जे काही बोलायचं असेल त्याला माझ्या लेखी काहीही किंमत उरलेली नाही.'[२०] एकदा वडिलांनी दिलेलं महागडं खिशातलं घड्याळ विन्स्टनकडून सँडहर्स्टमधल्या 'विश स्ट्रीम' या ओढ्यात पडलं. थंडगार एप्रिल महिना असतानाही विन्स्टननी आधी ओढ्यात उडी घेतली आणि मग प्रवाहासोबत ओढला गेला; पण बऱ्याच खटपटीनंतरही त्यांना यश मिळालं नाही, मग त्यांनी सैन्यदलांमधील २३ जवानांना या कामासाठी नेमलं. या सैनिकांनी ओढ्यासाठी निराळा मार्ग खणला. शेवटी विन्स्टन यांनी 'आग शमवण्याचा बंब आणवला आणि सर्व जलसाठा कोरडा करून घड्याळ मिळवलं.' लॉर्ड रँडॉल्फ यांच्यावर या खटपटीचा प्रभाव पडला नाही; पण जेनीनं मात्र विन्स्टनचा झालेला खर्च भरून काढण्यासाठी त्याच्याकडे दोन पौंड पाठवले. या कामासाठी माणसं नेमण्यात व बंब मागवण्यात विन्स्टनचे ३ पौंड खर्च झाले होते. सुदैवानं त्यांचे वडील संतापातून लवकर सावरले. इतक्या उत्तम घड्याळासाठी 'सँडहर्स्टमध्ये झालेला खटाटोप' गरजेचा नव्हता, असं त्यांचं मत पडलं आणि

त्यांनी विन्स्टनसाठी स्वस्तातलं दुसरं घड्याळ पाठवून दिलं. लॉर्ड रँडॉल्फ यांनी मुलाला लिहिलेल्या पत्रातील कठोर उतारे उद्धृत करण्याची सवय इतिहासकारांना असते. (मीही याला अपवाद नाही.) पण इतर अनेक पत्रांप्रमाणे घड्याळाच्या प्रसंगाच्या वेळीही पत्राचा शेवट 'एव्हर यूअर अफेक्शनेट फादर रँडॉल्फ एससी' याच शब्दांनी झाला होता. इतरही काही उत्साहवर्धक चिन्हं दिसत होती. मुख्याध्यापकांच्या अहवालामध्ये अनेकदा टीकेचे धनी ठरलेल्या विन्स्टनची सँडहर्स्टमधील कामगिरी मात्र चांगली झाली होती. बहुधा आयुष्यात पहिल्यांदाच त्यांना स्वतःच्या कामामधला अर्थ गवसल्यामुळे ते घडलं असावं. या काळातील त्यांचं वर्तन 'चांगलं' असल्याचा शेरा सापडतो. पूर्वी १०२ विद्यार्थ्यांमध्ये ९२व्या क्रमांकावर पास होणाऱ्या विन्स्टननं या वर्षी १३० पटसंख्येच्या वर्गात स्तुत्य कामगिरी करत २०वा क्रमांक पटकावला. आपल्या मुलातील या आमूलाग्र बदलाचा आनंद जाणवावा इतकी लॉर्ड रँडॉल्फ यांची तब्येत आता आटोक्यात राहिली नव्हती. विन्स्टन पायदळात रुजू झाले, त्यापूर्वीच लॉर्ड रँडॉल्फ यांचा मृत्यू झाला. विन्स्टननं सैन्यात रुजू होण्याचा विचार डोक्यातही आणू नये, काहीही झालं तरी आपण जिवंत असेपर्यंत त्याला तसं करू देणार नाही, असं पूर्वीच लॉर्ड रँडॉल्फनी स्पष्टपणे विन्स्टनला सांगितलं होतं. सैन्यामध्ये जाऊन कराव्या लागणाऱ्या त्यागाच्या संदर्भात लॉर्ड रँडॉल्फ यांनी ही सूचना केली होती; पण ब्लेनहेम परिसरात ब्लेडन इथे लॉर्ड रँडॉल्फ यांचं शव पुरण्यात आलं आणि काही दिवसांमध्येच विन्स्टनच्या सैन्यातील कारकिर्दीचा आरंभ झाला. आपल्या वडिलांना हा मार्ग अजिबात पटला नसता, याची विन्स्टनला पूर्ण कल्पना होती.

यानंतर ५५ वर्षांनी, एकदा वडिलांचं पोर्ट्रेट पुन्हा लावत असताना त्यांच्या आत्म्याशी झालेलं स्वप्नसदृश संभाषण विन्स्टन यांनी लिहून ठेवलेलं आहे. 'तुझ्यासारख्या मुलाशी मी पुन्हा कधीही राजकारणाविषयी बोलणार नाही,' असं लॉर्ड रँडॉल्फ म्हणाल्याचं विन्स्टन नोंदवतात. या आभासी संवादाचा शेवटही आत्म्याच्या तुच्छतादर्शक टिप्पणीद्वारे झाला. यात काळजीपूर्वक राखलेला उपहास स्व-संरक्षणाची क्लृप्ती दर्शवणारा आहे; तर वडिलांचा आत्मा विन्स्टनना म्हणाला, 'खरंतर अशा गोष्टी समजण्याचं तुझं वय उरलेलं नाही. तू आता म्हातारा झाला आहेस; पण तुला बोलताना ऐकलं की, तू राजकारणात गेला नसतास तर बरं झालं असतं, असं मला अगदी आतून वाटतं. तिथे गेला नसतास तर तू खूप चांगली कामगिरी केली असतीस. कदाचित तू नावही कमावलं असतंस.'[२१] वडिलांच्या मृत्यूनंतर जवळपास अर्ध्या शतकानंतरही त्यांची स्मृती विस्टन यांना शब्दशः झपाटत होती, हे केवळ त्या प्रसंगापुरतंच मर्यादित नाही. या घटनेचं महत्त्व आणखी सखोल आहे. विन्स्टन २१ वर्षांचे असताना लॉर्ड रँडॉल्फ यांचा मृत्यू

झाला. पुरुषत्वाचा झपाटा वाढत जाण्याचं हे वय असतं. वडिलांच्या मृत्यूनंतर विन्स्टन यांची तरुण, आकर्षक आणि लैंगिकदृष्ट्या सक्रिय आईविषयीची हक्काची भावना वाढत गेली. त्यांच्या जीवनातील ही एक अतिशय महत्त्वाची वस्तुस्थिती मानावी लागेल. त्यांच्या आयुष्यातील पुढच्या सर्वच कृतींवर याचा प्रभाव पडलेला दिसतो.[२२]

लॉर्ड रँडॉल्फ यांच्या अकाली मृत्यूचा आणखी एक परिणाम त्यांच्या मुलावर झाला असावा. या परिणामाची खूण विन्स्टन यांच्या मनावर अधिक जागरूकपणे उमटली आणि दीर्घ काळ टिकलीसुद्धा! लॉर्ड रँडॉल्फ यांच्या मृत्यूचं खरं कारण विन्स्टनना त्या वेळी सांगण्यात आलं नव्हतं, असा दावा त्यांचे अधिकृत चरित्रकार सर मार्टिन गिल्बर्ट यांनी केला आहे; पण कालांतरानं विन्स्टन यांनी दिलेल्या कबुलीनुसार, आपल्या वडिलांना येणारे स्मृतिभ्रंशाचे झटके आणि त्यांना आलेला भयानक मृत्यू यांमागे सर्वसाधारण वेडसर लकवाच कारणीभूत आहे, हे त्यांना माहीत होतं. त्या काळी गुप्तरोगाच्या अंतिम टप्प्याला हे वेडसर लकव्याचं सौम्य संबोधन वापरलं जात असे.[२३] या रोगाचं निदान तज्ज्ञ डॉक्टरांनी केलेलं होतं; पण गुप्तरोग हा अतिशय संसर्गजन्य आजार आहे; त्यामुळे लॉर्ड रँडॉल्फ यांना खरंच गुप्तरोग झाला असेल तर त्यांच्या पत्नीलाही त्याची लागण व्हायला हवी होती. जेनी यांच्यामध्ये अशा कोणत्याही आजाराची लक्षणं कधीही दिसली नाहीत; त्यामुळे लॉर्ड रँडॉल्फ यांच्या मृत्यूचं आणखी एक कारण समोर आलं- कदाचित त्यांना मेंदूच्या डाव्या भागात रोगीष्ट गाठ आली असावी.[२४]

पण विन्स्टनना हे माहिती असणं शक्य नव्हतं आणि काळाच्या या टप्प्यावर स्त्रियांविषयीच्या त्यांच्या वर्तनात अचानक बदल झालेला दिसतो. त्यापूर्वी ते प्रणयचेष्टांमध्ये रमायचे आणि सर्वसाधारण तरुणांना असतो तसा स्त्रियांमध्ये रस दाखवायचे. त्या काळी तरुण पोरं आणि 'साम्राज्यातील महिला' एकमेकांसोबत वेळ घालवण्यासाठी ज्या ठिकाणी जायचे ते थिएटर बंद करण्यासाठी झालेल्या 'दंग्या'त विन्स्टन यांनी आघाडीची भूमिका घेतल्याचाही किमान एक प्रसंग नक्की नोंदवता येतो.[२५] पण लॉर्ड रँडॉल्फ यांच्या निधनानंतर विन्स्टन यांच्या स्त्रियांविषयीच्या वर्तनामध्ये अनिच्छा आणि जवळपास तीव्र पावित्र्यासारखी भावना दिसायला लागली. आपल्या वडिलांना लैंगिक स्वैराचारानंच उद्ध्वस्त केल्याची त्यांची धारणा झाली असावी, त्यामुळे शृंगारिक साहसांपासून ते दूर राहिले आणि त्यांनी लग्नही उशिरा केलं. (लग्नाच्या वेळी त्यांचं वय ३४ वर्षं होतं.) लैंगिक ऊर्जा दुसऱ्या दिशेला वळवणं, विन्स्टन यांच्याच शब्दांत आपला 'सर्व अर्क पलंगात वाया न घालवणं', हा एक महत्त्वाचा घटक त्यांच्या आयुष्यात आला. दुर्दैवी पित्यानं आपल्या मुलासाठी सोडलेला हा गुंतागुंतीचा वारसा होता.

लॉर्ड रँडॉल्फ यांनी जगताना उघडपणे घालून दिलेला दाखलाही प्रभावशाली ठरला. आयर्लंडहून परतल्यानंतर त्यांनी 'टोरी' गटातील तरुणांसोबत १८८०-८५ या कालखंडातील ग्लॅडस्टोन यांच्या लिबरल पक्षीय प्रशासनावर हल्ला चढवायला सुरुवात केली. या तरुणांनी खुद्द त्यांच्याच कन्झर्वेटिव्ह पक्षाच्या पुढील बाकांवरच्या निष्क्रिय सदस्यांनाही आक्रमकपणे सामोरं जायला सुरुवात केली. या बंडखोरांनी स्वतःचा वेगळा पक्ष स्थापन केला; त्याला पुढे 'फोर्थ पार्टी' असं संबोधलं जाऊ लागलं (लिबरल पक्ष, कन्झर्वेटिव्ह अथवा टोरी पक्ष आणि आयरिश पार्लमेन्टरी पार्टी हे इतर तीन पक्ष होते). याच बंडखोरांनी १८८३ मध्ये प्रिमरोज लीगची स्थापना केली. सामाजिक व राजकीय सुधारणांचा मक्ता उदारमतवाद्यांकडून खेचून घेण्यासाठी अधिक लोकानुनयी जतनवादाची (कन्झर्वेटिझम) मांडणी करायला या लोकांनी सुरुवात केली. 'नॅशनल युनियन ऑफ कन्झर्वेटिव्ह असोसिएशन्स'च्या अध्यक्षपदी १८८४ मध्ये लॉर्ड रँडॉल्फ यांची निवड झाली; परंतु पक्षातील फूट टाळण्यासाठी त्यांनी या पदाचा राजीनामा दिला. त्यांनी दाखवलेली शक्ती आणि संयम याबद्दल त्यांना भारत मंत्र्याचं (सेक्रेटरी ऑफ स्टेट फॉर इंडिया) पद देऊ करण्यात आलं. त्या वेळी १८८५ च्या निवडणुका पार पडल्या होत्या आणि लॉर्ड सॅलिसबरी यांचं सरकार सत्तेत आलं होतं.

त्यानंतर १८८६ मध्ये झालेल्या निवडणुकांनंतर सॅलिसबरी यांनी लॉर्ड रँडॉल्फना सरकारी कोषागाराचं प्रमुख नेमलं आणि हाउस ऑफ कॉमन्समधील नेतेपदही देऊ केलं होतं. सभागृहामध्ये लॉर्ड रँडॉल्फ यांनी चतुराई आणि अधिकार दोन्हींचा चांगला वापर केला; पण मंत्रिमंडळातील सहकाऱ्यांशी त्यांचं कधीच सख्य जमलं नाही आणि शेवटी २० डिसेंबर १८८६ रोजी त्यांनी अचानक राजीनामा दिला. नौदल व सैन्यदलाकडून सरकारी कोषागाराकडे होत असलेल्या मागण्या मान्य करणं आपल्याला शक्य नसल्याचं त्यांनी सॅलिसबरी यांना सांगितलं. आपण सांगू त्या अटींवर पंतप्रधान सॅलिसबरी आपल्याला पुन्हा पदावर घेतील, अशी अपेक्षा लॉर्ड रँडॉल्फ यांना असावी; पण पंतप्रधानांनी हा राजीनामा स्वीकारला आणि पक्षातील निष्ठावानांनी त्याबद्दल कोणताही आक्रोश केला नाही. इथेच लॉर्ड रँडॉल्फ यांच्या राजकीय कारकिर्दीचा शेवट झाला. विन्स्टन यांनी लिहिलेल्या आपल्या वडिलांच्या चरित्रामध्ये लॉर्ड रँडॉल्फ यांच्या राजकीय व्यक्तिमत्त्वाचं चित्रण तेजस्वी तारा असल्याप्रमाणे केलं आहे; पण प्रत्यक्षात मात्र ते राजकीय अंतराळातील तुटता तारा ठरले होते. विन्स्टन यांचं *'लॉर्ड रँडॉल्फ चर्चिल'* हे द्विखंडात्मक पुस्तक सर्वसाधारणपणे अपत्यधर्माची एक संस्मरणीय कृती मानलं जातं; पण १९०६ मध्ये प्रकाशित झालेल्या या पुस्तकाच्या लेखनकाळामधील राजकीय संदर्भ लक्षात घेतला, तर या लेखनामागील हेतू तितकेसे साधेसरळ नसल्याचं दिसतं. हाउस

ऑफ कॉमन्समध्ये १८ फेब्रुवारी १९०१ रोजी दिलेल्या पहिल्या भाषणाचा शेवट करताना विन्स्टन म्हणाले होते : 'या सभागृहानं माझं बोलणं शांतपणे आणि मोठ्या मनानं ऐकून घेतलं, याबद्दल कृतज्ञता व्यक्त केल्याशिवाय माझं भाषण पूर्ण होऊ शकत नाही. मला मिळालेली ही उदार अंतःकरणाची वागणूक केवळ माझ्या कामगिरीमुळे नाही, तर सभागृहातील अनेक सन्माननीय सदस्यांनी विशिष्ट भव्य स्मृती जतन करून ठेवलेल्या असल्यामुळे हे घडतं आहे, याची मला जाणीव आहे.' हे बोलणं अगदीच निरर्थक होतं. त्या काळी सज्जनांची सभा म्हणून ओळखल्या जाणाऱ्या या सभागृहात जुन्या सदस्यांच्या मुलांचं बोलणं नेहमीच सहानुभूतीनं ऐकून घेतलं जात होतं. तसंही विन्स्टन स्वतःच्या गुणवत्तेवर तिथे पोहोचले होते; त्यामुळे वडिलांशी अपरिहार्य तुलना झाल्याने त्यांना तशी काही बाधा पोहोचणार नव्हती. लॉर्ड रँडॉल्फ हे मुळातच उत्तम वक्ते होते. विन्स्टन यांनी सदस्य म्हणून हाउस ऑफ कॉमन्समध्ये प्रवेश करण्यापूर्वी या सभागृहानं लॉर्ड रँडॉल्फ यांची अकाली संपुष्टात आलेली कारकीर्द पाहिली होती. विशेषतः त्यामागील चुकलेल्या समीकरणांची आठवणही अजून ताजी होती; पण लॉर्ड रँडॉल्फ यांच्या या दुर्दैवी प्रवासाला स्मृतिभ्रंशाचा आजार कारणीभूत ठरल्याची सभागृहातील सदस्यांची धारणा होती. 'वडिलांसारखाच अविश्वासू (किंवा वेडा)' ही संज्ञा आकाराला आली होती आणि कालांतरानं विन्स्टन यांची उक्ती व कृती यांचं वर्णन करण्यासाठीही तिचा वापर होऊ लागला. आपल्या वडिलांचं अप्रिय भूत त्यांना सतत जाणवत राहिलं. १९२४ मध्ये विन्स्टन यांनी सरकारी कोषागाराचं प्रमुखपद (चान्सलर ऑफ द ट्रेझरी) स्वीकारलं, तेव्हा ते पंतप्रधानांना म्हणाले की, 'या उच्च पदावरून आपली सेवा करताना मला अभिमान वाटतो आहे. माझ्या वडिलांचा चान्सलर असतानाचा पोशाख अजूनही माझ्याकडे आहे.' हा पोशाख टिशू-पेपर आणि कापूर यामध्ये गुंडाळून ३० वर्षं जतन करण्यात आला होता.

या काळातील विन्स्टन यांच्या कृतींमागे असणाऱ्या राजकीय संदर्भांची चर्चा मी तिसऱ्या प्रकरणामध्ये पुन्हा करणार आहे. विन्स्टन यांनी आपल्या वडिलांचं चरित्र प्रकाशित केलं, त्याआधी त्यांच्या कारकिर्दीत 'फोर्थ पार्टी' प्रकरणासारखा टप्पा ओझरता येऊन गेला होता; पण त्यांनी त्याही पुढे जात कन्झर्वेटिव्ह पक्षापासून फारकत घेतली आणि ३१ मे १९०४ रोजी ते सभागृहाच्या दुसऱ्या बाजूला लिबरल पक्षीयांसोबत बसू लागले. उमेदीच्या काळात लॉर्ड रँडॉल्फ यांचे सहकारी असलेल्या लोकांशी वैयक्तिक संबंध प्रस्थापित करण्याचा एक उपयुक्त मार्ग म्हणून विन्स्टन यांनी वडिलांचं चरित्र लिहायला घेतलं. शिवाय लॉर्ड रँडॉल्फ यांना देण्यात आलेली वागणूक चुकीची होती असं कन्झर्वेटिव्ह पक्षातल्याच काही लोकांना वाटतं, याची जाणीव 'टोरी' धेंडांना करून देणं, हाही हेतू या चरित्रलेखनामागे

होता. राजकारणात तेव्हा सक्रिय असलेल्यांना न दुखावण्याची नेहमीची कसरत या चरित्रातही दिसते; पण त्यामुळेच बहुधा आपल्या वडिलांच्या कारकिर्दीची समतोल मांडणी विन्स्टन यांच्याकडून केली गेली. त्यांच्या प्रगल्भतेविषयी शंका व्यक्त करणाऱ्यांची तोंडं बंद होण्यासाठीही याचा उपयोग झाला. शिवाय पक्ष बदलल्यामुळे त्यांच्यावर संधिसाधूपणाचे आरोप होण्याची शक्यता होती, तीही या प्रक्रियेत बोथट झाली. अशा आरोपांपासूनचं बचावात्मक समर्थन त्यांना अपत्यधर्म आणि विचारसरणी यांच्या आधारे करता आलं.

लॉर्ड रँडॉल्फ यांचा विन्स्टनवर रोगट प्रभाव पडल्याची आणखी एक शेवटची खूण नोंदवता येईल. खरंतर विन्स्टन यांनीच आपल्या वडिलांची घातक प्रतिमा स्वतःच्या मनात निर्माण केली होती. १८९५ पर्यंत विन्स्टन यांच्या अस्तित्वावर आजारपणाचं सावट पसरलेलं होतं. यातील काही आजार प्राणघातक होते. उदाहरणार्थ, १८८६च्या मार्चमध्ये त्यांना न्यूमोनियाची लागण झाली होती; त्यानंतर जानेवारी १८९३ मध्ये त्यांच्या मेंदूला फटका बसून अंतर्गत इजा झाली होती. बोर्नमाउथजवळ अलुम चिन इथे ते, भाऊ जॅक आणि एक चुलत भाऊ शिवाशिवीचा खेळ खेळत होते, तेव्हा विन्स्टन पुलावरून खाली कोसळले आणि ही इजा झाली. पडत असताना त्यांनी पाइनच्या झाडाचा आधार घ्यायचा अयशस्वी प्रयत्न केला होता. याशिवाय शालेय जीवनात त्यांच्या पत्रांमध्ये सातत्यानं पोटदुखी आणि दातदुखीच्या तक्रारी नोंदवलेल्या आढळतात. बहुतेक वेळा परीक्षेच्या किंवा इतर तणावाच्या प्रसंगी आदल्या दिवशी त्यांची ही दुखणी सुरू व्हायची. सँडहर्स्टमधील रॉयल मिलिटरी कॉलेजातही त्यांचा हा प्रकार सुरू राहिला. पुढील काळातही ते स्वतःच्या प्रकृतीविषयी काहीसे चिंताग्रस्त राहत; पण मनोदैहिक म्हणतात तशा प्रकारचे आजार मात्र वडिलांच्या निधनानंतर गायब झाले. उर्वरित आयुष्यात विन्स्टन यांची तब्येत साधारणतः धडधाकट राहिली. अल्कोहोल, निकोटिन आणि कोलेस्टेरॉल यांचा भडिमार झालेल्या दीर्घायुष्यामध्ये अगदी शेवटी वृद्धावस्थेत त्यांना तब्येतीची काही किंमत मोजावी लागली, तेवढीच!

आत्तापर्यंत चर्चा केलेल्या सर्व घटकांवरून आपल्याला विन्स्टन यांच्या स्वभावाचा काही अंदाज यायला मदत होईल; पण या स्वभावाचं स्पष्टीकरण त्यातून मिळत नाही. हयात नसलेल्या व्यक्तीचं मानसिक विश्लेषण करताना एक कमतरता कायम जाणवते, असं सांगितलं जातं. अशा प्रकारचं विश्लेषण अगदी सोपं असतं, प्रसंगपश्चात असतं आणि या विश्लेषणात प्रौढ वयातील स्वभावाचे पैलू बालवयातील जडणघडणीवर लादले जातात. आपला जनुकीय वारसा आणि आपलं कुटुंब, आपली शाळा आणि आजूबाजूचा व्यापक समाज यांचा आपल्यावर पडणारा प्रभाव, या पलीकडे जाऊनही आपल्या व्यक्तिमत्त्वात स्वतःचं असं बरंच काही उरतं.

आपण लहानपणीच स्वानुभवातून शिकायला लागतो. वय वाढत असताना येणारे अनेक महत्त्वाचे टप्पे कालांतरानं विस्मृतीत जातात; पण वरपांगी क्षुल्लक वाटणारा काही तपशील मात्र चित्रमय स्वरूपात आपल्या मनामध्ये अधूनमधून तरंगत असतो, हा अनुभव आपल्या सर्वांनाच असेल. इतर लोकांनी स्वतःचे असे अनुभव सांगितले, तर त्यांच्या आयुष्यातील असा तपशील आपल्याला समजू शकतो. विन्स्टन यांच्या बाबतीत असा तपशील मिळवणं काहीसं सुकर जातं. वडिलांचं चरित्र त्यांनी स्वतः लिहिलं होतं; पण त्यानंतरच्या प्रत्येक पुस्तकाचा मजकूर त्यांनी लेखनिकाला तोंडी सांगितलेला आहे. लेखनिकानं दिलेली टंकलिखित प्रत ते केवळ दुरुस्त करत, त्यांनी क्वचितच पुनर्लेखन केलं असेल. *'माय अर्ली लाइफ'* या त्यांच्या पुस्तकामध्ये भाषिक उत्कटतेचे बरेच चढउतार दिसतात, यावरून त्यांनी उजाळा दिलेल्या स्मृतींची ताकदही सूचित होते.

लॉर्ड रँडॉल्फ यांच्या मृत्यूदरम्यान विन्स्टन यांच्या स्वभावातील अनेक अप्रिय पैलू दिसून आले. विन्स्टनना आधीपासून घोडदळातील चौथ्या 'क्विन्स ओन हुझार' या महागड्या रेजिमेन्टच्या उपक्रमांमध्ये सहभागी व्हायचं होतं; पण या रेजिमेन्टमध्ये प्रवेश घेणं आपल्या कुटुंबाला आर्थिकदृष्ट्या परवडणारं नाही, असं सांगत लॉर्ड रँडॉल्फ यांनी विन्स्टनच्या निर्णयाला तीव्र विरोध केला होता. तरीही वडील गेल्यानंतर विन्स्टन यांनी विधवा आईला या रेजिमेन्टमधील आपल्या प्रवेशाचा खर्च उचलायला लावला. याच दरम्यान विन्स्टन यांची वृद्ध दाई एलिझाबेथ एव्हरेस्ट यांना डचेस ऑफ मार्लबरो यांनी कामावरून काढून टाकलं. चर्चिल कुटुंबाची अवस्था त्या काळात बिकट होती; त्यामुळे त्यांना डचेस ऑफ मार्लबरोकडे राहावं लागत होतं. या पार्श्वभूमीवर आपण ज्या दाईवर निरतिशय प्रेम असल्याचा दावा करतो, तिचं अल्पस्वल्प वेतन सुरू राहण्यासाठी स्वतःच्या खर्चावर थोडा ताबा ठेवावा, एवढंही विन्स्टन यांच्या मनात आलं नाही. लॉर्ड रँडॉल्फ यांच्या निधनानंतर सहा महिन्यांनी, श्रीमती एव्हरेस्ट यांना उदरकोपाचा त्रास सुरू झाला आणि त्यातच त्यांचा मृत्यू झाला. त्या वेळी माळा विकत घेण्याचा खर्चही विन्स्टन यांनी आईकडून घेतला; पण नंतर १९०६-११ या कालावधीमध्ये आर्थिक परिस्थिती अधिक सक्षम होती, तेव्हा एलिझाबेथ एव्हरेस्ट यांच्या थडग्यावरील फुलांची तजवीज करण्यासाठी विन्स्टन पैसे देत असत.[२६]

विन्स्टन यांच्या आत्मचरित्राच्या पहिल्या खंडाला जोड म्हणून त्यांचा मुलगा रँडॉल्फ यांनी *'दस्तऐवजांचा'* एक खंड प्रकाशित केलेला आहे. त्यामधील दस्तऐवजांचा अभ्यास करताना समोर आलेल्या तथ्यांनी मला अतिशय दुःख झालं, हे कबूल करायलाच हवं. या खंडातील पत्रांमधून समोर येणारा तरुण कोणालाही आवडावा, असं मी तरी म्हणणार नाही किंबहुना या पत्रांमधून दिसणारा अहंकार आणि आपल्या

हितचिंतकांनाच तुच्छतेनं स्वतःच्या फायद्यासाठी वापरून घेण्याची वृत्ती अनेकांना घृणास्पदच वाटेल.[२७] मला दुःख वाटलं, ते विन्स्टन यांच्या मुलाबद्दल (रँडॉल्फबद्दल). ते स्वतः अनेक अर्थांनी विन्स्टन यांच्यासारखेच होते; पण तरीही स्वतः बोलणं शक्य नसलेल्या अनेक गोष्टी दस्तऐवजांमधून समोर येण्याला त्यांनी मोकळीक दिली. पौगंडावस्थाच लांबल्यासारखं त्यांचं वर्तन होतं. स्वतःचे हितसंबंध पुढे रेटण्यासाठी त्यांनी एककल्लीपणे खटपट केलेली दिसते. कालांतरानं त्यांनी अनेक मोठ्या कामगिऱ्या पार पाडल्या, एवढ्याच मुद्द्यावरून त्यांचं हे आधीचं वर्तन समजून घेता येईल. लॉर्ड रँडॉल्फ यांच्या निधनानंतर आई जेनीनं विन्स्टनला जितका वेळ दिला, तितका वेळ आपल्या आईनंही खर्च केला असता तर आपल्या जीवनाला कोणती कलाटणी मिळाली असती, याचा विचार विन्स्टनपुत्र रँडॉल्फ यांच्या मनात आला नसेल तर नवलच म्हणावं लागेल. विन्स्टन यांची पत्नी क्लेमी यांनी सर्व ऊर्जा आपल्या पतीवर केंद्रित केली होती आणि दीर्घायुषी ठरलेल्या विन्स्टन यांची छाया इतकी लांब-रुंद होती की, त्यांचा मुलगा रँडॉल्फ यांना विन्स्टनचरित्रातील तळटिपेइतकंच महत्त्व देण्यात आलं. या पार्श्वभूमीवर रँडॉल्फ यांचा उद्देश काहीही असो; पण त्यांनी विन्स्टन यांच्या वर्तनासंदर्भात नोंदवलेले दोन प्रसंग इतके अवमानकारक आहेत की, त्यातील एखादा प्रसंग आधी उजेडात आला असता तर विन्स्टन चर्चिल यांची कारकीर्द सुरू होण्याआधीच संपवण्याची क्षमता त्यामध्ये होती.[२८]

चौथ्या हुझार रेजिमेन्टमधील मुख्याधिकारी जॉन ब्रेबझॉन हे होते. अनेक वसाहतिक युद्धांचा अनुभव असलेल्या आणि वेल्सच्या राजपुत्राचे सहकारी राहिलेल्या ५२ वर्षीय ब्रेबझॉन यांनी 'लाइट ब्रिगेड'मुळे प्रसिद्धीस आलेल्या लॉर्ड कार्डिगन यांच्याप्रमाणे स्वतःचं व्यक्तिमत्त्वं घडवलं होतं. रेजिमेन्टमधील सहायक अधिकारी होते कॅप्टन फ्रेडरिक दे मोलेन्स. यापुढील घटनांना कॅप्टन मोलेन्सच कारणीभूत ठरले होते. कार्डिगन यांच्या हाताखालील १८४० मधील अकराव्या हुझार तुकडीतील तुच्छतावादी वृत्ती १८९० च्या दशकामध्ये चौदाव्या हुझार तुकडीतही काही प्रमाणात दिसत होती. या रेजिमेन्टमध्ये विन्स्टन दाखल झाले, त्याच्या थोडंसं आधी जॉर्ज हॉज या कनिष्ठ पदावरच्या सैनिकाला छळ करून हुसकावून काढण्यात आलं होतं. घोड्याचं पाणी ठेवायच्या टाकीत डुंबवण्यापासून विविध प्रकारांनी त्याचा छळ करण्यात आला. विन्स्टन या रेजिमेन्टमध्ये दाखल झाले, त्यानंतर दोन महिन्यांच्या आतच, एप्रिलमध्ये ॲलन ब्रुस-प्रायस या सेकण्ड लेफ्टनंट पदावरील नव्या अधिकाऱ्याला वाळीत टाकण्याचा प्रकार घडला. यात खुद्द विन्स्टन यांनी पुढाकार घेतलेला होता. ॲलनचा भत्ता वर्षाकाठी 'केवळ' पाचशे पौंड आहे; त्यामुळे तो या अद्ययावत रेजिमेन्टचा भाग होण्यास लायक नाही, अशा कथित

कारणावरून हा छळ चालला होता. (विशेष म्हणजे विन्स्टन यांचा भत्ता होता तीनशे पौंड). वास्तविक ॲलनचं विन्स्टनविषयीचं मत प्रतिकूल असल्यामुळे त्याचा असा छळ झाला. सुरुवातीच्या काळात ॲलननं रेजिमेन्ट सोडायला नकार दिला; पण १८९६ च्या वर्षारंभदिनी सार्जन्ट मेसमध्ये मद्यपानाचं निमंत्रण त्यानं स्वीकारलं आणि 'अनायुक्त (नॉन-कमिशन्ड) अधिकाऱ्यांसोबत अयोग्यरीत्या मिसळल्या'चा ठपका त्याच्यावर ठेवण्यात आला. आता लष्करी न्यायालयाला सामोरं जाण्याची वेळ त्याच्यावर आली. तिथे सुनावणी झाली असती, तर त्याला मेसमध्ये बोलावण्याच्या कारस्थानात सहभागी असलेल्या सार्जन्ट मेजरनं विरोधी साक्ष दिली असती. या प्रक्रियेच्या संभाव्य परिणामांचा अंदाज बांधून, ॲलन ब्रुस-प्रायसनं स्वतःच राजीनामा दिला.

ॲलनचे वडील यशस्वी वकील होते; पण त्यांनी बॅरिस्टरकीला साजेशी दूरदर्शी वृत्ती दाखवण्याऐवजी आपल्या मुलाबाबत घडलेल्या प्रसंगाची तक्रार करणारं भडक पत्र लिहिलं. सँडहर्स्टमध्ये असताना बंदूकबाजी, फेन्सिंग व घोडेस्वारी यांमध्ये आपल्या मुलानं विन्स्टनशी स्पर्धा केली होती आणि 'योगायोगानं त्याला श्रीयुत चर्चिल यांच्याबद्दल जरा जास्तच माहिती झालेली होती,' स्पष्टपणे सांगायचं तर 'ऑस्कर वाइल्ड प्रकृतीची नीच अनैतिकता'[२१] त्याच्या निदर्शनास आलेली होती; त्यामुळे आपल्या मुलाला रेजिमेन्टमधून हुसकावण्यात आलं, असा आरोप त्यांनी तक्रारपत्रात केला. या पत्रानंतर त्यांच्या विरोधात मानहानीचा दावा करण्यात आला. परिणामी, बिनशर्त माघार घेत त्यांना ४०० पौंडाची नुकसानभरपाई द्यावी लागली. हा पैसा धर्मादाय निधीकडे वळता करावा, अशी सूचना विन्स्टन यांनी केली होती; परंतु भरपाईची रक्कम विन्स्टननी स्वतःकडेच ठेवावी, असा सल्ला वकिलानं दिला. मुळात अशा सल्ल्याची गरज विन्स्टनना होती का, याविषयी शंकाच वाटते. ते सातत्यानं कर्जात बुडालेले असत; त्यामुळे असा पैसा हाती येणं त्यांना फायद्याचं होतं. बॅरिस्टर ब्रुस-प्रायस यांनी केलेले आरोप म्हणजे त्यांच्या मुलाच्या कटू टिप्पणीचेच प्रतिध्वनी होते. आपल्याबाबत घडलेल्या प्रसंगासाठी मुख्यत्वे विन्स्टनच जबाबदार आहे, असं ॲलन ब्रुस-प्रायसचं स्पष्ट म्हणणं होतं.

चौथ्या हुझार रेजिमेन्टमध्ये सेवा देण्यास ॲलनला अपात्र ठरवण्यात आलं, त्याच्या तीन आठवडे आधी विन्स्टन व त्यांच्या सोबतच्या कनिष्ठ अधिकाऱ्यांनी आणखी एक दुष्कृत्य केलेलं होतं. तत्कालीन व्हिक्टोरियन समाजाच्या नियमांनुसार त्यांचा हा कारनामा अधिक विध्वंसक ठरला असता. वार्षिक 'सबाल्टर्न्स कप'च्या वेळी ही घटना घडली. या स्पर्धेतील घोड्यांच्या कुंपणधाव शर्यतीनिमित्त सर्व क्रीडारसिक उत्साहात होते. या स्पर्धेत बाहेरच्या (६-१) खेळाडूचा विजय झाला आणि लोकप्रिय स्थानिक खेळाडू दुसरा आला. आपण या स्पर्धेत भाग घेणार

नसल्याचं आश्वासन विन्स्टन यांनी आईला दिलं होतं; पण तरीही एका मित्राचा घोडा घेऊन ते शर्यतीत सामील झाले. त्यांचा तिसरा क्रमांक आला. राष्ट्रीय प्रावीण्य शोध घेणाऱ्या अधिकाऱ्यांनी केलेल्या चौकशीनंतर ही शर्यतच रद्दबातल ठरवण्यात आली आणि यात सहभागी झालेल्या सर्व घोड्यांवर कायमची बंदी घालण्यात आली. थेट आरोप झाले नसले आणि मोठा बभ्रा व्हायचं टळलं असलं, तरी मैदानाच्या पावित्र्याची जबाबदारी असणारी मंडळी आजही कचरतील अशा प्रकारचा हा घोटाळा होता. या शर्यतीचा निकाल 'पूर्वनिश्चित' करण्यासाठी कनिष्ठ अधिकाऱ्यांनी संगनमत केलेलं होतं, यासंबंधी निर्विवाद पुरावे सादर करण्यात आले होते; त्यामुळे निकालही स्पष्ट होता.

रॅडिकल पक्षाचे खासदार व पत्रकार हेन्री लेबाउशेर यांनी १८९६ मध्ये *'ट्रूथ'* या वर्तमानपत्रातील लेखांद्वारे या दुष्कृत्यांवरचं पांघरूण काढलं. शर्यतीच्या घटनेसोबतच हॉज व ब्रुस-प्रायस प्रकरणंही त्या वर्षी १९ जून रोजी प्रतिनिधीगृहामध्ये मांडण्यात आली. त्या वेळी विन्स्टन भारतात होते. *'ट्रूथ'*चा २२ ऑक्टोबरचा अंक त्यांच्यापर्यंत पोहोचला, तेव्हा त्यांनी घाईगडबडीनं जेनी यांना लिहिलं की :

> 'ट्रूथमधील श्री. लेबाउशेर यांचा मागचा लेख अतिशय संतापजनक होता. आता कायदेशीर कारवाईशिवाय दुसरा काही मार्ग मला तरी दिसत नाही. माझ्या नावाचा उल्लेख करून त्यांनी असं म्हटलं आहे की, आम्ही पाचजण मैदानाबाबत गैरव्यवहार करून पैसा उकळण्याच्या 'कटा'त सामील होतो. माझ्या भविष्यातील कोणत्याही स्वरूपाच्या सार्वजनिक जीवनाला हे मारक ठरणारं आहे; त्यामुळे तू त्याला आव्हान द्यायलाच हवंस. ब्रुसला हुसकावण्याबाबत मी मदत केली एवढ्यावरून माझ्यावर हल्ला होईल याचा मला अंदाज होता; परंतु शर्यतीचं प्रकरण खूप जास्त गंभीर आहे.'[३०]

विन्स्टन यांच्या उर्वरित कारकिर्दीशी स्पष्टपणे विसंगत असलेल्या या घटनांवरून आपण कोणता निष्कर्ष काढू शकतो? व्हिक्टोरियन समाजामध्ये स्वतःच्या सदस्यांचा बचाव करण्यासाठी सर्व मंडळी बाह्या सरसावून एकत्र येत असत, हे तर यातून दिसतंच. शिवाय *'चर्चिल : ॲन अनरुली लाइफ'* अशा थेट शीर्षकाच्या चरित्रामध्ये नॉर्मन रोझ यांनी म्हटलं आहे की, आपण सर्वांचं आवडतं व्हावं, आपल्याला स्वीकारलं जावं या इच्छेपोटी विन्स्टन असे वागले होते. शाळेत त्यांना अशा वागणुकीची सवय नव्हती.

> 'सबाल्टर्न्स चॅलेन्ज कपच्या तीन दिवस आधी त्यांनी (विन्स्टन यांनी) नोंदवलं होतं की, 'रेजिमेन्टमधील प्रत्येकानं माझ्या घोडेस्वारीबाबत पसंती व्यक्त केली... इथे माझं खूप चांगलं चाललंय आणि मी लोकप्रिय आहे असंही म्हणता येईल.'... तिथल्या धडाडीच्या तरुणांसोबत मिसळायला त्यांनी सुरुवात केली. या गटानं स्वतःचीच संशयास्पद प्रमाणकं तयार केलेली होती. त्यांच्या जगात प्रवेश करण्याच्या आशेपोटी चर्चिल त्यांच्या आहारी गेले.'[३१]

तरुण विन्स्टनसाठी १८९५-९६ हे वादळी वर्ष ठरलं. या कालखंडाच्या सुरुवातीचा विन्स्टन म्हणजे महागडी खेळणी घेण्यासाठी पैशांची भीक मागणारा नवथर तरुण होता आणि वर्षाअखेरीपर्यंत त्यांना स्वतःचा बालिशपणा बाजूला सारावा लागला. ते रेजिमेन्टमधून बाहेर पडले आणि त्यांच्या नियतीच्या विपरीत कृतींना कारणीभूत ठरलेल्या तिथल्या तरुणांची संगतही त्यांनी सोडून दिली. उपरोल्लेखित परिच्छेदामधील अवतरणातील वाक्यं विन्स्टन यांनी जेनीला लिहिलेल्या पत्रातील आहेत. या पत्राच्या शेवटी ते लिहितात : 'तू जे काही करशील ते केवळ माझ्या दृष्टीनंच करायला हवं, त्याला रेजिमेन्टचा संदर्भ असू नये- सैनिकीकरणापलीकडचा कोणताच विचार रेजिमेन्टला झेपत नाही आणि स्वतःचे मित्र नसलेल्या मतांची त्यांना फिकीर नसते.'[३२]

पुन्हा कधी ते या गटाकडे फिरकले नाहीत.

प्रकरण दुसरे

नावलौकिकाचा बुडबुडा
१८९५-१९०१

विन्स्टन चर्चिल यांचा मुलगा रँडॉल्फ यांनी प्रारंभ केलेल्या व मार्टिन गिल्बर्ट यांनी पूर्णत्वास नेलेल्या महाकाय अधिकृत चरित्रप्रकल्पातील पहिला खंड *'यूथ, १८७४-१९००'* या शीर्षकाखाली उपलब्ध आहे. विन्स्टन यांच्या प्रौढवयीन स्वभावातील विकासप्रक्रियेचं सुस्पष्ट आकलन मांडणारं एकच पुस्तक निवडायचं असेल तर *'यूथ, १८७४-१९००'* या खंडाच्या सहदस्तऐवजांचा दुसरा भाग मी निवडेन. सैनिकी कारकिर्दीच्या सुरुवातीला विन्स्टन भारताच्या दिशेनं निघाले, तेव्हापासून- म्हणजे सप्टेंबर १८९६ पासून ते हाउस ऑफ कॉमन्समध्ये स्थानापन्न झाले, तोपर्यंतचा- म्हणजे जानेवारी १९०१ पर्यंतचा कालखंड या पुस्तकात आला आहे. १९३० मध्ये त्यांनी एक आठवण नोंदवली होती :

> '१८९५ पासून आता हे लिहीत असतानापर्यंत एकदाही मला मागे वळून पाहायला वेळ झाला नाही. काहीच काम नसलेले दिवस मी अगदी हातांच्या बोटांवर मोजू शकतो. निरंतर चालणाऱ्या या चित्रपटातला मी एक नट होतो. एकुणात भरपूर मजा आली! पण चैतन्य, वैविध्य व मेहनत या निकषांवर विचार केला, तर १८९५ ते १९०० हा कालखंड माझ्या लेखी सर्वांत कळीचा ठरतो. याला अर्थातच महायुद्धाच्या प्रारंभिक महिन्यांचा अपवाद आहे.'[१]

या खंडामध्ये विन्स्टन यांच्या जेनीसोबतच्या पत्रव्यवहाराचं उत्कट स्वरूप स्पष्ट होतं; त्यामुळे हा खंड विशेष लक्षणीय ठरतो. शाळकरी वयात विन्स्टन यांच्या

पत्रातील सूर भावनोत्कट आग्रही आहे, तर कालांतरानं जेनीला त्याची गरज भासू लागण्याचाही क्षण आला, हे या पत्रांमधून लक्षात येतं. त्या वेळी विन्स्टन यांनी दाखवलेल्या निष्ठुर स्वार्थीपणाकडे दुर्लक्ष करणं एखाद्या अतिमायाळू आईलाही शक्य झालं नसतं. स्वाभाविकपणे विन्स्टन यांच्या वर्तनाबाबत जेनी यांनी मौन पाळलं. त्यावर पुन्हा विन्स्टनची प्रतिक्रिया लहान मुलासारखीच होती, ज्याला आपली चूक झाल्याचं हे कळत असतं; पण ती मान्य करायची नसते. त्यानंतर दबक्या पावलांनी परिपक्वता आलेली दिसते; मग दोघंही पुढे आपापल्या मार्गांनी गेले. विन्स्टननी बोअर युद्धात दिमाखदार कामगिरी बजावायला कूच केले, तर जेनीने विन्स्टनपेक्षा काहीच आठवडे मोठे असलेल्या एका तरुणाशी लग्न केले. या लग्नामुळे वेल्सच्या राजपुत्रासोबतचे त्यांचे शरीरसंबंध संपुष्टात आले. विन्स्टन यांच्या वतीने राजपुत्राचा प्रभाव वापरण्यासाठी जेनी यांना हे संबंध लांबवता आले असते[२], पण तसं झालं नाही. छळ प्रकरण आणि घोड्यांच्या शर्यतीतील घोटाळा, या संदर्भात आपल्या पित्याच्या प्रतिमेला पूरक नसणारे दस्तऐवजही रँडॉल्फ यांनी या खंडात समाविष्ट केले हे मी नोंदवलं आहेच. त्याच वेळी जेनीसोबत आपले वडील गैरप्रकारे वागले हे दाखवणारे दस्तऐवज प्रकाशात आणण्यातही रँडॉल्फ यांनी हयगय केलेली नाही, हे मला लक्षणीय वाटलं. साधारणतः जेनी यांच्या पत्रांमधील सूर प्रेमळ क्षमाशील असल्याचं दिसतं; पण फेब्रुवारी १८९७ मध्ये विन्स्टन यांचा धनादेश बँकेनं नाकारला. त्यानंतर जेनी यांनी भारतामधील आपल्या मुलाला पाठवलेलं पत्र मैत्रीपेक्षा मातेच्या नात्यानं लिहिलेलं होतं :

'तुझं खूपच चुकतंय, हे मला आता सांगायलाच हवं- तू माझ्यावर अवलंबून आहेस आणि मला शक्य आहे त्यापेक्षा जास्त, माझ्या क्षमतेपेक्षाही जास्त भत्ता मी तुला देते, हे काही फारसं सन्मानजनक नाही... तू उत्तेजित होऊन वाट्टेल ते बोलतोस आणि आता तर महिनाभरासाठी घरी येणार असल्याचं सांगतोस. मुळात घरी येण्याचा प्रश्नच उद्‌भवत नाही- आणि मी हे फक्त पैशाच्या बाबतीत बोलत नाही, तुझ्या प्रतिष्ठेसाठीही असं परत येणं शोभणारं नाही. तू काहीच धड करू शकत नाहीस, असं लोक बोलतील. त्यांच्या बोलण्यात तथ्यांश आहेच... तुझ्या बाबतीत मी हात टेकायच्या बेतात आहे, हे मला कबूल करायला हवं. तू अगदी निरुद्देश आयुष्य जगतो आहेस, असं वाटतं. माणसासाठी मेहनत हेच जीवन असतं- यशस्वी व्हायचं असेल तर कठोर मेहनत घ्यावी लागते, हे तुझ्या लक्षातच येत नाही. तुझ्या

वयाच्या कित्येक तरुणांना जगण्यासाठी काम करावं लागतं आणि आपल्या आईला आधारही द्यावा लागतो.'[३]

विन्स्टन यांनी आईच्या सल्ल्याकडे दुर्लक्ष केलं आणि इंग्लंडवारीची योजना आखली. आपण खरोखरच मेहनत घेत आहोत, असं त्यांनी उलटपत्री कळवलं. मेकॉलेचे सर्व बारा खंड वाचून झालेत, गिबनचे दहा खंड वाचून झालेत, त्याचसोबत रॉशफोर्टचं *'मेमॉयर्स'* आणि प्लेटोचं *'रिपब्लिक'*ही वाचून झालं आहे, असं विन्स्टनच्या पत्रात म्हटलं होतं. शिवाय संसदीय कामकाजाच्या वार्षिक नोंदपुस्तकाचंही (ॲन्युअल रजिस्टर) वाचन चालू असल्याचं त्यांनी नंतर स्पष्ट केलं. सभागृहातील वादचर्चा वाचण्यापूर्वी आपली मतं लिहून काढण्याचं काम ते करत होते, जेणेकरून 'तर्कशुद्ध व सुसंगत दृष्टिकोनासाठीची सामग्री जमवता येईल आणि त्यातून बहुधा तर्कशुद्ध व सुसंगत मनही निर्माण होईल.'[४] पण या सगळ्या वाचनातून त्यांच्या मनावर बहुधा वेगळीच गोष्ट ठसली असावी. नेतृत्वाचं सार सादरीकरणात असतं, हे त्यांच्या मनावर बिंबवण्यात सदर वाचन कारणीभूत ठरलं असण्याची शक्यता आहे. त्यातूनच त्यांनी *'स्कॅफोल्डिंग ऑफ ऱ्हेटरिक'* (मराठी रूपांतर : वक्तृत्वाची सामग्री) या शीर्षकाचा निबंध लिहिला. या अप्रकाशित निबंधाच्या सुरुवातीला विन्स्टन लिहितात :

'माणसाला लाभलेल्या सर्व कौशल्यांपैकी वक्तृत्वकलेचं दान सर्वांत मौल्यवान आहे. या कलेत नैपुण्य प्राप्त केलेला माणूस मोठमोठ्या राजांपेक्षाही जास्त शाश्वत सत्ता राखून असतो. जगात तो एखाद्या स्वतंत्र शक्तीप्रमाणे अस्तित्वात असतो. पक्षानं सोडलं, मित्रांनी पाठ फिरवली, सगळी पदं दुरावली, तरीही वक्तृत्वाची सत्ता लाभलेला माणूस अजिंक्य ठरतो.'[५]

यामध्ये लॉर्ड रँडॉल्फ यांचा संदर्भ स्पष्ट आहे. त्यासोबत विन्स्टन चर्चिल यांनी लिहिलेल्या *'सावरोला'* या एकमेव कादंबरीमध्येही नायकाच्या छुप्या रूपात लॉर्ड रँडॉल्फ यांचा शिरकाव झालेला आहे. या भावनाक्षोभक कादंबरीमध्ये विन्स्टन यांनी तालबद्धतेचा संमोहक वापर केला आहे. गद्य स्वरूपाऐवजी अर्धपद्य रूपात त्यांनी हे लेखन केलेलं आहे. उर्वरित आयुष्यात त्यांच्या भाषणांमध्येही हेच वैशिष्ट्य आढळतं : 'मानवी मेंदूवर ध्वनीचा मोठा प्रभाव पडतो हे सर्वज्ञात आहे. वक्त्यानं स्वतःच्या कलेला आवाहन करून उच्चारलेली वाक्यं दीर्घ असतात, त्यात सौम्य चढउतार असतो आणि त्याचा प्रभाव ठसठशीत असतो. वाक्यप्रयोगांच्या

वैशिष्ट्यपूर्ण समतोलातून निर्माण होणारा ताल गद्यापेक्षा पद्याशी जवळीक साधणारा असतो.'[६]

पण विन्स्टन यांच्या या काव्यकौशल्यामुळे चर्चिल कुटुंबाची आर्थिक चिंता काही मिटली नव्हती. या सुमारास, म्हणजे १८९७ च्या सुरुवातीला जेनी यांची आर्थिक परिस्थिती इतकी ढासळली होती की, कर्ज फेडण्यासाठी त्यांना पुन्हा मोठ्या प्रमाणात कर्ज घ्यावं लागलं. यासंबंधीची कायदेशीर कागदपत्रं विन्स्टनकडे पाठवण्यात आली. आईच्या मृत्यूनंतर या कर्जाचं व्याज भरण्याची जबाबदारी वारशानं आपल्यावर येणार आहे आणि लॉर्ड रँडॉल्फसोबत जेनीचं लग्न झालं, तेव्हा तिच्या वडिलांनी वर्षाकाठी एक हजार पौंडांचं उत्पन्न मिळण्यासाठी केलेली तजवीजही आपल्याला मिळत राहील, हे या कागदपत्रांवरून त्यांना समजलं. या घटनेबाबत आपण मोठ्या अंतःकरणानं वागत आहोत असा कांगावा त्यांनी केला असला, तरी वस्तुस्थिती वेगळी होती. जेनी यांनी पूर्वी उधळेपणाविषयी त्यांची जी काही खरडपट्टी काढली होती, त्याबद्दलचा रागच या वेळच्या विन्स्टन यांच्या वागण्या-बोलण्यातून दिसून आला :

'स्पष्टपणे सांगायचं तर- उधळेपणा आणि चंगळ याबाबतीत तू आणि मी दोघंही सारखेच अविचारी आहोत, यात कोणतीच शंका नाही. चांगलं काय आहे, हे आपल्याला माहीत असतं आणि ते आपल्याकडे असावं असंही आपल्याला वाटतं. देणी भागवायचा प्रश्न भविष्यावर सोडून दिलेला असतो... काहीही झालं तरी वर्षाकाठी एक हजार पौंड मला मिळणार आहेत, याची खात्री मला असेल, तोपर्यंत मी कशाचीच फिकीर करत नाही- परत नियतकालिकांमधूनही मला पैसा कमावता येईल- आणि मी लग्नही करू शकतो; पण या सगळ्याला काहीएक मर्यादा असतेच... तुझ्या सगळ्या बडेजावाचा मी सहानुभूतीनं विचार करतो- अगदी तू माझ्या खर्चाविषयी विचार करतेस त्याहूनही अधिक मी तुझ्या अशा वागणुकीचा विचार करतो. पोलोसाठी घोडा खरेदी करायला मी शंभर पौंड खर्च केले की तुला चिंता वाटते; पण तू बॉल-ड्रेसवर दोनशे पौंड खर्च करतेस, हेही तितकंच आत्मघातकी आहे, असं मला वाटतं; पण तरीही तुला तो ड्रेस मिळायलाच हवा आणि मला घोडा मिळायला हवा, असंच मला वाटत असतं. थोडक्यात- आपण खूप गरीब आहोत.'[७]

या विषयावर विन्स्टन व जेनी यांच्यात १८९८ पासून बराच पत्रव्यवहार झाला.

आपल्याला वार्षिक पाचशे पौंडांचा भत्ता मिळावा, अशी मागणी एका पत्रात विन्स्टन यांनी केली होती. एखादा संवेदनशील माणूस असता तर आईच्या मानखंडनेचा विचार करून वागला असता; पण विन्स्टन यांनी या पत्रात म्हटलं होतं :

> 'इतकं औपचारिक ताण ठेवून किंवा सावधगिरी बाळगून लिहिताना मला किती वेदना होत असतील हे वेगळं नोंदवायची गरज नाही; पण मला माझ्या भविष्याची तजवीज करणं भाग आहे, कारण मी तुझ्यानंतरही जगणार असेन तर ते आयुष्य गरिबीत जावं अशी माझी इच्छा नाही. माझ्या वडिलांच्या मृत्यूनंतर तीन वर्षांमध्ये तू जगातील आपल्या सगळ्या संपत्तीपैकी एक चतुर्थांश हिस्सा खर्च करून टाकला आहेस. मीसुद्धा उधळेपणा केला, पण तुझ्या उधळेपणासमोर माझा खर्च अगदीच किरकोळ वाटतो.'[८]

खरंतर, विन्स्टन यांच्या वडिलांनी काहीच मागे ठेवलेलं नव्हतं. लॉर्ड रँडॉल्फ यांच्या हाती येणार नाही अशी काही आर्थिक तजवीज लिओनार्ड जेरोम यांनी करून ठेवली होती, त्याचाच लाभ पुढे जेनी व विन्स्टनना मिळत होता. विन्स्टन यांची ही वागणूक अनुदार आणि कृतघ्नपणाची होती. आयुष्यात पुढेही त्यांचे वैयक्तिक संबंध केवळ स्वहिताच्या दृष्टिकोनातूनच साधलेले होते. नॉर्मन डिक्सन यांनी सैनिकी मानसशास्त्राविषयीच्या आपल्या लक्षणीय लेखनात फिल्डमार्शल हेग यांच्याविषयी केलेली एक टिप्पणी इथेही लागू पडते : आत्ममग्न व्यक्तिमत्त्वाला दुसऱ्या लोकांचा पैसा वापरायला आवडतो; पण स्वतःचा पैसा सोडणं अशा व्यक्तीला अजिबात पटत नाही.[९] इतरांची अतिथ्यशीलता आणि दानवृत्ती यांचा लाभ विन्स्टनला अनेकदा झाला होता; परंतु त्यांनी स्वतः हितसंबंधांशिवाय आर्थिक औदार्य दाखवल्याची अगदी मोजकीच उदाहरणं सापडतात. त्यांच्या वैयक्तिक कर्मचारीवर्गातील कोणी वेतन वाढवण्याची मागणी केली की, ते बहुतेक वेळा संतप्त प्रतिक्रिया देत. आपल्या मुलाच्या लहरी स्वभावाला सांभाळून घेण्यातच जेनीनं धन्यता मानायला हवी होती, तसेच या अधिकाऱ्यांनी व घरगुती नोकरांनी चर्चिल यांच्या सेवेतच समाधान मानायला हवं होतं, अशी विन्स्टन यांची धारणा असावी. अनेकदा या मंडळींना खरोखरच या सेवेतूनच सन्मान झाल्यासारखं वाटायचं. विन्स्टन चर्चिल यांच्या निकटवर्तीयांनी 'कर्तव्यभावनेतून आणि भक्तिभावातून दिलेल्या योगदाना'बद्दल ऑक्सफर्डमधील शिक्षक आणि युद्धकाळातील ज्येष्ठ गुप्तचर अधिकारी सर एडगर विल्यम्स यांनी भावुक होऊन लिहिलेलं आहे.[१०]

जेनीनं आपल्या मुलासाठी स्वतःच्या प्रभावशक्तीचा वापर केल्यासंबंधीही

विन्स्टन यांनी तुच्छतादर्शक टिप्पणी केली होती. १८९८ च्या एका पत्रात ते लिहितात : 'राजकारणामध्ये माणूस काय करतो, यापेक्षा तो काय आहे, यावर त्याचं यश ठरतं. बुद्धीपेक्षाही चारित्र्य आणि अस्सलपणा यांच्याशी संबंधित हा मुद्दा आहे. याच कारणांमुळे मी दुसऱ्यांनी सुचवलेल्या कल्पनांबाबत फारसा स्वागतशील नसतो आणि राजकारणातील प्रवेशाबाबत मला इतरांचे सल्लेही सहन होत नाहीत.' शिफारसी आणि प्रभाव यांचा वापर केला तर माणूस लोकविश्वासाच्या मोजपट्टीत बसवला जातो; मग तिथे याच निकषांवरून त्याचं मोजमाप होतं. 'फसवी प्रतिष्ठा राखायची फिकीर मी कधीच करणार नाही आणि व्यक्तिमत्त्वात ढोंगी बदल करून स्वतःचं स्थान शाबूत ठेवायचे प्रयत्नही करणार नाही. आता गेल्या काही काळात तुला कळलंच असेल की, माझा स्वतःवर विश्वास आहे. असा आत्मविश्वास नसता तर मी कदाचित इतरांची मतं अजमावत बसलो असतो.'[११] ही बढाई तरुण विन्स्टनच्या प्रत्यक्षातील कृतीशी मात्र जुळणारी नव्हती. जेनी यांनी १९०० मध्ये पुनर्विवाह केला, तेव्हा त्यातून आपल्याला काही आर्थिक लाभ होईल अशी आशा विन्स्टन बाळगून होते, असं दिसतं. १९०१ मध्ये ते खासदार म्हणून निवडून आले होते. दोन वर्षांच्याही आत आपण लेखनातून आणि व्याख्यानांमधून दहा हजार पौंडांची कमाई केल्याचा उल्लेख त्यांनी एका पत्रात अभिमानानं केला होता; पण त्याच वेळी आईनं स्वतःच्या कर्जावरचं व्याज भरण्यापासून आपल्याला मुक्त करावं, असंही त्यांनी सुचवलं होतं. 'आता म्हातारे पापा वेस्ट तुला आणखी काही पैसा द्यायचा निर्णय घेत नाहीत, तोपर्यंत आणि जॉर्ज (जॉर्ज कॉर्नवॉलिस वेस्ट हे जेनीच्या दुसऱ्या पतीचं नाव होतं.) काही आर्थिक पुरवठा करत नाही, तोपर्यंत मी तुझ्याकडे भत्ता मागणार नाही.'[१२]

पण इथे हेही लक्षात घ्यायला हवं की, परिस्थिती वेगळी असती तर कदाचित विन्स्टनला विद्यापीठात स्वतःचे विचार विकसित करायला वेळ मिळाला असता आणि जगातील आपल्या स्थानाचा अंदाज बांधणंही त्यांना शक्य झालं असतं. १८९०च्या दशकात ते भारतामध्ये सैनिकी जीवन जगत होते. त्या वेळच्या अजिबात आश्वासक नसलेल्या परिस्थितीतही त्यांनी स्वतःचं शिक्षण कौतुकास्पदरीत्या सुरू ठेवलं होतं. त्यांच्या आयुष्यात पद्धतशीर अभ्यासाला वाहिलेला एकच कालखंड येऊन गेला, त्यानंतर कधीच त्यांनी राजकीय सिद्धान्तांचं गंभीर वाचन केलं नाही. जन्मापासून दरवर्षी वार्षिक नोंदपुस्तकात त्यांनी केलेल्या टिप्पण्यांमध्ये विचाराची अस्सलता दुर्दैवानं जाणवत नाही. १८७६ च्या नोंदपुस्तकामध्ये त्यांनी शिक्षणविषयक विचारांचा आराखडा मांडला आहे. बहुतांश लोकांना 'साधं शारीरिक श्रमाचंच काम करणं भाग पडतं; त्यामुळे खूप जास्त शिक्षण झालं तर समाधानाची आकांक्षा निर्माण होईल आणि त्यांची ही आकांक्षा क्षुब्ध भाषेमध्ये अभिव्यक्त

होईल.'[१३] गिबन आणि मॅकॉले यांचा प्रभाव त्यांच्या सर्व लेखनावर दिसतोच, शिवाय त्यांनी ज्या लेखनकृतींवर टिप्पणी केली त्यांचाही तितकाच प्रभाव त्यांच्यावर दिसतो. उदाहरणार्थ, मुक्त व्यापाराचे लाभ सांगणाऱ्या ॲडम स्मिथ यांच्या *'द वेल्थ ऑफ नेशन्स'* या ग्रंथाचे परिणाम त्यांच्या राजकारणावर १९३० च्या दशकापर्यंत होत होते.

ॲडम स्मिथ यांचे समकालीन एडमंड बर्क यांनी आग्रहानं मांडलेला जतनवाद (कन्झर्वेटिझम) विन्स्टन यांच्या विचारात दीर्घ काळ मध्यवर्ती स्थानावर होता. त्यांच्या लेखनात बर्कचा संदर्भ नाही. कदाचित इतरांच्या लेखनातून अप्रत्यक्षरीत्या त्यांनी बर्कचं तत्त्वज्ञान ग्रहण केलं असेल; पण त्यांच्या लेखनातील अनेक वाक्यं बर्कचं थेट अवतरण वाटावं अशी आहेत. उदाहरणार्थ, भारतातील ख्रिस्ती धर्मांतरविरोधात युक्तिवाद करणारं पत्र विन्स्टन यांनी त्यांच्या जुन्या मुख्याध्यापकांना लिहिलं होतं. धर्मांतरामुळे लोकांना चिथावणी मिळेल, असं कारण सर्वसाधारणतः अशा प्रकारच्या युक्तिवादांमागे असायचं; पण विन्स्टन यांच्या मनात वेगळंच कारण होतं : या युक्तिवादामागे प्रत्येक संस्कृतीनं स्वतःला सर्वांत सुसंगत ठरणारा धर्म विकसित केला होता, अशी त्यांची धारणा होती. कोणत्याही महान धर्माला त्याच्या आरंभकाळामध्ये आपण पाठिंबा दिला नसता, कारण धर्माच्या उगमातून दीर्घकाळ रक्तपात व दुर्दशा सहन करावी लागते, असं त्यांचं म्हणणं होतं. 'आपण या गोंधळाकडे वेगळ्या दृष्टिकोनातून पाहतो. इतर पिढ्यांनी किंमत मोजलेली आहे- आपण त्याचा फायदा अनुभवत असतो... पण मी पूर्वीच्या काळी असतो तर ही अशी किंमत मोजायची माझी तरी तयारी नसती आणि आज लहान प्रमाणात का होईना; पण अशा प्रकारे काही घडू देणं मला मंजूर नाही.'[१४] आता बर्कचं बहुधा सर्वांत प्रसिद्ध ठरलेलं विधान पाहा : 'केवळ कल्पनेत अस्तित्वात असलेल्या व्यक्तींच्या भवितव्यासाठी व अनिश्चित लाभासाठी आपल्याला रोज दिसणाऱ्या आणि आपल्याशी रोज बोलणाऱ्या लोकांना आणि वर्तमानकाळाला थंड रक्तानं संकटाच्या तोंडाशी नेणाऱ्या उदात्त अलौकिक, आध्यात्मिक प्रत्यावर्ती, आकस्मिक मानवतेबद्दल माझं मत अजिबात चांगलं नाही.'[१५]

विन्स्टन सश्रद्ध नव्हते. मार्च १८९८ मध्ये त्यांनी लिहिलं होतं, 'मृत्यूच्या वेळी संपूर्ण नाश पत्करावा, असं मला वाटतं. मी अगदी आटोकाट भौतिकवादी आहे.'[१६] त्यांनी भावाला लिहिलेल्या एका पत्रात गिबनचे प्रतिध्वनी सापडतात : 'ऑक्सफर्डमध्ये दीर्घकाळ धर्मांधता आणि असहिष्णूता यांचं पेव फुटलं आहे. रोमन कॅथॉलिक चर्चचा अपवाद सोडला तर, निंद्य चुका व विकृत संकल्पनांचा ऑक्सफर्डइतका बचाव दुसऱ्या कोणत्याच संस्थेनं केला नसेल.'[१७] परंतु चर्च या संस्थेविषयी त्यांचं मत चांगलं होतं. विल्यम रीड यांचं *'द मार्टरडम ऑफ*

मॅन' हे पुस्तक वाचल्यानंतर विन्स्टन यांनी केलेली टिप्पणी अशी होती : 'ख्रिस्ती धर्म खोटा असल्याचं सिद्ध करण्यात त्याला यश आलं असेलही; परंतु असं बोलणं शहाणपणाचं किंवा उपयुक्ततेचं ठरतं, असं काही दाखवण्यात मात्र तो पूर्णतः अपयशी ठरला आहे.'[१८] 'नवमानव' निर्माण करण्याची गरज मांडणाऱ्या कोणत्याही श्रद्धाव्यवस्थेला विन्स्टननी तीव्र विरोध दर्शवला; त्यामुळे रशियन साम्यवाद आणि जर्मन राष्ट्रीय समाजवाद यांच्याविषयी त्यांच्या मनात साहजिकपणे तिरस्कार होता. मानवी स्वभावाबद्दल त्यांच्या काही उच्च अपेक्षा होत्या, असं नव्हे; उलट मानवी स्वभाव अपरिवर्तनीय आहे अशी त्यांची धारणा होती. ते कुठल्याच अर्थानं अमर्याद विमुक्तीवादी नव्हते. विन्स्टनचंच वाटावं असं बर्क यांचं आणखी एक विधान इथे नोंदवता येईल : 'मुक्तीचा (लिबर्टी) परिणाम म्हणून लोक स्वतःला संतुष्टता लाभेल असं वागायला लागू शकतात; पण त्यांच्या वागणुकीला मान्यता देण्याची जोखीम उचलण्यापूर्वी त्यांना नक्की कशानं संतुष्ट वाटेल ते आपण पाहायला हवं.'[१९]

विन्स्टन यांचा हा सर्व मानसिक विकास घडत होता, तेव्हा पार्श्वभूमीला त्यांचे प्रतिष्ठानिर्मितीचे तीव्र प्रयत्न सुरू झालेले होते. उर्वरित प्रकरणामध्ये त्याच बाजूची चर्चा केली आहे. विन्स्टन यांच्या कठोर होत चाललेल्या व्यक्तिमत्त्वाची आणखी एक बाजू त्यांच्या वडिलांच्या बौद्धिक जतनवादाशी निगडित होती. आपण 'तिथे पोहोचायलाच हवं', अशी विन्स्टन यांची सततची इच्छा होती. या विचारालाही बर्कच्या मांडणीत पावित्र्य प्राप्त झालेलं आहे :

> 'कोणत्याही राजकीय प्रकल्पाचं सूचन करण्याआधी निश्चित स्वरूपाच्या आणि त्याचसोबत प्रासंगिक असलेल्या परिस्थितीकडे मला स्वतःच्या डोळ्यांनी पाहता यायला हवं, स्वतःच्या हातांनी तिला स्पर्श करता यायला हवा. स्वीकार, अंमलबजावणी, पाठपुरावा यांची ताकद व रचना मला समजायलाच हवी. योजनेत आवश्यक तेव्हा दुरुस्ती करण्याच्या वाटाही मला माहीत हव्यात. मला गोष्टी दिसायलाच हव्यात, माणसं दिसायलाच हवीत.'[२०]

*'माय अर्ली लाइफ'*मध्ये विन्स्टन यांनी त्यांच्या सुरुवातीच्या काळातील वैचारिक विकासाविषयी काही उल्लेख केलेला नाही. मुख्यत्वे स्वतःची राजकीय कारकीर्द पुढे नेण्याच्या उद्देशानं लिहिलेल्या या आत्मकथनामध्ये अनेकदा केवळ वस्तुस्थितीदर्शक आठवणी तेवढ्या नोंदवलेल्या आढळतात. त्यात सत्याचा काही अंश सापडतो; परंतु संपूर्ण सत्य मात्र त्यात मांडलेलं नाही. १९३० मध्ये ॲडम स्मिथच्या

विचारांचं समर्थन करण्याला काही लोकांचा फारसा अनुकूल प्रतिसाद मिळण्याची शक्यता नव्हती; एडमंड बर्कची तर बातच दूर राहिली. खरंतर मध्यमवयीन विन्स्टनना भ्रमनिरास झालेल्या त्रस्त ब्रिटिश जनतेसमोर स्वतःचा तरुण भूतकाळ मांडणं आवश्यक वाटत होतं. आपल्यात अजूनही सळसळती ऊर्जा आहे, असं ते या जनतेला सुचवू पाहत होते :

> 'वीस ते पंचवीस! हीच ती वर्षं! आहे तेवढ्यावरच समाधान मानू नका. 'ही पृथ्वी तुमची आहे आणि त्यावरचं सगळं तुमचंच आहे.' तुमचा वारसा पाहा, तुमच्या जबाबदाऱ्या स्वीकारा... नकारघंटा मान्य करू नका. अपयशानं खचू नका. केवळ वैयक्तिक यशानं किंवा प्रशस्तीनं हुरळून जाऊ नका. तुमच्याकडून ढीगभर चुका झाल्या तरी जोपर्यंत तुम्ही उदार व सच्चे असाल आणि उत्साहानं पुढे जाल, तोपर्यंत जगाला तुमच्याकडून हानी तरी पोहोचणार नाही किंवा त्याला तुमच्यामुळे गंभीर निराशाही येणार नाही.'[२१]

भारतात रेजिमेन्टमध्ये दाखल होण्याच्या आधी १८९५ मध्ये विन्स्टन पाच महिने रजेवर होते. त्या वेळी क्युबामध्ये स्पॅनिश लोक बंडखोरांविरोधातील युद्धात गुंतले होते. या युद्धाचा निरीक्षक म्हणून जाण्याची परवानगी विन्स्टन यांनी मागितली होती, त्या संदर्भात प्रासंगिक वार्तालेख पाठवण्यासाठी त्यांनी *'डेली ग्राफिक'* या वर्तमानपत्राशी संपर्कही साधला होता. त्या वेळी आई जेनीचा सर्वांत जुना आणि सर्वाधिक काळ संबंध टिकवलेला प्रियकर बूर्क कॉकरॅन यांच्या न्यू यॉर्कमधील घरी विन्स्टन पाहुणा म्हणून राहत होते. कॉकरॅन हे डेमॉक्रॅटिक पक्षातील एक बडं प्रस्थ होतं, शिवाय वक्तृत्वासाठीही ते प्रसिद्ध होते. विन्स्टन यांनी कधी त्यांचं भाषण ऐकल्याचा पुरावा नसला तरी, कॉकरॅन यांच्या वक्तृत्वशैलीचा आपल्यावर बराच प्रभाव होता, असा दावा विन्स्टन करत असत. लॉर्ड रँडॉल्फ यांच्या निधनामुळे विन्स्टनच्या आयुष्यात निर्माण झालेली पोकळी कॉकरॅन यांच्या पित्यासमान वागणुकीनं भरून निघाली असावी, असं मानायला जागा आहे. कॉकरॅन आणि न्यू यॉर्क यांचा अनुभव विन्स्टनसाठी मूलगामी महत्त्वाचा ठरला. ब्रिटनमधील 'चांगलं संगोपन झालेल्या पण कमजोर' जीवनशैलीच्या तुलनेत अमेरिकी लोकजीवन सुदृढ आरोग्य व उत्साह राखणारं आहे, अशी टिप्पणी त्यांनी केली होती. तर न्यू यॉर्कमधूनच त्यांनी क्युबाकडे प्रयाण केलं. तिथे स्पॅनिश तुकडीसोबत जात असताना त्यांना स्वतःच्या एकविसाव्या वाढदिवशी पहिल्यांदाच गोळीबाराला सामोरं जावं लागलं; पण या दौऱ्यात त्यांच्यावर सर्वांत मोठी छाप पडली ती हवाना सिगारची. याच

काळात त्यांना दुपारच्या वामकुक्षीचाही साक्षात्कार झाला. शिवाय या दौऱ्यामुळे ब्रिटनमध्ये पहिल्यांदा त्यांच्यावर सार्वजनिक प्रसिद्धीचा प्रकाश पडला : 'दुसऱ्या लोकांच्या लढाईत सामील होण्यासाठी स्वतःची सुट्टी घालवणं हे तसं चर्चिल मंडळींच्या दृष्टीनंही असामान्यच काम म्हणायला हवं', अशी भपकेबाज टिप्पणी *'द टाइम्स'*नं केली होती.

विन्स्टन यांची रेजिमेन्ट ऑक्टोबर १८९६ मध्ये भारतात दाखल झाली. लगेचच त्यांना ट्रेननं बंगलोरकडे पाठवण्यात आलं. हे दक्षिण भारतातलं तेव्हाचं मुख्य सैनिकी केंद्र होतं. विन्स्टनना दोन सहअधिकाऱ्यांसोबत राहायला एक बंगला मिळाला होता. दिवसातील केवळ काहीच तास त्यांना काम करावं लागे. सँडहर्स्टमध्ये असताना त्यांना पोलो खेळण्यात रुची निर्माण झाली होती. आता त्यांचा खेळही चांगला झाला होता आणि वारंवार खेळायची संधीही मिळायची. रेजिमेन्टमधील कनिष्ठ अधिकाऱ्यांच्या संघाने संपूर्ण बंगलोर फौजेचाच पराभव करावा, अशी अपेक्षाही त्यांनी उत्साहानं नोंदवली होती. धावण्याच्या स्पर्धेतही त्यांनी भाग घेऊन पाहिला होता; (विशेष म्हणजे या स्पर्धेत ते वडिलांची बदामी व गुलाबी रंगाची टोपी आणि अस्तनी घालायचे) पण त्यात काही त्यांची कामगिरी फारशी बरी झाली नाही. तरीही त्यांचा चुलतभाऊ चार्ल्स, 'मार्क्वेझ ऑफ लंडनडेरी' याच्या प्रशस्तीवरून त्यांना लंडनमधील टर्फ क्लबमध्ये घेण्यात आलं. आधी नोंदवल्याप्रमाणे विन्स्टन यांचं वाचन प्रचंड होतं. संध्याकाळचा बहुतांश वेळ ते बंगल्यामध्ये वाचनात घालवत. यातूनच त्यांची 'टोरी डेमोक्रॅट' पक्षाचा विचार स्वीकारणारी भूमिका तयार व्हायला मदत झाली, असं ते म्हणत. ही संज्ञा त्यांना वडिलांकडून वारशात मिळाली होती.

सैनिकी जबाबदारी त्यांनी गांभीर्यानं घेतली होती; परंतु जवळपास अर्ध्या शतकानंतर त्यांच्या तुकडीतील एका जुन्या सार्जन्टनं यासंबंधी वेगळी आठवण सांगितली होती : विन्स्टन आखीव कागदांची रिळं व बऱ्याच रंगीत पेन्सिली घेऊन तबेल्यांमध्ये येत आणि कवायतींमध्ये केलेल्या डावपेचांच्या तपशिलांची उजळणी करावी यासाठी अनायुक्त अधिकाऱ्यांना भंडावून सोडत. ब्रिटनच्या साम्राज्यात दूर एका भारतीय तळावरील घोडदळ अधिकाऱ्याचं नीरस जीवन त्यांना मानवत नव्हतं. रुडयार्ड किपलिंग यांच्याबद्दल विन्स्टनच्या मनात आदर होता; (किपलिंग यशानं वाया गेला असल्याचं मत त्यांनी १८९७ मध्ये जॅकला सांगितलं होतं, तरीही हा आदर कायम होता) पण किपलिंग यांचं भारताविषयीचं सखोल आकलन व प्रेम यांचा लवलेश विन्स्टन यांच्यामध्ये नव्हता. *'प्लेन टेल्स फ्रॉम द हिल्स'*सारखं पुस्तक विन्स्टन कधीच लिहू शकले नसते; पण राणी व्हिक्टोरियाच्या हीरक महोत्सवासाठी १८९७ मध्ये किपलिंगनी लिहिलेली *'रिसेशनल'* ही कविता विन्स्टन

यांना भावली होती :

> दूर अंतरांवर आपली नौदलं मावळली असतील;
> पठारावर, टेकड्यांवर आग शमली असेल :
> गतकाळातील आपला सगळा थाटमाट, डामडौल
> निनुवू आणि टायर साम्राज्यांच्याच वाटेनं गेला असेल!
> त्याआधीच आम्हाला वाचव, राष्ट्रांच्या अंतिम न्यायाधीशा,
> अन्यथा आम्ही ते सगळंच विसरून जाऊ, विसरून जाऊ!

आर्मीच्या पदसारणीमध्ये हळूहळू वर चढत जाण्याची वेळही त्यांच्यावर आली नाही. इथून पुढे आपण काय करायचं याचा ते बेचैन होऊन विचार करत होते आणि त्यामध्ये राजकारणाचा मार्ग त्यांना सर्वांत जास्त खुणावत होता. त्यांनी दोनदा दीर्घ सुट्टी काढून इंग्लंडमध्ये राहणं पसंत केलं, तीन वेळा कलकत्त्याला जाऊन आले (प्रत्येक वेळी एका आठवड्याहून अधिक कालावधीची सुट्टी त्यांनी घेतली होती.) आणि पोलो संघासोबत ते हैदराबादलाही जाऊन आले; पण यातील कुठल्याच प्रवासातून त्यांना सैन्य सोडण्यासाठीचं निमित्त मिळालं नाही. दुसऱ्या बाजूनं विन्स्टनना 'नावलौकिकाचा बुडबुडा' (शेक्सपिअरच्या नाटकातील सैनिकाच्या संदर्भात केलेला शब्दप्रयोग) आणखी फुगवत नेण्याची संधी मिळावी यासाठी जेनीची अथक खटपट सुरू होती. अशी संधी १८९७ मध्ये आली- त्या वेळी मेजर जनरल सर बायन्डन ब्लड (यांच्या नावातूनच मोठ्या मिश्या आणि सावळ्या रंगाचं व्यक्तिमत्व समोर उभं राहतं.) यांना मलाकांदमधील दलांची जबाबदारी स्वीकारण्यासाठी पाठवण्यात आलं. तिकडे जाऊन वायव्य आघाडीवरील वाढता गदारोळ दडपण्याचं काम त्यांच्याकडे देण्यात आलं होतं. दरम्यान, एका सार्वजनिक समारंभात जेनी व विन्स्टन यांची ब्लडशी गाठ पडली. कनिष्ठ अधिकाऱ्यांनाही या मोहिमेवर सोबत नेण्यात यावं, यासाठी त्यांनी ब्लडचं मन वळवण्याचा प्रयत्न केला आणि आपल्या प्रयत्नाला यश आलंय असा दोघांचाही समज झाला होता; पण १७ ऑगस्ट रोजी आईला लिहिलेल्या पत्रामध्ये विन्स्टन म्हणतात, 'सर बायन्डन ब्लड यांच्याकडून मला अजून काहीच सूचना मिळालेली नाही. ते जाणीवपूर्वक मला निराश करतील, असं मला वाटत नाही. कदाचित मुख्यालयातील कोणीतरी माझ्या मार्गात मुद्दाम अडथळा आणला असेल.'[२२]

मलाकांद मोहिमेच्या दोन वर्षं आधी त्याहून खूप जास्त महत्त्वाची ठरलेली एक कारवाई झाली होती. मलाकांदच्या थोडंसं उत्तरेला असलेल्या चित्राळ या लहानशा राज्यातील तरुण राजाच्या महालाला ब्रिटिश-भारतीय फौजेच्या छोट्या तुकडीनं

दीर्घकाळ वेढा घातला होता. अगदी शेवटच्या क्षणी हा वेढा उठवण्यात आला. काहींनी या घटनेची तुलना १८८४-८५ मध्ये गॉर्डननं खरतौमला घातलेल्या वेढ्याशी केली होती.[२३] तर चित्राळच्या मोहिमेवेळी मेजर जनरल सर रॉबर्ट लोव यांच्या अधिकाराखाली ब्रिटिश दलांनी मलाकांद खिंडीमध्ये मोठी खळबळ उडवली. या वेळी लोव यांच्यासोबत फ्रान्सिस यंगहजबंड हे चित्राळचे माजी राजकीय अधिकारी होते, तेव्हा ते *'द टाइम्स'*चे वार्ताहर म्हणून सोबत आले होते आणि कालांतराने १९०४ मध्ये नेपाळकडे कूच केलेल्या मोहिमेत ते ब्रिटिशांचे दूत म्हणून सहभागी झाले होते. त्यांनी १८९५ मध्ये लिहिलेलं *'द रिलीफ ऑफ चित्राळ'* हे पुस्तक उच्चांकी खपाचं ठरलं आणि पुढे १८९८ मध्ये विन्स्टन यांनी लिहिलेल्या पुस्तकालाही निःसंशयपणे याच पुस्तकातून प्रेरणा मिळाली. आपण अशा मोहिमेत केवळ सैनिक म्हणून भाग घेऊन थांबणार नाही, तर त्याबद्दल लिहूसुद्धा, असा निर्धार त्यांनी आधीच केला होता.

दलामधील अधिकाऱ्यांची नेमणूक आधीच केली आहे; त्यामुळे 'तुमची नेमणूक करणं शक्य होणार नाही', असं ब्लड यांनी ऑगस्टमध्येच विन्स्टनना सांगितलं होतं; पण विन्स्टन युद्ध वार्ताहर म्हणून या आघाडीला भेट देऊ शकतात. त्यादरम्यान दलामध्ये एखादं पद रिकामं झालं तर तिथे विन्स्टनना घ्यायचा प्रयत्न करता येईल, असं ब्लड यांनी सुचवलं. महिना अखेरीस उत्तरेकडे जाणाऱ्या ट्रेनमध्ये बसल्यावर विन्स्टन यांनी त्यांचा भाऊ जॅकला पत्र लिहिलं. आपण नक्की कोणत्या वर्तमानपत्रासाठी लेख लिहिणार आहोत, याची सध्या काहीच कल्पना नसल्याचं त्यांनी या पत्रामध्ये म्हटलं होतं. सप्टेंबरच्या सुरुवातीला ते मलाकांदमधील तळावर पोहोचले. *'डेली स्टार'*मध्ये त्यांचे वार्तालेख छापून येतील, अशी तजवीज आई जेनीनं केली होती. त्या संदर्भात आईला आश्वस्त करणारं पत्र विन्स्टन यांनी पाठवलं :

> 'माझ्या नशिबावर माझा विश्वास आहे- या जगात हेच काम करायची माझी इच्छा आहे. माझी गैरसमजूत झाली असेल- तरीही काय फरक पडतो? माझं आत्तापर्यंतचं आयुष्य आनंदात गेलं. ते संपताना मला दुःख होईलच; पण ते दुःख मला बहुधा कधीच जाणवणार नाही. अशी जोखीम उचलण्यामागे माझी अनेक कारणं आहेत, हे तू निश्चितपणे समजून घेशील. लॉर्ड फिनकॅसल सेनाधिकारी आणि *'द टाइम्स'*चे वार्ताहर यांना अलीकडच्या एका कामगिरीसाठी व्हिक्टोरिया क्रॉस मिळणार आहे. गोळीबारातून त्यांनी एका जखमी माणसाला वाचवलं होतं. मला अर्थातच ती आकांक्षा नाही; पण इथल्या दलांमध्ये दाखल होण्याची

संधी माझ्या वर्तनामुळे मला मिळेल, असा विचार मात्र मनात येत राहतो. काहीही असो- मी या खेळात मनापासून सहभागी होणार आहे आणि यामध्ये मी हरलो तर दुसऱ्या कशातच जिंकू शकणार नव्हतो, हे स्पष्ट होईल. काही कटू प्रसंग उद्भवलाच, तर त्याची जखम निश्चितच कायम सलत राहील- आणि या जगाचा निरोप घेताना मला, आपण मूल्यवान असं काही जगलोच नाही असं वाटून जाईल; पण प्रत्येक खेळात काही ना काही गमवावं लागतंच. सुदैवानं अशा वेळी अडचणी चांगल्याच ठरतात.'[२४]

हा खेळ धोकादायक होता, हे लवकरच स्पष्ट झालं. चित्राळमधील स्थानिकांनी बेभान शौर्यानं लढा दिला. कित्येक ब्रिटिश व भारतीयांची मुंडकी त्यांनी छाटली, कित्येकांना थेट मारलं व जखमी केलं. विन्स्टन यांनी त्यांच्या पुस्तकाच्या (आपल्या आजच्या अपेक्षेपेक्षाही जास्त काळ हे पुस्तक प्रकाशनात होतं.) सुरुवातीच्या

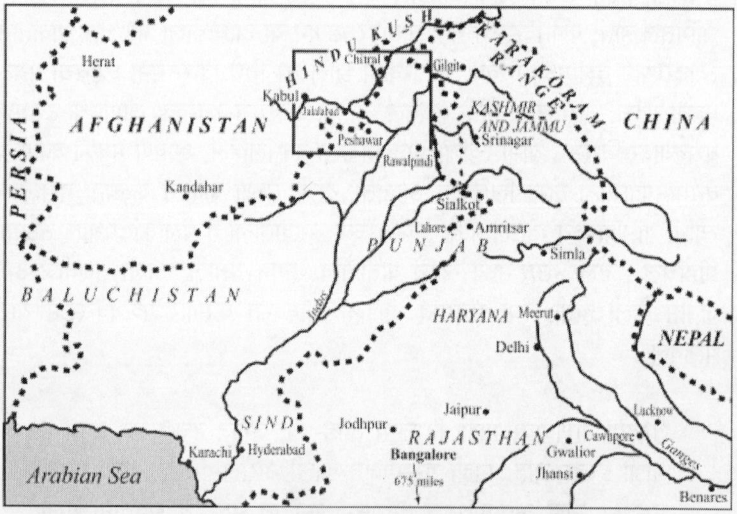

मसुद्यामध्ये वापरलेले शब्द किपलिंगपासून लाखो मैल दूरचे होते :

नकाशा १ : वायव्य आघाडी (आधुनिक सीमा)

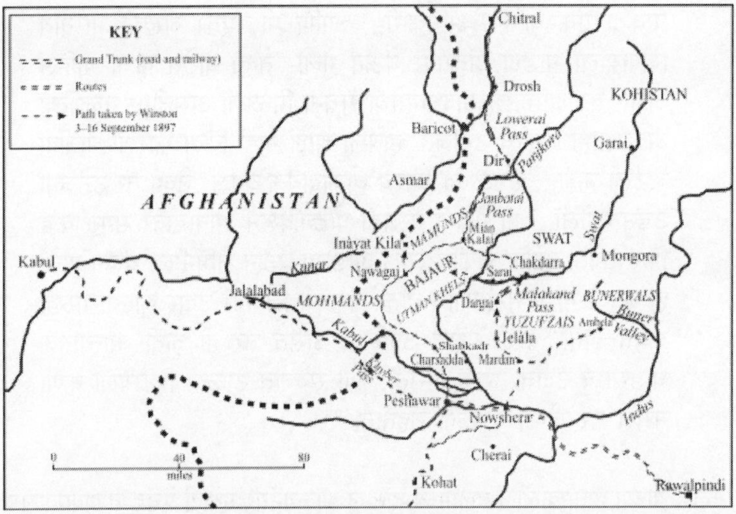

ग्रँड ट्रम्क मार्गाच्या उत्तरेकडील आदिवासी प्रदेशांमध्ये मलाकांद खिंड आहे. हा मार्ग कलकत्त्याला रावळपिंडी व पेशावर यांच्याशी जोडायचा. १८९५ च्या मोहिमेचं लक्ष्य असलेल्या चित्राळकडे जाण्याचा हा मुख्य मार्ग होता. सप्टेंबर १८९७ मध्ये चर्चिल यांनी नोवशेरामधील सैनिकी तळावरून या खिंडीच्या दिशेनं बस्तान हलवलं.

> ‘हे इथले आदिवासी म्हणजे पृथ्वीवरचे सगळ्यांत दैन्यावस्थेतले आणि पाशवी जीव आहेत. रानटी पशूंपेक्षा आपण अधिक क्रूर, अधिक धोकादायक, अधिक विध्वंसक व्हायचं आहे, एवढंच त्यांची बुद्धी त्यांना सांगते. ते कडवे धर्माभिमानी आहेत आणि त्यांचा धर्म रक्तपात व हत्याकांड यातूनच आदरास पात्र ठरतो. त्यांच्या सवयी घाणेरड्या आहेत. त्यांना नीतिमत्ता अशी नाहीच. ख्रिस्ती सभ्यतेतील व्यापक मानवी सहानुभूतीच्या संवेदनेबाबत पूर्ण आदर राखूनही मला असं म्हणावंसं वाटतं की, या खोऱ्यांमधील ही विनाशक कीटकांची लागण समूळ नष्ट करायला हवी, तरच मानवतेच्या आनंदात भर पडेल आणि मानवजातीच्या प्रगतीला गती मिळेल.’[२५]

क्युबामध्ये विन्स्टन युद्धातील चकमकीला सामोरे गेले होते; पण मलाकांदमध्ये त्यांच्यासमोर उभा ठाकलेला धोका त्याहून कितीतरी पटींनी जास्त होता. याला त्यांनी उचललेली जोखीमही अंशतः कारणीभूत होती :

‘एकदा एक कनिष्ठ अधिकारी... आणि मी, एका जखमी भारतीय शिपायाला थोड्या अंतरावर घेऊन गेलो, तेव्हा वाटेत कुणी पाहिलं असतं तर आम्हाला सावधानतेची सूचना मिळाली असती... मला त्या अवस्थेतही काहीच उत्तेजित व्हायला झालं नाही किंवा फारशी भीतीही वाटली नाही... सगळं खरोखरच धोकादायक बनलं, तेव्हा तर उत्तेजना उडूनच गेली... मी माझ्या राखाडी घोड्यावरून आघाडीवर सगळीकडे फिरत होतो आणि बाकीचे लोक आडोसा घेऊन जमिनीला धरून होते. हा बहुधा माझा मूर्खपणाच होता; पण मी जिवावर उदार झाल्यासारखा वागत होतो. कुणी प्रेक्षक उपस्थित असते तर ही कृती आत्यंतिक धाडसी व उदात्त ठरली असती; पण सज्जात टाळ्या पिटायला कुणी नसेल तर गोष्टी वेगळ्या राहतात.’[२६]

ब्लड यांच्या हाताखालील दलामध्ये दाखल झाल्यानंतर एकदा प्रचंड तणावाखालच्या परिस्थितीत विन्स्टन एका भारतीय तुकडीसोबत होते :

‘तिथला कर्नल मला म्हणाला, ‘बफ्स दलं जेमतेम अर्धा मैलावर असतील. त्यांना लवकर जाऊन सांग, नायतर आपला खेळ खलास होईल.’ मी या कामावर निघायला वळतो ना वळतो तेवढ्यात माझ्या डोक्यात एक आनंदी विचार चमकला- माझ्या कल्पनेत सगळी तुकडी खलास झाली होती आणि डिव्हिजनल जनरलचा देखरेख अधिकारी असलेला मी एकटाच जिवंत उरलो होतो. श्वास रोखून थांबलेलो. ‘सर, हा आदेश मला लेखी द्यावा,’ मी म्हटलं. त्यावर कर्नल चमकला, मग गांगरलेल्या अवस्थेत त्यानं अंगरख्याच्या खिशात हात घातला आणि वही बाहेर काढून लिहू लागला.’[२७]

थोड्या वेळानं तशीही बफ्स दलं आलीच. प्राणघातक धोका समोर असताना, दलातील जवानांचा जीव गोत्यात आलेला असताना, विन्स्टनना मात्र इतरांच्या नजरेतील स्वतःच्या प्रतिमेची चिंता लागलेली होती. वापरात नसलेली असंख्य अस्त्रं या मोहिमेनंतरच्या प्रतीकात्मक शरणागतीत त्यागण्यात आली. मलाकांदमधील किल्ले व गावं उद्ध्वस्त झाली. त्यानंतर बंगलोरला आल्यावर विन्स्टनना कळलं की, त्यांचा उल्लेख सैनिकी अहवालामध्ये करण्यात आला आहे.[२८] यादरम्यान आईला लिहिलेल्या पत्रात ते म्हणतात :

'आघाडी रेषेवर राखाडी घोड्यावरून फिरणं हा काही साधारण अनुभव नाही; पण मला खूप जोखीम उचलावी लागली आणि त्यामध्ये यशही आलं. सप्टेंबरमधील अठरा, तेवीस व तीस अशा तीन दिवशी मी असा फेरफटका मारला; पण माझ्या वरिष्ठांपैकी कोणालाच अधिकृतरीत्या काही नजरेस पडलं नाही. फक्त शेवटच्या वेळी बिचाऱ्या जेफ्रीजनं तो पांढरा घोडा पाहिला- हा जेफ्रीज माणूस म्हणून चांगला आहे; पण सेनाधिकारी म्हणून बिचारा आहे. माझं दैव बलवत्तर म्हणून त्या बिचाऱ्याची तेवढीच नजर माझ्यावर पडली. शेवटी तत्त्वज्ञासाठी बंदुकीच्या गोळ्या विचार करण्याजोग्या नसतात, मम्मा. शिवाय माझा अहंकार इतका मोठा आहे की, माझ्याइतक्या सक्षम जिवाचा नीरस शेवट व्हावा, हे खुद्द देवांनाही मान्य नसेल, असं मला वाटतं.'[२९]

डिसेंबर १८९७ मध्ये जेनीला लिहिलेल्या आणखी एका पत्रात विन्स्टन यांनी आपल्या भावना अधिक स्पष्ट केल्या होत्या : 'जगातील इतर कोणत्याही गोष्टीपेक्षा मला वैयक्तिक धैर्याची ख्याती मिळवण्याची जास्त आकांक्षा आहे.' त्याच दिवशी विन्स्टन जॅकला म्हणाले : 'विशेषतः शालेय जीवनामध्ये मी अनेक अर्थांनी भित्रा होतो; त्यामुळे वैयक्तिक धैर्याची ख्याती मिळवण्याची माझी आकांक्षा खूप मोठी आहे.'[३०] त्याहून महत्त्वाचं म्हणजे, युद्धातील चकमकीमध्ये वावरल्याने आपल्याला 'राजकीय जीवनासाठीचा पाया मिळेल', अशी त्यांची धारणा होती.[३१] परंतु मलाकांदमधील मोहिमेत वापरण्यात आलेल्या व्यूहरचनांविषयी त्यांचे काही आक्षेप होते. या आघाडीवरचा प्रदेश ताब्यात घेण्याचा ब्रिटिशांचा निर्णय त्यांना पटलेला नव्हता : 'ही मोहीम आर्थिकदृष्ट्या विनाशकारी होती. नैतिकदृष्ट्या विकृत होती. सैनिकी बाजूनंही त्याबाबत प्रश्नचिन्हच होतं आणि राजकीयदृष्ट्या ही घोडचूक होती.'[३२] यातील पाशवीपणा एकांगी नव्हता, हेही त्यांनी पाहिलं होतं : '... आपण खूप क्रूर लोक आहोत, यामध्ये काहीच संशय नाही. मलाकांदमध्ये शिखांनी एका जखमी माणसाला भट्टीत टाकलं आणि जिवंत जाळलं.'[३३]

'इथले आदिवासी लोक जखमी लोकांचा छळ करतात आणि मृतांना छिन्नविछिन्न करतात. हाताला लागलेला माणूस जखमी असो वा नसो, दलं त्याला सोडतच नाहीत. युद्धभूमीवरील रुग्णालय आणि जखमींना वाहून नेणारी पथकं यांना शत्रू विशेषतः लक्ष्य करतो. उन्हाळ्यासाठी पाणी आणण्याचं काम ज्या रणगाड्यांद्वारे होतं, तेच आम्ही उद्ध्वस्त करतो. तू कदाचित डम-डम बुलेटविषयी ऐकलं असशील, ती आम्ही

> या कामासाठी वापरतो. त्यातून भयंकर परिणाम साधतो. हे सगळं विषण्ण करणारं आहे.'[३४]

विन्स्टन यांनी *'द स्टोरी ऑफ द मलाकांद फिल्ड फोर्स'* या पुस्तकाद्वारे ही मोहीम व्यापक वाचकवर्गापर्यंत पोहोचवली. फिनकॅसलच्या पुस्तकाला मागे टाकण्यासाठी विन्स्टन यांचं पुस्तक गडबडीनं छपाईसाठी गेलं. परिणामी, त्यात अनेक मुद्रणदोष राहून गेले. 'सुमारे २०० छपाईच्या चुका, त्रुटी, घोडचुका' झाल्याची नोंद विन्स्टन यांनी केली आहे. या वाईट अनुभवामुळे पुढील काळात त्यांनी सर्व पुनर्लेखन व संपादन प्रकाशकाच्या मुद्रणप्रतींवरच करायचा नियम घालून घेतला आणि तो काटेकोरपणे पाळला- त्यासाठी ते पदरमोड स्वीकारायलाही तयार होते. पहिल्या पुस्तकाचं प्रकाशन 'ही माझ्या आयुष्यातील सर्वांत लक्षणीय घडामोड होती' असं ते मानत. मार्च १८९८ ते जानेवारी १८९९ या काळात या पुस्तकाच्या ८५०० हजार प्रती छापण्यात आल्याचाही त्यांना आनंद होता. त्यांच्या पुढील पुस्तकांनी अक्षरशः पैशाचा पाऊस पाडला, तसं काही या पहिल्या पुस्तकाबाबत घडलं नव्हतं; पण तरीही युद्धआघाडीवर उपस्थित नसलेल्या दूरच्या प्रेक्षकवर्गापर्यंत स्वतःचं गुणप्रदर्शन पोहोचवण्याची संधी त्यांना या निमित्तानं मिळाली.

एक मोहीम सुरक्षितपणे संपल्यानंतर आता बंगलोरमधील निष्क्रियतेबद्दल विन्स्टनना जास्तच असमाधानी वाटू लागलं. त्यांना नवीन मोहिमेचे वेध लागले होते. जेनीला लिहिलेल्या एका पत्रात ते म्हणतात :

> 'मी स्वतःला चांगलं ओळखतो आणि माझ्या स्वभावाच्या भपकेबाज व भयाण बाजूशीही माझा परिचय आहे; पण मला स्वतःविषयी लाज वाटत नाही अशी एकच परिस्थिती नोंदवायची असेल, तर ती युद्धभूमी हीच आहे. संधी मिळाल्या-मिळाल्या मला तिथे परतायची इच्छा आहे... आता इजिप्तवर लक्ष ठेवून राहा. मलाकांदमधील आघाडीपेक्षा तिथे बरंच सुरक्षित आहे. सोळा तारखेला झालेल्या चकमकीत आम्ही १०००पैकी १५० सैनिक गमावले. याला आम्ही चकमक म्हणतो. (सुदानमधील) फर्कत इथे १०,०००पैकी ४५ जणांना प्राण गमावावे लागले. याला ते लढाई म्हणतात.'[३५]

सुदानमधील या मोहिमेची बीजं १८८४ च्या पराभवात होती. खारतौममध्ये मुहम्मद अहमद यांच्या ('महदी' म्हणजे अपेक्षित मार्गदर्शक या संबोधनानं ते परिचित होते) प्रेरणेखाली सुरू झालेला जनविद्रोह शमवण्यासाठी १८८४ मध्ये ऊर्जा व करिश्मा

असलेले मेजर जनरल चार्ल्स गॉर्डन यांना पाठवण्यात आलं. महदी यांच्या दरविश अनुयायांनी पहिल्यांदा ब्रिटिश नेतृत्वाखालील इजिप्शियन सैन्याचा पाडाव केला, मग खारतौम काबीज करून जानेवारी १८८५ मध्ये गॉर्डन यांना मारून टाकलं. लगेचच गॉर्डन यांना हुतात्मा ख्रिस्ती योद्धा म्हणून नावाजण्यात आलं आणि या पराभवाच्या धक्क्यानं जवळपास सरकार खाली पडायला आलं होतं. बचावासाठी पाठवण्यात आलेली कुमक वेळेत खारतौममध्ये पोहोचू शकली नव्हती. त्यानंतर काही वर्षं ब्रिटिशांना या आघाडीवर हालचाल करता आली नाही. १८९८ मध्ये उत्साही व साधूसदृश व्यक्तिमत्त्वाचे शाही अभियंते होराशियो हर्बर्ट किचनर यांच्या नेतृत्वाखाली अँग्लो-इजिप्शियन सैन्य पुन्हा एकदा सुदान काबीज करायला तयार झालं.

या मोहिमेत सहभागी व्हायला विन्स्टन उतावीळ झाले होते. आपल्याला तिथे जाता यावं यासाठी जेनीनं 'ओळखीतल्या सर्व लोकां'कडे प्रयत्न करून पाहावेत, असं ते पत्रांमधून सातत्यानं विनवत होते. किचनर हे काही स्त्रियांशी अवाजवी सलगी करणाऱ्यातले नव्हते; त्यामुळे जेनीची मोहिनी त्यांच्यावर पडणार नव्हती. मग विन्स्टन यांनी असाधारण पाऊल उचलत थेट पंतप्रधान लॉर्ड सॅलिसबरी यांना पत्र लिहिलं. 'एक, खारतौम काबीज करण्याचा क्षण ऐतिहासिक असणार आहे; दोन, मी या मोहिमेवर पुस्तक लिहू शकेन आणि त्यातून मला पैशांसोबत इतरही अनेक अर्थांनी फायदा होईल,' असं त्यांनी प्रांजळपणे पत्रात नमूद केलं होतं.[३६] शेवटी विन्स्टनना हवं होतं ते मिळालं. एकविसाव्या लँसर्स तुकडीसोबत अधिसंख्य लेफ्टनंट म्हणून त्यांना पाठवण्यास युद्ध कार्यालयानं मान्यता दिली. या मोहिमेत ते मृत्युमुखी पडले किंवा जखमी झाले, तर त्याचा कोणताही अधिभार ब्रिटिश सैन्याच्या तिजोरीवर पडणार नाही, असंही कार्यालयानं त्यांना स्पष्टपणे सांगितलं होतं. विन्स्टन यांनी तत्काळ स्वतःच्या रेजिमेन्टकडे रजेचा अर्ज केला आणि इतक्या वाकड्यातिकड्या मार्गानं ते इजिप्तला रवाना झाले की, अर्ज नाकारला गेला असता तरीही त्याची सूचना त्यांच्यापर्यंत पोहोचण्याची शक्यताच मावळली (मार्सेलिसहून 'घृणास्पद ब्रिटिश खलाशांनी भरलेल्या एका गलिच्छ प्रवासा'ची किंमत आपण यासाठी मोजल्याचं विन्स्टन यांनी नोंदवलं आहे). अखेर २१ तारखेला ते कैरोमध्ये दाखल झाले. पुन्हा एकदा नशीब त्यांच्या साथीला आलं. अब्बासियामधील दलांपर्यंत पोहोचायला त्यांना बराच उशीर झाला; त्यामुळे दक्षिणेकडे जाणाऱ्या तुकडीमध्ये त्यांची वर्णी लागली नाही; पण त्या तुकडीसोबत गेलेल्या अधिकाऱ्याला ओम्डुरमान इथे प्राण गमावावे लागले. अन्यथा विन्स्टनच त्याच्या जागी असते.

या मोहिमेच्या काळात विन्स्टन यांनी पाठवलेली खूपच थोडी पत्रं आता टिकली आहेत. शिवाय तिथे ते कामात इतके व्यग्र होते की, *'मॉर्निंग पोस्ट'*साठी

कबूल केलेले लेखही वेळच्या वेळी पाठवणं त्यांना अवघड जाऊ लागलं. या मोहिमेसंबंधीच्या विन्स्टन यांच्या नोंदीसाठी *'रिव्हर वॉर'*च्या (१८९९) दोन खंडांवरच आपल्याला विसंबून राहावं लागतं. या ग्रंथाच्या पहिल्या आवृत्तीमध्ये किचनर यांच्यावर थोडीफार टीका झाली आहे; पण १९०२ मध्ये एकाच खंडात प्रकाशित झालेल्या दुसऱ्या आवृत्तीत अधिक सावध मांडणी आहे. ओम्डुरमानमधील निर्णायक लढाईनंतर त्यांनी भावी सेनाधिकारी इआन हॅमिल्टन (पुढे १९१५ मध्ये गल्लिपोली इथे हॅमिल्टन यांच्याच अपयशाचा मोठा परिणाम खुद्द विन्स्टनच्या कारकिर्दीवर झाला) यांना सांगितलं की :

> '(दरविश) जखमींना मिळणाऱ्या लांच्छनास्पद वागणुकीविषयीची माझी टिप्पणी पुन्हा त्याच्यापर्यंत (किचनर) पोहोचवली. एकूणच इथली परिस्थिती काहीशी बिघडलेली आहे. तो महान सेनाधिकारी आहे; पण अजून त्याच्यावर सभ्य माणूस असल्याचा आरोप झालेला नाही. सूर्यावर दगडफेक करणं अवघड असतं आणि माझ्या वैयक्तिक नावडीची छाया माझ्या विचारावरही पडलेली असावी; पण माझं निरीक्षण बरोबर असेल, तर त्याला सुरुवातीपासून शेवटपर्यंत ठाम विश्वास होता आणि नशीब सुरुवातीपासून त्याच्या सोबतीला होतं.'[३७]

या मोहिमेचं नियोजन सुरुवातीपासून अतिशय काळजीपूर्वक करण्यात आलं होतं. किचनर यांना त्यांचे २५,००० जवान खारतौमच्या अगदी जवळ आणून ठेवता यावेत, यासाठी वादी हलफा ते आतबरा या ठिकाणांदरम्यानचं ३८५ मैलांचं अंतर कापणाऱ्या 'सुदान सैनिकी रेल्वे'साठीचं बांधकाम आधीचं सुरू करण्यात आलं होतं. शिवाय ब्रीच-लोडिंग रायफली, मशिनगन आणि गनबोट आदींनी सज्ज पायदळ सोबत असल्याचा लाभही अँग्लो-इजिप्शियन सैन्याला झाला. हिलरे बेलॉक यांनी *'द मॉडर्न ट्रॅव्हलर'*मध्ये (१८९८) म्हटलं ते इथे सयुक्तिक ठरतं :

> व्हॉटएव्हर हॅपन्स, वी हॅव गॉट
> द मॅक्झिम गन, अँड दे हॅव नॉट

ओम्डुरमानमध्ये २ सप्टेंबर १८९८ रोजी झालेली लढाई 'न भूतो न भविष्यति' प्रकारातली असल्याचं विन्स्टननी जाणलं होतं. अशा प्रसंगी त्यांचं गद्य किती सफाईदार उंचीवर जायचं, याचा दाखला म्हणून *'माय अर्ली लाइफ'*मधील पुढील उतारा पाहता येईल :

‘ओम्डुरमान लढाई एकमेवाद्वितीय होती. युद्धांना ज्या भव्य व उदात्त संघर्षांमुळे वलय प्राप्त झालं आहे, त्या संघर्षांच्या प्रदीर्घ मालिकेत ओम्डुरमान लढाईची नोंद अखेरचा दुवा म्हणून होईल. या लढाईत सगळं उघड्या डोळ्यांना स्पष्टपणे दिसत होतं. वाळंवटी प्रदेशातील रुक्ष भूमीवरून दलं कूच करत होती, कारवाया करत होती. याच प्रदेशातून विस्तृत पात्रासह नाईल वाहत जाते- कधी पोलादी, कधी पितळी. घोडदळ शिस्त पाळत, तरीही वाऱ्याच्या वेगानं धावत होते आणि पायदळ किंवा भालेकरी सैनिक रांगांमध्ये किंवा गर्दी करून प्रतिकारासाठी उभे होते. त्या महाकाय नदीच्या दुतर्फा अधूनमधून उभ्या असलेल्या खडकाळ टेकड्यांवरून हे सगळं दृश्य अगदी सूक्ष्म तपशिलांसह नजरेस पडत होतं. मध्येच गूढरीत्या मृगजळाच्या भासांनी त्यातील काही तपशील अंधूक व्हायचे, एकमेकांत मिसळायचे. परिमित आणि अपरिमित असलेल्या सगळ्या गोष्टी आखीवरेखीव रूपांमध्ये साकारल्या जात होत्या आणि मग अवास्तव आणि भ्रामक प्रकाशात लुप्त होत होत्या. चकाकणाऱ्या पाण्याच्या लांब पट्ट्या जवानांच्या ढोपरांना आणि कंबरेला छेदून गेल्यासारख्या दिसत होत्या- खरंतर तोही वाळवंटाचाच भ्रम होता हे आम्हाला कळत होतं. गडद तपकिरी पिवळट स्फटिकसदृश जगातून तोफखाना व घोडदळं प्रकट व्हायची आणि गर्द जांभळी छाया टाकणाऱ्या लाल-काळ्या टोकदार खडकांमध्ये आपापल्या जागा घ्यायची. आकाशाच्या महाकाय घुमटाचा रंग करडेपणाकडून आकाशीकडे, आकाशीपणातून गडद निळ्याकडे बदलत चालला होता, त्यातून तळपत्या सूर्याची किरणं छेदून येत होती आणि कूच करणाऱ्या जवानांच्या मानांवर व खांद्यांवर त्याचा जोरदार तडाखा बसत होता.’[३८]

विन्स्टन काही निष्क्रिय प्रेक्षक नव्हते. संख्येनं प्रचंड, पण शस्त्रांच्या बाबतीत अतिशय दुय्यम असलेलं दरविश सैन्य वेगानं मार्गक्रमण करतं आहे, हा संदेश १ सप्टेंबर रोजी किचनर यांना द्यायचं काम विन्स्टननीच केलं होतं.

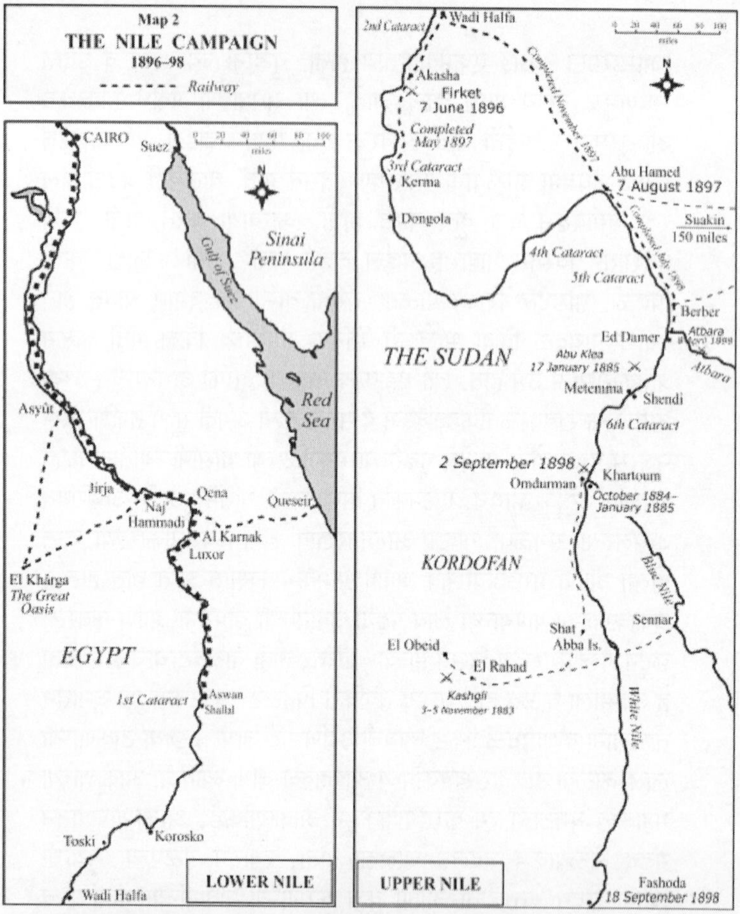

गॉर्डन यांच्या सुटकेसाठी जाणाऱ्या १८८४-८५ च्या मोहिमेला ज्या दीर्घ वाळंवटानं अडचणीत आणलं होतं, तो मार्ग किचनर यांनी टाळला. वादी हल्फापासून साधारण ३८५ मैलांवर असलेल्या आत्बरापर्यंत सुदान सैनिकी रेल्वे पोहोचली होती, त्यामुळे त्यांना स्वतःची दलं ओम्डुरमानपासून अतिशय जवळ आणून ठेवणं शक्य झालं.

त्यांची वाटचाल अशीच होत राहिली, तर तासाभरात युद्धाला तोंड फुटणं निश्चित होतं. अनेक वर्षांची तयारी आणि तीन वर्षांची युद्धपरिस्थिती यातून आता या प्रसंगाला तोंड देण्यासाठी सुसज्ज असणं आवश्यक होतं. काही समीकरणं चुकली असती, मोहिमेची तयारीच पुरेशी सक्षम नसती किंवा लढायांमध्ये अनेकदा होतात तसे अपघात किंवा दुर्दैवाचे

फेरे आले असते, तर ही मोहीम धुळीस मिळाली असती. सरदार (किचनर) शांत होते. त्यांचा आत्मविश्वास उर्वरित सहकाऱ्यांपर्यंत पोहोचत होता. 'आपल्याला याहून चांगली संधी मिळालीच नसती. युद्धासाठी हा प्रदेश चांगला आहे. ते आज येऊ देत नाहीतर उद्या येऊ देत,' असं बोललं जाऊ लागलं.[३९]

दरविशांचं नेतृत्व महदी यांच्यानंतर खलिफा यांच्याकडे आलं होतं; त्यांनी हल्ल्याची तारीख २ सप्टेंबरपर्यंत लांबवली. आदल्या संध्याकाळी किचनर यांनी आपल्या सहा पथकांपैकी पाच पथकांना नाईलकडे पाठ करून सज्ज केलं. साधारण २००० यार्डांच्या अर्धवर्तुळामध्ये हे सैनिक उभे होते आणि दरविशांनी रात्रीच्या वेळी हल्ला केला, तर सावधगिरी बाळगण्यासाठी पुढच्या बाजूला जाड काटेरी कुंपण लावण्यात आलं होतं. त्यासोबत नावांमधून पूरक गोळीबाराची तजवीजही करून ठेवली होती. पहाटेच्या वेळी दरविशांनी आक्रमण केलं, तेव्हा किचनर यांच्या तोफखान्यानंच त्यांना थोपवलं आणि त्यानंतर रायफली व मशिनगन यांच्या माऱ्यानं त्यांना नामोहरम करून सोडलं. उमेद पूर्णपणे खचवून टाकणारी प्राणहानी होत असूनही दरविशांनी आपले प्रयत्न सोडले नाहीत, यावरून त्यांच्या शौर्याची कल्पना यावी; पण त्यातील मोजक्याच लोकांना अँग्लो-इजिप्शियन दलांपासून जेमतेम ३०० यार्डांपर्यंत पोहोचता आलं.

सकाळी साधारण साडेआठ वाजता, दक्षिणेकडे ओम्डुरमानच्या दिशेलाही दरविशांना माघार घेता येऊ नये यासाठी हल्ला तीव्र करण्याचे आदेश २१व्या लँसर्स तुकडीचे प्रमुख कर्नल मार्टिन यांना देण्यात आले. विन्स्टन आता त्यांच्या रेजिमेन्टमध्ये परतले होते आणि जुन्या ढंगाच्या घोडदळाच्या मोहिमेत त्यांनी सहभाग घेतला.[४०] दरविशांच्या पायदळात लँसर्स तुकडीनं वेगानं उजवीकडून डावीकडे मुसंडी मारली, तेव्हा सर्व दरविश सैनिकांकडे फक्त भालेच आहेत असा त्यांचा समज होता; पण अनेक दरविशांनी गुडघ्यावर बसून गोळीबार सुरू केला आणि ब्रिटिश दलं चमकली. दरविश गोळ्यांनी काही लँसर्स घोडेस्वारांवर निशाणा साधला, त्याबरोबर ब्रिटिश अधिकाऱ्यांना आपल्यासमोर दोनच पर्याय उरल्याचं लक्षात आलं : एक- डावीकडे सरकून पळून जाणं आणि मग जखमींना नेण्यासाठी परत येणं (हा 'टुकार पर्याय' असल्याचं विन्स्टनना वाटत होतं), दोन- तसंच सरळ पुढे घुसून आक्रमण तीव्र करणं. या लढाईत पुढे काय झालं ते विन्स्टन यांनी २९ सप्टेंबरच्या त्यांच्या मूळ वार्तापत्रात नोंदवलं आहे :

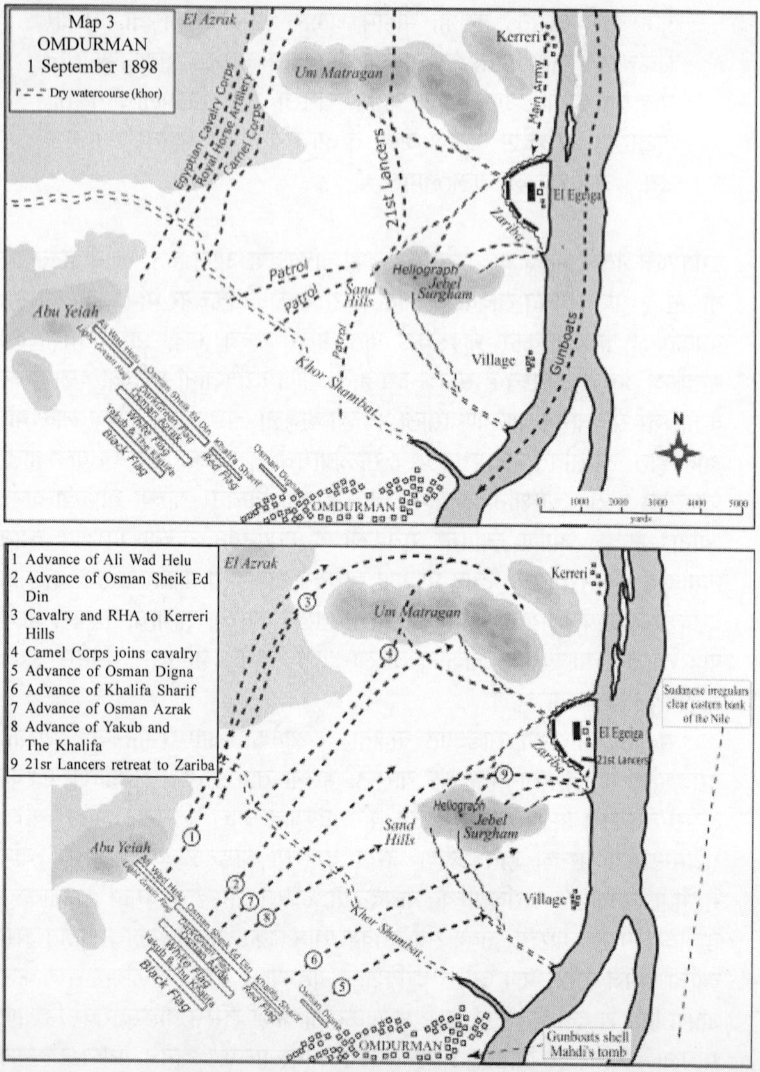

१ सप्टेंबर १८९७ रोजी किचनर यांचं सैन्य आणि सोबत सशस्त्र नौका नाईलकडून दक्षिणेकडे एल एजिआ ओम्डुरमानच्या उत्तरेकडे सरकल्या. त्या दिवशी दुपारनंतर दरविश सैन्य किचनर यांना भीती घालण्यासाठी पश्चिमेकडून पुढे चालून आलं.

बिगुल 'अगदी रांगेत उभारल्यासारखा' वाजला. क्षणार्धात रेजिमेन्ट उत्कृष्ट शिस्तीत त्या रायफलधारकांच्या दिशेनं निघाली. फारसं अंतर नव्हतं; पण अर्धं

अंतर पार झाल्यावर लक्षात आलं की, रायफलधारी दरविश सैनिकांपेक्षाही भयंकर काहीतरी पुढे वाढून ठेवलेलं आहे. जमिनीवरच्या एका चरामध्ये- नेहमीच्या रचनेत पूर्णतः लपून जाईल अशा रीतीनं- एक लांबच्या लांब, पांढऱ्या वेषातील पुरुषांची घनदाट गर्दी जमलेली होती. लांबी बघितली तर आमच्या आघाडीएवढी त्यांची रांग होती. साधारण बारा फूट खोलावर ते उभे होते. हा आमच्यासाठी निःसंशयपणे आश्चर्याचा धक्का होता; पण पुढच्या घटनाक्रमानं तेही तेवढेच आश्चर्यचकित झाले असावेत. आमचं घोडदळ इथून पुढेही कूच करेल, हे त्यांनी अपेक्षित धरलं असेल असं मला वाटत नाही. अनपेक्षिततेला आणखी झटका देत लँसर्स तुकडीनं वेग वाढवला. इतक्या अभेद्य मानवी रेषेला भेदून जाण्यासाठी आवश्यक गती प्रत्येक ब्रिटिश जवानाच्या अंगात भिनली होती; पण काही सेकंदांमध्येच हा खेळ आटोपला. प्रचंड वेगानं आणि काटेकोर शिस्तीत ब्रिटिश तुकडी दरविशांच्या गर्दीत घुसली. त्यांच्यातील रायफलधारी सैनिक शूरपणे अखेरपर्यंत गोळ्या झाडत राहिले; पण वैराण वाळवंटात ते गाडले गेले आणि त्यासोबत लँसर्स जवानांनी अक्षरशः शत्रूंच्या भाल्यांवर उडी मारली, त्यांची टोकं आता घोड्यांच्या गुडघ्यांपर्यंतही येत नव्हती.

हट्टी व निग्रही पायदळाला तितकंच हट्टी व निग्रही घोडदळ सामोरं येण्याची अशी वेळ दुर्मिळच म्हणावी लागेल. सर्वसाधारणपणे पायदळ पळून जातं आणि पळताना त्यांना कापून काढलं जातं किंवा ते ठामपणे पाय रोवून उभे राहतात आणि आपल्या छोट्या अस्त्रांनी प्रत्येक घोडेस्वाराला संपवून टाकतात. या लढाईत दोन जिवंत भिंती महाकाय शक्तीसह एकमेकांवर आदळल्या. दरविशांनी ठामपणे आपली जागा पकडून ठेवली. त्यांनी घोड्यांच्या पायांवर मागून वार करायचा प्रयत्न केला. त्यांनी रायफलींची तोंडं शत्रूंच्या अगदी शरीरांमध्ये घुसवून गोळ्या झाडल्या. त्यांनी लगाम आणि चामड्याच्या रिकिबी कापल्या. अगदी रानटी निर्धारानं त्यांनी प्रतिपक्षातील सैनिकांना गळा दाबून किंवा भाले खुपसून मारलं किंबहुना घोडदळाबाबत युद्धात वापरलं जाणारं प्रत्येक साधन त्यांनी वापरून पाहिलं. अनेक घोडे तिथे कोलमडूनही पडले आणि एकेका घोड्यावरून खाली पडलेल्या जवानांवर डझनभर निष्ठुर शत्रू येऊन कोसळत होते.'[४१]

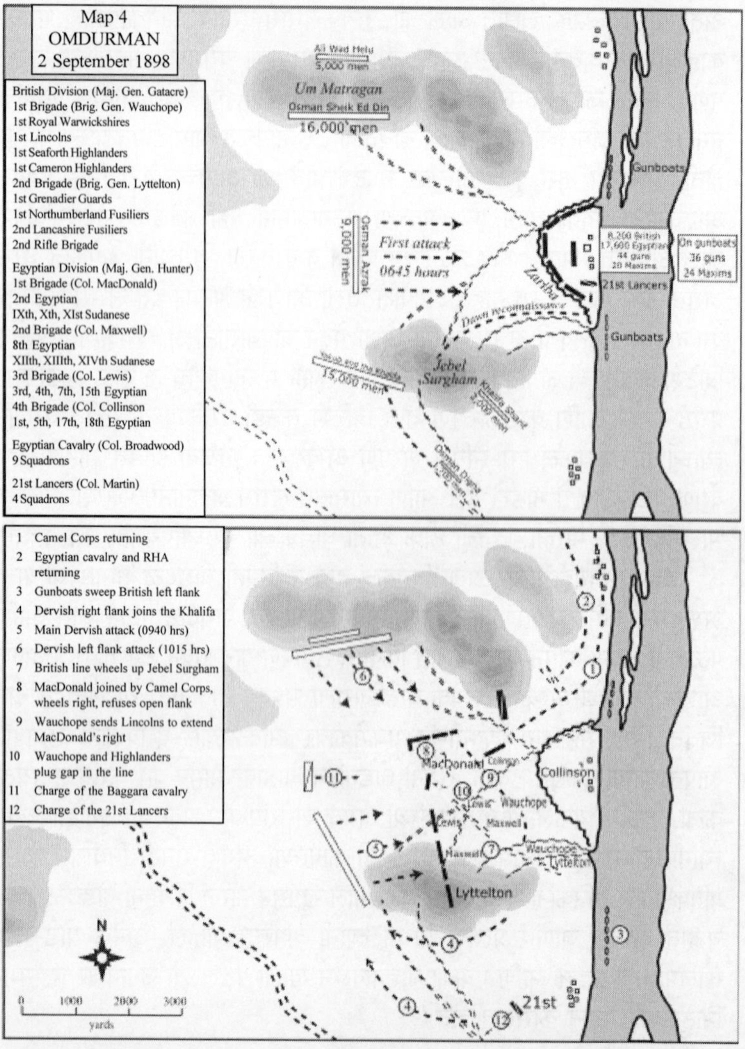

२ सप्टेंबर रोजी दरविश दलांनी किचनर यांच्या पथकांवर शूर हल्ला केला (वरचा नकाशा). लढाई पुढे गेली (खालचा नकाशा) तसतसं किचनर यांच्या दलांनी केलेल्या वेगवान हालचालींमुळे दरविशांचं आक्रमण थोपवलं जाऊ लागलं. दरविश मागे सरले आणि नंतर २१व्या लँसर्स तुकडीनं- यात लेफ्टनंट चर्चिल यांचाही समावेश होता- त्यांच्यावर हल्ला चढवला.

विन्स्टन यांनी तलवार घेऊन पुढे पावलं टाकली; पण दुखऱ्या खांद्यामुळे

आपल्याला तलवारीचा परिणामकारक वापर करता येणार नाही अशी चिंता त्यांना भेडसावत होती; त्यामुळे पुढे जातानाच त्यांनी तलवार म्यान करून ठेवली आणि नवीन मॉसर कंपनीचं स्वयंचलित पिस्तूल बाहेर काढलं. सुदैवानं ते येऊन कोसळले तिथे दरविश केवळ तीन फूट खोल होते; त्यामुळे विन्स्टन यांच्या आगमनानं त्यांची गाळण उडाली. दूर अंतरावरून विन्स्टन पुढे आले : 'मी दुडक्या चालीनं पुढे निघालो आणि समोर आलेल्या व्यक्तींच्या चेहऱ्यांवरच माझ्या पिस्तुलातून गोळीबार सुरू केला, त्यात अनेकांना मारलं- किमान तीनजण तर नक्कीच मेले. आणखी दोघांचा मृत्यूही कदाचित माझ्या गोळ्यांनी झाला असावा, त्याशिवाय एकजण माझ्या गोळीनं मेला का हे जरा जास्त संशयास्पद आहे.' त्यानंतर लँसर्स सैनिक घोड्यांवरून उतरले आणि छोट्या बंदुकांनी त्यांनी दरविशांची चाळण केली; पण या लढाईमध्ये लँसर्स दलांपैकी एक अधिकारी आणि २० जवान मृत्युमुखी पडले आणि चार अधिकारी तसेच ४५ जवान जखमी झाले. हा काही लढाईचा शेवटचा टप्पा नव्हता.

सकाळी नऊ वाजता किचनर यांनी सर्वांना पुढे कूच करण्याचे आदेश दिले, तेव्हा त्यांच्या पथकांमध्ये अंतर पडलं आणि दरविशांनी याचा फायदा घ्यायचा प्रयत्न केला; पण पुन्हा एकदा अचूक लक्ष्य साधणाऱ्या गोळीबारानं त्यांचा प्रयत्न हाणून पाडला. *'माय अर्ली लाइफ'*मध्ये विन्स्टन यांनी या लढाईचं विस्तृत वर्णन केलं आहे. १९१५ मध्ये त्यांना अनेक संकटांना सामोरं जावं लागलं होतं, डार्डनेलस मोहीम अडचणीची ठरल्यावर अनेक समर्थक त्यांच्यापासून दुरावले होते, या सर्व पार्श्वभूमीवर त्यांची ही टिप्पणी आली असावी :

> 'घोडदळाचा हल्ला हा एका अर्थी नेहमीच्या जगण्यासारखाच असतो. तुम्ही धडधाकट असाल, खोगिरावर मांड पक्की असेल, घोडा काबूत असेल आणि शस्त्रसाठा सज्ज असेल, तर शत्रू तुमच्यापासून पळ काढेल; पण रिकिबीवरचा पाय सुटला, लगाम तुटला, शस्त्र खाली पडलं, जखम झाली किंवा घोडा जखमी झाला, तर त्या क्षणी सगळ्या दिशांनी शत्रू तुमच्यावर तुटून पडेल.'[४२]

या मोहिमेत भविष्यातील अनेक घडामोडींचे संकेत मिळाले. या मोहिमेत सोबत असलेले किचनर व चर्चिल कालांतरानं पहिल्या महायुद्धाच्या वेळी मंत्रिमंडळात एकमेकांचे सहकारी होते. ओम्डुरमान चढाईच्या आदल्या दिवशी नाईल नदीच्या काठावर विन्स्टन यांनी एका तरुण नाविक कप्तानाला जमिनीवरील युद्धाविषयीची माहिती दिली. या बदल्यात भेट म्हणून त्यानं विन्स्टन यांच्या दिशेनं शॅम्पेनची एक

बाटली फेकली. ही बाटली पाणथळ जागी जाऊन पडली, तेव्हा कृतज्ञभावानं विन्स्टन तिथपर्यंत चालत गेले. या नाविकाचं नाव डेव्हिड बिट्टी असं होतं. पुढे १९१६ मध्ये ज्यूटलँडमध्ये युद्धनौकेचं नेतृत्व करणारे बिट्टी हे कालांतरानं विन्स्टन यांचे एक नाविकी नायक बनले. पहिल्या महायुद्धाच्या थोडंसं आधी विन्स्टन आरमार मंत्रालयात लॉर्ड होते, तर तरुण बिट्टी त्या वेळी ॲडमिरल झाले होते. ओम्डुरमान मोहिमेचं चित्र बिट्टी यांना गनबोटीवरून कसं दिसलं, असं विन्स्टन यांनी एकदा विचारलं होतं. यावर बिट्टी यांचं उत्तर असं होतं : 'ते सगळं इथून फुगलेल्या सांज्यासारखं दिसत होतं. त्या फुगलेल्या सांज्यावर तपकिरी मनुका विखुरल्यासारखं वाटत होतं.'[४३]

या मोहिमेनं आणि लढाईनं खुद्द विन्स्टन यांची युद्धाविषयीची तीव्र द्विधावृत्ती वाढवली. ओहळातून माघारी परतणं 'सन्मानजनक' ठरेल, असं त्यांना पहिल्यांदा वाटलं होतं; पण त्या दिवशी नंतरही 'शौर्य'गाथा सुरू राहिल्याबद्दल त्यांना कृतज्ञताही वाटायला लागली. नंतर तीन दिवसांनी दरविश सैनिकांची प्रेतं पाहून या सगळ्या घडामोडींसाठी मोजावी लागलेली मानवी किंमत त्यांना लख्खपणे वास्तवात घेऊन आली-

> 'देशासाठी धारातीर्थी पडण्यातील कोणतीही उदात्तता दरविश प्रेतांकडे पाहून दिसत नव्हती. अजिंक्य पौरुषत्वाची कोणतीही प्रतिष्ठा त्यात नव्हती. सगळं गचाळ भ्रष्टाचारानं भरलेलं होतं; पण या पृथ्वीवर होऊन गेलेली ही सर्वांत शूर माणसं होती. आमच्या देशवासीयांइतकाच सन्मान्य मृत्यूवर त्यांचाही अधिकार होता, असं मला मनोमन वाटलं. हा काही अगदी नवीन विचार होता असंही नाही; पण असा विचार निश्चितपणे अस्वागतार्ह होता.'[४४]

आता विन्स्टनना पूर्वेकडे परतायची उत्सुकता लागून राहिली होती. अखिल भारतीय पोलो स्पर्धेमध्ये त्यांना सहभागी व्हायचं होतं. दरम्यान, मधल्या काळात इंग्लंडमध्ये वाट बघत असताना त्यांनी रॉथरहाइथ, डोव्हर आणि साउथसी या ठिकाणी राजकीय भाषणं करायची संधी साधली. या भाषणांचं सकारात्मक व विस्तृत वार्तांकन वर्तमानपत्रांमधून करण्यात आलं. ठरल्यानुसार पोलो स्पर्धा पार पडली; त्यामध्ये अंतिम फेरीत अतिशय कष्टानं विन्स्टन यांच्या संघाचा विजय झाला आणि त्यानंतर अखेरीस विन्स्टन यांनी सैन्यदलांमधील सेवा सोडण्याचा निर्णय घेतला. हा निर्णय 'धाडसी किंबहुना धारिष्ट्याचा' होता, असं मत त्यांचा मुलगा रँडॉल्फ यांनी कालांतरानं नोंदवलं. सैन्यातील नोकरी सोडली, तेव्हा विन्स्टन यांचं 'द *रिव्हर*

वॉर'चं लेखन पूर्ण झालेलं नव्हतं. हे पुस्तक प्रचंड खपेल आणि नोव्हेंबर १८९९ च्या *'डेली मेल'*च्या अंकात त्याचं वर्णन 'विस्मयकारक सफलता' असं केलं जाईल, याची काहीच कल्पना त्यांना नव्हती. ते बऱ्यापैकी प्रसिद्ध होते, त्यांचा राजकीय संपर्क उत्कृष्ट होता; परंतु संसदेत जागा मिळण्यासंदर्भात कोणतीही सहज संधी त्या वेळी त्यांच्यासमोर नव्हती.

आणि मग अचानक, जवळपास चमत्कार वाटावा अशा रीतीनं त्यांच्यासमोर संसदसदस्य बनण्याची संधी चालून आली. कन्झर्वेटिव्ह पक्षाच्या एका खासदाराचा मृत्यू झाला, तर दुसऱ्यानं प्रकृतीअस्वास्थ्यामुळे सदस्यत्वाचा राजीनामा दिला; त्यामुळे ६ जुलै १८९९ रोजी ओल्डहॅम पोटनिवडणूक घ्यावी लागली. यामध्ये 'एकत्रित सूतकताई संघटने'च्या लँकशायर शाखेचे सरचिटणीस जेम्स मॉवडस्ले हे कन्झर्वेटिव्ह पक्षाचे एक उमेदवार होते. मग त्यात समतोल साधण्यासाठी पक्षाकडून विन्स्टनना उमेदवारी देऊ करण्यात आली; परंतु ओल्डहॅममध्ये मोठ्या प्रमाणात परंपराविरोधी लोकसंख्या होती; त्यामुळे कन्झर्वेटिव्ह सरकारनं मांडलेल्या 'धर्मगुरू दशमांश कर विधेयका'बाबत या लोकांमध्ये रोष होता. या विधेयकाद्वारे इंग्लंडमधील चर्चला अर्थसाहाय्यासाठी विशेष तरतूद करण्यात आली होती. विन्स्टन यांनी स्वतःला या विधेयकापासून दूर ठेवण्याचा प्रयत्न केला; पण या दोन्ही जागा शेवटी लिबरल पक्षाच्या खात्यात गेल्या. अगदी मोक्याच्या क्षणी काही सुसंधी मिळाल्यासारखं वाटत होतं; पण ती साधण्यासाठी विन्स्टन पुढे जाईपर्यंत ते सगळंच धुळीस मिळालं. तीस वर्षांनी या निवडणुकीची कटू आठवण जागवताना विन्स्टन म्हणतात, 'मग कोणत्याही पराभवानंतर सुरू होतात, तसे आरोप-प्रत्यारोप सुरू झाले. सगळ्यांनी माझ्यावर ठपका ठेवला. हा दोष तोलून धरणं मला सर्वांत चांगलं जमेल, असा त्यांचा समज असावा; त्यामुळे नेहमीच ते अशा पद्धतीनं वागत आले आहेत.'[४५]

विन्स्टन यांनी हा फटका चांगल्या पद्धतीनं हाताळला, असं निरीक्षण एका स्थानिक वर्तमानपत्रात नोंदवलेलं होतं : 'त्यांचा पाडाव झाला असेलही; पण या लढाईत आपली मानहानी झालेली नाही याची जाणीव त्यांना होती.'[४६] ही एक संधी विरून गेली असली, तरी लगेच दुसरी संधी समोर आली. दक्षिण आफ्रिकेतील ट्रान्सवाल व ऑरेंज फ्री स्टेट या दोन बोअर प्रजासत्ताकांचं स्वातंत्र्य ब्रिटननं मान्य केलं असलं, तरीही ट्रान्सवालच्या विध्वंसक सामिलीकरणामुळे १८८०-८१ या कालखंडात पहिल्या बोअर युद्धाला तोंड फुटलं आणि त्यात ब्रिटिशांचा मानहानिकारक पराभव झाला. त्यानंतरच्या वर्षांमध्ये नाताळ व केप कॉलनी या शेजारच्या ब्रिटिश वसाहती संपन्न होत गेल्या; ट्रान्सवालमधील सोन्यांच्या खाणींमध्ये ब्रिटिश कामगारांचा मोठा ओघ सुरू होताच, त्यातून प्रादेशिक स्थैर्याला धोका निर्माण झाला. हे

खाणकामगार म्हणजे बोअरांच्या दृष्टीनं परके होते; त्यामुळे त्यांना मतदानाचा अधिकार नव्हता. या पार्श्वभूमीवर आपल्याला भेदभाव सहन करावा लागत असल्याची तक्रार त्यांनी सुरू केली. १८९५ मध्ये ट्रान्सवालमध्ये 'जेम्सन रेड'च्या नावाखाली अतिक्रमण करण्यात आलं. त्यातून 'परक्यां'च्या उठावाला चिथावणी देता येईल आणि मग ब्रिटिशांना अधिक सक्रिय हस्तक्षेप करायची संधी मिळेल, असा हेतू यामागे होता; परंतु बोअरांनी या अतिक्रमणाला सहजी थोपवलं. त्यांनी युरोपातून आधुनिक शस्त्रसामग्री विकत घेतली होती. मग त्यांनी स्वतःची कमांडो पथकं तयार केली आणि नियुक्त अधिकाऱ्यांच्या नेतृत्वाखाली सैन्यदलं सज्ज केली. आपल्यावर येऊ घातलेल्या आक्रमणाची त्यांना पूर्ण जाणीव होती. युद्धप्रसंग कधीही उद्‌भवू शकतो, असा समज ब्रिटनमध्येही मोठ्या प्रमाणावर पसरला होता. परक्यांना मताधिकार देण्यासाठी ब्रिटिशांनी मांडलेला तडजोडीचा प्रस्ताव सप्टेंबर १८९९ मध्ये बोअरांनी नाकारला, त्यानंतर युद्ध टाळण्याची फारशी आशाच उरली नाही. *'डेली मेल'*च्या मालकांनी १८ सप्टेंबर रोजी विन्स्टनशी संपर्क साधला आणि आपल्या वर्तमानपत्रासाठी युद्ध वार्ताहर म्हणून काम करण्याचा प्रस्ताव मांडला. विन्स्टन यांनी लगेचच *'मॉर्निंग पोस्ट'*मधील ऑलिव्हर बॉर्थविक या आपल्या मित्राला याची माहिती दिली. यापूर्वी *'मॉर्निंग पोस्ट'*साठी त्यांनी काम केलेलं होतं, तर आता विन्स्टनना लगेच प्रति महिना २५० पौंडांचा (आजच्या चलनात आठ हजार पौंड) पगार देण्यात आला, शिवाय इतर खर्च वेगळा! त्या वेळेपर्यंत कोणत्याही युद्ध वार्ताहराला मिळालेलं हे सर्वाधिक मानधन होतं. एकूणच पत्रकारांचा पगार वाढण्याला याचा हातभार लागला.

विन्स्टन यांनी हा प्रस्ताव तत्काळ स्वीकारला आणि आणखी एका मोहिमेवर जायची तयारी सुरू केली. त्यांनी स्वतःकडील दुर्बिणी दुरुस्त करून घेतल्या, मिश्र मद्याच्या पाच डझन बाटल्या सोबत घेतल्या- यामध्ये दहा वर्षं जुन्या व्हिस्कीच्या अठरा बाटल्या होत्या आणि सहा बाटल्या अतिशय जुन्या *'इउ दे व्हिए'*च्या होत्या. साउदम्टन इथे १४ ऑक्टोबर रोजी ते 'आरएमएस डनोट्टर कॅसल' या जहाजावर चढले. त्याच्या दोन दिवस आधीच लढाईला प्रत्यक्ष तोंड फुटलं होतं. याच जहाजावर जनरल सर रेडवर्स बुलर होते. १८७९ मध्ये झुलूंसोबत लढाईत केलेल्या कामगिरीबद्दल त्यांना व्हिक्टोरिया क्रॉस प्रदान करण्यात आला होता आणि आता ते दलप्रमुख म्हणून दक्षिण आफ्रिकेकडे रवाना होत होते. बुलर 'अतिशय स्नेहशील' होते आणि आपण आफ्रिकेत पोहोचेपर्यंत फारसं काही घडणार नाही असा त्यांचा समज होता, असं विन्स्टन यांनी नोंदवलं आहे; परंतु 'मला असं वाटतं की, त्यांना प्रचंड निर्धार दाखवावा लागेल अशा घटना घडणार आहेत,' असंही त्यांनी आपल्या आईला कळवलं होतं.[४७]

घटना खरोखरच वेगानं घडत गेल्या. ब्रिटिशांची वाढीव कुमक यायच्या आधीच बोअरांनी हल्ला चढवला आणि लगेचच त्यांनी माफेकिंग, किम्बर्ली व लेडीस्मिथ या भागांना वेढा घातला. विन्स्टन लेडीस्मिथच्या दिशेनं जाणाऱ्या ट्रेनमध्ये बसले, तेव्हाच त्यांना या भागाला वेढा बसल्याचं कळलं; परंतु मध्येच चिव्हेलीजवळ रेल्वेमार्ग तोडण्यात आला होता; त्यामुळे तिथल्या छावणीत उर्वरित पत्रकारांसोबत तिष्ठत बसण्याऐवजी दुसरा काही पर्याय विन्स्टनना उरला नाही. इस्टकोर्टजवळ एका स्टेशनच्या आवारात ही छावणी उभारण्यात आली होती. त्यांची तिथली राहण्याची सोय तशी आरामदायक होती. तिथे वास्तव्य केलेल्या दुसऱ्या एका पत्रकारानं या संदर्भातील एक आठवण काहीशा त्रस्तपणे आणि काहीशा कौतुकानं नोंदवली आहे : छावणीत रात्रीच्या जेवणासाठी पाहुणे म्हणून कर्नल चार्ल्स लाँग हे शिबंदीप्रमुख अधिकारी आले होते, तर लाँग यांनी शहरात सज्ज असलेल्या आपल्या बंदुका माघारी नेऊ नयेत, कारण त्यातून बोअरांना आणखी प्रोत्साहन मिळेल, असं त्यांना विन्स्टन यांनी पटवून दिलं होतं. एकदा योगायोगानं विन्स्टन यांची कॅप्टन आयल्मर हाल्डेन यांच्याशी गाठ पडली. पूर्वीच्या आघाडी काळापासून ते एकमेकांचे मित्र होते. आता या मोहिमेमध्ये हाल्डेन यांना शस्त्रसज्ज ट्रेनमधून जाऊन लेडीस्मिथपर्यंतच्या मार्गाची तपासणी करण्याचे आदेश लाँग यांनी दिल्याचं विन्स्टनना कळलं. पुढच्याच दिवशी- १५ नोव्हेंबर रोजी हाल्डेन या गस्तीसाठी निघणार होते आणि विन्स्टन यांनीही त्यांच्यासोबत जायचं ठरवलं.

शस्त्रसज्ज ट्रेनचे तोटे आधीच अनेकांच्या लक्षात आले होते. ती ट्रेन म्हणजे एक 'उपेक्षित सैनिकी यंत्र' होतं, ते दिसायला 'शक्तिशाली आणि आकर्षक' असलं, तरी वास्तवात 'धोकाग्रस्त आणि निराधार' होतं, असं विन्स्टन म्हणाले होते. ब्रिटिश सैनिकी इतिहासात तितकं काही देदीप्यमान स्थान नसलेल्या बुलर यांनीही या घटनाक्रमाला 'अनाकलनीय मूर्खपणा' असं संबोधलं होतं.[४८] कालबाह्य झालेली एक नाविकी तोफ त्या ट्रेनच्या पहिल्या उघड्या डब्यामध्ये होती, त्याच डब्यात 'एचएमएस तार्तार'वरील चार खलाशी होते; नंतर एका डब्यात 'रॉयल डब्लिन फुझिलायर्स' दलातील डलहान बंदुका घेतलेले सैनिक होते, त्यानंतर इंजिन आणि इंधन-डबा, त्यानंतर आणखी दोन शस्त्रसज्ज उघडे डबे- त्यातील एकात 'डब्लिन फुझिलायर्स' सैनिक आणि दुसऱ्यात स्थानिक भरती केलेले डरबन पायदळातील जवान होते आणि एकदम शेवटी दुरुस्तीसंबंधीच्या कामगारांचा डबा होता. फ्रेअरे स्थानकामध्ये आनंदानं खडखडाट करत ही गाडी चिव्हेलीच्या दिशेनं गेली. तिथे आदल्या रात्री बोअर लोकांनी स्थानकाचा ताबा घेतला असल्याचा इशारा फोनवरून हाल्डेन यांना देण्यात आला. यातील काही बोअर जवान ट्रेनच्या पुढे आणि दक्षिण

बाजूला दिसत होते. ते बघितल्यावर ट्रेन फ्रेअरेकडे परत फिरवावी, असे आदेश हाल्डेन यांनी दिले; परंतु डोंगराला वळसा घालून ट्रेन परत फिरत असताना बोअरांनी तोफा डागायला सुरुवात केली. चालकानं गाडीचा वेग वाढवला आणि ट्रेन तुफान वेगानं धावू लागली. आधी ट्रेन ज्या रुळांवरून पुढे गेली होती, तिथे आता बोअरांनी मोठा खडक आणून टाकलेला होता, तो लक्षात येऊन गाडी नियंत्रणात यायच्या आधीच प्रचंड वेगामुळे त्यावर जाऊन धडकली. या धडकेत दुरुस्तीवाल्यांचा डबा रुळांवरून घसरला, त्यानंतर इंजिन ढकलत असलेले दोन शस्त्रसज्ज डबेही खाली सरकले. आता मार्ग रोखण्यात आला होता आणि बोअरांनी बंदुका व स्वयंचलित तोफांद्वारे ट्रेनवर गोळीबार सुरू केला. वैशिष्ट्यपूर्ण आवाजावरून 'पॉम-पॉम' असं संबोधन मिळालेल्या या तोफा होत्या.

इंजिन व बंदूकधाऱ्यांचा डबा यांमधील शस्त्रसज्ज डब्यात हाल्डेनसोबत विन्स्टन उभे होते, त्यांनी लगेच मदत देऊ केली : हाल्डेन यांनी बोअरांच्या गोळीबाराला थोपवायचा प्रयत्न केला, तर विन्स्टन मार्ग मोकळा करायचा प्रयत्न करतील, असं दोघांनी ठरवलं. खलाशांनी धाडसानं त्यांची तोफ चालवायला सुरुवात केली; पण चार फैरी झाडल्यावर त्यांच्यावर थेट मारा होऊन तोफ मोडून पडली. प्रचंड व अचूक गोळीबारात विन्स्टन अथकपणे कामाला लागले होते. तेवढ्यात इंजिनचालकाच्या डोक्याला इजा झाली, तेव्हा विन्स्टन यांनी त्याला आश्वासन दिलं की, त्यानं याही अवस्थेत आपली जागा लढवत ठेवली तर त्याला शौर्यपदक मिळेल. त्या माणसानंही धैर्यानं आपलं काम फत्ते केलं. शेवटी मोडलेल्या रुळांना पार करून ट्रेननं कशीबशी परतीची वाट धरली, हाल्डेन यांचा डबा धरून ठेवलेल्या कड्या तुटल्या किंवा तोफगोळ्यानं तो डबा उर्वरित ट्रेनपासून तोडला. इंजिनाच्या डब्यात जखमी जवानांची खच्चून गर्दी झाली होती आणि हाल्डेन यांनी तो डबा सुरक्षितपणे पुढे पाठवून द्यायचा निर्णय घेतला. त्यांच्या दलातील इतर सैनिक रेल्वेमार्गावर इतस्ततः पसरलेले होते. त्यातील दोघांनी तर पांढरे रुमाल हलवायला सुरुवात केली, ते बघितल्यावर हाल्डेन यांना पुढील धोक्याची जाणीव झाली. विन्स्टन नोंदवतात त्यानुसार, पांढरे रुमाल बघितल्यावर बोअर जवानही 'तितक्या धैर्यानं आणि मानवतेनं' पुढे आले आणि त्यांनी ब्रिटिश दलांना शरणागतीची सूचना केली : हाल्डेन आणि सुमारे ५० जवान बोअरांच्या कैदेत गेले.

बोअर सैनिक पुढे आले, तेव्हा विन्स्टन ट्रेनपासून काही अंतरावर रुळांवर होते. तेवढ्यात 'वादळानं मळलेल्या रुंद टोप्या घातलेले, काळ्या फडफडणाऱ्या कपड्यांमधले' दोनजण त्यांच्यासमोर वाट अडवून उभे होते. त्यांनी गोळ्या झाडल्यावर विन्स्टन तत्काळ खालच्या बाजूला धावले. ते तिथून पळाले, तेव्हा वरून एका बोअर इसमानं त्यांच्यावर झेप घेतली आणि जोरजोरानं आवाज देत तो इतरांना खाणाखुणा

करू लागला, तेव्हा ओम्डुरमानपासून सोबत असलेलं *'माउझर'* कंपनीचं पिस्तूल काढण्यासाठी विन्स्टननी खिसे चाचपले. (खरंतर वार्ताहर म्हणून त्यांच्याकडे शस्त्र असणं अपेक्षित नव्हतं.) पण कामात अडचण नको म्हणून काही वेळापूर्वी त्यांनी ते इंजिनच्या डब्यात काढून ठेवलं होतं, हे आठवल्यावर त्यांना धडकी भरली. अशा वेळी आपण एकटे व निःशस्त्र असू, तेव्हा शरणागती पत्करण्यात काहीच मानहानी नसते, हा थोर नेपोलियनचा सल्ला आठवून त्यांनी स्वतःची समजूत काढली आणि त्यांनी हात वर केले. आता ते युद्धकैदी झाले होते.

हा प्रसंग तसा मुळातूनच नाट्यमय होता; पण विन्स्टन तेवढ्यावर थांबले नाहीत. आपल्याला ताब्यात घेणाऱ्यांमध्ये खुद्द बोअरांचा एक नेता लुई बोथा होता, असं कालांतरानं त्यांनी सूचित केलं होतं; पण वास्तवात फिल्ड कॉर्नेट सारेल उस्थुइसेन यांनी विन्स्टनना कैद केलं होतं. खरंतर, गणवेशासारखा भासणारा पेहराव केलेल्या आणि आपल्याकडचं (जागेवर नसलेलं) शस्त्र शोधून बचावाच्या प्रयत्नात असलेल्या माणसाला एखाद्या साध्या सैनिकानं गोळ्या घालून ठार केलं असतं, तरी ते क्षम्य मानलं गेलं असतं.[४९]

विन्स्टन यांनी या प्रसंगात शौर्य दाखवलं यात काही शंका नाही. प्रीटोरियामधील स्टेट मॉडेल स्कूल इथे कैदेत असताना कॅप्टन हाल्डेन यांनी ३० नोव्हेंबर १८९९ रोजीच्या एका पत्रात विन्स्टन यांची प्रशंसा करताना लिहिलं होतं :

> 'श्रीयुत विन्स्टन एस. चर्चिल यांच्या मौल्यवान सेवेचा तपशील या अहवालात आधी नोंदवलेला आहेच. लढाईदरम्यान त्या प्रसंगाच्या निकडीमुळे मी त्यांना औपचारिक काम दिलं होतं. इंजिन वाचवण्याची जबाबदारी त्यांच्यावर दिलेली होती आणि या कामात गुंतलेले असताना अनेकदा त्यांना शत्रूच्या गोळीबाराला सामोरं जावं लागलं. त्या वेळी त्यांनी केलेल्या शूर कामगिरीचं वर्णन करायला माझ्याकडील शब्द अपुरे आहेत.'[५०]

त्या वेळी व्हिक्टोरिया क्रॉस देण्यात येणार असल्याचीही बरीच चर्चा सुरू होती; पण विन्स्टन यांच्या संदर्भात एक मोठी गोम होती. लवकर सुटका करून घेण्याच्या प्रयत्नात त्यांनी स्वतःचं असैनिक व्यक्ती असणं ठासून मांडलं होतं आणि आपण कायम असैनिक व्यक्ती म्हणूनच वर्तन केल्याचंही ते म्हणाले होते. या आरोपाला हाल्डेन यांनीही मोकळेपणानं समर्थन दिलं. विन्स्टन 'निःशस्त्र होते आणि ट्रेनच्या बचावात त्यांनी कोणताही सहभाग घेतला नाही,' असा खुलासा त्यांनी केला.[५१] या युक्तिवादानं बोअर अधिकारी फसले नाहीत. विन्स्टन हा धोकादायक इसम आहे

आणि बहुधा वाटाघाटींमध्ये त्याची उपयुक्तता मोठी आहे, हे त्यांच्या लक्षात आलं होतं; त्यामुळे त्यांचा तुरुंगवास लांबला. विन्स्टन यांच्या डोक्यात वेगळेच विचार सुरू होते. त्यांनी हाल्डेन व ब्रॉकी या सार्जन्ट मेजरसोबत तुरुंगातून पळ काढण्याची योजना तयार केली. ब्रॉकी हा नाताळ कॅराबिनीअर्स दलातला सैनिक होता; पण तुरुंगातलं वास्तव्य अधिक सोयीचं व्हावं यासाठी त्यानं स्वतः अधिकारी असल्याची बतावणी केली होती. सुरक्षारक्षकांची पाठ वळली की, तुरुंग आवाराच्या मागच्या भिंतीवर चढून पोबारा करायचा, अशी योजना आखण्यात आली. १२ डिसेंबरच्या रात्री विन्स्टनना भिंत चढून पार करता आली; पण त्यांनी उडी मारल्यानंतर लगेच सुरक्षारक्षकानं जागा बदलली; त्यामुळे इतरांना विन्स्टनपाठोपाठ भिंतीवरून जाता आलं नाही. विन्स्टन यांनी पलीकडे वाट बघितली; पण बाकीचे कोणी येण्याची शक्यता मावळल्यावर त्यांनी तिथून आपली वाट पकडली. साहजिकच शस्त्रसज्ज ट्रेनइतकीच ही घटनाही वादग्रस्त बनली. विन्स्टननी आपल्या सहकाऱ्यांना वाऱ्यावर सोडल्याचं मत व्यक्त करण्यात आलं. या संदर्भात त्यांच्यावर वारंवार आक्रमक टीका करणाऱ्या *'ब्लॅकवूड'स् मॅगझिन'*वर त्यांनी १९१२ मध्ये खटला भरला. वाजवी संशयापलीकडे हा आरोप सिद्ध करणं अशक्यच होतं. विन्स्टननी हेतुपूर्वक हाल्डेन आणि ब्रॉकी यांना सोडून पळ काढला, यावर माझा विश्वास नाही; पण भिंतीपलीकडे त्यांनी फार वेळ वाट बघितली असेल, हेही मला पटण्यासारखं वाटत नाही.

या वेळी सुरक्षित ठिकाणी पोहोचेपर्यंतचा विन्स्टन यांचा प्रवास कादंबरीचा विषय ठरावा. त्यांनी एका ट्रेनमध्ये उडी घेतली. त्यातून ते प्रीटोरियाच्या पूर्वेकडे ७५ मैलांवर असलेल्या विटबँक या ठिकाणी पोहोचले; पण पोर्तुगीजांच्या पूर्व आफ्रिकेवरील आघाडीपर्यंत पोहोचायला त्यांना आणखी २०० मैलांचं अंतर पार करावं लागणार होतं. वाटेत त्यांनी एका स्थानिक खाण व्यवस्थापकाच्या घराचं दार ठोठावलं. सुदैवानं हे ब्रिटिश कुटुंब निघालं. मग काही वेळ त्यांनी त्या घरात आसरा घेतला आणि नंतर लाउरेन्को मार्क्वेसच्या सीमेपर्यंत सुरक्षितरीत्या जाता येईल अशी ट्रेन पकडली. तिथे ब्रिटिश राजनैतिक अधिकाऱ्यांनी त्यांची चांगली बडदास्त राखली : 'अंघोळीला गरम पाणी, स्वच्छ कपडे, उत्तम भोजन आणि तार करण्यासाठीची साधनं असं सगळं मला हवं होतं ते...' गेल्या काही दिवसांतील वर्तमानपत्रांचा गठ्ठा वाचून त्यांच्या लक्षात आलं की, युद्धात ब्रिटिशांची अवस्था बिकट होत चालली आहे. डिसेंबरमधील 'काळ्या आठवड्या'त तर स्टॉर्मबर्गला गटाक्रे यांचा पराभव झाला, मागरस्फोन्तेन इथे मेथुएन यांचा पराभव झाला आणि कोलेन्सो इथे बुलर यांची दलं पराभूत झाली. 'क्रिमियातील युद्धानंतर ब्रिटिशांना इतक्या प्रमाणात पराभव आणि जीवितहानी सहन करावी लागली नव्हती.'[५२] या बातम्या कळल्यावर

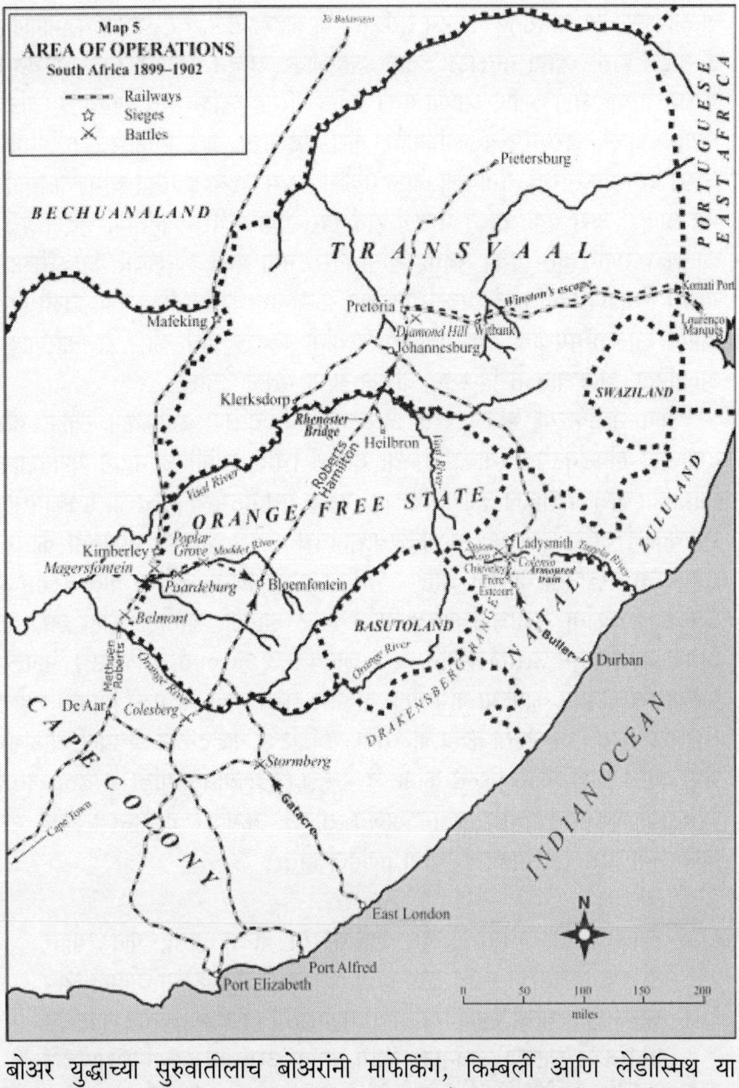

बोअर युद्धाच्या सुरुवातीलाच बोअरांनी माफेकिंग, किम्बर्ली आणि लेडीस्मिथ या ठिकाणांना वेढा घातला. चर्चिल यांना फ्रेअरे इथे कैद करून प्रीटोरियामध्ये तुरुंगात ठेवण्यात आलं. तिथून विटबँकमार्गे त्यांनी पळ काढला. मग बुलर यांनी लेडीस्मिथच्या सोडवणुकीसाठी हाती घेतलेल्या मोहिमेत त्यांनी सहभाग घेतला. त्यानंतर ते डायमण्ड हिल आणि प्रीटोरियावर ताबा मिळवण्याच्या मोहिमेत सहभागी झाले.

विन्स्टनना पुन्हा सैन्यात दाखल व्हायची इच्छा झाली आणि बोअरांविषयी सहानुभूती

बाळगणाऱ्या त्या शहरातून विन्स्टन सुरक्षितरीत्या बाहेर पडले, तर त्यांच्या यजमानांनाही ते सोईचं होतं. त्यांना तत्काळ 'इंदुना' जहाजावर बसवून देण्यात आलं, तिथून ते डरबनला पोहोचले आणि आपण एका रात्रीत प्रसिद्ध व्यक्तिमत्त्व झाल्याचं त्यांच्या लक्षात आलं. डरबनमध्ये त्यांच्यावर तारा-संदेशांचा पाऊस कोसळला. 'याहून जास्त बिनडोकसारखं वागायला जाऊ नकोस, असं तुझ्या इथल्या चांगल्या मित्रांचं मत आहे,' असं एका तारेत म्हटलं होतं खरं; पण उर्वरित बहुतांश संदेश प्रचंड कौतुक करणारे होते. एका सद्‌गृहस्थांनी विन्स्टनना मध्य आशियात शिकारीसाठी यायचं निमंत्रण दिलं होतं, एकानं त्यांच्या सन्मानार्थ कविता लिहून पाठवली होती आणि ओल्डहॅममधील उदारमतवादी नेत्यांनी म्हटलं होतं की, 'राजकारणाच्या अलाहिदा' भविष्यात ते विन्स्टन चर्चिल यांना मतही देतील.

पण नजीकच्या भविष्यापुरतं विन्स्टन यांनी दक्षिण आफ्रिकन लाइट हॉर्स दलातील लेफ्टनंटपद स्वीकारलं. या दलाचं चिन्ह त्यांनी आनंदानं गणवेशावर खांद्याच्या बाजूला लावलं आणि पथकाचा नटवा तुरा हॅटमध्ये खोचला. पथकामधील सहायकाचं अनिश्चित पद सांभाळण्यासोबतच त्यांना वार्ताहर म्हणूनही कार्यरत राहण्याची परवानगी देण्यात आली. *'मॉर्निंग पोस्ट'*मधील त्यांच्या वार्तालेखांमधून उत्सुक वाचकांना युद्धाचं चित्रमय वर्णन मिळू लागलं. यातील काही लेख तर अगदी काळजातून उतरलेले होते. १८ जानेवारी १९०० रोजी विन्स्टन आपल्या पथकासोबत स्पॉन कोपच्या वायव्येला ॲक्टन होम्स नावाच्या एका शिवारात होते. त्या वेळी परत निघालेल्या काही बोअरांना या ब्रिटिश घोडदळानं अडवलं. बोअरांचे साठ वर्षांचे सेनाधिकारी फिल्ड कॉर्नेट दे मेन्तझ (हेइलब्रॉन कमांडो) लढता-लढता धारातीर्थी पडेपर्यंत त्यांचे जवान झुंजत राहिले. कमांडर दे मेन्तझ यांचं शव विन्स्टनना दिसलं, त्याबद्दल त्यांनी लिहिलं होतं :

> 'त्यांचा कठोर चेहरा दुःखी, शांततामग्न वाटत होता; पण त्यावर निःशब्द निर्धाराचा स्पष्ट ठसा होता. सगळा विचार करून आपलं ध्येय न्याय्य आहे याची खात्री पटलेल्या माणसाचा हा चेहरा होता. शांतचित्त नागरिकानं त्याच्या जीवनाचा त्याग करावा असं ध्येय त्यांना सापडलं होतं... त्यापुढे आमच्यातलेच दोन गरीब रायफलधारी सैनिक पडलेले होते, त्यांची डोकी फुटलेल्या अंड्यासारखी झाली होती. दूर सातासमुद्रापार त्यांच्या आई किंवा पत्नी असतील. ओह! भयंकर असतं युद्ध- तेजस्वी आणि ओंगळ, तिरस्करणीय आणि उदात्त, असं सगळ्याचंच मिश्रण झालेलं. आधुनिक नेतृत्वधारी माणसांना तुमचा चेहरा जवळून बघायला मिळाला, तरी साध्या लोकांना क्वचितच हा चेहरा पाहता येईल.'[५३]

त्यानंतर विन्स्टन हेइलब्रॉनला पोहोचले, तेव्हा त्यांच्या हॉटेलच्या शेजारी दे मेन्तझ यांची विधवा पत्नी राहत असल्याचं त्यांना समजलं : 'त्याच लढाईत फुप्फुसातून गोळी गेलेल्या आपल्या मुलाची शुश्रूषा करण्यात त्या गुंतल्या होत्या. इतक्या शूर पुरुषाचा हा पुत्र यातून बरा व्हावा, अशी आपण आशा करू या'.[५४]

वादळाच्या मार्गात येऊन उभं राहायची सवय लागलेले विन्स्टन जानेवारी १९०१ मध्ये स्पिऑन कोपमधील लढाईच्या वेळीही उपस्थित होते. तोवर बुलर यांच्या जागी सेनाधिकारी म्हणून फिल्ड मार्शल लॉर्ड रॉबर्ट्स यांच्याकडे जबाबदारी देण्यात आली होती; पण नाताळ आघाडीची सूत्रं अजूनही बुलर यांच्याकडेच होती; त्यांचं पथक लेडीस्मिथ सोडवण्याचा आणखी एक प्रयत्न करणार होतं. इतर कोणत्याही आधुनिक इतिहासकारापेक्षा विन्स्टन यांनी बुलर यांच्याविषयी अधिक क्षमाशील दृष्टिकोन ठेवलेला दिसतो. स्पिऑन कोपमधील शिखर सहज ताब्यात घेण्यात आलं; पण त्यासाठी धक्कादायक किंमत मोजावी लागली आणि त्यातून कोणताही उद्देश साध्य झाला नाही. जगातील सर्वांत प्रत्ययकारी युद्धभूमींमध्ये स्पिऑन कोपचं नाव घेतलं जातं. पांढऱ्या खडकांच्या वेड्यावाकड्या रांगांमध्ये खंदक खणलेले आहेत; यांचं संरक्षण करणाऱ्या जवानांच्या सामूहिक समाध्या आता या ठिकाणी आहेत. विन्स्टन या पर्वताच्या पायथ्यापाशी गेले, तिथे घोडा बांधून ठेवला आणि माथ्याजवळ असलेल्या ब्रिगेडिअर जनरल टाल्बोत कोक यांच्याकडे गेले :

> 'अनेक जवान लटपटत जात होते- काही एकटेच चालत होते, तर काहींना त्यांचे सहकारी आधार देत होते, काहीजण हातांवर व गुडघ्यांवर रांगत कसेबसे पुढे जात होते. आजूबाजूला प्रेतं पडलेली होती. ...मी वर चढत असताना सुमारे दोनशे प्रेतं दिसली. अधूनमधून मोजके इजा न झालेले जवान स्थिर गतीनं गळती झाल्यासारखे सरकत होते. यातील काहीजण शिव्याशाप देत चालले होते. इतर काही जवान पूर्ण गळून गेले होते आणि ग्लानी येऊन खाली कोसळत होते. आणखी काही लोक झिंगल्यासारखे वाटत होते; पण ते काही दारू प्यायलेले नव्हते. अनेकजण गाढ निद्रेत गेले होते. अजून लढाई सुरू होती आणि सुट्या गोळ्या जमिनीवर इतस्ततः पडलेल्या होत्या, एखाद्या मिनिटाचा अवधी सोडून नियमितपणे येणारे कुख्यात 'पॉम-पॉम' तोफांमधून निघालेले. 'मॅक्झिम' गोळे एका डोंगराळ बाजूचा आणि तिथे आसरा घेतलेल्या पायदळाचा विध्वंस करत चालले होते.'[५५]

एका गोळीनं विन्स्टन यांच्या हॅटवरचं पीस उडवलं. ते माघारी फिरले आणि मग थ्री ट्री हिल या ठिकाणी गेले. आपल्याला जे काही दिसलं ते त्यांनी लेफ्टनंट जनरल सर चार्ल्स वॉरेन यांच्या कानावर घातलं. त्यानंतर त्यांना लेफ्टनंट कर्नल थॉर्निक्रॉफ्ट यांच्याशी सल्लामसलत करण्यासाठी रात्री टेकडीवर पाठवण्यात आलं. मेजर जनरल सर एडवर्ड वूडगेट यांच्या मृत्यूनंतर टेकडीवरच्या दलांचा ताबा थॉर्निक्रॉफ्ट यांच्याकडे देण्यात आला. हे ठिकाण ताब्यात ठेवता येईल, असं विन्स्टनना वाटत होतं; परंतु तसं काही शक्यच नाही, अशी खात्री थॉर्निक्रॉफ्ट यांना होती. 'सकाळी सर्व सैनिकांचा निःपात होऊ देण्याऐवजी सहा धडधाकट पथकं सुरक्षितपणे टेकडीच्या खाली ठेवणं योग्य होईल,' असं ते म्हणाले. जादा कुमक येत आहे, अशी बातमी घेऊन विन्स्टन टेकडीवर पोहोचायच्या आधीच थॉर्निक्रॉफ्ट यांनी परतीची वाट धरली होती. शूर माणसांना वाईट नेतृत्व मिळाल्यावर काय होतं, याचं इतिहासातील एक लक्षणीय उदाहरण म्हणून या घटनेकडे पाहिलं जातं. यात बुलेर यांची कामगिरी सर्वाधिक टीकेची धनी ठरली. त्यांनी ट्युगेलाच्या उत्तर काठावरून माघार घेताना 'सर्व घडामोडी स्वतःच्या बलशाली हातांनी पकडून ठेवल्या', असं विन्स्टन यांनी नोंदवलं आहे.[५६]

फेब्रुवारीच्या मध्यात कोलेन्सोच्या आग्नेयेला हुस्साल टेकडीवर विन्स्टन संघर्षरत आघाडीरेषेवरून चालत होते, तेव्हा त्यांना त्यांचा भाऊ जॅक दिसला. 'साउथ आफ्रिकन लाइट हॉर्स' दलामध्ये भावाची वर्णी लागण्यासाठी त्यांनीच तजवीज केली होती. तर 'तो एखाद्या जर्जर माणसाप्रमाणे लगबगीनं चालत असलेला' त्यांना दिसला. पहिल्या चकमकीत त्याच्या पायाला इजा झाली होती. विन्स्टन यांनी *'माय अर्ली लाइफ'*मध्ये या प्रसंगावर भर दिला आहे. नियती आपल्या बाजूनं असल्याचा आणखी एक पुरावा म्हणून ते हा प्रसंग अधोरेखित करत असल्यासारखं वाटतं. जॅक खाली आडवा असतानाही त्याला गोळी लागली, तर चर्चिल उभे असूनही त्यांना इजा झाली नाही. दरम्यान, *'मेन'* या रुग्णालय जहाजातून जेनी दक्षिणेला आल्या होत्या. अमेरिकी सहानुभूतीदारांकडून त्यांनी जमवलेले ४१,५०० पौंड त्यांनी यामध्ये गुंतवले होते. जॅक हा त्यांचा पहिला रुग्ण होता. त्या क्षणी जॅक 'धोक्याच्या मार्गातून सन्मान्यरीत्या बाजूला' होत असल्याचं बघून विन्स्टनना बरं वाटलं.

रायफलींचा तीव्र गोळीबार होत असताना पायदळानं केलेल्या एका हल्ल्याचं विन्स्टन यांनी केलेलं वर्णन पहिल्या महायुद्धासारखं भासतं :

'कित्येक अधिकारी आणि जवान अरुंद दरीत कोसळत होते. समोरून

आणि आजूबाजूनं मृत्यूची हिडीस कुजबुज अंगावर येत असतानाही ते पुढे जात होते. बचावलेले लोक हट्टानं लगबग करत होते, शेवटी त्यांच्या तोफखान्यालाच गोळीबार थांबवावा लागल्यावर तेही थांबले आणि गोळ्या थांबल्या तरीही मांस आणि रक्ताचा सडा कायम राहील असं वाटण्यासारखी परिस्थिती होती; पण अगदी अंतिम सर्वोच्च क्षणी हल्ल्याची दुर्बलता दिसून आली. 'इनिस्किलिंग्ज' दलाचे जवान जवळपास त्यांच्या ध्येयापर्यंत पोहोचले होते. आपला उद्देश साध्य करण्याच्या दृष्टीनं त्यांची संख्या खूप कमी होती. हल्ला विखरून गेल्याचं लक्षात आल्यावर बोअरांनी अधिक थेटपणे गोळ्या झाडायला सुरुवात केली. अनेक धाडसी बोअर सैनिक खंदकातून पुढे आले आणि शत्रूसैनिकांना भिडले. तिथे रक्त आणि क्रोधाची वेडीपिशी धुमश्चक्री माजली होती.'[५७]

नंतर त्यांनी टेकडीमागून सुटलेल्या एकेका बंदुकांच्या फैरीमुळे उठलेले जणू आगीचे कल्लोळ पाहिले. 'बहुदा ही बॅटरी असावी', असं त्यांना वाटून गेलं.

मदतीच्या आशेनं थांबलेल्या पायदळाचा या भीतिदायक कत्तलीनं थरकाप उडला असेल. युरोपीयन युद्धात एक नाही, तर तब्बल तीन ते चार बॅटरींचा वापर झाला असावा. अशा स्थितीत सैन्याला कसं हाताळावं न कळण्यासारखं आहे. भविष्यातली युद्धं तरी व्यक्तिगत असावी.[५८]

रॉबर्ट्स यांच्या मुख्य पथकात दाखल झाल्यावर विन्स्टन पुन्हा एकदा मृत्यूला किंवा कैदेला सामोरे गेले. बोअरांनी टेकडीच्या माथ्यावर अडकवून गोळीबार सुरू केला, तेव्हा ते अँगस मॅकनील यांच्या अधिकाराखालील 'स्काउट्स' दलांसोबत होते. हॅरो स्कूलपासून मॅकनील व विन्स्टन एकमेकांचे मित्र होते आणि मॅकनील यांनी *'द रिव्हर वॉर'*साठी रेखाटनं केली होती. तर टेकडीवरील लढाईत विन्स्टन घोड्यावर चढण्याच्या प्रयत्नात असताना त्यांचं खोगीर फिरलं आणि घोडा अडखळून पडला. 'नंतर मी धावत असताना अचानक मला एक स्काउट जवान दिसला. डावीकडून एका फिक्या घोड्यावर बसून तो माझ्यासमोर आला. चांगला उंचापुरा माणूस होता-कवटी आणि हाडांच्या फुलीचं चिन्ह त्याच्याकडे होतं. साक्षात मृत्यूचं चिन्ह; पण माझ्यासाठी तो जीवनदाता बनून आला होता.' हा माणूस म्हणजे 'मॉन्टमोरन्सी स्काउट' घोडदळ पथकातील क्लेमेन्ट रॉबर्ट्स होते. त्यांच्या घोड्यावर पाठीमागे विन्स्टन बसले आणि खरोखरच त्यांची मृत्यूच्या किंवा किमान जखमी होण्याच्या कचाट्यातून सुटका झाली. ते दोघंही सुरक्षित ठिकाणी पोहोचले, तोवर घोड्याला

मात्र इजा झाली होती. 'फार मनावर घेऊ नकोस. तू माझा जीव वाचवलास,' विन्स्टन म्हणाले. 'ओह! पण मी घोड्याचा विचार करतोय,' रॉबर्ट्स म्हणाले.[५९]

विन्स्टन यांनी त्यांचं कथनवर्तुळ संपवताना प्रीटोरियामधील जुन्या तुरुंग छावणीचा संदर्भ दिला, त्याचसोबत त्यांचा चुलतभाऊ 'सनी' (जो तेव्हा 'इम्पेरियल येओमेन्री'मधील कॅप्टन ड्यूक ऑफ मार्लबरो होता) याचाही उल्लेख त्यात आला.

> 'मी हॅट उंचावून आनंदानं आरोळी ठोकली. त्याला लगोलग प्रतिसाद मिळाला. अडेल्फी थिएटरच्या भावनाक्षोभक नाट्याप्रमाणे पुढच्या घटना घडल्या. सेनाधिकाऱ्यानं तत्काळ शरणागती पत्करावी असे आदेश ड्यूक ऑफ मार्लबरोनं दिले. कैदी मैदानात धावले- काहींनी गणवेश घातले होते, काहींनी फ्लॅनेलचे कपडे घातले होते, काहींची हॅट डोक्यावर नव्हती, काहींचा कोट अंगावर नव्हता; पण सगळे जवान आक्रमक उत्सुकतेनं तिथे जमले.'[६०]

प्रीटोरियाच्या पूर्व प्रदेशात डायमण्ड हिल या ठिकाणी इआन हॅमिल्टन यांच्या तुकडीसोबत विन्स्टन यांनी या लढाईतला शेवटचा साहसी अनुभव घेतला. पोर्तुगीज पूर्व आफ्रिकेकडे जाणारा इथला रेल्वेमार्ग बोअर नेते बोथा यांनी सुमारे सात हजार जवानांसह रोखून धरला होता. क्रुगर आणि त्यांचं सरकार या मार्गानं आधी पसार झालं होतं. इथल्या पठाराच्या माथ्यावर पोहोचण्यासाठीचा एक सुरक्षित आडमार्ग विन्स्टन यांनी शोधल्याची आठवण इआन हॅमिल्टन सांगतात :

> 'आमच्या जवानांना भारतीय आघाडीवर ज्याप्रमाणे पर्वत चढायला शिकवतात, त्या पद्धतीनं ते विन्स्टन पर्वत चढून गेले. बोअर कमांडोंच्या पिस्तुलातली गोळी पोहोचेल न पोहोचेल इतक्या अंतरावर ते ठामपणे जाऊन उभे राहिले- दिवसाढवळ्या ही कामगिरी करणं साधंसोपं काम नव्हतं. आमचा स्वतःच्या बंदुकांच्या अचूकतेवर ठोस विश्वास असल्याशिवाय हे शक्य झालं नसतं. विन्स्टनपासून वरती वीस यार्डांवर अगदी अर्धा डझन बोअर असते, तरीही त्यांनी त्याला छाटून टाकलं असतं. तिथून पुढे जायचा मार्ग दिसल्यावर विन्स्टननं निधडेपणानं रुमाल हलवून मला तसा संकेत दिला.'

ही कृती 'उल्लेखनीय शौर्य' दाखवणारी होती, असं हॅमिल्टन म्हणतात. याबद्दल विन्स्टनना व्हिक्टोरिया क्रॉस मिळावा, असा प्रस्तावही त्यांनी मांडला होता; परंतु

रॉबर्ट्स आणि किचनर (त्यांचे सेनाधिकारी) यांना हे मंजूर नव्हतं. विन्स्टननी 'साउथ आफ्रिकन लाइट हॉर्स' दलातील पदाचा राजीनामा दिला होता आणि ते केवळ एका वर्तमानपत्राचे वार्ताहर म्हणून तिथे होते.[६१]

दक्षिण आफ्रिकेचा निरोप घेत असताना विन्स्टन यांची बोअर लोकांशी शेवटची गाठ पडली. प्रीटोरियाच्या दक्षिणेला साधारण ५० मैलांवर हेनोस्टर नदीजवळ त्यांची ट्रेन थांबवण्यात आली. तिथे ख्रिश्चन दे वेट यांच्या पथकानं पूल जाळला होता. त्या आगीत ब्रिटिश सैन्याचा मोठा पत्रसाठाही जळून खाक झाला. अशा हल्ल्यांना कायम बिनतयारीनं सामोरं जात आश्चर्याचा धक्का खाणाऱ्या ब्रिटिश प्रवृत्तीविषयी चिंतन करताना विन्स्टन लिहितात :

> 'युद्धावर जाताना केवळ अहंकारामुळे आम्हाला रक्त व सन्मानाची मोठी किंमत मोजावी लागते. शत्रू आमच्यावर हल्ला करण्याची हिंमत करणार नाही, याची आम्हाला नेहमी पूर्ण खात्री असते. जणू काही आम्ही येतोय हे कळल्यावर शत्रू उडून जाईल, असा आमचा समज असतो. मी पाहिलेल्या सर्व युद्धांच्या सुरुवातीला विशिष्ट वर्गाचे अधिकारी अविश्वसनीय आळशीपणा दाखवताना आढळले आहेत... मग अचानक- धाड्दिशी त्यांना जाग येते!- त्यानंतर मग ब्रिटिशांच्या सैनिकी इतिहासात आणखी एका देदीप्यमान पानाची भर पडते.'[६२]

पण या वेळेपर्यंत विन्स्टन यांच्या गद्यलेखनाला सूक्ष्म नजरेचा आणि खेळकर विनोदबुद्धीचा स्पर्श झालेला होता. या काळातलं त्यांचं काही हलकंफुलकं लिखाण अगदी आजही वाचताना ताजंतवानं वाटतं. त्यांची लेखनशैली प्रगल्भ झाली होती. पुलाच्या पुनर्बांधणीसाठी प्रचंड ओंडके वाहून नेणाऱ्या स्थानिक आफ्रिकी बसुथो लोकांबाबत त्यांनी नोंदवलेल्या निरीक्षणांमध्ये ही शैली दिसून येते :

ओंडके खांद्यांवरून वाहून नेणारे पुरुष अशा पद्धतीनं चालले होते की, ते एखाद्या महाकाय काळ्या सुरवंटाचे पाय असल्यासारखं वाटत होतं. ते पुढे सरकत असताना मागच्या बाजूला असलेला त्यांचा काळसर रंगाचा म्होरक्या गंभीरपणे गायचा :

अवा चोवाची : एहूका एहोवी

किंवा असेच काहीतरी शब्द त्याच्या तोंडून बाहेर पडत होते. त्याच्या मागोमाग सगळेच असामान्य कळकळीनं आणि निर्धारानं सुरात सूर मिळवायचे :

अझ्झीझ

अवा चोवाची : एहूका एहोवी

अझ्झीझ

'ओंडका ठरलेल्या भगदाडापर्यंत नेईतोवर त्यांचं हे

हर्ष-खेदविहीन गाणं सुरू राहायचं.'[६३]

दक्षिण आफ्रिकेत विन्स्टन यांची चांगली देखभाल केलेलं त्यांचं सुदैव त्यांच्यासोबत इंग्लंडला परतलं. प्रीटोरियातून पळ काढल्यानंतर वाटेत त्यांना ओल्डहॅममधील रहिवासी असलेले खाण अभियंते डॅनिएल ड्यूस्नॅप यांनी मदत केली होती. जुलै १९०० मध्ये विन्स्टन ओल्डहॅमला परतले, तेव्हा त्यांचं एखाद्या राष्ट्रनायकाप्रमाणे स्वागत करण्यात आलं. रॉयर थिएटरमध्ये त्यांनी प्रचंड गर्दीला संबोधित केलं. ड्यूस्नॅप यांनी आपल्याला केलेल्या मदतीचा उल्लेख त्यांनी केला, तेव्हा श्रोत्यांनी एकच कल्ला केला : 'हा तर ओल्डहॅमचा सुपुत्र आहे. त्याची पत्नी गॅलरीत बसली आहे.' या मायाळू स्वागतामुळे विन्स्टन ऑक्टोबर १९०० मधील निवडणुकीत पुन्हा एकदा ओल्डहॅमच्या बाजूनं उभे राहिले. 'खाकी निवडणूक' म्हणून ओळखली जाणारी ही अटीतटीची लढाई होती. उदारमतवाद्यांनी आपलं एकूण बहुमत टिकवून ठेवलं; परंतु बऱ्याच उदार मतदारांनी आपलं दुसरं मत चर्चिल यांना दिलं; त्यामुळे शहरातून निवडून आलेल्या दोन खासदारांपैकी दुसरा क्रमांक त्यांना मिळाला. हा विजय व्यक्तिशः त्यांचा होता, कन्झर्वेटिव्ह पक्षाचा नव्हता. 'हाउस ऑफ कॉमन्स'मधील दीर्घ कारकीर्द त्यांनी ज्या वैशिष्ट्यपूर्ण परिस्थितीत सुरू केली, त्यातूनच त्यांच्यातील आत्यंतिक स्वतंत्र प्रेरणेची जोपासना झाली असावी. याची चर्चा आपण तिसऱ्या प्रकरणात करणार आहोत.

प्रकरण तिसरे

फाटलेला ध्वज
१९०१-१९११

विन्स्टन यांच्या राजकीय जीवनाची पहिली दहा वर्षं त्यांच्या आयुष्याच्या पहिल्या दशकासारखीच होती. जन्माला येताना लहान मूल काहीएक पूर्वज्ञान घेऊनच आलेलं असतं, तसंच विन्स्टन संसदेत गेले, तेव्हा पूर्ण कोऱ्या पाटीनिशी गेलेले नव्हते; पण इतर बहुतेकांपेक्षा ते अधिक खुलेपणानं सभागृहात प्रवेश करत होते. जन्माला आल्यानंतरच्या पहिल्या दशकाप्रमाणेच संसदेतील पहिली दहा वर्षं त्यांनी अनेक नवीन गोष्टी उत्कटपणे जाणून घेतल्या, त्यातून त्यांच्या वर्तनाचा एक आकृतिबंध निश्चित झाला आणि उर्वरित कारकीर्दभर तो कायम राहिला. शासनयंत्रणेचा किमान हस्तक्षेप असावा, हे त्यांचं व्हिक्टोरियन कर्मठ मत या काळात बदललं. या वर्षांमध्ये त्यांच्यात देश अधिक सबळ करण्यासाठी सत्तेची ठोस अंमलबजावणी करण्याचा मोह रुजत गेला. खरंतर स्वतःचं अस्तित्व अधिक ठळक करण्याचीही भावना यामागे होती. शिवाय विसाव्या शतकाचं पहिलं दशक अनेक अर्थांनी ब्रिटनच्या भविष्याला निर्णायक वळण देणारं ठरलं. युरोपीय मुख्य भूमीतील कामकाजात ढवळाढवळ न करण्याचं ऐतिहासिक धोरण ब्रिटिशांनी यादरम्यान बदललं, त्याचे मूलगामी व दीर्घकालीन परिणाम दिसून आले.

आंतरराष्ट्रीय युद्धादरम्यान आपल्याला हवा तेवढाच सहभाग कमी-जास्त करण्याची मुभा ब्रिटनला इंग्लिश खाडीमुळे मिळाली होती. युरोपातील इतर कोणत्याही राष्ट्राला अशी भौगोलिक सोय नव्हती. या खाडीमुळे ब्रिटनला परकीय आक्रमणांपासून तुलनेनं संरक्षित स्थान मिळालं होतं, परिणामी, केंद्र सरकार शक्तिशाली असण्याची गरज कमी झाली, त्यासोबतची करव्यवस्थाही शिथिल राहिली. कार्यकारी संस्थेची सत्ता मर्यादित करून वैयक्तिक स्वातंत्र्याचं रक्षण

करणाऱ्या संस्थांचा उदय झाला. या पार्श्वभूमीवर विन्स्टन यांनी प्रशासनाची सूत्रं हातात घेतली, तेव्हा मात्र राष्ट्राच्या जीवनावर प्रशासनाचं जवळपास पूर्ण नियंत्रण प्रस्थापित झालेलं होतं. दरम्यान, सैन्यदलांची संख्या तीनवरून सहावर नेण्यासंबंधीच्या प्रस्तावावर टीका करणारं भाषण विन्स्टन यांनी केलं. त्यांच्या राजकीय कारकिर्दीमधलं हे पहिलंच मोठं भाषण होतं आणि त्यात त्यांनी मर्यादित शासनयंत्रणेच्या बाजूनं परंपरावादी भूमिका घेतलेली दिसते. चार दशकांहूनही कमी कालावधीत विन्स्टन चर्चिल आणि त्यांचा देश एका टोकाच्या भूमिकेवरून दुसऱ्या टोकाला कसे गेले, या प्रश्नाचं उत्तर त्या काळातील ब्रिटिश समाजाच्या अपरिहार्य स्थित्यंतरातून मिळतं. शतकाच्या उंबरठ्यावर असताना ब्रिटिशांचा प्रभाव जगड्व्याळ होता आणि विविध ठिकाणी त्यांच्या जबाबदारीचे दुवे जोडलेले होते; परंतु या समाजाचा दृष्टिकोन निःसंशयपणे संकुचित होता; पण नंतर आंतरराष्ट्रीय घडामोडींची गुंतागुंत इतकी वाढत गेली की, इंग्लिश खाडीही या समाजाला इतरांपासून अंतर राखायला सोयीची उरली नाही. व्हिक्टोरिया राणीचं निधन झालं, त्यानंतर महिनाभरात संसदेत विन्स्टन यांचा प्रवेश झाला, तोवर पुढील बदलाचे वारे पुरेसे स्पष्ट झालेले नव्हते; अजूनही जुन्या, ठाम मतांचीच निर्ढावलेली चलती सुरू होती.

विन्स्टन यांनी १८ फेब्रुवारी १९०१ रोजी हाउस ऑफ कॉमन्समध्ये पहिलं भाषण केलं. पराभूत झालेल्या बोअरांबाबत उदार भूमिका घ्यावी, असं आवाहन त्यांनी या वेळी केलं. त्यानंतर त्यांनी स्वतःच्या तत्त्वांविषयीचं ठोस विधान करण्याची संधी शोधायला सुरुवात केली. 'लिव्हरपूल कन्झर्वेटिव्ह असोसिएशन'मधील भाषणात त्यांनी आपल्या विचारांचा आणखी माग काढला. विन्स्टन यांनी दरम्यानच्या काळात युद्धमंत्री विल्यम ब्रॉड्रिक (लॉर्ड रँडॉल्फ यांचे जुने विरोधक) यांनी सैन्याविषयी मांडलेल्या प्रस्तावांना लक्ष्य करणं योग्य होईल, असं ठरवलं. १३ मे रोजी हाउस ऑफ कॉमन्समध्ये त्यांचं पुन्हा भाषण झालं. तासभर चाललेल्या या भाषणाचा मजकूर आधीच *'मॉर्निंग पोस्ट'*कडे पोहोचवण्यात आला होता. (लॉर्ड रँडॉल्फ यांचीही हीच सवय टीकेचा विषय ठरली होती.) भाषणाच्या सुरुवातीला विन्स्टन यांनी लॉर्ड रँडॉल्फ यांच्या १८८६मधील राजीनामापत्रातील काही वाक्यं उद्धृत केली : 'युद्ध मंत्रालय आणि आरमार खातं यांच्या सैनिकी व युद्धखोर वर्तुळाला प्रोत्साहन देणं मला तरी शक्य नाही. इतर राष्ट्रांना ही सक्तीची आत्यंतिक जोखीम उचलावी लागत आहे, त्यामध्ये आपणही सहभागी व्हावं, यासाठी हे वर्तुळ उतावीळ झालेलं आहे.' वडिलांचे उद्गार नोंदवल्यावर विन्स्टन पुढे म्हणाले, 'हा शहाणपणाचा सल्ला होता. आज पंधरा वर्षांनंतर या सभागृहानं मला खर्चकपात आणि अर्थव्यवस्था यांचा फाटलेला ध्वज पुन्हा उंचावण्याची संधी दिली आहे, त्याचा मला अतिशय आनंद होतो आहे.' त्यानंतर काही वर्षांनी, १९१४ मध्ये

ब्रिटनला युद्धात लोटणाऱ्या सरकारमध्ये विन्स्टन यांचा सहभाग होता; त्यामुळे अशा व्यक्तीनं काही वर्षं आधी इतकं अचूक व मार्मिक निरीक्षण नोंदवावं, हे विरोधाभासी वाटतं, तर १३ मे १९०१च्या भाषणात विन्स्टन म्हणाले :

'युरोपीय युद्ध टोकाचं क्रूर असणार आहे आणि हा काळ हृदयद्रावक संघर्षानं भरलेला असेल. यात आपल्याला कधी विजयाची कडू फळं चाखायला मिळाली, तरी त्यासाठी आपल्याला बहुधा कित्येक वर्षं राष्ट्राच्या संपूर्ण पुरुषत्वाची किंमत मोजावी लागेल, सर्व शांततापूर्ण उद्योग पूर्णतः थांबवावे लागतील आणि आपल्या समुदायाच्या मौलिक ऊर्जेचा कणन्कण एकाच दिशेनं वापरावा लागेल. यातून विजेत्यांचंही पूर्ण खच्चीकरण होईल, व्यावसायिक सांधाच निखळून पडेल आणि ही हानी प्राणघातक ठरेल. मंत्रिमंडळापेक्षा लोकशाही जास्त खूनशी असते. राजांच्या युद्धांपेक्षा लोकांची युद्ध अधिक भीषण ठरतात. युद्धमंत्र्यांनी सादर केलेला प्रस्तावित कायदा आपल्याला अधिक सुरक्षित करणारा नाही, हे त्यांनाही चांगलं ठाऊक आहे किंबहुना कोणत्याही महासत्तेशी आपले मंत्रिमहोदय तीन सैन्यदलांसह युद्ध करायला गेले तरीही त्यातून आपलं संरक्षण होण्याची फारशी शक्यता नाही. आपण तिरस्कृत ठरणार असू, तर ही मंडळी काही आपल्याला सर्वप्रिय बनवणार नाहीत. आपण धोक्यात असू, तर हे काही आपल्याला सुरक्षित करणार नाहीत. ते त्रस्त करण्यासाठी पुरेसे आहेत; पण ते दरारा बसवू शकत नाहीत. अर्थात, ते आपल्याला अभेद्य बनवू शकत नसले, तरी आपल्याला धोक्यात घालण्याची शक्यता मात्र आहे.'

तोपर्यंत कन्झर्वेटिव्ह पक्षातील विन्स्टन यांचं स्थान काही फारसं मजबूत झालेलं नव्हतं. लॉर्ड सॅलिसबरी यांच्या नेतृत्वाखालील सरकारनं मांडलेल्या सैनिकी खर्चाविषयीच्या प्रस्तावांवर त्यांनी चढवलेला हल्ला धाडसी होता. लॉर्ड रँडॉल्फ यांची कारकीर्द मुख्यतः याच मुद्द्यावरून कोलमडली होती, हे लक्षात घेता विन्स्टन यांचं धाडस विशेष लक्षणीय ठरतं; पण याहूनही अधिक काही गोष्टी या घटनाक्रमात सामावलेल्या होत्या. खर्च मुख्यत्वे रॉयल नेव्हीवर व्हावा, कारण नौदलामुळेच ब्रिटनला प्रादेशिक ऐक्याची हमी मिळते आणि जगातील मुख्य व्यापारी राष्ट्र म्हणून असलेली ब्रिटनची संपत्ती व सत्ता नौदलावरच अवलंबून आहे, असा त्यांचा युक्तिवाद होता; त्यामुळे त्यांची मतभिन्नता स्वीकारार्हतेची मर्यादा पाळणारी होती. शिवाय तत्कालीन 'भव्य दुरावलेपणा'च्या (स्पेन्डिड आयसोलेशन) इतर- विशेषतः युरोपीय राष्ट्रांशी जवळीक

साधण्याविषयी अनुत्सुकता दाखवणारं ब्रिटनचं तत्कालीन धोरण राष्ट्रीय मनोवृत्तीला पूर्णतः साजेसं मत त्यांनी व्यक्त केलं होतं. मुक्त व्यापारावरील मध्यवर्ती श्रद्धाही यात अनुस्यूत होती.[१] ब्रिटनमध्ये नोंदणी झालेली व्यापारी जहाजं एकूण आंतरराष्ट्रीय व्यापारातील दोन तृतीयांश वाटा उचलत होती. यातील बहुतांश जहाजांवरील मालाची अदलाबदल ब्रिटिश बंदरांवर होत असे. अन्नाच्या बाबतीत ब्रिटन पूर्वीपासूनच स्वावलंबी उरला नव्हता. या पार्श्वभूमीवर १८४६ मध्ये आयात धान्यावरील जकात रद्द करण्यात आली. तोपर्यंत कोणत्याही देशानं आत्मसात केला नसेल इतक्या दृढतेनं ब्रिटननं डेव्हिड रिकोर्डो यांचा तुलनात्मक लाभाचा सिद्धान्त जवळ केला आणि त्यानुसार व्यापार धोरण पुढे नेलं.[२] पण हे भाषण सॅलिसबरी यांना भावण्याच्या दृष्टीनंही करण्यात आलं होतं. 'बदलाचे धोके इतके मोठे असतात की, सर्वाधिक आशावादी सिद्धान्तांची आश्वासनंही फसवी ठरतात; त्यामुळे विद्यमान परिस्थिती टिकवणंच अनेकदा शहाणपणाचं ठरतं. मग वास्तवात या परिस्थितीचा बचाव अशक्य झालेला असला तरी हे करावं लागतं,' असं सॅलिसबरी यांचं मत होतं.[३] प्रस्तुत घटनाक्रमामध्ये बदलाचा प्रस्ताव विन्स्टन यांनी नव्हे, तर ब्रॉड्रिक यांनी ठेवलेला होता; परंतु सॅलिसबरी यांनी या प्रस्तावांचं पाठबळ काढून घेतल्यानंतर युद्धमंत्री ब्रॉड्रिक यांनी राजीनामा दिला आणि त्यांना भारत मंत्री करण्यात आलं. या घडामोडींद्वारे विन्स्टन यांनी त्यांचं अस्तित्व अधोरेखित केलं होतं.

साम्राज्याच्या बाहेर उत्पादित झालेल्या वस्तूंवर जकात लावण्यासाठी अभियान ('साम्राज्यवादी प्राधान्य') चालवण्याकरिता १९०३ मध्ये जोसेफ चेम्बरलीन यांनी वसाहतिक मंत्रिपदाचा राजीनामा दिला, त्या वेळी विन्स्टन पूर्णतः जतनवादी (कन्झर्वेटिव्ह) होते. या विषयावर 'कॉमन्स'मध्ये चेम्बरलीन यांचं भाषण झाल्यावर लगेचच, २८ मे रोजी विन्स्टन भाषणाला उभे राहिले. त्या दिवशी उदारमतवाद्यांची बाजू मांडण्यासाठी हर्बर्ट ॲस्क्विथ सभागृहात उपस्थित नव्हते. विन्स्टन यांनी भाषणात सांगितलं की, चेम्बरलीन यांचा प्रस्ताव पुढे गेला, तर 'जुना कन्झर्वेटिव्ह पक्ष, त्याच्या धार्मिक श्रद्धा आणि घटनात्मक तत्त्वं हे सर्व नामशेष होईल; नवीन श्रीमंत, भौतिकतावादी व इहवादी पक्ष उदयाला येईल- त्याची मतं जकातीसारख्या मुद्द्यावरून ठरतील आणि त्यातून संरक्षित उद्योगांच्या दलालांचा भरणा झालेले दबावगट निर्माण होतील.' १८९४ ते १९०३ या काळात कोषागाराचे कायमस्वरूपी सचिव सर फ्रान्सिस मोवॅट यांच्याकडून विन्स्टनना रिकार्डोविचारातील कर्मठ मांडणीचं पक्कं बाळकडू मिळालेलं होतं; त्यामुळे एखाद्या विचारसरणीनं भारावलेल्या नवथराच्या उत्साहानं त्यांनी भाषण केलं.

संसदेतील विन्स्टन यांची सुरुवातीची वर्षं अपरिहार्यपणे त्यांच्या पुढील वाटचालीची- म्हणजे ३१ मे १९०४ रोजी त्यांनी लिबरल पक्षात केलेल्या प्रवेशाची- प्रस्तावना

म्हणून पाहावी लागतात. त्यांना निःसंशयपणे पदाची हाव होती; त्यामुळे पक्षांतर करायचा त्यांचा निर्णय अगदी अचूक वेळ साधून घेतलेला होता. त्या वेळी कन्झर्वेटिव्ह पक्षाची दीर्घ काळ चाललेली ऊर्ध्वगती थांबून आता उतार सुरू झालेला होता. वास्तविक विन्स्टन यांचं म्हणणं होतं की, त्यांनी कन्झर्वेटिव्ह पक्षापासून स्वतःहून फारकत घेतलेली नसून सॅलिसबरी यांचे भाचे आणि वारसदार आर्थर बाल्फोर यांच्या नेतृत्वाखालील पक्षानंच त्यांना दूर लोटलं होतं. त्यांच्या म्हणण्यात तथ्य होतं. कन्झर्वेटिव्ह पक्षात विन्स्टन यांच्याकडे उपद्रवी व्यक्ती म्हणून पाहिलं जाऊ लागलं होतं. एखादं सरकारी पद देऊन त्यांना पक्षाला सोडचिठ्ठी देण्यापासून परावृत्त करणं, अशी बाल्फोर यांची इच्छा असती तरी बहुधा ते शक्य झालं नसतं. विन्स्टन यांनी माघार घेता येणार नाही अशी तत्त्वाधारित भूमिका घेतलेली होती. पक्षांतर करण्याच्या आदल्या दिवशी त्यांनी लॉर्ड ह्यू सेसिल यांना पत्र लिहून आपले विचार कळवले. स्वतः सेसिलही विन्स्टन यांच्यासारखेच कॉन्झर्वेटिव्ह पक्षात मतभिन्नता व्यक्त करणारे होते; पण ते लॉर्ड सॅलिसबरी यांचे सुपुत्र होते व बाल्फोर त्यांचा आत्तेभाऊ होता; त्यामुळे कौटुंबिक एकनिष्ठेचं पालन करण्याच्या अपरिहार्यतेपायी त्यांना पक्ष सोडणं शक्य नव्हतं, तर विन्स्टन यांनी सेसिल यांना लिहिलं होतं :

> 'त्या सगळ्या लखलखत्या श्रेणीव्यवस्थेतून तुटून निघताना माझं मन पिळवटून निघतं आहे. तिच्यापासून पूर्णतः स्वतंत्र होण्यासाठी आपली विचारव्यवस्था किती काळजीपूर्वक सुसंघटित करून ठेवावी लागते. सगळ्यांत वाईट म्हणजे, एकदा का मुक्त व्यापाराचा मुद्दा बाजूला गेला की, माझ्या वैयक्तिक आकांक्षा अगदी उघड होऊन रुतून पडतील- नुसता तेवढ्यापुरताच विचार केला तर ते अगदी गचाळ आणि असमाधानकारक वाटतं; पण बाहेरच्या एखाद्या ध्येयानं त्याला जोरदार आधार दिला तर ते एवढं लाभदायक नक्कीच नाही.'[४]

परंतु मुक्त व्यापाराचा मुद्दा तसा लगेच बाजूला गेला नाही. उलट याच मुद्द्यावरून १९०५ च्या अखेरीस बाल्फोर यांना राजीनामा द्यावा लागला, त्यापाठोपाठ जानेवारी-फेब्रुवारी १९०६ च्या सार्वत्रिक निवडणुकीत सर हेन्री कॅम्पबेल-बॅनरमन यांच्या नेतृत्वाखाली लिबरल पक्षाचा दणदणीत विजय झाला.[५] विन्स्टन यांनी स्वतःला निवडणुकीच्या कामात झोकून दिलं. परिणामी, त्यांना नवीन सरकारमध्ये वसाहतींच्या उपमंत्र्याचं पद मिळालं. विन्स्टन यांच्या मृत्यूनंतर लगोलग लिहिल्या गेलेल्या दुरुस्तीवादी चरित्रांच्या लाटेमध्ये या संदर्भात काहीसा तुच्छतादर्शक सूर उमटलेला दिसतो; परंतु या कालखंडातील विन्स्टन यांच्या राजकीय कारकिर्दीचं न्याय्य

मूल्यमापन करायचं असेल, तर यापलीकडे जायला हवं. आपल्या सोईनं इतिहासाचं पुनर्लेखन करायचा महाकाय प्रयत्न विन्स्टन यांनी केला, यासंबंधी या पूर्वीच्या चरित्रांमध्ये साधारणतः निरोगी प्रतिक्रिया दिलेली आहे; पण त्याचसोबत मर्यादित संधी आणि निराशेच्या वातावरणाची झळ बसलेल्या पिढीत जगलेल्या लोकांची तत्कालीन सरकारी धोरणांविषयीची नापसंतीही या प्रतिक्रियेत दिसते. या संदर्भात खालील परिच्छेद प्रातिनिधिक म्हणून वाचता येईल :

> 'इंग्लंडमध्ये तरुणाई व आकांक्षा यांच्याकडे साशंकपणे पाहिलं जातं. कृतिशीलता आणि ऊर्जा यांच्यावरही तितकीच शंका घेतली जाते. निर्धारानं समस्या हाताळणाऱ्या, चुका करायला न घाबरणाऱ्या आणि पुढचं पाऊल टाकण्यासाठी आवश्यक किंमत देण्याची तयारी असलेल्या तरुणांकडे तर विशेष चिंतेनं पाहिलं जातं... इंग्लंडमध्ये, विशेषतः तरुणांनी काहीच न करणं सर्वांत सुरक्षित ठरतं- लपूनछपून कामं करणाऱ्यांचा व फसवणूक करणाऱ्यांचा तेवढा याला अपवाद आहे; पण काहीच न करणं, हा सगळ्यांत सुरक्षित मार्ग आहे. असं केल्यासच धूर्त व चतुर असल्याचा किताब मिळतो.'[६]

या टिप्पणीतून आपल्याला संबंधित लेखकाच्या अनुभवाची दाहकता जाणवते. १९६४ पर्यंत 'हाउस ऑफ कॉमन्स'मध्ये वरिष्ठ कारकून म्हणून काम केलेल्या आणि १९७६ ते १९९२ या कालखंडात केम्ब्रिजमधून कन्झर्वेटिव्ह पक्षाचे खासदार राहिलेल्या व्यक्तीची ही विधानं आहेत. विन्स्टन यांच्या राजकीय उमेदवारीच्या काळासंबंधी मात्र ही टिप्पणी पुरेशी ठरत नाही. विन्स्टन यांचं निधन झालं, तेव्हा ब्रिटनच्या राजकीय जीवनात अतिमहत्त्वाकांक्षी लोकांविषयी संशयाचं वातावरण निर्माण झालेलं होतं, ही वस्तुस्थिती आहे; पण अशी परिस्थिती पूर्वीपासून नव्हती. आज एखादा महत्त्वाकांक्षी तरुण इतर क्षेत्रांमध्ये अधिक सहजपणे ख्याती प्राप्त करू शकतो; पण एक शतकभरापूर्वी महत्त्वाचं सार्वजनिक स्थान मिळवण्याची इच्छा असलेल्यांना आपली गुणवत्ता दाखवण्यासाठी अतिशय मोजक्या संधी उपलब्ध होत्या. आज राजकारण हा बऱ्यापैकी चांगलं आर्थिक उत्पन्न मिळवून देणारा पेशा बनला आहे. अनेक खासदारांना बाहेर कामाचा अनुभव न घेताही सभागृहात प्रवेश करता येतो; पण विन्स्टन यांचा राजकारणात प्रवेश झाला, तेव्हा केवळ पदाधिकाऱ्यांना पगार मिळत असे.[७] त्यामुळे आर्थिक सुस्थितीत असलेले लोक किंवा इतर कोणाच्या आश्रयदातृत्वावर उभे राहणारे गुणवान लोक वगळता बाकीच्यांना निवडणुकीसाठी उभं राहणं परवडणारं नव्हतं; त्यामुळे पक्षाची शिस्त शिथिल झाली

आणि संसदेतील चर्चा अधिक मूलभूत व मनोरंजकही झाली. लॉर्ड रँडॉल्फ काय, किंवा त्यांचा मुलगा काय- काही वेळा त्यांचं वागणं 'उतावळा नवरा गुडघ्याला बाशिंग' या म्हणीसारखं असायचं. सत्तेसाठी झटापट करत बसावी लागली, तर ते कोणालाच सोयीचं ठरणार नाही; त्यापेक्षा आश्रयदातृत्व व सत्ता यांच्या कक्षेमध्ये आपला समावेश झाला, तर ते सर्वांसाठीच अधिक सोयीचं असेल, हे आपल्या नेत्याला पटवून देणं विन्स्टनना महत्त्वाचं वाटत होतं.

जॉन लुकास यांनी ब्रिटिशांचं वर्णन 'वक्तृत्वाचा व बुद्धीचा अभाव असलेले लोक' असं केलं आहे; पण हे तसं नजीकच्या भूतकाळातील कथित राष्ट्रीय वैशिष्ट्य झालं.[८] विन्स्टन यांनी राजकारणात प्रवेश केला, तेव्हा इतरांचं मन वळवण्यासाठी वा त्यांच्यावर प्रभाव टाकण्यासाठी भाषा वापरण्याची कला म्हणून वक्तृत्वाचा सन्मान केला जात असे. विन्स्टन यांच्या भाषणांचा पहिला संग्रह प्रकाशित झाला, तेव्हा त्यामध्ये मँचेस्टर, प्रेस्टन, साउथपोस्ट, लिव्हरपूल, बोल्टन, बर्नले, ओल्डहॅम व क्रूव या उत्पादकीय शहरांतील कष्टकरी वर्गातील मतदारांसमोर १९०९ मध्ये केलेल्या भाषणांचा समावेश होता. यात कुठेही त्यांनी मुद्द्यांचं सुलभीकरण केलेलं दिसत नाही किंवा श्रोत्यांना कमी लेखून ते बोलत होते असंही दिसत नाही.[९] या भाषणांमध्ये पक्षपाती निर्भत्सना आहे; पण चर्चिलविरोधक नेहमी ज्याचा आरोप करतात, ती भावनोद्दिपकता मात्र आढळत नाही.[१०] उलट, आज बहुतेकांना अतिउदात्त वाटेल अशा चढ्या सुरात त्यांनी मुक्त व्यापार आणि सामाजिक सुधारणा या दोन्हींच्या बाजूनं युक्तिवाद केलेले आहेत.

वक्तृत्वाची जोड मिळालेली विन्स्टन यांची बुद्धिमत्ता खऱ्या अर्थानं संसदेत सर्वांत प्रभावशाली ठरली. त्या वेळी हे सभागृह कागदोपत्री आणि व्यवहारातही सर्वोच्च न्यायिक स्थानी होतं. अंमलबजावणीयोग्य तोडगे काढण्यासाठीचं साधन अमूर्त युक्तिवादांमध्ये नसून 'सामाईक कायद्या'च्या प्रक्रियेमध्ये सापडतं, यावर विन्स्टन यांचा अढळ विश्वास होता. खुल्या न्यायालयात वाद-प्रतिवाद झालेल्या मुद्द्यांवरून निश्चित करण्यात आलेल्या प्रघातांच्या सतत वाढत्या नोंदी या कायद्यात झालेल्या होत्या. 'कोणत्याही पंथाच्या सिद्धान्तकारांची सिद्ध झालेली निष्फळता; तार्किक समीकरणांवर आधारित भविष्यवेधी अंदाजांची निरर्थकता; शुद्ध हेतूनं आखलेल्या धोरणांमुळे वारंवार झालेले विध्वंस; इतिहासावर प्रभुत्व असलेली उद्दिष्ट व परिणाम यांतील निराशाजनक विसंगती,'[११] हे मुद्दे लॉर्ड सॅलिसबरी यांच्याप्रमाणे विन्स्टननाही पटलेले होते. लहान असताना 'कॉमन्स'च्या सज्जातून त्यांनी वडील लॉर्ड रँडॉल्फ आणि दुसऱ्या एका खासदारातील संतप्त वैयक्तिक वादावादी पाहिली, तेव्हाच या प्रतिपक्षी व्यवस्थेचं व्यक्तिनिरपेक्ष स्वरूप त्यांना जाणवलं होतं. 'काही मिनिटांनीच तो दुसरा खासदार मी बसलो होतो तिथे आला, उत्साही हसऱ्या

चेहऱ्यानं त्यानं मला स्वतःची ओळख करून दिली आणि सभागृहात पाहिलेल्या प्रसंगाबद्दल मला काय वाटलं तेही विचारलं, तेव्हा मला अतिशय आश्चर्य वाटलं होतं,'[१२] असं विन्स्टन नोंदवतात.

प्रौढावस्थेतील त्यांच्या मोजक्या मित्रांमधील एक होते फ्रेडरिक (एफ. ई.) स्मिथ. कालांतरानं लॉर्ड बर्केनहेड म्हणून ओळखल्या गेलेल्या स्मिथ यांनी राजवकील म्हणून उत्तम कामगिरी बजावली होती. स्मिथ यांचं वर्णन करताना विन्स्टन यांनी वापरलेले शब्द त्यांना स्वतःलाही लागू पडणारे होते : 'मजबूत, भांडकुदळ व्यक्तिमत्त्व, जगण्याच्या युद्धभूमीवरून आपली वाट तुडवत चाललेला आणि मोबदला मिळेल तसा काबीज करणारा, स्वतःच्या ताकदीवर खूश असलेला इसम'.[१३] या दोघांनी १९११ मध्ये 'अदर क्लब'ची स्थापना केली. खासदार, सर्व पक्षांचे समकक्ष नेते आणि इतर क्षेत्रांमधील धुरीण, यांना दर पंधरवड्याला भोजनाच्या निमित्ताने एकत्र आणणारा हा गट होता. संसदेची सत्रं सुरू असताना सव्हॉय हॉटेलमधील पिनाफोअर रूममध्ये हा भोजन समारंभ आयोजित केला जात असे. 'पक्षीय राजकारणातील हाडवैर व कडवटपणामध्ये हस्तक्षेप' करण्याचा हेतू या उपक्रमामागे नसल्याचं क्लबच्या नियमांमध्ये म्हटलेलं होतं; पण राजकीय वातावरण अतिशय तापलेलं असताना या क्लबची स्थापना झाली, तेव्हा संघर्षरत सदस्यांमध्ये सौहार्द प्रस्थापित करणं हा यामागचा एक उद्देश उघडच होता.[१४]

कायद्याप्रमाणे राजकारणाचं वैशिष्ट्य म्हणून प्रतिपक्षी व्यवस्था शाबूत राखण्यावर विन्स्टन यांची श्रद्धा होती; त्यामुळे त्यांनी हाती घेतलेल्या प्रश्नावर पूर्ण क्षमतेनं ते युक्तिवाद करत राहत आणि निकाल त्यांच्या विरोधात गेला, तर दुसऱ्या मुद्द्यांमध्ये लक्ष घालत. वय आणि अधिकार वाढत गेला तसतसं, आधीच्या विषयातून नवीन विषयाकडे जाण्याचा त्यांचा प्रवास अधिकाधिक अनिच्छेनं होऊ लागला; पण युक्तिवादामधील सुसंगती आणि निर्भीडपणा कायम होता. अल्पमतांत असताना त्यांनी कायम आपल्या वडिलांच्या आदेशाचं पालन केलं : 'विरोध करणं हे विरोधी पक्षाचं कर्तव्य आहे.' ते स्वतः सत्तेत असताना आपल्या विरोधकांनीही आपल्यावर अशाच आक्रमकतेनं टीका करावी अशी त्यांची अपेक्षा असायची आणि असं केल्याबद्दल विरोधकांविषयी त्यांच्या मनात कोणताही वैरभाव नसे. आपल्या धारदार टोमण्यांनी काहीजण इतके का दुखावतात, हे विन्स्टनना कधीच समजलं नाही. त्यांची स्वतःची कातडी गेंड्याची होती; त्यामुळे तलम त्वचेच्या लोकांबाबत त्यांना काहीच सहानुभूती वाटायची नाही. परिणामी, धोरणनिर्मितीकडे बघण्याचा त्यांचा दृष्टिकोन व्यावहारिक होता- स्वातंत्र्याविषयीची एक सर्वसाधारण वचनबद्धता त्यांनी पाळली; परंतु त्यापलीकडे एखाद्या विशिष्ट विचारधारेचा आग्रह या धोरणांमध्ये कधी दिसून आला नाही. विन्स्टन यांच्या राजकीय तत्त्वज्ञानाविषयी त्यांचे अधिकृत

चरित्रकार म्हणतात :

> 'व्यक्तिगत स्वातंत्र्य व उचित जीवनशैली यांचं जतन व संरक्षण यांवर विन्स्टन यांचं राजकीय तत्त्वज्ञान आधारलेलं होतं. यासाठी आवश्यकता भासल्यास राज्यसंस्थेचं सहकार्य घेण्याची व सत्ता वापरण्याची त्यांची तयारी होती. राज्यसंस्थात्मक सत्तेच्या गैरवापरापासून व्यक्तीचं संरक्षण करणं, संसदीय लोकशाहीची विद्यमान चौकट टिकवण्यासाठी आणि सुधारण्यासाठी राजकीय तडजोड व मध्यममार्ग यांचा शोध घेणं, अधिक सत्ताधारी देशांच्या आक्रमकतेपासून लहान देशांचं संरक्षण करणं आणि युद्धाच्या शापापासून व संकटापासून सर्व लोकशाही देशांचं रक्षण करण्यासाठी त्यांना एकमेकांशी जोडणं, हे त्यांच्या राजकीय तत्त्वज्ञानाचे इतर आधारभूत घटक होते.'[१५]

या मतांमधून आरेखित होणारी सामाजिक चौकट व सरकारची भूमिका केवळ उदारमतवादी, कट्टरतावादी किंवा कल्पितादर्शवादी, समाजवादी यांचे अपवाद वगळता बहुधा सर्वांनाच मान्य होईल; पण खरा पेच तपशिलामध्ये आहे : 'उचित जीवनशैली' किंवा 'राज्यसंस्थात्मक सत्तेचा गैरवापर' यांच्या अर्थाविषयी क्वचितच सर्वसहमती असलेली दिसते. एका बाजूला या गोष्टींची हमी मिळावी आणि दुसऱ्या बाजूला त्यांना प्रतिबंधही करावा, हे कसं साध्य करायचं यावर तर आणखी कमी सहमती असते.

मुक्त व्यापाराच्या बाबतीत विन्स्टन यांचं मत आग्रही होतं, असं काहींना वाटू शकतं; पण जतनवादी कल असलेल्या व्यक्तीला या विचाराची भुरळ का पडते, हे अधिक खोलात समजून घ्यायला हवं. भ्रष्ट व पक्षपाती उद्देशानं व्यापारी क्षेत्राचा गैरवापर करण्याचा मोह राजकीय घटकांच्या कक्षेबाहेर ठेवण्यासाठी मुक्त व्यापाराचं धोरण उपयुक्त ठरतं, असा जतनवादी दृष्टिकोन असतो. 'सत्ता माणसाला भ्रष्ट बनवते आणि सर्वंकष सत्ता माणसाला सर्वंकषरीत्या भ्रष्ट बनवते', हे वाक्य लॉर्ड ॲक्टन यांनी १८८७ मध्ये लिहिलेलं असलं, तरी ते एकूणच ब्रिटिश राजकीय विचारप्रवाहाचं दीर्घकालीन तत्त्व राहिलेलं आहे. उदाहरणार्थ, जर्मन नाझीवादाचा धोका समोर दिसला, तेव्हा मर्यादित शासनाच्या तत्त्वाबाबतची दीर्घकालीन बांधिलकी बाजूला ठेवण्याची गरज इतर राजकीय अभिजनांसह विन्स्टनलाही भासू लागली. जर्मन चान्सलर ओट्टो व्हॉन बिस्मार्क ('रक्त व लोह' या विख्यात भाषणाचे कर्ते) यांनी कल्याणकारी राज्यसंस्थेची पायाभरणी केली. १९४०च्या दशकापर्यंत ब्रिटनमध्ये अशा प्रकारची व्यवस्था उदयाला आलेली नव्हती. अल्पकालीन परंतु तीव्रतेच्या

युद्धांसोबतच बिस्मार्क यांनी कल्याणकारी धोरणं अमलात आणली. मुळात सक्षम केंद्रीय सरकारच्या नियंत्रणाखालील एकत्र जर्मनीचं उद्दिष्ट गाठण्यासाठीही ही साधनं होती. या खंडीय महासत्तेविरोधातील समतोल साधण्याची विन्स्टन यांची आकांक्षा लक्षात घेतली की, त्यांच्या उक्तींमधील अंतर्विरोध स्पष्ट होतो : १९०१ मध्ये त्यांनी 'खर्चकपात व अर्थव्यवस्थेचा फाटका ध्वज' उंचावला आणि १९०८-११ मध्ये सामाजिक सुधारणांचं समर्थन केलं.

पण तर्कशुद्ध युक्तिवादानं विन्स्टन यांचं मन कधीही वळवता येत नसे. 'माणूस हा एकाच वेळी अनन्य जीव आहे आणि कळप करून राहणारा प्राणीही आहे. काही उद्दिष्टांसाठी त्यानं सामूहिकतावादी असायला हवं, तर इतर काही उद्दिष्टांसाठी त्यानं कायम व्यक्तिवादी राहायला हवं,' असं १९०६ च्या अखेरीस त्यांनी म्हटलं होतं. वरकरणी पाहता, सैन्यामध्ये काम केलेल्या व्यक्तीकडून हे मतप्रदर्शन आश्चर्यकारक वाटत नाही; परंतु 'समाजातील सामूहिक कार्याचा गुणाकार करत जाणं हा सभ्यतेचा समग्र स्वभाव आहे,' आणि 'जगण्याचा व श्रमाचा किमान दर्जा' राखण्यासाठी 'अनेक नव्या व साहसी प्रयोगांची सुरुवात' करण्याचं आवाहन राज्यसंस्थेला करणं, हाही या सभ्यतेचा भाग आहे, असंही ते या वेळी म्हणाले.[१६] मुक्त बाजारपेठेमध्ये राज्यसंस्थेनं हस्तक्षेप करू नये, या मतापोटी ज्या व्यक्तीनं आपला जन्मजात पक्ष सोडला, त्या व्यक्तीचं इतकं तीव्र मतांतर होणं लक्षणीय म्हणावं लागेल; परंतु बौद्धिक पातळीवर विन्स्टन यांचं स्थित्यंतर झाल्याचा कोणताही पुरावा नाही. 'नवीन संकल्पना तत्काळ समजून घेऊन त्यांची वेगवान अंमलबजावणी करण्याची क्षमता विन्स्टन यांच्यात होती; पण या संकल्पनांमधील पायाभूत तत्त्वज्ञानाचं आकलन त्यांना क्वचितच होत असे,' असं विन्स्टन यांचं मतपरिवर्तन करण्याचा प्रयत्न केलेल्या एका माणसानं नोंदवलेलं आहे.[१७] गरिबांची दुर्दशा पाहून त्यांना बहुधा फारसं भावनिक वाटत नसे; पण स्वतःला अधिक उदात्त व लाभदायक भूमिका मिळण्याची संधी दिसली की, त्यात ते भावनिकदृष्ट्या गुंतून जात; त्यामुळेच त्यांचा प्रेषितसदृश उत्साह उफाळून यायचा. 'माझ्याकडून भविष्यात असलं काही कार्य घडायचं होतं, म्हणूनच तर अगदी अटीतटीच्या लढाईतही मी अनेकदा बचावलो,' असं ते एकदा एका सहखासदाराला म्हणाले होते.[१८]

लिबरल पक्षाचं वसाहतिक घडामोडींसंबंधीचं 'हाउस ऑफ कॉमन्स'मधील प्रवक्तेपद विन्स्टनना मिळालं. (त्यांचे नामधारी अध्यक्ष 'हाउस ऑफ लॉर्ड्स'मध्ये होते.) अशा प्रकारच्या पदाची चव चाखण्याची संधी विन्स्टनना पहिल्यांदाच मिळाली होती आणि त्यात त्यांनी उत्साहानं सक्रिय सहभाग घेतला. सार्वजनिक कर्तव्यांचं पालन करताना त्यांचं हे वैशिष्ट्य कायमच दिसत राहिलं. यामुळे त्यांना

आणखी एका पुस्तकासाठीची कच्ची सामग्रीही मिळाली आणि त्यांच्या सार्वजनिक प्रतिमेसोबतच बँक खात्यातील शिल्लक रक्कम वाढवण्याच्या दृष्टीनं या पुस्तकाची रचना करण्यात आली.[१९] आक्रमक वसाहतवादाचं ज्यो चेम्बरलीन यांचं धोरण मागे घेण्यात आलं आणि उदार राजकीय समेटाची दृष्टी स्वीकारण्यात आली, त्यातूनच पराभूत बोअर लोक दक्षिण आफ्रिकी संघात पुन्हा सामील झाले, त्यासाठी स्थानिक जनतेला व स्थलांतरित भारतीय समुदायाला मोठी किंमत मोजावी लागली. या समेटाने दक्षिण आफ्रिकेसोबतच भारतातही नवीन संकटाला जन्म दिला; पण सरकारला देशांतर्गत सुधारणांवर लक्ष केंद्रित करता यावं यासाठी साम्राज्यवादी प्रश्नांमधील हवा काढून घेण्याचं तात्कालिक उद्दिष्ट मात्र यातून साध्य झालं. विन्स्टन यांच्या ब्रिटिश साम्राज्याविषयीच्या मताशी हे सुसंगतच होतं. ब्रिटनचं आंतरराष्ट्रीय स्थान बळकट करणं हा साम्राज्याचा उद्देश आहे, असं त्यांचं मत होतं आणि हा उद्देश अंकित लोकांच्याही हिताचा असल्याचा त्यांचा समज होता.[२०] लॉर्ड एल्गीन यांच्या रूपात विन्स्टनना सुदैवानं क्षमाशील वरिष्ठ नेता मिळाला. नवख्या असामीनं सुरुवातीला सरावाच्या कवायती करायलाच हव्यात, असं एल्गीन यांचं म्हणणं होतं; पण राजकीय विकासाचा विचार केला, तर वसाहतिक मंत्रालयातील विन्स्टन यांचा कार्यकाळ त्यांच्या पहिल्या मंत्रिपदाची प्रस्तावना म्हणून उपयोगात आला. मंत्रिपद मिळाल्यानंतर त्यांनी जाणीवपूर्वक ब्रिटनच्या संस्थात्मक रचनेच्या दुरुस्तीचा प्रयत्न केला. त्यांच्या कारकिर्दीमध्ये अशा प्रकारची त्यांची ही एकमेव कृती होती.

लिबरल पक्षाचे पंतप्रधान कॅम्पबेल-बॅनरमन यांच्या निधनामुळे १९०८ मध्ये रिकामी झालेली पंतप्रधानपदाची जागा हर्बर्ट हेन्री ॲस्क्विथ यांच्याकडे आली. त्यांनी लोकानुनयी वेल्श खासदार डेव्हिड लॉईड जॉर्ज यांना कोषागाराचं प्रमुख मंत्रिपद दिलं आणि त्यांच्याकडील व्यापार मंडळाच्या अध्यक्षपदावर विन्स्टनना बढती दिली. या दोन व्यक्तींची अतिशय अनपेक्षित आघाडी तयार झाली. टाउन हॉलमध्ये लॉईड जॉर्ज यांना बोलण्यापासून प्रतिबंध करण्यासाठी झालेल्या रक्तरंजित दंगलीच्या संदर्भात बर्मिंगहॅममधील जतनवाद्यांवर ताशेरे ओढताना १९०१च्या अखेरीस विन्स्टन यांनी लिहिलं होतं की : 'लॉईड जॉर्ज हा असभ्य, बडबड्या व बदमाश माणूस आहे, असं मला व्यक्तिशः वाटतं.'[२१] त्यांचं हे मत खऱ्या अर्थानं कधीच बदललं नसावं; पण ४४ वर्षांनी लॉईड जॉर्ज यांच्या निधनानंतर विन्स्टन यांनी भावुक प्रशंसापर लेख लिहिला होता, त्याचा काही अंश असा :

> 'लॉईड जॉर्ज यांच्या पुढाकारानं झालेल्या कायद्यांनी आपल्या जगण्याला किती आकार दिला याची जाणीव बहुतांश लोकांना नाही. आरोग्य विमा

आणि वृद्धांना निवृत्तीवेतन या योजना म्हणजे लोकांच्या वर्दळलेल्या जीवनवाटेला नक्षीदार कठडे पुरवण्यासाठी सरकारी पातळीवर जाणीवपूर्वक करण्यात आलेला पहिला मोठा प्रयत्न होता. पिढ्यान्‌पिढ्या दुर्लक्षित व बेदखल अवस्थेत अनेक लोक खोल विवराच्या गर्तेत बुडून जात. या विवराचं झाकण बंद करताना समाजाच्या रचनांना बाधा पोहोचणार नाही, याची काळजी या योजनेच्या वेळी घेण्यात आली.'[२२]

या नवीन उपक्रमांसाठी महसुलामध्ये मोठी वाढ गरजेची होती. याच काळात रॉयल नेव्हीच्या सबलीकरणासाठी जास्तीचा पैसा निकडीचा बनला होता. १९०६ मध्ये मोठ्या तोफा वाहून नेणारी वेगवान 'एचएमएस ड्रेडनॉट' नौका तयार झाली, त्यासोबत आधीच्या सर्व युद्धनौका निरुपयोगी ठरल्या. या संधीचा लाभ घेऊन जर्मन साम्राज्यानं युद्धनौकांचा ताफा उभारायला घेतला, यातून ब्रिटिश नौदलाच्या वर्चस्वाला आव्हान उभं राहण्याची शक्यता निर्माण झाली; त्यावर वेळीच उपाययोजना करण्यासाठी नौदलावरील वाढीव खर्च आवश्यक झाला होता.

बहुसंख्य उदारमतवादी खासदार आक्रमक सैनिकीकरणाच्या बाजूनं होते; परंतु या विरोधात असलेल्या मोजक्या उदारमतवादी मंडळींचाही एक संघ होता ('लीग ऑफ लिबरल्स अगेन्स्ट अग्रेशन अँड मिलिटरिझम' : लॅम्ब्स). लॉईड जॉर्ज आणि विन्स्टन हे दोघेही या सैनिकीकरणविरोधी संघामध्ये सहभागी झाले होते. युद्धनौकांच्या बांधणी कार्यक्रमामध्ये कपात करावी, असं प्रतिपादन त्यांनी केलं. स्वतःचं सामर्थ्य अजमावून पाहण्याचा हा प्रकार आहे, असं ॲस्क्विथ यांचं मत होतं. 'लॉईड जॉर्ज यांना कसलीच तत्त्वनिष्ठा नाही आणि विन्स्टन यांच्याकडे कसलाच निर्धार नाही;'[२३] त्यामुळे या दोघांपैकी कोणीही राजीनामा देणार नाही, असं ते म्हणाले होते. आरमार मंत्रालयाला सहा युद्धनौका सज्ज करायच्या होत्या; तर केवळ चार नौका तयार करण्यासाठीचे पैसे सरकारला पुरवता येतील, असं लॉईड जॉर्ज यांचं म्हणणं होतं. कन्झर्वेटिव्ह पक्षाच्या वर्तमानपत्रांना या वादाची कुणकुण लागली आणि त्यातूनच मग 'वुई वॉन्ट एट अँड वुई वोन्ट वेट' या घोषणेचा जन्म झाला. विन्स्टन यांनी काही काळानं नमूद केल्यानुसार, या सर्व प्रकरणात 'कुतूहलजनक व वैशिष्ट्यपूर्ण तोडगा काढण्यात आला. आरमार मंत्रालयानं सहा नौकांची मागणी केली होती : अर्थशास्त्रज्ञांनी चार नौकांचा प्रस्ताव मांडला आणि शेवटी आम्ही आठ या संख्येवर तडजोड केली;' पण त्यांनी हेसुद्धा कबूल केलं की, 'चान्सलर लॉईड जॉर्ज आणि माझं मत मर्यादित अर्थानं योग्य होतं; पण नियतीच्या खोल लाटांच्या संदर्भात विचार केला, तर आम्ही धडधडीत चुकीचे ठरलो होतो. या प्रसंगी आरमाराचे प्रथम लॉर्ड ज्या निर्धारानं व धैर्यानं आपली बाजू मांडत राहिले आणि पक्षाची साथ त्यांनी

ज्या पद्धतीनं दिली ते सर्वच अतिशय प्रशंसनीय होतं.'[२४]

एप्रिल १९०९ मध्ये लॉईड जॉर्ज यांनी 'लोकांचा अर्थसंकल्प' जाहीर केला. या अर्थसंकल्पाद्वारे आयकरात मोठी वाढ करण्यात आली, दहा लाख पौंडांहून अधिक मूल्याच्या मालमत्तेवरील मृत्यू कर एक तृतीयांशानं वाढवण्यात आला (१५ टक्क्यांवर नेण्यात आला) मालमत्ता हस्तांतरण, तंबाखू व मद्य यांवरील करांमध्येही वाढ झाली. महसुलात वाढ होण्याची निकड असल्याचं दोन्ही बाजूंना मान्य होतं. महसूलविषयक मुद्दे हाताळणं हा वस्तुतः 'हाउस ऑफ लॉर्ड्स'चा विशेषाधिकार असल्याचं मानलं जात होतं; पण हा दीर्घ प्रघात मोडण्याबाबत या सभागृहाला डिवचण्यासाठी प्रस्तुत करवाढीसारख्या गोष्टी पुरेशा नव्हत्या. नंतर मात्र उत्पादकीय वापराला दंड न करता जमीन मालकीचं मूल्य कमी करण्यासाठी एक करप्रस्ताव तयार करण्यात आला, तेव्हा या सभागृहानं आपलं सौजन्य गुंडाळून ठेवलं. कन्झर्वेटिव्ह पक्षाचं प्राबल्य असलेल्या या 'हाउस ऑफ लँडलॉर्ड्स'नं अर्थसंकल्प सरळच नाकारला. १६८८ च्या देदीप्यमान क्रांतीनंतरचं सर्वांत बिकट घटनात्मक संकट यातून निर्माण झालं.

वर्गसंघर्षकेंद्री विश्लेषणाचं शब्दावडंबर त्यानंतर कोसळत राहिलं; परंतु मुळात कन्झर्वेटिव्ह पक्षाप्रमाणे लिबरल पक्षातही मोठ्या प्रमाणात जमीनदार होते आणि अर्थसंकल्प हा केवळ योगायोगानं डिवचणारा ठरला होता, या वस्तुस्थितीकडे मात्र दुर्लक्ष केलं गेलं. एकूणच या योजनेवर मुख्यत्वे अर्थखात्यातील कर्मठ मताचा ठसा होता. स्वनियामक यंत्रणा लागू करणं आवश्यक आहे, कारण अशी यंत्रणा प्रस्थापित झाल्यानंतर धोरणात्मक उद्दिष्ट साध्य करण्यामध्ये सहजता येईल, असा योजनाकर्त्यांचा होरा होता. जमीन, भांडवल व श्रम यांतून निर्माण होणाऱ्या राष्ट्रीय मालमत्तेमध्ये समान वाटा मिळवणं, हे या संदर्भातील धोरणात्मक उद्दिष्ट होतं. कोषागाराचा हा प्रस्ताव सादर करण्याचं काम लॉईड जॉर्ज यांना पेलवण्यासारखं नव्हतं. साडेचार तास चाललेलं भाषण 'लॉईड जॉर्ज यांनी इतक्या वाईट पद्धतीनं वाचलं की, त्यांना स्वतःलाही त्यातलं काही कळलं असेल असं वाटत नव्हतं,'[२५] असं मत प्रेक्षकांच्या सज्जात बसलेल्या ॲस्क्विथ यांच्या मुलीनं नोंदवलं होतं. समतावादी भावनेच्या लाटेवरून आपण पुढे जाऊ, असा आत्मविश्वास जॉर्ज यांना होता; त्यामुळे बौद्धिक युक्तिवादाला सामोरं न जाण्याचा निर्णय घेण्यात मुख्यत्वे त्यांचाच सहभाग होता. मतदारवर्गाविषयीचा त्यांचा अंदाज चुकला. शेवटी दुष्ट उमरावांवर 'जनते'नं मात केली, असं पुराणातील कथांमध्ये म्हटलं जातं; पण इथे मात्र जमीनविषयक करांच्या सामाजिक अभियांत्रिकीवर भर देणाऱ्या अर्थसंकल्पातील तरतुदी अंतिम तडजोडीत पूर्णतः काढून टाकण्यात आल्या आणि मूळ रूपात त्या पुन्हा कधीही चर्चेला आल्या नाहीत.[२६]

जमीन करांच्या बाजूनं करण्यात आलेले तांत्रिक युक्तिवाद विन्स्टनना पूर्णतः समजले होते; पण पुन्हा एकदा सुसंबद्ध जतनवादी कारणांमुळे त्यांनी असं जाहीर केलं की, 'खासगी मालमत्तेला सुरक्षित ठेवायचं असेल व तिच्याविषयीचा आदर टिकवायचा असेल, तर ही मालमत्ता मिळवण्याच्या प्रक्रियांना सार्वजनिक लोकहिताशी सुसंगत रूप देणं, हाच सर्वोत्तम मार्ग आहे.'[२७] गरिबाच्या उन्नतीसंबंधी त्यांनी केलेले प्रयत्न 'आश्रयदातृत्वा'चे असल्याचा शिक्का अनेकदा मारला जातो. खरंतर कोणत्याही सत्ताधारी अभिजनानं- अगदी श्रमिकवर्गातील सत्ताधाऱ्यांनीही- पुनर्वाटपाचे कोणतेही उपाय योजले, तरी समन्यायानं हा शिक्का त्यांच्यावरसुद्धा मारता येईल; परंतु दात्याला दानशूर वृत्ती कितीही उन्नत वाटत असली, तरी त्यामुळे दान स्वीकारणारा परावलंबित्वामध्ये कुंठित होण्याचा धोका असतो, याची स्पष्ट जाणीव विन्स्टनना होती. साधारणतः सुयोग्य ठरणारी धोरणं विन्स्टन यांच्या बाबतीत वैयक्तिक आकांक्षेपायी गढूळली जातात, अशी धारणा होती; त्यामुळे त्यांच्या प्रयत्नांच्या बाबतीत कायम अशा शंका उपस्थित केल्या गेल्या असाव्यात, असा माझा अंदाज आहे. त्यांनी स्वतःचे हेतू १९०९ मध्ये स्पष्टपणे मांडले होते. उमरावी, साम्राज्यवादी आणि सामाजिक सुधारणांच्या त्यांच्या प्रेरणांचं सातत्य यात दिसून आलं :

> 'ब्रिटिश साम्राज्याला व ब्रिटिश जनतेला सर्वांत मोठा धोका युरोपीय खंडातील महाकाय आरमारं व सैन्यं यांच्यापासून किंवा हिंदुस्थानातील समस्यांपासूनही नाही. 'पिवळं संकट' पूर्व आशियातील लोकांपासून पाश्चात्त्यांना धोका असल्याची वंशवादी गंडभावना किंवा 'काळं संकट' वसाहतींमधील काळ्या पुरुषांचे सत्ताधारीवर्गातील गोऱ्या स्त्रियांशी संबंध येतील अशी वंशवादी गंडभावना हाही मोठा धोका नाही किंबहुना वसाहतिक व परराष्ट्र कामकाज यांच्या विस्तृत पसाऱ्याशी संबंधित असा हा धोका नाहीच. हा धोका आपल्या मधोमध उपस्थित आहे, आपल्या घरचाच आहे. खरंतर इंग्लंड व स्कॉटलंड यांसारख्या शहरांमध्ये आणि आपल्या उघड्यावाघड्या ग्रामीण भागातील झिजलेल्या व संकुचित खेड्यांमध्ये अगदी हाताच्या अंतरावर हा धोका अस्तित्वात आहे. साम्राज्यवादी विध्वंस व राष्ट्रीय ऱ्हासाची बीजं तिथं सापडतात- श्रीमंत आणि गरीब यांच्यातील अनैसर्गिक दरी, लोकांची भूमीपासून झालेली ताटातूट, आपल्या तरुणांमध्ये असलेला शिस्त व योग्य प्रशिक्षणाचा अभाव, बालमजुरांचं शोषण, नागरी गरिबीसोबत सहज प्रविष्ट झालेली शारीरिक अवनती, अप्रचलित गरिबी कायद्यातील भीषण गोंधळ, दारू

वाहतुकीचा भयानक हाहाकार, साध्या कष्टाळू माणसाला जेरीस आणणारी उपजीविकेच्या साधनांतील व रोजगारामधील सततची असुरक्षितता, कामगारांना किमान प्रमाणित जीवनमान व आराम मिळण्याची वानवा आणि दुसऱ्या बाजूला अश्लील, आनंदहीन चंगळीमध्ये झालेली सफाईदार वाढ- हे ब्रिटनचे शत्रू आहेत. ब्रिटनच्या सत्तेचा पाया यातून पूर्ण पोखरला जाऊ नये, यासाठी वेळीच काळजी घेण्याची गरज आहे.'[२८]

विन्स्टन यांची मतं आणि १९०१-०९ या काळात अमेरिकेचे राष्ट्राध्यक्ष असलेले थिओडोर रूझवेल्ट यांच्या मतांमधील साधर्म्य लक्षणीय आहे.[२९] रूझवेल्ट यांनी मानलेल्या पुरोगामीवादाची समकक्ष ब्रिटिश विचारसरणी म्हणजे फेबियनवाद (यातील किमान सामाईक बाबींचं वर्णन 'कार्यक्षमतावाद' असं करता येईल.) या काळात विन्स्टन ज्या धोरणांचं समर्थन करत होते, त्यांवर बीअट्रिस व सिडने वेब यांसारख्या आघाडीच्या फेबियनवाद्यांचा प्रभाव स्पष्ट दिसतो. ब्रिटनमधील सामाजिक समस्या आणि फ्रेंचांच्या भाषेत व्यापक जगामध्ये साम्राज्यवादानं चालवलेलं 'सभ्यताकरणाचं अभियान' यांमागील सामाईक दृष्टिकोन या प्रभावातून आलेला आहे.[३०] अभिजात उदारमतवादातील मुक्त बाजारपेठेची समर्थनं आणि फेबियनवाद्यांच्या सामाजिक आकांक्षा यांमधील आधुनिक तफावत आपल्या जास्त परिचयाची आहे; त्यामुळे शतकभरापूर्वी या दोन प्रवृत्ती एकमेकांच्या इतक्या सोबतीनं कार्यरत होत्या, हे आज वैचित्र्य वाटतं.

तंत्रतज्ज्ञांच्या पहिल्या पिढीचा सखोल व टिकाऊ प्रभाव ब्रिटिश इतिहासावर पडला. या संदर्भात विल्यम बिव्हरीज यांची कामगिरी प्रातिनिधिक म्हणून पाहता येईल. त्यांना १९०९ मध्ये 'लेबर एक्सेंज'च्या राष्ट्रीय व्यवस्थेचे पहिले संचालक म्हणून विन्स्टन यांनी नियुक्त केलं. जर्मनीत बिस्मार्कनं अतिशय यशस्वीरीत्या या व्यवस्थेची अंमलबजावणी केली होती.

'राष्ट्रीय विमा अधिनियम, १९११'च्या निर्मितीमध्ये लॉईड जॉर्ज यांचा सल्लागार म्हणून बिव्हरीज यांनी काम केलं होतं. त्यानंतर (वेब्स यांनी १८९५ मध्ये स्थापन केलेल्या) 'लंडन स्कूल ऑफ इकॉनॉमिक्स'चं संचालकपद त्यांच्याकडे आलं आणि त्यानंतर पंतप्रधान नेव्हिल चेम्बरलीन यांनी 'यूनिव्हर्सिटी कॉलेज, ऑक्सफर्ड'च्या प्रमुखपदी त्यांची नियुक्ती केली. विन्स्टन यांच्या युद्धकालीन सरकारमध्ये कामगारमंत्री असलेले मूळचे कामगार नेते अर्नेस्ट बेव्हिन यांनी १९४२ मध्ये केलेल्या विनंतीवरून बिव्हरीज यांनी 'सामाजिक विमा व पूरक सेवांसंबंधीचा अहवाल' सादर केला होता. विन्स्टननी हा अहवाल तत्त्वतः स्वीकारला आणि युद्धोत्तर कालखंडातील कल्याणकारी राज्यसंस्था याच अहवालावर आधारलेली होती. कारकिर्दीच्या अखेरीस बिव्हरीज

'हाउस ऑफ लॉर्ड्स'मधील उदारमतवादी पक्षाचे सदस्य होते.

'असंख्य ओतीव जाळ्यांमधून व कप्प्यांमधून आणि असंख्य खिडक्यांमधून मानवतेवर देखरेख ठेवणाऱ्या' अधिकाऱ्यांची सत्ता म्हणजे समाजवादी समाज, असं वर्णन विन्स्टन यांनी एकदा केलं होतं.[३१] संकुचित व कठोर नियंत्रित जगाचा विन्स्टनना असा तिटकारा होता; पण नवीन सामाजिक कायद्याच्या केंद्रीय प्रशासनाची निवड त्यांनी आणि लॉईड जॉर्ज यांनी केली, तेव्हा अशाच व्यवस्थेची निर्मिती जाणवायला लागली होती. विन्स्टन यांच्याकडे स्थानिक शासन मंडळाचं अध्यक्षपद होतं, तिथून १९०८ मध्ये त्यांना व्यापार मंडळावर नियुक्त करण्यात आलं; पण ॲस्क्विथ यांनी विन्स्टन यांच्या पदामध्ये हा बदल केलाच नसता तर? या दोन ठिकाणांपैकी स्थानिक शासनामध्येच विन्स्टन यांच्या ऊर्जेची सर्वाधिक गरज होती, यात काही शंका नाही. त्यांच्या पुढाकारानं सुरू झालेले अनेक गरिबीविरोधी उपक्रम ग्रामीण आणि महानगरपालिका पातळ्यांवर परिणामकारकरीत्या अमलात आणण्यासाठी ही ऊर्जा कामी आली असती; पण १८३४ मध्ये झालेल्या गरिबी कायद्याच्या स्थानिक प्रशासकीय अंमलबजावणीचा निष्ठुर इतिहासही या संदर्भात विचारात घ्यावा लागणार होता. व्हिक्टोरियन काळातील हा अन्याय्य कलंक पुसून टाकण्याचा निर्धार लॉईड जॉर्ज यांनी केला होता. प्रत्यक्षात त्यांना तसं करता आलं नाही; त्यामुळे पुढची २० वर्षं दोन्ही व्यवस्था गोंधळ घालत सोबतीनं चालू राहिल्या.

औद्योगिक कामगारवर्गाच्या मतांसाठी लेबर पक्षासोबत स्पर्धा करणं आणि जर्मनीशी बरोबरी करणं, यांसह इतर अनेक कारणांमुळे लिबरल पक्षानं स्वतःच्या सामर्थ्याचा ऐतिहासिक स्रोत असलेल्या एका शासकीय थरामध्ये सुधारणा करण्याची आणि त्याला नवसंजीवनी प्रदान करण्याची शेवटची संधी गमावली. परिणामी, एका पिढीतच त्यांचा सामर्थ्यस्रोत कन्झर्वेटिव्ह व लेबर पक्षांच्या मंडळींनी ताब्यात घेतला; साहजिकपणे राष्ट्रीय पटलावर लिबरल पक्ष पुन्हा नव्या जोमानं उभं राहण्याच्या सर्व शक्यता मावळल्या.[३२]

राजे सातवे एडवर्ड यांच्या विनंतीवरून ॲस्क्विथ यांनी सार्वत्रिक निवडणुकांची घोषणा केली, तेव्हा लिबरल पक्षाची विस्मृतीच्या दिशेनं वाटचाल सुरू झाली. वास्तविक १९१३ पूर्वी कायद्यानं ॲस्क्विथ यांनी अशा पद्धतीनं निवडणुका घ्यायची गरज नव्हती.[३३] हाउस ऑफ लॉर्ड्समध्ये कन्झर्वेटिव्ह पक्षीयांवर मात करण्यासाठी पुरेसे समकक्ष सदस्य निर्माण करण्याच्या धमकीचा उपयोग राजाने या वेळी करायला हवा होता आणि ॲस्क्विथ यांनी तरी अशा पद्धतीच्या प्रयत्नासाठी राजाकडे पाठपुरावा करायला हवा होता. पुढे २०११ मध्ये एडवर्ड यांचे उत्तराधिकारी पाचवे जॉर्ज यांनी अशाच मार्गाने विरोधकांवर मात केली, तर जानेवारी-फेब्रुवारी १९१० मधील निवडणुका 'सत्ता कोणाची?' या प्रश्नावरील सार्वमतामध्ये रूपांतरित

झाल्या. लिबरल पक्षाच्या दुर्दैवानं त्यांना १९०६ इतक्या मोठ्या संख्येनं मतं मिळाली नाहीत, तर कन्झर्वेटिव्ह पक्षानं चांगल्या पद्धतीनं स्वतःचं पाठबळ वाढवलं. अखेरीस दोन मुख्य पक्षांचे हात बांधले गेले आणि समतोल राखण्याची कामगिरी लेबर पक्ष व आयरिश राष्ट्रवाद्यांकडे आली.[३४] एप्रिल महिन्यात तडजोडीचा अर्थसंकल्प मंजूर करण्यात आला; परंतु एका सर्वग्राही संसदीय विधेयकानुसार लॉर्ड सदस्यांच्या अधिकारांमध्ये कपात करण्याचा निर्धार ॲस्क्विथ यांनी केला होता. मे महिन्यात राजाचं निधन झाल्यानंतर सहा महिन्यांची राजकीय युद्धबंदी स्वीकारण्यात आली; पण डिसेंबर महिन्यात ॲस्क्विथ यांनी पुन्हा निवडणुका घेतल्या; पण या वेळी मतदानाची टक्केवारीही कमी झाली आणि परिस्थितीत काहीच बदल झाला नाही.[३५] पहिल्या निवडणुकीनंतर वक्ता म्हणून देशभरातून विन्स्टनना मोठी मागणी होती, त्यानंतर त्यांनी ॲस्क्विथ यांना पत्र पाठवून अधिक दखलपात्र पद देण्याची विनंती केली. आरमार मंत्रालय किंवा गृह मंत्रालय आपल्याकडे द्यावं, असं त्यांनी या पत्रात स्पष्टच सुचवलं होतं. त्यांच्या विनंतीची दखल घेतली गेली, कारण 'त्यांच्या भाषणांमधील काटेकोर युक्तिवाद खऱ्या मुत्सद्द्याचे निदर्शक होते', असं ॲस्क्विथ यांचं मत पडलं.[३६] १४ फेब्रुवारी १९१० रोजी ३५ वर्षांचे विन्स्टन गृहमंत्री झाले. १८२२ मध्ये गृहमंत्री झालेल्या रॉबर्ट पील यांच्यानंतर सर्वांत तरुण वयात या पदावर विराजमान व्हायचा मान विन्स्टनना मिळाला होता. पील यांनी गृहमंत्री झाल्यानंतर १२ वर्षांतच पंतप्रधानपदापर्यंतचा प्रवास पूर्ण केला होता. निसरड्या राजकीय सोपानावर विन्स्टनही किमान तितक्या कालावधीमध्ये सर्वोच्च सत्तास्थानापर्यंत पोहोचतील, याबद्दल बहुतेकांची खात्री पटलेली होती. खुद्द विन्स्टनना तर याबद्दल कोणतीच शंका नव्हती.

विषयसूत्राचं सातत्य टिकवण्यासाठी विन्स्टन यांनी *'माय अर्ली लाइफ'*मध्ये नोंदवलेला शेवटचा प्रसंग मी मध्येच सोडून दिला होता, तर आत्मचरित्राच्या *'द एन्ड'* या प्रकरणात विन्स्टन यांनी १९०२ मधील चेम्बरलीन यांच्यासोबतच्या संवादाकडून एकदम थेट शेवटाकडे विलक्षण सूर मारलेला दिसतो : 'वित्तीय अवकाशात अशा काही घडामोडी घडल्या, ज्यामुळे मला नव्या संघर्षांना सामोरं जावं लागलं आणि किमान सप्टेंबर १९०८ पर्यंत माझे विचार व ऊर्जा त्यातच खर्च झाले. त्यानंतर माझं लग्न झालं आणि माझ्या जीवनात आनंद कायमचा वास्तव्याला आला.' क्लेमेन्टाईन होझीयर या विन्स्टन यांच्यापेक्षा ११ वर्षांनी लहान होत्या आणि आर्थिक किंवा राजकीय अर्थांनी त्यांचं 'स्थळ' सर्वोत्तम ठरणारं नव्हतं. त्यांच्या आई ब्लान्च होझीयर यांचे पती हे बहुधा क्लेमेन्टाईन यांचे जैविक वडील नसावेत. ब्लान्च यांच्या शारीरिक संबंधांचा वेग प्रचंड होता; त्यामुळे मुलीचा खरा पिता कोण, याबद्दल खात्रीनं सांगणं अवघड होतं. मार्च १९०८ मध्ये एका भोजन

समारंभाच्या वेळी विन्स्टन व क्लेमी यांची दुसऱ्यांदा भेट झाली, त्यानंतर त्यांच्यात पत्रव्यवहार सुरू झाला. (त्यापूर्वी १९०४ मध्ये त्यांची भेट काहीशी अमंगल ठरली होती, कारण त्या वेळी विन्स्टन स्वतःच्या स्वभावाशी अजिबातच सुसंगत नसलेलं मौन धारण करून एकटक क्लेमी यांच्याकडे पाहत राहिले.) पत्रव्यवहारातून या एका मोठ्या राजकीय विवाहबंधनाची मार्गक्रमणा सुरू झाली. प्रत्येक महान पुरुषामागे एक महान स्त्री उभी असते, या अनेकदा वापरून गुळगुळीत झालेल्या वाक्यातील सत्यता विन्स्टन दांपत्याकडे पाहिल्यावरही पटते.

क्लेमीचा जन्म झाला, त्या काळात ब्लान्च व जेनी या एकमेकांच्या अगदी जवळच्या मैत्रिणी होत्या. दोघीही सारख्याच चैतन्यानं सळसळत होत्या. आपल्या पालकांच्या खासगी आयुष्याप्रमाणे आपल्या आयुष्याची अवस्था होऊ नये, ही इच्छा कुठेतरी विन्स्टन आणि क्लेमी यांच्या मनात रुजली असावी. कोणत्याही सनसनाटीपणाशिवाय पार पडलेल्या त्यांच्या विवाहाचा खरा मूलाधार यातून आला असावा. पूर्वोत्तर भागात अतिशय मनमोहक नौकाप्रवासावर गेल्या असताना १९३५ मध्ये क्लेमी यांचे काही सावध संबंध आले होते; पण विन्स्टन यांनी कधी विवाहबाह्य संबंधांचा विचार केल्याचाही पुरावा सापडत नाही.

विन्स्टन आणि क्लेमी यांच्यातील पत्रव्यवहार आयुष्यभर सुरू राहिला. अनेकदा ते एकमेकांपासून दूर अंतरावर असल्यामुळे पत्रं लिहावी लागत आणि घरात एकत्र असतानाही ते एकमेकांना चिठ्ठ्या लिहीत असत. यातील एका पत्रसंवादामध्ये दोघांमधील निर्णायक विजोडपणाचं प्रतिबिंब पडलेलं दिसतं. अर्थात इतर गोष्टी सुरळीत नसल्याच्या काळातील ही विसंगती असावी. पहिल्या महायुद्धात पश्चिम आघाडीवर 'रॉयल स्कॉट्स फुझिलायर्स' या पलटणीची धुरा सहा महिन्यांसाठी विन्स्टन यांनी सांभाळली होती. या काळात त्यांच्या सुरक्षिततेविषयी क्लेमी अतिशय चिंताग्रस्त झाल्या होत्या आणि खुद्द विन्स्टननाही लवकरात लवकर राजकीय खेळातच परतायचं होतं; त्यामुळे क्लेमी यांनी विविध ठिकाणी संपर्क वाढवावा आणि राजकीय परिस्थितीचा अंदाज घ्यावा, अशा सूचनांचा भडिमार विन्स्टन यांनी पत्रांमधून सुरू केला. या सगळ्याचा वीट येऊन अखेरीस क्लेमी यांनी एका पत्रात लिहिलं की :

> 'तू लवकरच इथे परतणार असल्याचा दावा करताना आधारासाठी जी तथ्यं समोर ठेवतोस ती पटण्यासारखी आहेत आणि तू मांडतोसही उत्तम पद्धतीनं; पण तू स्वतः हे बोलण्यापेक्षा इतरांनी असं काही सांगणं जास्त योग्य होईल, असं मला वाटतं. प्रिय विन्स्टन, सार्वजनिक चिंतांमध्ये इतकं गढून जाणं मला अतिशय थकवणारं आहे. पुढच्या

> वेळी आपण भेटू, तेव्हा आपल्याला एकट्यानं एकमेकांसोबत घालवायला थोडा तरी वेळ मिळेल, अशी मला आशा आहे. आपण अजून तरुण आहोत आणि काळ तर प्रेम हिरावून घेत वेगानं पुढे धावत असतो. काळ सरल्यावर उरते ती केवळ मैत्री- ती अतिशय शांततापूर्ण असते; पण त्यात उत्तेजना किंवा उबदारपणा नसतो.'

विन्स्टन यांनी या पत्राला ताबडतोब उत्तर दिलं. त्यांच्या लेखनात स्वतःचं मन इतकं मोकळं केल्याचा दुसरा दाखला सापडत नाही. नक्की कारण लक्षात आलं नसलं तरी आपण आपल्या पत्नीचं मन दुखावलंय (अनेक नवऱ्यांची दशा हीच असते.) याची उशिरा झालेली जाणीव या पत्रात दिसते; पण या परिस्थितीत सुधारणेसाठी काय करायला हवं, याबद्दलचा संभ्रमही पत्रातील शब्दांमध्ये जाणवतो. 'मी पुन्हा दोन देशांच्या सीमांमधील निर्मनुष्य भूमीत भटकतो आहे', या उल्लेखानं प्रस्तुत पत्राची सुरुवात होते. वास्तविक क्लेमी यांनी त्यांना अशी जोखीम न उचलण्यासाठी आर्जवं केलेली होती. या पेचप्रसंगात भर म्हणजे क्लेमींचा वाढदिवसही विन्स्टन विसरून गेले होते; पण अखेरीस, आपल्या भावना व्यक्त करण्यासाठी योग्य शब्द त्यांना सापडलेले दिसतात :

> 'प्रिय क्लेमी, तू मला 'मैत्री'विषयी लिहू नकोस गं- प्रत्येक सरत्या महिन्यागणिक माझं तुझ्यावरचं प्रेम वाढतच असतं आणि तुझी नि तुझ्या सर्वांगसुंदर अस्तित्वाची गरज मला सतत भासत असते. तू माझ्यासाठी अतिशय मौल्यवान आहेस, क्लेमी- निवांतपणा आणि शांतता असावी असं मलाही काही वेळा वाटतं. या शस्त्रांच्या संघर्षापासून आणि संसदेतील कर्कशतेपासून दूर... काही आठवड्यांसाठी एखाद्या सुंदर ठिकाणी जायला मिळालं, तर ते किती मधुर असेल... आपण एकमेकांना आता इतकं चांगलं ओळखतो आणि आत्तापर्यंत कधी नव्हे इतकं आपण एकमेकांना अनुभवू शकतो. कधीकधी तर मला वाटतं की, इथेच माझं जीवन संपुष्टात यावं- मला इतकी अहंकाराची लागण झालेय की, त्यापासून सुटका होण्यासाठी, मला निराळ्या जगात निराळा आत्मा मिळावा आणि मग त्या निराळ्या परिस्थितीत तुझ्याशी गाठ पडावी असं मला खूप वाटतं. त्या जगात मग तुझ्यावर महान प्रेमकथांसारखं प्रेम आणि आदर यांचा मला वर्षाव करता येईल.'[३७]

विन्स्टन यांच्यापासून क्लेमींना पाच मुलं झाली : डायना (१९०९-६३), रँडॉल्फ

(१९११-६८), सारा (१९१४-८२), मेरिगोल्ड (१९१८-२१) व मेरी (१९२२). यातील लाडक्या मेरिगोल्डचं बाल्यावस्थेतच निधन झालं, त्यातून निर्माण झालेली पोकळी भरून काढण्यासाठी मेरीचा जन्म झाला. चर्चिल दांपत्याच्या या पाच मुलांपैकी आईच्या उबदार व मायाळू स्पर्शाचा लाभ फक्त मेरीलाच झाला असावा. गुणवान असलेल्या परंतु अनेक अर्थांनी पोरकट वागणाऱ्या नवऱ्याची काळजी घेण्यातच क्लेमी यांची बरीच ऊर्जा खर्च होत असे; त्यामुळे मुलांच्या अनेक आवश्यक गरजांबाबत त्यांना तडजोड करावी लागली. परिणामी, पहिली तीन मुलं आक्रस्ताळी, दारूबाज झाली आणि डायनानं आत्महत्या केली. डायनाच्या मृत्यूच्या वेळी क्लेमी स्वतः 'चेतासंस्थेच्या शक्तिपाता'पायी इलेक्ट्रोथेरपी घेत रुग्णालयात दाखल झालेल्या होत्या. वैवाहिक जीवनात वेळोवेळी त्यांना अशा चेतासंस्थेच्या थकव्याला सामोरं जावं लागलं. महानतेसाठी कायमच किंमत मोजावी लागते आणि महानतेचा स्रोत स्वतः काही या सर्व किंमतीचा भार उचलत नाही. 'सर्व आनंदी कुटुंबं एकसारखीच असतात; पण प्रत्येक दुःखी कुटुंबाचं दुःख मात्र इतरांहून भिन्न असतं,' असं टॉलस्टॉयनं लिहिलेलं होतं. तर, क्लेमी यांनी विन्स्टनभोवती निर्माण केलेल्या कौटुंबिक वातावरणाला पुरेसा न्याय देणं इथे शक्य होईल, अशी उमेद मी बाळगलेली नाही. या सर्व वातावरणाचा विपरीत परिणाम त्यांच्या मुलांवर झाला, हे तर उघडच आहे; पण विन्स्टनना गरजेचं असलेलं प्रेम व मनोबल यातूनच मिळालं. या अर्थी तरी जग त्या कुटुंबाप्रति कृतज्ञ राहील.[३८]

गृहमंत्री असलेल्या विन्स्टनना आता पाच हजार पौंड (आजच्या चलनात सुमारे दोन लाख पौंड) इतका पगार होता आणि १९२३ पर्यंत त्यांनी सार्वजनिक लेखनही थांबवलं. त्यांचं कार्यालय व्हाइटहॉल भागातील भव्य 'होम व कलोनियल ऑफिस'मध्ये होतं. (आता परराष्ट्र मंत्रालयाचं कामकाज इथून चालतं.) डाउनिंग स्ट्रीटपासून ही जागा दोन मिनिटांच्या पायी अंतरावर आहे आणि संसदीय सभागृहापासून पाच मिनिटांवर आहे. त्या शांत काळात वरिष्ठ राजकीय नेतेही जवळच्या कामांसाठी चालत जात किंवा थोड्या अधिक अंतरावरील ठिकाणी जाण्यासाठी टॅक्सीचा वापर करत. तोवर वेगवान सरकारी वाहनताफ्यांची सुरुवात झालेली नव्हती. विन्स्टन हे नटवेपणासाठीही प्रसिद्ध होते : कोट आणि रेशमी हॅट घालून चाललेले विन्स्टन चर्चिल सकाळी अनेकदा या परिसरात दिसत असत. त्या काळी बहुतांश औपचारिक प्रसंगी मंत्री लोक विशिष्ट गणवेश करून येत. विन्स्टन यांच्या गणवेशावर इतर कोणाहीपेक्षा जास्त सोनेरी कलाबूत होती (आणि अर्थातच त्यांच्याच वेषावर अधिक पदकंही होती). कायम अतिचोखंदळपणा दाखवणारे विन्स्टन दिवसातून किमान एकदा अंघोळ करत. त्यांच्या आवतीभोवती स्वच्छ कपड्यांचा, सिगारच्या धुराचा आणि पेन्हलिगॉनच्या 'ब्लेनहेम बुके' अत्तराचा संमिश्र वास पसरलेला असायचा.

त्यांच्या रोमारोमांत तारुण्याची ऊर्जा भिनल्यासारखं वाटायचं.

नागरिकांवर थेट प्रभाव टाकणाऱ्या इतक्या गोष्टींची जबाबदारी गृह मंत्रालयावर असते की, त्यातून प्रतिष्ठा वाढण्याऐवजी धुळीस मिळण्याची जास्त शक्यता असते. विन्स्टन यांनी मात्र त्यांच्या कारकिर्दीत बुद्धिमान व मानवी उदारीकरण साधण्यात यश मिळवलं. तरीही स्त्रियांना मताधिकार देण्याला असलेला त्यांचा कथित विरोध आणि कामगार संघटनांविरोधातील पूर्वग्रह यांच्यासाठी त्यांची मुख्यत्वे आठवण ठेवली जाते, हे आश्चर्यकारक आहे. 'खाण अधिनियम, १९११' या कायद्याचं वर्णन लेबर पक्षानं 'आपल्या खाणकाम समुदायासाठी वरदान' असं केलं होतं. देशातील सर्वांत मोठा उद्योग असलेल्या खाणकामामधील सुरक्षिततेसंबंधीची कामगिरी अतिशय वाईट होती. १९१० या एका वर्षात कोळशाच्या खाणींमध्ये झालेल्या अपघातांमुळे कम्बरलँड इथे १३२ कामगारांना, तर लँकशायरमध्ये ३२० कामगारांना प्राण गमावावे लागले होते, या दुरवस्थेला प्रतिसाद म्हणून प्रस्तुत कायदा करण्यात आला.[३१] त्याच वर्षी मांडण्यात आलेल्या 'दुकान विधेयका'नं धाडसीपणे देशातील कामगारांच्या सर्वांत मोठ्या रोजगारदात्यांना नियमनात आणण्याचा प्रयत्न केला होता आणि हे रोजगारदाते मुख्यत्वे लिबरल पक्षाचे पाठीराखे होते. परिणामी, विन्स्टन ज्याचं वर्णन 'उद्‌ध्वस्त अवशेषांमधून वाचवलेला केवळ एक तुकडा' असं करत होते, त्या विधेयकाला कायद्याचं रूप प्राप्त झालं. छुप्या हितसंबंधांच्या बंधाऱ्याला एक छोटसं भोक पाडलं, तरी प्रवाहाच्या स्थिर गतीनं हळूहळू तो मार्ग रुंदावत जातो, ही ब्रिटिश राजकारणाची प्रवृत्ती राहिलेली आहे. शिवाय, 'राष्ट्रीय विमा अधिनियमा'च्या दुसऱ्या भागाची बाजू विन्स्टन यांनी हाउस ऑफ कॉमन्समध्ये लावून धरली. बेरोजगारी विम्याचा प्रश्न हाताळणारा हा भाग विन्स्टन यांच्या मार्गदर्शनाखाली व्यापार मंडळानं तयार केला होता. गृह मंत्रालयामधील त्यांच्या काही महत्त्वाच्या उपलब्धींमध्ये या घडामोडींचा समावेश करता येतो.

विन्स्टन यांचा गृह मंत्रालयातील २१ महिन्यांचा कालावधी अनेक घडामोडींनी गजबजलेला होता; त्यामुळे त्यांचं या कामातलं यश विशेष महत्त्वाचं ठरतं. अर्थसंकल्पीय कोंडीसंबंधीचा ठराव आणि सातव्या एडवर्डच्या मृत्यूनंतर झालेली राजकीय शस्त्रसंधी, यानंतर सर्वच नियमित व्यवहार खोळंबले होते. शेवटी ॲस्क्विथ यांच्या संसद अधिनियमानंतर ही कोंडी फुटली. कायदानिर्मितीच्या प्रक्रियेमध्ये आधीच प्रलंबित असलेल्या विधेयकांची संख्या इतकी प्रचंड होती की, विन्स्टनना सर्वांगीण 'गुन्हेगारी न्याय विधेयका'ला त्यात जागा मिळवून देता आली नाही; पण या कायद्याच्या अभावीही त्यांनी प्रशासकीय कृतीद्वारे व्यवस्थेचं आधुनिकीकरण घडवण्यासाठी खूपच प्रयत्न केले. यातील सुधारणांची यादी मोठी आहे; पण तेव्हापासून गृहमंत्र्यांना सामोरं जावं लागलेल्या समस्यांसंबंधीच्या या सुधारणा होत्या

: लहान गुन्ह्यांसाठी कोठडीत शिक्षा देण्यातील अनुचितता; बालगुन्हेगारांना अकाली तुरुंगवास भोगायला लावल्यामुळे होणारी मनुष्यबळाची हानी; तुरुंगात पुनर्वसन होण्यातील अपयश आणि वारंवार गुन्हा करण्याच्या प्रवृत्तीची समस्या इत्यादी अनेक मुद्दे यामध्ये विचारात घेण्यात आले होते. यातील मूलभूत समस्या बदलणं इतकं अवघड आहे की, यासंबंधीचे विन्स्टन यांचे शब्द बहुधा कायमच प्रस्तुत ठरतील :

> 'गुन्हेगारी व गुन्हेगार यांना देण्यात येणाऱ्या वागणुकीच्या संदर्भातील जनतेची मनोवृत्ती आणि स्वभाव कसे आहेत, ही कोणत्याही देशातील सभ्यतेची सर्वांत निश्चित स्वरूपाची चाचणी ठरत असते. राज्यसंस्थेच्या संदर्भात आरोपीला काही हक्क आहेत, हे शांतपणे व अनाग्रहीपणे मान्य करणं; शिक्षा करण्याचं कर्तव्य पार पाडणाऱ्यांनी सातत्यानं स्वतःच्या विचारांची छाननी करणं; कठोरात कठोर शिक्षा भोगून बाहेर आलेल्या सर्वांना उद्योगविश्वात पुनर्वसित होऊ देण्याची इच्छा आणि उत्सुकता दाखवणं; उपचारात्मक व नवचैतन्यदायी प्रक्रियांचा अथक शोध घेणं; आणि प्रत्येक माणसाच्या हृदयामध्ये अमूल्य ठेवा असतो, आपल्याला फक्त तो शोधता यायला हवा, या धारणेवर अढळ विश्वास ठेवणं- या काही घटकांच्या आधारे एखाद्या राष्ट्रात गुन्हेगारी व गुन्हेगार यांना कशी वागणूक मिळते याचं मोजमाप करता येतं आणि त्यावरून त्या राष्ट्रातील सामर्थ्याचा साठा किती आहे तेही लक्षात येतं; त्या राष्ट्राच्या सदाचाराचाही तो पुरावाच असतो.'[४०]

विन्स्टन यांच्यासमोर मंजुरीसाठी आलेल्या देहदंडाच्या शिक्षांपैकी सुमारे अर्ध्या प्रकरणांमध्ये त्यांनी शिक्षा माफ केली. विसाव्या शतकाच्या पूर्वार्धातील इतर कोणत्याही गृहमंत्र्याच्या या संदर्भातील कामगिरीचा विचार केला, तर विन्स्टन यांचे निर्णय अधिक क्षमाशील किंवा अधिक कठोर होते असा कोणताही निवाडा करता येणार नाही.[४१] कायमस्वरूपी तुरुंगवासापेक्षा मृत्युदंड बरा, अशी विन्स्टन यांची धारणा होती, असं प्रतिपादन रॉय जेनकिन्स यांनी केलं; परंतु व्हायोलेट ॲस्क्विथ (नंतरचं नाव- लेडी व्हायोलेट बोनहॅम कार्टर) यांनी अशी भावना व्यक्त केली, तेव्हा विन्स्टन उसळून म्हणाले होते : 'जगणं कधीही असं सोडता येणार नाही! मृत्यू सोडून सगळ्या गोष्टींमधून मार्ग काढता येतो.'[४२] गृह मंत्रालयातील कार्यकाळाची आठवण विन्स्टनना फारशी प्रिय नव्हती. देहदंडाच्या प्रकरणांचं परिशीलन त्यांना करावं लागायचं, हे या काळाविषयीच्या अप्रीतीमागचं एक मोठं कारण होतं; पण

त्या काळात घेतलेल्या निर्णयांमुळे त्यांच्याबाबत काही झोप उडण्यासारख्या गोष्टी घडल्या नसाव्यात. ऑगस्ट १९१० मध्ये विन्स्टन सुट्टीवर गेले असताना गृह मंत्रालयाची हंगामी जबाबदारी सांभाळणारे परराष्ट्रमंत्री एडवर्ड ग्रे यांनी या संदर्भामध्ये नोंदवलेला स्वतःचा अनुभव इथे नमूद करण्यासारखा आहे. दोनजणांच्या देहदंडाच्या शिक्षेला मंजुरी दिल्यानंतर ग्रे लिहितात : 'तुमच्या कामाचा हा भाग पाशवी आहे, असं मला वाटतं. त्या दोन माणसांना फाशी होणार होती त्याच्या आदल्या रात्री मी पूर्ण वेळ त्या दोघांची रात्र कशी जात असेल याचाच विचार करत बसलो होतो. शेवटी, मला फाशी दिल्याशिवाय त्या दोघांना फाशी देता कामा नये, असं मला वाटायला लागलं.'[४३]

विन्स्टन यांचा गृह मंत्रालयातील कार्यकाळ त्यांच्या जोरदार मांडलेल्या उदारमतवादी प्रेरणांसाठी व त्यातून निपजणाऱ्या व्यावहारिक सुधारणांसाठी लक्षात ठेवला जात नाही, तर त्यांना कायद्याची अंमलबजावणी करणारा मुख्य पदाधिकारी म्हणून ज्या कृती करणं भाग पडलं, त्या प्रसंगांचीच आठवण ठेवली जाते. एमिलीन पँकहर्स्ट आणि त्यांच्या मुली सिल्विया व ख्रिस्ताबेल यांच्या नेतृत्वाखाली 'वूमन्स सोशल अँड पॉलिटिकल युनियन' (डब्ल्यूपीएसयू) या संघटनेनं १९०९ मध्ये स्त्रियांच्या मताधिकारासाठीच्या अभियानाला सुरुवात केली, तेव्हा विन्स्टन गृहमंत्रीही व्हायचे होते; पण या अभियानानं विशेषतः त्यांनाच लक्ष्य केलं होतं. त्यांनी गृह मंत्रालयाची सूत्रं हाती घेतल्यावर तर ते या अभियानासाठी मुख्य विरोधक बनले.[४४] डब्ल्यूपीएसयू ही उच्चमध्यमवर्गीय संघटना होती, कष्टकरी महिलांच्या विवंचनांविषयी या संघटनेला फारशी चिंता नव्हती. कष्टकरी वर्गासाठी काम करणाऱ्या वूमन्स ट्रेड युनियन लीग व वूमन्स इंडस्ट्रियल कौन्सिल या अधिक जुन्या संघटनांनी उपजीविकेच्या प्रश्नांवर लक्ष केंद्रित केलं होतं. मध्यमवर्गीय स्त्रियांना मतदानाचा अधिकार दिला, तर त्यातून सर्वांत मोठा निवडणुकीय लाभ कन्झर्वेटिव्ह पक्षालाच होईल, या कठोर राजकीय वस्तुस्थितीला सामोरं जाण्यावाचून दुसरा पर्याय विन्स्टन व त्यांच्या सहकाऱ्यांसमोर उरला नव्हता. या प्रक्रियेत विन्स्टन यांचीही अवगुणी बाजू पुढे आली. एप्रिल १९१२ मध्ये (याच वर्षी टायटॅनिक जहाज बुडालं होतं.) क्लेमीला लिहिलेलं त्यांचं पत्र पुरेसं बोलकं आहे :

> 'ही गोष्ट एकदम चांगली आहे. स्त्रिया व मुलांविषयीच्या महान समुद्री परंपरांचं कठोर पालन करणं हे आपल्या सभ्यतेचा सन्मान करणारंच असतं. अतिशय तीव्रतेनं लैंगिक वैरभाव पाळणाऱ्या आणि पुरुष नीच व अधम असतात असं मानणाऱ्या काही तरुण अविवाहित शिक्षिकांनाही यातून शांतता लाभेल, अशी मला आशा आहे... आपल्या वंशाविषयी

आणि प्रस्तुत प्रसंगी सिद्ध झालेल्या या वंशाच्या परंपरांविषयी मला अतीव अभिमान वाटतो.'[४५]

नोव्हेंबर १९१० मध्ये साउथ वेल्स भागातील संपकरी कामगारांच्या कथित संहाराच्या संदर्भात लेबर पक्षानं विन्स्टन यांच्यावर उडवलेले आरोपांचे ठळक शिंतोडे इतिहासात कायमचे नोंदवले गेले आहेत. होन्डा आणि अबरडेअर खोऱ्यांतील २५,००० कामगारांनी वेतनातील तफावतीच्या कारणावरून काम बंद केलं. या ठिणगीचं रूपांतर ७ नोव्हेंबरच्या रात्री टोनीपँडी शहरातील हिंसाचाराच्या आगीत झालं. हा हिंसाचार पुढे काही दिवस सुरू राहिला. चर्चिलनी पाठवलेली पोलीस पथकं लंडनहून दंगलग्रस्त प्रदेशात पोहोचेपर्यंत ६३ दुकानं लुटली गेली होती आणि दोनजणांचा मृत्यू झाला होता. लंडनहून आलेल्या पथकांसह स्थानिक दलांनी आपल्याकडील जड गुंडाळलेल्या कोटांचा वापर करून जीवितहानी होणार नाही इतपत काळजी घेत दंगे थांबवले. स्थानिक मुख्य पोलीस अधिकाऱ्यानं थेट सैन्यदलांच्या दक्षिण क्षेत्राकडे मदतीचं साकडं घातलं होतं; त्यामुळे सॅलिसबरी प्लेन भागातून सैन्याची पथकं आगेकूच करायला तयार झाली होती; पण विन्स्टन यांनी त्यांना थांबवलं. शेवटी त्यांनी घोडदळातील एका पथकाला पॉन्टीप्रिडकडे जाऊन दोन्ही खोऱ्यांच्या प्रवेशक्षेत्रावर लक्ष ठेवण्याची सूचना केली, तर पायदळाच्या एका पथकानं होन्डाला जावं असं त्यांनी सांगितलं; पण संपकऱ्यांविरोधात सैन्यदलांचा प्रत्यक्ष वापर कधीच करण्यात आला नाही. या घटनाक्रमाच्या वेळी सैनिकी जबाबदारी पेललेल्या (आणि नंतर महानगर पोलीस आयुक्त झालेल्या) जनरल सर नेव्हिल मॅक्रिडी यांनी लिहिल्यानुसार, 'केवळ चर्चिल यांच्या दूरदृष्टीमुळेच रक्तपात टाळता आला.' कालांतरानं या कारवाईवरून त्यांच्यावर क्रौर्याचा आरोप झाला असला, तरी विन्स्टन यांचे या वेळचे निर्णय खूपच सौम्य असल्याचं अनेक समकालीनांना वाटलं होतं. विन्स्टन यांनी दंग्याला विचारपूर्वक दिलेला प्रतिसाद आणि खाणकामगारांना शांततेसाठी केलेलं आवाहन म्हणजे 'देशाची अपरिमित हानी करणाऱ्या निर्लज्ज, निष्काळजी व भ्याड धोरणातील अंतिम शब्द आहे', अशी टीका *'डेली एक्सप्रेस'*नं ९ नोव्हेंबर रोजी केली होती.

*'थॉट्स अँड ॲडव्हेन्चर'*मध्ये विन्स्टन यांनी आणखी एक प्रसंग नमूद केला आहे. ३ जानेवारी १९११ रोजी सकाळी ते अंघोळीला गेले असतानाच बातमी आली की, ईस्ट एन्ड परिसरात स्टेप्नी इथे '१००, सिडने स्ट्रीट'मधल्या घरात लाट्व्यिन अराज्यवाद्यांनी एका पोलीस कर्मचाऱ्याला गोळी घालून ठार केलं आहे. या गोळीबारात आणखी दोन पोलीस जखमी झाले होते. या प्रसंगी कारवाईची जबाबदारी असलेल्या अधिकाऱ्यानं सैन्यदलांच्या मदतीची मागणी केली. महिनाभरापूर्वी

हेच गुन्हेगार एका सराफी दुकानाकडे जाणारा बोगदा खणत असल्याचं उघडकीस आलं होतं, तेव्हा झालेल्या चकमकीत त्यांनी दोन पोलिसांना ठार केलं आणि एकाला जखमी केलं होतं. या आधीच्या घटनेत मृत्युमुखी पडलेल्या पोलीस कर्मचाऱ्यांच्या अंत्यविधीच्या वेळी विन्स्टन उपस्थित होते, तर या पार्श्वभूमीवर जानेवारी महिन्यातील कारवाईच्या वेळी विन्स्टन यांनी तातडीनं लंडन टॉवरमधल्या 'स्काउट्स गार्ड्स'च्या एका तुकडीला पोलिसांच्या मदतीसाठी पाठवलं; पण स्वतःही घटनास्थळी जायचा मोह त्यांना आवरला नाही. दुपारनंतर ते उंच हॅट आणि ॲस्ट्राकनची कॉलर असलेला ओव्हरकोट घालून तिथे पोहोचले. दुसऱ्या दिवशीच्या वर्तमानपत्रांना मथळ्यासाठी जोरदार बातमी मिळाली. २१ वर्षांनंतरही या कृतीबद्दल लिहिताना त्यांनी पश्चात्ताप व्यक्त केल्याचं दिसत नाही : 'घटनास्थळी कारवाईची जबाबदारी सांभाळणाऱ्यांच्या कामात मी हस्तक्षेप करण्याचा संबंधच नव्हता', पण

> 'माझं अधिकाराचं पद त्या सर्वांहून वरचं होतं; त्यामुळे अपरिहार्यपणे माझ्यावर काही थेट जबाबदारी येतच होती. मी शांतपणे कार्यालयात बसून राहणंच जास्त योग्य झालं असतं, असं आता मागे वळून पाहताना वाटतं; पण समोर सगळं इतकं अस्थिर झालेलं होतं आणि त्यातही अतिशय रोचक घडामोडी घडत होत्या, अशा वेळी गाडीत बसून तिथून दूर जाणं अशक्य होतं, हेही खरंच आहे.'[४६]

समोर घरानं पेट घेतला आणि आतल्या माणसांपैकी कोणी जिवंत असण्याची शक्यता संपुष्टात येईपर्यंत आग सुरूच राहू दे, असे आदेश विन्स्टन यांनी अग्निशामक दलाला दिले. त्यानंतर अग्निशामकांना त्यांनी आग शमवायला सांगितली आणि पोलिसांना घेऊन दारापाशी गेले. आत दोन जळालेली शरीरं होती; पण त्या टोळीचा म्होरक्या मात्र सापडला नाही. पीटर द पेंटर या नावानं ओळखला जाणारा हा इसम एकतर पळून गेला असावा किंवा मुळातच तो त्या घरात नसावा.

विन्स्टन यांनी गृहमंत्रिपदाची अप्रतिष्ठा केली आहे, अशी टीका कन्झर्वेटिव्ह प्रसारमाध्यमांकडून करण्यात आली; पण दोन महिन्यांपूर्वी होन्डा खोऱ्यातील घडामोडींचा अलिप्तपणे आढावा घेतल्याबद्दल याच माध्यमांनी आपल्यावर आक्रमक ताशेरे ओढल होते, याकडे विन्स्टन यांनी निर्देश केला; पण सिडनी स्ट्रीटवरच्या प्रसंगातील कारवाईत त्यांनी ज्या प्रमाणात सहभाग घेतला, त्याबद्दल त्यांच्या समर्थकांच्या मनातही साशंकता निर्माण झाली. काही वर्षांनी, *'डेली न्यूज'*चे अतिशय उदारमतवादी संपादक ए. जी. गार्डिनर यांनी त्यांच्या खास शैलीतील मर्मभेदी व्यक्तिचित्रात या प्रसंगीच्या अस्वस्थतेचं सारच मांडलेलं आहे :

'प्रत्येक वेळी ते नकळतपणे नायकाची भूमिका पार पाडण्यासाठी पुढे येतात. युद्धाच्या धुरळ्यातून विजयी मुद्रेनं इतरांचा थरकाप उडवत आपण चालत आहोत, आपलं मस्तक गोंगाटानं भरून गेलंय, सर्व सैन्य आपल्याला विजयश्री खेचून आणण्यासाठी आवाहन करतंय आणि ही अपेक्षा वाया जाणार नाही, अशी खात्री या सेनेला आहे- या रूपात विन्स्टन स्वतःकडे पाहत असतात... आणि त्यांचं हे वाटणं म्हणजे काही बनाव नसतो; त्यात अप्रामाणिकताही नसते. त्यांच्या या कळकळीच्या चित्रमय कल्पनेमध्ये अनेक महाकाय कामगिऱ्याही घडत असतात आणि नियतीनं या सगळ्याच्या नेतृत्वाची धुरा त्यांच्याकडे दिलेली असते; त्यामुळे त्यांच्या तरुण खांद्यावर विलक्षण रीतीनं अरिष्टसूचक वजन पडलेलं असतं, त्यातूनच त्यांच्या शरीराची आकर्षक ढब आणि प्रचंड मौन आलेलं आहे- थकून खुर्चीत पडल्यासारखा देह, डोकं उदासपणे हातावर टेकलेलं, अमूर्तात लागलेली नजर, हाही त्याचाच एक भाग.'[४७]

सिडने स्ट्रीटवरच्या कारवाईच्या वेळी उपस्थित राहून विन्स्टन यांनी अजाणता बातम्यांना खाद्य पुरवलं. परिणामी, स्थलांतर व गुन्हेगारी यांच्या मिश्र समस्येवरून लोकांचं लक्ष विचलित झालं. ही समस्या अजूनही गृह मंत्रालयाच्या डोक्याला ताप देते. इतर देशांतील दहशतवाद्यांना लंडन म्हणजे स्वतःचं दुसरं घरच वाटायचं. आपल्याला सुरक्षित अवकाश पुरवणाऱ्या ठिकाणी वातावरण गढूळ होणारी कृत्यं करायची नाहीत, असा अलिखित करार हे दहशतवादी सर्वसाधारणपणे पाळत असत. अगदी जॉर्जियन क्रांतिकारी जोसिफ झुगश्विली (स्टालिन या नावानं विख्यात झालेले रशियन नेते) १९०७ मध्ये दीर्घ काळ इथे राहिले, तेव्हा त्यांनीही हा नियम पाळला; पण पीटर द पेंटरच्या टोळीनं मात्र या नियमाचा भंग केला. विन्स्टन यांनी परिणामांची पर्वा न करता बेधडक कारवाईची तयारी चालवली होती, असं राजकीय व्यवस्थेतील सर्वसाधारण मत होतं आणि या प्रसंगानंतर हे मत अधिक ठाम झालं. परिणामी, ऑक्टोबर १९११ मध्ये पंतप्रधानांनी त्यांना गृह मंत्रालयाकडून आरमार मंत्रालयाकडे रवाना केलं, असं अनेक चरित्रकारांनी म्हटलेलं आहे; पण आपण इतक्या गडबडीनं निवाडा करायला नको, कारण यातून अप्रत्यक्षपणे पंतप्रधान ॲस्क्विथ यांच्या सुज्ञतेविषयीही शंका उपस्थित होते. विन्स्टन यांच्याकडे तारतम्याचा अभाव आहे असं ॲस्क्विथ यांना खरोखरच वाटत असतं, तर त्या काळी जगातील सर्वांत शक्तिशाली युद्धकर्ती- किंवा शांतता राखणारी- संस्था म्हणून प्रसिद्ध

असलेल्या रॉयल नेव्हीची धुरा विन्स्टन यांच्याकडे देण्याचा निर्णयही वादग्रस्तच ठरला असता. याउलट ॲस्क्विथ यांना सततच्या राजकीय संकटांची चिंता वाटत होती; त्यामुळे त्यांनी आपली अधिकाधिक संसदीय कर्तव्यं विन्स्टन यांच्याकडे सोपवली होती. हाउस ऑफ कॉमन्स पूर्ण भरलेलं असताना आणि सदस्य अत्यंत आक्रमक झालेले असताना त्यांनी हा निर्णय जाहीर करण्यामागे आणखीही एक कारण होतं. त्यांना मद्याचा एखादा पेग घेण्याची आवड होती, एवढं म्हणणं म्हणजे भलतंच मवाळ विधान होईल. विन्स्टन यांनी २२ एप्रिल १९११ रोजी क्लेमी यांना कळवल्यानुसार ॲस्क्विथ अनेकदा तीन ते चार पेगपर्यंत जात असत :

> 'गुरुवारी रात्री पंतप्रधानांची स्थिती फारच दयनीय होती : शरम वाटून मी चुळबुळत होतो. त्यांना धड बोलताही येत नव्हतं : अनेक लोकांना त्यांची ही अवस्था लक्षात आली. ते चिकाटीनं आणि औदार्यानं वागत असतात; पण रात्रीच्या जेवणानंतरची सगळी जबाबदारी माझ्यावर सोपवतात. तोवर ते अगदी उत्तम अवस्थेत असतात- पण त्यानंतर! अतिशय भयानक करुण असतं ते सगळं! हाउस ऑफ कॉमन्समध्ये दीर्घ काळ टिकून असलेल्या बंधुभावामुळेच (फ्रीमॅसनरी[४८]) हे सगळं चव्हाट्यावर येत नाही, इतकंच! मला हा गडी आवडतो. त्याची बुद्धी आणि स्वभाव दोन्हींचं मला कौतुक वाटतं; पण सतत जोखीम पत्करल्यासारखं असतं. परवाच रात्री बाल्फोरनं वाटाघाटी सुरू केल्या, तेव्हा मी त्यात पुढाकार घेतला होता आणि पंतप्रधानांना तिथून दूर ठेवावं लागलं होतं; पण इतर वेळी हे काम त्यांच्यावरच पडलं असतं आणि त्यातून अनर्थ निश्चित होता.'[४९]

गृह मंत्रालयात विन्स्टन यांच्या उपयुक्ततेचा प्रत्यय सातत्यानं येत होता; पण १९११ च्या तप्त उन्हाळ्यात झालेलं कामगार संघटनांचं आंदोलन त्यांनी ज्या तऱ्हेनं हाताळलं, तेव्हापासून त्यांच्या कामगिरीविषयी साशंकता निर्माण झाली. पूर्ण रोजगारानं धिटावलेल्या कामगारांनी स्वतःचे गमावलेले अधिकार परत मिळवण्यासाठी खटपट सुरू केली होती आणि वृद्धिंगत होत असलेल्या अर्थव्यवस्थेमध्ये आपल्यालाही अधिक मोठा वाटा मिळावा, अशी मागणी करत त्यांनी आंदोलन सुरू केलं. लोकशाही समाजांमध्ये ही बाबही कायम आढळते : विषम संपन्नतेमुळे रोषाला खतपाणी मिळतं, भरपाईपोटी मिळालेल्या लाभांऐवजी लोकांना काही गोष्टी गमावल्याची वेदना अधिक तीव्रतेनं जाणवते. लोकांमध्ये वरकरणी दिसणारा कृतज्ञतेचा अभाव प्रत्येक वेळी सुधारक सरकारांना सहन करावा लागतो, त्याबद्दल खंत व्यक्त

करण्यात अर्थ नाही, कारण अशा सरकारनं ऐतिहासिक अन्याय यशस्वीरीत्या नष्ट केला, तरी वाढलेल्या अपेक्षांचा स्वाभाविक परिणाम म्हणून शासितांमधील मागणी करण्याची वृत्तीही वाढलेली असते. लॉईड जॉर्ज आणि विन्स्टन यांनी केलेल्या लोकानुनयी वक्तव्यांचा आवाज वाढून आता १९११ मध्ये हा गोंगाट त्यांच्याच कानावर आदळू लागला होता. पुन्हा कधीही या दोघांनी सार्वजनिक अवकाशात अशा सामाजिक परिवर्तनकारी उपाययोजनांचं समर्थन केलं नाही.

खलाशी व अग्निशामक यांनी वेतनवाढीसाठी यशस्वी संपांची मालिकाच सुरू केली, त्यातूनच जून महिन्यात औद्योगिक अशांततेला सुरुवात झाली. त्याच दरम्यान गोदी कामगार व रेल्वे कामगारांनी सुरू केलेल्या सहानुभूतीदर्शक संपांनाही गती मिळाली. याचा परिपाक म्हणून एक संयोजित संप पुकारण्यात आला. यातील धोक्याचा इशारा विन्स्टनना जाणवला होता : 'कामगार संघटनांच्या चळवळीमध्ये नवीन शक्तीचा उदय झाला आहे, तिथल्या जुन्या नेत्यांची सत्ता बऱ्याच प्रमाणात अपरिणामकारक ठरली आहे आणि व्यापक प्रमाणात सहानुभूतीदर्शक संप अधिक ठळक झाला आहे. जहाज वाहतूक, कोळसा, रेल्वे, गोदी इत्यादी सर्व ठिकाणचे कामगार एकत्र येऊन, सज्ज झालेले आहेत.'[५०] त्यांचं विश्लेषण योग्य होतं. फ्रान्समध्येही राज्यसत्ता मजूर संघांच्या हाती असावी ही विचारसरणी (सिंडिकॅलिझम : संघसत्तावाद) प्रभावशाली होती. कॉन्फेडरेशन जनरल दू ट्राव्हेलचं पायाभूत तत्त्व याच विचारसरणीतून आलं होतं. सामाजिक व राजकीय क्रांती घडवण्यासाठी संघटित कामगारांनी एकत्र येऊन थेट कृती करावी, ही विचारसरणी ब्रिटनमध्ये मात्र नुकतीच रुजू लागली होती. टॉम मान यांनी *'इंडस्ट्रियल सिंडिकॅलिस्ट'*चा पहिला अंक १९१० मध्ये प्रकाशित केला; परंतु जहाल कामगारांनी संघसत्तावादाची परिभाषा वेगानं आत्मसात केली. वास्तविक कामगार संघटनांमधील प्रस्थापित नेतृत्व हे या जहालांचं खरं लक्ष्य होतं. १९११ च्या उन्हाळ्यामध्ये मोठ्या प्रमाणात वक्तृत्वबाजी आणि रस्त्यावरील हिंसाचार सुरू झाला, तेव्हा त्याकडे दुर्लक्ष करणं इच्छा असती तरी विन्स्टनना शक्य झालं नसतं आणि त्यांना मुळात दुर्लक्ष करण्याची इच्छा नव्हतीच.

पण त्यांचे हात घटनात्मक चौकटीनं बांधलेले होते. स्थानिक प्रशासनानं सैन्यदलांची मागणी केल्याशिवाय यासंबंधी कायदेशीररीत्या पावलं उचलणं विन्स्टनना शक्य नव्हतं; पण सर्वसाधारणतः पोलिसांचा पराभव झाल्यानंतरच प्रशासन अशी विनंती करत असे. अशा वेळी निःशस्त्र पोलिसांविरोधात मिळालेल्या यशानं जमावाचं धाडस वाढलेलं असतं आणि मग गर्दीनियंत्रणाचं प्रशिक्षण नसलेले सैनिक त्यांना सामोरे जातात, यातून रक्तपाताची शक्यता वाढते. लिव्हरपूलमध्ये अगदी हेच घडलं. लॉर्ड मेयरच्या विनंतीनंतर विन्स्टन यांनी आरमाराकडून *'एचएमएस अँट्रिम'*

प्रशासनाच्या मदतीसाठी पाठवली. आक्रमकतेनं पुढे येणाऱ्या गोदी कामगारांच्या गर्दीवर १४ ऑगस्ट रोजी नाविकी जवानांनी गोळीबार केला. सुदैवानं यामध्ये केवळ आठ कामगार जखमी झाले. लंडनमध्ये विन्स्टन यांनी गोदी कामगारांच्या नेत्याची व्यक्तिशः भेट घेतली आणि परिस्थिती निवळली; पण लगेच १५ ऑगस्टला रेल्वे कामगार संघटनेनं राष्ट्रीय संपाची घोषणा केली. शहरांमध्ये आधीपासूनच अन्नाचा तुटवडा निर्माण झाला होता, त्यातूनही दंगे सुरू होण्याचा धोका वाढला होता. या पार्श्वभूमीवर १९ ऑगस्टला विन्स्टन यांनी ५०,००० सैनिकांना तयार राहण्याचा इशारा दिला आणि 'नागरी प्रशासनाकडून विनंती आल्यानंतरच सैन्यदलं सज्ज करण्याच्या सैनिकी नियमनाला स्थगित करण्यात आलं आहे' अशी त्यांनी घोषणा केली.[५१]

यातील कोणताही निर्णय ॲस्क्विथ यांच्या स्पष्ट परवानगीशिवाय घेण्यात आला होता, असं मानणं विसंगतीचं ठरेल. शिवाय रेल्वे कामगार आणि त्यांचे रोजगारदाते या दोन्हींच्या बाबतीत लॉईड जॉर्ज व विन्स्टन यांनी पंतप्रधानांच्या सहमतीनं कधी दबाव तर कधी लांगूलचालन करत पावलं उचलली, यातही फारशी शंका नाही. लंडन गोदी आंदोलनातील परिस्थिती निवळवण्यासाठी विन्स्टन यांनी केलेले उपायच या वेळीही अवलंबण्यात आले. जहाल गटांचा धोका मोठा आहे, तो टाळण्यासाठी रेल्वे कंपन्यांनी आपल्या कामगार संघटनांना मान्यता द्यावी, यासाठी लॉईड जॉर्ज यांनी कंपन्यांचं मन वळवलं. परिणामी, संपाचं एक कारण संपुष्टात आलं. दरम्यान, विन्स्टन यांनी हाइड पार्कमध्ये सैन्यदलं आणून ठेवली आणि मँचेस्टरमधील सर्व रेल्वेस्थानकांमध्ये सुरक्षितता राखण्याचे आदेश सैन्याला देऊन संघसत्तावाद्यांना आव्हान दिलं. नियमित प्रक्रियांची चौकट मोडून त्यांनी स्वतःच्या अधिकारात केलेली ही एकच कृती होती. २० ऑगस्टपर्यंत सार्वत्रिक संपाचा धोका मावळला आणि दबाव आणू पाहणाऱ्या नेतृत्वाचा धिक्कार करण्याची मोकळीक लेबर पक्षीयांना मिळाली. हा फसवा मुखवटा होता. नागरी स्वातंत्र्याविषयी लिबरल प्रसारमाध्यमांनी उशिरानं पिटलेला डंकाही याच फसवेपणाचा भाग होता. कोणीतरी सुव्यवस्था राखण्यासाठी पुढाकार घेतला, हे पाहून सगळ्यांनी एकत्रच सुटकेचा निःश्वास टाकला होता. विशेषतः ज्यांच्या अधिसत्तेला थेट आव्हान मिळालं होतं, त्या कामगार संघटनांच्या नेत्यांना तर यातून मोठा दिलासा मिळाला.

विन्स्टन यांच्या कारकिर्दीतील केवळ याच कालखंडात त्यांना निखळ देशांतर्गत प्रश्न थेट हाताळावे लागले. या प्रश्नांचं शाश्वत स्वरूप समजून घेणंही महत्त्वाचं आहे. नागरी स्वातंत्र्य, सामाजिक न्याय, सार्वत्रिक कल्याण व आंतरराष्ट्रीय अपरिहार्यता यातील संबंध अतिशय प्रवाही व व्यामिश्र असतात; त्यामुळे या समस्यांवर तत्काळ तोडगा निघतोच असं नाही, हे आपण आधी नमूद केलं आहेच. विन्स्टन चर्चिल

ज्या लिबरल सरकारचा महत्त्वाचा हिस्सा होते, त्या सरकारनं राष्ट्राची पुरेशी सैनिकी तयारी नसतानाही काही अनाठायी कृती केल्या, याविषयी मी पाचव्या प्रकरणात चर्चा करणार आहे; पण बदलत्या सामाजिक वास्तवाशी जुळवून घेण्यासाठी सरकारी संस्थांमध्ये बदल घडवण्याचा या सरकारचा प्रयत्न बऱ्याच अंशी स्तुत्य होता, असं म्हणावं लागेल. आर्थिक अस्थिरता व नागरी स्वातंत्र्याचा संकोच यांचं प्रमाण इतकं कमी राखून अशा प्रकारे अहिंसक परिवर्तन घडलेलं दुसरं राष्ट्र इतिहासातही सापडत नाही. किमान देशांतर्गत आघाडीवर तरी ॲस्क्विथ व त्यांच्या गुणवान मंत्र्यांनी स्वतःच्या परीनं सर्वोत्तम कामगिरी केली आणि वास्तवामध्ये साध्य करता येतील अशी उद्दिष्टं समोर ठेवून हे काम झालं.

या कालखंडात विन्स्टन यांचं सुधारकाच्या भूमिकेतील कौशल्य दिसलं; पण ते कामगारविरोधी होते या आरोपांखाली त्यांची ही सुधारणावादी कामगिरी गाडली गेली. वास्तवापेक्षा प्रचारतंत्र प्रभावी ठरल्याचा हा परिणाम आहे. त्यांच्या कृतींशी याचा फारसा संबंध नाही. ते एका उमरावाचे नातू होते म्हणून हा प्रचार अधिक जोमानं झाला. पदावर असताना भ्रष्ट व्यवहार करणारे आणि खासगी आयुष्यात सातत्यानं छंदीफंदी वर्तन असलेले लॉईड जॉर्ज यांनीही समाजवादावर तितक्याच हिरिरीनं टीका केली होती; पण त्यांचा जन्म तुलनेनं साध्या कुटुंबात झालेला असल्यामुळे अनेकांच्या दृष्टीनं ते पापमुक्त ठरलं. व्यक्तीचं मूल्यमापन तिच्या कृतींवरून करण्याऐवजी तिच्या उत्पत्तीवरून करण्याची प्रवृत्ती किती अतार्किक असते याचा हा एक अतिशय लक्षणीय दाखला होता.

१८८० च्या सार्वत्रिक निवडणुकीपूर्वी ग्लॅडस्टोन यांनी राष्ट्रव्यापी प्रचारमोहीम हाती घेतली. ब्रिटिश इतिहासात अशा पद्धतीनं जनजागृती करण्याचा हा पहिलाच प्रयत्न होता. विन्स्टन आणि लॉईड जॉर्ज यांनी १९०८-११ या वर्षांमध्ये केलेली सार्वजनिक भाषणं त्याच परंपरेतील होती. मताधिकाराची व्याप्ती १९२० च्या दशकात वाढली आणि त्याचदरम्यान सार्वजनिक वक्तव्यांचा दर्जा घसरणीला लागला, हे कसं घडलं यामागील गूढ उलगडलेलं नाही. राजकीय अभिजनांविषयीच्या आदरात मोठी घट झाली, हा यासाठीचा एक घटक निश्चितपणे कारणीभूत होता.

या संदर्भात विन्स्टन यांच्या कारकिर्दीतील 'जहाल दशक' म्हणजे वक्तृत्वाच्या वारूवर स्वार होऊन प्रतिस्पर्ध्यांवर आक्रमण करण्याची शेवटची संधी ठरलं. त्यानंतरच्या काळात वादचर्चांचं स्वरूप वर्गाधारित विचारसरणीच्या चौकटीत ठरू लागलं- वर्गीय विभागणीचे खंदक खणून एकमेकांच्या दिशेनं विधानांचा गोळीबार करणारं हे युद्ध असायचं. 'व्हिक्टोरियन काळातील वादांच्या तुलनेत नव्या कालखंडामध्ये प्रत्येक प्रश्नावरील चर्चेला रूक्ष व नीरस स्वरूप आलं आणि पूर्वी कार्यकारी मंडळावर हाउस ऑफ कॉमन्सचं कठोर नियंत्रण होतं, तेही ढिलं पडलं,' असं

विन्स्टन म्हणतात.[५२] विन्स्टन यांची राजकीय घडण ज्या प्रश्नांच्या संदर्भात झाली, ते प्रश्न आता ब्रिटिश राजकारणाच्या मुख्य प्रवाहातील स्थान गमावून बसले होते; याची काहीशी उशिरानं घेतलेली दखल त्यांच्या या विधानात दिसते. स्टॅन्ले बाल्डविन आणि आधुनिक पक्ष व्यवस्थापन यांच्या काळात त्यांनी प्रस्तुत विधान केलं होतं.

यातील एक मोठा प्रश्न मुक्त व्यापाराचा होता. हा प्रश्न आता पुन्हा अधिक प्रकाशात आला असला, तरी विन्स्टन यांच्या जीवनक्रमामध्ये त्यात मोठे चढउतार येऊन गेले. पहिल्या महायुद्धाच्या आधी आणि नंतर उदारमतवाद व कामगार चळवळ हे दोन्ही राजकीय घटक मुक्त व्यापारी धोरणांच्या बाजूनं एकत्र उभे होते; मुक्त व्यापार स्थैर्याची हमी देतो आणि किमती कमी राखतो अशी धारणा होती. पण १९२० च्या दशकाच्या अखेरीस मुक्त व्यापार हा रोजगार नष्ट करणाऱ्या निष्ठुर मनोवृत्तीचा स्रोत मानला जाऊ लागला. विध्वंसकारी संरक्षणात्मक धोरणांची सुरुवात १९३० च्या दशकात झाली आणि मोठ्या प्रमाणात अंशदान देऊन मुक्त व्यापाराची मार्गक्रमणाच थांबवण्यात आली. सर्व आर्थिक सिद्धान्त मानवी स्वभावाविषयीच्या काही गृहीतकांवर आधारलेले आहेत. न्याय्य स्पर्धेतून आपल्या हितसंबंधांचा लाभ होतो आहे, हे व्यक्तींच्या लक्षात येईल, असं मुक्त बाजारपेठीय विचारप्रणालीत गृहीत धरलं जातं. याउलट, स्पर्धा कधीच न्याय्य नसते; त्यामुळे ती कार्यक्षम किंवा मानवी असण्याचा तर प्रश्नच उद्‌भवत नाही, ही समाजवादाची धारणा आहे. आंतरराष्ट्रीय तणाव आणि सर्वव्यापी युद्धं यांनी ग्रासलेल्या शतकामध्ये ब्रिटिश सरकारांनी अविवेकीपणे आधी मुक्त बाजारपेठेचा पाठपुरावा केला आणि नंतर समाजवादाची कास धरली, शेवटी दोन्ही बाबतींत त्यांचं अपयश उघड झालं. आता या दोन्हींच्या मधोमध कुठेतरी धोरणात्मक दृष्टी स्थिर होताना दिसते आहे- त्यात व्यक्तिगत स्वातंत्र्याकडे जास्त कल आहे. विन्स्टन यांच्या प्रेरणा या स्थानाकडे नेणाऱ्या होत्या. डंडी इथे १९०८ मध्ये मतदारांसमोर त्यांनी केलेल्या भाषणातील एक उतारा पुढे दिला आहे. या उताऱ्यात 'उदारमतवादा'च्या जागी 'नव श्रमिक' या शब्दप्रयोगाचा वापर केला, तर त्यातील मांडणी लक्षणीयरीत्या समकालीन प्रस्तुतता धारण करते :

> 'संपत्ती मोडून काढणं हे समाजवादाचं ध्येय आहे; गरिबी संपवणं हे उदारमतवादाचं ध्येय आहे. समाजवाद खासगी हितसंबंध नष्ट करेल; उदारमतवाद खासगी हितसंबंध जतन करेल... त्यासाठी जनहिताशी त्यांचा समेट घडवेल. समाजवाद उद्यमशीलतेला मारून टाकेल; उदारमतवाद उद्यमशीलतेला विशेषाधिकार व अग्रक्रमांच्या बेड्यांमधून मुक्त करेल.

समाजवाद व्यक्तिप्राधान्याला विरोध करतो; उदारमतवाद जनतेसाठी किमान आदर्श स्थिती उभारण्याचा प्रयत्न करतो आणि भविष्यात हा प्रयत्न अधिक असायला हवा. समाजवाद शासनाचा उत्कर्ष साधतो; उदारमतवाद माणसाचा उत्कर्ष साधतो. समाजवाद भांडवलशाहीवर हल्ला करतो; उदारमतवाद मक्तेदारीवर हल्ला करतो.'[५३]

प्रकरण चौथे

प्रथम लॉर्ड
१९११-१९१५ आणि १९३९-१९४०

ॲस्क्विथ यांनी स्वतःहून १९०८ मध्ये आपल्याला आरमार मंत्रिपद देऊ केलं होतं; परंतु ते स्वीकारायला नकार देत आपण व्यापार मंडळाचं अध्यक्षपद स्वीकारलं, असं विन्स्टन यांनी *'द वर्ल्ड क्रायसिस'* मध्ये लिहिलं आहे;[१] पण त्यांच्या म्हणण्यावर विश्वास ठेवणं अवघड आहे. विन्स्टन चर्चिल यांची झेप कितपत आहे याचा अंदाज घेण्यासाठी ॲस्क्विथ यांनी हा प्रस्ताव ठेवला असणं शक्य आहे; पण तरुण विन्स्टनचा मर्यादित मंत्रिमंडळातील अनुभव या कामासाठी पुरेसा नव्हता. साडेतीन वर्षांनी त्यांची प्रथम लॉर्ड म्हणून नियुक्ती झाली, तेव्हा त्यांना असं वाटलं की, 'माझ्या आयुष्यातील ही सर्वांत मोठी संधी आहे- इतर कोणाच्याही आधी मी तिची निवड करायला हवी होती.'[२] व्हाइटहॉलमधून विन्स्टन यांनी स्वतःचा बाडबिस्तारा दुसऱ्या भव्यदिव्य इमारतीमध्ये हलवला. थॉमस रिप्ले यांनी १७२३ मध्ये रचना केलेल्या उंच द्वारमंडपांच्या या इमारतीमध्ये १७२६ पासून आरमार मंत्रालयाचं कामकाज होऊ लागलं. इथल्या बैठक कक्षात आल्यानंतर विन्स्टन यांच्या इतिहासाविषयीच्या भावनेला प्रेरणा मिळाली नसती तरच नवल होतं. या कक्षामध्ये शेकोटीच्या वरच्या बाजूला उंचावर वाऱ्याची दिशा दाखवणारं यंत्र बसवलेलं होतं. नेल्सनच्या काळात घालण्यात आलेली नाकेबंदी फ्रेंच जहाजांकडून मोडली जाते की काय, यावर नजर ठेवण्यासाठी लॉर्ड मंडळींना याचा उपयोग होत असे. मुख्य इमारतीच्या मागच्याच बाजूला असलेल्या आरमारगृहातील सोयी-सुविधांनी संपन्न (आणि अधिक मोकळं) वातावरण विन्स्टनना मानवलं.

आरमार मंत्रालयातील प्रथम लॉर्ड- म्हणजे रॉयल नेव्हीचा राजकीय प्रमुख- हे पद विन्स्टन यांनी दोन वेळा सांभाळलं. पहिल्या महायुद्धाच्या थोडं आधी आणि या

युद्धाच्या सुरुवातीच्या काळातही आरमाराची राजकीय जबाबदारी त्यांच्यावर होती. त्यानंतर दुसऱ्या महायुद्धाच्या पहिल्या नऊ महिन्यांमध्ये आरमाराची ही जबाबदारी पुन्हा विन्स्टन यांनी पेलली होती. प्रस्तुत प्रकरणामध्ये मी या दोन कार्यकाळांबाबत विमर्श केला आहे. पहिल्या महायुद्धातील विन्स्टन चर्चिल यांचा पुढील राजकीय सहभाग आणि पाश्चात्त्य आघाडीवरील त्यांचा सैनिकी काळ, यांचा विचार आपण पाचव्या प्रकरणात करू.

ब्रिटिशांच्या भूराजकीय सत्तेचं प्रमुख साधन रॉयल नेव्ही हे होतं. ब्रिटनवर १०६६ पासून कधीच विध्वंसक आक्रमण का झालं नाही, याची आठवण ड्रेक, ब्लेक, हॉक, रोड्रे, जेर्वीज् व नेल्सन यांची भुतं आपल्या वारसदारांना करून देत होती. विन्स्टन यांनी ऑक्टोबर १९११ मध्ये या मंत्रालयाचा पदभार सांभाळला, तेव्हा ब्रिटनचं नौदल त्याच्या इतिहासातील सर्वांत मोठ्या सबलीकरण कार्यक्रमात गुंतलेलं होतं. शतकभरात पहिल्यांदाच रॉयल नेव्हीच्या वर्चस्वाला जर्मनी आणि अमेरिकेकडून आव्हान मिळालं होतं. रॉयल नेव्हीच्या संख्याबळाबाबत हे आव्हान होतंच; शिवाय संभाव्य शत्रूंविरोधात हे नौदल गुणात्मकदृष्ट्या वरचढ आहे का, याविषयीही रास्त शंका उपस्थित केल्या जात होत्या. हा संख्यात्मक व गुणात्मक ऱ्हास थोपवण्यासाठी नौदलानं मोठ्या प्रमाणात नौकाबांधणीचा कार्यक्रम हाती घेतला; पण दलाची मूळ वैशिष्ट्यं मात्र आधुनिकपूर्व काळातीलच होती.

गृह मंत्रालयातील विन्स्टन यांची कामगिरी बेपर्वाईची होती, असं ॲस्क्विथ यांना वाटत असतं तर त्यांनी आरमार मंत्रिपदासारख्या संवेदनशील आणि उच्च पातळीवरच्या कामासाठी त्यांची निवड केली असती का? यासंबंधीचं सर्वांत स्वाभाविक स्पष्टीकरण असं- कोणत्याही पंतप्रधानाला तुटपुंज्या गुणवत्तेची जोपासना करणं आणि संभाव्य प्रतिस्पर्ध्याला प्रोत्साहन न देणं यांमध्ये समतोल साधत प्रवास करावा लागतो. विन्स्टन यांच्या कारकिर्दीत हे सातत्यानं दिसून आलेलं आहे. लिबरल पक्षात त्यांचे कोणीही वैयक्तिक अनुयायी नव्हते; त्यामुळे लॉईड जॉर्ज यांच्यासोबतची त्यांची युती तोडल्यावर ॲस्क्विथ यांच्या अधिसत्तेला त्यांच्यापासून कोणताही धोका नव्हता. शिवाय या कालखंडात सामाजिक कार्यक्रमांना वित्तपुरवठा करणं आणि सैन्याचं आधुनिकीकरण करणं या दोन्हींची गरज लिबरल पक्षाच्या सरकारला होती. अशा वेळी सर्वांत खर्चिक मंत्रालय असलेल्या आरमारावर राजकीय नियंत्रण प्रस्थापित करण्यासाठी आत्मविश्वासपूर्ण विन्स्टन चर्चिल सर्वांत उचित ठरतील, असंही ॲस्क्विथ यांना वाटलं असण्याची शक्यता आहे. आधीच्या युद्धनौकांना कालबाह्य ठरवणारी टर्बाइन इंजिनची व मोठ्या तोफा वाहून नेणारी 'एचएमएस *ड्रेडनॉट*' बांधण्यासाठी प्रचंड खर्च आला. त्याचा बोजा लिबरल सरकारला वारशात मिळाला होता. यातून ॲस्क्विथ यांच्या सरकारचे हात बांधले

गेले होते; पण त्याच वेळी त्यांना नौदलाभोवती तंत्रज्ञानीय गूढतेचं कुंपण उभारायचं होतं आणि अभिनव तंत्र रिचवण्याची दलाची क्षमता संपृक्त करायची होती. खर्च होणाऱ्या पैशाची वाजवी किंमत वसूल करण्याचं काम विन्स्टन यांच्याकडे होतं. रॉयल नेव्हीविषयी लेखन केलेले महान अमेरिकी इतिहासकार आर्थर मार्डर यांच्या शब्दांत सांगायचं, तर त्या वेळचं ब्रिटनचं नौदल 'सुस्त, अकार्यक्षम व गंजलेलं' होतं; त्यामुळे विन्स्टन यांच्यासमोरचं काम प्रचंड अडथळ्यांचं असणार होतं.

आरमार मंत्रालयातील हा पहिला कार्यकाळ त्यांच्या व्यक्तिमत्त्वविकासाच्या दृष्टीनं विशेष महत्त्वाचा आहे, कारण त्यांना ज्या राजकीय गतिनियमांमुळे या पदावर पोहोचवण्यात आलं होतं, ती गती अचानकपणे खंडित झाली. या बदललेल्या परिस्थितीत त्यांना पुढील पाव शतक नुकसान भरून काढण्यात खर्च करावं लागलं. ही त्यांच्या व्यक्तिमत्त्वाची सर्वांत कठोर परीक्षा होती; पण त्याचसोबत बहुतेक लोकांना प्रौढ वयात कधीच सामोरं जावं लागत नाही अशा रीतीची अस्सल शिकवण त्यांना या अनुभवातून मिळत होती.[४] ते जणू काही खेळण्याप्रमाणे युद्धनौका हाताळायला लागले असतील, अशी कल्पना कोणाच्या मनात येत असेलही; पण वास्तवात उधळ्या नाविकांवर राजकीय चाप ठेवण्याबाबत ॲस्क्विथ यांना हव्या तेवढ्या अपेक्षा ते पूर्ण करू शकले नाहीत किंबहुना वरिष्ठ सेवेच्या मोहात ते अडकून पडले; त्यामुळे वनसंरक्षक स्वतःच शिकारी बनल्यावर जे होतं, तेच इथेही घडलं. जगातील सर्वांत मोठ्या आरमाराची आणि त्या काळात या आरमारात असलेल्या पोलादी गडसदृश जहाजांची भुरळ टाळणं तसं कोणालाही अवघडच गेलं असतं. नौदलासंबंधी विन्स्टन यांनी केलेल्या अखेरच्या भाषणांमध्येही याचे संदर्भ सापडतात. ज्यूट लँडपासून डी-डेपर्यंत विविध युद्धांमध्ये कीर्ती कमावलेल्या *'वॉरस्पाइट'*सारख्या जहाजालाही भंगारात काढण्यात आलं, याबद्दल १९४८ च्या एका भाषणात त्यांनी खंत व्यक्त केली होती.[५]

शांतताकाळाच्या मर्यादांमध्ये एखादं सरकारी खातं कशा प्रकारे कामकाज चालवतं, त्या पद्धतीत बदल घडवणं १९११-१५ या कालावधीमध्ये विन्स्टन यांच्यासाठी गरजेचं बनलं. अशा प्रकारच्या बदलासाठी पुढाकार घेण्याची वेळ त्यांच्या कारकिर्दीत एकदाच आली. ते उत्साही होते, त्यांच्याकडे उत्तम गुणवत्ता होती; पण अधिकाधिक व्यावसायिक होत चाललेल्या जगात त्यांचं स्थान नवख्या, हौशी माणसासारखंच होतं, अशी टीका त्यांच्यावर अनेकदा केली जाते. या टीकेला स्पष्ट प्रत्युत्तर देणारी कामगिरी त्यांनी या कालखंडात केली; पण या टीकेद्वारे अधिक व्यापक असलेला दुसरा एक मुद्दा झाकोळला जातो. स्वतःला 'मध्यमवर्गीयांचा संघटक' घोषित करणारे कामगार नेते क्लाइव्ह जेनकिन्स यांनी १९७७ मध्ये केलेल्या टिप्पणीनुसार वरपासून खालपर्यंत ब्रिटिश समाजाला दरिद्री व्यवस्थापनाच्या

रोगानं ग्रासलेलं आहे आणि उपरोल्लेखित चर्चेतही याच मुद्द्याचा विचार व्हायला हवा. 'आळसावलेल्या मेदासारख्या ब्रिटिशांना खडबडून जागं करण्या'ची क्षमता हे विन्स्टन यांचं सर्वांत मोठं सामर्थ्य होतं, असं चार्ल्स द गॉल यांनी म्हटलं आहे; पण विन्स्टन यांच्या प्रयत्नांतून टिकाऊ संस्थात्मक बदल झाले का, असं एखादा व्यवस्था विश्लेषक विचारू शकतो. विन्स्टन यांची सर्वसाधारण प्रशंसा करणाऱ्या एका मूल्यमापनाचा शेवट असा होतो : 'दोन महायुद्धांदरम्यान रॉयल नेव्हीवर इतर कोणत्याही नागरिकापेक्षा विन्स्टन यांचा सर्वाधिक प्रभाव पडला.' अर्थातच त्यांना यासंबंधी फारशी स्पर्धाही नव्हती, हेही संबंधित लेखक नमूद करतो.[६] विन्स्टन चर्चिल यांनी रॉयल नेव्हीच्या संस्कृतीमध्ये परिवर्तन घडवलं का, हा प्रश्न मात्र विचारला जात नाही आणि त्यांना असा बदल हवा, त्या प्रमाणात घडवता आला नाही, हे याचं साधं सरळ उत्तर आहे. इतर कोणा राजकीय नेत्यानं यासंबंधी अधिक चांगली कामगिरी केली असती का, या व्यापक प्रश्नाची चर्चा मी नंतर करणार आहे.

पण लॉर्डपदाचा कार्यभार त्यांनी ऐटीत सांभाळला. त्यांच्या कार्यकाळात तयार झालेल्या नव्या युद्धनौकांपैकी पहिली होती- *'सेन्चुरियन.'* तिचं नामकरण क्लेमी यांनी केलं होतं. त्यानंतर तयार झालेल्या *'बेनबाऊ'*चं नाव जेनी यांनी सुचवलं होतं, तर नजीकच्या काळातील दोन युद्धनौकांची नावं विन्स्टन यांचे पूर्वज पहिले ड्यूक यांच्या सन्मानार्थ ठेवण्यात आली- यातील एक नौका होती *'मार्लबरो'*, तर दुसरीचं नाव होतं *'रॅमिलीज'*. आरमार मंत्रालयातील जबाबदारीसोबत त्यांना वाफेवर चालणारी आरामशीर विहारनौकाही दिमतीला मिळाली. तिचं नाव तिच्या कामगिरीला साजेसं होतं- *'एन्शान्ट्रेस'*. या नौकेतून त्यांनी सर्व किनारी नौदल तळांना भेट दिली, प्रत्येक महत्त्वाच्या युद्धनौकांवर गेले आणि अनेक कमी श्रेणीच्या जहाजांनाही भेट दिली- विशेष म्हणजे फारशी पूर्वसूचना न देता ते असे दौरे करत असत. दुसरे सी लॉर्ड सर जॉन जेलिकोए यांनी विन्स्टन यांच्या या कृतींवर 'लुडबुड' असा शेरा मारला होता. रिअर ॲडमिरल सर लेविस बेली यांनी *'एचएमएस लायन'*वर आलेल्या विन्स्टनना धोक्याचा इशारा दिला होता की, 'अशा रीतीनं पुन्हा फाजील चौकसपणा दिसला तर जहाजावरून खाली उतरवलं जाईल. विन्स्टनना हा ताशेरा चांगलाच लागला.'[७] काही वर्षं विन्स्टन यांनी ब्लेनहेम पॅलेसऐवजी या विहारनौकेलाच स्वतःच्या जनसंपर्काचं ठिकाण बनवलं होतं. *'द रिव्हर वॉर'*मधील मतप्रदर्शनानं दुखावल्या गेलेल्या फिल्डमार्शल किचनर यांना सुखावण्यासाठी या नौकेवर भोजनाचं निमंत्रण देण्यात आलं. या नौकमुळेच विन्स्टनना वायव्य वेल्स भागातील लेईन द्वीपकल्पातील लॉईड जॉर्ज यांच्या घरी भव्यदिव्य ढंगात जाणं शक्य झालं. शिवाय १९१२ मध्ये भूमध्य प्रवासाला गेले असताना ॲस्क्विथ कुटुंबासोबत अमूल्य

खासगी क्षण अनुभवण्याची संधी त्यांना या विहारनौकेमुळे मिळाली. त्यांना गावाकडे स्वतःचं घर असावं अशी इच्छा होती; या विहारनौकेमुळे त्याला उचित पर्याय उपलब्ध झाला. खासगी पातळीवर वेगळ्या उत्पन्नाची शाश्वती नसलेल्या विन्स्टन यांच्यासारख्या व्यक्तीला पूर्णतः नौदलाच्या खर्चावर चालणारी ही नौका म्हणजे चंगळच होती; पण या उसन्या भव्यतेसोबत भ्रमही निर्माण झाल्याचे काही संकेत मिळतात. उदाहरणार्थ- नवीन युद्धनौकेला ऑलिव्हर क्रॉमवेल (स्वतः नाविक असलेला राजा) यांचं नाव द्यावं अशी विन्स्टन यांची इच्छा होती, त्यावरून राजे पाचवे जॉर्ज यांच्याशी त्यांचा छोटासा वादही झाला. (शिवाय विल्यम पिट या संभाव्य नावालाही विन्स्टन यांनी आक्षेप घेतला, कारण 'अशा नावाशी यमक साधणारे काही गैरअर्थाचे शब्द वापरून लोक नौकांना टोपणनावं देतील,' असा धोका त्यांना वाटला.) या किरकोळ कारणावरून झालेल्या भांडणाच्या अखेरीस विन्स्टन यांनी धूर्तपणे राजेशाही विहारनौकेच्या खर्चाकडे लक्ष वेधलं. काचेच्या घरात राहणाऱ्यांनी दुसऱ्यांच्या घरांवर दगडफेक करायची नसते, ही साधी म्हण आपल्याला लागू नसल्याची त्यांची धारणा होती, असं दिसतं.[८]

वाढत्या नाविकी खर्चाला १९०९ मध्ये लॉईड जॉर्ज यांनी विरोध केला, तेव्हा विन्स्टन यांनीही त्यांच्या सुरात सूर मिळवला; पण १३ मे १९०१ रोजी हाउस ऑफ कॉमन्समध्ये त्यांनी दिलेल्या पहिल्या मोठ्या भाषणात मात्र रॉयल नेव्हीच्या बाबतीत त्यांची वचनबद्धता खुल्या स्वरूपाची दिसून आली होती; परंतु जर्मनीमध्ये ॲडमिरल आल्फ्रेड व्हॉन टर्पित्झ यांनी १८९८ व १९०० मध्ये तयार केलेल्या नौदल कायद्यांमुळे निर्माण झालेला धोका आता इतर सर्व परराष्ट्र धोरणांपेक्षा वरचढ ठरू लागला आहे, ही बाब या भाषणाच्या वेळी त्यांच्या ध्यानात आली नव्हती. या जर्मन कायद्यांमध्ये प्रस्तावित असलेलं प्रचंड आरमार स्पष्टपणे ब्रिटनला आव्हान देण्यासाठी उभारण्यात येणार होतं. १९०२ मध्ये तत्कालीन प्रथम लॉर्ड 'अर्ल ऑफ सेलबोर्न' यांनी मंत्रिमंडळासमोर सादर केलेल्या टिपणानुसार, 'जर्मनीनं नौदलावर प्रचंड खर्च सुरू केला आहे आणि फ्रान्स व रशिया यांच्या तुलनेत जर्मनीला जितकं सैनिकी सामर्थ्य कमावता आलं असतं ते जाणीवपूर्वक मर्यादित ठेवण्यात आलं आहे.'[९] सर्वसामान्य जनतेलाही याची जाणीव होऊ लागली होती. इर्स्काइन चाइल्डर्स यांच्या १९०३ मध्ये प्रकाशित झालेल्या *'द रिडल ऑफ द सँड्स'* या खूप खपलेल्या कादंबरीमध्ये जर्मनीनं ब्रिटनवर आक्रमण केल्याचं चित्रण सापडतं. दुसऱ्या महायुद्धाला इतरही देश अंशतः कारणीभूत ठरले, हे नाकारता येणार नाही; पण युरोपातील राष्ट्रांना गिळंकृत करून टाकणाऱ्या या युद्धामध्ये मुख्यत्वे जर्मन राष्ट्रवाद व विस्तारवाद आणि आंतरराष्ट्रीय करारांबद्दल जर्मनीनं दाखवलेला तुच्छताभाव या घटकांनी मोठी भूमिका निभावली. अनेक शतकं

जागतिक घडामोडींसाठी प्रेरक शक्ती असलेला जर्मनी हा देश १९४५ नंतर दुय्यम स्थानी गेला, त्यालाही हेच घटक जबाबदार आहेत.[१०]

'जर्मन नौदल कायदा, १९००' यामध्ये खुल्या सागरात जाऊ शकणाऱ्या ३४ युद्धनौकांचं आरमार १९२० सालापर्यंत उभं करण्याचा प्रस्ताव मांडण्यात आला. या प्रक्रियेला काहीसं थोपवण्याचा प्रयत्न आणि स्वतःचं वर्चस्व दाखवण्याचा धाडसी प्रयत्न म्हणून ब्रिटननं एक वर्षाच्या आश्चर्यकारक अल्प कालावधीत *'ड्रेडनॉट'* ही युद्धनौका बांधून वापरातही आणली; पण यातून जर्मनीच्या प्रयत्नांचा वेग मंदावण्याऐवजी वाढला आणि १९०८ मध्ये मांडण्यात आलेल्या जर्मन नौदल कायद्यानं १९२० सालापर्यंत ५८ अधिक मोठ्या युद्धनौका उभारण्याचा प्रस्ताव मांडला. जर्मनीमध्ये शिक्षण घेतलेले ब्रिटिश युद्धमंत्री रिचर्ड हॉल्डन यांनी १९१२ मध्ये बर्लिनला सदिच्छा भेट दिली आणि युद्धनौकांची बांधणी स्थगित करण्यासंबंधीचा प्रस्ताव मांडला; पण हा प्रस्ताव ब्रिटनच्या दुबळेपणातून आला असल्यासारखं जर्मन सत्ताधीशांचं वागणं होतं, असं हॉल्डन यांना जाणवलं. जर्मन नौदलाच्या 'केवळ धास्तीनं इंग्रज बरोबर जागे होतील. त्यानंतर त्यांना अपरिहार्य परिस्थिती मान्य करावी लागेल आणि आपण जगातील सर्वोत्तम मित्र होऊ,' अशी दुसरे कैसर विल्हेम यांची धारणा होती.[११] जगाचं नौकागार असलेला ब्रिटन स्वतःला आरमाराच्या बाबतीत मागे पडू देईल, ही धारणा वास्तवाला धरून नव्हती. टर्पित्झ यांच्या नेव्ही लीग या गटाच्या विविध प्रकाशनांमधून ब्रिटनविरुद्धच्या युद्धाची अपरिहार्यता निग्रहानं अधोरेखित केली जात असे. या प्रकाशनांचे लाखो वर्गणीदारही होते; पण मुळात आपण ब्रिटनला मूल्यवान असलेल्या हितसंबंधांवर हल्ला चढवतो आहोत आणि हे हितसंबंध जर्मनीसाठी तितकेसे मूल्यवान नाहीत, हे या लोकांच्या ध्यानात आलं नव्हतं.

'ब्रिटिश नौदल ही आमच्यासाठी गरज आहे आणि काहींच्या मते जर्मन नौदल ही जर्मनांसाठी बहुतांशानं चैन आहे,'[१२] असं जाहीर विधान हॉल्डन मिशनच्या काळात विन्स्टन यांनी केलं होतं. यावरून जर्मनीमध्ये मोठा गदारोळ झाला. दोन्ही महायुद्धांच्या आधी ब्रिटिश मुत्सद्द्यांची जी द्विधा मनःस्थिती झाली, त्याचा सर्वोत्तम दाखला या विधानातून मिळतो. विन्स्टन चर्चिल यांनी वापरलेल्या शब्दाचं जर्मनीमध्ये (जाणीवपूर्वक) चुकीचं भाषांतर प्रसिद्ध झालं. जर्मन भाषांतरामध्ये *'लक्ससफ्लोटे'* असा शब्द वापरण्यात आला; त्यामुळे टर्पित्झ यांचं आरमार वैषयिक फाजीलपणा असल्यासारखं सूचित झालं आणि जर्मनीमध्ये जनक्षोभ उसळला. विन्स्टन यांचं विधान चिथावणीखोर असल्याची टीका शांततावाद्यांनी केली, तर ॲस्क्विथ यांना हे 'उघड सत्याविषयीचं स्पष्ट विधान' वाटलं. विन्स्टन यांचं वक्तव्य उपयुक्त हस्तक्षेप करणारं आहे आणि त्यामुळे जर्मनांसोबतच्या वाटाघाटींमध्ये आपले हात बळकट

युद्धनौकांची स्पर्धा १९०५ – १९१४

निर्धारित	ब्रिटन		जर्मनी	
	युद्धनौका	वेगवान युद्धनाव	युद्धनौका	वेगवान युद्धनाव
१९०५-६	ड्रेडनॉट १०×१२ इंच १७,९०० टन २१ सागरी मैल	इनव्हिन्सिबल** इनफ्लेक्झिबल* इन्डॉमिटेबल* ८×१२ इंच १७,२५० टन २५.५ सागरी मैल		
१९०६-७	बेलरोफोन* सुपर्ब* टेमरेट* १०×१२ इंच १८,६०० टन २१ सागरी मैल		नसाऊ* वेस्टफेलन* १२×११ इंच १८,८७५ टन १९ सागरी मैल	ब्लुचर १२×८.२ इंच १५,८४० टन २४.८ सागरी मैल
१९०७-८	कॉलिंगवूड* सेंट व्हिन्सेन्ट* व्हॅनगार्ड* १०×१२ इंच १९,२५० टन २१ सागरी मैल		ऱ्हाइनलँड* पोझेन* (नसाऊ वर्गीय)	व्हॉन दर टान* ८×११ इंच १९,३७० टन २४.८ सागरी मैल
१९०८-९	नेप्च्यून* १०×१२ इंच २०,००० टन २१ सागरी मैल	इनडिफटिगेबल** ८×१२ इंच १८,७५० टन २६ सागरी मैल	ऑस्टफ्राइजलँड* हेलगोलँड* थरिंगेन* १२×१२ इंच २२,८०० टन २० सागरी मैल	मॉल्टके* १०×११ इंच २३,००० टन २५.५ सागरीमैल
१९०९-१०	हर्क्युलस* कलोसस*	लायन* प्रिन्सेस रॉयल*	ऑल्डनबर्ग* (हेल्गोलँड वर्गीय)	गोबन (मॉल्टके वर्गीय)

	(नेप्च्यून वर्गीय) ओरायन* मोनार्क* थंडरर* कॉन्करर* ८×१३.५ इंच २२,५०० टन २१ सागरी मैल	८×१३.५ इंच २६,५०० टन २७ सागरी मैल	कैसर* फ्रेडरिच दर ग्रॉस* १०×१२ इंच २४,७२५ टन २१ सागरी मैल	
१९१०-११	राजे पंचम जॉर्ज* सेंच्युरियन* ऑडेशिअस अजाक्स* ८×१३.५ इंच २३,००० टन २१ सागरी मैल	क्वीन मेरी** ८×१३.५ इंच २७,००० टन २८ सागरी मैल ऑस्ट्रेलिया न्यू झिलंड* (इनडिफटिगेबल वर्गीय)	कैसरीन* कोनिग अल्बर्ट प्रिन्झरेजन्ट लिओपोल्ड* (कैसर वर्गीय)	सेडलित्झ* १०×११ इंच २५,००० टन २७ सागरी मैल
१९११-१२	आयर्न ड्यूक* मार्लबरो* बेनबाऊ* एम्परर ऑफ इंडिया १०×१३.५ इंच २५,००० टन २१ सागरी मैल	टायगर* ८×१३.५ इंच २८,५०० टन २८ सागरी मैल	कोनिग* मार्कग्राफ* ग्रॉसर करफर्स्ट* १०×१२ इंच २५,७९५ टन २१ सागरी मैल	डरफ्लिंजर* ८×१२ इंच २६,६०० टन २६ सागरी मैल
१९१२-१३	क्वीन एलिझाबेथ वॉरस्पाइट* व्हॅलिएन्ट* मलाया* बरहॅम* ८×१५ इंच २७,५०० टन २५ सागरी मैल		क्रॉनप्रिन्झ विलहेम* (कॉनिग वर्गीय)	लुत्झोव* ८×१२ इंच २६,७५० टन २६.५ सागरी मैल

<table>
<tr><td rowspan="2">१९१३-१४</td><td rowspan="2">रिव्हेन्ज*
रॅमिलिज
रॉयल सोव्हरिन
रॉयल ओक*
रिझोल्यूशन
८×१५ इंच
२५,७५० टन
२१ सागरी मैल</td><td></td><td>बायरन
बादेन
८×१५ इंच
२८,६०० टन
२२ सागरी मैल</td><td>हिंडेनबर्ग
८×१२ इंच
२७,००० टन
२७.५ सागरी मैल</td></tr>
<tr><td colspan="3">१९१४ या वर्षात ब्रिटिश गोदींमध्ये पूर्ण होत आलेल्या तीन वाढीव युद्धनौका सक्तीनं ताब्यात घेण्यात आल्या.
* तुर्कस्तानातून सुलतान उस्मान १ (१४ × १२ इंच) आणि रेशदिआ (१०× १३.५ इंच) यांना अगिनकोर्ट* व एरिन* म्हणून घेण्यात आलं.
* चिलीहून अल्मिरान्टे लातोरे (१० × १४ इंच) या नौकेला कॅनडा म्हणून घेण्यात आलं.</td></tr>
<tr><td>एकूण</td><td>३२</td><td>१०</td><td>१९</td><td>८</td></tr>
</table>

*ज्यूटलँड इथे सज्ज... **बुडाल्या

होतील, असं मत हॉल्डन यांनी व्यक्त केलं.[१३]

विन्स्टन यांच्या कार्यकाळात आरमारामधील सबलीकरणासाठी घेण्यात आलेल्या निर्णयांबाबत संमिश्र प्रतिक्रिया उमटल्या. आधीचे आरमारमंत्री रेगिनाल्ड मॅक्केना यांनी पूर्वी बरेच कष्ट घेतले होते. नवीन *क्वीन एलिझाबेथ* वर्गीय नौकेमध्ये मुख्य अस्त्रासाठी १३.५ इंचांवरून १५ इंचांपर्यंतचा पल्ला गाठण्याची कृती आणि कोळशाऐवजी तेलाद्वारे अस्त्र डागण्याची सुविधा करण्यासंबंधीचा निर्णय यासाठीच्या तांत्रिक प्रक्रियेला आधीपासूनच गती मिळालेली होती; पण ही गती टिकवून ठेवणं आणि अभिनव प्रयोगांसाठी निधी मिळवणं, नाविकी अंदाजपत्रक तीन कोटी ९० लाख पौंडांवरून पाच कोटी पौंडांपर्यंत वाढवणं यांसारख्या विन्स्टन यांच्या उपलब्धी कमी लेखता येणार नाहीत. अँग्लो-पर्शियन ऑइल कंपनीमध्ये नियंत्रक समभाग विकत घेण्यासंबंधी त्यांनी पुढाकार घेतला. ब्रिटिश सरकारच्या अतिशय फायदेशीर गुंतवणुकीचं हे दुर्मिळ उदाहरण होतं; परंतु आरमार मंत्रालयातील त्यांच्या कार्यकाळात करण्यात आलेल्या इतर तांत्रिक निवडी मात्र लघुदृष्टीच्या निदर्शक होत्या. मोठ्या युद्धनौकांच्या संदर्भात, 'आर' वर्गातील रचना प्रतिगामी स्वरूपाची होती- वेग व संरक्षण यांच्यातील फसव्या द्विभाजनावर ही रचना आधारित होती. वास्तविक *क्वीन एलिझाबेथ* वर्गातील नौकांनी ही विभागणी ठामपणे सोडवून दाखवली होती. *रिपल्स* व *रिनाउन* या नौकांच्या रूपांतरानंतर १९१४-१५ या दरम्यान हलक्या शस्त्रसज्ज वेगवान युद्धनौकेची संकल्पना पुन्हा अस्तित्वात आली, त्यानंतर १९१५-१६मध्ये पुन्हा *'हूड'* ही नौका याच गटातील होती. ही नौका रॉयल नेव्हीच्या इतिहासात शोकांतिकांच्या यादीमध्ये नोंदवली गेली आहे. *ग्लोरियस, करेजियस* आणि *फ्युरियस* या हलक्या वजनाच्या नौका म्हणजे तर धडधडीत चुका होत्या. बाल्टिक प्रदेशातील भूयुद्धामध्ये पूरक सहकार्यासाठी किनाऱ्यावर बॉम्बवर्षाव करण्याकरिता अरुंद तळाच्या या जहाजांची बांधणी करण्यात आली; पण मुख्य शस्त्र वाहून नेण्यासाठी ही जहाजं अतिशय कमकुवत ठरली; त्यामुळे शेवटी त्यांचा वापर विमानवाहू नौका म्हणून होऊ लागला.[१४]

तेव्हा नुकतेच निवृत्त झालेले प्रथम समुद्री लॉर्ड, आरमाराचे ॲडमिरल 'जॅकी' फिशर यांचा विन्स्टनवर किती प्रभाव होता हे या निर्णयांमधून उघड होतं. जानेवारी १९११ मध्ये फिशर निवृत्त झाले, तेव्हा अनेकांनी सुटकेचा सुस्कारा टाकला. सरकारी सेवेत वाजवीपेक्षा जास्त काळ राहायला मिळालेल्या भपकेबाज आणि वादग्रस्त व्यक्तिमत्त्वांमध्ये त्यांची गणना केली जाते. अस्त्र डागण्याची पद्धत व पोलाद तंत्रज्ञान यातील सुधारणांची स्वाभाविक निष्पत्ती *'ड्रेडनॉट'* या युद्धनौकेच्या रूपात झाली होती. ब्रिटनने पुढाकार घेतला नसता तर आज ना उद्या कोणीतरी अशी नौका उभारली असतीच. वेगवान युद्धनौकांच्या (बॅटल-क्रूझर) बाबतीत मात्र

असं नव्हतं. ही संकल्पना जवळपास पूर्णतः फिशर यांच्या योगदानातून उभी राहिली होती. *'ड्रेडनॉट'* विषयीचा निर्णय झाला, त्याच आर्थिक वर्षात वेगवान युद्धनौका निर्धारित करण्यात आल्या. शत्रूंमधील व्यापारी लुटारूंना लक्ष्य करून ब्रिटनचे व्यापारी मार्ग मोकळे ठेवण्यासाठी उपयुक्त म्हणून या नौका सरकारला विकण्यात आल्या होत्या. हा उद्देश पूर्ण होण्यासाठी त्या जगभरात विविध ठिकाणी सज्ज करणं गरजेचं होतं. यासाठी पुरेशा- किंबहुना जास्तच नौका १९११ पासून निर्धारित झाल्या असल्यामुळे उपलब्धही होत्या; पण तरीही त्या मुख्यत्वे ब्रिटनच्या किनाऱ्याजवळच सज्ज ठेवण्यात आल्या. युद्धासाठी वापरायच्या आरमाराजवळच त्यांना जागा देण्यात आली. समुद्रीमार्गांचं संरक्षण करण्यासाठी *रिपल्स, रिनाउन* आणि *हूड* या नौका गरजेपेक्षा खूपच अतिरिक्त क्षमता बाळगणाऱ्या होत्या. त्याऐवजी *क्वीन एलिझाबेथ* वर्गातील तीन नवीन नौका वापरात आणणं, हे गुंतवणुकीच्या दृष्टीनं अधिक योग्य ठरलं असतं. *करेजियस* वर्गातील नौका हा तर त्याहूनही बेसुमार प्रमाणात स्रोत वाया घालवण्याचा प्रकार होता, कारण युद्धापूर्वी साम्राज्य संरक्षण समितीनं नाकारलेल्या संकल्पनेलाच चिकटून या नौका तयार झालेल्या होत्या. भूदल म्हणजे नौदलानं वाहून न्यायचं आणखी एक क्षेपणास्त्रच आहे, अशी फिशर यांची धारणा होती. युद्धस्थळाकडे जाण्यासाठी रेल्वेमुळे समुद्रापेक्षा जमिनीवरचा प्रवास अधिक वेगवान झालेला होता; अशा वेळी युरोपीय युद्धपद्धतीकडे पाहण्याचा फिशर यांचा दृष्टिकोन अतिशय अवास्तव होता. फ्रान्सला थेट सैनिकी साहाय्य पाठवण्याला ब्रिटिश सरकारनं प्राधान्य दिलं होतं, हे लक्षात घेतलं, तर फिशर यांचा दृष्टिकोन सामरिक अर्थानंही चुकीचा ठरतो.

दुसऱ्या बाजूला, जर्मनांनी १९१४ मध्ये वापरात आणलेल्या युद्धनौकांसंबंधीचं कामही स्थगित केलं होतं. संख्याबळाच्या दृष्टीनं आपण ब्रिटिशांना मागे टाकू शकणार नाही, हे त्यांच्या लक्षात आलं. खरंतर अनेक वर्षं आधीच त्यांनी हे लक्षात घेतलं असतं तर ते त्यांच्यासाठी प्रचंड फायदेशीर ठरलं असतं. फिशर यांचं पछाडलेपण अतार्किकतेच्या सीमेवरचं होतं, तीच गोष्ट टर्पित्झ यांच्या बाबतीतही काहीशा जास्त प्रमाणात खरी होती- त्यांनी जर्मनीच्या गळ्यात अतिशय महागडी पोलादी साखळी अडकवून ठेवली.[१५]

फिशर यांचं वादळी व्यक्तिमत्त्व विन्स्टनना का भावलं असावं, ते सहज ताडता येतं. (१८४१ मध्ये जन्मलेले) वृद्ध फिशर हे विन्स्टन यांचे पडद्यामागचे सल्लागार होते, नौदल अधिकाऱ्यांसमोर व हाउस ऑफ कॉमन्समध्ये आपण ज्ञानी असल्याचं भासावं यासाठी विन्स्टनना त्यांची मदत झाली; शिवाय युद्ध सुरू झाल्यावर नौदलामध्ये चेतना आणण्यासंबंधीची फिशर यांची सिद्ध झालेली क्षमताही विन्स्टनना मोहक वाटली. विन्स्टन चर्चिल यांनी सहायक तज्ज्ञ समितीची स्थापना केली होती;

पण १९१४ मध्ये नौदलाची नेतृत्वकेंद्री तत्त्वाबाबतची कटिबद्धता अढळ होती. याच्याशी विन्स्टनसुद्धा तत्त्वतः असहमत नव्हते; पण आपल्याकडे नेतृत्व असायला हवं, असं त्यांना वाटत होतं. तसं होत नसेल तर किमान प्रथम समुद्री लॉर्ड या पदावरील व्यक्ती आपल्याइतकीच बेचैन आणि कल्पक असावी अशी त्यांची इच्छा होती. या पार्श्वभूमीवर फिशर यांना परत बोलावण्याचा निर्णय खुद्द विन्स्टन यांच्या कारकिर्दीतील भावी शक्यतांच्या दृष्टीनं आपत्तीजनक ठरला. विशेष म्हणजे या अतिशय अवघडलेल्या भागीदारामध्ये दोघांपैकी कोणालाही आपल्या मनानं दिलेला निवाडा योग्य आहे याची खात्री नव्हती. रॉयल नेव्ही कायम अजगरासारखी राहिलेली आहे, नागासारखी नव्हे. आपल्या व्यापाराचं संरक्षण करताना शत्रूचा समुद्री व्यापार खंडित करणं, हे या नौदलाचं काम होतं; त्यासाठी शत्रूच्या आरमाराला अडकवून ठेवलं जात असे. पहिल्या महायुद्धाच्या वेळीही ब्रिटनच्या या नौदलानं असंच केलं. ३१ मे १९१६ रोजी ज्यूटलँड इथे या रॉयल नेव्हीला अपेक्षित असूनही ट्राफल्गारसारखा विजय मिळवता आला नसला तरी, नंतर टर्पित्झ यांच्या आरमारानं शक्तिप्रदर्शनाची जोखीम सोडून दिली आणि शेवटी जर्मनीनं अनिर्बंध पाणबुड्यांच्या युद्धपद्धतीचा वापर सुरू केला. यामुळे मित्रराष्ट्रांच्या बाजूनं अमेरिका युद्धात उतरली. समुद्री व्यापारात अडथळा आल्यानं जर्मनीपेक्षा ब्रिटनलाच किती मोठा धोका होता, हे अमेरिकेच्या कारवायांमधून स्पष्ट झालं.

ज्यूटलँडमधील लढाई हा ब्रिटनसाठी सामरिक विजय होता; पण डावपेच व तांत्रिकता या पातळीवर या घडामोडींचे पडसाद वस्तुस्थितीची जाणीव करून देणारे होते. जर्मनीकडील पल्लाशोधक व्यवस्था ब्रिटनच्या निर्देशक व्यवस्थेच्या तुलनेत तशी सर्व अर्थांनी दुय्यम असली, तरी प्रारंभिक पल्ला निश्चित करण्यासाठी ती सरस ठरली. याचा लढाईच्या पहिल्या टप्प्यात ब्रिटिश वेगवान युद्धनौकांवर जीवघेणा परिणाम झाला. *इनडिफटिगेबल* व *क्वीन मेरी* या नौका फुटून बुडाल्या आणि लायनसारखी प्रमुख मानली जाणारी युद्धनौकाही जवळपास त्याच वाटेवर गेली. रॉसीथ या ठिकाणी वेगवान युद्धनौकांचा तळ उभारण्यात आला होता, तिथे तत्काळ गोळीबाराची व्यवस्था नव्हती; त्यामुळे सातत्यानं चुका होत राहिल्या. या चुका भरून काढण्यासाठी व्हाइस-ॲडमिरल सर डेव्हिड बिट्टी यांनी वेगवान गोळीबाराचा झपाटा लावायला प्रोत्साहन दिले; पण त्यात सुरक्षेचे उपाय दुर्लक्षिले गेले. लगोलग वापरता येईल असं कोर्डाइट (एक धूरविरहित स्फोटक) मोठ्या प्रमाणात बुरुजांमध्ये साठवून ठेवण्यात आलं आणि माराप्रतिबंधक दरवाजे उघडेच ठेवण्यात आले. दोन्ही आरमारांमध्ये सर्रास असा प्रकार चालत होता; पण जानेवारी १९१५ मध्ये डॉगर बँक लढाईत आपल्या वेगवान युद्धनौका गमावल्यानंतर जर्मनांनी यात दुरुस्ती केली.[१६] ब्रिटनच्या रॉयल नेव्हीनंही ज्यूटलँड लढाईनंतरच्या

विश्लेषणात ही चूक अधोरेखित केली होती. हा रचनात्मक त्रुटीचा भाग नव्हता, तर गोळीबारादरम्यानच्या पद्धतीमधील चूक होती, त्यासोबत वेगवान युद्धनौकांच्या पथकाच्या संकेत प्रक्रियांमध्येही काही गंभीर त्रुटी होत्या. हा अहवाल तत्कालीन प्रथम समुद्री लॉर्ड ॲडमिरल सर जॉन जेलिको यांनी दडपला आणि अपुऱ्या शस्त्रसाठ्यावर दोष टाकण्यात आला. ज्यूटलँडमध्ये आरमाराचं नेतृत्व जेलिको यांनी केलं होतं; पण त्यांनी केलेल्या लपवाछपवीमुळे मुख्यत्वे बिट्टी यांची प्रतिष्ठा अबाधित राहिली. नंतर १९१६ मध्ये बिट्टी यांच्याकडे आरमाराची धुरा आली आणि १९१९ ते १९२७ या कालखंडात ते प्रथम समुद्री लॉर्ड होते. पुढे *'क्वीन मेरी'* ही नौका शत्रूच्या गोळीबाराला बळी पडली, तेव्हा 'आमच्या या आजकालच्या जहाजांबाबत तशी काही फारशी गंभीर समस्या दिसत नाही' असं विधान बिट्टी यांनी केलं होतं. त्यांचं म्हणणं योग्यच होतं- समस्या होती ती खुद्द बिट्टी यांच्या वर्तनात आणि व्यवस्थेच्या अपयशानं या समस्येची व्याप्ती वाढवली.[१७]

तर, एकुणात रॉयल नेव्हीचं संख्याबळ वरचढ ठरणारं होतं आणि शस्त्रसज्जताही सज्जड होती; त्यामुळे संघटनात्मक दुबळेपणाची भरपाई करणं शक्य झालं. हा दुबळेपणा दुरुस्त करण्यासाठीच (किमान अंशतः तरी या कारणासाठी) विन्स्टनना नियुक्त करण्यात आलं होतं. विशेष म्हणजे, १९१२ मध्ये विन्स्टन यांनी बिट्टी यांना प्रथम लॉर्डचं सचिवपद देऊ केलं होतं आणि नंतर १९१३ मध्ये वेगवान युद्धनौकांच्या पथकाची जबाबदारीही त्यांच्याकडे दिली होती; यामुळे बिट्टी यांना उत्पन्नातील कपात टाळता आली. ओम्डुरमानमध्ये भेट मिळालेल्या शॅम्पेनची वाजवी परतफेड विन्स्टन यांनी अशा रीतीनं केली. वेगवान युद्धनौकांच्या वापराचं समर्थन करताना फिशर यांनी वेळोवेळी भिन्न युक्तिवाद केले होते, तेव्हा त्यातील स्पष्ट तर्कदुष्टता विन्स्टन यांनी ओळखली नाही. त्यात भर म्हणून या नौकापथकाचं नेतृत्व करण्यासाठी एका सणकी साहसी व्यक्तीला त्यांनी नियुक्त केलं; त्यामुळे ज्यूटलँडमधील सामरिक विजयाचं वास्तव विकृत बनवणाऱ्या अधिक मोठ्या भौतिक हानीची काही जबाबदारी विन्स्टन यांच्यावरही पडते.

युद्ध सुरू झालं, तेव्हा ऑगस्ट १९१४ मध्ये आरमारात चैतन्य निर्माण करणं आणि युद्धस्थळांच्या दिशेनं ताफा वळवणं, यावर विन्स्टन व त्यांच्या भक्तांनी लक्ष केंद्रित केलं. एक जबाबदार मंत्री म्हणून हे श्रेय तरी निश्चितपणे त्यांना मिळतं. शेवटी कटूप्रसंगाद्वारे त्यांना पदावरून दूर करण्यात आलं, तेव्हाही किचनर त्यांना म्हणाले : 'पण किमान एक गोष्ट मात्र तुमच्या बाजूची आहे. युद्ध सुरू झालं, तेव्हा आरमार तयारीत होतं;' पण याच कारणामुळे विन्स्टनना नौदलाच्या युद्धकालीन घोडचुकांमधील स्वतःचा वाटा टाळता येणं शक्य नव्हतं. यातील पहिली व सर्वांत दुर्दैवी चूक आरंभीच्या काळातच घडली : जर्मनीची वेगवान युद्धनौका *गोबेन* आणि

हलक्या वजनाची *ब्रेझलाउ* या दोन नौका भूमध्य समुद्रातील ब्रिटिशांच्या आरमाराला चकवा देऊन निसटल्या आणि कॉन्स्टन्टिनोपल बंदरावर जाऊन पोहोचल्या. तिथे *'सुलतान यवूझ सलीम'* व *'मिडिली'* अशी त्यांची नव्यानं नोंदणी झाली. त्याच वेळी ब्रिटिश बंदरांमध्ये बांधणी पूर्ण होत आलेल्या दोन युद्धनौका तुर्कस्तानी खलाशांकडून ताब्यात घ्याव्यात, असे आदेश विन्स्टन यांनी दिले. वास्तविक, हे पाऊल उचलल्यानंतर तुर्कस्तानी सरकारला तत्काळ भरपाई देऊ करणं आवश्यक होतं, कारण तोवर तुर्कस्तान युद्धापासून अधिकृतरीत्या तटस्थ राहिलेला होता; पण आज ना उद्या तुर्कस्तान मध्यवर्ती सत्तांच्या गटात सामील होईल अशीही शक्यता होती, हे नोंदवायला हवं. तुर्कस्तानात १९०८ मध्ये सत्ता काबीज केलेल्या 'तरुण तुर्की' अधिकाऱ्यांना अनेक बाबतींत जर्मनी आदर्श वाटत होता. तुर्की सैन्यातही मोठ्या प्रमाणात जर्मन सल्लागार होते. शिवाय, कॉन्स्टॅन्टिनोपल बंदरात लाल तुर्की टोप्या घातलेले जर्मन खलाशी ११ इंचाच्या बंदुकांनी भरलेल्या युद्धनौकेवर सज्ज होते. अशा वेळी तुर्की खलाशांकडून नौका ताब्यात घेण्याची कृती फारशी अवाजवी ठरली नाही. शेवटी दोस्त राष्ट्रांनी दिलेल्या निर्वाणीच्या इशाऱ्याला प्रतिसाद देता न आल्यामुळे तुर्कस्तान ३१ ऑक्टोबर १९१४ रोजी युद्धात उतरला.[१८]

या पडझडीतील विन्स्टन यांचा सहभाग मंत्रिस्तरीय जबाबदारीच्या पलीकडे जाणारा होता. त्यांच्या हस्ताक्षरातील काही संकेत प्राणघातकरीत्या संदिग्ध होते आणि त्यांनी गोंधळात भरच टाकली; त्यामुळे जर्मन युद्धनौकांना निसटायची संधी मिळाली. हे संदेश युद्धसमितीद्वारा पुढे पाठवण्याची काळजीही घेण्यात आली नाही. दरम्यान, एकदा रिअर ॲडमिरल सर थॉमस ट्रबरीज यांनी संधी असतानाही हल्ला केला नाही, म्हणून त्यांच्यावर तत्काळ कोर्टमार्शलची कारवाई करण्यात आली. वास्तविक, 'या घडीला फ्रेंचाची सोबत असल्याशिवाय ब्रिटिश नौकांनी वरचढ शक्तींविरोधात कारवाई करण्यासाठी पुढाकार घेऊ नये,'[१९] असं विन्स्टन यांच्याच एका संदेशात म्हटलं होतं. या संदिग्ध संदेशांमुळे 'वरचढ शक्ती' म्हणजे काय यावरून वाद सुरू झाला आणि ट्रबरीज यांना सेवेतून बाहेर जावं लागलं, त्यांची कारकीर्दच संपुष्टात आली; पुन्हा कधीही त्यांना कोणत्याही समुद्री मोहिमेचं नेतृत्व करता आलं नाही.

ट्रबरीज यांच्यावर कठोर कारवाई करण्यामागचा उद्देश 'इतरांना प्रोत्साहन देणं' हा असेल, तर तो काही साध्य झाला नाही. रिअर ॲडमिरल सर जॉन ब्यांग यांना १७५७ मध्ये देहदंड देण्यात आला, तेव्हा व्हॉल्टेअरनं इशारा दिला होता तसाच परिणाम या वेळी दिसून आला. ट्रबरीज यांच्यावरील कारवाईचे भेसूर पडसाद उमटले. चिलीच्या किनाऱ्यावरील कोरोनल इथे रिअर ॲडमिरल ख्रिस्तोफर क्रेडॉक यांच्या जुन्या शस्त्रांनी सज्ज असलेल्या नौकापथकानं व्हाइस ॲडमिरल ग्राफ व्हॉन

स्पी यांच्या नेतृत्वाखालील अधिक वरचढ पथकावर हल्ला चढवला. व्हॉन स्पी यांच्या पथकात *शार्नहोर्स्ट* व *ग्नेइसेनाऊ* या सशस्त्र वेगवान युद्धनौका होत्या. क्रेडॉक यांचं पथक पूर्णतः बुडालं, त्यातील १६०० जवानांना प्राण गमवावे लागले. 'ब्रिटिश नौकांनी एकमेकांना साहाय्य करता येईल इतपत अंतर राखावं आणि *शार्नहोर्स्ट* व *ग्नेइसेनाऊ* यांच्यासंबंधीची संदिग्धता दूर होत नाही, तोपर्यंत पश्चिम किनाऱ्यावरील कारवाई लांबणीवर टाकावी,'[२०] अशी सूचना विन्स्टन यांनी १ ऑक्टोबर रोजी युद्ध समितीला केली होती. 'रिअर ॲडमिरल क्रेडॉक यांना ही सूचना देण्यात यावी' असे शब्द या संदेशासोबत असते, तर हा कार्यकारी आदेश ठरला असता. प्रथम समुद्री लॉर्डचं तातडीनं लक्ष वेधण्यासाठी असं वाक्य होतं, हे विन्स्टनना माहीत असायला हवं होतं किंबहुना आरमार मंत्रालयात परतल्यावर फिशर यांनी पहिली कृती काय केली असेल तर, पनामा कालवा देखरेखीखाली ठेवण्यासाठी *प्रिन्सेस रॉयल* या अतिजलद युद्धनौकेला पाठवलं आणि तिच्या लहान बहिणी शोभतील अशा *इनफ्लेक्झिबल* व *इन्व्हिन्सिबल* यांना केपहॉर्नच्या रक्षणासाठी फॉकलंड बेटांकडे पाठवलं. स्पी यांचं पथक ८ डिसेंबर रोजी या बेटांजवळ आलं, तेव्हा सर्व गोष्टी ठरल्याप्रमाणे घडून आल्या आणि *शार्नहॉर्स्ट* व *ग्नेइसेनाऊ* या नौका बुडवण्यात ब्रिटिश नौदलाला यश मिळालं; पण त्यासाठी १२ इंचांचे तब्बल ११७४ तोफगोळे खर्च करावे लागले.

विन्स्टन यांनी १८ सप्टेंबर रोजी आणखी एक प्रामाणिक पण अकार्यकारी सूचना नोंदवली. कोणत्याही स्पष्ट उद्देशाशिवाय डच किनारपट्टीवर गस्त घालत असलेल्या तीन जुन्या वेगवान नौकांसंबंधीची ती सूचना होती : 'या नौकांनी त्यांची सध्याची टेहळणी थांबवणं गरजेचं आहे. या नौकांना मोठा धोका पत्करावा लागू शकतो आणि त्यांच्याकडून शक्य असलेल्या सेवेच्या तुलनेत हा धोका परवडणारा नाही.' *क्रेसी, हॉग व अबाउकीर* (ब्रिटिश नाविकी आणि सैनिकी इतिहासामधील आनंदी काळाची आठवण करून देणारी ही नावं होती.) अशा त्या तीनही नौका २२ सप्टेंबर रोजी *'यू-९'* या जर्मन पाणबुडीच्या हल्ल्यामध्ये बुडाल्या. या तीन नौकांवरील सर्व १४६० जवानांना प्राण गमवावे लागले- यातील अनेकजण छात्रसैनिक आणि राखीव दलांतील होते. या निमित्तानं युद्ध समितीचं अपयश पूर्णत्वाला गेलं : या तीन नौका 'ताजं आमिष' दाखवत फिरत आहेत, असे धोक्याचे इशारे समुद्री क्षेत्रांमध्ये जाऊन आलेल्या अधिकाऱ्यांनी दिले होते; पण समितीने त्याकडे दुर्लक्ष केलं. शिवाय ही शोकांतिका झाल्यानंतर सर्व नौकांना नागमोडी वळणं घेण्याचे आणि सर्वकाळ वेग टिकवून ठेवण्याचे आदेशही या समितीनं दिले नाहीत.

जर्मन पाणबुड्यांनी गंभीर हानी पोहोचवणाऱ्या कारवाया सुरूच ठेवल्या. *'यू ९'* नं १५ ऑक्टोबर रोजी पुन्हा एक कारवाई केली आणि *हॉक* या वेगवान नौकेला

समुद्रतळाशी पाठवलं. यामध्ये ५०० जवानांचा मृत्यू झाला. त्यानंतर २७ तारखेला *'यू-२७'*नं *हर्मीस* या नौकेला जलसमाधी दिली- समुद्री विमाने वाहून नेणारी ही ब्रिटिश नौदलाकडील एकमेव नौका होती. *ड्रेडनॉट*पूर्व काळातील *'फॉर्मिडेबल'* ही युद्धनौका डोरसेट किनाऱ्याजवळ असताना तिच्या इंजिनामध्ये १ जानेवारी १९१५ रोजी बिघाड झाला. अशा अवस्थेमध्ये तिच्यावर बंदराकडे परतायची वेळ आली. *'यू-२४'* या जर्मन पाणबुडीनं ही संधी साधली आणि जर्जर झालेल्या व कोणतीही सुरक्षा नसलेल्या *फॉर्मिडेबल* या नौकेला तिच्यावरील ५५० जवानांसह बुडवलं. आरमार मंत्रालयाची युद्ध समिती योग्य प्रकारे कार्यरत नव्हती, असा निष्कर्ष काढण्याशिवाय दुसरा पर्याय नाही. विन्स्टन यांनी व्यक्तिशः केलेल्या काही हस्तक्षेपांनी परिस्थिती आणखी बिकट झाली आणि समितीला सुस्तीतून जागं करण्यातही त्यांना अपयश आलं. कालांतरानं १९३९ मध्ये विन्स्टन पुन्हा आरमार मंत्रालयातील प्रथम लॉर्ड झाले, तेव्हा त्यांनी खासकरून 'आजच्या आज कार्यवाही' असा मजकूर असलेल्या लाल चिठ्ठ्या छापून घेतल्या होत्या, त्यामागे त्यांचा हा पूर्वानुभव असावा.

वरील घटनाक्रमांमधून फारच निराशाजनक चित्र उभं राहत असलं, तरी काही लक्षणीय कामगिरीही ब्रिटिश नौदलानं करून दाखवली होती. एल्बे आणि वेसर या नद्यांच्या संगमापाशी आणि सामरिक महत्त्वाचा किएल कालवा उत्तर समुद्राला मिळतो त्याच्या पश्चिम बाजूला असलेल्या हेलिगोलँडच्या आखातामध्ये रॉयल नेव्हीनं धाडसी कारवाई केली. जर्मन नौदलाच्या परसातलं अंगण म्हणून हा प्रदेश ओळखला जात असूनही ब्रिटिश नौदलानं ही कारवाई यशस्वी करून दाखवली. बिट्टी यांच्या नेतृत्वाखालील अतिजलद युद्धनौकांच्या एका पथकासह इतर ब्रिटिश दलांना एकत्र करून २८ ऑगस्ट रोजी डावपेच आखण्यात आले. या पथकानं तीन हलक्या जर्मन युद्धनौकांना समुद्रतळाशी धाडलं आणि आणखी तीन नौकांचं मोठं नुकसान केलं. *'फ्रेंडली फायर'* स्वरूपाचं गंभीर नुकसान केवळ थोडक्यात टाळलं गेलं आणि समितीच्या निर्दयी कामामुळे अधिक परिपूर्ण विजय प्राप्त करता आला नाही. 'यातून अनेक लाजिरवाणे पेचप्रसंग उभे राहिले,' असं चर्चिल यांनी अनेक वर्षांनी लिहिलेलं आढळतं; 'पण दैव बलवत्तर म्हणून सुरुवातीच्या धक्क्यानंतर आम्ही निर्धारानं आक्रमकता टिकवली आणि सुरक्षितपणे मार्गक्रमणा केली.'[२१] ॲडमिरल ग्रेटन यांनी अशी टिप्पणी केली आहे की, 'युद्ध समितीच्या बाजूनं दिसणारा आत्मटीकेचा पूर्ण अभाव हे या सरकारी कागदपत्रांचं लक्षणीय वैशिष्ट्यं आहे.'[२२] युद्धातील अरिष्ट झाकणारं आणखी एक यश डॉगर किनाऱ्यापाशी २४ जानेवारीला मिळालं. आरमाराकडे नव्यानं आलेल्या गुप्तचर संकेत व्यवस्थेमुळे बिट्टी यांना पाच अतिजलद युद्धनौकांद्वारे ॲडमिरल हिपर यांच्यावर झडप घालता

आली. हिपर यांच्याकडे अवजड मिश्रजातीय *'ब्लखर'*सह आणखी तीन नौका होत्या.[२३] ब्रिटिशांच्या मुख्य नौकेला युद्धात झालेली हानी, खराब संदेशयंत्रणा आणि दुय्यम अधिकाऱ्यांमधील पुढाकारवृत्तीचा अभाव यांमुळे असहाय झालेल्या *ब्लखर*वर अवाजवी आक्रमण झालं, तर इतर तीन जर्मन नौका निसटल्या.

ओर्कनीमधील स्कापा फ्लो भागात सज्ज असलेल्या रॉयल नेव्हीच्या मुख्य पथकाला (ग्रॅण्ड फ्लीट) युद्ध जाहीर झाल्यानंतर तळ हलवणं भाग पडलं, याचा दोष व्यक्तिशः विन्स्टन यांच्यावर येतो. या ठिकाणावर पाणबुड्यांच्या हल्ल्याचा धोका होता. तिथल्या अरुंद पात्रामधून विन्स्टन स्वतः *'एन्शान्ट्रेस'* या विहारनौकेतून जाऊन आले होते; त्यामुळे तिथल्या जलप्रवाहाचा वेग लक्षात घेता पाणबुडीला या भागातून पुढे जाता येणार नाही, असा त्यांचा कयास होता; पण दुसरा एक रुंद प्रवाहही या ठिकाणाकडे येण्यासाठी उपलब्ध होता हे त्यांना माहीत नव्हतं.[२४] स्कापा फ्लो भागातील तळाला पाणबुड्यांच्या हल्ल्याचा संभाव्य धोका सतावू शकतो; त्यामुळे तिथे मुळातच रॉयल नेव्हीच्या मुख्य पथकाचा तळ असणं योग्य नाही, हे आधी लक्षात आलं असतं किंवा योग्य पाणबुडीप्रतिबंधक उपायांबाबत निश्चित दिशा मिळाली असती, तर या पथकाला त्याची मदत झाली असती; पण यातील काहीच घडलं नाही. परिणामी, युद्ध सुरू झाल्यावर हे मुख्य पथक लाफ स्विली या ठिकाणी हलवण्यात आलं. उत्तर आयर्लंडमधील हा एक पर्यायी तळ होता. मुख्य पथकानं जागा बदलली, तेव्हा *ऑडेशियस* ही ड्रेडनॉट वर्गातील नौका समुद्रीसुरुंगाला बळी पडली. सुदैवानं यात जीवितहानी झाली नाही. स्कापा फ्लो इथला तळ दुसऱ्या महायुद्धावेळीही असुरक्षितच होता. १४ ऑक्टोबर १९३९ मध्ये *'यू-४७'* या जर्मन पाणबुडीनं धाडसानं या भागात प्रवेश करून *रॉयल ओक* या युद्धनौकेला समुद्रतळाशी पाठवलं. यात ८३३ ब्रिटिश खलाशांचा मृत्यू झाला.

ॲडमिरल जेलिको यांनी 'तात्कालिक छोट्यामोठ्या उणिवा दिसल्या तरी त्या नौकेला बाजूला काढण्याची भूमिका घेतली होती,' अशी उपहासगर्भ टिप्पणी विन्स्टन यांनी *'द वर्ल्ड क्रायसिस'*मध्ये केली आहे. याउलट 'त्यांच्या (जर्मनांच्या) नौकांमध्ये किती उणिवा होत्या किंवा किती उणिवा असण्याची शक्यता होती, हे आता आपल्याला माहीत आहे. तरीही त्यांनी अशा नौका युद्धकारवाईतून वजा केल्या नाहीत',[२५] असं जर्मनांचं कौतुक त्यांनी केलं आहे. *ओरियान/ राजे पंचम जॉर्ज* या वर्गातील एक नौका समुद्री सुरुंगाला बळी पडली. ही नौका ब्रिटिश नौदलाच्या मुख्य पथकाचा कणा मानली जात होती. या घटनेतून नौदलातील रचनात्मक त्रुटी समोर आल्या आणि याचा क्लेश आरमाराच्या प्रथम लॉर्डला सहन करावा लागला असावा. विशेषतः नव्यानं दाखल झालेली *आयर्न ड्यूक* वर्गातील नौका गंभीर प्रारंभिक समस्यांना सामोरं जात होता; त्यामुळे त्यांची डोकेदुखी

वाढली. *ऑडेशियस* बुडाल्याचं युद्धानंतरच मान्य करण्यात आलं, कारण शत्रूच्या आरमारांपेक्षा आपण वरचढ आहोत हे दाखवण्याची खटपट युद्धादरम्यान चालू होती. वास्तविक गरज होती तितकं वरचढ संख्याबळ ब्रिटिश नौदलाकडे उरलं नव्हतं,[२६] तर १९१४ मध्ये नौदल पुरेशा 'तयारी'मध्ये नव्हतं, हे मान्य करावं लागू नये म्हणून विन्स्टन यांनी जेलिको यांची निंदानालस्ती केली, असा निष्कर्ष काढण्याशिवाय गत्यंतर नाही.

विन्स्टनना कनिष्ठ अधिकाऱ्यांनी सहकार्य केलं नाही, असा युक्तिवाद करता येणं शक्य आहे; पण केवळ आदेश दिल्यामुळे कृती घडेलच असं नाही, हे कळण्याइतका मंत्रिपदाचा अनुभव विन्स्टन यांच्याकडे होता. या अपयशामध्ये सहभागी असलेले प्रथम समुद्री लॉर्ड (युद्धाला तोंड फुटलं, तेव्हा ॲडमिरल प्रिन्स लुई ऑफ बॅटनबर्ग हे प्रथम समुद्री लॉर्ड होते; ३० ऑक्टोबर १९१४ रोजी फिशर यांच्याकडे ही जबाबदारी आली) त्यांचा कर्मचारी वर्ग आणि क्षेत्र कमांडर यांनी आपलं काम योग्यरीत्या केलं नाही म्हणून त्यांना दोष देता येईलही; पण मग त्याच न्यायानं आरमारविषयक घडामोडींचं नागरी नेतृत्व करणारे विन्स्टनसुद्धा टीकेला पात्र ठरतात. अग्रक्रम ठरवण्यात आणि त्यांच्या अंमलबजावणीची खातरजमा करण्यात त्यांना अपयश आलं, हे मान्य करावं लागेल. 'गोबन'च्या बाबतीतही त्यांना अपयश आलं, त्यातच भर म्हणून त्यांनी प्रत्यक्ष कामकाजात थेट हस्तक्षेप करायचा प्रयत्न केला. वास्तविक अशा प्रकारचे सर्व आदेश प्रथम समुद्री लॉर्ड व त्यांच्या कर्मचारीवर्गाच्या माध्यमातूनच यायला हवेत, असा आरमार मंत्रालयाच्या पुनर्रचनेमागचा उद्देश होता. शेवटी कोरोनेल इथे जनसंहार झाला, त्याचा आणि ऑक्टोबर १९१४ मध्ये विन्स्टन यांनी आरमार मंत्रालयाची इमारत सोडून ॲंटवर्पच्या रक्षणासाठी व्यक्तिशः पुढाकार घेतला याचा अजिबात संबंध नव्हता, असं म्हणता येणार नाही. स्टीफन लीकॉक यांच्या कादंबरीतील लॉर्ड रोनाल्डप्रमाणे त्यांनी स्वतःला घोड्यावर दामटवलं आणि सर्व दिशांनी वेड्यासारखा घोडा उधळला.[२७] स्वतःच्या अधिकारक्षेत्रात इतक्या अटीतटीच्या घडामोडी सुरू असताना विन्स्टन यांनी अशा प्रकारच्या देखावाबाजीमध्ये गुंतावं, याचा धक्का नौदलातील त्यांच्या समर्थकांनाही बसला.[२८]

त्यांच्यासारख्या अष्टपैलू व्यक्तिमत्त्वाबाबत काहीसा दयाभाव दाखवून निवाडा केला जाण्याची शक्यता असते; पण ते स्वतः आपल्या गफलतींपासून लक्ष विचलित करण्यासाठी चुकीचा मार्ग सोडायचा प्रयत्न करतात आणि ते त्यांनाच अडचणीत आणणारं ठरतं.[२९] बेल्जियमवर मात करून पुढे कूच करणाऱ्या जर्मन सैन्याच्या आक्रमणासमोर ॲंटवर्प बंदराचा पाडाव आज वा उद्या झाला असता किंवा नसता; पण त्यात हस्तक्षेप करण्याची जबाबदारी विन्स्टन यांच्यावर नव्हती. परदेशांमधील आणि ब्रिटनच्या समुद्री हद्दीतील रॉयल नेव्हीच्या नौका व जवान

अनावश्यकरीत्या धोक्यात अडकत होते, याकडे त्यांनी लक्ष देण्याची गरज होती. त्याऐवजी विन्स्टन यांनी अचानक रॉयल मरिन्सची एक तुकडी आणि अप्रशिक्षित नाविकी स्वयंसेवकांची नव्यानं तयार करण्यात आलेली दोन पथकं यांना अँटवर्पच्या दिशेनं बेल्जियनांची मदत करायला पाठवलं. यातील बहुतांश नाविकी तुकडी उर्वरित युद्ध कालावधीत नेदरलँड्समध्ये स्थानबद्ध अवस्थेत अडकून राहिली. ऑक्टोबरच्या सुरुवातीला विन्स्टन तिथे पोहोचले, तेव्हा ॲस्क्विथ यांना त्यांनी पाठवलेल्या संदेशातील काही भाग असा होता : 'मला माझ्या पदाचा राजीनामा द्यायची आणि त्याऐवजी अँटवर्प इथे बेल्जियम सैन्यासोबत दाखल झालेल्या संरक्षक दलांचं नेतृत्व करायची इच्छा आहे. त्यासाठी आवश्यक सैनिकी हुद्दा व अधिकार मात्र मला दिले जावेत आणि या क्षेत्रातील दलाच्या कमांडरला असतात तसे पूर्ण अधिकारही दिले जावेत.'[३०] या संदेशावरून मंत्रिमंडळात 'गडगडाटी हास्याचा लोट उठला.' तरीही, युद्धमंत्री म्हणून नियुक्त करण्यात आलेल्या किचनर यांनी ३ ऑगस्ट रोजी विन्स्टनना लेफ्टनंट जनरलचा हुद्दा देण्याची सकृत्‌दर्शनी प्रामाणिक तयारी दर्शवली; पण ॲस्क्विथ यांनी विन्स्टनना तातडीनं लंडनला परतण्याचे स्पष्ट आदेश दिले.

अँटवर्पमधील या कृतीचं मूल्यमापन करताना तारेवरची कसरत करावी लागते. किचनर यांच्या मंजुरीवरून सूचित होतं त्यानुसार, जर्मनीची उत्तरेकडील आघाडी उघडी पडली होती; त्यामुळे तिथे तुलनेनं लहानसा हस्तक्षेप करणं जर्मनांची चिंता वाढवणारं ठरलं असतं. बेल्जियन भूदलाच्या माघारीला आवश्यक मदत यातून मिळू शकली असती आणि डंकर्कची स्पर्धा जिंकण्यासाठीही दोस्त राष्ट्रांना कदाचित हे साहाय्यभूत ठरलं असतं; पण शेवटी, किचनर यांनी ओस्टेंड व झीब्रग इथे पाठवलेल्या नेहमीच्या भूदलाच्या व घोडदळाच्या तुकड्यांनी या भागातील कारवाईत निर्णायक भूमिका निभावली. या सर्व दलांच्या हालचालींदरम्यान (आणि फ्रान्सकडे जाणाऱ्या मुख्य ब्रिटिश स्वारी दलाच्या प्रवासाच्या वेळी) जर्मन नौदलाकडून कोणताही अडथळा आला नाही, याचा असाही अर्थ होतो की, युद्धपूर्व नियोजनात रॉयल नेव्हीला दिलेली जबाबदारी योग्यरीत्या पार पाडण्यात आली. हेलिगोलँड लढाईमुळे जर्मनीच्या भूदलापेक्षा आपण मनोबलामध्ये वरचढ असल्याचं सिद्ध करणं ब्रिटिश दलांना शक्य झालं. नाविकी तुकडीच्या गोंधळलेल्या तरुणांना विन्स्टन चर्चिल यांचा वैयक्तिक बेडरपणाही प्रेरणादायी ठरला; पण तिथे जाण्याची पदसिद्ध जबाबदारी त्यांच्यावर नव्हती, हेही तितकंच खरं आहे. शिवाय ब्रिटनच्या सर्वांत मोठ्या सैनिकी शक्तीची धुरा हातची सोडून एका विपरीत अवस्थेतील संरक्षण दलाचं नेतृत्व करण्याची त्यांनी दाखवलेली इच्छा बघता परिस्थितीचं गांभीर्य जोखण्याच्या त्यांच्या क्षमतेविषयी शंका निर्माण होऊ शकते. विन्स्टन यांची

वृत्ती जुगाऱ्यासारखी होती आणि बुद्धिबळपटूच्या विरुद्धार्थी होती. द्यूतचक्र आणि बॅकगॅमन हा फाशांचा खेळ त्यांच्या विशेष आवडीचे होते, ही वस्तुस्थिती बरीच बोलकी आहे. या खेळांमध्ये विपरीत परिस्थितीचं तातडीनं मूल्यमापन करावं लागतं आणि संदिग्ध परिणामांची जोखीम उचलावी लागते, यातूनच खेळणाऱ्या व्यक्तीला तत्काळ संतुष्टता लाभते. अगदी मोठ्यांतल्या मोठ्या लढायांमध्येही कमी संख्याबळाच्या दलानं केलेल्या निग्रही कामगिरीनं परिस्थितीचा कल पालटू शकतो; पण अँटवर्पची लढाई अशा स्वरूपाची ठरली नाही. दुर्दैवानं विन्स्टन यांनी मनामध्ये कधीच ही गोष्ट मान्य केली नाही; त्यामुळे त्यांच्या लेखणीतून या घटनाक्रमाची मांडणी वेगळ्या प्रकारे होत राहिली.

आरमार मंत्रालयातील दहा महिन्यांच्या युद्धकालावधीत विन्स्टन यांच्या नावावर काही निश्चित यशांची नोंद झाली. रणगाड्यासारखे चाकांना पट्टे असलेले सशस्त्र लढाऊ वाहन वापरण्याची संकल्पना ब्रिटिश सैन्याचे अधिकृत पत्रकार (आणि नंतर ऑक्सफर्डमध्ये सैनिकी इतिहासाचे प्राध्यापक झालेले) कर्नल अर्नेस्ट स्विन्टन यांनी मांडली. या संकल्पनेची पहिली अंमलबजावणी साम्राज्य संरक्षण समितीचे सचिव कर्नल मॉरिस हँकी यांनी केली आणि विन्स्टन यांनी यासाठी आरमार मंत्रालयाचा पैसा उपलब्ध करून दिला. या वित्तपुरवठ्याच्या सोयीसाठी प्रस्तुत वाहनाचं वर्गीकरण 'भूजहाज' असं करण्यात आलं. सरकारमधून बाहेर पडल्यानंतरही विन्स्टन यांचा या प्रकल्पाविषयीचा उत्साह कायम होता आणि या रणगाड्याच्या विकासासाठी त्यांनी दावा केलेल्या श्रेयावर त्यांचा रास्त अधिकार होता.[३१] सैनिकी विमानचालनातील प्रगतीबाबतही हेच म्हणता येईल. आरमार मंत्रालयानं सुरुवातीलाच समंजसपणे आपले स्रोत या प्रयत्नांमध्ये गुंतवले; त्यामुळे १९१४ मध्ये ब्रिटनच्या हवाई संरक्षणाची जबाबदारी स्वीकारणं रॉयल नेव्हीला शक्य झालं. परिणामी :

> 'रॉयल नेव्हल एअर सर्व्हिस १९१८ मध्ये रॉयल एअर फोर्समध्ये सामावण्यात आली, तेव्हा ते जगातील सर्वांत मोठं व सर्वांत कार्यक्षम हवाई दल ठरलं. सक्रिय प्रोत्साहन आणि बेधडक पद्धतींद्वारे चर्चिल यांनी लाल फितीचा कारभार बाजूला सारला, अविश्वास संपुष्टात आणला आणि चमत्कार घडवण्याला मदत केली. या लक्षणीय यशात त्यांचा मोठा वाटा होता, हे श्रेय त्यांना द्यायलाच हवं.'[३२]

विन्स्टन यांनी त्यांना रस असलेले प्रकल्प पुढे नेण्यासाठी खात्याअंतर्गत वैरभाव व संस्थात्मक प्रतिगामित्वावर मात करण्याचा प्रयत्न केला. या प्रयत्नात त्यांनी स्वतःची ऊर्जा व वित्तीय कौशल्य वापरलं; पण दुर्दैवानं स्कापा फ्लो व रोझिथ या

किनारातळांचं संरक्षण करण्यासारख्या अधिक महत्त्वाच्या बाबींमध्ये त्यांनी या कौशल्याचा वापर केलेला दिसत नाही. त्यांची बुद्धिमत्ता चपळ होती; पण वरवरची होती; त्यामुळे काही वेळा महत्त्वाचं काय आणि प्रासंगिक काय यातील भेद त्यांना करता येत नसे. *'द वर्ल्ड क्रायसिस'*सारख्या लेखनातून त्यांचे सखोल सामरिक विचार दिसतात; पण व्यावहारिक पातळीवर पुढे जाऊ न शकलेल्या किंवा अपयशी ठरलेल्या उपक्रमांचं पश्चातबुद्धिसदृश समर्थन करण्यासाठी हे विचार मांडलेले आहेत. यातील अपयशाचा एक अतिशय मोठा दाखला दार्दनेल्स या ठिकाणी दिसून आला. तुर्कस्तानी फौजांना शरणागती पत्करायला लावण्यासाठी कॉन्स्टॅन्टिनोपलकडे ब्रिटिश नौका पाठवायचा निर्णय घेण्यात आला आणि त्यासाठी दार्दनेल्स या अरुंद सामुद्रधुनी असलेल्या प्रदेशाची निवड केली. मार्च १९१५ मध्ये सुरू झालेली निखळ नाविकी स्वरूपाची ही कारवाई एप्रिल महिन्यामध्ये जमिनीवरही पसरली आणि यात दोस्त राष्ट्रांचे २,६५,००० जवान जखमी झाले, त्यातील ४६,००० जणांच्या जखमा प्राणघातक ठरल्या. अखेरीस जानेवारी १९१६ मध्ये या कारवाईतील उरल्यासुरल्या दलांना स्वतःची सुटका करून घेता आली. या कारवाईमुळे मे १९१५ मध्ये फिशर यांना अचानक राजीनामा द्यावा लागला, त्यापाठोपाठ विन्स्टननाही आरमार मंत्रालयातून व युद्धाच्या मध्यवर्ती आदेश समितीतून डच्चू देण्यात आला. विन्स्टन यांच्या निधनानंतर क्लेमी यांनी मार्टिन गिल्बर्ट यांच्याकडे केलेल्या खुलाशानुसार, 'दार्दनेल्स कारवाईतील अपयश उर्वरित आयुष्यभर त्यांना सतावत राहिलं. त्यांचा या कारवाईवर विश्वास होता. आरमार मंत्रालयातून बाहेर पडताना त्यांना वाटलं होतं की, आता त्यांची कारकीर्द संपली. दार्दनेल्स घटनेतून ते कधीच सावरणार नाहीत, असं मला वाटत होतं. शोक करतच त्यांना मृत्यू येईल, असंही मला वाटू लागलं होतं.'[३३]

याचा परिणाम असा झाला की, एका प्रलयकारी युद्धातील तुलनेनं लहान घटनेवर इतिहासकारांनी अवाजवी प्रमाणात लक्ष केंद्रित केलं. खरंतर पुढे अधिक लौकिक प्राप्त केलेल्या विन्स्टन यांच्यासारख्या व्यक्तिमत्त्वावर या घटनाक्रमाचा कोणता प्रभाव पडला आणि अधिक मोठ्या स्तरावरील दुसऱ्या महायुद्धात महत्त्वपूर्ण कारवायांच्या वेळी त्यांच्या निर्णयशक्तीविषयी अविश्वासाचे कोणते विपरीत परिणाम झाले, हे मुद्दे या संदर्भात जास्त अर्थपूर्ण ठरतात. याची अंशतः जबाबदारी विन्स्टन यांच्यावरच येते, कारण त्यांनी खूप जास्त तीव्रतेनं निषेध व्यक्त केला. *'द वर्ल्ड क्रायसिस'*मध्ये त्यांनी इतिहासलेखनाचा आवही आणलेला नाही.[३४] आरमार मंत्रालयातील त्यांचा कार्यकाळ आणि दार्दनेल्समधील घटना (पहिले दोन खंड) यांसंबंधी सारवासारव करण्याच्या उद्देशानं त्यांनी हे लेखन केलं. त्यांनी खासकरून 'इतिहासकाराची भूमिका' घेतल्याचा दावा केला होता. 'माझी पूर्वकामगिरी आणि विशिष्ट दृष्टिकोन

यांचा विचार करता मी अंतिम निवाडा न देण्याचा पर्याय स्वीकारला आहे. इतरांनी नंतर कधीही हा निवाडा करावा.'[३५] पण या लेखनाची ढोबळ व्याप्ती आणि मुख्य म्हणजे दस्तऐवजांचं निवडक प्रतिरोपण यांमुळे हा दावा फोल ठरतो. (वास्तविक हे दस्तऐवज सार्वजनिकरीत्या खुले होण्यासाठी नियमानुसार ५० वर्षांचा कालावधी जावा लागला असता.) स्टॅन्ले बाल्डविन यांनी १९२९ मध्ये मारलेला शेरा अगदी योग्य होता : विन्स्टनने पाच खंडांचं आत्मचरित्र लिहिलं आणि त्याला जगाचा इतिहास असं संबोधलं.[३६] अगदी सकारात्मक पूर्वग्रह असलेल्या चरित्रकारालाही त्याच्या विषयव्यक्तीमधील इतकी अहंकारी वृत्ती पचवणं अवघड जाईल आणि 'द *वर्ल्ड क्रायसिस'* माझ्या पचनशक्तीला पेलवणारं नाही, हे मी सखेद नमूद करतो.

'तुर्कस्तानचा पाडाव करून रशियाकडे जी काही मदत पोहोचली असती, त्यातून पूर्व आघाडीची व्याप्ती बदलून जाण्याची शक्यता होती, असा दावा आता क्वचितच कोणी इतिहासकार करू शकतील. रशियन सैन्य व रशियन साम्राज्यसत्ता यांच्या समस्या अतिशय खोलवर रुजलेल्या होत्या आणि केवळ अल्पकालीन भौतिक किंवा आर्थिक मदतीद्वारे त्यांची सोडवणूक शक्य नव्हती,' अशी मार्मिक टिप्पणी मायकल होवार्ड यांनी केली आहे.[३७] शिवाय पाश्चात्त्य आघाडीवर मित्रराष्ट्रांना गंभीर तुटवड्याला सामोरं जावं लागत होतं, अशा वेळी मुळात ही भौतिक मदत कुठून केली जाणार होती, हा मुद्दाही विचार करण्यासारखा आहे. दार्दनेल्समधून कॉन्स्टॅटिनोपलकडे जाण्याचा निर्णय सामरिकदृष्ट्या त्रुटींनी भरलेला होता, असं मागे वळून पाहताना स्पष्ट होतं; पण त्या वेळी पाश्चात्त्य आघाडीवर निर्माण झालेली कोंडी सोडवण्यासाठी हा आकर्षक पर्याय असल्याचं भासलं. 'फ्लॅन्डर्समधील काटेरी कुंपण तोडण्यासाठी आपली दलं पाठवण्याचा काहीतरी पर्याय' शोधायलाच हवा, असं विन्स्टनने २९ डिसेंबर १९१४ रोजी ॲस्क्विथ यांना लिहून कळवलं होतं.[३८] मेजर जनरल सर चार्ल्स कॉलवेल यांना निवृत्त झालेलं असूनही १९१४ मध्ये पुन्हा सेवेत बोलावण्यात आलं आणि सैनिकी कारवाया तसेच गुप्तचर विभागाचं संचालकपद त्यांच्याकडे सोपवण्यात आलं. *'स्मॉल वॉर्स'* (१८९६) व *'मिलिटरी ऑपरेशन्स अँड मेरिटाइम प्रीपॉन्डरन्स'* (१९०५) यांसारख्या- आजही सैनिक महाविद्यालयांमध्ये प्रस्तुत ठरणाऱ्या- पुस्तकांचं लेखन करणाऱ्या कॉलवेल यांनी पहिल्या महायुद्धादरम्यानच्या अनुभवांचीही नोंद केलेली आहे. परिघावरील कारवाया राजकारण्यांना भुरळ पाडतात, कारण 'त्यांच्या कल्पनेनुसार कमी प्रतिकार असलेल्या रेषेकडे' त्यांचं मन स्वभावतः धाव घेत असतं, असं मत त्यांनी व्यक्त केलं होतं. विन्स्टन, लॉईड जॉर्ज व इतरांनी परिघीय व्यूहरचनेचं समर्थन केलं होतं, परंतु-

'शत्रूची सर्वांत कार्यक्षम बाजू पाश्चात्त्य आघाडी आहे, या गैरसमजुतीवर परिघीय व्यूहरचना आधारलेली होती. वास्तविक पाहता, ही आघाडी म्हणजे शत्रूचा सर्वांत दुबळा दुवा होता, कारण ब्रिटिश व फ्रेंच दलांना सहज एकत्र येता येईल असं या आघाडीचं भौगोलिक स्थान होतं. इथे शत्रूचा गंभीर पराभव झाला असता, तर गंभीर- किंबहुना भरपाई न होणारी- आपत्ती शत्रूकडून कोसळण्याचा धोका होता.'[३९]

निश्चयी शत्रूविरोधात मोठी कारवाई करताना तुम्ही असं गोंधळलेल्या पद्धतीनं परिस्थिती हाताळणं योग्य नसतं, याचा पुरेसा दाखला दार्दनेल्समध्ये उडालेल्या फज्जांमधून मिळाला. पहिल्या महायुद्धातील सेनाधिकारी गाढव होते, हे मत मी सर्वसाधारणतः स्वीकारत नाही; पण गॅलिपोलीमध्ये लांब कानांचे व भेसूर ओरडणारे जीव सेनाधिकारी म्हणून कार्यरत होते, हे नाकारता येणार नाही. जमिनीवरील कारवायांचा अंदाज घेण्यात, नियोजनात आणि अंमलबजावणीत झालेल्या अनेक चुकांचा दोष विन्स्टन यांच्यावर येत नाही; त्यामुळे तूर्तास त्या चुकांची मालिका बाजूला ठेवू; पण तरीही या कारवायांपूर्वी झालेल्या नाविकी आक्रमणाची अंशतः जबाबदारी त्यांच्यावर होतीच. आधी केलेल्या बॉम्बवर्षावामुळे, दार्दनेल्सवर हल्ला होण्याचा धोका आहे, असा इशारा तुर्कस्तानी जवानांना मिळाला. दोन्ही तीरांवरील जमीन शत्रूच्या हातात असताना २८ मैलांच्या अरुंद जलप्रवाहातून आपलं सैन्य पाठवण्याचा विचार कोणताही शहाणा माणूस करेल, हे पचवणं तुर्कांना आणि त्यांच्या जर्मन सल्लागारांनाही जड जात होतं; पण धोक्याचा इशारा मिळाल्यामुळे या सामुद्रधुनींवर वरचष्मा टिकवणं त्यांना शक्य झालं. ब्रिटिश आरमारी ताफ्यानं काहीही करून मार्मारा समुद्रापर्यंत मुसंडी मारली आणि कॉन्स्टॅन्टिनोपलवर बॉम्बवर्षावाचा धोका निर्माण केला, तर तुर्कस्तानी प्रतिकार कोलमडून पडेल, या विश्वासावर विसंबून ही कारवाई करण्यात आली होती; पण ब्रिटिश नौकांना हे शक्य झालं नाही तर त्यांचा माघारीचा मार्गही बंद झालेला असेल आणि रशियन काळ्या समुद्री ताफ्यासाठी अनावश्यक कुमक बनून राहण्याशिवाय दुसरा पर्याय या नौकांसमोर उरणार नाही, हे ब्रिटिश धोरणकर्त्यांच्या ध्यानात आलं नाही.[४०]

या सामुद्रधुनींवर केवळ नौकांच्या आधारे आक्रमण करण्याचा प्रयत्न १८ मार्च रोजी सुरू झाला, तेव्हा सुरुवातीचा ९ मैलांचा- दार्दनेल्सपर्यंतचा पल्ला यशस्वीरीत्या गाठण्यात आला. त्यानंतर मात्र मित्रराष्ट्रांच्या नौकांना नव्यानं लावण्यात आलेल्या सुरुंगांचा सामना करावा लागला. फ्रान्सची *'बूव्हेट'* ही नौका तिच्यावरील ६६० जवानांसह बुडाली. त्यापाठोपाठ *'इर्रेझिस्टेबल'* व *'ओशन'* या ब्रिटिश नौकांनी शांतपणे समुद्राचा तळ गाठला- फक्त यात जीवितहानी कमी झाली. *'सफ्रेन'* व

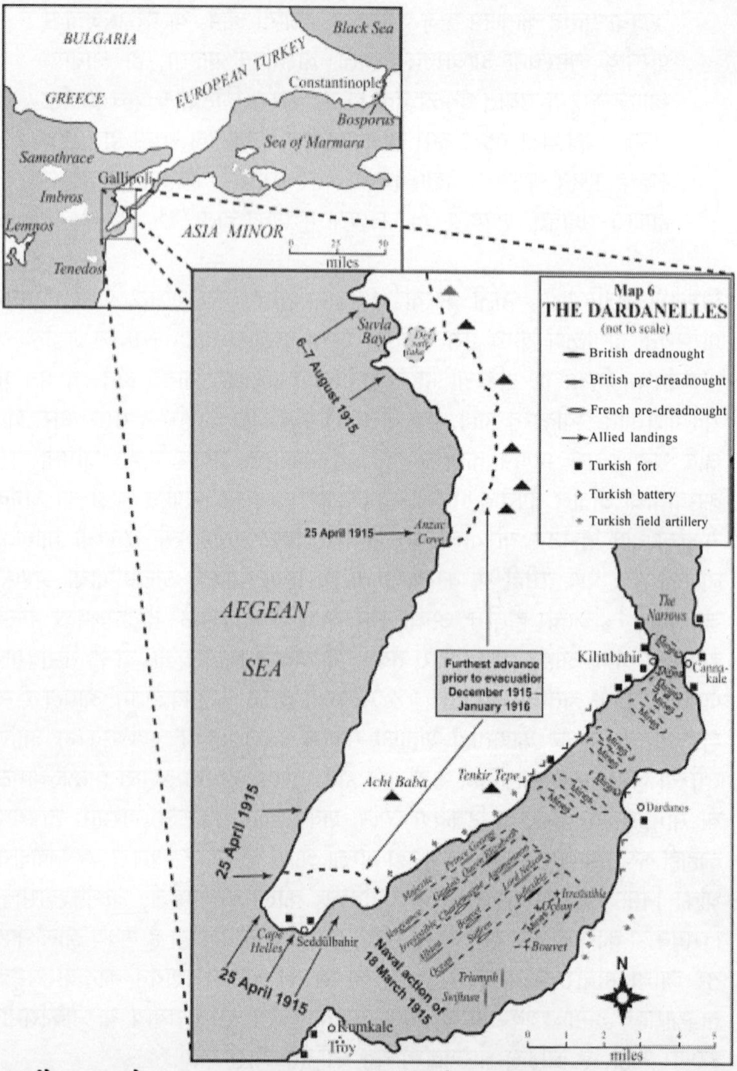

दार्दानेल्सवर जोरदार आक्रमण करून कॉन्स्टॅन्टिनोपल आणि काळ्या समुद्रापर्यंत पोहोचावं (छोटा नकाशा) या प्रयत्नातून गॅलिपोली मोहिमेचा उगम झाला. नाविकी हल्ला अपयशी ठरल्यानंतर २५ एप्रिल रोजी ही दलं केप हेलेस व अन्झाक कोव्ह इथे आणि ६-७ ऑगस्ट रोजी सुव्ला बे इथे येऊन पोहोचली; पण त्यांना हा द्वीपकल्प काबीज करता आला नाही (मोठा नकाशा).

'गाउलोइस' या आणखी दोन जुन्या फ्रेंच युद्धनौकांचं गंभीर नुकसान झालं. ब्रिटिश

नौदलातील वेगवान *'इनफ्लेक्झिबल'* या नौकेचीही हीच गत झाली. वास्तविक या नौकेला सदर कारवाईत सहभागी होण्याचं काही कामच नव्हतं. जॅकी फिशर यांचं या कारवाईसंबंधीचं मत वेगानं बदलत चाललं होतं- या धोकाग्रस्त परिस्थितीमध्ये नव्या कोऱ्या *'क्वीन एलिझाबेथ'*ला ढकलणं योग्य नसल्याचं त्यांना वाटायला लागलं. यानंतर फिशर यांनी विन्स्टन यांचा विश्वासघात केला, अशी कथा सर्वसाधारणतः रंगवली जाते; पण वास्तव याच्या उलट होतं. विन्स्टन यांची चलबिचल होत असताना फिशर यांना या कारवाईबाबत उत्साह वाटत होता. त्यांच्या कल्पनेनुसार ही कारवाई भूदल व नौदल यांनी संयुक्तरीत्या करायला हवी होता; पण 'केवळ नौकां'चा वापर करावा, यासाठी त्यांचं मन वळवण्यात आलं. गंभीर प्रतिकार झाला तर संपूर्ण कारवाई रद्द करून नौका माघारी बोलावणं सोपं जाईल; पण किनाऱ्यांवर दलं असतील तर असं करणं अवघड होईल, असा युक्तिवाद यासाठी करण्यात आला. संपूर्ण आरमार मंत्रालयाचं या कारवाईबाबत एकमत आहे आणि आपण त्यांच्या वतीनं बोलतो आहोत, अशा पद्धतीनं विन्स्टन यांनी ही योजना मंत्रिमंडळासमोर मांडली. त्यांच्या विरोधात मत मांडणं आपल्याला शक्य होईल, असं फिशर यांना वाटलं नाही; पण त्यांनी आपल्या शंका ॲस्क्विथ यांना लेखी कळवल्या. २८ जानेवारीला मंत्रिमंडळाची बैठक संपवून ते बाहेर आले, तेव्हा राजीनामा न देण्यासंबंधी त्यांचं मन वळवण्याकरिता लॉईड जॉर्जही त्यांच्यापाठोपाठ लगबगीनं बाहेर पडले. ॲस्क्विथ यांनी फिशर यांचं टिपण मंत्रिमंडळामध्ये फिरवलं नाही आणि त्यांच्याकडून वारंवार देण्यात येणारी राजीनाम्याची धमकी बिनमहत्त्वाची ठरवण्याचं काम लॉईड जॉर्ज यांनी केलं; त्यामुळे तांत्रिक पातळीवर मंत्रिमंडळाला योग्य माहिती देण्यात आली नव्हती; पण विन्स्टन काय करू पाहत आहेत याची पूर्ण जाणीव मंत्रिमंडळातील महत्त्वाच्या सदस्यांना होती.

फिशर व इतर वरिष्ठ अधिकाऱ्यांनी शरणागती पत्करेपर्यंत विन्स्टन यांनी त्यांच्यामागे तगादा लावला. विन्स्टन यांच्यासोबतच्या थकवणाऱ्या बैठकीतील भावना तत्कालीन नाविकी गुप्तचर विभागाचे संचालक कॅप्टन विल्यम 'ब्लिंकर' हॉल यांनी नोंदवलेली आहे- 'हे सगळं माझ्या इच्छेविरुद्ध चाललेलं आहे; पण ते जे काही म्हणताहेत त्या सगळ्याला मी थोड्याच वेळात सहमती दर्शवणार आहे. अतिशय विचित्र वाटतंय.' बैठकीच्या पुढच्या सत्रात त्यांनी स्वतःचंच नाव पुटपुटायला सुरुवात केली. हे काय चाललंय, अशी विचारणा विन्स्टन यांनी केल्यावर ते म्हणाले, 'माझं नाव हॉल आहे, असं मी स्वतःला सांगतोय, कारण तुमचं बोलणं आणखी काही वेळ ऐकत बसलो, तर माझं नाव ब्राउन आहे याबद्दल माझी खात्री पटेल.'[४१] विन्स्टन यांनी उमदेपणा दाखवणारं हास्य करत हा विषय तिथेच सोडून दिला. समोरच्यांना थकवून विन्स्टनना युक्तिवादात जिंकता आलं; पण ते या

सहकाऱ्यांची मनं वळवू शकले नाहीत. परिणामी, १३ मे रोजी एका तुर्की विनाशक नावेनं केलेल्या हल्ल्यात *'गोलिआथ'* ही आणखी एक जुनी युद्धनौका ५७० जवानांसह बुडाली, तेव्हा विन्स्टन आणि त्यांच्या सहकाऱ्यांमधील तणावानं उच्चांक गाठला. दोन दिवसांनी, आदल्या संध्याकाळच्या बैठकीमध्ये सर्वसहमतीनं ठरलेल्या संख्येपेक्षा जास्त नौका दार्दानेल्सला पाठवण्याचा प्रस्ताव चर्चिल यांनी ठेवला, तेव्हा फिशर यांनी राजीनामा दिला. कन्झर्वेटिव्ह पक्षाचे नेते बोनार लॉ यांना त्यांनी आपल्या निर्णयामागचं कारणही सांगितलं.[४२] याच दरम्यान पाश्चात्त्य आघाडीवर तोफगोळ्यांचा तुटवडा असल्याच्या बातम्या *'द टाइम्स'*मध्ये प्रसिद्ध झाल्या आणि एक मोठं सनसनाटी प्रकरण लोकांच्या चर्चेला खाद्य पुरवू लागलं. ॲस्क्विथ पाच वर्षं व्हेनेशिया स्टॅन्ले या तरुणीच्या प्रेमात आकंठ बुडालेले होते आणि तिनं एडविन मॉन्टेग्यू यांच्याशी लग्न करण्याची आपली इच्छा कळवणारं पत्र ॲस्क्विथ यांना पाठवलं. मॉन्टेग्यू हे पूर्वी ॲस्क्विथ यांचे संसदीय स्वीय सचिव होते आणि आता डची ऑफ लँकेस्टरचे चान्सलर (पदभार नसलेलं एक मंत्रिपद) म्हणून मंत्रिमंडळात होते. या पत्रानंतर ॲस्क्विथ छिन्नमनस्क होऊन गेले आणि विन्स्टन यांच्या बाबतीत ते दाखवत असलेली क्षमाशील सहिष्णुताही संपुष्टात आली.

विन्स्टन यांनी आपलं पद धरून ठेवायची प्रचंड खटपट केली. सभागृहाच्या दोन्ही बाजूंमध्ये आपण इतक्या तीव्रतेनं अप्रिय ठरलो आहोत, हे कळल्यावर त्यांना मोठा धक्का बसला. आपल्याला सरकारमध्ये राहू द्यावं, अशी आर्जवं करणारी पाच पत्रं त्यांनी १८ ते २१ मे या दिवसांमध्ये ॲस्क्विथ यांना पाठवली. या पत्रांत क्लेमी यांनी एक वैयक्तिक टीपही जोडलेली होती. ही वाक्यं अनेकदा उद्‌धृत झालेली आहेत : 'तुमच्या आणि इतर सहकाऱ्यांच्या दृष्टीनं विन्स्टनमध्ये अनेक त्रुटी असतीलही; पण थोडं धाडसानं बोलायचं तर मी एवढंच म्हणेन की, त्याच्याकडे असलेला एक सर्वोत्तम गुण तुमच्या सध्याच्या किंवा भविष्यातील मंत्रिमंडळामधील अगदी मोजक्याच व्यक्तींकडे असेल- जर्मनीशी लढण्यासाठी आवश्यक बळ, कल्पकता व अचूक वेळ साधण्याचं कौशल्य, हे ते गुण आहेत.'[४३] क्लेमींनी केलेला हस्तक्षेप (ही कृती इतकी चर्चिलसदृश आहे की, त्यात विन्स्टन यांचा हात असल्याची शंका यावी.) 'वेडपट'पणाच असल्याचं ॲस्क्विथ यांना वाटलं. 'चर्चिलला केवळ स्वतःच्या भवितव्याची पडलेली आहे, त्याहून अधिक कशाशीही त्याला काही देणंघेणं नाही,' अशी अवमानकारक टिप्पणीही त्यांनी जोडली.[४४]

सगळे एकाच माळेचे मणी असतानाही ॲस्क्विथ यांनी केलेली ही टिप्पणी सूडबुद्धीची होती. स्वतः ॲस्क्विथ यांना व्हेनेशिया स्टॅन्लेकडून मिळालेला नकार पचवून त्या पलीकडे विचार करणं शक्य नव्हतं, शिवाय युद्धाच्या आव्हानाला तोंड देण्याबाबतही त्यांना कार्यक्षमता दाखवता आली नव्हती. केवळ स्वतःचं स्थान

बळकट करण्यासाठी त्यांनी राष्ट्रीय आघाडी उभारण्याच्या दिशेनं कशीबशी खटपट केली. कन्झर्वेटिव्ह पक्षाचे आर्थर बाल्फोर यांना आरमार मंत्रालयात पाचारण केलं, बोनार लॉ यांना वसाहतमंत्री केलं आणि ऑस्टीन चेम्बरलीन यांना भारत मंत्रिपद दिलं. लॉईड जॉर्ज यांच्यासाठी त्यांनी नवीन युद्धसामग्री मंत्रालयच सुरू केलं आणि कोषागारमंत्री म्हणून त्यांच्या जागी रेजिनाल्ड मॅक्केना यांना संधी दिली. गृहमंत्रिपदाची जबाबदारी त्यांनी सॉलिसिटर जनरल सर जॉन सिमॉन यांच्याकडे दिली. यातील मॅक्केना व सिमॉन हे ॲस्क्विथ यांचे निष्ठावान अनुयायी होते आणि विन्स्टनना बाजूला सारण्यासाठी त्यांचे प्रयत्न आधीपासून सुरू होते. शेवटी डची ऑफ लँकेस्टर या सत्ताहीन पदावरून मॉन्टेग्यू यांना हटवून विन्स्टनना ती जागा देणं हा सूडबुद्धीचा कळस ठरला. या घटनाक्रमापासून प्रेरित होऊन एक व्यंग्यचित्रही त्या काळी प्रसिद्ध झालं- त्यात लँकेस्टर कुठे आहे आणि डची म्हणजे काय, याची चौकशी करताना विन्स्टन यांचं चित्र रंगवलेलं होतं.

विन्स्टन यांच्या आरमार मंत्रालयातील पहिल्या कार्यकाळाचा आढावा घेताना ॲडमिरल ग्रेटन म्हणतात की, 'कल्पकतेचा अभाव भरून काढण्यासाठी कोणीतरी कृती करायलाच हवी होती, चढाई करणाऱ्या दलांना प्रेरणा देण्याची गरज होती आणि त्याहून महत्त्वाचं म्हणजे कारवाईला दिशा देण्यासाठी कार्यक्षम यंत्रणा उभारण्याची गरज होती.'[४५] तीव्र उतरंड मानणाऱ्या आरमार मंत्रालयाची धुरा विन्स्टन यांच्याकडे आली. त्यानंतर तीन वर्षांनी युद्धाला तोंड फुटलं, म्हणजे युद्धासंबंधीच्या तयारीसाठी त्यांना तीन वर्षांचा शांततापूर्ण काळ मिळाला होता; पण 'कारवाईला दिशा देण्यासाठी कार्यक्षम यंत्रणा उभारण्या'मध्ये त्यांना ठळक अपयश आलं. मुळातच सेनाधिकारी मंडळ या संकल्पनेविरोधात असलेल्या फिशर यांच्यावर अवलंबून राहिल्याचाही मोठा फटका विन्स्टनना बसला. चढाई करणाऱ्या दलांचं मनोबल वाढवण्यासाठी विन्स्टन यांनी वारंवार फिशर यांच्या कामकाजात हस्तक्षेप केला. लढाईच्या परीक्षेत अपयशी ठरलेल्या वरिष्ठ अधिकाऱ्यांना निलंबित करण्यासाठीची पावलं उचलणाऱ्या फिशर यांना त्यांनी परावृत्त केलं. ट्रबरीजसंबंधी त्यांनी स्वतः दाखवलेल्या सूडबुद्धीच्या पूर्ण उलटं वर्तन ते या वेळी करत होते. *'गोबेन'* व *'ब्रेसलाऊ'* या जर्मन नौका हातच्या निसटल्या, तेव्हा आपली जबाबदारी झटकण्यासाठी विन्स्टन यांनी ट्रबरीजना कोर्टमार्शलच्या तोंडी दिलं होतं. शिवाय विन्स्टन यांच्या अचूक वेळ साधण्याच्या कौशल्याविषयी क्लेमी यांनी केलेला गुणगौरवही पूर्णतः योग्य नव्हता. दार्दनेल्स कारवाई काही शत्रूच्या कंठाचा अचूक वेध घेण्याच्या उद्देशानं झालेली नव्हती, उलट पाश्चात्त्य आघाडीच्या कठोर वास्तवाची भीती वाटून दिलेली ती प्रतिक्रिया होती.

अशा परिस्थितीत दुसरं कोणी असतं, तर त्यानं याहून वाईट कामगिरी केली

असती, असा युक्तिवाद करून विन्स्टन यांच्या बचावाचा प्रयत्न केला जातो; पण अशा 'जर-तर'चा अंतिम निर्वाळा शक्यच नसतो. उदाहरणार्थ, पहिल्या महायुद्धात जर्मनीच्या आरमारामधील ज्यूटलँड इथल्या लढाईसाठी वापरलेल्या दोन नौका वगळता इतर सर्व नौका सेवेत राहिल्या होत्या आणि दुसऱ्या बाजूला पाणबुड्यांच्या त्रासापासून वाचण्यासाठी ब्रिटनचं मुख्य नाविकी पथक लाफ स्विलीकडे पळून गेलं होतं. या पथकाकडे *'क्वीन एलिझाबेथ'* वर्गातील व 'आर' वर्गातील नौकांची वानवा होती आणि *'आयर्न ड्यूक'* वर्गातील नौका, *'ओरिऑन'* व *'राजे पंचम जॉर्ज'* वर्गातील जहाजं यांच्या युद्धक्षमतेविषयी साशंकता होती. या पार्श्वभूमीवर जर्मनीच्या नौदलानं १९१४ मध्ये आपल्या सामर्थ्याची चाचणी घेण्याचा अधिक प्रयत्न केला असता, तर ते टिकू शकले असते की नाही, हेही 'जर-तर'च्या कक्षेतील प्रश्न आहेत. असे प्रश्न दुधारी असतात : एका बाजूनं केवळ चुका टाळल्या गेल्या असत्या तर काय झालं असतं याचा अंदाज बांधणं निरर्थक ठरतं.[४६]

या युद्धामध्ये संपूर्ण ब्रिटिश राजकीय अभिजनवर्गाची कामगिरी खराब होती आणि शांततेचा कालावधीही वाया घालवण्यात आला, यासंबंधीची चर्चा पाचव्या प्रकरणात केली आहे. सैनिकी व्यवस्थापनातील विन्स्टन यांच्या पहिल्या साहसाची मर्यादा निश्चित करायची असेल, तर त्यांच्या कामाची तुलना रिचर्ड हॉल्डन यांनी १९०६-१२ या कालावधीत युद्ध कार्यालयामध्ये केलेल्या कामगिरीशी करणं उद्बोधक ठरतं. बोअर युद्धामध्ये सैन्यातील दुबळे दुवे उघड झाले आणि आधीच्या कन्झर्वेटिव्ह पक्षीय मंत्र्यांनी अनेक अपयशी प्रयत्न करून झाले होते; अशा वेळी हॉल्डन यांच्याकडे या पदाची जबाबदारी आली. साम्राज्य संरक्षण समितीची संकल्पना १९०२ मध्ये स्वीकारण्यात आली; १९०४ मध्ये युद्धकाळातील कामकाजाविषयी कठोर टीका करणारा अहवाल प्रकाशित झाला, त्यानंतर विस्काउन्ट इशर यांच्या अध्यक्षतेखालील द्विपक्षीय समितीनं सेनाधिकारी मंडळाच्या स्थापनेची शिफारस केली. त्याचसोबत पंतप्रधानांच्या अध्यक्षतेखाली सीआयडीसाठी एक सचिवालय स्थापावं, त्यात परराष्ट्र व वसाहतिकमंत्र्यांचा आणि कोषागारमंत्र्यांचा समावेश असावा, अशीही शिफारस या समितीनं केली. सप्टेंबर १९०६ मध्ये हॉल्डन यांच्या कार्यकाळात विशेष सैन्य आदेशाद्वारे सेनाधिकारी मंडळाचं अधिकारक्षेत्र निर्धारित करण्यात आलं- 'सैन्याच्या सामरिक वाटपाविषयी सल्ला देणं; अधिकाऱ्यांच्या शिक्षणावर लक्ष ठेवणं; युद्धासाठी सैन्याचं प्रशिक्षण व तयारी; सैनिकी योजना, चढाई व बचाव यांचा अभ्यास करणं; सैनिकी गुप्तचर माहिती जमवणं व तिची खातरजमा करणं; सैन्यदलविषयक सर्वसाधारण धोरणाला दिशा देणं आणि या धोरणाच्या अंमलबजावणीसाठी सातत्यपूर्ण कृती होईल याची काळजी घेणं.' अशा प्रकारच्या मंडळाची गरज पूर्वीच कशी काय लक्षात आली नाही, यावर विचार

करणंही आवश्यक आहे.[४७]

हा विचार केला असता लक्षात येतं की, ॲस्क्विथ यांनी आरमार मंत्रालयाची जबाबदारी दिल्यावर विन्स्टनना जबाबदाऱ्यांचा अक्षरशः पर्वत सर करायचा होता. युद्धातील पराभवानं या मंत्रालयाला धक्का बसला नाही, इशर समितीनंही त्याची छाननी केली नाही. शिवाय आपला दर्जा सीआयडीपासून स्वतंत्र व समकक्ष आहे, अशी या मंत्रालयाची स्वतःविषयीची धारणा होती. हॉल्डन यांनी मंत्रालयाच्या पुनर्रचनेसाठी सुरू केलेल्या प्रक्रियेला १९१४ मध्ये आठ वर्षं पूर्ण होत होती; पण याचे परिणाम युद्धाच्या धगीसमोर टिकले नाहीत. विन्स्टनना केवळ तीन वर्षांमध्ये काही पावलं उचलता आली असती, तरीही त्यांचं भवितव्य असंच राहिलं असतं. तत्कालीन ब्रिटन हा एक आधुनिकपूर्व समाज होता आणि सैनिकी संस्थांचा उगम हितसंबंधी संगनमतामधून होत असे, साहजिकपणे या हितसंबंधांचं प्रतिबिंब या संस्थांमध्ये पडायचं आणि या संबंधांच्या रक्षणासाठीच या संस्था कार्यरत असायच्या. हे खरं असलं तरी, आदेशात्मक नियंत्रण आणि सैन्यदलांना हुकूम देणं या दोन्ही गोष्टी करण्याच्या नादात विन्स्टन यांची ओढाताण झाली, हेही पुरेसं स्पष्ट आहे. त्यांनी अग्रक्रमही निश्चित केला नव्हता; त्यामुळे आदेशांची अंमलबजावणी करताना त्यांच्या हाताखालील सहकाऱ्यांना स्वतःच प्राथमिकता ठरवत पुढे जावं लागत होतं. युद्धातील कारवाया आपल्या मूळ इच्छेनुसार अचूकपणे घडतील याची खात्रीही त्यांनी केली नाही. आपल्या पदाच्या कक्षेमध्ये येणाऱ्या मुद्द्यांवरच त्यांनी लक्ष केंद्रित केलं असतं, तर या सर्व गोष्टी करण्यासाठी आवश्यक ऊर्जा व उपयोजनक्षमता त्यांच्याकडे निश्चितपणे होती. थोडक्यात सांगायचं तर- त्यांनी 'एक ना धड, भाराभर चिंध्या' असा व्यवहार ठेवला. शिवाय स्वतःची जबाबदारी पार पाडताना त्यांनी महाकाय धोरणाचा विचार करण्यावर भर दिला; पण त्यातील सूक्ष्म भागांकडे दुर्लक्ष केलं.

हे घडण्याला विन्स्टन चर्चिल यांचा स्वभाव कारणीभूत नव्हता, तर त्यांना चढलेली सत्तेची नशा कारणीभूत होती; त्यामुळेच १९१६ च्या सुरुवातीला सैन्यामध्ये परतण्याचा निर्णय घेतल्यावर त्यांनी पाश्चात्त्य आघाडीवरील सहाव्या रॉयल स्कॉट्स फुझिलायर्स तुकडीची धुरा सांभाळली आणि उत्कृष्ट नेतृत्व काय असतं ते दाखवून दिलं. त्यांच्या तुकडीतील एका तरुण लेफ्टनंटनं यासंबंधीची आठवण नोंदवली आहे :

> 'अगदी थोड्या काळामध्ये त्यांनी अधिकाऱ्यांचं आणि जवानांचं मनोबल अविश्वसनीय पातळीपर्यंत वाढवलं. हे निव्वळ व्यक्तिमत्त्वाच्या जोरावर साधलं होतं. विन्स्टन चर्चिल यांच्या अनेक कृतींवर आम्ही हसलो; पण

> त्यांनी केलेल्या अनेक गोष्टींवर आम्ही हसलो नाही, कारण त्या समर्पक होत्या हे आम्हाला माहीत होतं. त्यांचा दृष्टिकोन अद्वितीयच होता आणि त्यातून आम्ही चमत्कार अनुभवले. आपण जबाबदारीनं वागत असल्याचं आपल्या हाताखालील प्रत्येकाच्या लक्षात येईल याची त्यांनी सुरुवातीपासूनच खातरजमा केली. आपण काय करणं अपेक्षित आहे हे लक्षात घेण्यासोबतच आपण अमुक एखादी गोष्ट का करतो आहोत, याचंही भान सर्वांनी ठेवावं, यासाठी त्यांनी प्रयत्न केले. आमच्या दैनंदिन जीवनातील छोट्यात छोट्या गोष्टीकडेही त्यांनी दुर्लक्ष केलं नाही. ते कशाकडेच कानाडोळा करत नसत. चालू घडामोडींचा धावता आढावा घेण्याऐवजी ते स्वतः थांबून प्रत्येकाशी बोलत आणि प्रत्येक कृतीची सखोल चौकशी करत. विश्वास जागृत करण्यासाठी किंवा विश्वास कमावण्यासाठी कोणताही अधिकारी इतके कष्ट करत असल्याचं मी तरी कधी पाहिलेलं नाही. त्यांनी खरोखरच विश्वास जागा केला आणि कमावलाही!'[४८]

एका १८ वर्षांच्या लेफ्टनंटच्या मनात उमटलेल्या या भावना आहेत आणि तब्बल ५० वर्षांनी- विन्स्टन यांचं दैवतीकरण झाल्यानंतरच्या काळात त्या व्यक्त झालेल्या आहेत, हे खरं असलं तरी त्यात सत्यकथन आहे; पण विन्स्टन यांच्या या गुणधर्मांनी १९११-१५ या वर्षांमध्ये आरमार मंत्रालयात काही जोम की भरला नाही याचं स्पष्टीकरण गरजेचं आहे. हे उत्तर दुहेरी आहे : एक, एखाद्या पथकाच्या कमांडरची त्याच्या अधिकाऱ्यांवर आणि जवानांवर असलेली व्यावहारिक सत्ता ही एखाद्या खात्यावरील मंत्र्याच्या सत्तेपेक्षा बरीच जास्त असते; दोन, तुमच्यावर ज्यांचं जीवन अवलंबून आहे, अशा तरुण जवानांचं प्रेम व विश्वास जिंकणं आणि म्हाताऱ्या माणसांना त्यांचा आत्तापर्यंतचा वर्तनव्यवहार कालबाह्य ठरल्याची जाणीव करून देणं या दोन गोष्टी अतिशय भिन्न आहेत. विन्स्टन यांच्या नौदलासंबंधीच्या कामगिरीबाबत हिरिरीनं जोपासण्यात आलेली काही मिथकं मार्टिन गिल्बर्ट यांनी खोडून काढली आहेत : नौदलाच्या परंपरा 'दारू, समसंभोग आणि चाबूक' यांनी भरलेल्या आहेत, असा फटकारणारा शेरा विन्स्टन यांनी कधीच मारलेला नसावा. शिवाय दुसऱ्या महायुद्धाच्या सुरुवातीला ते आरमार मंत्रालयात परतले, तेव्हा *'विन्स्टन इज बॅक'* असा संदेश नौदलामध्ये फिरवला गेल्याचाही कोणताच माग सापडत नाही, असं गिल्बर्ट म्हणतात. आर्थर मार्दर यांनी मात्र याच्या विरुद्ध प्रतिपादन केलं आहे.[४९] विन्स्टन हे परंपरावादी होते आणि १९३९ मध्ये त्यांचा प्रथम लॉर्ड म्हणून दुसरा कार्यकाळ सुरू झाला, तेव्हा त्यांच्या पूर्वसुरीपेक्षा (जेम्स, अर्ल स्टॅनहोप- 'नो होप' या संबोधनानं परिचित) ते बरेच सुधारलेले होते.

'जहाजावरची सुटी तोफ' असं ज्याचं वर्णन करता आलं असतं, त्या माणसाविषयीचा आपला निवाडा राखून ठेवण्याकडे आरमाराचा स्वाभाविक कल होता.

सप्टेंबर १९३९ ते मे १९४० असा संक्षिप्त काळ विन्स्टन यांनी पुन्हा आरमारामध्ये घालवला आणि मग ते पंतप्रधान झाले. त्यांची ही दुसरी आरमार फेरी आधीच्या कार्यकाळाशी ताडून पाहण्यासाठी कालानुक्रमे चरित्रमांडणीला काहीसा मोडता घालणं अपरिहार्य आहे. त्यांच्या दोन कार्यकाळांमध्ये दृढ दुवा असल्याचं दिसतं; पण त्यातून काही मदत झाली नाही. एका बाजूला, दुसऱ्या महायुद्धात रॉयल नेव्हीला संताप व कामकाजविषयक गैरसमजुती यांचं ओझं वाहिल्याची मोठी किंमत मोजावी लागली. तर दुसऱ्या बाजूला, पहिल्या महायुद्धातील आपल्या अनुभवातून शिकलेल्या विन्स्टन यांनी राजकीय आदेशाच्या पातळीवर काय चूक झाली याचं मूलगामी आकलन करून घेतलं होतं. या दोन्ही गोष्टी विचित्रपणे एकत्र वावरत होत्या. विन्स्टन यांच्यासोबत काम केलेल्या अधिकाऱ्यांच्या आठवणींचा लहानसा संग्रह सर जॉन व्हिलर बेनेट यांनी प्रसिद्ध केला आहे. दुसऱ्या महायुद्धादरम्यान मंत्रिमंडळ सचिव असलेल्या लॉर्ड ब्रिजेस यांनी सांगितलेली एक आठवण त्यात नोंदवली आहे- 'विन्स्टन यांच्या विरोधात भूमिका घेतल्यामुळे एखाद्या मंत्र्याला, विद्यमान अधिकाऱ्याला किंवा नागरी सेवकाला पदावरून काढून टाकल्याचं एकही उदाहरण माझ्या आठवणीत नाही.'[५०] ही प्रशंसा सत्याच्या जवळपासही जाणारी नाही. आपल्या मार्गात अडथळा होत असलेल्या व्यक्तींबाबत विन्स्टन सूडबुद्धीनं वागत असत. बहुतेकांनी त्यांना विरोध केला नाही, कारण निकटवर्तीयांना त्यांची वृत्ती माहीत होती; त्यामुळे या मंडळींनी आपलं वर्तन विन्स्टन यांच्या कलानुसार बदलून घेतलं. विशेषतः आपल्या क्षेत्रात पूर्णाधिकार मिळालेले ॲडमिरल हे विशेषत्वानं त्यांच्या रोषाचा विषय ठरले. बेधडक बोलणं विन्स्टनना भावत असे, अशी वदंता असताना या ॲडमिरलांना असं बोलणंच भोवलं. नाविकी मुद्द्यांवर 'चर्चिल यांच्या विरोधात बोललं' की, ते प्रचंड चिडतात हे प्रथम समुद्री लॉर्ड सर ड्युडले पाउंड यांना लगेचच लक्षात आलं; त्यामुळे ते तत्त्वतः सगळ्यालाच सहमती दर्शवायचे आणि मग विन्स्टन यांच्या भडक योजनांच्या अव्यावहारिकतेचा पुरावा हळूहळू समोर येऊ द्यायचे, अशी धोरणी सवय पाउंड यांनी स्वतःला लावून घेतली. निवृत्तीपूर्वीच ऑक्टोबर १९४३ मध्ये पाउंड यांचं निधन झालं आणि त्यांच्या जागी सर अँड्र्यू कनिंगहॅम आले. आधी भूमध्य समुद्रात मुख्य कमांडर असलेल्या कनिंगहॅम यांनी विन्स्टन यांच्या अव्यावहारिक योजनांना अधिक निग्रहानं आणि अधिक सूक्ष्म चलाखीद्वारे थोपवलं. *'फिशर अँड कनिंगहॅम : अ स्टडी ऑफ द पर्सनॅलिटीज् ऑफ द चर्चिल एरा'* या अमूल्य ग्रंथामध्ये रिचर्ड ओलार्ड यांनी विन्स्टन यांच्याविषयी काहीशी सौम्य भूमिका घेतली आहे. 'जॅकी फिशर यांचं भूत

आणि स्वतःच्या बडतर्फीचं दुःस्वप्न यांनी विन्स्टनना ग्रासून टाकलं होतं', अशी टिप्पणी ओलार्ड करतात.[५१]

दुसऱ्या महायुद्धाला तोंड फुटल्यानंतर आरमार मंत्रालयात परतलेल्या विन्स्टन यांच्या पहिल्या उपक्रमात या गतकालीन वारशाचं ओझं स्पष्टपणे दिसतं. जर्मनीवर आक्रमण करण्यासाठी बाल्टिकमधून चढाई करावी असा फिशर यांचा एक लाडका योजना-प्रस्ताव होता. कॅथरीन असं सांकेतिक नाव देण्यात आलेली ही प्रस्तावित मोहीम १९१४ मध्ये धडधडीतपणे अव्यावहारिक ठरली आणि १९३९ मध्येही ती उघडपणे वेडगळ ठरत होती, कारण ब्रिटिश नौदलातील प्रत्येक नौका समुद्रतळाशी पाठवायची क्षमता जर्मनीच्या हवाई दलाकडे (लुफ्तवाफ) होती.[५२] विन्स्टन यांनी १९३७ मध्ये लिहिलेल्या मजकुरातील एक उतारा पुढे दिला आहे. प्रामाणिकपणे सांगायचं तर, जपानी ॲडमिरल यामामोटो आणि कदाचित काही मोजके अपवाद वगळता, युद्धापूर्वी व युद्धादरम्यानसुद्धा जगातील कोणत्याही नौदलातील एखाद्यासुद्धा वरिष्ठ नाविकी अधिकाऱ्यानं विन्स्टन यांच्या या उताऱ्यात नोंदवलेल्या मताशी असहमती व्यक्त केली नसती :

> 'शस्त्रं आणि विमानविरोधी तोफा यांचं योग्य संरक्षण मिळालेल्या सुघटित आधुनिक युद्धनौका- विशेषतः पथकात एकत्र असताना, शत्रूच्या विमानांना बळी पडतील, यावर माझा तरी विश्वास बसत नाही. सर्वांत वजनदार तोफेच्या मर्मभेदी आगगोळ्यांना तोंड देण्याची क्षमता असणाऱ्या युद्धनौका विमानांमधून फेकण्यात आलेल्या बॉम्बसमोरही टिकाव धरू शकतील... या आणि अशा इतर अनेक वैशिष्ट्यांमुळे ब्रिटिश आरमाराला व इतर आरमारांनाही असा विश्वास वाटतो की, युद्धनौका आणि वरचढ ठरण्याची ताकद हा समुद्री सत्तेचा एकमेव विश्वासू मूलाधार आहे. हे खरं असेल तर ब्रिटिश साम्राज्यासाठी व अमेरिकेसाठी सर्वाधिक महत्त्वाचं आहे, कारण इतर सर्व नाविकी शक्तींच्या एकत्रित सामर्थ्यापेक्षाही या दोन देशांचं आरमार युद्धात वरचढ ठरणारं आहे.'[५३]

हवाई हल्ल्यापासून युद्धनौकांना असलेला धोका मान्य करण्यास विन्स्टन यांनी नकार दिला आणि युद्धामध्ये याच्या उलट दाखले मिळत असूनही त्यांचं हेच मत कायम राहिलं. नौदलाला धोकाग्रस्त परिस्थितीत ढकलण्याची स्वतःची इच्छा त्यांनी पुढे रेटली; त्यामुळे १० डिसेंबर १९४१ रोजी मलाया किनाऱ्याजवळ *'प्रिन्स ऑफ वेल्स'* व *'रिपल्स'* या नौका बुडाल्या.

पाणबुडीविरोधी युद्धपद्धतीच्या खऱ्या स्वरूपाविषयी विन्स्टनना पुरेशी माहिती

नव्हती, हेही नोंदवायला हवं. वास्तविक १९१७ व १९४३ या काळात जर्मनीच्या पाणबुड्यांनीच (यू-बोट) ब्रिटनला आपत्तीजनक पराभवाच्या छायेत नेऊन पोहोचवलं होतं. १९३७ मध्ये त्यांनी लिहिलं होतं की, 'युद्धानंतर लागलेल्या तांत्रिक शोधांमुळे पाणबुड्यांचं सामर्थ्यस्थान आणखी खालावलं आहे आणि पाणबुड्यांच्या युद्धपद्धतीचा निर्णायक वरचश्मा असल्याचं वरकरणी दिसत असलं तरी त्यांना असलेला धोकाही वाढलेला आहे.'[५४] पाणबुडीविरोधी यंत्रणेचं रहस्य उघडं पडल्याचं त्यांना उशिरानं लक्षात आलं, तरीही १९३९ मध्ये त्यांनी पुढील मजकूर लिहिला होता :

> 'युद्ध झालं तर यू-बोटींमुळे ब्रिटिश व्यापाराला गंभीर गैरसोय व हानी सहन करावी लागू शकते; पण पाणबुड्यांचं कसब नामोहरम करण्याच्या पद्धती आता उत्तमरीत्या विकसित झालेल्या आहेत. ब्रिटिश युद्धनौकांचा तांडा आणि पाणबुडीविरोधी कसब अग्रक्रमानं वाढवण्यात येत आहे, त्याची व्याप्ती विस्तारते आहे; त्यामुळे यू-बोटी निर्णायक अस्त्र ठरतील, यावर विश्वास ठेवण्याची गरज नाही.'[५५]

संरक्षक जहाज तांड्याची व्यवस्था स्वीकारण्यासाठी आरमाराला भाग पाडण्याचं श्रेय लॉईड जॉर्ज यांना जातं, असा दावा विन्स्टन यांनी *'द वर्ल्ड क्रायसिस'*मध्ये केला. हा युक्तिवाद शंकास्पद आहे; पण समुद्री सत्तांसोबतच्या गतकालीन युद्धांमध्ये काही प्रमाणात यशस्वी ठरलेल्या व्यवस्थेकडे ब्रिटिश आरमार तत्काळ परत गेलं नाही, (वास्तविक त्यांनी ती व्यवस्था अनुसरणं योग्य झालं असतं.) या वस्तुस्थितीमुळे या युक्तिवादाला थोडंसं वजन प्राप्त होतं.[५६] या पार्श्वभूमीवर १९३९ मध्ये विन्स्टन आरमार मंत्रालयात परतले, तेव्हा त्यांनी संरक्षक तांड्याची शिस्त शिथिल करण्याच्या बाजूनं युक्तिवाद केला, हे अधिक लक्षणीय म्हणावं लागेल. या संरक्षक दलांनी शिकारी टोळ्यांसारखं वागू नये, असं त्यांनी म्हटलं होतं. त्यांच्या *'द सेकंड वर्ल्ड वॉर'* या ग्रंथातील एका उद्‌बोधक तळटिपेकडे ॲडमिरल ग्रेटन यांनी या संदर्भात लक्ष वेधलं आहे :

> '१९४२ च्या अखेरीस आणि १९४३ च्या सुरुवातीला तयार करण्यात आलेल्या साहाय्य गटांची कार्ये विन्स्टनना कधीच लक्षात आली नाहीत. तांड्यांची सुरक्षा बळकट करण्याच्या उद्देशानं किंवा यू-बोटीची माहिती मिळेल, तेव्हा अशी बोट शोधून ती नष्ट करण्यासाठी हे गट स्थापण्यात आले. साहाय्य गट कधीही निरुद्देशपणे महासागरात भटकत राहायचे नाहीत. त्यांना तांड्यांवर नजर ठेवता येईल अशा स्थानी ठेवलं जात असे

आणि तांड्यांच्या जवळपास होणाऱ्या कारवाईमध्ये त्यांना सर्वांत मोठं यश मिळालं.'[५७]

आयर्लंडच्या नैर्ऋत्य किनाऱ्यावर सप्टेंबर १९३९ मध्ये झालेल्या कथित पाणबुडीविरोधी कारवाईत *'आर्क रॉयल'* व *'करेजियस'* या विमानवाहू नौका सहभागी होत्या; पण जर्मनीच्या पाणबुड्यांनीच त्यांना लक्ष्य केलं. चौदा तारखेला जर्मनीच्या पाणतीरांमध्ये बिघाड झाल्यामुळे *'यू-३९'*च्या हल्ल्यापासून *'आर्क रॉयल'* बचावली आणि तिच्या संरक्षक ताफ्यानं जर्मन पाणबुडीला बुडवलं; पण १७ तारखेला *'यू-२९'*नं *'करेजियस'*वर यशस्वी हल्ला केला आणि नौकेसह त्यावरील ५१८ जवान समुद्रात बुडाले. अशाच परिस्थितीत ऑक्टोबर महिन्यात स्कापा फ्लो इथे *'रॉयल ओक'*लाही जलसमाधी मिळाली, हे आपण आधी नोंदवलंच आहे. १९१४ चे प्रतिध्वनी आणखीही काही घटनांमध्ये उमटलेले दिसले. लॉख इव या ठिकाणी पर्यायी तळावर प्रवेश करण्याच्या प्रयत्नात असलेली ब्रिटिश ताफ्यातील *'नेल्सन'* ही प्रमुख नौका सुरुंगाला बळी पडली. विमानवाहू *'ग्लोरियस'* आणि तिच्या संरक्षक ताफ्यातील नौका ८ जून १९४० रोजी नॉर्वेजियन समुद्रात बुडाल्या. *'ग्नेइसेनाउ'* व *'शार्नहोर्स्ट'* या अतिजलद जर्मन युद्धनौकांनी केलेल्या कारवाईमध्ये १५०० ब्रिटिश खलाशांना प्राण गमवावे लागले.[५८] हा घटनाक्रम आणि त्यावर पडदा टाकण्यासाठी करण्यात आलेली खटपट यातूनच टिम स्लेसर यांना *'मिनिस्ट्रीज् ऑफ डीसेप्शन्स'* हे पुस्तक लिहायची प्रेरणा मिळाली (या हल्ल्यात मृत्युमुखी पडलेल्यांमध्ये स्लेसर यांच्या वडिलांचाही समावेश होता.) विपरीत पुरावा उपलब्ध असतानाही लपवाछपवीची अधिकृत भूमिका सरकारनं कायम ठेवली होती.

'करेजियस' व *'ग्लोरियस'* यांच्या जीवन आणि मृत्यूमध्ये भेसूर साम्य आढळतं. विन्स्टन/फिशर यांच्या आरमारातील कार्यकाळादरम्यान या दोन्ही नौका 'हायब्रिड क्रूझर' म्हणून तयार करण्यात आल्या. दोन्हींचं रूपांतर विमानवाहू नौकांमध्ये करण्यात आलं; याच अस्त्राशी विन्स्टन यांची सर्वाधिक सलगी होती. विन्स्टन पुन्हा प्रथम लॉर्डपदावर आले, तेव्हाच या दोन्ही नौकांना अनावश्यकरीत्या धोक्याच्या परिस्थितीत लोटण्यात आलं आणि त्यांना समुद्रतळाशी जावं लागलं. यातील उपरोधाचा भाग असा की, नॉर्वेजियन मोहिमेचा शेवट *'ग्लोरियस'*च्या असहाय जलसमाधीनं झाला. त्यातून राजकीय पेच निकरावर आला आणि त्यातूनच विन्स्टन पंतप्रधानपदी विराजमान झाले. (विन्स्टन नशीबवान होते, याचा हा आणखी एक दाखला होय.)

'छद्म युद्धा'त जर्मनीविरोधात चढाई करण्यासाठी विन्स्टन यांनी सरकारकडे तगादा लावला. ऱ्हाइन नदीमध्ये सुरुंग पेरायची एक योजना त्यांनी आखली होती. त्यांच्या या लाडक्या मोहिमेचं सांकेतिक नाव 'ऑपरेशन रॉयल मरीन' असं होतं.

बाल्टिक किंवा स्कॅन्डेनेव्हियामध्ये हस्तक्षेप करण्याचीही त्यांची तीव्र इच्छा होती. जर्मनीच्या स्वीडिश लोहखनिजाच्या आयातीला थोपवण्याचा मुख्य उद्देश यामागे होता. नॉर्वेमधून आणि नॉर्वेच्या सीमेमधील समुद्री प्रदेशातून होणारी स्वीडनच्या लोहखनिजाची वाहतूक थांबवणं ही 'या युद्धातील एक महत्त्वाची चढाई ठरेल,' असं त्यांनी युद्धकालीन मंत्रिमंडळाला डिसेंबरमध्ये कळवलं होतं. स्वीडन व नॉर्वे हे दोन्ही देश तटस्थ होते आणि दोस्त राष्ट्रांच्या आधीच अशी काहीतरी कारवाई जर्मनीकडून होण्याचीही मोठी शक्यता होती. विन्स्टन यांचा प्रस्ताव स्वीकारण्यात आला नाही; पण त्यासंबंधी दीर्घ चर्चा झाली आणि फेब्रुवारी १९४० मध्ये नार्विक या नॉर्वेजियन बंदरावर उतरण्याच्या प्रस्तावित कारवाईला मोठा पाठिंबा मिळाला. तिथल्या खनिज खाणींवर ताबा मिळवणं आणि रशियाविरुद्धच्या संघर्षात निर्णायक वळणावर असलेल्या फिनलँडला मदत करणं हा उद्देश या कारवाईमागे होता.

नॉर्वेजियन समुद्री हद्दीत जर्मनीच्या पाणबुड्यांना पुरवठा करणाऱ्या *'अल्तमार्क'* या नौकेवर चढाई करून त्यावरील ब्रिटिश कैद्यांना मुक्त करण्याचे आदेश विस्टननी फेब्रुवारीच्या मध्यात *'एचएमएस कॉसक'* या युद्धनौकेला दिले. या कारवाईत मिळालेल्या यशामुळे विन्स्टन यांच्या लोकप्रियतेत मोठी वाढ झाली. 'प्रथम लॉर्ड म्हणून कार्यरत असलेल्या चर्चिल यांच्या कारकिर्दीतील हा एक अत्युच्च बिंदू होता,' असं निरीक्षण मार्टिन गिल्बर्ट यांनी नोंदवलं आहे. या घडामोडींमुळे फ्रेंच व ब्रिटिश दलांना नॉर्वेवर चढाई करण्याची योजना पुढे नेण्यालाही प्रोत्साहन मिळालं. मार्चच्या सुरुवातीला या चढाईसाठी सेनाधिकाऱ्यांची नियुक्ती करण्यात आली आणि लगेचच कारवाईचा निर्णय घेण्यात आला. एका अर्थी अशा चढाईसाठी तोवर बराच उशीर झालेला होता, कारण फिनिश फौजांनी १३ मार्च रोजीच रशियनांना समेटाच्या अटींसंबंधी विचारणा केली होती. या पार्श्वभूमीवर ५ एप्रिल रोजी नॉर्वेजियन समुद्री हद्दीमध्ये सुरुंग पेरावेत आणि त्यानंतर चढाई करावी, असा निर्णय मार्चअखेरीस दोस्त राष्ट्रांच्या सर्वोच्च युद्ध मंडळामध्ये सहमतीनं घेण्यात आला.

युद्धाच्या या टप्प्यावर दोस्त राष्ट्रांच्या कारवायांमध्ये उद्देशाबाबत विकलता आलेली होती; त्यामुळे या योजना जोरदार फसल्या. जर्मनांनीच आधी पुढाकार घेतला आणि डेन्मार्क व नॉर्वे या दोन्ही ठिकाणी चढाई केली. नॉर्वेजियन फौजांनी खंबीरपणे लढा दिला, शत्रूच्या अनेक युद्धनौका त्यांनी बुडवल्या; पण दोस्त राष्ट्रांची दलं तिथपर्यंत पोहोचली, तोवर जर्मन नौदलानं त्यांना चिरडून टाकलं होतं. केवळ नार्विकमध्येच खऱ्या अर्थानं यश मिळालं. त्या ठिकाणी आघाडी घेतलेल्या दहा जर्मन विध्वंसक नौकांना समुद्रतळाशी पाठवण्यात दोस्त राष्ट्रांच्या दलांना यश मिळालं आणि त्यांनी हे बंदर स्वतःकडे राखलं; पण नंतर जून महिन्यात ते तिथून निघून गेले.

या निस्तेज मोहिमेचं खुसखुशीत सारभूत वर्णन मेजर जनरल हास्टिंग्ज 'पग'

इझ्मे यांनी केलं आहे. त्या वेळी ते साम्राज्य संरक्षण समितीचे सचिव होते आणि १९४० नंतर संरक्षणमंत्री विन्स्टन चर्चिल यांच्या काळात त्यांना सेनादलप्रमुखपद देण्यात आलं, तर हास्टिंग्ज लिहितात :

> 'पहिल्या महायुद्धातील दार्दानेल्स मोहिमेच्या कामकाजात घोडचुकांचा दाखला मिळाला होता, त्याची निक्षून पुनरावृत्ती करण्यात आली. नौदलाचे प्रमुख आणि साम्राज्य दलाचे प्रमुख आपापल्या स्वतंत्र बाण्यानं काम करत राहिले. त्यांनी एकमेकांशी सल्लामसलत न करता वेगवेगळ्या कमांडर्सची नियुक्ती केली. याहून वाईट म्हणजे कमांडर्सना आदेश देताना त्यांनी परस्परांमध्ये कोणतीही सुसूत्रता राखली नाही. त्यानंतर त्यांनी पूर्ण स्वतंत्रपणे सूचना द्यायला सुरुवात केली.'[५९]

हे मूल्यमापन खरं असलं तरी सदर घडामोडींमध्ये विन्स्टन यांनी घेतलेल्या निकटच्या सहभागाचा मुद्दा यातून निसटलेला दिसतो. कदाचित दार्दानेल्सचा दाखला तुलनेसाठी देणं पुरेसं आहे, असं इझ्मे यांना वाटलं असावं. विन्स्टन यांच्या *'द सेकण्ड वर्ल्ड वॉर'* या ग्रंथाच्या दुसऱ्या खंडातील नॉर्वेजियन मोहिमेविषयीचा एक भाग 'तथ्यांमधील त्रुटी, काळजीपूर्वक केलेली वक्रोक्ती आणि विसंगती यांच्या चौकटीत' मांडलेला आहे, असं योग्य निरीक्षण पिअर्स मॅकेसी यांनी नोंदवलं आहे.[६०] स्लेसर यांनी आपल्या वडिलांच्या मृत्यूसंदर्भातील घटनाक्रमाचा सखोल वेध घेतला, तसंच वैयक्तिक कारण मॅकेसी यांच्या या संदर्भातील शोधालाही होतं. स्टीफन रॉस्किल यांनी हा युक्तिवाद संपूर्ण कारवाईबाबतच लागू केला आहे. नाविकी कारवायांसंबंधीचं विन्स्टन यांचं आकलन १९१५ मध्ये अडकून पडलं होतं, हे प्रत्येक टप्प्यावर अधोरेखित झाल्याचं रॉस्किलनी म्हटलं आहे.[६१] 'एकूण अकार्यक्षम व्यूहरचनेवर चर्चिल यांचा तीव्र प्रभाव होता, हे अगदी निर्विवादपणे म्हणता येतं,' असा निष्कर्ष आर्थर मार्देर यांनी काढला. विन्स्टननी योजना सातत्यानं बदलल्याचा परिणाम केवळ आरमारापुरता मर्यादित राहिला नाही, तर संयुक्त कारवायांच्या एकूण कामकाजावरच त्याचा प्रभाव पडला, असंही त्यांनी नमूद केलं आहे.[६२] नाविकी कारवायांमध्ये अडथळा आणणाऱ्या आणि आदेशसाखळी क्षीण करणाऱ्या हस्तक्षेपांचं खापर 'आरमार मंत्रालया'वर फोडता येईल का, या एका मुद्द्यावर मात्र रॉस्किल व मार्देर यांच्यात मतभेद होते. हे हस्तक्षेप विन्स्टन यांच्या वैयक्तिक पुढाकारातून झालेले होते, त्यामध्ये उर्वरित सेनाधिकारी मंडळाची मध्यस्थी नव्हती, याचा बराच पुरावा उपलब्ध आहे. *'द वर्ल्ड क्रायसिस'*मध्ये सेनाधिकारी मंडळाच्या स्थापनेचं श्रेय विन्स्टन यांनी स्वतःकडे घेतलं; पण १९३९-४० या

कालावधीमध्ये हे मंडळ कार्यरत असल्याची त्यांनी दखलही घेतली नसावी.

नॉर्वेजियन मोहिमेच्या काळ्या ढगालाही चंदेरी किनार होतीच : जर्मन नौदल ताकदीनं पुढे आलं; पण त्यांना मोठं नुकसान सहन करावं लागलं. एक अवजड अतिजलद युद्धनौका, एक हलकी युद्धनौका, तोफ डागण्याचं प्रशिक्षण देण्यासाठीचं एक जहाज, दहा आधुनिक विध्वंसक नौका, तीन सुरुंगनाशकं, आठ पाणबुड्या, तीन जलतीर नौका, ११ वाहतूक जहाजं आणि चार आरमार सहायक नौका बुडाल्या. या मोहिमेच्या अखेरीस जर्मनीकडील कार्यरत ताफ्यात तीन अतिजलद युद्धनौका, तीन विध्वंसक नौका आणि १९ जलतीर बोटी उरल्या होत्या. ब्रिटिश व दोस्त राष्ट्रांच्या इतर दलांचंही मोठं नुकसान झालं; पण उपलब्ध दलांच्या प्रमाणात पाहिलं तर जर्मनीचं नुकसान पराभवसदृश होतं. ईस्ट इंडिजमध्ये १९४१-४२ मध्ये दोस्त राष्ट्रांना जपाननं समुद्रतळ दाखवला, तितपत नुकसान या वेळी जर्मनीला झेलावं लागलं; त्यामुळे मे-जून १९४० मध्ये फ्रान्सचा पाडाव झाल्यानंतरही या कालव्याच्या नियंत्रणासाठी जर्मन दलं सक्रिय होण्याची काही शक्यताच राहिली नाही.

या प्रकरणासाठी संशोधन करत असताना माझी चौकट नौदलातील विन्स्टन यांच्या सहभागापुरती मर्यादित होती; पण दुराग्रहामुळे झालेल्या अनेक चुकांवरून लक्ष विचलित करण्यासाठी रचण्यात आलेल्या बनावांची इतकी यादी यातून समोर येईल, याची मला कल्पना नव्हती. या चुका अनेकदा आत्यंतिक फाजील आत्मविश्वासातून झाल्या होत्या. गतकालीन चुकांची स्मृती आपण सगळेच सोबत बाळगत असतो आणि आपण स्वतःशी प्रामाणिक असू तर या चुकांमधून धडा घेतो आणि त्यातून आपल्यात काहीएक शहाणीव निर्माण होते. ज्या चुकांकडे आपण निखळपणे पाहू शकत नाही त्या हानिकारक ठरतात : यातून नकाराचा इमलाच उभा राहण्याची शक्यता असते आणि त्यातून भविष्यातील आपल्या वर्तनातही विकृती निर्माण होते. आरमार मंत्रालयात १९१४-१५ या कालावधीत घेतलेल्या अनुभवाचा परिणाम विन्स्टन यांच्या पुढील वर्तनावर झाल्याच्या अनेक खोल खुणा सापडतात. आपल्या सेनाधिकाऱ्यांशी वागताना त्यांनी दाखवलेली चिडखोर वृत्ती आणि दुसऱ्या महायुद्धामध्ये समुद्री ताकद वापरण्यासंबंधीचे त्यांचे बिघडलेले निर्णय, यातही हा परिणाम दिसतो. *'द वर्ल्ड क्रायसिस'* या ग्रंथात दिसणाऱ्या त्रुटी व जाणीवपूर्वक वगळलेल्या बाबी हा कदाचित स्वतःची सार्वजनिक प्रतिमा जपण्यासाठी केलेल्या वैयक्तिक प्रचारतंत्राचा भाग मानता येईल आणि काही प्रमाणात त्याची गय करता येईल; पण *'द सेकण्ड वर्ल्ड वॉर'*मध्ये करण्यात आलेला सत्याचा अपलाप अजिबात क्षम्य ठरत नाही. दुसऱ्या महायुद्धातील ब्रिटनचा सहभाग कमजोर ठरला; त्याला दीर्घकालीन सामाजिक, आर्थिक व सैनिकीसिद्धान्तविषयक मागासपणा कारणीभूत होता, याकडे सदर ग्रंथात विन्स्टन यांनी बहुतेक दुर्लक्षच केलेलं आहे.

प्रकरण पाचवे

महाकाय प्रतारणा
१९१४-१९२९

शांतता हवी असेल तर युद्धासाठी सज्ज राहा, असा सल्ला व्हेजीटियस या रोमन सैनिकी लेखकानं त्याच्या देशवासीयांना दिला होता. जवळपास दोन हजार वर्षांनी, जगातील सर्वांत मोठ्या साम्राज्याच्या सत्ताधाऱ्यांनी त्यांच्या आधिपत्याखालील जनतेला दोन वेळा महायुद्धांच्या तोंडी दिलं. या दोन युद्धांमध्ये केवळ पंचवीस वर्षांचं अंतर होतं आणि अशा आघातासाठी साम्राज्यातील लोक शारीरिकदृष्ट्या किंवा मानसिकदृष्ट्याही तयार नव्हते. पहिल्या महायुद्धानंतर ब्रिटिशांनी वेगानं आघाड्या मोडल्या आणि सैनिकी संघटनांचा त्याग केला. परिणामी, दुसरं महायुद्ध लढण्यासाठीची साधनंही त्यांच्यापासून दुरावली. देशांतर्गत राजकारणात लिबरल पक्षाच्या आत्मघातकीपणामुळे कन्झर्वेटिव्ह पक्षाला मोकळं रान मिळालं. कन्झर्वेटिव्ह पक्षही स्वतःची ओळख शोधत होता. दुसऱ्या बाजूला मजूर चळवळीला मुख्य विरोधी पक्षाच्या स्थानावर अकाली बढती मिळाली. या पार्श्वभूमीवर धोरणनिर्मितीमधील पोकळी भरून काढण्याचं काम मुख्यत्वे उदारमतवादी कल असलेल्या अधिकारीवर्गानं केलं; त्यामुळे दोन महायुद्धांदरम्यान कन्झर्वेटिव्ह/टोरी पक्ष राजकारणात प्रभावशाली राहिला असला, तरी परराष्ट्र व देशांतर्गत कृतिकार्यक्रमांवर 'जुन्या' उदारमतवादी आणि 'नव्या' राज्यसंस्थाकेंद्री उदारमतवादी विचारांचा दुहेरी पगडा होता. या कालखंडातील ब्रिटिश सार्वजनिक धोरण अपरिणामकारक भासत असलं, तरी लोकशाही मार्गांनं निवडून आलेल्या इतर औद्योगिक समाजांमधील सत्ताधाऱ्यांना काही याहून विशेष यशस्वी कामगिरी करता आलेली नव्हती. काही देशांतील लोकशाही सरकारांची कामगिरी तर इतकी वाईट झाली की, त्यांचं आजूबाजूच्या घडामोडींवरील नियंत्रण सुटलं आणि त्यांच्या जागी हुकूमशाही सत्ता आली.

१९१४ मध्ये सुरू झालेल्या पहिल्या महायुद्धामध्ये केवळ स्वयंसेवकांनी बनलेल्या लहानखुऱ्या ब्रिटिश सैन्याला सक्तीनं जवान भरती करणाऱ्या शत्रुराष्ट्रांच्या महाकाय सेनांसमोर उभं करण्यात आलं आणि १९१६ पर्यंत ब्रिटिश सरकारनं ऐच्छिक भरतीचं आपलं धोरण आटोकाट टिकवून ठेवलं. परिणामी, सामाजिक जागरूकता असलेल्यांनाच युद्धाची प्रमाणाबाहेर मानवी किंमत मोजावी लागली. या वेळी सत्तेत असलेल्या लिबरल पक्षीय सरकारमधील आघाडीच्या व्यक्तिमत्त्वांमध्ये विन्स्टन यांचा समावेश होता; त्यामुळे या घटनाक्रमाची जबाबदारी त्यांच्यावरही येते. याची सुरुवात मात्र त्याही आधी झालेली होती. डिसेंबर १९०५ मध्ये कन्झर्वेटिव्ह पक्षाचे परराष्ट्रमंत्री लॉर्ड लँसडोवन यांनी ब्रिटिश व फ्रेंच सेनाधिकाऱ्यांमध्ये गोपनीय चर्चा करण्याला परवानगी दिली. यानंतरच्या निवडणुकीत लिबरल पक्षाला निर्णायक विजय मिळाला; त्यामुळे महिन्याभरातच लँसडोवन यांची जागा सर एडवर्ड ग्रे यांनी घेतली. कन्झर्वेटिव्ह व लिबरल अशा दोन्ही पक्षांच्या नेत्यांची- कॅम्पेल-बॅनरलमन व ॲस्क्विथ यांची- सहमती असल्यामुळे ग्रे यांनी मंत्रिमंडळाची मंजुरी न घेताच ब्रिटन व फ्रान्स यांच्यातील गोपनीय चर्चा सुरू ठेवण्याला परवानगी दिली. पहिल्या महायुद्धातील ब्रिटनच्या सहभागाची मुळं इथे आहेत. कोणतंही औपचारिक आश्वासन न देता या निसरड्या वाटेवर पुढची अनेक पावलं टाकण्यात आली; त्यामुळे जर्मनांनी आक्रमण केल्यावर फ्रेंचांची साथ देण्याचं नैतिक बंधन पाळण्यासाठी ॲस्क्विथ सरकारनं ब्रिटिश सैन्याला युद्धामध्ये उतरवलं. यामध्ये भूराजकीय अपरिहार्यताही होती : जर्मन युद्धनौका बांधणीचा कार्यक्रम विचारात घेतल्यावर कन्झर्वेटिव्ह आणि लिबरल दोन्ही पक्षांतील नेत्यांना ही अपरिहार्यता स्पष्टपणे दिसत होती; परंतु आपल्या समर्थकांच्या परोक्ष आपण जे धोरण राबवतो आहोत, त्यासाठी पाठिंबा मिळवण्याचा कोणताही प्रयत्न ग्रे आणि ॲस्क्विथ यांनी केला नाही. एका अर्थी, ते सुदैवी ठरले, कारण १९१४ मध्ये बेल्जियमचं तटस्थ स्थान जर्मनांनी कोलमडवलं आणि युद्धाला तोंड फोडण्यासाठी ब्रिटिश सत्ताधाऱ्यांना विश्वसनीय कारण पुरवलं.

किमान सप्टेंबर १९११ पर्यंत फ्रान्ससोबतच्या वाटाघाटींना विन्स्टन साक्षी होते; पण या चर्चांमधील सार किंवा गोपनीयता या कशानंही ते बेचैन झाले नाहीत. ब्रिटिश स्वारी दलासंबंधी ब्रॉड्रिक यांनी १९०१ मध्ये सादर केलेल्या प्रस्तावावर आपण स्वतः काय बोललो होतो, एवढं तरी विन्स्टन यांच्या लक्षात राहायला हवं होतं. मोठ्या भूसत्तेशी युद्ध झालं, तर 'आघाडीला उभं ठाकण्याची शक्यता अत्यल्प आहे,' असं दल राष्ट्रीय सुरक्षेसाठी काहीच योगदान देणार नाही, उलट ते 'आपल्याला धोक्यात टाकण्याचीच जास्त शक्यता आहे,' अशी टिप्पणी विन्स्टन यांनी तेव्हा केली होती; तेच खरंही ठरलं. भूयुद्धासाठी मोठ्या प्रमाणात

तयारी केली असती आणि फ्रेंचांसोबत लढाईसाठी उभं ठाकण्याचं सार्वजनिक आश्वासन दिलं गेलं असतं, तर कदाचित जर्मन सैन्याला अटकाव झाला असता. अशा प्रकारची तयारी राजकीयदृष्ट्या अशक्य होती, मग सद्सद्विवेकबुद्धी जागी ठेवून ब्रिटननं फ्रान्स व रशियाला आपल्या क्षमतेच्या वस्तुस्थितीची कल्पना द्यायला हवी होती. या दोन देशांनी युद्धात उतरायचा निर्णय घेतला किंवा घेतला नाही, तरी आपण त्यांना केवळ पारंपरिक नाविकी व आर्थिक सहकार्यच पुरवू शकतो, असं ब्रिटननं स्पष्ट करायला हवं होतं. या पार्श्वभूमीवर कदाचित जर्मनी व रशिया यांनाही प्रतिबंध झाला असता. युद्धात पडल्यानंतर मग हाल्डेन यांची नियमित दलं, राखीव दलं आणि अर्धवेळ प्रादेशिक सेनेतील जवान (यांची कदाचित एकत्रित विस्तृत लढाऊ फौज करता आली असती.) यांना बळी देऊन त्यादरम्यानच्या काळात लाखो अप्रशिक्षितांची सेना जमवण्यात आली. पहिल्या महायुद्धामध्ये ब्रिटिश सैन्यानं त्यांच्या इतिहासातील सर्वांत मोठी नागरिकांची सेना तयार केली, ही खरोखरच एक यशोगाथा होती; पण दुसऱ्या बाजूला तिचा विस्तार करताना योग्य तयारी ठेवण्यात आली असती, तर या सैन्याच्या क्लेशकारक जडणघडणप्रक्रियेत जीवितहानीचं प्रमाण कमी राहिलं असतं. परराष्ट्र धोरणाचे परिणाम आणि संरक्षण धोरणाच्या क्षमता यांमध्ये मोठी तफावत होती आणि याला सैनिकी नेतृत्व नव्हे, तर मुख्यत्वे राजकारणी जबाबदार होते. पहिल्या महायुद्धाचा प्रकोप आणि कालावधी यासंबंधीची स्वतःची जबाबदारी टाळण्यासाठी राजकीय नेत्यांनी बरीच खटपट केली. त्यांपैकी विन्स्टन यांनी आठवणींचं पुस्तक लिहून, युद्धासंबंधीचा सगळा दोष सेनाधिकाऱ्यांवर टाकला.

ब्रिटनच्या जुन्या सत्ताधारी वर्गाविषयी (ज्या अरुंद क्षेत्राचा विन्स्टनही एक भाग होते.) आपण काहीही बोललो, तरी हा वर्ग स्वतःच्या मृत्यूला धैर्यानं सामोरा गेला, हेही खरं आहे. १९१४ ते १९२० या वर्षांत ३२ सरदारक्या आणि ३५ जहागिरी संपुष्टात आल्या. युद्धात सेवा देताना (सेवा दिलेल्या १५०० पैकी) सुमारे ३०० सरदारांचा व त्यांच्या सर्वांत ज्येष्ठ मुलांचा मृत्यू झाला, तरीही या वर्गाचा ऱ्हास होण्याला केवळ युद्ध कारणीभूत नव्हतं. फ्लँडर्समधील १९१४-१५ची युद्धभूमी युद्धपूर्व काळातील उमरावशाहीचं थडगं ठरली.[१] उच्चकुलीन लोक मुख्यत्वे प्रादेशिक सेनांमध्ये केंद्रित झालेले होते आणि परदेशांमधील सेवांमधून त्यांना विशेषकरून वगळण्यात येत असलं तरी १९१४ मध्ये या वर्गातील बहुसंख्य सैनिकांनी-अधिकाऱ्यांनी परदेशांमध्ये जाण्याचा पर्याय निवडला. या प्रक्रियेत त्यांना भयंकर नुकसान सहन करावं लागलं : सरदार घराण्यांमधील ४७ वारस या वर्षाअखेरीच्या आतच युद्धात कामी आले. अनेक प्रसंगांमध्ये पिता व पुत्र हे एकमेकांपाठोपाठच मृत्युमुखी पडले; त्यामुळे अनेक जमीन मालमत्ता कोलमडून पडल्या. इंग्लंड व

वेल्स या प्रदेशातील २५ टक्के जमीनमालकीचं हस्तांतरण १९१८-२१ या वर्षांमध्ये झालं. शिवाय उच्चकुलीन कुटुंबांचा सार्वजनिक जीवनातील सहभाग कमी होत गेला, हाही एक महत्त्वाचा बदल म्हणावा लागेल. पारंपरिकरीत्या संसदसदस्यांच्या जागांसाठी उभे राहणारे अनेक सरदार-उमराव घराण्यातील तरुण १९१८ च्या निवडणुकांच्या वेळी सैन्यदलाच्याच सेवत होते; त्यामुळे या वर्षीच्या निवडणुकीत व्यवसायांची पार्श्वभूमी असलेले वृद्ध लोक मोठ्या संख्येनं उभे राहिलेले दिसतात. राजकारणाची स्वभाववृत्ती त्यानंतर इतक्या आमूलाग्र पद्धतीनं बदलली की, जमीनदारवर्ग पुन्हा कधीच खऱ्या अर्थानं त्यात पुनरागमन करू शकला नाही.[२]

विन्स्टन स्वतः आयुष्याच्या सुरुवातीच्या टप्प्यात घोडदळातील नियमित अधिकारी होते आणि बोअर युद्धानंतर प्रादेशिक सेनेत (क्वीन्स ओन ऑक्सफर्डशायर हुझर्स) होते. त्यांच्या वर्गाला व पिढीला भेडसावणारी जोखीम स्वाभाविकपणे त्यांच्यासमोरही उभी होती. युद्धामधील कामगिरीद्वारे त्यांना ख्याती मिळायला सुरुवात झाली होती, तेव्हाच दार्दानेल्स प्रकरणात उडालेल्या फज्जामुळे त्यांची कारकीर्द अडखळली. या पेचातून बाहेर पडण्यासाठी त्यांनी पुन्हा युद्धात जवानांचं नेतृत्व करण्याचा मार्ग पत्करला आणि प्रादेशिक सेनेत मेजर या पदावर ऐच्छिक सेवा देऊ केली. पद गमावल्यानंतर सैन्यात स्वेच्छेनं रुजू होईपर्यंतच्या मधल्या काळात त्यांनी सभागृहामध्ये भाषण केलं नाही. 'ब्लॅक डॉग डिप्रेशन'ची म्हणजे खिन्न मनस्कतेची लागण झाल्याची सर्व लक्षणं त्यांच्यात दिसत होती. त्यांच्या तप्त मेंदूला चित्रकलेतूनही दिलासा मिळेनासा झाला. आरमार मंत्रालयाच्या इमारतीमधून बाहेर पडावं लागल्यानंतर त्यांनी सर्रे भागात गॉडआल्मिंगजवळ होए फार्म ही आल्हाददायक जागा भाड्यावर घेतली. कालांतरानं त्यांनी घेतलेल्या चार्टवेल या विख्यात घराची नांदी देणारी ही जागा होती; पण त्यापेक्षा बरीच लहान होती. युद्ध सुरू असताना आपण या घडामोडींमध्ये अप्रस्तुत ठरतो आहोत, हे त्यांना सहन होत नव्हतं. ब्रिटिश स्वारी दलाचे मुख्य सेनाधिकारी फिल्डमार्शल सर जॉन फ्रेंच यांच्याशी विन्स्टन यांचे चांगले संबंध होते. *'एन्शान्ट्रेस'*वरील विन्स्टनचा पाहुणचार फ्रेंच यांनी अनुभवला होता. फ्रेंच यांचं मुख्यालय उत्तर फ्रान्समधील सेन्ट उमर इथे होतं, त्याच्या जवळच असलेल्या एका किल्लेवजा वाड्यात १८ नोव्हेंबर १९१५ रोजी विन्स्टन यांचा मुक्काम होता. त्या वेळी फिल्डमार्शल फ्रेंच यांनी एका पथकाचं नेतृत्व विन्स्टनना देऊ केलं. पायदळाच्या चार तुकड्या असलेल्या या पथकातील जवानांची एकूण संख्या सुमारे ४००० इतकी होती. आधी अनुभव घेण्यासाठी आपल्याला आघाडीवरच्या एखाद्या तुकडीमध्ये रुजू करून घ्यावं, अशी विनंती विन्स्टन यांनी केली आणि लगोलग त्यांना 'द गेनेडिअर गार्ड्स' या तुकडीकडे पाठवण्यात आलं. बऱ्याच प्रमाणात 'जुन्या सैन्या'ची मूल्यं राखणाऱ्या या तुकडीची धुरा विख्यात लेफ्टनंट

कर्नल 'मा' जेफ्रीज् यांच्याकडे होती. हातबॉम्बनं सज्ज असलेली ही तुकडी नेउव चॅपल या ठिकाणी तैनात होती.[३]

विन्स्टन या तुकडीत दाखल होण्याच्या प्रक्रियेची सुरुवातच अशुभ घटनेनं झाली. विन्स्टनना रुजू करून घेताना आपल्याशी 'अजिबातच सल्लामसलत करण्यात आली नाही,' याकडे जेफ्रीज् यांनी रूक्ष निर्देश केला. विन्स्टन बरंच सैनिकी सामानसुमान घेऊन आले होते; पण त्यातील बहुतांश सामान सैनिकी निवासातच ठेवावं लागेल अशी तुसडी सूचना त्यांना करण्यात आली. खंदकांमधील कामाच्या पहिल्या फेरीसाठी विन्स्टन गेले, तेव्हा त्यांच्या नोकराला कसंबसं त्यांचं दाढी करण्याचं सामान आणि सॉक्सचा एक अधिकचा जोड तेवढा सोबत घेता आला; पण इथे विन्स्टन एका अस्सल पायदळ अधिकाऱ्यासारखेच आलेले आहेत, त्यांचं आधीचं राजकीय नेत्याचं रूप इथे वावरत नाही, हे यजमान तुकडीच्या लगेचच लक्षात आलं आणि संबंध सुधारले; पण आपल्या हाताखाली मंत्रिमंडळातला एक माजी सदस्य काम करतो आहे, हे विन्स्टन यांच्या तुकडीतील वरिष्ठ अधिकाऱ्यांना विसरता येणं अवघड जात होतं. २५ नोव्हेंबर रोजी त्यांच्या दलाच्या मुख्याधिकाऱ्यानं त्यांना बोलावून घेतलं. वास्तविक सर्वसाधारण मेजरपदावरील एखाद्या अधिकाऱ्याशी नियमितपणे संवाद साधणाऱ्यांमधला हा मुख्याधिकारी नव्हता, तर त्याला भेटण्यासाठी विन्स्टन तीन मैलांचा धोकादायक रस्ता चालत गेले आणि तोवर हा सेनाधिकारी तोफगोळ्याला बळी पडला होता. ते माघारी आले, तेव्हा खंदकातली त्यांची आडोशाची जागाही तोफांनी उद्ध्वस्त झालेली दिसली आणि त्यांचा कनिष्ठ सहायकही मृत्युमुखी पडला होता. 'कुठल्यातरी गोष्टींची काळजी करत बसणं किती निरर्थक आहे ते आता मला समजलं. सगळं योगायोग किंवा नियतीवर ठरतं. फारशी सावधगिरी न बाळगता टाकलेली लहरी पावलंच उत्तम!' असं त्यांनी क्लेमींना कळवलं.[४]

आपली जागा बदलण्यात येईल हे फ्रेंच यांच्या लक्षात आलं होतं; पण तरीही विन्स्टनना एका ब्रिगेडचं नेतृत्व देण्याची त्यांची इच्छा होती. विन्स्टन यांनीही मोठ्या आशेनं स्वतःचा ब्रिगेडियर जनरलचा गणवेश मागवून घेतला; पण तो परिधान करायची संधी त्यांना कधीच मिळाली नाही. मेजर चर्चिलला आघाडीवरचा कितपत अनुभव आहे, याची तेवढी चौकशी 'हाउस ऑफ कॉमन्स'मधील विन्स्टन यांच्या हितशत्रूंनी केली. १८ डिसेंबरला फ्रेंच यांनी विन्स्टनना ॲस्क्विथचं पत्र दाखवलं. विन्स्टनना ब्रिगेडचं नेतृत्व दिल्यास 'काही प्रमाणात टीका होण्याची शक्यता' आहे; पण 'कदाचित एखादी बटालियन त्यांच्याकडे सोपवली तर ठीक राहील,' असं या पत्रात म्हटलेलं होतं. 'पत्रातील तुच्छता दाखवणारा उदासीन सूर बघून' आपल्याला चीड आल्याचं विन्स्टन यांनी क्लेमींना कळवलं. फ्रेंच यांचे उत्तराधिकारी जनरल सर

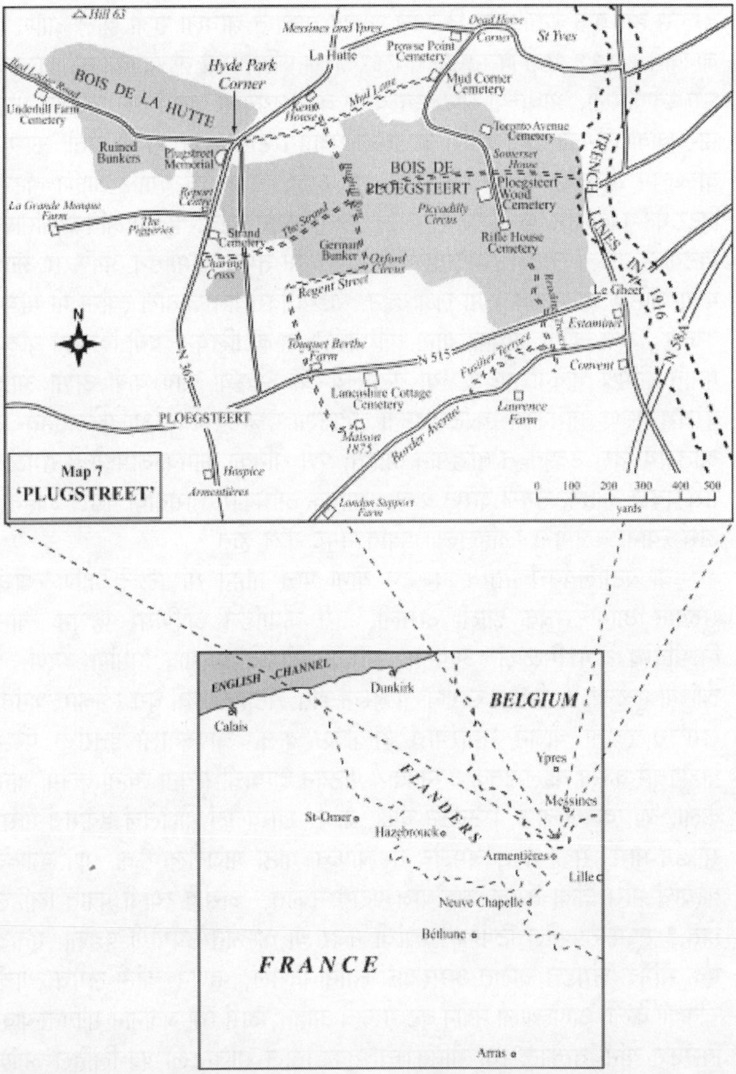

प्लोइगस्टीर्ट क्षेत्र बेल्जियममध्ये यप्रेस व आर्मेन्दिएरस (छोटा नकाशा) या दोन प्रदेशांच्या मध्ये होतं. सहाव्या रॉयल स्कॉट्स फुझिलायर्स या तुकडीचं नेतृत्व करत असताना चर्चिल यांचं मुख्यालय प्लोइगस्टीर्ट वूडच्या दक्षिणेकडील लॉरेन्स फार्म इथे होतं (मोठा नकाशा). लँकशायर कॉटेज सिमेटरीमध्ये त्यांच्या तुकडीतील अनेक सैनिकांची थडगी आहेत.

डग्लस हेग एक बटालियन विन्स्टन यांच्या ताब्यात द्यायला राजी झाले आणि ५ जानेवारी १९१६ रोजी विन्स्टननी रॉयल स्कॉट्स फुझिलायर्स या सहाव्या बटालियनची धुरा स्वीकारली. आधीच्या सप्टेंबरमध्ये या बटालियनला लूसमधील लढाईत मोठा मार खावा लागला होता आणि आता ती प्लोएगस्टीर्ट क्षेत्रात सज्ज होती. फ्रान्स-बेल्जियम सीमेच्या थोडं उत्तरेकडे हा भाग आहे. अंघोळीचं घंगाळं आणि वॉटर-हिटर घेऊन विन्स्टन 'प्लगस्ट्रीट'ला आले. सुरुवातीलाच त्यांचे सहकारी अधिकाऱ्यांसोबत खटके उडायला लागले. 'सद्‌गृहस्थहो, आता मी तुमचा कमांडिंग ऑफिसर आहे. मला पाठिंबा देणाऱ्यांकडे मी लक्ष देईन. माझ्या विरोधात जातील त्यांना मी मोडून काढेन', असं त्यांनी अधिकाऱ्यांना सांगितलं.[५] या बटालियनविषयी विन्स्टन यांच्या मनात संमिश्र भावना होत्या. 'या बटालियनची अवस्था कीव यावी अशी आहे. बरेचसे तरुण अधिकारी स्कॉटलंडच्या लहानशा मध्यमवर्गातून आलेले आहेत- ते अतिशय शूर, उत्सुक व बुद्धिमान आहेत; पण सैनिकी कामकाजामध्ये हे सगळेच तसे नवखे आहेत. सगळे वरिष्ठ व व्यावसायिक अधिकारी धारातीर्थी पडले आहेत,' असं त्यांनी क्लेमींना लिहिलेल्या पत्रात नमूद केलं होतं.[६]

या बटालियनचं नेतृत्व विन्स्टन यांनी पाच महिने सांभाळलं आणि त्यांची सुरुवात अनिष्टसूचक झाली असली, तरी कमांडिंग ऑफिसर म्हणून त्यांना निःसंदिग्ध यश मिळालं. आपल्या अधिकाऱ्यांमध्ये बंधुभाव निर्माण करणं, हे त्यांच्या मूळच्या संगतिप्रिय स्वभावाला धरून होतं. बटालियनची धुरा स्वीकारल्यानंतर लगेचच त्यांनी भोजन समारंभाचं आयोजन केलं. आपल्याला इतरांचा पुरेसा पाहुणचार करता येईल इतके अन्नपदार्थ पाठवून देण्याची सूचना त्यांनी क्लेमी यांना केली. 'खारवलेलं बीफ, स्टिल्टन चीझ, क्रीम, खारवलेलं भाजलेलं डुकराचं मांस, सार्डिन मासे, सुका मेवा, जमलंच तर बीफचा मोठा भाजलेला केक; पण डबाबंद पक्ष्यांचं मांस किंवा तसले नखरेबाज पदार्थ नकोत,' असंही त्यांनी पत्रात लिहिलं होतं.[७] सूक्ष्म तपशील टिपणारी त्यांची नजर या काळात उपयोगी पडली. एकदा एक सैनिक लंगडत चालत असल्याचं त्यांना दिसलं, म्हणून त्यांनी लगेच त्याची चौकशी केली. आपल्याला नवीन बूट गरजेचे आहेत, असं त्या जवानानं सांगितल्यावर विन्स्टन यांनी तत्काळ त्या सैनिकाच्या तुकडीतील सार्जन्टला पत्र लिहिलं आणि त्या सैनिकाला बुटांचा जोड देण्याचा आदेश दिला. धैर्याच्या बाबतीत ते कधीच डगमगले नाहीत. अनेकदा ते आर्ची सिनक्लेअर या आपल्या 'सेकण्ड-इन-कमांड' अधिकाऱ्यासोबत 'अस्वामिक भूमी'वर जाऊन येत. अशाच एका फेरीनंतर १५ फेब्रुवारी १९१६ रोजी विन्स्टन चर्चिल यांनी उत्साहानं पुढील नोंद केली :

'आमच्या खंदकाच्या समोरची भिंत ओलांडून नो-मॅन्स-लँडमध्ये गेलो.

आमचं कुंपण पाहून घेतलं; संदेश केंद्रांना भेट दिली आणि असाच इतस्ततः भटकलो. हे मला कायमच रोमांचक वाटत आलं आहे. काल रात्री गस्तीवर असलेले माझे दोन अधिकारी अगदी जर्मनांच्या कुंपणापर्यंत जाऊन आले आणि त्याचे दोन मोठे तुकडे कापून विजयचिन्हासारखे घेऊन आले. यातून ते अधिक सावध होतील, अशा मूर्ख गोष्टीची कल्पना तरी आपल्याला करता येईल का.'[८]

विन्स्टन यांचं विख्यात नशीब पुन्हा एकदा साथीला आलं. एकदा जेवणानंतर ते लॉरेन्स फार्मवर कॉफीचा आस्वाद घेत होते, तेव्हा त्यांच्या जवळच एक तोफगोळा येऊन पडला; पण फुटला मात्र नाही. नंतर एकदा प्लगस्ट्रीटमध्ये हॉस्पिस या त्यांच्या नेहमीच्या फेरफटक्याच्या ठिकाणी अनेक तोफगोळे येऊन पडले, तेव्हा ते १५० यार्डवर ब्रिगेडच्या मुख्यालयात होते. त्यांच्या येण्या-जाण्याच्या वेळांबाबतही ते सुदैवी असलेले दिसतात. लूस आणि सोमे यादरम्यानच्या आघाडीवर ते सक्रिय होते; पण त्यात दोन मोठ्या लढायांदरम्यानचा तुलनेनं शांततापूर्ण काळ त्यांच्या वाट्याला आला. दार्दनेल्ससंबंधी त्यांच्यावर आलेला दोष लोकांच्या नजरेतून कमी व्हावा यासाठी त्यांनी काही पावलं उचलली होती, शिवाय आपण अजूनही सैनिकी कारवाईत सहभागी होऊ शकतो हे त्यांना स्वतःसमोरही सिद्ध करायचं होतं. या हेतूंची पूर्तता झाल्यावर त्यांनी राजकारणात परतण्याचा निर्णय घेतला. इथेही ते नशीबवान ठरले. त्यांची बटालियन दुसऱ्या एका बटालियनमध्ये विलीन केली जाणार होती आणि दुसरा मुख्याधिकारी त्यांच्यापेक्षा ज्येष्ठ होता; त्यामुळे 'लेफ्टनंट कर्नल चर्चिल' यांना स्वच्छ सद्सद्विवेकासह पुन्हा एकदा 'मिस्टर चर्चिल' होता आलं.

या दुःखदायक कालावधीतील विन्स्टन यांचा सहभाग झळाळून उठणारा नसेलही; पण साधारणतः उदास राजकीय पार्श्वभूमीवर काही प्रसंगी त्यांची कामगिरी चमकदारपणे उठून दिसते. दोन महायुद्धांदरम्यानच्या ब्रिटिश धोरणात राष्ट्रीय आत्मविश्वासाचा अभाव होता. याचं मुख्य कारण पहिलं महायुद्ध हे नसलं, तरी याच महायुद्धातून धोरणलकव्याला सुरुवात झाली. या युद्धानं प्रथमच ब्रिटिश मध्यमवर्गाला जीवितहानी व वित्तहानी सहन करायला लावली. एके काळी ब्रिटिश साम्राज्य ज्या सत्तेनं हर्षभरित होत असे, त्या सत्तेचा वापरच ब्रिटनवासीयांचा थरकाप उडवणारा ठरला. सर्वसामान्य सैनिकांच्या दृष्टीनं सैनिकी सेवा ही नागरी जीवनापेक्षा अनेक अर्थांनी सुधारलेलं जीवन जगण्याची संधी ठरली- विशेषतः पोषण, पोशाख आणि वैद्यकीय सेवांच्या बाबतीत त्यांना हा फायदा जाणवला. अचानक मृत्यू येण्याचा किंवा इजा होण्याचा धोका आणि युद्धाच्या दृश्य-ध्वनींचा परिणाम अधिक

सुरक्षित अवकाशांमध्ये वाढलेल्यांवर मोठ्या प्रमाणात झाला, तितका मुख्यत्वे सैनिकी जीवनात राहणाऱ्यांवर झाला नाही. कष्टकरी वर्गाच्या भौतिक दुरवस्थेच्या दर्शनानं मध्यम व उच्चवर्गीयांची मान शरमेनं खाली झुकली, तर खंदकांमधील बंधुभावानं अनेक तरुण मध्यमवर्गीय पुरुषांवर दृढ ठसा उमटवला; पण 'ब्रिटिश आजारा'च्या मुळाशी असलेला खोल वैरभाव या वर्गांपासून लपूनच राहिला. उर्वरित शतकामध्ये सरकारनं कसोशीनं प्रयत्न करूनही हा आजार दूर झाला नाही.

ब्रिटिश उद्योगविश्वात व्यवस्थापन व मजूर यांच्यातील हाडवैर इतकं वाढलं होतं की, ही सर्व अपरिहार्य ऐतिहासिक प्रक्रिया आहे, असा कार्ल मार्क्स नावाच्या एका लंडनवासीयाचा गैरसमज झाला. मार्क्सच्या *'दास कॅपिटल'*ची पहिली इंग्रजी आवृत्ती *'कॅपिटल : अ क्रिटिक ऑफ पॉलिटिकल इकॉनॉमी'* या नावानं १८८७ मध्ये प्रकाशित झाली. ब्रिटनमधील औद्योगिकीकरण इतर देशांच्या तुलनेत खूपच पुढे गेलेलं होतं; त्यामुळे तिथला सामाजिक व आर्थिक विकास अनन्य स्वरूपाचा होता. कालबाह्य कार्यपद्धतीमुळे उत्पादकता कुंठित झाली आणि गुंतवणुकीला नाउमेद करण्यात आलं. शेवटी श्रमावरील खर्च कमी करून किंवा अंशदान देऊन आणि अर्थव्यवस्थेच्या कमी आजारी भागांकडून वसूल केलेल्या कराद्वारे आंतरराष्ट्रीय स्पर्धात्मकता टिकवून ठेवण्यात आली. या सर्व प्रक्रियेचा ब्रिटिश परराष्ट्र व संरक्षण धोरणांवरील परिणाम थेट, अपरिवर्तनीय व चिरस्थायी होता.[९]

यामधील 'महाकाय प्रतारणा' सामाजिक व आर्थिक प्रवाहांमधून झालेली नव्हती किंवा या प्रवाहांमध्ये बदल घडवण्याची आश्वासनं देऊनही तसं काही करू न शकलेल्या राजकारण्यांमुळेही हे घडलेलं नव्हतं अथवा १९३०च्या दशकात उपलब्ध झालेल्या मर्यादित पर्यायांमधून राजकारण्यांनी केलेल्या खराब निवडीमुळेही ही प्रतारणा झालेली नव्हती, तर या पर्यायांना तीव्र मर्यादा घालणाऱ्या प्रक्रियांचा या प्रतारणेशी संबंध होता. लिबरल पक्षाच्या आत्मघाताला कारणीभूत ठरलेल्या अंतर्विरोधांमधूनच याची अपरिहार्य निर्मिती झाली. आधुनिक ब्रिटिश राजकारणाचा उगम झाला, तेव्हा 'जुन्या' उदारमतवादी विचारसरणीला व राजकीय संघटनेला ग्रहण लागलेलं होतं. उत्कट 'नव' उदारमतवाद रुजलेला होता आणि लेबर पक्षानं या विचारसरणीला स्वतःचं निशाण बनवलेलं होतं. विद्यापीठे आणि नागरी सेवा यांमधील विचारांवर याच पक्षाचं जवळपास पूर्ण नियंत्रण प्रस्थापित झालं. या विचारसरणीवर श्रद्धा असलेल्यांना कोरेल्ली बार्नेट यांनी 'नव जेरुसलेमकर' असं संबोधलं आहे. विसाव्या शतकाच्या पहिल्या दोन दशकांमध्ये अमेरिकेत उगवलेल्या पुरोगामी युगाचे आध्यात्मिक वारसदार आणि हे नव-उदारमतवादी यांच्यात बरंच साम्य होतं. अमेरिकेतील पुरोगामी विचारकांना एरिक ऑफर यांनी 'खरे श्रद्धाळू' असं संबोधलं आहे, तर थॉमस सॉवेल यांनी त्यांना 'अनभिषिक्त' असं संबोधलं होतं.

युद्धात सहभागी होण्याचा निर्णय ॲस्क्विथ सरकारनं १९१४ मध्ये घेतला आणि संसदेतील त्यांच्याकडचं बहुमत ज्यांच्या पाठिंब्यावर अवलंबून होतं, त्यातील काही घटक दुरावले. त्यांच्या स्वतःच्या पक्षातही फूट पडली आणि या परिस्थितीशी झुंज घेण्यासाठी आवश्यक उपाययोजना करण्याइतकीही राजकीय शक्ती त्यांच्याकडे उरली नाही. या सरकारनं नेमस्त आयरिश राष्ट्रवाद्यांची अस्मिता दुखावली, कारण या राष्ट्रवाद्यांनी मांडलेलं स्वराज्य विधेयक युद्धकालावधीपुरतं स्थगित करण्यात आलं. शिवाय बहुतांश लेबर पक्ष आणि लिबरल पक्षाचीही पुरोगामी शाखा या निर्णयानंतर सरकारपासून दुरावली. उदारमतवादी विचारसरणीच्या या पराजयातील एक मोठा घटक ॲस्क्विथ यांचा निग्रही अहंकार हा होता आणि त्यानंतरच्या पाडावाला लॉईड जॉर्ज यांचा संधिसाधूपणा कारणीभूत ठरला. विन्स्टन यांनी ॲस्क्विथ यांच्यावरील लेखामध्ये या मग्रूर वृत्तीचा अचूक उल्लेख केला आहे. या वृत्तीमुळे पहिल्या महायुद्धापूर्वी, युद्धादरम्यान आणि त्यानंतरही ब्रिटिश राजकारणात विष पेरलं गेलं :

> 'जीवनाच्या धकाधकीत अपरिहार्य ठरतं त्यानुसार त्यांनाही (ॲस्क्विथ यांना) इतरांच्या मतांपुढे, घटनांच्या बळापुढे, कालबद्ध भावनोत्कटतेपुढे शरणागती पत्करावी लागली; पण तसं करताना त्यांच्यातील तिरस्कार आणि तुच्छता फारशी लपून राहत नसे. त्यांचं सर्वांत मोठं वैशिष्ट्य निवडायचं झालं, तर इतरांना मागे टाकणाऱ्या त्यांच्यातील या चांगल्या किंवा वाईट वृत्तीकडेच बोट दाखवावं लागेल.'[१०]

स्वतःला राजकीय विरोधकांवर विसंबून ठेवल्यानंतर ॲस्क्विथ यांनी हे लोक जणू काही अदृश्यच असल्यासारखं वागायला सुरुवात केली आणि १९१५ मधील पेचप्रसंग उभा राहीपर्यंत त्यांनी विरोधकांना युद्धविषयक सूचनांपासून वगळलं होतं. यामध्ये शेवटी विन्स्टनना बळी देण्यात आलं आणि मंत्रिमंडळाला आवश्यक असलेलं पाठबळ कन्झर्वेटिव्ह पक्षानं नाखुशीनं देऊ केलं. त्यानंतर विशेषतः सक्तीची लष्करी सेवा अमलात आल्यावर उदारमतवाद्यांचा अधिक पारंपरिक असलेला समर्थकवर्गही दुरावला. ॲस्क्विथ यांचं राजकीय अस्तित्व आता कन्झर्वेटिव्ह पक्षावर व लॉईड जॉर्ज यांच्यावर अवलंबून होतं आणि त्यांचं परस्परांमधील हाडवैर दूर होण्याची चिन्हे दिसत नव्हती. युद्धसामगीमंत्री आणि नंतर युद्धमंत्री म्हणून लॉईड जॉर्ज यांनी वैयक्तिक पातळीवर छुपा निधी जमवला होता. हा निधी इतका मोठा होता की, युद्धानंतरही अनेक वर्षं एक राजकीय शक्ती म्हणून कार्यरत राहता आलं आणि कालांतरानं ॲस्क्विथ यांना पदावरून दूर करण्यासाठी कन्झर्वेटिव्ह पक्षासोबत

संगनमत करण्याची तीव्र इच्छा त्यांच्यात निर्माण झाली.[११] ब्रिटिश सेनाधिकाऱ्यांना राजकारण्यांविषयी तिरस्कार वाटत असे (राजकीय नेत्यांचा उल्लेख सेनाधिकारी मंडळी 'फ्रॉक' असा करत. फ्रॉक कोट या पेहरावावरून हे संबोधन आलं होतं.) अनेक इतिहासकारांना ही गोष्ट स्वीकारताना अवघडल्यासारखं होत असलं, तरी सेनाधिकाऱ्यांची भूमिकाही समर्थनीयच होती. १९१८ मध्ये निवडून आलेल्या खासदारांपैकी अनेक 'निष्ठुर चेहऱ्यांच्या पुरुषांनी युद्धातून चांगली कमाई केली,' अशी टिप्पणी भविष्यात कन्झर्वेटिव्ह पक्षाचे नेते झालेल्या स्टॅन्ले बाल्डविन यांनीही केलेली दिसते. मुळात युद्धकाळातील राजकारण्यांच्या परस्परांना नफादायी संघटनांमधूनच हे लोक राजकारणाकडे आकर्षित झाले होते, याचा उल्लेख मात्र बाल्डविन यांच्याकडून निसटला.[१२]

ब्रिटिश राजकारणातील या निस्तेज कालखंडासंबंधीच्या सामूहिक जबाबदारीमध्ये विन्स्टन यांचाही वाटा होताच. त्यांच्या अखत्यारीत असलेली खाती त्यांनी नेहमीच्या ऊर्जेनं चालवली. लॉईड जॉर्ज यांच्या युद्धकालीन आघाडी सरकारमध्ये विन्स्टन युद्धसामग्रीमंत्री होते. या काळामध्ये त्यांनी दिलेल्या योगदानामुळे १९१८ च्या जर्मन आक्रमणानंतरही ब्रिटिश सैन्याला तातडीनं स्वतःला सावरता आलं आणि नंतर अथक चढाई करता आली. यातूनच पुढे युद्धविराम जाहीर झाला आणि जर्मनीला शरणागतीही पत्करावी लागली. १९१८ च्या सार्वत्रिक निवडणुकांनंतर युद्ध व हवाईमंत्री असलेल्या विन्स्टन यांनी व्यापक बंडखोरी थोपवण्यासाठी समंजसपणे मानवी पातळीवर सैन्यविसर्जनाची प्रक्रिया पार पाडली. त्यानंतर आयर्लंडमधील परिणामकारक दहशतवादी विद्रोहामागच्या नेतृत्वाला लंडनमध्ये वाटाघाटींना यावं लागेल, अशी परिस्थिती निर्माण करण्यालाही विन्स्टन यांची राजकीय इच्छाशक्ती कारणीभूत ठरली होती. १९२१-२२ या कालावधीत ते वसाहतिकमंत्री होते, तेव्हा त्यांनी हवाई ताकद वापरून साम्राज्यावर देखरेख ठेवायचं धोरण अवलंबलं. वाढलेली जबाबदारी आणि तीव्रतेनं घटलेले स्रोत या पार्श्वभूमीवर हा बहुधा सर्वोत्तम उपाय होता.

या सर्व काळात लॉईड जॉर्ज यांच्या कृपेमुळे आणि त्यांनी मेहेरनजर केल्यामुळे विन्स्टन सत्तेत राहिले. त्यांच्या वक्तृत्वगुणाला मिळणाऱ्या लोकप्रतिसादाच्या बळावर त्यांनी १९१० मध्ये उच्च पदाची मागणी केली; पण युद्धानंतर त्यांच्या भाषणांना लोकांचा तसा प्रतिसाद मिळेनासा झाला, त्यांच्या मतांनाही पंतप्रधान कार्यालयातील खासगी अवकाशाबाहेर फारसं वजन उरलं नव्हतं. एका पातळीवर ही दुर्दैवी बाब होती, कारण लोकमताचं नेतृत्व करणं हे आपलं कर्तव्य आहे असं अजूनही मानणाऱ्या मोजक्या राजकारण्यांमध्ये विन्स्टन यांचा समावेश होता; पण दुसऱ्या पातळीवर कायम मनापासून कळकळीनं बोलू पाहणाऱ्या व्यक्तीला शिस्त आवश्यक

असते. उदाहरणार्थ, शत्रूला स्वतःच्या पराभवाची पक्की जाणीव झाली की, विजेत्यानं औदार्य व सदिच्छा दाखवावी, अशी विन्स्टन यांची धारणा होती.[१३] ही कृती प्रबुद्ध स्वहिताची असल्याचं त्यांचं मत होतं. व्हर्सायच्या तहानंतर १९१९ मध्ये त्यांनी लिहिलेल्या एका लेखामध्ये हे मत स्पष्टपणे मांडलेलं दिसतं. आपला निखळ पाडाव झालेला नाही, तर आपल्याच राजकारण्यांनी आपल्या पाठीत सुरा खुपसलेला आहे, हे स्वतःला समजावून सांगणाऱ्या जर्मनीसारख्या राष्ट्रावर हा करार लादण्यात आला होता. या संदर्भात विन्स्टन लिहितात :

> 'जर्मनीच्या आर्थिक जीवनाची पुनर्बांधणी आपल्या शांततेसाठी व संपन्नतेसाठी आवश्यक आहे. मोडून पडलेल्या, कावेबाजपणे वागणाऱ्या, विघटित झालेल्या आणि कुदळ किंवा हातोडा सापडला नाही तर थेट तलवार बाहेर काढणाऱ्या सैन्यांची भूमी आपल्याला नको आहे. जर्मनीला विकासाच्या सुरक्षित मार्गावर नेण्यासाठी व शांततापूर्ण पद्धतीने सावरण्यासाठी आवश्यक मार्गदर्शनशक्ती ब्रिटनकडे आहे. सध्याच्या काळात आपली ही ताकद किती महत्त्वाची आहे, हे आपल्या लक्षात आलेलं नाही. ही आपल्या हातातील मोठी संधी आहे. ती गमावायला नको. त्यावर आपली सुरक्षा अवलंबून आहे.'[१४]

ही निखळ उदारमतवादी अभिव्यक्ती होती. व्हर्सायमध्ये पराभूतांना आणखी दाबण्याचं धोरण राबवण्यात आलं. त्याऐवजी उदारमतवादी दृष्टिकोन अमलात आणायचा झाला असता, तर विजयी दोस्त राष्ट्रांना एकमतानं कृती करावी लागली असती; पण मुळातच अशी कृती वास्तवाभिमुख ठरली असती का? जर्मन लोकांना सर्वसाधारणतः अधिक चांगलं अन्न मिळत होतं, चांगली घरं होती, शिक्षण चांगलं होतं, अधिक चांगलं व्यवस्थापन असलेल्या व अधिक आधुनिक कारखान्यांमध्ये व कार्यालयांमध्ये ते काम करत होते, त्यांची संदेशयंत्रणाही वरचढ होती- आणि युद्धामुळे यातील कोणत्याच परिस्थितीत मोठा बदल घडला नव्हता. युरोपातील जर्मनीचं भूराजकीय वर्चस्वाचं स्थान युद्धामुळे घसरलं नाही किंवा युद्धामागचं सर्वांत मोठं कारण असलेल्या सामाजिक मनोवृत्तीमध्येही बदल झाला नव्हता. 'राज्याला उपकारक असतं ते योग्य आणि राज्याला हानिकारक असतं ते अयोग्य,' असं एका मध्यमवयीन जर्मन व्यक्तीचं मत ख्रिस्तोफर ब्राउनिंग यांनी *'ऑर्डिनरी मेन : रिझर्व पोलीस बटालियन १०१ अँड द फायनल सोल्यूशन इन पोलंड'* या पुस्तकात उद्धृत केलं आहे. आपल्या सहकाऱ्यांचीही हीच धारणा आहे, असं त्या माणसानं म्हटल्याचं ब्राउनिंग नोंदवतात. हा माणूस नाझी पक्षाचा सदस्य नव्हता किंबहुना

हिटलरचा उदय होण्याच्या खूप आधीच त्याची जडणघडण झालेली होती. हे राज्य शक्तिशाली प्रतिद्वंद्वी होतं; त्यामुळे त्याला त्वरित सावरायला मदत करणं ब्रिटनच्या हिताचं होतं किंवा ब्रिटन 'सुरक्षित मार्गा'नं नेत असेल, तर त्याला जर्मन लोक सहमती देतील, असे युक्तिवाद स्वयंसिद्ध होणारे नव्हते.

अधिक लहान; पण मर्मभेदक पातळीवरील उदाहरण नोंदवायचं, तर आयरिश प्रश्नावर तोडगा काढण्यात ब्रिटिश राजकारण्यांना आलेल्या सततच्या अपयशामुळेही प्रबुद्ध स्वहिताच्या ताकदीवरील विन्स्टन यांचा विश्वास डळमळला असावा. अनेकदा ब्रिटिश व अमेरिकी राजकारण्यांनी आयरिश प्रश्नाचा वापर स्वतःच्या देशांतर्गत लाभासाठी करून घेण्याचा प्रयत्न केला; पण आयरिश लोकांना खऱ्या अर्थानं महत्त्वाच्या वाटणाऱ्या मुद्द्यांवर मात्र लंडनमध्ये उदासीनताच दाखवली गेली; हा आगीत तेल ओतण्याचाच प्रकार होता. १९२२ मध्ये आयरिश फ्री स्टेटची निर्मिती जाहीर करण्यापूर्वी झालेल्या चर्चेमध्ये विन्स्टन यांनी वापरलेल्या विस्तृत रूपकामध्ये या उदासीनतेचा दाखला मिळतो आणि आजही याचे प्रतिध्वनी ऐकू येतात :

> '१९१४ मध्ये मतभेद कमी झाले होते. केवळ फर्मानघ व टायरन या कौन्टींपुरतेच नव्हे, तर त्यातील काही भागांपुरतेच हे मतभेद उरलेले होते; पण तरीही ही समस्या तितकीच अनुल्लंघनीय असल्यासारखी दिसत होती. दोन्ही बाजू तोडगा काढण्यास दुजोरा देणार नाहीत अशी परिस्थिती कायम होती. त्यानंतर महायुद्ध झालं : जगातील जवळपास प्रत्येक संस्थेवर याचा ताण आला. महासाम्राज्यं उलथीपालथी झाली. युरोपचा संपूर्ण नकाशा बदलून गेला. देशांच्या स्थानांमध्ये हिंसक बदल झाले. लोकांच्या विचारपद्धतींमध्ये, घडामोडींकडे बघण्याच्या संपूर्ण दृष्टिकोनामध्ये, पक्षांच्या गटांमध्ये, या जगाच्या प्रलयामध्ये सर्वत्र हिंसक व प्रचंड प्रमाणात बदल झाले; पण प्रलय (पूर) ओसरला की, पाणी कमी होत जातं. फर्मानघ व टायरन इथल्या चर्चेचे भकास मनोरे पुन्हा डोकं वर काढून आहेत. जगाला हादरा देणाऱ्या धरणीकंपानं ज्यांच्या अखंडत्वात फरक पडला नाही, अशा मोजक्या समस्यांमध्ये आयरिश प्रश्नाचा समावेश करता येईल.'[१५]

'१९१४ हे वर्ष दोन्ही बाजूंनी लांच्छनास्पद ठरलं, त्याला अवाजवी पक्षपातीपणा कारणीभूत होता. ब्रिटिश राजकीय नेत्यांनी परस्परांना व अनुयायांनी नेत्यांना या पक्षपातीपणासाठी उद्युक्त केलं, चिथावणी दिली, प्रोत्साहन दिलं; पण पुन्हा कधी ब्रिटिश नेत्यांनी स्वतःवर असा परिणाम करून घेऊ नये,' अशी सदिच्छा विन्स्टन

यांनी *'द वर्ल्ड क्रायसिस'*च्या पाचव्या खंडात (१९२९) व्यक्त केली.[१६] या तुलनेत पहिल्या खंडात ते अधिक परखड मत नोंदवताना दिसतात : 'युद्ध आणि इतर संघर्षांमध्ये सर्वतोपरी शक्तीनं लढावं आणि त्यानंतर नेस्तनाबूत केलेल्यांना मैत्रीचा हात द्यावा, असं मी पूर्वीपासूनच म्हणत आलो आहे.'[१७] त्याहीआधी ब्रॅडफोर्डमध्ये १४ मार्च १९१४ रोजी केलेल्या भाषणात त्यांच्या स्वाभाविक भांडखोरपणाचा लक्षात राहावा असा धोकादायक आविष्कार पाहायला मिळाला होता. ॲस्क्विथनी मंजूर केलेल्या या भाषणामध्ये विन्स्टन यांनी उत्तर आयर्लंड या नाखूश (आणि शस्त्रसज्ज) असलेल्या प्रदेशावर 'होम रूल' व संयुक्त आयर्लंड लादायची योजना मांडली होती :

> 'ही खरी समस्या आहे- या प्रदेशातील नागरी व संसदीय सरकारला सशस्त्र दलांच्या बळावर दडपायचं का... इतके महिने आपल्याला जी उथळ, बेलगाम व बेपर्वा बडबड ऐकायला लागते आहे, ती मुळात भीषण व क्रांतिकारी उद्देश उघड करणारी आहे; त्यामुळे मी तुम्हाला एवढंच सांगेन की, आपण एकत्रपणेच पुढची पावलं टाकू आणि या गंभीर प्रश्नावर आपली ताकद दाखवून देऊ.'

युद्धापूर्वी ॲस्क्विथ यांच्या सरकारसाठी आणि नंतर लॉईड जॉर्ज यांच्या वतीने विन्स्टन यांनी आयरिश प्रश्नात लक्ष घातलं. एखाद्या मुद्द्यावर कृती करायला घेतली की, ती तडीला न्यायची, हा त्यांचा स्वाभाविक कल या प्रकरणातही दिसून आला. ॲस्क्विथ यांची तयारी नव्हती म्हणून १९१४ मध्ये होम रूलचा मुद्दा मागे पडला, अन्यथा हे धोरण सक्तीनं राबवायची विन्स्टन यांची तयारी होती. त्यानंतर लॉईड जॉर्ज यांनी कमकुवतपणा दाखवला नसता, तर युद्धोत्तर कालखंडातील 'आयआरए' संघटनेची सशस्त्र बंडखोरी चिरडून टाकण्यासाठी विन्स्टननी निश्चितपणे सर्वतोपरी प्रयत्न केले असते. उद्देशातील संदिग्धतेमुळे राजकीय नुकसान तर झालंच आणि स्पष्ट परिणाम कधीच साधला गेला नाही, हे या घटनाक्रमांमधून त्यांच्या लक्षात आलं. 'चांगल्या प्रकारे युद्ध जिंकलेल्यांना शांतता क्वचितच चांगल्या पद्धतीनं हाताळता येते आणि शांतता चांगल्या प्रकारे हाताळता येणाऱ्यांना युद्ध कधीच जिंकता येत नाही. मी या दोन्हीही गोष्टी करू शकतो, असं सूचित केलं, तर ते कदाचित अवाजवी समर्थन वाटेल.'[१८] पण त्यांनी १९२०-२२ या कालखंडात या दोन्ही गोष्टी चांगल्या रीतीनं पार पाडल्या. दहशतवादविरोधातील कारवाई त्यांनी इतक्या प्रमाणात वाढवली की, 'आयआरए'ला यासाठी मोजावी लागणारी किंमत परवडेनाशी झाली. यामुळे प्रभावशाली आयरिश गुरिला नेते

मायकल कॉलिन्स जवळपास शस्त्रसंधी घोषित करण्याच्या टप्प्यावर आले होते. त्या वेळी विन्स्टनना अपेक्षेपेक्षा कमी सामर्थ्यानिशी काम करावं लागत होतं; पण तरीही कॉलिन्ससोबतच्या प्रत्यक्ष वाटाघाटींमध्ये त्यांनी सक्षम संवाद साधला; त्यामुळे त्यांना अमलात आणण्याजोगा करार साध्य करता आला. इतर कोणी असतं तर कदाचित अशा परिस्थितीत आणखी संघर्षाची ठिणगी पडली असती. काही कमकुवत क्षमतेच्या माणसांनी आपल्याला तोफेच्या तोंडी दिलं आहे; पण आपण कितीही प्रयत्न केले तरी ते नाकारण्यासाठीही हीच माणसं पुढे येतील, याची जाणीव विन्स्टन आणि कॉलिन्स या दोघांनाही होती. इमॉन द व्हलेरा यांनी कॉलिन्सबाबत हेच केलं. सहकारी आयरिश लोकांसोबत झालेल्या चकमकीत मृत्युमुखी पडण्यापूर्वी कॉलिन्स यांनी विन्स्टन यांच्यासाठी शेवटचा संदेश पाठवला होता- 'त्यांच्याशिवाय आपल्याला हे शक्य झालं नसतं, असं विन्स्टनना कळवा.'

युद्धामध्ये किती लोक मेले किंवा कोणत्या मार्गानं मेले, किती हानी झाली या कशाबद्दलही विन्स्टन चर्चिलना खंत नसायची, हे क्लेमी यांचं निरीक्षण रास्तच होतं.[१९] युद्धसामग्रीमंत्री असताना त्यांनी गॅस-गोळ्यांच्या प्रचंड उत्पादनावर विशेष भर दिला होता. ओलीस ठेवलेल्यांना सरसकट दंड देता यावा यासाठी आयर्लंडमध्ये लष्करी कायदा लागू करावा, अशी विनंती त्यांनी युद्धमंत्री असताना केली होती. 'ब्लॅक अँड टॅन्स' या त्यांनी स्थापन केलेल्या दलाच्या कारवाई-पद्धतींविषयी त्यांनी अतिशय मोकळी भूमिका घेतली होती. रॉयल आयरिश कॉन्स्टेबलरी या दलाच्या सहकार्यासाठी १९२० मध्ये माजी सैनिकांची भरती करून, 'ब्लॅक अँड टॅन्स' हे दल स्थापन करण्यात आलं आणि कारवाईसंबंधी कोणतीही तडजोड न करण्याचे आदेश या दलातील जवानांना देण्यात आले होते. या दलाच्या एका कमांडरनं नोंदवल्यानुसार :

> 'समोरून येणाऱ्या व्यक्तींनी खिशात हात घातलेले असतील किंवा कोणत्याही प्रकारे त्यांचं वर्तन संशयास्पद वाटत असेल, तर त्यांना गोळी घालून ठार करा. काही प्रसंगी तुमच्याकडून चुका घडण्याची शक्यता आहे, कदाचित काही निरपराधांना गोळी लागू शकते; पण त्याला काही उपाय नाही. काही वेळा तुमची कारवाई अचूक झालेली असेल. तुम्ही जितक्या जास्तजणांना गोळ्या घालाल तितकं मला चांगलं वाटेल आणि मी तुम्हाला एका गोष्टीची खात्री देतो- कोणत्याही माणसाला गोळी घातल्याबद्दल पोलीस अडचणीत येणारच नाहीत.'[२०]

अशा प्रकारचे जनसंहार खरोखरच परिणामकारक ठरतात की नाही, याविषयीच्या

थंड सैनिकी आकलनातून विन्स्टन यांच्या मनात या कारवायांविषयी किंतू निर्माण झाला होता. ब्रिटिशांच्या दडपशाहीविरोधात भारतातील अमृतसर इथे एप्रिल १९१९ मध्ये निदर्शने झाली, तेव्हा निःशस्त्र शिखांच्या जमावावर ब्रिगेडियर जनरल रेजिनाल्ड डायर यांच्या आदेशावरून बेछूट गोळीबार करण्यात आला. या घटनेचा विन्स्टन यांनी केलेला धिक्कार बराच गाजला. 'भयग्रस्तता या उपचाराची नोंद ब्रिटिश औषधकोशामध्ये नाही,' असं त्या वेळी विन्स्टन म्हणाले होते.[२१] तरीही पहिल्या महायुद्धाच्या वेळी मध्यवर्ती सत्तांची नाकेबंदी करण्यास आणि दुसऱ्या महायुद्धामध्ये जर्मन शहरांवर बॉम्बवर्षाव करायला त्यांनी पाठिंबा दिला होता. भारताच्या संदर्भात मात्र काही हजार लोकांनी लाखो लोकांवर नियंत्रण ठेवलेलं होतं. 'ब्रिटिश अधिसत्ता कधीही केवळ शरीर शक्तीच्या आधारावर उभी राहिलेली नाही आणि केवळ अशा शक्तीमध्ये आधार शोधायचा प्रयत्न आपण केला, तर ते ब्रिटिश साम्राज्यासाठी प्राणघातक ठरेल,' असा रास्त इशारा विन्स्टन यांनी दिला होता.[२२] पण आयर्लंडच्या बाबतीत मात्र कठोर भूमिका घेण्याची त्यांची पूर्ण तयारी होती. आपण जितके निर्दयी होऊ शकतो, तितकी निर्दयता ब्रिटिश दाखवणार नाहीत, या गृहीतकावर कॉलिन्स यांची बंडखोरी सुरू होती. या पार्श्वभूमीवर 'आयआरए' या संघटनेचं खऱ्या अर्थानं नुकसान करणारं धोरण लॉईड जॉर्ज यांनी अचानक सोडून दिलं, तेव्हा विन्स्टनना अतिशय आश्चर्य वाटलं.

'ब्रिटिश औषधकोशा'विषयीचं विन्स्टन यांचं विधान खरंतर बोल्शेविकांच्या संदर्भात त्यांनी केलेल्या मांडणीमध्ये आलं आहे. रशियात १९१७ मध्ये सत्ता काबीज केलेल्या साम्यवादी बोल्शेविकांचं सरकार उलथवून टाकण्यासाठी सशस्त्र हस्तक्षेप करावा, असा युक्तिवाद त्यांनी केला होता. या संदर्भात नैतिक बाजू सावरण्यासाठी त्यांनी 'औषधकोशा'संबंधीचं विधान केलं होतं. रशिया संदर्भातील विन्स्टन यांची इच्छा योग्य होती असं आता म्हणणं सोपं आहे; पण १९१९ मध्ये युद्धाचा उबग आलेल्या काळात असं करण्याची इच्छाशक्ती इतरांकडेही आहे ही त्यांची धारणा पूर्णतः चुकीची होती. विसाव्या शतकाच्या अखेरीस रशियातील साम्यवादी राजवट कोसळून पडली आणि जीवनाला नकार देणारं या सत्तेचं स्वरूप सिद्ध करणारा पुरावाही आता उपलब्ध आहे; पण तरीही विन्स्टन यांची या संदर्भातील काही विधानं 'अवाजवी' होती, असं मत रॉय जेनकिन्स यांनी नोंदवलं आहे. 'विषाची लागण झालेला रशिया, प्लेग झालेला रशिया, संगिनी व तोफांनी प्रहार करत राहणाऱ्या भटक्या टोळ्यांचा रशिया, या टोळ्यांकडे शस्त्रांसोबतच साथीच्या तापाच्या विषाणूंचीही झुंड आहे, हे विषाणू लोकांच्या शरीरांमध्ये वळवळत आहेत आणि याची लागण झालेल्या राजकीय विचारधारेनं राष्ट्रांचं आरोग्य व आत्माही उद्ध्वस्त करून टाकला आहे,' असं विन्स्टन यांचं या संदर्भातलं विधान

होतं.[२३] कालांतरानं १९४१-४५ दरम्यान लेनिनवादी रशियानं जनसंहारक क्रूर जर्मनीचा पाडाव करण्यात महत्त्वाची भूमिका निभावली असली, तरी रशियाची साम्यवादी राजवट हा इतिहासाच्या पानांवरचा कलंक आहे, ही वस्तुस्थिती बदलत नाही. त्याचबरोबर या साम्यवादी राजवटीशी बांधिलकी राखताना स्वतःची बुद्धी गहाण ठेवणाऱ्या पाश्चात्त्य बुद्धिजीवींचा अपराधही दुसऱ्या महायुद्धातील रशियाच्या कामगिरीमुळे पुसला जात नाही. बोल्शेविक राजवटीचा वारसा हिटलरइतकाच क्रूर होता, हे मान्य करणं जेनकिन्स यांना आजच्या काळातही अवघड जातं. खरंतर विन्स्टन यांच्या विधानांमधून व्यक्त होणारा साम्यवादी राजवटीविषयीचा तिरस्कार हा नाझींविषयीच्या त्यांच्या तीव्र विधानांइतकाच समर्थनीय आहे. साम्यवादाविरोधातील विन्स्टन यांची भूमिका कधीही डगमगली नाही. लेनिन यांचं रशियातील आगमन प्लेगच्या विषाणूसारखं असल्याची तुलना विन्स्टन यांनी केली होती. १९२०च्या दशकात देशांतर्गत व आंतरराष्ट्रीय अशा दोन्ही पातळ्यांवरील अनेक समस्यांमध्ये मॉस्कोचा हात असावा, अशी शंका त्यांना वारंवार येत असे. १९२६ मधील सार्वत्रिक संप आणि चीनमधील अशांतता या गोष्टी रशियाच्या प्रभावामुळे घडल्याचं त्यांचं म्हणणं होतं.

१९२०चं दशक हा प्रचंड चढउतारांचा काळ होता; त्यामुळे या काळाच्या संदर्भात 'डावे' आणि 'उजवे' यांच्यात सोपी विभागणी करणं उपयोगी ठरत नाही. युद्धकाळात सर्वसाधारणतः राजकीय विचारसंलग्नतेपेक्षा राष्ट्रभक्ती वरचढ ठरत असे; पण युद्धानंतरच्या कालखंडात त्या संकल्पनेचं अवमूल्यन झालेलं दिसत होतं. युरोपातील समाजवादी पक्षांनी सर्वसाधारणपणे युद्धाला पाठिंबा दिला आणि तसं केल्याचा फटका त्यांना निवडणुकीत बसला. याला केवळ ब्रिटनचा अपवाद होता- तिथे लिबरल पक्षात फूट पडली आणि त्याआधी १९१८ मध्ये लोक प्रतिनिधित्व अधिनियमाद्वारे २१ वर्षांवरील सर्व पुरुषांना (युद्धात सेवा दिली असेल, तर १९ वर्षांवरील पुरुषांना) आणि ३० वर्षांवरील महिलांना मताधिकाराच्या कक्षेत सामावून घेण्यात आलं होतं. याचा फायदा लेबर पक्षाला झाला; या पक्षाचा मतांचा वाटा वाढला. लेबर पक्षाला मिळालेल्या मतांचा वाटा १९१० मध्ये ७ टक्के होता, तो १९१८ मध्ये २१ टक्क्यांवर पोहोचला.[२४] विशेष म्हणजे, १९२२ मध्ये समाजामध्ये युद्धाविषयीचा तिटकारा निर्माण झालेला होता; त्याचाही मोठा लाभ लेबर पक्षाला झाला. या वेळी पक्षाचं नेतृत्व रामसे मॅकडोनाल्ड यांच्याकडे होतं, ज्यांना १९१४ मध्ये शांततावादामुळे याच पक्षाचा राजीनामा द्यावा लागला होता. पहिल्या महायुद्धाच्या वेळी त्यांनी यूनियन ऑफ डेमॉक्रॅटिक कंट्रोल (यूडीसी) असा पक्ष स्थापन केला आणि ॲस्क्विथ यांच्या मंत्रिमंडळातून राजीनामा दिलेल्या पुरोगामी उदारमतवाद्यांचाही समावेश या पक्षामध्ये करण्यात आला. भविष्यात परराष्ट्र धोरणावरही

संसदीय नजर असावी, अशी मागणी यूडीसीच्या जाहीरनाम्यामध्ये करण्यात आली होती. त्याचसोबत सशस्त्र संघर्ष थोपवण्यासाठी एका संघटनेची स्थापना व्हावी आणि अंतिम शांततेच्या अटी या पराभूत राष्ट्रांची मानहानी करणाऱ्या किंवा कृत्रिम सीमा तयार करणाऱ्या नसाव्यात, अशीही मागणी या जाहीरनाम्यामध्ये करण्यात आली होती.

यूडीसीच्या उदारमतवादी खासदारांना १९१८ च्या सार्वत्रिक निवडणुकांमध्ये स्वतःच्या जागांवर पराभव पत्करावा लागला. त्यानंतर त्यातील बहुतेकांनी लेबर पक्षात प्रवेश केला. खुद्द विन्स्टननाही त्यांची डंडी इथली जागा १९२२ च्या निवडणुकीत गमवावी लागली; त्यामुळे त्यांच्या राजकीय कारकिर्दीवर नवीन राजकीय आघाड्यांचा थेट परिणाम होणार होता. आधीच्या पाच निवडणुकांमध्ये घटत्या बहुमतासह त्यांनी जागा टिकवून ठेवली होती. डंडी हा मतदारसंघ दारूबाज म्हणूनही प्रसिद्ध होता. या ठिकाणी अथक कार्यरत असलेले दारूबंदीवादी स्वतंत्र उमेदवार एडविन स्क्रिमगेओर यांचा मतांमधील वाटा १९०८ मध्ये ६५० इतका होता; पण १९२२ च्या सार्वत्रिक निवडणुकांमध्ये त्यांना मिळालेली मते ३२,००० इतकी होती.[२५] तर एडमण्ड मोरल हा यूडीसीचा आघाडीचा नेता होता, ज्याला १९१७ मध्ये 'डिफेन्स ऑफ द रिल्म ॲक्ट'खाली सहा महिन्यांचा तुरुंगवास झाला होता, त्याने आता ३०००० मते जिंकली होती.[२६] हा दोन सदस्यीय मतदारसंघ होता; पण २०,०००पेक्षा थोडी जास्त मतं मिळालेल्या विन्स्टनना जेमतेम चौथ्या स्थानापर्यंत मजल मारता आली. त्यांच्या आधीचं- म्हणजे तिसरं स्थान नॅशनल लिबरल (लॉईड जॉर्ज गट) पक्षाच्या उमेदवाराला मिळालं, तर लिबरल पक्षाचा (ॲस्क्विथ) उमेदवार आणि साम्यवादी उमेदवार अगदी शेवटच्या स्थानावर राहिले.

विन्स्टन यांच्या पक्षाला १९४५च्या निवडणुकीत नाकारण्यात आलं, तेव्हा ही कदाचित इष्टापत्ती ठरेल, असं क्लेमी म्हणाल्या होत्या. त्यावर विन्स्टन यांचं उत्तर असं होतं : 'या क्षणाला तरी यातली आपत्ती निश्चितपणे अनिष्ट आहे.'[२७] नोव्हेंबर १९२२ मध्येही क्लेमींना असंच म्हणता आलं असतं. त्या वेळी कन्झर्वेटिव्ह पक्षात लिओ (लिओपाल्ड) आमेरी यांनी बंड केल्यानंतर लॉईड जॉर्जनी राजीनामा दिला, त्यादरम्यान विन्स्टन यांच्यावर नुकतीच अपेन्डिक्सची शस्त्रक्रिया झाली होती. (हॅरोमध्ये विन्स्टनना कामात मदत केलेला मुलगा म्हणजेच लिओ आमेरी असावेत, अशीही शक्यता आहे.)[२८] डंडीमधील मतदारांसमोर आपलं प्रतिनिधित्व करण्यासाठी विन्स्टन यांनी क्लेमी आणि इतर काही मित्रांना मतदारसंघात पाठवलं, यात वकील एफ. ई. स्मिथ (लॉर्ड बर्कनहेड म्हणून परिचित) यांचाही समावेश होता. त्यांचं मोकळेपणानं स्वागत झालं नाही. बर्कनहेड दारू पिऊन आले होते आणि ५ नोव्हेंबर रोजी पक्षाच्या समर्थकांसोबत झालेल्या पहिल्याच बैठकीत त्यांनी स्वतःचं हसं

करून घेतलं. ६ नोव्हेंबरला एका सार्वजनिक सभेत स्थानिक महिला क्लेमींशी भांडल्या. कष्टकरी वर्गाच्या वॉर्डातील या सभेला क्लेमी अनावश्यकपणे मोत्यांचे दागिने घालून गेल्या होत्या. पाच दिवसांनी विन्स्टन मतदारसंघात आले, तेव्हा ते स्पष्टपणे शरीरानं थकलेले दिसत होते, शिवाय युद्धविराम दिनाला त्यांनी अभिमानानं लावलेली पदकंही त्यांनी या वेळी लावली होती; पण या कशातूनही त्यांना सहानुभूती मिळाली नाही. ड्रिल हॉल इथल्या सभेमध्ये अतिशय हिंसक आरडाओरड्यात विन्स्टनना भाषण अर्ध्यात सोडून निघून जावं लागलं.[२९] खुद्द विन्स्टनना आणि त्यांच्या बहुश्रुत भासणाऱ्या वर्तुळाला देशाचा कल अजिबातच ध्यानात आला नाही, हे उघड आहे. डंडीमधील पराभवानंतर पुढे डिसेंबर १९२३ मधील सार्वत्रिक निवडणुकांमध्ये वेस्ट लाइकेस्टर इथेही त्यांना पराभव सहन करावा लागला; त्यामुळे त्यांना सक्तीनं आत्मचिंतनासाठी गरजेची विश्रांती घ्यावी लागली.[३०]

काही काळानं विन्स्टन लिहितात : 'पापणी लवते न लवते एवढ्यात माझं पद गेलं होतं, सभागृहाचं सदस्यत्व राहिलं नव्हतं; मला पक्ष नव्हता आणि माझं अपेन्डिक्सही काढून टाकलेलं होतं'.[३१] पण त्या सर्वांनाच संसर्ग झाला होता, हे विन्स्टन नमूद करत नाहीत. लॉईड जॉर्जबाबतची त्यांची सहनशीलता संपत चालली होती, हे क्लेमींना त्यांनी लिहिलेल्या पत्रांमधून दिसून येतं; पण पक्षनिधीसाठी पैसा उभा करण्याकरिता सरकारी सन्मानांची थेट विक्री करण्यात येत होती, त्याविषयी ते एक शब्दही बोलत नाहीत. या सर्व घोटाळ्याची पूर्ण माहिती विन्स्टनना होती यात काही शंका नाही, कारण त्यांचे आतेभाऊ फ्रेडी गेस्ट (ते १९१७ मध्ये लिबरल आघाडीचे प्रतोद होते.) हे या प्रकरणात लॉईड जॉर्जसाठी मध्यस्थाचं काम करत होते.[३२] चर्चिल कुटुंबीय १९०९ मध्ये आणि नंतर १९२० मध्ये घर बदलत असतानाच्या काळात गेस्ट कुटुंबीयांच्या निवासस्थानी राहिलेले होते. १९१० मध्ये विन्स्टननी फ्रेडी गेस्ट यांना स्वतःच्या संसदीय स्वीय सचिवांच्या चमूमध्ये समाविष्ट केलं होतं. १० मे १९१७ रोजी झालेलं हाउस ऑफ कॉमन्सचं गुप्त सत्र विन्स्टन यांच्या राजकारणातील पुनरागमनाची नांदी ठरलं आणि या सत्राच्या आयोजनात गेस्ट यांचा मोठा वाटा होता. त्यानंतर १९२१ मध्ये विन्स्टन यांनी स्वतःकडील युद्ध मंत्रालयाची विभागणी करून हवाई मंत्रालय तयार केलं आणि त्याची जबाबदारी आपल्या या आतेभावाकडे दिली. युद्धोत्तर कालखंडातील सरकारच्या अनैतिक कृत्यांना साथ दिल्याचा दोष विन्स्टन यांच्याकडे जातोच. आपल्या विस्तारित कुटुंबातून येणाऱ्या भ्रष्टाचाराच्या तीव्र दुर्गंधीनं ते कधीही विचलित झाले नाहीत. त्यांचं हे वर्तन 'कौटुंबिक निष्ठे'पायी झाल्याचं उदार स्पष्टीकरण डेव्हिड कॅनडाइन यांनी दिलं आहे.[३३] हे एक कारण असेलही; पण विन्स्टन यांच्या बहुतांश सामाजिक संबंधांमध्ये भावनेपेक्षा उपयुक्तता हा घटक सुरक्षित मार्गदर्शक ठरल्याचं दिसतं.

राजकीय गैरवर्तन त्यांना सहनीय वाटत होतं, यालाही त्यांची 'भयग्रस्तते'विषयीची मतं काही अंशी कारणीभूत होती; पण मुळात ही भूमिका परिणामकारक होती की नव्हती, एवढंच विचारात घेण्यासारखं आहे... लॉईड जॉर्जविषयीचा विन्स्टन यांचा निवाडा असा होता :

> 'माझी त्यांच्याशी चांगली ओळख होती. त्या काळात कधीही त्यांनी स्वतःच्या समाधानासाठी काही वक्तृत्व साधू पाहिल्याचं दिसलं नाही. सफाईदार शब्दप्रयोगांकडे त्यांचा कल नव्हता, ते सातत्यानं इतर लोकांवर कशाचा परिणाम होतो याचाच तेवढा विचार करत असत... गोष्टी कशा घडवून आणायच्या, कशा मार्गी लावायच्या या कलेत त्यांनी सर्वोच्च प्रावीण्य मिळवलं होतं. किंबहुना माणसं व कामकाज यांना उत्तेजन देण्याच्या बाबतीत लॉईड जॉर्जच्या निम्मी क्षमताही त्या काळातील इतर कोणा ब्रिटिश राजकीय नेत्याकडे नव्हती.'[३४]

संसदेच्या बाहेरच राहावं लागल्यामुळे विन्स्टनना कडवट फूट पडलेल्या लिबरल पक्षातील वादापासूनही अंतर राखता आलं आणि आपल्या आश्रयदात्यापासून सहजपणे स्वतंत्र होता आलं. त्याहून महत्त्वाचं म्हणजे डंडीमध्ये क्लेमी यांना ज्या तीव्र वर्गीय तिरस्काराला सामोरं जावं लागलं, त्यावरून 'नव'-उदारमतवादाची दिवाळखोरी उघड झाली. नव्यानं युद्धरेषा आखल्या गेल्या आणि विन्स्टनना आवडलं असो वा नसो, या नव्या रचनेत ते कन्झर्वेटिव्ह पक्षाच्या / टोरी गटाच्या बाजूला होते. क्लेमींप्रमाणे त्यांनाही स्वतःचा राजकीय कल प्रिय होता, असं उपलब्ध पुराव्यांवरून दिसतं. अर्थात क्लेमींचं मत उर्वरित आयुष्यभर लिबरल पक्षाला जात राहिलं. त्यांचा रंग १९०४ प्रमाणेच राहिला; पण या बदललेल्या अवकाशातील त्यांचं स्थान बदललं. १९१८ मध्येही ते जहाल मतवादी होते, रेल्वेचं राष्ट्रीयीकरण करावं आणि युद्धकालीन नफ्यावर जोरदार दंड लावावा असं आवाहन त्यांनी केलं होतं; पण मुळातच लॉईड जॉर्ज यांना ही सूचना करणं म्हणजे मोठा भाबडेपणाच होता.[३५] पण १९२४-२९ मध्ये विन्स्टन कोषागारमंत्री म्हणून सत्तेत परतले, तेव्हा सरकारी सक्रियतेला अटकाव करणाऱ्या दुराग्रही वित्तीय प्रतिगामित्वाची औपचारिक जबाबदारी त्यांनी स्वतःच पार पाडली होती. अनेक भाष्यकारांनी या घडामोडींवर अवाजवी भर दिल्यासंबंधी आपण चर्चा करणार आहोतच; पण आधी डंडी इथे आणि नंतर लाइकेस्टरमध्ये त्यांना अभिजनविरोधाचं जे भयंकर स्वरूप पाहायला मिळालं त्याचा काही ना काही ठसा त्यांच्या विचारांवर उमटला, हे खरंच आहे. सामाजिक आघाडीवर त्यांनी कोणतीही कृती केली तरी त्यांच्या हेतूंबाबत कायमच

शंका घेतली जाणार होती आणि विशेषाधिकारी वर्गात त्यांचा जन्म झालेला असल्याने लाभार्थी मंडळीही कायम त्यांच्या विरोधातच राहणार होती. निष्फळ नैतिक धडे देणाऱ्या, आकसी असूया व बौद्धिक अहंकार बाळगणाऱ्या आणि एकान्तवासी श्रमजीवीवादानं भारलेल्या उदयोन्मुख डाव्या विचारप्रवाहात विन्स्टनना काहीच स्थान नव्हतं.

डंडीतील पराभवापूर्वीच्या १८ महिन्यांमध्ये विन्स्टन यांच्या खासगी जीवनात घडलेल्या अनेक महत्त्वाच्या घडामोडींनी त्यांच्या प्रौढ व्यक्तिमत्त्वाला कायमस्वरूपी आकार दिला असावा. त्यांच्या आईचा २९ जून १९२१ रोजी मृत्यू झाला आणि ऑक्टोबर महिन्यात त्यांनी स्वतः वडिलांची आयुमर्यादा ओलांडली होती. या दोन्हीही गोष्टी त्यांच्यासाठी खूपच महत्त्वाच्या होत्या आणि गतकाळापासूनची निर्णायक फारकत म्हणूनही या घडामोडी त्यांच्यावर परिणाम करणाऱ्या ठरल्या. जेनी २९ मे रोजी अडखळून पडल्या आणि त्यांचा डाव्या पायाचा घोटा मोडला. त्यांचा तिसरा विवाह विन्स्टनपेक्षाही तीन वर्षांनी लहान असलेल्या मॉन्टेग्यू पोर्च नावाच्या व्यक्तीशी झाला होता आणि या विवाहाच्या तिसऱ्या वाढदिवसाला तीन दिवस बाकी असताना हा अपघात झाला. खरंतर साधं हाड मोडण्याचा हा प्रकार होता; पण दोन आठवड्यांनी त्यात गँग्रीन झालं आणि गुडघ्याखाली त्यांचा पाय कापावा लागला. त्यानंतर आणखी दोन आठवड्यांनी त्यांच्या मांड्यांमधील धमन्यांचे टाके तुटले आणि मोठ्या प्रमाणात रक्तस्राव होऊ लागला. या घटनेची माहिती कळल्यावर विन्स्टन तातडीनं त्या ठिकाणी पोहोचले; पण तोवर जेनी कोम्यात गेल्या होत्या आणि थोड्याच वेळानं त्यांचा मृत्यू झाला. मृत्युसमयी त्यांचं वय ६७ वर्षं इतकं होतं. या वेळच्या परिस्थितीचं वर्णन विन्स्टन यांनी एका मित्राला लिहिलेल्या पत्रात केलं होतं :

> 'जगण्याचे सर्व ऊन-पावसाळे आणि वादळं संपल्यानंतर, ती निष्प्राण पडली होती, तेव्हा तू तिला पाहायला हवं होतंस. ती अतिशय सुंदर आणि तेजस्वी दिसत होती. सकाळी तीव्र वेदना सुरू झाल्यापासून तिच्या कपाळावरून जणू तीस वर्षं वाहून गेली. तिच्या उमेदीच्या काळामध्ये मी तिच्या चेहऱ्याची प्रशंसा केली होती, ती आठवण तिनं मला सांगितली. जणू काही ऐंशी-नव्वदच्या दशकातलं ते जुनं सुंदर जग परत आलं होतं.'[३६]

एप्रिल महिन्यात क्लेमीचा लाडका भाऊ बिल यानं स्वतःवर गोळ्या झाडून आत्महत्या केली. विन्स्टननाही बिलविषयी अतिशय ममत्व वाटत असे. त्याच्या

आत्महत्येचं कारण कुटुंबीयांना कळू शकलं नाही. ऑगस्टमध्ये गतकालापासूनचा विन्स्टन यांचा आणखी एक दुवा तुटला. लॉर्ड रँडॉल्फ यांच्या काळापासून चर्चिल यांच्यासोबत काम करणाऱ्या थॉमस वॉल्डन या निष्ठावान सेवकाचा मृत्यू झाला. वॉल्डन यांनी विन्स्टनसोबत दक्षिण आफ्रिकेची वारीही केलेली होती; पण या सर्वांहून अधिक धक्कादायक मृत्यूचं संकट २३ ऑगस्ट रोजी कोसळलं. चर्चिल दांपत्याची अतिशय लाडकी व सर्वांत धाकटी तीन वर्षांची मेरिगोल्ड रक्तदोषामुळे मरण पावली. एके काळी निर्विकारपणे यातना सोसण्याबद्दल ब्रिटिशांची ख्याती होती; त्यामुळे दुःखाच्या लेखी नोंदी सापडणं मुश्कील होतं. मेरिगोल्डच्या मृत्यूनंतर वर्षभरानं १५ सप्टेंबर १९२२ रोजी मेरीचा जन्म झाला. आपल्या आईच्या ड्रेसिंग टेबलवर कायम ज्या लहान मुलीचा- मेरिगोल्डचा- फोटो असतो, ती मुलगी कोण आहे हे मेरीला लहानपणी कधीच सांगण्यात आलं नाही.

वैयक्तिक आयुष्यात इतकी शोकांतिका सुरू असतानाही विन्स्टन यांचा सत्तेचाळिसावा वाढदिवस मैलाचा दगड ठरला. आपल्या कुटुंबातील सर्वांना चाळिशीतच मृत्यूनं गाठलेलं आहे, या भीतीनं त्यांना कायम पछाडलेलं होतं.[३७] त्यांचे वडील लॉर्ड रँडॉल्फ यांना सत्तेचाळिसावा वाढदिवस साजरा करण्याइतकं जीवन मिळालं नाही; त्यामुळे आपणही लवकरच मरणार आहोत, अशी विन्स्टनना खात्री वाटत असे. शत्रूच्या गोळीबाराला सामोरं जाताना ते थंड रक्ताचं धैर्य दाखवत, त्याची पार्श्वभूमी ही अशी होती. दार्दानेल्समुळे त्यांच्या कारकिर्दीमध्ये अडथळा निर्माण झाला, तेव्हा त्यांना बऱ्याच यातना झाल्या; यामागचा एक कळीचा घटक मृत्यूच्या जाणिवेशी संबंधित असावा. बहुतांश लोकांसाठी 'मध्यवयीन पेच' निर्माण होतो, तेव्हा जन्मापेक्षा मृत्यू जवळ आल्याची धारणा त्यांच्यात रुजू लागलेली असते; पण आपल्याला इतक्या लवकर स्मशानभूमीत दफन व्हावं लागणार नाही, ही जाणीव विन्स्टन यांच्यासाठी भिन्न मानसिक प्रक्रिया शमवणारी ठरली. जगण्यासाठी अजून कालावधी उपलब्ध आहे, हे लक्षात आल्यावर त्यांनी पहिल्यांदा दीर्घकालीन समीकरणं मांडली असावीत, असं दिसतं. *'द वर्ल्ड क्रायसिस'*च्या नंतरच्या खंडांमध्ये आणि *'माय अर्ली लाइफ'* या ग्रंथामध्ये त्यांनी स्वतःची नवीन प्रतिमा रंगवण्याचा प्रयत्न केला, त्यातूनही हे लक्षात येतं. ते सुरुवातीपासूनच स्वतःला नियतीच्या भरवशावर जगणारा माणूस मानत आले होते. हे ठाम मत कायम त्यांच्यासोबत राहिलं. आपण जगण्यातील कृतींची गती वाढवण्याचा प्रयत्न केला ती चूक होती, असा निष्कर्षही त्यांनी यातूनच काढला असावा. महत्त्वाकांक्षी राजकारण्याप्रमाणे त्यांनी आघाडी करण्याचा आणि कटकारस्थानांचा प्रयत्न केला नाही. अर्थात, 'निष्ठावान पण दुर्दैवी' हे तसंही त्यांच्या कुटुंबाचं बोधवाक्य होतं, त्याचं पालन करण्यासाठीही कदाचित ते असं वागले असतील.

विन्स्टन यांच्या आयुष्यात १९२२ मध्ये केवळ मेरी हीच नवीन सुरुवात नव्हती, तर भूतकाळातूनही त्यांना एक कायमस्वरूपी भेट मिळाली. लंडनडेरी इथे राहणाऱ्या त्यांच्या एका आजीनं 'गॅरन टॉवर्स' ही उत्तर आयर्लंडमधील मालमत्ता मागे ठेवली होती. वर्षाकाठी चार हजार पौंड उत्पन्न देणारी ही मालमत्ता मुळात विन्स्टन यांचा आतेभाऊ लॉर्ड हेन्री व्हेन-टेम्पेस्ट यांच्या नावावर केलेली होती; पण कोणत्याही अपत्याशिवाय हेन्री यांचा मृत्यू झाला, तर संभाव्य लाभार्थी म्हणून विन्स्टन यांचं नावही मृत्युपत्रात नोंदवण्यात आलं होतं. जानेवारी १९२१ मध्ये खरोखरच लॉर्ड हेन्री यांचा रेल्वे अपघातात मृत्यू झाला आणि गॅरन टॉवर्स ही मालमत्ता विन्स्टन यांच्या ताब्यात आली. या मालमत्तेतून मिळणारं उत्पन्न- आणि त्यात आणखी भर घालून तयार झालेली रक्कम- खर्च करून त्यांनी केन्ट परिसरात चार्टवेल मेनॉर विकत घेतलं आणि त्याची जवळपास पूर्ण पुनर्बांधणी केली. हा जमीनजुमला वेस्टमिन्स्टरपासून केवळ २५ मैलांवर होता; पण त्याच वेळी ८० एकरांच्या या परिसरातून तिथली दरीही दिसायची आणि केन्टमधील खास इंग्लिश माळरानाचा अतुलनीय देखावा या ठिकाणाहून दिसत असे. चार्टवेलच्या खरेदीचा निर्णय विन्स्टन यांनी घेतला, तेव्हा त्यात खूप खर्च होणार असल्याचं त्यांना माहीत होतं; पण त्यांनी ही माहिती दडवून ठेवली. वैवाहिक आयुष्यामध्ये विन्स्टन यांनी आपल्याला सक्रियरीत्या फसवल्याची ही एकमेव घटना असल्याचं क्लेमी यांचं म्हणणं होतं. या घराच्या संदर्भातील क्लेमींची अवस्था त्यांच्या सर्वांत लहान मुलीनं नोंदवलेली आहे : 'विन्स्टनना इतकं भारावून टाकणाऱ्या या जागेवर प्रेम करायचा आटोकाट प्रयत्न क्लेमीनं केला. विन्स्टन यांच्या स्वप्नाप्रमाणे ही जागा आमच्या सर्वांसाठी पृथ्वीवरील स्वर्ग ठरावी, सर्वांना हे आपलं घर वाटावं, यासाठी तिनं प्रचंड कष्ट केले; पण हे प्रयत्न तिच्यासाठी कधीच संयुक्त संकल्प साकारल्यासारखे नव्हते. एखादी वाढीव जबाबदारी उमदेपणानं स्वीकारावी आणि कसोशीनं अमलात आणावी, तसं तिनं हे काम केलं,'[३८]

चार्टवेलचं काम हातात घेतल्यानंतर सहा महिन्यांमध्ये डंडी मतदारसंघातला पराभव विन्स्टनना सहन करावा लागला; त्यामुळे १९२३ हे वर्ष त्यांच्या तोवरच्या जीवनातलं जवळपास पडीक वर्ष ठरलं. त्यानंतर १९२४ मध्ये वेस्ट लाइकेस्टरमध्येही त्यांचा पराभव झाल्यामुळे हा पडीकपणा कायम राहिला. लाइकेस्टर शहरात उदारमतवादी व मजूर विचारधारांच्या सहकार्याची परंपरा असतानाही लेबर पक्षाच्या म्हणजेच मजूर पक्षाच्या समर्थकांनी विन्स्टन यांच्या गाडीवर दगडफेक केली. कन्झर्वेटिव्ह पक्षाचे नेते आणि पंतप्रधान म्हणून बोनार लॉ यांची जागा स्टॅन्ले बाल्डविन यांनी घेतली, त्यानंतर लगेचच ब्रिटिश उद्योगाला जकात संरक्षण देण्याच्या मुद्द्यावरून त्यांनी सार्वत्रिक निवडणुकांची घोषणा केली. कन्झर्वेटिव्ह पक्षात याच

मुद्द्यावरून १९०६ मध्ये फूट पडली होती आणि विरोधकांना एकत्र आणण्याची क्षमताही केवळ याच प्रश्नात होती. या संरक्षणातून आपलं हित कसं साधलं जाईल हे कामगार संघटनांच्या नेत्यांना अजून स्पष्ट झालेलं नव्हतं आणि जगण्याचा खर्च कमी ठेवण्यासाठी त्यांनी मुक्त व्यापाराच्या संदर्भात लिबरल पक्षाच्या दोन्ही गटांशी सहमतीची भूमिका घेतली होती. असं असलं तरीही दार्दनेल्स प्रकरणाची दोरी वापरून आपला गळा आवळायचा निर्धार लेबर पक्षानं केला आहे, असं विन्स्टनना जाणवलं. यात अँटवर्प प्रकरणाचीही भर घालायचा प्रयत्न लेबर पक्षाकडून होत होता. निवडणुकीनंतर पहिल्यांदाच लेबर पक्षाचं सरकार सत्तवर आलं आणि त्यांना लिबरल गटांनी पाठिंबा दिला होता. या पार्श्वभूमीवर फारकत अटळ होती. मार्च १९२४ मध्ये वेस्टमिन्स्टरमधील ॲबे विभागाच्या पोटनिवडणुकीत विन्स्टन 'स्वतंत्र व समाजवादविरोधी' उमेदवार म्हणून उभे होते. कन्झर्वेटिव्ह पक्षाच्या अधिकृत उमेदवाराच्या अगदी खालोखाल मतं विन्स्टनना मिळाली. त्यानंतर ऑक्टोबर १९२४ मधील सार्वत्रिक निवडणुकीत एपिंग मतदारसंघामध्ये स्थानिक कन्झर्वेटिव्ह असोसिएशनच्या पाठबळावर त्यांना 'राज्यघटनावादी' म्हणून विजय मिळाला.[३९] औपचारिकरीत्या कन्झर्वेटिव्ह उमेदवार बनल्यानंतर १९२९ च्या निवडणुकीत आणि पुढे १९३१ व १९३५च्या निवडणुकांमध्येही त्यांनी एपिंग मतदारसंघ स्वतःकडे राखला.[४०] त्यानंतर या मतदारसंघाचं विभाजन झालं आणि वूडफोर्ड या नव्या मतदारसंघाची निर्मिती झाली, तेव्हा १९४५, १९५०, १९५१, १९५५ व १९५९ या सर्व निवडणुकांत वूडफोर्ड मतदारसंघातून विन्स्टनना विजय मिळत गेला. मतदारसंघातील प्रश्नांकडे त्यांनी कधीच फारसं लक्ष दिलं नाही. १९३८-३९ मध्ये डगमगणारी अवस्था झालेली असूनही एपिंग व वूडफोर्डमधील इतर कन्झर्वेटिव्ह नेत्यांबाबत आणि विन्स्टन यांच्या कुटुंबाबाबतही एक गोष्ट निश्चितपणे म्हणता येईल- या सर्वांनी विन्स्टनना त्या-त्या ठिकाणी आवश्यक तेव्हा पाठिंबा दिला आणि त्याबद्दल आपण या मंडळींचे ऋणी राहू.

कन्झर्वेटिव्ह गोतावळ्यात परत आल्यावर विन्स्टनना तत्काळ लाभ मिळाला. बाल्डविन यांनी त्यांना कोषागारमंत्र्याचं पद दिलं. या मंत्रिपदावर असताना लॉर्ड रँडॉल्फ यांनी वापरलेला आणि विन्स्टन यांनी जतन केलेला गणवेश घालायची संधी त्यांना मिळाली. पुढील साडेचार वर्षं त्यांनी हा गणवेश परिधान केला. या काळातील त्यांच्या कामगिरीचं मूल्यमापन करणं अतिशय आव्हानात्मक आहे, कारण ब्रिटनला सर्वोच्च वृद्धिस्तरावर नेणाऱ्या अभिजात अर्थशास्त्रीय तत्त्वांना त्यांनी धरून ठेवलं होतं; पण त्यांचे कठोर टीकाकार असलेल्या जॉन मेनार्ड किन्स यांनी मांडलेल्या पर्यायी यंत्रणेला दुसऱ्या महायुद्धानंतर एखाद्या पंथाचं स्थान मिळालं होतं. यातील एका विचारसरणीमध्ये सत्ताधाऱ्यांकडे व त्यांच्या ग्राहकांकडे अधिकाधिक

सत्तेचं केंद्रीकरण अपेक्षित होतं आणि दुसऱ्या विचारसरणीनुसार, शासन म्हणजे नैसर्गिक शक्तींच्या आंतरक्रीडेमधील केवळ एक सौम्य मध्यस्थ होतं. या पर्यायांमधून निवड करणं सत्ताधाऱ्यांना व त्यांच्या ग्राहकांना अजिबातच अवघड नव्हतं. किन्सविचाराचा समाजावर किती विपरीत परिणाम होतो याचे पुरावे मिळालेले आहेत आणि आर्थिक विचारसरणी म्हणूनही तो अपयशी ठरलेला आहे; परंतु त्याबद्दलचं राजकीय आकर्षण टिकून आहे. यामागची कारणं मात्र केवळ दोष देण्याच्या दृष्टीतून आलेली नाहीत. किन्स स्वतःला अर्थशास्त्रज्ञ न म्हणवता तत्त्वज्ञ मानत असे.[४१] त्यांचा '*जनरल थिअरी ऑफ एम्प्लॉयमेन्ट, इन्टरेस्ट अँड मनी*' हा ग्रंथ १९३५-३६ मध्ये प्रकाशित झाला. आर्थिक अधोगतीच्या काळातही बेरोजगारीचं उच्चाटन करू शकेल इतकं कमी वेतन कुठलंच नसतं आणि काम शोधण्याची जबाबदारी बेरोजगारांवर टाकणं हे दुष्टपणाचं आहे, असं प्रतिपादन या ग्रंथात केलेलं होतं. खर्चाचा भार सरकारी संस्थांवर टाकून बाजारातील सरासरी मागणी वरच्या पातळीवर ठेवावी हा यावरील तोडगा किन्सनी सुचवला होता; पण या मार्गानं बांडगूळ वृत्ती वाढते आणि चलनवाढही होते, हे आता आपल्याला माहीत झालं आहे; पण त्या काळी हे कोणाला जाणवलं नव्हतं. खरंतर आजही नैतिक युक्तिवादांमध्ये वास्तवाला मोडता घालण्याचा प्रयत्न होत असतो.

'*द इकॉनॉमिक कॉन्सिक्वेन्सेस ऑफ द पीस*' हा ग्रंथ १९२० मध्ये प्रकाशित झाला आणि किन्स प्रकाशझोतात आले. व्हर्सायच्या तहामधील जप्तीसंदर्भातील तरतुदींवर त्यांनी जोरदार टीका केली होती. पहिल्या महायुद्धाला जर्मनांची 'निर्बुद्ध भ्रम आणि अनिर्बंध आत्ममग्नता' कारणीभूत ठरली. 'आपण सगळ्यांनी बांधलेला पाया या युद्धानं उद्ध्वस्त केला', हे किन्स यांनी अमान्य केलेलं नाही; पण जर्मनीवर लादण्यात आलेल्या अटी रोकडसुलभता संपवतील आणि आंतरराष्ट्रीय व्यापारात तीव्र अंतर्विरोध निर्माण होईल आणि सगळा विध्वंस पूर्णत्वाला जाईल, असे ताशेरे त्यांनी ओढले. हे पुस्तक पहिल्यांदा न्यू यॉर्कमध्ये प्रकाशित करण्यात आलं, कारण अमेरिकेनं ब्रिटनकडून परतफेडीची मागणी शिथिल करावी, म्हणजे ब्रिटनला फ्रान्सच्या बाबतीत तसंच करता येईल आणि कर्जबाजारीपणाच्या साखळीत शेवटच्या कडीपर्यंत ही शिथिलता आणता येईल, असा तोडगा किन्स यांनी सुचवला होता. दुर्दैवानं आपल्या सत्तेशी सुसंगत आंतरराष्ट्रीय भूमिका पार पाडण्याची अमेरिकेला कोणतीही इच्छा नव्हती किंवा तिची तशी तयारीही नव्हती. वॉरेन हार्डिंग व काल्विन कूलिज या दोन राष्ट्राध्यक्षांच्या कार्यकाळात- १९२१ ते १९२९ या वर्षांमध्ये- जकात संरक्षण आणि भ्रष्टाचार ही जोडलेली जुळी भावंडं ठरली होती. 'कर्जाऊ पैसा त्यांनीच मागितला होता ना?' या कूलिज यांच्या त्रोटक टिप्पणीवरून अमेरिकेचा तत्कालीन आंतरराष्ट्रीय कर्जाविषयीचा दृष्टिकोन दिसून येतो.

आकडेवारीच्या बाबतीत विन्स्टनना गती होती, असं त्यांचं गुणगान करणारा चरित्रकारही म्हणणार नाही. त्यांच्या आयुष्यात बहुतांश काळ वैयक्तिक आर्थिक स्थिती कोलमडण्याच्या कड्यावर जाऊन पोहोचत असे, त्यांनी लिहिलेल्या इतिहासाला आर्थिक अंग नाही आणि एखादा विषय हाताळता येत नसेल तर त्याबद्दल नावड उत्पन्न व्हावी तशी गणिताच्या बाबतीत त्यांची अवस्था होत असे :

> 'आकड्यांचे एकमेकांशी गुंतागुंतीचे संबंध होते आणि त्यांचे परस्परांशी जे काही खेळ चालायचे, त्यासंबंधी पूर्ण अचूक अंदाज बांधणं अतिशय अवघड होतं... बरोबर नसेल, ते चूक असायचं. 'जवळपास बरोबर' असण्याचा काहीच उपयोग व्हायचा नाही. काही वेळा तर एखादी संख्या दुसरीकडून उधार घ्यावी लागायची- एक उधार घ्यायची किंवा पुढे न्यायची आणि मग उधार घेतलेली परत द्यायची. या गुंतागुंतीची स्थिर छाया माझ्या दैनंदिन जीवनावर पडली होती.'[४२]

पण १९२४-२५पर्यंत ही छाया त्यांच्यावर पडली नव्हती. कोषागार आणि बँक ऑफ इंग्लंड इथल्या वरिष्ठ अधिकाऱ्यांकडून मिळणाऱ्या शहाणपणाला विन्स्टन यांनी बिनदिक्कत आव्हान दिलं. वास्तविक युद्धादरम्यान आणि त्यानंतरही सातत्यपूर्ण प्रभावाचा विचार केला तर ब्रिटनचे खरे सत्ताधीश हे अधिकारीच राहिलेले होते.[४३] मॉन्टेग्यू नॉर्मन १९२०-४४ दरम्यानचे बँक ऑफ इंग्लंडचे गव्हर्नर, ओट्टो निमेयर १९२१-२७ मध्ये कोषागारात वित्तपुरवठ्याचे नियंत्रक, १९२७-३८ मध्ये लीग ऑफ नेशन्सच्या वित्तपुरवठा समितीचे अध्यक्ष, १९२७-३८ मध्ये बँक ऑफ इंग्लंडचे नियंत्रक आणि १९५२ पर्यंत संचालक, राल्फ हॉवट्री (ज्यांनी कोषागारातील ४१ वर्षांच्या कार्यकाळात निमेयर यांच्या समकक्ष आंतरराष्ट्रीय ख्याती प्राप्त केली), वॉरन फिशर (कोषागाराचे कायमस्वरूपी सचिव आणि १९१९-३९ मध्ये नागरी सेवांचे पदसिद्ध प्रमुख), फिशर यांचे कनिष्ठ सहकारी व उत्तराधिकारी होरास विल्सन (१९४२ मध्ये विन्स्टन यांनी पदच्युत करेपर्यंत ते या पदावर होते; शिवाय १९२१-३० या कालखंडात मजूर मंत्रालयात कायमस्वरूपी सचिव, १९३०-३९ या कालखंडात मुख्य सरकारी औद्योगिक सल्लागार आणि १९३५-३९ मध्ये पंतप्रधान कार्यालयाचे सल्लागार अशा विविध जबाबदाऱ्या त्यांनी सांभाळल्या. पंतप्रधान कार्यालयाशी संबंधित असताना नेव्हिल चेम्बरलीन यांच्या अनुनयाच्या धोरणात त्यांनी कळीची भूमिका निभावली होती,) अशा अधिकाऱ्यांचा समावेश या सत्तावर्तुळामध्ये होता.[४४]

ब्रिटननं कायमच 'गोल्ड स्टँडर्ड' पद्धतीला प्रमाण मानलं. यामध्ये सोन्याचं

निश्चित वजन हे लेखापालनाचं प्रमाणित एकक मानलं जातं, त्याच्या बदल्यात बँकांच्या चलनी नोटा मिळू शकतात. एकोणिसाव्या शतकाच्या उत्तरार्धात ही पद्धत जगभरात मोठ्या प्रमाणात स्वीकारली गेली. पहिल्या महायुद्धानं या व्यवस्थेला आव्हान दिलं आणि ब्रिटनला 'गोल्ड स्टँडर्ड'शी असलेली बांधिलकी सोडावी लागली. याचा अर्थ, बँक ऑफ इंग्लंडच्या नोटा सोन्यामध्ये रूपांतरित करणं शक्य उरलं नाही. बंडखोरांनी सोन्यामध्ये रूपांतरित करता येणार नाही, असा अधिकाधिक पैसा छापून घेतला; त्यामुळे मोठ्या प्रमाणात चलनवाढ झाली. युद्धानंतर ब्रिटनमधील बहुतांश जतनवादी अर्थशास्त्रज्ञांनी असा युक्तिवाद केला की, 'गोल्ड स्टँडर्ड'च्या १९१४ च्या मूल्यांकडे परत गेलं तर चलनवाढ कमी होईल आणि स्थैर्य स्थापित होईल.

विन्स्टन यांच्या जीवनातील या कालखंडाविषयी रॉय जेनकिन्सनी लिहिलेल्या प्रकरणात ब्रिटिश डाव्या प्रवाहात अतिशय अमूल्य मानल्या गेलेल्या एका मिथकाचं विच्छेदन केलेलं आहे : गोल्ड स्टँडर्ड आणि स्टर्लिंग यांच्यात १९२५ मध्ये पुनर्स्थापित करण्यात आलेले संबंध युद्धपूर्व काळाशी समतोल साधणारे होते, हा कन्झर्वेटिव्ह पक्षाचा आणि रोजगारदात्यांचा दावा म्हणजे कष्टकरी वर्गाच्या मुस्काटात लगावण्यासारखा प्रकार होता.[४५] खरंतर अर्थव्यवस्थेतील उणिवांवर पांघरूण घालायचा हा प्रयत्न होता, असं जॉन ब्रॅडबरी यांनी म्हटलं आहे. १९०९ च्या लोकाभिमुख अर्थसंकल्पासंदर्भामध्ये आणि त्यामध्ये करण्यात आलेल्या कल्याणकारी योजनांच्या तरतुदींसंदर्भात ब्रॅडबरी यांनी कळीची भूमिका निभावली. त्यांनी १९१३-१९ या कालखंडामध्ये कोषागार मंत्रालयाच्या कायमस्वरूपी सचिव पदाची जबाबदारी सांभाळली आणि युद्धाला यशस्वी वित्तपुरवठा होईल याची तजवीज केली होती. या संदर्भात सक्तीनं वादचर्चा घडवण्याचा प्रयत्न विन्स्टन यांनी केला. एका बाजूला ब्रॅडबरी व निमेयर आणि दुसऱ्या बाजूला या योजनेचे दोन आघाडीचे विरोधक त्यांनी समोरासमोर आणले. विरोधकांमधील एक होते- किन्स आणि दुसरे होते- ॲस्क्विथ मंत्रिमंडळातील विन्स्टन यांचे जुने प्रतिस्पर्धी रेजिनाल्ड मॅक्किना (जे तेव्हा मिडलँड बँकेचे अध्यक्ष झाले होते.) उपस्थित असलेला प्रत्येकजण उदारमतवाद्यांपैकी होता. कोषागारातील बलाढ्य व्यक्तिमत्त्वांनी केलेल्या युक्तिवादांना योग्य प्रत्युत्तर मॅक्किना व किन्स यांच्याकडे नव्हतं आणि विन्स्टनना या संदर्भात दुसरा पर्याय नसल्याचं त्यांनी मान्य केलं.[४६] तरीही या वादानंतर किन्स यांनी *'द इकॉनॉमिक कॉन्सिक्वेन्सेस ऑफ मिस्टर चर्चिल'* ही पुस्तिका लिहिली. लिओनार्ड आणि व्हर्जिनिया वूल्फ यांनी १९२५ मध्ये प्रकाशित केलेल्या या पुस्तिकेत या घडामोडींसंबंधी कन्झर्वेटिव्ह पक्षाचं गृहीतकच मांडण्यात आलं होतं. आपल्या पाठीत सुरा खुपसण्यात आल्याचं त्यांचं म्हणणं होतं. वास्तविक स्वनियामक अर्थव्यवस्थेची संकल्पना लेबर पक्षालाही

तितकीच मान्य होती, हे किन्स यांनाही पक्कं माहिती होतं. शक्यतेच्या चाचणीत अपयशी ठरलेल्या युक्तिवादांच्या बाजूनं नैतिक मोठेपणाचा दावा करणं, ही पद्धत पुढे ब्लूमस्बरी गटासाठी आणि त्याच्या अनेक आत्ममग्न उत्तराधिकाऱ्यांसाठी नेहमीची बनली.[४७]

आयातीवर नियंत्रण ठेवून देशी उद्योगांना स्पर्धेपासून संरक्षण देणं, हे कन्झर्वेटिव्ह पक्षाचं खरं धोरण होतं. ज्यो चेम्बरलीन यांनी १९०३ मध्ये आणि बाल्डविन यांनी १९२३ मध्ये या धोरणांचा पाठपुरावा करून, संघटित कामगारांकडून मतंही मिळवली. त्यानंतरच्या काळात तर, व्यापक जनतेचं नुकसान झालं तरी चालेल; पण आपली सदस्यसंख्या टिकायला हवी, ही कामगार संघटनांची पक्की धारणा बनली आणि कन्झर्वेटिव्ह पक्षानं त्यांचे लाड पुरवण्यातच धन्यता मानली. ब्रॅडबेरी यांना अभिप्रेत असलेली राजकारण्यांपासून सुरक्षित अर्थव्यवस्था प्रत्यक्षात आणण्यासाठीचं मोठं पाऊल १९९७ मध्ये उचलण्यात आलं- बँक ऑफ इंग्लंडला या वर्षी स्वायत्तता मिळाली. हा बदल मुक्त व्यापारी धोरण राबवण्यासाठी आवश्यक होता आणि कोणत्याही अर्थव्यवस्थेत सर्जनशील विध्वंस घडवण्यासाठी मुक्त व्यापार हे मुख्य साधन असतं. नवीन झुडपं उगवण्यासाठी जुना पालापाचोळा दूर करावा लागतो, तशा प्रकारचं हे धोरण 'जतनवादी (कन्झर्वेटिझम) शक्तीं'चा मोठा शत्रू असतं.[४८] हाच या संदर्भातील पेच होता. किन्स यांच्या पावलावर पाऊल टाकत पुढील पिढ्यांच्या इतिहासकारांनी प्रतिगामी धोरणांसंदर्भात विन्स्टन यांच्यावर ताशेरे ओढले; पण ही धोरणं विन्स्टन यांच्याकडून अपेक्षित असलेला जहालपणा घेऊनच आली होती, असं आज मागे वळून पाहताना दिसतं. दुर्दैवानं अस्पर्धात्मक वृत्ती दाखवणाऱ्या 'पाल्यापाचोळ्या'मध्ये देशातील प्रत्येक बड्या उद्योगातील मोठ्या भागाचा समावेश होता; पण ब्रिटिश लोकांच्या प्रतिभेवर विन्स्टन यांचा विश्वास असल्यामुळे नवीन वृद्धी वेगवान व जोमदार असेल याची त्यांना खात्री होती.

आत्मविश्वास दाखवणारी ही वृत्ती आज आपल्याला पटो किंवा न पटो; पण विन्स्टन यांच्या स्वभावातील आशावाद त्यांच्या कार्यकाळात कोषागार मंत्रालयालाही झळाळून टाकत होता, एवढं तरी आपण मान्य करायला हवं. पक्षपाती किंवा वैयक्तिक लाभासाठी अर्थव्यवस्थेचा गैरवापर करण्याची राजकीय अभिजनांची क्षमता नियंत्रणात आणणं आवश्यक आहे, याची दखल घेतल्याचं श्रेय तरी त्यांना द्यायलाच हवं; पण याहून इतर बाबतींत व्हाइट हॉलमधील अभिजनांशी त्यांचं एकमत होतं, कारण ब्रिटनचं महासत्तेचं स्थान नाविकी वर्चस्वावर, साम्राज्यवादी मालमत्तांवर आणि वित्तीय प्रभुत्वसत्तेवर अवलंबून होतं.[४९] तोवर अमेरिकेचं आरमार ब्रिटनच्या रॉयल नेव्हीच्या तोडीस तोड झालेलं होतं आणि दूर पूर्वेकडे ब्रिटनला जितपत नाविकी बळ लावता येणं शक्य होतं त्याहून कितीतरी जास्त नाविकी बळ

जपान राखून होता; पण अमेरिका किंवा जपान यांच्याकडून ब्रिटिश हितसंबंधांवर हल्ला होण्याची फारशी शक्यता नाही आणि त्या दोघांमध्ये आघाडी होणं तर अशक्यच आहे, अशी विन्स्टन यांची धारणा होती. शिवाय ब्रिटनचं व्यापारी आरमार अजूनही जगातील उर्वरित सर्व आरमारांच्या एकत्रित क्षमतेपेक्षाही मोठं होतं. साम्राज्यातील मालमत्ता १९२० च्या दशकात वरकरणी तरी सुरक्षित होत्या; त्यामुळे जगाचं आर्थिक वटवणी केंद्र म्हणून लंडनला वॉल स्ट्रीटकडून मिळत असलेलं आव्हान मोडून काढणं आवश्यक आहे, असं काहींना वाटायला लागलं. विशेषतः ब्रिटिश सत्ता ही जगाच्या हिताची आहे, यावर अढळ श्रद्धा असलेल्या कोणाही व्यक्तीला असं वाटणं स्वाभाविक होतं किंबहुना तोच एक मुत्सद्दी पर्याय अशा व्यक्तींसमोर होता.

शेवटी मुक्त व्यापाराचा परिणाम म्हणून शांततेत वाढ झाली, त्या संदर्भात किन्स व इतर काही मोजक्या व्यक्ती सोडता कोणीही प्रश्न उपस्थित केले नाहीत. ख्रिश्चन समाजवादी फिलिप स्नोडेन हेसुद्धा नैतिक अनिवार्यता म्हणून मुक्त व्यापाराच्या धोरणाचं कट्टर समर्थन करत असत. फिलिप यांच्या वीणकर वडिलांनी कामगार वर्गाचं जीवनमान वृद्धिंगत करण्याच्या कामी स्वतःला वाहून घेतलं होतं. फिलिप स्नोडेन हे १९२४ व १९२९-३१ या वर्षांत लेबर पक्षाच्या सरकारांमध्ये विन्स्टन यांचे पूर्वाधिकारी आणि उत्तराधिकारी राहिले होते. युद्धकालीन संरक्षणाचा उरलासुरला धागा स्नोडेन यांनी १९२४ मध्ये कापून टाकला आणि 'गोल्ड स्टँडर्ड'चा मुद्दा लावून धरला. सामाजिक बाबींमध्ये ढवळाढवळ करणं कोषागार मंत्रालयाच्या अधिकारक्षेत्रामध्ये येत नव्हतं. बेरोजगारीसंबंधीचा दिलासा, सार्वजनिक कामांना वित्तपुरवठा व निर्यातदारांना सवलती देणं यांसाठी इतर मंत्रालयं जबाबदार होती. आर्थिक धोरण बँक ऑफ इंग्लंडच्या आणि मजूर मंत्रालयाच्या अखत्यारीत होतं. सार्वजनिक खर्चावर नियंत्रण ठेवणं हे कोषागारमंत्र्यांचं काम होतं; त्यामुळे अर्थसंकल्पात समतोल साधणं व मुक्त व्यापाराला वाट मोकळी करून देणं, हे देश व मानवता यांविषयीचं आपलं कर्तव्य असल्याचं विन्स्टन यांच्या जागी येणाऱ्या कोणत्याही संभाव्य उमेदवाराला वाटलं असतं.[५०]

कामगारांसोबतच्या संबंधांमध्ये विन्स्टन यांनी राखलेला दृष्टिकोन बराच मानवीय होता. १९२५ च्या उन्हाळ्यात त्यांनी खाणमालकांवर नियंत्रण ठेवून खाण-कामगारांसोबतचा संघर्ष टाळण्याचा प्रयत्न केला; परंतु १९२६ मध्ये खाणकामगारांचा संप 'सार्वत्रिक संपा'त विस्तारला, तेव्हा संसदीय लोकशाहीच्या मूलतत्त्वांना धोका उत्पन्न झाल्याची विन्स्टन यांची धारणा झाली. या मुद्द्यावर त्यांची प्रतिक्रिया कायमच टोकाची असत होती आणि ही वेळही त्याला अपवाद ठरली नाही. बाल्डविन अइक्स-लेस-बेन्स इथे विश्रांतीला गेल्यानंतर (या कालखंडाला रॉय

जेनकिन्स यांनी 'थकलेलं शैथिल्य' असं संबोधलं आहे,) सरकारी प्रतिसादासंबंधीचं कामकाज विन्स्टननी पाहिलं. त्यांच्या काळात 'ब्रिटिश गॅझेट' हे सरकारचं मुखपत्र 'मॉर्निंग पोस्ट'च्या अल्डविचमधील कार्यालयांमधून चालवलं गेलं. ही खास चर्चिलियन पद्धत होती. काही मजकूर ते स्वतः लिहीत असत, मग इतरांनी लिहिलेल्या मजकुरांमध्ये कुठे काही स्वल्पविराम-पूर्णविराम बदलायचा तर बदलत; त्यानंतर छापखान्यात जाऊन कर्मचाऱ्यांना पुढील कामाविषयी सूचना देत असत. उपरोल्लेखित संप मोडून काढण्याच्या संदर्भात त्यांनी पुढाकार घेतला असला, तरी वेतन आणि कामाची परिस्थिती या संदर्भात खाणमालकांना माघार घ्यायला लागावी असा प्रयत्नही त्यांनी केला. याबाबतीत त्यांच्या मंत्रिमंडळातील बहुतांश सहकाऱ्यांपेक्षा त्यांची दृष्टी पुढारलेली होती.

कन्झर्वेटिव्ह पक्षाकडून सत्ता लेबर पक्षाकडे गेली. त्यानंतर वर्षभरानं, जून १९३० मध्ये ऑक्सफर्ड इथे विन्स्टन यांचं रोमानेस व्याख्यान झालं. या वेळी त्यांनी स्वतः वापरलेल्या आणि व्हिक्टोरियन काळात ब्रिटनला महान स्थान मिळवून दिलेल्या अभिजात आर्थिक संकल्पनांची मांडणी केली. 'आज जे काही सुरू आहे त्याच्याशी या संकल्पना सुसंगत नाहीत, हे आपल्याला स्पष्टच दिसत आहे,' अशी सखेद टिप्पणीही त्यांनी केली. त्यांनी मांडलेल्या संकल्पना अशा होत्या :

> 'इतर देश काय करत आहेत याच्या अलाहिदा आणि विशिष्ट देशी उद्योग व हितसंबंधांवर होणाऱ्या परिणामांची तमा न बाळगता 'मुक्त आयात' करणं. व्यक्तींवर किंवा त्यांच्या उद्योगांवर अथवा उपक्रमांवर कोणता परिणाम होतो आहे याचा विचार न करता कर्जपरताव्यासाठी कठोर प्रत्यक्ष करप्रणाली राबवणं. सामाजिक असो किंवा सैनिकी असो, कोणत्याही खर्चाबाबत कडक काटकसर करणं. राष्ट्रीय अथवा खासगी कर्जदात्यांच्या अधिकारांचं ठाम प्रतिपादन करून, सर्व जबाबदारी पूर्णतः व परिणामतः पाळणं. कोणत्याही स्वरूपातील सरकार प्रणीत उद्योगांविषयी अथवा रोजगारनिर्मितीसाठी सरकारी कर्ज घेण्यासंबंधी सखोल अविश्वास राखणं. खासगी उद्योगांवर अबाधित भरवसा ठेवणं आणि राज्यसंस्थेकडून कोणताही पक्षपातीपणा न दाखवणं.'

यातील कटू मर्मभेदकता अशी की, निःसंशयपणे प्रशंसनीय मानली गेलेली ही उद्दिष्टं साध्य करण्यासाठी विन्स्टन यांनी चैतन्यशील कामगिरी करून दाखवली; पण यामुळेच सैनिकी सिद्धता अपुरी राहिल्याचं खापर त्यांच्यावर फुटलं. पुढची दहा वर्षं त्यांनी याच अपुरेपणाच्या विरोधात आक्रमक मोहीम राबवली; त्यामुळेच बहुधा

पुढे उद्धृत केलेला उतारा *'द गॅदरिंग स्टॉर्म'* या पुस्तकाच्या (विन्स्टन यांनी लिहिलेल्या दुसऱ्या महायुद्धाच्या इतिहासाचा पहिला खंड) प्रकाशित रूपामध्ये समाविष्ट केलेला नसावा :

> 'आपण दाखवलेल्या शांततावादी गुणांबाबत पुढील पिढ्यांकडून बरंच काही ऐकायला मिळणार आहे. आपण प्रत्येक इष्ट उपाय कसा वाया घालवला, उदात्त संयम कसा मिरवला, शिर तळहातावर घेण्याऐवजी आपण भयानं किंवा उत्तेजनेमुळे कसे भरकटलो, एक थोबाडीत खाल्ल्यावर आपण एकदाच नव्हे तर सात किंवा त्याहून अधिक वेळा दुसरा गाल कसा पुढे केला- हे सगळं आपल्याला ऐकून घ्यावं लागेल. चिथावणीच्या प्रयत्नांना दाद न देता आदर्श सहनशीलता दाखवणाऱ्या आणि सर्व ख्रिस्ती गुणांना- विशेषतः निवडणुकीत लोकप्रियतेसाठी उपयुक्त ठरणाऱ्या गुणांना आत्मसात केलेल्या थोर मनाच्या सन्माननीय पुरुषांच्या सरकारचं कौतुक करायला हवं, असं आर्जव काही इतिहासकार करतील... पण या घडामोडींमध्ये जखमी किंवा मृत झालेल्या सर्वसामान्य लोकांवर या सगळ्याचा केवढा आघात झाला, हेही लिहिलं जाईल, अशी मला आशा आहे. सरकार व संसदीय संस्थांमध्ये अल्प प्रतिनिधित्व लाभलेल्या या लोकांनी स्वतःच्या सुरक्षिततेसाठी तत्कालीन मंत्र्यांवर आणि पंतप्रधानांवर विश्वास ठेवला होता. त्यांच्या वाटाड्यांनी किंवा सत्ताधाऱ्यांनी सगळ्या व्यवहाराचा इतका विचका केला की, अतिशय भीषण जोखीम असलेली भीषण युद्धं लोकांवर लादण्यात आला; त्यामुळे तक्रार करण्यासाठी लोकांजवळ न्याय्य कारण आहे.'[५१]

दुसऱ्या महायुद्धानंतर सत्तेवर आलेलं लेबर पक्षाचं सरकार तांत्रिकदृष्ट्या कफल्लक झालेलं होतं आणि संरक्षणावरील खर्च कमी करण्यासाठी त्यांच्यावर प्रचंड अंतर्गत दबाव होता, तरीही त्यांनी सक्तीची लष्करी सेवा कायम ठेवली आणि ऱ्हाइनमधील ब्रिटिश सैन्यही तसंच ठेवलं. या सैन्याला नंतर त्या काळातील एका सर्वोत्तम रणगाड्याची जोड देण्यात आली. याच सरकारनं युद्धनौका बाद केल्या आणि पाणबुड्याविरोधी युद्धपद्धतीसाठी नाविकी संशोधन व विकासावर लक्ष केंद्रित केलं, हवाई दलात पुन्हा जेट लढाऊ विमानं भरली, अण्वस्त्रं आणि त्यांना वाहून नेणारी बॉम्बर विमानं विकसित करण्यासाठी आवश्यक निधीचं आश्वासन दिलं. ब्रिटननं ज्या दोस्त राष्ट्रांच्या सोबतीनं युद्धात सहभाग घेतला होता, त्यांच्यासोबत आता कायमस्वरूपी संरक्षण भागीदारी केली आणि नव्यानं स्थापन झालेल्या संयुक्त राष्ट्र

संघटनेतही पूर्ण सहभाग घेतला. हे सगळं स्वयंसिद्धरीत्या राष्ट्रहिताच्या बाजूचं असल्याचं मानलं गेलं. केवळ आक्रस्ताळे अन्यूरिन बेव्हन आणि 'पुरोगाम्यां'च्या कंपूनं या निर्णयांना विरोध केला. विशेष म्हणजे आरोग्य, घरबांधणी व शिक्षण या क्षेत्रांमधील दर्जा वाढवण्याचा प्रयत्न करत असतानाच ब्रिटननं ही धोरणं पुढे नेली. हे प्रयत्न वीरश्रीनं भारलेले होते, काही वेळा त्यात दिशाभूलही झाली; पण राष्ट्रभक्त वृत्तीच्या आणि सार्वजनिक हिताच्या प्रेरणेनं कार्यरत असलेल्या तत्कालीन राजकारण्यांनी त्यांना वारशात मिळालेल्या समाजाला शक्य तितकं अधिक समतापूर्ण आणि सुरक्षित करण्यासाठी प्रयत्न केले. आपली स्वतःची भावी समाजाविषयीची दृष्टी या प्रयत्नांच्या आड येऊ दिली नाही.

पहिल्या महायुद्धानंतरही अशाच प्रकारची धोरणं का राबवली गेली नाहीत, याचं कोणतंही स्पष्ट कारण सापडत नाही. त्या वेळी राष्ट्रीय दिवाळखोरीच्या मर्यादा नव्हत्या अथवा १९४५-५१मधील 'क्रांती'सारखी काही परिस्थितीही तेव्हा उद्‌भवण्याची शक्यता नव्हती. तरीही त्या वेळी उचित धोरणं राबवली गेली नाहीत. ही संधी तत्कालीन सत्ताधाऱ्यांनी गमावली. मृत्युमुखी पडलेल्या व जखमी झालेल्या लाखो जवानांचा त्याग वाया घालवण्यात आला. 'शूरवीरांना साजेशी घरं' दिली जातील, असं आश्वासन सरकारनं सैनिकांना दिलं होतं; पण प्रत्यक्ष ते पाळण्यात आलं नाही. त्याहून वाईट म्हणजे, कृती टाळण्याचं धोरण १९१४ मध्ये अपयशी ठरलेलं असूनही त्यातून कोणताच धडा घेण्यात आला नाही आणि पहिल्या युद्धातून शिकलेल्या सामरिक धड्यांचा परिणाम एवढाच झाला की, २० वर्षांनी पुन्हा देशाला त्याच रक्तबंबाळ प्रक्रियेतून जावं लागलं. देशामध्ये आणि परदेशामध्ये उत्तम कामगिरी करण्याची ताकद ब्रिटननं १९४५ मध्ये दाखवली, त्याहून कितीतरीपट अधिक ताकद १९१८ मध्ये ब्रिटनकडे होती, तर या आणि इतर सार्वजनिक विश्वासाचा घात केल्याची जबाबदारी ॲस्क्विथ आणि लॉईड जॉर्ज यांच्या नेतृत्वाखालील पक्षावर आणि सरकारांवर होती. उदारमतवादी ब्रिटनचा मृत्यू नैसर्गिक नव्हता; तो खूनच होता.

याचसोबत इतरही काही गोष्टींचा मृत्यू झाला. लॉईड जॉर्ज यांनी केलेली सरकारी सन्मानांची विक्री म्हणजे केवळ विद्यमान व्यवहाराच्या प्रमाणामधला बदल होता, हा युक्तिवाद फसवा आहे. सरकारी सन्मानाची विक्री करताना त्या-त्या पदवीला विशिष्ट किंमत जोडण्यापूर्वीच त्यांनी युद्धातून नफा कमावणाऱ्यांचा कंपू जमवला होता आणि सरकारी सन्मानांची विक्रीही केलेली होती; त्यामुळे आपल्या देशाची सेवा करण्यासाठी स्वेच्छेनं पुढे आलेल्या किंवा 'खारीचा वाटा' उचलण्याचं कर्तव्य स्वतःहून पेललेल्या तरुणांपैकी जे जगले-वाचले त्यांच्यातील चैतन्य मावळलं. आपली फसवणूक झाली, आपल्या सदिच्छेचा गैरवापर झाला आणि

आपण व्यापक हितासाठी ज्या संधींवर पाणी सोडलं त्याचा इतरांनी वैयक्तिक लाभासाठी अपहार केला, असं लोकांना वाटत असेल तर ते समाजाच्या आरोग्याला अतिशय हानिकारक ठरतं. पुढे उद्धृत केलेली वाक्यं मी दुसऱ्या महायुद्धासंबंधी लिहिली असली, तरीही हे शब्द तितक्याच उग्रपणे आधीच्या संघर्षांच्या परिणतीलाही लागू होतात : 'काळ्या बाजारपेठेपासून निष्ठेनं दूर राहिलेल्या, युद्धरोखे विकत घेतलेल्या आणि कर भरलेल्या लोकांच्या समोरच यांपैकी कोणतीही कृती न केलेल्यांचा अनिर्बंध लाभ होत राहिला, हे फारच वाईट होतं. युद्धातून झालेली ही इजा तितकीच घातक होती- किमान सामाजिक ऐक्यही विरून गेलं, तर सभ्यता हा शब्द केवळ नाममात्रच राहतो.'[५२]

आपली इच्छा काहीही असली तरी हे खरंच आहे की, विन्स्टनसुद्धा त्यांच्या इतर अनेक सहकाऱ्यांसोबत इतिहासाच्या या गोदीत सहभागी होते. त्यांचा सहभाग सौम्य करणारे काही दाखले निश्चितपणे आहेत. त्यांच्याइतकी ऊर्जा व बांधिलकी इतरांनी दाखवली असती तर युद्धात कमी जीवितहानी होऊन यांत्रिक ऊर्जेचा अधिक वापर झाला असता. क्षेत्रीय संदेशन अपुरं आहे आणि युद्धआघाडीवर सेवा देण्यासाठी हलक्या वजनाच्या रेल्वेंचा तुटवडा आहे, अशी तक्रार करताना विन्स्टन यांनी लिहिलं होतं की : 'युद्धात यंत्र आणि बुद्धी यांचाही वापर करावा लागतो, केवळ शूर व निष्ठावान सैनिकांचा प्राणत्याग हा पर्याय असू नये आणि तसा तो कधीच असणार नाही. माझ्याकडे महिनाभर सत्ता आली तरीही मी त्यांना युद्धातून वगळून पावलं टाकायचा प्रयत्न करीन.'[५३] त्यांच्या या मनीषेवर शंका घेण्याचं कारण नाही. युद्धानंतरही त्यांनी जहाल परिवर्तनकारी उपाय सुचवले होते. युद्धकालीन नफ्यावर कर लावला असता तरीही लोकमत परत मिळवण्यास बराच हातभार लागला असता. त्यांच्या सार्वजनिक लिखाणात बरेचदा प्रचाराचा उद्देश दिसून येतो, त्याबद्दल मी सहाव्या प्रकरणात चर्चा केली आहे. सध्या ते लिखाण बाजूला ठेवलं तरी, त्यांच्या खासगी पत्रव्यवहारातून निर्माण होणारं व्यक्तिगत चित्र अधिक गंभीर दोषारोप मांडणारं आहे. त्यांनी अगदी धडधडीतपणे राष्ट्रहित आणि स्वहित एकाच ओळीत मानल्याचं या पत्रव्यवहारातून समोर येतं. प्लगस्ट्रीटवरून क्लेमी यांना लिहिलेल्या एका पत्रातील उतारा या संदर्भात विशेष महत्त्वाचा मानता येईल. या पत्रासोबत त्यांनी आर्ची सिनक्लेअरची निग्रही मुद्रा असणारं छायाचित्रही जोडलं होतं, तर विन्स्टन लिहितात :

'तू आत्ता वॉल्मरला आहेस हे जरा विचित्रच वाटतं.[५४] गेल्या फेब्रुवारीअखेरीस तिथे होतो, तेव्हाची आठवण माझ्या मनात अगदी ताजी आहे. दार्दनेल्स मोहिमेविषयी तेव्हा बरीच आशा वाटत होती आणि विजयी कारवाईच्या व्यापक अवकाशाचा वेध मी घेत होतो. आता सगळंच बदलून गेलंय- जुनी धोंड (ॲस्क्विथ) मात्र अजूनही

तशीच ठामपणे उताणी पडलेली आहे.'[५५] खरंतर केवळ विन्स्टन यांच्या वैयक्तिक परिस्थितीमध्येच बदल झालेला होता. इतर गोष्टी आधीसारख्याच होत्या आणि त्यांच्या आकांक्षेला छेद जाईपर्यंत तेही या गोष्टींचा आनंद लुटत होते.

प्लगस्ट्रीट येथे १९१६ मध्ये विन्स्टन यांचं मुख्यालय ज्या लॉरेन्स फार्ममध्ये होतं, तिथे आता खाण आहे. त्याच्या पाठीमागेच असलेल्या लँकशायर कॉटेज दफनभूमीमध्ये गेलो असताना माझ्या मनात असाच एक विचार आला. पश्चिम आघाडीवरच्या पायदळात सेवा देऊ करणाऱ्या विन्स्टनविषयी मला प्रचंड आदर वाटतो; पण स्वतःच्या सोयीसाठी आणि राजकारणात परतण्यासाठी त्यांनी आघाडी सोडली. त्यांच्यासोबत युद्धात दाखल झालेल्या ५० लाखांहून अधिक सहदेशवासीयांना मात्र असा पर्याय नव्हता.

प्रकरण सहावे

कळीचा कालखंड
१९२९-१९३५

विन्स्टन संधिसाधू होते आणि त्यांनी कोणतीही गोष्ट पूर्णत्वाला नेली नाही, अशी टीका १९३१ मध्ये प्रकाशित झालेल्या एका लेखात करण्यात आली होती. काही अंशी त्यांच्या राजकीय कारकिर्दीचा अकाली मृत्युलेख, असंच त्या लिखाणाचं स्वरूप होतं.[१] विन्स्टनना झोडपण्यासाठी त्यांच्या टीकाकारांना कोणतीही बारीकशी गोष्ट पुरते. यासंबंधीचा उलगडा करून घ्यायचा असेल तर विन्स्टन चर्चिल यांच्या स्वभावापेक्षा या टीकाकारांच्या स्वभावाचंच विश्लेषण करावं लागेल. राजकारणी म्हणून विन्स्टन अपयशी ठरले, ही त्यांच्या महान मुत्सद्दी असण्याचीच उलटी बाजू होती. ते अनेक पैलू असलेले होते, तर बहुतेकांकडे केवळ मर्यादित कौशल्ये असतात; ते शूर होते, बहुतेक लोक भित्रे असतात; ते निश्चयी होते, बहुतांश लोक अनिश्चयी असतात; ते सक्षम होते, बहुतेकजण कमजोर असतात; ते मेहनती होते, बहुतेक लोक निष्काळजी असतात; ते स्वतःच्या वेळेचं उत्तम व्यवस्थापन करत, तर बहुतेक लोक विस्कळित वागतात. थोडक्यात, 'हाय व्हिक्टोरियन प्रोएट्री'चा भाग झालेली रुडयार्ड किप्लिंग यांची 'इफ' ही कविता ज्या मर्दानी गुणांचा गवगवा करते, ते सर्व गुण विन्स्टन यांच्यात होते. फक्त चांगलं दिसणं व खूप समंजस असल्यासारखं बोलणं, यासंबंधीच्या नियमांकडे मात्र त्यांनी पूर्ण दुर्लक्ष केलं आणि लोकशाहीत अनेकदा असं दुर्लक्ष अक्षम्य गुन्हा मानलं जातं.[२]

रॉबर्ट ऱ्होड्स जेम्स यांच्या शब्दांत सांगायचं, तर १९४० पूर्वीची विन्स्टन यांची कारकीर्द म्हणजे अपयशाचा पाढा आहे, त्यातही हे अपयश विचित्र प्रकारचं आहे. विन्स्टन यांनी या काळात पंतप्रधानपद आणि परराष्टमंत्रिपद सोडून इतर सर्व महत्त्वाची पदं सांभाळली होती. बहुतेक वेळा मंत्रिमंडळात त्यांचं सर्वाधिक वर्चस्व

राहिलं होतं किंबहुना काही वेळा ते पंतप्रधानांचे प्रतिस्पर्धी ठरले होते. यात पुन्हा पुनरावृत्तीवादाचा तीव्र प्रत्यय येतो. अनेकदा विन्स्टन यांच्या व्यक्तिमत्त्वाचं सामर्थ्य टीकेचा विषय ठरवलं जातं, जणू काही त्यांनी व्यापक हितासाठी हे सामर्थ्य दडपून टाकायला हवं होतं. मंत्रिमंडळ स्वरूपाच्या सरकारमध्ये सदस्यांमधील स्पर्धेतूनच राष्ट्रहिताचा उगम होतो, हे तत्त्व मानलं जातं. या प्रक्रियेत पंतप्रधानपदावरील व्यक्ती मध्यस्थ असते. या संदर्भातील एक लहान उदाहरण नोंदवणं उचित ठरेल. पहिल्या महायुद्धानंतर संरक्षणावरील खर्चात मोठी कपात केल्याचा ठपका विन्स्टन यांच्यावर ठेवला जातो आणि त्यांनीच एकसंध संरक्षण मंत्रालयाच्या निर्मितीविरोधात नकाराधिकार वापरला असं म्हटलं जातं. सरकारी खर्चात १९२१ मध्ये मोठी कपात झाली (कोणत्या बाबतीत बचत करता येईल हे ठरवण्यासाठी उद्योजकांची एक समिती लॉईड जॉर्ज यांनी नियुक्त केली होती. या समितीचे अध्यक्ष सर एरिक गेडेस हे होते, त्यावरून या खर्चकपातीला 'गेडेस ॲक्स' असं संबोधलं जातं.) त्या खर्चकपातीचं परीक्षण करणाऱ्या समितीचे विन्स्टन चर्चिल अध्यक्ष होते, तेव्हा त्यांनी एकसंध संरक्षण मंत्रालय निर्माण करण्याला विरोध केला होता. संरक्षणावरील खर्च युद्धपूर्व काळातील पातळीपेक्षाही खाली आणण्याच्या योजनेचा भाग म्हणून असं मंत्रालय निर्माण केलं जात होतं, हे मुख्य कारण विन्स्टन यांच्या विरोधामागे होतं.[३] विन्स्टन यांनी स्वतःची बाजू आटोकाट लढवली आणि संरक्षण खर्चातील कपात थांबवली; त्यामुळे मग यातील काही खर्चकपात शिक्षण व घरबांधणी या क्षेत्रांमध्ये करण्यात आली. हा सगळा परिणाम अनिष्ट होता, असा निवाडा कदाचित आता दिला जाईल; परंतु याचा काही अंशी दोष सामाजिक कल्याणकारी कार्यक्रमांना जबाबदार असलेल्या मंत्र्यांकडेही जातो, कारण खुद्द पंतप्रधान लॉईड जॉर्ज अशा कार्यक्रमांना अनुकूल असतानाही हे मंत्री या संदर्भातील खर्चकपात थोपवू शकले नाहीत. विन्स्टन यांच्याकडे अशा एखाद्या मंत्रालयाची जबाबदारी असती आणि युद्ध मंत्रालयाची धुरा कोणा कमी उत्साही व्यक्तीकडे असती, तर सैनिकी खर्चाला मोठा फटका बसला असता; पण विन्स्टन यांच्याकडे अशा सामाजिक संदर्भातील मंत्रालयाची जबाबदारी आलीच नाही.

आदेशसाखळी टाळून कारवाईच्या पातळीवर विन्स्टन 'हस्तक्षेप' करत असत, अशी टीका अनेकदा केली जाते; पण मुळात त्यांनी असा हस्तक्षेप केला नसता तर संबंधित दलांनी सगळी योग्य पावलं उचलली असती, याची खात्री देता येईल का? १९१४-१८ या वर्षांमध्ये वास्तवाशी कठोर सामना झाल्यानंतर 'खऱ्या सैनिकी वृत्तीकडे परत जाण्यासाठी विन्स्टननी 'गेडेस ॲक्स'च्या खर्चकपातीवर मात केली; पण त्यांनी वाचवलेला बराचसा पैसा सेनाधिकाऱ्यांनी वाया घालवला. या पार्श्वभूमीवर आणखी काही काळ विन्स्टन युद्ध मंत्रालयात राहिले असते आणि

सैनिकी उतरंडीला हलवून टाकण्यासाठी त्यांनी आवश्यक पावलं उचलली असती, तर त्याला 'हस्तक्षेप' म्हणता आलं असतं का? १९२५-२६ मध्ये कोषागार-मंत्रिपदी असताना त्यांनी त्यांचेच एक जुने मित्र ॲडमिरल बिट्टी (ते तेव्हा प्रथम समुद्री लॉर्ड होते.) यांना नाविकी अंदाजपत्रकातील प्रत्येक पैचा हिशेब कारणासहित मांडून द्यायला सांगितलं होतं. (लॉईड जॉर्ज यांनी १९१३-१४ मध्ये विन्स्टन यांच्याकडेही अशाच हिशेबाची मागणी केली होती.) 'विन्स्टनसारख्या अतिशय जलद बुद्धीच्या माणसासोबत काम करायचं असेल, तेव्हा माझी दमछाक होते. एखादं चुकीचं पाऊल, गैरटिप्पणी किंवा अगदी वेगळा हावभावही तो तत्काळ पकडतो; त्यामुळे सतत दक्ष राहावं लागतं,' असं बिट्टी यांनी लिहिलं होतं.[४] एका अर्थी हे युद्धासारखंच होतं, अशीही टिप्पणी त्यांना करता आली असती. दुर्दैवानं अशी प्रतिकूल वागणुकीची पद्धत याबाबतीत उपयोगी पडली नाही, कारण इथला मुद्दा (व्यापारी मार्गांच्या संरक्षणासाठी वापरायच्या वेगवान नौकांचा प्रकार व उपकरण) भूयुद्धासंबंधीची पक्षपाती भूमिका अधोरेखित करणारा ठरला. पहिल्या महायुद्धात १९१७ मध्ये जर्मनीच्या पाणबुड्यांनी केलेल्या आक्रमणाच्या अनुभवानंतर भूयुद्धाला अशा पद्धतीनं झुकतं माप देणं सोयीचं नव्हतं. वेगवान नौकांचा मुद्दा मुख्यत्वे अमेरिकेनं पुढे आणला. भविष्यामध्ये कधी संघर्ष उद्‌भवला, तर ब्रिटनची नाकेबंदी करता येईल इतकी नाविकी शक्ती आपल्याकडे असायला हवी, अशी विधानं करायला अमेरिकेनं सुरुवात केली होती. (ब्रिटन व अमेरिका परस्परांविरुद्ध पक्षांमध्ये असतील अशा युद्धाची शक्यता त्या काळी जाणवत होती.) वास्तविक अशा पाणबुड्यांच्या संभाव्य धोक्यापासून ब्रिटनच्या जीवनवाहिन्यांचं रक्षण करण्यासाठी संरक्षक जहाजांची (एस्कॉर्ट) संख्या वाढवण्याची गरज आहे, हे सिद्ध झालेलं होतं.[५] पण अतिजलद नौकांच्या (क्रूझर) गदारोळामध्ये ही खरी गरज दुर्लक्षिली गेली. दीर्घ काळ वापरून झालेल्या युद्धनौकांची जागा घेण्यासाठी आक्रमक क्रूझर नौका अधिक योग्य आहेत, तुलनेनं एस्कॉर्ट जहाजं सहनशील निष्क्रियता राखतात, असा दृष्टिकोन वरचढ ठरला होता किंबहुना हा निखळ तांत्रिक विषय विशिष्ट मनोलैंगिक पातळीवर जाऊन चर्चिला जात होता.[६] या संदर्भात रॉस्किल यांनी परखड मांडणी केली आहे :

> 'व्यापारी ताफ्यासोबत जाणाऱ्या संरक्षक जहाजांचा तुटवडा भासत होता, याची थेट जबाबदारी आरमार मंत्रालयाकडे जाते आणि या संदर्भात कोणतीही सबब देता येणार नाही... व्यापारी मार्गांवरील हल्ल्यांना तोंड देण्यासाठी १९३९ मध्ये ब्रिटिश नौदल मानसिकदृष्ट्या व भौतिकदृष्ट्याही सज्ज नव्हतं. व्यापारी ताफ्यांच्या संरक्षणाचं कोणतंही

'तत्त्व' अंगीकारण्यात आलेलं नव्हतं, डावपेच तयार करण्यात आलेले नव्हते, संभाव्य संरक्षक दल अधिकाऱ्याला कोणतंही मार्गदर्शन मिळालं नव्हतं. व्यापारी संरक्षणाच्या शोकांतिकेकडे इतिहासकारांनी अतिशय कमी प्रमाणात लक्ष दिलेलं आहे. पाणबुड्यांच्या हल्ल्यापासून व्यापारी पथकांचं संरक्षण करण्याबाबत विमानांची भूमिकाही महत्त्वाची असते, हे पूर्णतः विस्मृतीत गेलं होतं; त्यामुळे या संदर्भात हवाई मंत्रालयाकडेही तितकाच दोष जातो.'[७]

पूर्वेच्या टोकाला 'फोर्ट्रेस सिंगापूर' हा ब्रिटनचा मुख्य नाविकी तळ होता. बराच खर्च करून १९३० च्या दशकात उभारण्यात आलेला हा तळ १९४२च्या सुरुवातीला मलाय द्वीपकल्पावरील जपानी हल्ल्यात गमावावा लागला. इतरांच्या चुकांचं खापर विन्स्टन यांच्यावर फोडण्याच्या वृत्तीची एक प्रमुख खूण म्हणून या दुःखद घटनाक्रमाकडे पाहता येतं. 'गेडेस अॅक्स' खर्चकपात योजनेचा फटका सिंगापूरमधील नाविकी तळाच्या बांधणीला बसू नये, यासाठी युद्धमंत्री या नात्यानं विन्स्टन यांनी आवश्यक बचत केली; परंतु या तळाच्या संरक्षणासंबंधीची सुसंगत माहिती दलप्रमुखांनी आपल्यासमोर सादर करावी, अशी मागणी त्यांनी केली होती. या दलप्रमुखांनी या मागणीची पूर्तता केली नाही. त्यानंतर कोषागारमंत्री असतानाही त्यांनी पुन्हा हीच मागणी केली; पण तेव्हाही त्यांना अशाच अपुरेपणाचा अनुभव आला. ऑस्ट्रेलिया व न्यूझीलंडमधील सार्वभौम सरकारं आणि ब्रह्मदेश, भारत व मलाया इथल्या ब्रिटिश प्रशासकांच्या निष्क्रियतेलाही या संदर्भात आरोपीच्या पिंजऱ्यात उभं करणं गरजेचं आहे, कारण या घटनाक्रमाचा त्यांच्यावर थेट परिणाम होणार होता.[८] विविध सेवादलांमध्ये सहमतीचा अभाव आढळल्यामुळे कोषागार मंत्रालयातील सचिव वॉरन फिशर यांनी प्रघातानुसार अतिशय घातक तोडगा लादला; त्यामुळे सिंगापूरमधील तळाचा प्रकल्प पूर्णतः सोडूनही देण्यात आला नाही आणि त्याला योग्य तेवढा निधीही देण्यात आला नाही.[९]

विन्स्टन यांनी मंत्री म्हणून केलेलं वर्तन त्यांच्या विरोधात जाणारं नव्हतं; पण स्वतःच्या राजकीय स्थानाला तकाकी आणण्यासाठी त्यांनी केलेलं लेखन मात्र त्यांच्या भूमिकेविषयी प्रश्नचिन्ह उपस्थित करणारं होतं. विचारसरणीवर त्यांचा विश्वास नसल्यामुळे त्यांच्या लेखी सुसंगतपणा हा राजकीय गुण नव्हता; त्यामुळे त्यांच्या आधीच्या व नंतरच्या लिखाणातील किंवा वक्तव्यातील विसंगती दाखवून देणं निरुपयोगी ठरतं.[१०] परंतु १९२०च्या दशकात ज्या स्फोटकाची वात पेटवायला त्यांनी मदत केली होती, त्यातून १९३०च्या दशकात त्यांना उच्चासनापर्यंत पोहोचता आलं, असं मानायला बरीच जागा आहे. जुलै १९१५ मध्ये आपण

दार्दानेल्सला जाणार आहोत, असं त्यांना वाटलं होतं. या संदर्भात त्यांनी क्लेमींना पत्रही लिहिलं होतं. विन्स्टन यांचा मृत्यू झाला तर हे पत्र उघडायचं होतं; त्यांच्या स्मृतींची सत्यता प्रस्थापित करण्याबद्दलच्या सूचना त्यात होत्या.[११] '*द वर्ल्ड क्रायसिस*'च्या पहिल्या दोन खंडांनी हे काम पार पाडलं. त्यानंतर त्यांना कमी-अधिक प्रमाणात केलेल्या लेखनातून वैयक्तिक स्वायत्तता राखण्याइतका पैसा मिळालाच, शिवाय स्वतःची नवीन व सुधारलेली प्रतिमा घडवता आली आणि त्यांच्या मरणोत्तर स्मरणालयालाही आकार देता आला. (त्यांच्या काळात सर्वव्यापी असलेली राजकीय अनैतिकता आणि भ्रष्ट मार्गांच्या व्यापक संधी लक्षात घेता, विन्स्टन यांनी मात्र लेखनातून मुख्य आर्थिक स्रोत उभा करणं कौतुकास्पद ठरतं.) पाश्चात्त्य आघाडीवरील आपल्या संक्षिप्त अनुभवाला तात्त्विक खोली आणायचा प्रयत्न त्यांनी केला (परंतु अशा तात्त्विक सखोलतेचा अभाव त्यांच्या दृष्टीत होता, हे त्यांच्या खासगी पत्रव्यवहारावरून दिसून येतं) त्याचा दाखला म्हणून पुढील उतारा वाचता येईल :

> 'नोव्हेंबर महिन्यात एके दिवशी संध्याकाळ ओसरत असताना मी पहिल्यांदाच ग्रेनेडधारी सैनिकांच्या पथकाचं ओल्याकंच भूमीवर नेतृत्व केलं, तेव्हाच माझी खात्री पटली की, ॲडमिरल, जनरल व राजकारणी यांनी बनलेल्या सेनाधिकारी मंडळांच्या आणि मंत्रिमंडळांच्या चुकांची व अनभिज्ञतेची- (यात निःसंशयपणे माझ्याही अनेक चुकांचा व अनभिज्ञतांचा समावेश आहे.) भरपाई ध्येयानं प्रेरित झालेले साधे सैनिक व त्यांच्या पथकांचे अधिकारी करतील.'[१२]

युद्ध कसं जिंकलं जातं, याचं हे अचूक मूल्यमापन असलं, तरी 'निःसंशय' स्वतःला वेगळं काढणाऱ्या या शब्दप्रयोगाचा वापर प्रस्तुत विधानाला अप्रामाणिक ठरवणारा आहे. विन्स्टन यांनी रॉयल स्कॉट्स फुझिलायर्स या दलाचं नेतृत्व केलं-आक्रमणाच्या कारवाईत नसेल तरी खंदकांमधील युद्धपद्धतीमध्ये ते नक्कीच सहभागी होते; पण उपरोल्लेखित उताऱ्यामधील देदीप्यमान चित्रणासारखी कामगिरी काही या दलानं केलेली नव्हती. उलट विन्स्टन यांची युद्धातील वास्तवामधील भावनिक गुंतवणूक किती कमी होती हे या उताऱ्यामधून दिसतं. क्लेमी यांच्यासोबतच्या आत्मकेंद्री पत्रव्यवहारापेक्षाही हा उतारा अधिक बोलका आहे. जवानांना मृत्यूच्या तोंडाशी पाठवणाऱ्या सेनाधिकाऱ्यानं अलिप्त असणं आवश्यक आहे, असा युक्तिवाद काहीजण करतील; परंतु दशकभराच्या सखोल मननानंतर त्यांनी किमान प्रामाणिक नम्रता दाखवायला हरकत नव्हती. '*द वर्ल्ड क्रायसिस*'च्या १९२७ मध्ये प्रकाशित

झालेल्या तिसऱ्या व चौथ्या संयुक्त खंडांमध्ये विन्स्टन यांनी स्वतःची आक्रमक बहिरी ससाण्याची प्रतिमा शांततावादी कबुतरामध्ये बदलण्याचा धूर्त प्रयत्न केला. हे पुस्तक म्हणजे 'युद्धविरोधी प्रबंधच आहे- अगदी एखाद्या शांततावाद्याच्या लेखनकृतीपेक्षाही हा ग्रंथ अधिक परिणामकारक ठरतो,' अशी प्रशस्ती किन्स यांनी दिली. पाश्चात्त्य आघाडीवरच्या सेनाधिकाऱ्यांवर सर्व दिशांनी टीका होत असताना विन्स्टनही आनंदानं या शिकारीत सामील झाले. ऑगस्ट-नोव्हेंबर १९१७ मध्ये जनरल सर हेन्री रॉलिन्सन यांनी पाश्चेनदाएल लढाईदरम्यान लिहिलेल्या एका पत्रातील अवतरण विन्स्टन यांनी नोंदवलं आहे : 'मी इथे चिकटून राहिलोय, कारण मला याहून चांगला पर्याय माहीत नाही आणि मी इथेच चिकटून राहावं असं माझी अंतःप्रेरणा मला सांगते; पण याहून अधिक काही चांगला युक्तिवाद या वागण्याच्या समर्थनार्थ देता येणार नाही'. 'सुमारे चार लाख जवानांचा त्याग रेटून नेण्यासाठी हे शब्द वापरले आहेत हे लक्षात घेतलं तर ते आणखी भयानक वाटतात,' अशी उग्र टिप्पणी विन्स्टन यांनी केली.[१३]

टायन कॉटमधील स्मरणालयात हुतात्म्यांच्या यादीमध्ये नोंदवलेली नावे वगळता या लढाईत मृत्युमुखी पडलेल्या जवानांची दुसरी कोणतीच खूण मागे उरलेली नाही. या हजारोंच्या मृत्यूतील भयाणता कमी लेखण्याचा माझा हेतू नाही; पण प्रस्तुत युद्धात प्राण गमवावा लागलेल्या ब्रिटिश आणि साम्राज्यातील इतर जवानांची संख्या २,६०,००० इतकी मोठी होती; त्यामुळे मनुष्यबळामध्ये वर्चस्वस्थानी असलेल्या दोस्त राष्ट्रांनी शत्रूला जेरीस आणण्यासाठी केलेला हा यशस्वी; परंतु खिन्न प्रयत्न ठरला, असं म्हणावं लागेल. (मृत्युमुखी पडलेल्या जर्मन सैनिकांची संख्याही साधारण इतकीच होती; पण ही आकडेवारी मुळातच वादग्रस्त मानली जाते.) त्याच वर्षाच्या पूर्वार्धात चेमिन देस दमेस इथल्या चढाईच्या वेळी भेसूर पराभव पत्करत जनरल नायव्हेली यांनी त्यांच्या फ्रेंच सैन्याचं मनोबल कोलमडवून टाकलं आणि जर्मनांवर दबाव टिकवून ठेवण्याची पूर्ण जबाबदारी ब्रिटिश दलांवर आली. विन्स्टनना याची पूर्ण माहिती होती. या लढाईदरम्यान १९१८ मध्ये लॉर्ड लँसडाउन यांनी लिहिलेल्या एका लेखावर विन्स्टन यांनी हल्ला चढवला. याच लॉर्ड लँसडाउन यांनी १९०५ मध्ये ब्रिटनच्या भूयुद्धाबाबतच्या वचनबद्धतेला सुरुंग लावला होता. उरल्यासुरल्या युरोपीय सभ्यतेला वाचवण्यासाठी शांततेच्या वाटाघाटी कराव्यात, असं आवाहन त्यांनी १९१८च्या लेखामध्ये केलं होतं. हे युद्ध म्हणजे ख्रिस्ती सभ्यता आणि वैज्ञानिक रासवटपणा यांच्यातील संघर्ष आहे, असं प्रत्युत्तर विन्स्टन यांनी दिलं. 'जर्मनीचा पाडाव करावाच लागेल. आपला पाडाव झाला, हे जर्मनीच्या लक्षात आणून द्यायला हवं. आपला पाडाव झाला, ही जाणीव जर्मनीला व्हायला हवी. इतर कोणालाही कधीच या गुन्ह्यांचं अनुकरण करण्याची हिंमत

होणार नाही, अशा स्वरूपाच्या अटी व तथ्यांद्वारे या पराभवाची नोंद व्हायला हवी. असं झालं तरच या गुन्ह्यांच्या पुनरावृत्तीपासून आपल्याला संरक्षण लाभेल,' असं विन्स्टन यांनी लिहिलं.[१४]

अखेरीस १९२९ मध्ये प्रकाशित झालेल्या *'द आफ्टरमॅथ'* या ग्रंथात विन्स्टन यांनी भयंकर घटनांचं सूचन करणारी मांडणी केली. एकतर्फी शांततावाद हेच एकमेव समजूतदार व शहाणपणाचं धोरण आहे, असं या लेखनातून प्रतीत होत होतं. विन्स्टन यांच्याइतक्याच देशभक्त असलेल्या लाखो नागरिकांच्या मनात या दृष्टिकोनानं घर केलं. विशेष म्हणजे पुढील दशकभर विन्स्टन स्वतः या शांततावादावर कठोर हल्ला चढवत राहिले, तर सदर पुस्तकात विन्स्टन म्हणतात :

'यापूर्वी कधीही मानवता अशा अवस्थेत नव्हती. दखलपात्र म्हणावी अशी कोणतीही गुणात्मक सुधारणा झालेली नाही किंवा सुज्ञ मार्गदर्शनही उपलब्ध नाही; त्यामुळे पहिल्यांदाच मानवतेच्या हाती अशी साधनं आली आहेत, ज्यातून स्वतःचंच निर्मूलन करणं तिला शक्य झालं आहे. माणसांच्या सर्व देदीप्यमान आणि कष्टी कृतींचा शेवट अशा रीतीनं व्हावा, ही मानवी नियतीच म्हणावी लागेल... मृत्यू अगदी दक्ष स्थितीत बसला आहे. आज्ञाधारक, सेवा देण्यास उत्सुक लोकांना एकगठ्ठा कापून टाकण्याची त्याची तयारी आहे. त्याला सांगितलं तर तो ही उरलीसुरली सभ्यता कायमची चिरडूनही टाकेल. तो केवळ आदेशाची वाट पाहतो आहे. भयग्रस्त, भांबावलेल्या आणि दीर्घकाळ मृत्यूला बळी पडलेल्या मानव प्राण्याच्या आदेशाची तो वाट पाहतो आहे- केवळ या एकाच प्रसंगामध्ये मानव हा मृत्यूचा मालक बनला आहे.'[१५]

युद्धाचा विचार परवडणारा नाही, असं म्हटल्यामुळे काही त्याची संभाव्यता कमी होत नाही. हे काही एखाद्या अपरिपक्व तरुणाचे भावनावेगानं उमटलेले शब्द नव्हते, तर पन्नाशीमध्ये असलेल्या एका माणसाचा हा विचारी दृष्टिकोन होता. शिवाय या माणसानं अनेक वर्षं उच्च पदांची जबाबदारी पेललेली होती; त्यामुळे शस्त्र तंत्रज्ञानाच्या विकासाविषयी आपल्यापेक्षा या माणसाला अधिक माहिती असेल, अशी स्वाभाविक धारणा वाचकांच्या मनात होती. हे युद्ध इतिहासाला धरूनही नव्हतं : पहिल्या महायुद्धाची केवळ व्याप्ती आणि कालावधी पाहिला तरीही त्यातील खंदक, भुयारं, भूसुरुंग, बॉम्बफेक आणि चढाई या सर्व गोष्टी आधीच्या काळातील वेढा युद्धपद्धतीपेक्षा अतिशय भिन्न असल्याचं लक्षात येतं. शिवाय तत्कालीन युरोपीय लोकसंख्येचा विचार केला, तर रोमनकालीन 'तीस वर्षांच्या युद्धा'तील (१६१८-४८) जीवितहानीपेक्षाही दुसऱ्या महायुद्धातील जीवितहानी जास्त असावी. सरकारी धोरणातील सामूहिक चुका आणि निष्काळजीपणा यांमधील विन्स्टन यांच्या सहभागीदारीची चर्चा आपण याआधीच केली आहे. त्याचबरोबर प्रभावी वक्ता व

भाष्यकार म्हणूनही विन्स्टन यांनी भयभीत नकाराचं वातावरण वाढवण्याला मोठा हातभार लावला आणि पुढे १९३० च्या दशकात या वातावरणाविरोधात निष्फळ संघर्ष केला.

अर्थात सैनिकी हुकूमशहांसमोर चांगला दाखला घालून देण्याच्या आशेनं ब्रिटिश सरकार एकतर्फी निःशस्त्रीकरणाचा निर्णय घेईल, हे विन्स्टन यांच्या स्वप्नातही आलं नव्हतं हे मात्र मान्य करायला हवं. 'मानवी वंशाची कथा युद्धाचीच असली'[१६], तरीही यासाठी मोजावी लागणारी किंमत व त्याचे परिणाम इतके पराकोटीला गेलेले आहेत की, या कथनामध्ये बदल करण्यासाठी निर्धारानं प्रयत्न करायलाच हवेत, असा त्यांचा दृष्टिकोन होता; पण यासाठीचे त्यांचे प्रयत्न अगदीच उघड स्वरूपाचे होते. 'आपण सगळ्यांनी आत्महत्या करायची आहे का?' असा सवाल त्यांनी १९२४ मध्ये केला.[१७] अशी मांडणी पत्रकारासाठी कायमच लाभदायक ठरत असली, तरी राजकीय मुत्सद्द्याच्या स्थानावरून असं बोलणं बेजबाबदारीचं ठरतं; पण इथेही हे लक्षात घ्यायला हवं की, विन्स्टनना मोठ्या आस्थापनेची देखरेख करायची होती, त्यांनी कोणत्याही मंडळांचं संचालकपद बळकावलेलं नव्हतं, लब्धप्रतिष्ठित सरकारी पदांवर मांड ठोकलेली नव्हती (१८८४ च्या सुधारणा अधिनियमानं तयार झालेल्या पालिकांसारख्या कोणत्या संस्थेत त्यांचा वरचश्मा नव्हता) आणि काही वेळा तर भल्याभल्या शब्दप्रभूंची वाक्यं घसरलेली असतात; त्यामुळे विन्स्टन यांच्या लेखनाकडे या पार्श्वभूमीवर पाहावं लागेल. विन्स्टन यांचं वाङ्‌मयीन काम विपुल प्रमाणात सुरू होतं. हा त्यांचा दुय्यम पेशा होता, हे लक्षात घेता त्यांना खासच बहुप्रसव लेखक म्हणावं लागेल. तरीही सर्वसाधारणपणे त्यांनी वेळोवेळी व्यक्त केलेल्या मतांमध्ये अंतर्गत सुसंगती दिसून येते. उच्चपदस्थ धोरणांपासून ते अनेक क्षुल्लक मुद्द्यांपर्यंत ते लेखन करायचे. त्या काळातील सर्वाधिक मानधन मिळणाऱ्या भाष्यकारांमध्ये विन्स्टन यांचा समावेश होत असे. विशेष म्हणजे त्यांना मानधन देणाऱ्या मंडळींच्या हातातून सहसा पैसा सुटत नसे.

या प्रकरणाच्या शीर्षकामध्ये आलेला 'कळीचा कालखंड' विन्स्टन यांच्या संदर्भात नव्हता, तर समाजाच्या संदर्भात होता. या काळात देशाचं 'जीवन बदलून गेलं.' या संदर्भात एक अचूक ठरणारा दाखला आहे; पण तो फार न लांबवता थोडक्यात नोंदवणंच योग्य ठरेल : त्या काळात ब्रिटिश संस्कृतीतील सुपीकता कमी होत होती; तिच्या आत्मरत वृत्तीमुळे व्यापक जगासोबतचा संवाद तुटला होता. हा अचानक झालेला किंवा नाट्यमय स्वरूपाचा बदल नव्हता. ब्रिटिशांची ओळख असलेली साहसी वृत्ती अनेक पातळ्यांवर विरत चालली होती. चार्ल्स डिकन्स यांनी १८४२ च्या लेखनात ज्या 'भयंकर प्रतिष्ठितपणा'चा आणि 'संकुचित,

मर्यादित, पद्धतशीर नित्यक्रमा'चा धिक्कार केला होता, तीच वृत्ती आता सामाजिक नियमासारखी पसरली होती. अर्थव्यवस्था रचनात्मकदृष्ट्या कुंठितावस्थेत होती, लेखनसुद्धा आत्ममग्न झालं होतं, चित्रकला पराश्रयी बनत चालली होती आणि प्रायोगिक कलांमध्ये गतकाळाच्या गौरवीकरणावर भर दिला जात होता. नजीकच्या भूतकाळाला नाकारण्याची प्रवृत्ती जोर धरू लागली. त्या काळाच्या संदर्भात कदाचित ही प्रवृत्ती स्वाभाविक म्हणता येईल; पण समाजाच्या आरोग्याला ती लाभदायक नव्हती. या प्रवृत्तीचा पहिला आविष्कार 'नॅशनल ट्रस्ट' या संस्थेच्या रूपात दिसून आला. स्वतंत्रपणे या संस्थेचं काम कौतुकास्पद होतं; पण औद्योगिकपूर्व इडनचं भावोत्कट मिथक पुढे करण्यावर या संस्थेचा भर होता. या प्रवृत्तीचा दुसरा प्रवाह 'ब्लूमस्बरी ग्रुप'द्वारे निर्माण झाला- आपल्या हुशारीच्या प्रदर्शनासाठी व्हिक्टोरियन काळातील इंग्लंडच्या मूल्यव्यवस्थेला क्षीण करण्याचा प्रयत्न या संस्थेनं चालवला होता.[१८] हे दोन्ही प्रवाह विन्स्टन यांच्याविषयी प्रतिकूल मत बाळगून होते आणि ब्लूमस्बरी ग्रूप तर विन्स्टन यांच्या बर्कियन दृष्टिकोनाचा स्पष्ट विरोधकच होता. 'गतकाळ आणि वर्तमानकाळ यांच्या संयोगाची सुवर्णसाखळी कधीही तुटली नाही, कारण त्यावर कोणताही अवाजवी ताण देण्यात आला नाही. यातूनच इंग्लिश राष्ट्रीय जीवनाची गुणवत्ता व सार्वभौम दर्जा निर्माण झाला आहे,'[१९] हे विन्स्टन यांचं म्हणणं या प्रवाहांना पटण्याजोगं नव्हतं.

यातील कोणतीही घडामोड केवळ 'पुरोगामी' व 'प्रतिगामी' किंवा 'समाजवादी' व 'भांडवलवादी' यांसारख्या सुलभ द्विभाजनाद्वारे समजून घेता येणार नाही, कारण या काळात धाडसी नवीन पहाटेचं प्रतिनिधित्व खुद्द लेबर पक्षच करत होता; पण द्विभाजक मांडणीवर निःशंकपणे विश्वास ठेवणाऱ्या अभ्यासकांचा वारसा अजूनही सार्वजनिक संभाषितावर वर्चस्व गाजवून आहे. लेबर पक्षाला १९४५ पर्यंत केवळ कष्टकरी वर्गातील बहुसंख्य मतं मिळवण्यातही यश आलं नव्हतं; पण त्यांच्या नेत्यांना सरकार चालवण्याचा अनुभव मिळाला होता. शिवाय केंद्रीय नियोजन व मार्गदर्शन असलेली अर्थव्यवस्था दुसऱ्या महायुद्धादरम्यान सकृत्दर्शनी यशस्वी ठरलेली असल्यामुळे त्यांच्या कार्यक्रमाला विश्वासार्हताही प्राप्त झालेली होती. तत्पूर्वी दोन महायुद्धांदरम्यानच्या सात निवडणुकांमध्ये बाल्डविन व कन्झर्वेटिव्ह पक्षाला सापेक्ष बहुमत मिळालं आणि दोन अपवाद वगळता इतर सर्व निवडणुकांमध्ये पूर्ण बहुमत मिळालं. राष्ट्रीय भावनेची अभिव्यक्ती हा पक्ष सर्वोत्तमरीत्या करत होता, हे या यशामागचं कारण होतं. या काळात कुशल कष्टकरी वर्गापासून राजघराण्यापर्यंत सर्वांना सामाजिक अवनतीची भीती वाटत होती आणि हीच प्रबळ भावना कन्झर्वेटिव्ह पक्षानं उचलून धरली. कितीही गरजू असलेल्या एखाद्या गटाचा काहीही लाभ झाला, तरी त्यातून दुसऱ्या कोणाचा तरी तोटा झाला असणारच,

अशी धारणा तत्कालीन स्थितिवादी सामाजिक दृष्टिकोनामध्ये रुजलेली होती.

संघटित कष्टकरी वर्गाच्या समतुल्य इतर संकल्पनांना अर्थशास्त्रज्ञ 'श्रमविषयक तर्कदोषाचा डोलारा' असं संबोधतात. एका विशिष्ट प्रमाणातच काम अस्तित्वात असतं; त्यामुळे उत्पादकता वाढली की, उपलब्ध रोजगार कमी होतात, असा हा समज आहे. आर्थिक अवनतीच्या काळात या प्रवृत्तींना बळ मिळतं आणि संरक्षणाच्या मागण्या जोर धरू लागतात. अर्थव्यवस्था नवीन रोजगार निर्माण करत नसल्याचं जनतेला वाटायला लागलं, तर परदेशी स्पर्धकांद्वारे जुन्या रोजगारांचं जतन करावं अशी मागणी जनतेकडून होईल आणि राजकीय पक्ष ही मागणी मान्य करतील. पुरोगामी मतप्रवाहाकडून एखादा व्यवहार्य पर्याय पुरवला जाईल असंही नाही. उदाहरणार्थ, अमेरिकेमध्ये फ्रँकलीन डी. रूझवेल्ट यांच्या नवीन धोरणाला (न्यू डील) 'सामाजिक सुरक्षा' असं रास्त संबोधन मिळालं. मुख्यत्वे कनिष्ठ मध्यमवर्गाला आश्वस्त करण्यासाठी या धोरणांची रचना करण्यात आली होती. जर्मनीमध्ये या वर्गाच्या भयानं अखेरीस जे राजकीय रूप घेतलं ते पाहता अमेरिकी सरकारची ही कृती सुज्ञपणाची ठरली. पुरोगामी आदर्शामध्ये कायमच नोकरशाहीकडे सत्ता केंद्रित झालेली असते आणि ब्रिटनमध्ये केवळ ऐतिहासिक अपघातामुळे ही विचारसरणी श्रमजीवीवादाशी जोडली गेली.

ऑक्टोबर-नोव्हेंबर १९२९ मध्ये वॉल स्ट्रीट समभाग बाजार कोलमडला, (वॉल स्ट्रीट क्रॅश) तेव्हा विन्स्टनना स्वतःकडची बचत (आजच्या चलनानुसार तीन लाख पौंड, शिवाय अमेरिकेच्या कागदी संपत्तीमधील ३० अब्ज डॉलर) गमवावी लागली. या वेळी मुक्त बाजारपेठेवरच्या त्यांच्या श्रद्धेलाही गंभीर धक्का बसला. 'काळा मंगळवार' म्हणून ओळखल्या जाणाऱ्या दिवशी, २९ ऑक्टोबर १९२९ रोजी ते न्यू यॉर्कमध्ये होते. या कालावधीत अनेक समभाग दलालांनी आत्महत्या केली. एका दलालाची आत्महत्या तर आपल्या हॉटेलच्या खिडकीतूनही दिसली, असा दावा विन्स्टननी केला होता. याहून भीषण घटना घडणार होत्या. सट्टेबाजीचा फुगा फुटला आणि अमेरिकी सरकारने स्वतःच्या अनेक अविचारी कृतींमुळे या घटनेला आर्थिक महामंदीमध्ये रूपांतरित केलं. यातूनच मग स्पर्धकांपासून स्वतःचं अवाजवी संरक्षण करणारी धोरणं राबवण्यात आली, आंतरराष्ट्रीय व्यापाराला खीळ बसली आणि याचे पडसाद जगभर उमटले. अमेरिकी वित्तपुरवठादारांनी युद्धकालीन कर्जाविषयी जी कठोर भूमिका घेतली होती, ती आता अमेरिकेवरच उलटली, कारण कर्जपरतावा चक्राकार पद्धतीनं सुरू ठेवायला कारणीभूत ठरलेली पतरचना कर्जदार राष्ट्रांनी नाकारली. व्यापारातून वरकड उत्पन्न कमावणंही आता शक्य राहिलं नव्हतं; त्यामुळे त्या-त्या राष्ट्रांनी आपापले जकात निर्बंध उभे केले आणि अखेरीस ही कर्जं बुडाली.

अमेरिकेच्या खालोखाल कर्जाऊ पत देण्याचं काम ब्रिटननं केलं होतं आणि अजूनही जगातील ते आघाडीचं व्यापारी राष्ट्र होतं; त्यामुळे ब्रिटनला सहन करावे लागलेले परिणाम अतिशय क्रूर होते.[२०] १९३० च्या अखेरीस ब्रिटनची निर्यात ५० टक्क्यांनी खालावली होती आणि बेरोजगारांची संख्या सुमारे १० लाखांवरून २५ लाखांपर्यंत गेली होती, (म्हणजे सुमारे २० टक्के श्रमशक्ती बेरोजगार होती.) शिवाय सरकारचा महसूलही कोलमडत होता. या पार्श्वभूमीवर रॅमसे मॅकडोनाल्ड यांच्या नेतृत्वाखालील लेबर पक्षाच्या सरकारनं सार्वजनिक वित्तपुरवठ्याचं परीक्षण करण्यासाठी समिती नेमली. या सरकारला पाठिंबा दिलेल्या लिबरल पक्षानं अशा समितीच्या स्थापनेसाठी दबाव आणला होता. सरकारी नोकऱ्यांमधील वेतन कमी करावं आणि बेरोजगारांना दिल्या जाणाऱ्या साहाय्य-रकमेतही कपात करावी, अशी शिफारस या समितीनं जुलै १९३१ मध्ये केली. कोषागारमंत्री फिलिप स्नोडेन यांनी समितीचे निष्कर्ष पूर्णतः स्वीकारले; पण संसदेतील त्यांच्या पक्षाच्या बहुसंख्य सदस्यांनी व देशातील जनतेनं या निर्णयाला कठोर विरोध केला.

सरकारनं बँकिंग व निर्यात क्षेत्रांचा ताबा घ्यावा आणि क्रयशक्ती वाढवण्यासाठी सरकारी खर्च वाढवावा, असा प्रस्ताव ओसवाल्ड मॉस्ली यांनी ठेवला होता; परंतु तो नाकारण्यात आला आणि १९३० मध्ये मॉस्ली यांनी चान्सलर ऑफ डची ऑफ लँकेस्टर या पदाचा राजीनामा दिला. इटलीमध्ये १९२० च्या दशकाच्या सुरुवातीला सत्ता काबीज केलेल्या मुसोलिनीचं अनुकरण करू पाहणाऱ्या मॉस्ली यांनी लेबर पक्ष सोडून स्वतःचा 'न्यू पार्टी' हा पक्ष स्थापन केला. कालांतरानं त्यांनी 'ब्रिटिश युनियन ऑफ फॅसिस्ट' असा पक्ष स्थापन केला.

गुंतवणूकदारांनी फिरवलेली पाठ आणि सोन्याची घटलेली पत, या पार्श्वभूमीवर २४ ऑगस्टला मॅकडोनाल्ड व त्यांच्या ज्येष्ठ सहकाऱ्यांनी इतर पक्षांसोबत राष्ट्रीय सरकार स्थापन केलं.[२१] लेबर पक्षानं लगेचच त्यांना हुसकावून लावलं. आपल्याला पुन्हा संधी मिळेल या आशेनं लॉईड जॉर्ज यांनी या सरकारचा धिक्कार केला. त्यानंतर मॅकडोनाल्ड यांनी पुन्हा निवडणुका जाहीर केल्या, त्यात लेबर पक्षाचे अगदी हाताच्या बोटांवर मोजण्याइतके सदस्य विजयी झाले आणि कन्झर्वेटिव्ह पक्षाचं सरकार आलं; पण तशी अधिकृत घोषणा झाली नाही.[२२] नवीन कोषागारमंत्री नेव्हिल चेम्बरलीन यांच्या कार्यकाळात या मंत्रालयातील रूढमतवादी धोरणं कायम राहिली. परिणामी, सरकारी नोकऱ्यांमधील वेतन आणि बेरोजगारांना मिळणाऱ्या साहाय्य-रकमा यांमध्ये कपात करण्यात आली, तर आयकरामध्ये १० टक्क्यांनी वाढ झाली. निश्चित विनियम दराच्या बचावासाठी कर्जदर सहा टक्क्यांवर नेण्यात आला आणि १९३१च्या अखेरीस बेरोजगारांची संख्या ३० लाखांपर्यंत वाढली होती. मग अचानक परिस्थिती पालटली, अभिजनवर्गानं वर नेलेला पौंड खाली

आणला आणि डॉलरच्या तुलनेत त्याची किंमत ३० टक्क्यांनी कमी होऊ दिली. यामुळे सोन्याचा पतऱ्हास थांबला आणि आयात-निर्यात समतोलामध्ये तत्काळ सुधारणा झाली. त्यापाठोपाठ व्याजदरामध्ये कपात करण्यात आली; त्यामुळे एकूणच परिस्थिती सुधारण्यासाठी पूरक अवकाश निर्माण झाला. आग्नेयेतील प्रदेशांमध्ये घरबांधणी क्षेत्रात मोठी तेजी आली आणि मुख्यत्वे दक्षिणेमध्ये व दक्षिण मिडलँड्समध्ये अपारंपरिक उत्पादन क्षेत्र वेगानं वाढलं. ब्रिटिश अर्थव्यवस्थेमध्ये तोपर्यंत गरीब अवस्थेत राहिलेल्या शेतीलाही शतकामध्ये पहिल्यांदाच आपलं भाग्य उजळल्याचा अनुभव आला. खाणकाम, पोलाद, जहाजबांधणी आणि कापडउद्योग यांसारख्या क्षेत्रांमध्ये ही तेजी तितक्या प्रमाणात दिसली नाही आणि स्कॉटलंड, वेल्स, उत्तर आयर्लंड तसेच इंग्लंडचा उत्तरेकडील भाग इथे बेरोजगारीनं गाठलेला जाचक उच्चांकही टिकून राहिला.

अर्थव्यवस्थेत नव्यानं जीव फुंकण्याच्या आटोकाट प्रयत्नांमध्ये अभिजात उदारमतवादाचा दृष्टिकोन नाकारण्यात आला. परिणामी, सर्व आयात वस्तूंवर सरसकट १० टक्के जकात लावण्यात आली. याला केवळ साम्राज्यातून होणाऱ्या आयातीचा अपवाद होता, कारण तिथे प्रतिस्पर्धी उद्योगांचं अस्तित्व नव्हतं. तर नेव्हिल चेम्बरलीन यांनी अखेर 'साम्राज्य प्राधान्य योजना' लागू केली. याच योजनेवरून झालेल्या वादामुळे ३० वर्षांपूर्वी नेव्हिल यांचे वडील ज्यो चेम्बरलीन यांनी कन्झर्वेटिव्ह पक्षात फूट पाडली होती. अभिजात सिद्धान्तामध्ये अंदाज बांधण्यात आला होता, त्यानुसार ब्रिटिश स्पर्धात्मकतेचे दीर्घकालीन परिणाम हानिकारकच होते; पण 'दीर्घकालीन विचार करायचा तर आपण सगळे मरणार आहोत,' असा तुच्छतावादी शेरा या संदर्भात किन्सनी मारला होता. अटीतटीच्या संकटाला तोंड देताना ब्रिटनमधील अभिजनवर्गानं आपली आत्यंतिक अलिप्तता बाजूला सारली एवढं तरी श्रेय या वर्गाला द्यावं लागेल. अमेरिकेतील अभिजनांच्या तुलनेत त्यांचं धैर्य वरचढ ठरलं, शिवाय आपल्या आंतरराष्ट्रीय जबाबदाऱ्यांविषयीही ते अधिक जागरूक होते. योग्य कृती करण्यासाठी राजकारणी निकरावर आलेले होते; पण काय करायचं याची त्यांना धड कल्पना नव्हती, अशा काळात ब्रिटिश अभिजनवर्गाचा प्रभाव अधिक लक्षणीय ठरला.

या पार्श्वभूमीवर, लोकमत आपल्या बाजूनं वळवण्यासाठी विन्स्टन यांनी काढलेल्या दोन प्रचारमोहिमांपैकी पहिली मोहीम अपयशी ठरली, हे स्वाभाविकच म्हणावं लागेल. ते जन्मले आणि लहानाचे मोठे झाले तिथपासून आतापर्यंतचा काळ बराच बदललला होता; या बदललेल्या काळातील न चोखाळलेल्या समुद्रीवाटा पार करण्यासाठी विश्वासार्ह होकायंत्र त्यांच्याकडे नव्हतं.[२३] आर्थिक बाबींमध्ये त्यांना पुढाकार घेता येत नव्हता, मग त्यांनी भारताला स्वशासनाचे (अतिशय

मर्यादित) अधिकार देण्याच्या प्रस्तावावरून बाल्डविन यांच्यापासून फारकत घेतली. लेबर पक्षाच्या सरकारनं या संदर्भातील पुढाकार घेतला होता आणि त्याला कन्झर्वेटिव्ह पक्षानं पाठिंबा दिला होता. वास्तविक ब्रिटिश लोकांच्या लेखी हा मुद्दा निकडीचा नव्हता. 'भारत/हिंदुस्थान ही भौगोलिक संकल्पना आहे. विषुववृत्ताप्रमाणेच भारत हेसुद्धा संयुक्त स्वरूपाचं राष्ट्र नाही,' असं विन्स्टन यांचं सार्वजनिक मत होतं.[२४] त्यांचा खरा आस्थाविषय कोणता होता ते मार्क्वेझ ऑफ लिनलिथगो (१९३६-४३ या काळात भारताचे व्हाईसरॉय राहिलेलं चैतन्यशील; पण निराश व्यक्तिमत्त्व) यांच्यासोबतच्या पत्रव्यवहारातून स्पष्ट होतं. हा प्रश्न हाताळण्यासाठी स्थापन झालेल्या समितीचं अध्यक्षपद लिनलिथगो यांच्याकडे होतं आणि विन्स्टन यांनी या समितीत सहभागी होण्यास नकार दिला होता.

> 'विसाव्या शतकाच्या सुरुवातीच्या वर्षांमधील सौम्य व संदिग्ध उदारमतवाद, महायुद्धाच्या समाप्तीनंतर उसळी घेतलेल्या चमत्कारिक आशा व भ्रम यांची जागा संसदीय व निवडणुकीय प्रक्रियेविरोधातील हिंसक प्रतिक्रियेनं घेतली, तसेच जवळपास प्रत्येक देशात प्रत्यक्ष किंवा अप्रत्यक्ष पातळीवर हुकूमशाही प्रस्थापित झाली. शिवाय, आपल्या बाह्य जोडण्या गमवाव्या लागल्या, परकीय व्यापार व जलवाहतूक यांना मर्यादा पडल्या; त्यामुळे ब्रिटनमधील अतिरिक्त लोकसंख्या धडधडीतपणे विध्वंसाच्या जवळ जाऊन ठेपली. लोकसंख्येची घनता जास्त असलेल्या औद्योगिक देशांमध्ये स्वसंरक्षणासाठीचा संघर्ष येत्या काळात अतिशय उत्कट पातळी गाठणार आहे; त्यामुळे भारतासारख्या मोठ्या वसाहतीवरील आपलं नियंत्रण सोडून देण्यास इंग्लंड इच्छुक असेल, असं मानणं तर्कभ्रष्ट युक्तिवादाचा दाखला ठरतं... माझ्या मते, इंग्लंड आता संघर्षाच्या नवीन कालखंडात प्रवेश करतो आहे आणि स्वतःच्या जिवासाठी लढतो आहे. यासाठी भारतावरील ताबा कायम ठेवणं कळीचं आहे, शिवाय व्यावसायिक हक्क अधिक सक्षमपणे बजावून सांगणंही तितकंच गरजेचं आहे. आपल्या खऱ्या हिताचा नसेल असा कोणताही दावा आपण भारताच्या संदर्भात करत नाही, एवढी खात्री झाली की, मग आपण आपली निःसंशय सत्ता त्यांच्या व आपल्याही कल्याणासाठी वापरू शकतो.'[२५]

परंतु घटता जन्मदर आणि प्राथमिक उत्पादित वस्तूंची वाढती मागणी यांमुळे विन्स्टन यांनी नमूद केलेली भूमिका कालबाह्य ठरते, असा प्रतिसाद लिनलिथगो यांनी दिला. 'प्रचंड जुनाट तत्त्वांना उखडून काढलं जात असताना कुठल्यातरी

फांदीला लोंबकळत राहिल्यासारखी विन्स्टन यांची भूमिका आहे. त्या तत्त्वांचा काळ आता विस्मृतीच्या गर्तेत जाईल, असं काहींचं मत आहे,' असं लिनलिथगो यांनी लिहिलं होतं.[२६] लिबरल मंडळींच्या साम्राज्यवादी मंचावरून आपल्यापेक्षा वयानं लहान असलेल्या कन्झर्वेटिव्ह नेत्यानं आपल्याला चार शब्द सुनवावेत, हे विन्स्टनना त्रासदायक वाटलं असणार. विशेषतः याच मंचावरून पूर्वी विन्स्टन दीर्घकाळ बोलत आले होते. लोकसंख्या आणि उत्पादन या घटकांचे परिणाम प्रदीर्घ काळानंतरच दिसतात, हे दोघांनाही माहीत होतं. भविष्य शांततापूर्ण व सुव्यवस्थित राहिलं, तर कामामध्ये नियमितपणे बदल करण्यासाठी वेळ मिळेल, असा लिनलिथगो यांचा दृष्टिकोन होता, तर विन्स्टन यांच्या मते जग वेगानं अधिकाधिक धोकादायक बनत चाललं होतं; त्यामुळे बांधाला बारीकसं भोक पडलं तरीही त्यातून लवकरच मोठा झोत अंगावर येण्याची शक्यता होती. एतद्देशीय लोकांनी ब्रिटिश वसाहतिक सत्तेचा अधिकार झिडकारायला सुरुवात केली, तेव्हा या साम्राज्याला घरघर लागली, हे खरंच आहे. या घटनाक्रमानंतर पाचच वर्षांनी युरोपमध्ये झालेल्या क्रांतिकारी परिवर्तनाचा विचार केला, तर विन्स्टन यांचं म्हणणं पूर्णतः चुकीचं होतं असं म्हणता येणार नाही.[२७]

या निमित्तानं सार्वजनिक जागरूकता वाढवण्यासाठी बोधप्रचार करता येईल, अशी विन्स्टन यांची धारणा होती. ब्रिटिश सत्ता ही स्थैर्य व सुव्यवस्था राखण्यासाठीची शक्ती आहे; त्यामुळे ती जगाच्या हिताची आहे, असं त्यांचं म्हणणं होतं. भारताला स्वायत्तता दिली तर त्यातून दीर्घकाळामध्ये ही सत्ता रोडावेल; पण विन्स्टन यांनी या संदर्भात घेतलेली भूमिका मुख्यत्वे एका नजीकच्या धोक्याकडे लक्ष वेधण्यासाठी होती. 'कन्झर्वेटिव्ह पक्षाचे नेते आणि विशेषतः बाल्डविन हे संकुचित व सुमार आहेत. ब्रिटनच्या घसरणीबाबत ते अलिप्त राहिले; त्यामुळेच त्यांचा तिरस्कार केला जातो,' अशी टिप्पणी त्यांनी केली.[२८] विन्स्टन यांची मोहीम दोन्ही पातळ्यांवर अपयशी ठरली : ही निसरड्या उतरंडीची सुरुवात आहे आणि त्यातून शेवटी वसाहतींना स्वातंत्र्य मिळेल, हे त्यांचं मत पटलेले काही कन्झर्वेटिव्ह नेते एका बाजूला होते, तर दुसऱ्या बाजूला ही प्रक्रिया आणखी पुढे गेली नाही, यामुळे संतप्त झालेले लेबर पक्षाचेही काही सदस्य होते. अखेरीस जून १९३५ मध्ये भारत विधेयकाचं कायद्यात रूपांतर करण्यासंबंधी मतदान झालं, त्यात ११२ विरुद्ध २८६ मतांनी हा कायदा मंजूर झाला. या अपयशानंतर विन्स्टन यांनी घनश्याम दास बिर्ला या श्रीमंत भारतीय उद्योगपतीला चार्टवेलमध्ये बोलावलं. गांधींचे जवळचे सहकारी असलेले बिर्ला विधेयकाच्या बाजूनं रेटा लावत होते. भारतीय समाजाच्या सर्वांत खालच्या स्तरावर जगणाऱ्या सदस्यांच्या- अस्पृश्यांच्या- बाजूनं बोलणाऱ्या गांधींविषयी आपल्या मनातील आदर वाढला आहे, असं जाहीर विधान विन्स्टन

यांनी केलं. खरंतर सविनय कायदेभंगाच्या चळवळीची सुरुवात झाली, तेव्हापासून गांधींनी अस्पृश्यतेविरोधी कृतीला सुरुवात केली होती, हे विन्स्टनना माहीत असायला हरकत नव्हती. विन्स्टन यांचे या बैठकीतील निरोपाचे शब्द बिर्ला यांनी गांधींना व कॉंग्रेस पक्षाच्या इतर नेत्यांना कळवले. ते असे होते :

'भारताविषयी मला खरोखरच सहानुभूती वाटते. माझी खरी भीती भविष्याविषयीची आहे. भारत आम्हाला ओझ्यासारखा ठरेल, असं मला वाटतं. आम्हाला आणखी एक सैन्यदल राखावं लागतं आणि भारतासाठी सिंगापूर व पश्चिम आशियामध्येही सैनिकी सामर्थ्य टिकवून ठेवावं लागतं. भारतानं स्वतःचा कारभार स्वतःच्या हातात घेतला, तर आम्हाला आनंदच होईल. शेवटी जीवनाची लांबी अतिशय कमी असते आणि मी जास्त स्वार्थी वागणं योग्य नाही. या संदर्भातील सुधारणा यशस्वी झाल्या, तर मला आनंदच होईल. एकूण पन्नास भारत आहेत, अशी माझी आत्तापर्यंतची समजूत होती; पण आता हे तुमच्या हातात आहे, त्याची यशस्वी अंमलबजावणी करा. तुम्हाला हे करायला जमलं तर तुम्हाला जास्त अधिकार देण्यासाठी मी बाजू मांडेन.'[२९]

हे बोलणं अतिशय सफाईदार व उत्कट आहे; पण तितकंच अप्रामाणिकही आहे. विस्टनना ब्रिटनची काळजी होती आणि ब्रिटिश हितसंबंधांना पूरक ठरेल इतपतच भारताशी त्यांना देणंघेणं होतं. या मुद्द्यावर त्यांनी चांगला लढा दिला; पण त्यामध्ये अपयश पदरी पडल्यावर त्यासंबंधीचा गाळ बाजूला करून, पुढील लढाईसाठी स्वतःला सज्ज करणं त्यांना आवश्यक होतं. 'हाउस ऑफ कॉमन्स'मध्ये पराभवाच्या स्वीकाराचं भाषण करताना त्यांनी १८६७ मध्ये सुधारणा विधेयकाच्या वेळचे लॉर्ड सॅलिसबरी यांचे शब्द उद्धृत केले : 'राजकीय पराभव सभ्यपणे स्वीकारणं आणि आपण बांधील असलेल्या तत्त्वांच्या यशासाठी सर्वतोपरी प्रयत्न करणं किंवा अमंगलाला निष्प्रभ करणं, हे प्रत्येक इंग्रजाचं आणि प्रत्येक इंग्रजी पक्षाचं कर्तव्य आहे.'[३०]

विवेचनात स्पष्टता राहावी यासाठी इथे या गोष्टी अनुक्रमशः नोंदवल्या असल्या तरी, प्रत्यक्षात भारत विधेयकाला विन्स्टन यांनी केलेला विरोध आणि जर्मनीतील नाझींच्या ऊर्ध्वगतीसंबंधी व्यक्त होत असलेल्या चिंता या दोन्हींचा कालक्रम सारखाच राहिला होता. एक तर ब्रिटनला सक्रिय साम्राज्यवादी धोरणाचा पाठपुरावा करता येईल किंवा युरोपातील सैनिकी सत्तेचा समतोल साधण्यासाठी मोठं योगदान देता येईल; पण या दोन्ही गोष्टी एकाच वेळी साध्य करता येणार

नाहीत, यासंबंधीची जाणीव विन्स्टन यांच्या बिर्लभेटीमध्ये व्यक्त झाली असणं अगदीच संभाव्य आहे. ब्रिटिश सत्ता शिखरावर असतानाही हे सामरिक द्विभाजन सुप्तरीत्या अस्तित्वात होतंच; पण आता परिस्थिती आणखी खालावली होती आणि धोके वाढले होते; त्यामुळे या मुद्द्यापासून पळ काढणं अशक्य झालं होतं. परिणामी, हवाई ताकदीचा प्रतिबंधात्मक वापर करता येईल, असा प्रदीर्घ युक्तिवाद ब्रिटिश राजकारणातील अमंगल प्रवृत्तीकडून होऊ लागला. १९१४ पूर्वी युद्धनौकांवरून अशाच प्रकारचा वाद झालेला होता. ब्रिटिश खाडीजवळचा किनारा जर्मनांच्या हातात पडू नये, यासाठी एकच ठोस मार्ग राहिला- सखल देशांच्या संरक्षणासाठी फ्रान्ससोबत सैनिकी आघाडी करून मोठं व सुसज्ज सैन्य या आघाडीच्या दिमतीला देणं, हा तो मार्ग.[३१] कुंठित औद्योगिक क्षमता आणि बेरोजगारी या दुहेरी समस्या वेगानं सोडवण्यासाठीही अशी सज्जता उपयोगी ठरली असती. हे जर्मनीच्या बाबतीत झालेलं होतं. पहिल्या महायुद्धाच्या सुरुवातीला प्रतिबंधात्मक उपाय अपयशी ठरल्याचं निदर्शनास आलं होतं; पण ब्रिटिश सत्ताधाऱ्यांनी तिकडे दुर्लक्ष केलं. शिवाय १९१८ च्या निवाड्याला आधी कमी लेखून नंतर तो पूर्णच नाकारण्याचा निर्धार जर्मनीनं केला होता, याचेही बरेच इशारे मिळत होते; पण त्याकडे कानाडोळा करण्यात आला.

नाझी जर्मनीचा अनुनय करणं शक्य नाही, हे बहुधा एकट्या विन्स्टन यांच्याच लक्षात आलं होतं. परिणामी, दशकभराच्या अनिश्चितावस्थेतूनही ते सन्मानानं राजकीय स्थानी परतले आणि दुसऱ्या महायुद्धामध्ये त्यांनी आपल्या राष्ट्राचं नेतृत्व केलं; पण १९१४ सालच्या घडामोडींमधून इतरांपेक्षा अधिक काही धडा त्यांनी घेतला होता, हे सिद्ध करणारा फारसा पुरावा नाही. मोठं सैन्य सतत खड्या स्वरूपात ठेवणं अनावश्यक आहे, हा पारंपरिक ब्रिटिश दृष्टिकोन विन्स्टन यांच्यातही होता. जर्मनीमध्ये वेगानं पाणबुड्यांची व रणगाड्यांची निर्मिती होत असतानाही ब्रिटिश राजकारण्यांनी वाढीव संरक्षक जहाजांची अथवा सशस्त्र वाहनांच्या विकास व उत्पादनासाठी अधिक निधीची मागणी केली नाही. हवाई ताकदीवर त्यांनी दिलेला भर हा सैनिकी सज्जतेपेक्षाही सरकारमधील व्यक्तींच्या स्वभाववृत्तीचा कमकुवतपणा अधोरेखित करण्यासाठी होता. कदाचित लोकांना साम्राज्याची फिकीर नसेलही; पण आपल्यावर बॉम्बवर्षाव होऊ शकतो ही संभाव्यता त्यांचं लक्ष वेधून घेणारी होती. या गोष्टींचा अंदाज येईपर्यंत वेळ निघून गेलेली होती; त्यामुळे उच्चपदस्थ पातळीवर काही बदल घडणं शक्य उरलं नाही. यानंतरच्या वर्षांमध्ये स्वभाववृत्तीचा मुद्दा मध्यवर्ती स्थानी असल्याचं अधिक स्पष्ट झालं. मॅकडोनाल्ड/बाल्डविन सरकारनं भित्रेपणानं पुन्हा सशस्त्रीकरण धोरणाला संमती दिली असली, तरी मुळातच कमकुवत निर्धारातून झालेल्या या कृतीमध्ये धाडसाचाही अभाव होता. आपल्याच

पक्षाच्या नेत्याविषयी टिप्पणी करताना विन्स्टनना सावधानता बाळगावी लागली; पण मॅकडोनाल्ड यांच्यावर हल्ला चढवताना मात्र त्यांचा तिरस्कार भरून वाहू लागला, लेबर पक्षाच्या मॅकडोनाल्ड यांनी एकतर्फी निःशस्त्रीकरणाचा प्रस्ताव ठेवल्यानंतर विन्स्टन म्हणाले :

> ‘लहान असताना एकदा मला आई-वडिलांनी बर्नम सर्कस बघायला नेलं होतं. बऱ्याच विचित्र आणि महाकाय गोष्टींचे प्रदर्शनी खेळ तिथे सुरू होते; पण ‘बिनकण्याचं आश्चर्य’ अशा नावाचा एक प्रयोग तिथे होणार असल्याचं मी ऐकलं होतं; त्यात मला सर्वाधिक रस होता. माझ्या बालनजरेसाठी हा प्रयोग खूप जास्त ओंगळवाणा व मानसिक खच्चीकरण करणारा ठरेल, असं माझ्या पालकांना वाटलं. त्यानंतर पन्नास वर्षं निघून गेली आणि अखेर कोषागार मंत्रालयात आल्यावर मला हे बिनकण्याचे आश्चर्यकारक खेळ पाहायला मिळाले.’[३२]

विन्स्टन यांच्या अभिव्यक्ती स्वातंत्र्यावर अनेक मर्यादा होत्या; पण त्यांनी स्वतः गेल्या २५ वर्षांमध्ये बहुतांश काळ उच्च पद भूषवलेलं होतं आणि त्यातील शेवटची पाच वर्षं बाल्डविन यांच्या नेतृत्वाखाली होती, ही त्यातील सर्वांत मोठी मर्यादा होती. आपल्या उपकारकर्त्याविरोधात वैयक्तिक आकस दाखवणं तत्कालीन योग्य वर्तनाच्या नियमांना धरून नव्हतं, शिवाय विन्स्टन यांचा स्वतःचा स्वभाव व न्यायबुद्धी यांवर प्रश्नचिन्ह उमटवण्यासाठी अशा विधानांचा उपयोग केला गेला असता. कन्झर्वेटिव्ह पक्षाचा १९२९ च्या निवडणुकीत पराभव झाल्यानंतरच बाल्डविन यांच्या नेतृत्वातील दुबळेपणा विन्स्टन यांच्या निदर्शनास आला का, असा प्रश्न यातून उद्‌भवला असता. शिवाय पदाधिकारी असताना आपणच समर्थन केलेल्या उपाययोजना कायम ठेवणाऱ्या धोरणांवर हल्ला करण्याबाबत विन्स्टन बिचकत होते. एके काळी आपण घट्ट कवटाळलेल्या भूमिका चुकीच्या होत्या, हे मोकळेपणानं मान्य न करता भूमिका बदलण्याची इच्छा असलेल्या राजकारण्यांना ही अशी विचित्र कसरत कायमच करावी लागते. विन्स्टन यांनी स्वतःच्या समाधानासाठी भूमिकेत काही बदल केले असले, तरी दुसऱ्याचं मतपरिवर्तन करण्याआधी स्वतःचं मत पक्कं असायला हवं, हे सत्य कोणीच कमी लेखता कामा नये. साचेबद्ध भूमिका मोडू पाहणाऱ्या इतर अनेक घटकांप्रमाणे विन्स्टननाही १९२९-३५ या काळात काही समस्यांना सामोरं जावं लागलं. जुने विन्स्टन आता लोकप्रियतेपासून दुरावले होते आणि नवीन रूपातील विन्स्टननाही संसदेत निष्ठावान अनुयायी लाभू शकले नव्हते. *‘डेली मेल’* समूहाचे लॉर्ड रॉदरमिअर व *‘डेली एक्सप्रेस’*चे लॉर्ड

बीव्हरब्रूक यांनी त्यांना पाठिंबा दिलेला असूनही देशातसुद्धा विन्स्टनना फारशी लोकप्रियता उरली नव्हती.

पत्रकार रूपातील विन्स्टन यांच्यासाठी रॉदरमिअर व बीव्हरब्रूक हे महत्त्वाचे रोजगारदाते असले, तरी या संबंधांच्या बळावर राजकारणी विन्स्टनला काही सांगण्याचा अधिकार त्यांना मिळालेला नव्हता. खरंतर कोणीच विन्स्टनना अशा राजकीय सूचना देऊ शकलं नसतं; पण सकृत्दर्शनी हितसंबंधांच्या संघर्षामुळे त्यांच्यावर वक्रोक्तीपूर्ण टीका व्हायला लागली.[३३] विन्स्टन जिवंत असेपर्यंत त्यांच्या विरोधकांच्या टीकेची मजल इथपर्यंतच गेली, कारण आपल्या सचोटीवर छापील स्वरूपात प्रश्नचिन्ह उमटवण्यात आलं, तर विन्स्टन तातडीनं अब्रूनुकसानीचा दावा दाखल करत. विन्स्टन यांच्या कारकिर्दीच्या वाटेवर विपुल कागदोपत्री दस्तऐवज मागे राहिलेले होते आणि त्यांचे पाय मातीचे आहेत हे दाखवण्यासाठी उत्सुक मंडळीही सतत जोमानं कार्यरत होती; त्यामुळे विन्स्टन यांनी काही भ्रष्ट व्यवहार केला असता तर तो ओघानंच चव्हाट्यावर आला असता, असं मानायला हरकत नाही. विन्स्टन पैशाचे लोभी नव्हते, श्रीमंतांकडून मिळणारे लाभ त्यांना आपल्या हक्काचे वाटत असत. आपल्याला मिळालेल्या सेवेबद्दल परतफेडीचं बंधन ते मानत नसत आणि कोणाची अशी अपेक्षा असेल तर त्या व्यक्तीला ते मनातून कायमचं हद्दपार करून टाकत.[३४] या आणि अशा इतर अनेक संदर्भांतील त्यांचा दृष्टिकोन राजाला शोभेलसा होता. राजकीय जीवनाच्या अखेरीस त्यांनी ड्यूक बनण्याचा पर्याय नाकारला होता, यामागेही त्यांचा हा दृष्टिकोन अंशतः कारणीभूत होता. आपण स्वतः मिळवलेल्या श्रेष्ठ स्थानावरून एक पायरी खाली उतरणं (आणि उमरावाचं स्थान स्वीकारणं) त्यांना रुचलं नसावं. मॅकिआव्हेलीच्या मांडणीप्रमाणे, विन्स्टन यांचं हे वागणं सौम्यहृदयी भासत असलं तरी वास्तविक पुनरुज्जीवनकाळातील युवराजाची सर्व वैशिष्ट्ये त्यांच्यात अंतर्भूत होती.

मी आयुष्यात कायम सैनिकी इतिहासकार म्हणून कार्यरत राहिलो आहे. युद्धाबाबत बोलताना माझा ऊर अभिमानानं भरून येत नाही किंवा युद्ध ही अपरिहार्य घटना आहे यावरही माझा विश्वास नाही; परंतु कठोर भूमिका व मृदूता यांत अचूक समतोल साधता आला तरच शांतता टिकवता येते, हा मुद्दा स्वयंसिद्ध आहे. शांततेच्या बाजूचे लोक ताकदवान असतील तरच बेधडक शांतताभंग करणाऱ्यांवर वचक राहतो. आक्रमकतेला सामोरं जाताना तत्त्वनिष्ठ शांततावादाकडे किमान शारीरिक धाडस आवश्यक असतं; परंतु बहुतांश लोकांकडे अशा धाडसाचा अभाव असतो (यात अर्थातच माझाही समावेश आहे.) बोअर युद्धात स्पिऑन कोप इथे जखमी सैनिकांना वाहून नेण्याचं काम गांधींनी केलं होतं, करुणेचं अभियानच त्यांनी चालवलं. दोन्ही महायुद्धांमध्ये सैनिकी सेवेत दाखल व्हायला विवेकी नकार देणाऱ्या

हजारो असामान्य धाडसी व्यक्तींची आठवणही या संदर्भात महत्त्वाची ठरते. पहिल्या महायुद्धाच्या काळात मानवी जीव घेण्याला विरोध करणारे ब्रिटिश अनायुक्त अधिकारी बिल कोल्टमन यांचाही गौरवास्पद उल्लेख अनेकदा केला जातो. तत्कालीन रूढ मताला छेद देणाऱ्या कोल्टमन यांना व्हिक्टोरिया क्रॉस मिळाला, उल्लेखनीय कामगिरीसाठीचं पदक मिळालं, सैनिकी पदक मिळालं आणि पाश्चात्त्य आघाडीवर जखमींना वाहून नेण्याचं काम केल्याबद्दल मानपट्टा मिळाला. हे सर्व कोणाला पटेल किंवा पटणार नाही; पण इतक्या निःसंदिग्धपणे स्वतःच्या श्रद्धेनुसार कार्यरत राहणाऱ्या व्यक्तींच्या निष्ठेविषयी संशय घेता येणार नाही. एकतर्फी निःशस्त्रीकरणामध्ये असं गृहीत धरलेलं असतं की, आपला दाखला न अवलंबणाऱ्या शत्रूपक्षाला प्रतिकार करण्यापेक्षा त्यांच्यासमोर शस्त्रं खाली ठेवणं तुलनेनं बरं असतं. जर्मनीत नाझींची सत्ता येण्यापूर्वी निःशस्त्रीकरणाच्या बाजूनं कोणतेही युक्तिवाद झालेले असले, तरी नाझींच्या काळातही हे युक्तिवाद करत राहणं म्हणजे स्वतःला दुर्दैवी गर्तेत ढकलून देण्याचा प्रकार ठरला असता. हे काही घटना घडून गेल्यावर आलेलं शहाणपण नाही : ३० जानेवारी १९३३ रोजी हिटलर जर्मनीचे चान्सलर झाले, तेव्हापासूनच भविष्यातील घडामोडींचे स्पष्ट संकेत मिळू लागले होते.

दोन किंवा अधिक विजोड धारणा एकाच वेळी सोबत बाळगल्यामुळे निर्माण होणाऱ्या मानसिक घर्षणासाठी विसंवादी बोध ही तांत्रिक संज्ञा वापरली जाते. बीबीसीचे पहिले गव्हर्नर जनरल आणि अग्रणी बुद्धिजीवींमध्ये गणना होणारे सर जॉन रेइथ यांनाही अशा विसंवादी बोधाची लागण झालेली होती. विन्स्टनना भारताबाबतची आपली मतं मांडण्यासाठी बीबीसीचा मंच उपलब्ध होणार नाही, अशी तजवीज रेइथ यांनी केली. नंतर जर्मनीच्या पुनःशस्त्रीकरणाच्या मुद्द्यावरही विन्स्टनना बीबीसीच्या मायक्रोफोनवरून स्वतःचा आवाज उठवता आला नाही; याला नाझी सत्ताधाऱ्यांचं मन दुखावलं जाईल या ब्रिटिश सरकारच्या भीतीचा संदर्भ होता. शेवटी १६ नोव्हेंबर १९३४ रोजी विन्स्टनना राष्ट्राला संबोधित करायची संधी मिळाली. या वेळी त्यांनी पर्यायी मांडणी केली; पण अशा मांडणीची धार बोथट करायचा निर्धार सरकारनं केलेला होता (या अतिशय महत्त्वाच्या आणि अनेकदा उद्धृत करण्यात आलेल्या भाषणाचा पूर्ण मजकूर 'परिशिष्ट एक'मध्ये नोंदवलेला आहे) :

> 'ग्रेट ब्रिटनच्या दिशेनं कशाची पावलं पडत आहेत याकडे तुम्ही काळजीपूर्वक लक्ष दिलंत, तर आपल्याला पुढीलपैकी एका पर्यायाची निवड करावीच लागणार आहे हे तुम्हालाही जाणवेल- आपल्या पूर्वजांनाही ही निर्दयी निवड करावी लागली होती- शरणागती पत्करायची की

शत्रूला तोंड देण्यासाठी सुसज्ज राहायचं, यातून आता निवड करावीच लागेल. बलशाली राष्ट्राच्या इच्छेपुढे आपण शरणागती पत्करायची की आपल्या अधिकारांच्या, आपल्या स्वातंत्र्याच्या आणि आपल्या प्राणांच्या रक्षणासाठी आपण सज्ज राहायचं, हे ठरवावं लागेल. जर आपण शरणागती पत्करणार असू, तर ते तरी समयोचित असावं लागेल. आपण सुसज्ज व्हायचा पर्याय निवडला, तर त्यासाठीही उशीर करून चालणार नाही. शरणागती पत्करली, तर त्यामध्ये ब्रिटिश साम्राज्याचं हस्तांतरण आणि वाटपही केलं जाईल; तसेच नॉर्वे, स्वीडन, डेन्मार्क, हॉलंड, बेल्जियम आणि स्वित्झर्लंड यांसारख्या लहान राष्ट्रांना जर्मन वर्चस्वाखालील युरोपमध्ये जे काही भवितव्य असेल, तेच आपल्या लोकांनाही स्वीकारावं लागेल.'

ही निवड खरोखरच कठोर होती आणि याच कारणावरून विन्स्टनना मॅकडोनाल्ड व बाल्डविन यांच्याविषयी कायमचा तिरस्कार वाटायला लागला. पुढे १९३८ मध्ये म्युनिकमध्ये हिटलरसोबत मानहानिकारक संयुक्त करार करणारे आणि फ्रान्सनं झेक प्रजासत्ताकाला दिलेलं आश्वासन तोडावं यासाठी प्रयत्न करणारे नेव्हिल चेम्बरलीन यांच्याविषयी मात्र विन्स्टन यांच्या मनात आदर होता. युद्धामुळे ब्रिटिश शहरांचा विध्वंस होईल आणि ब्रिटनच्या तारुण्याला तडा जाईल, अशी पूर्वसुरींसारखीच धारणा चेम्बरलीन यांच्याही मनात होता; पण पूर्वसुरींपेक्षा त्यांची परिस्थिती वेगळी होती- त्यांना नैतिकतेच्या मुद्द्याला थेट सामोरं जावं लागलं. स्वतःचे हितसंबंध सुरक्षित राहावेत, या आशेपोटी त्यांनी इतर लोकांच्या हितसंबंधांना बाधा पोहोचवली व जनतेची फसवणूक केली आणि याबद्दलचं ऐतिहासिक लांच्छन त्यांनी स्वतःहून स्वीकारलं.[३५] पण त्यांनी नेतृत्वाची धुरा पेलली, त्यासोबतच निवड करण्यासाठी आवश्यक मनोबल व धाडस दाखवलं, यामुळे विन्स्टन यांच्या लेखी त्यांच्या चुका माफ झाल्या. याउलट मॅकडोनाल्ड व बाल्डविन यांनी १९३३ मध्ये जर्मनीच्या संदर्भात कठोर भूमिका घेतली आणि नैतिक निवडीला फाटा दिला. यामुळे अगदी गरीब घरांपासून ते बकिंगहॅम पॅलेसपर्यंत सर्वत्र त्यांची प्रशंसा झाली. सर्वसाधारणपणे नरमाईनं राहणारे राजे पंचम जॉर्ज यांनीही १९३५च्या अखेरीस लॉईड जॉर्ज यांना उग्र शब्दांत सांगितलं की : 'मला आणखी युद्ध नकोय. अजिबात नकोय. याआधीचं युद्ध माझ्यामुळे घडलेलं नव्हतं आणि आणखी युद्ध झालं तर त्यात आपण ओढलं जाण्याचा धोका आहे. अशा वेळी आपल्या देशाला युद्धात लोटण्यापेक्षा मी स्वतः ट्राफल्गार चौकात जाऊन लाल झेंडा फडकावेन.'[३६]

या करंट्या काळातील सर्वाधिक दुःखद बाजूचा संदर्भ लाल झेंड्याशी जोडला

गेला होता. इतर कोणत्याही मोठ्या सत्तेशी स्पर्धा करत पुन्हा शस्त्रसज्ज होणं हे स्पष्टपणे युद्धाच्या दिशेनं टाकलेलं पाऊल असेल, अशी दुराग्रही भूमिका लेबर पक्षाचे शांततावादी नेते जॉर्ज लान्सबरी यांनी घेतली होती व ऑगस्ट १९३५ पर्यंत लेबर पक्षाच्या लाल झेंड्याचा संदर्भ या भूमिकेशी संलग्न राहिला.[३७] जर्मन कम्युनिस्ट पक्षाच्या उच्चाटनाला उशिरानं प्रतिसाद देत सातव्या आंतरराष्ट्रीय कम्युनिस्ट परिषदेनं (कॉमिन्टर्न) फॅसिस्टविरोधी ऐक्याची हाक दिली. या प्रस्तावित ऐक्यामध्ये कम्युनिस्ट, समाजवादी (आधीचे 'सामाजिक-फॅसिस्ट') आणि पुरोगामी भांडवलदार यांचा समावेश होता.[३८] यानंतर हे संमिश्र डावे विन्स्टन यांच्याभोवती गोळा होऊ लागले. गेली २५ वर्षे आपल्यावर सातत्यानं टीका करणाऱ्या मंडळींमध्ये आपली लोकप्रियता वाढत असल्याची तुच्छतादर्शक दखल विन्स्टन यांनी घेतली. नाझी सत्तेकडून असलेला धोका मान्य करण्यासाठी मॉस्कोहून येणाऱ्या आदेशाची वाट पाहणाऱ्या लोकांनी पाठिंबा दिल्यामुळे आपलं सामर्थ्य वाढेल, यावरही त्यांचा विश्वास बसण्याची शक्यता नव्हती.

कॉमिन्टर्ननं आपली भूमिका जाहीर करण्यापूर्वी, नोव्हेंबर १९३४ मध्ये एका प्रसारणात विन्स्टन यांनी संभाव्य धोक्याचा अमंगल गाभा स्पष्ट करून सांगितला होता. या धोक्याला तोंड देताना केवळ समान सैनिकी सामर्थ्य पुरेसं ठरेल, हा विचार त्यांनी स्पष्टपणे नाकारला. यानंतर ब्रिटिश डाव्यांनी आणि नाझींनीही त्यांच्यावर चिथावणीखोर व युद्धखोर असल्याचे आरोप केले. वाईट बातमी घेऊन येणारा माणूस कधीच लोकप्रिय होत नाही; पण जर्मनीमध्ये अगदी ख्रिश्चन ट्रेड युनियन फेडरेशनसारख्या संघटनेचंही दमन व्हायला सुरुवात झाली होती. ज्यू विरोधातील अधम पातळीवरचे कायदे मंजूर झाले होते आणि ३० जून १९३४ रोजी 'रोहम पर्ज' या नावानं ओळखलं जाणारं हत्यासत्र घडलं- या वेळी हिटलरच्याच 'ब्राउनशर्ट्स' या संघटनेतील काही नेत्यांचा निष्ठुरपणे काटा काढण्यात आला; संघटनेतील महत्त्वाकांक्षेवर चाप बसवण्यासाठी हा संहार घडला. या पार्श्वभूमीवर आपली मांडणी अनेकांना आक्षेपार्ह वाटली, याचं विन्स्टनना आश्चर्य वाटलं असणं साहजिक आहे. वास्तविक जर्मन सत्ताधीशांची पावलं कोणत्याही दिशेनं पडत होती, हे सर्वांना कसं काय कळलं नाही, याबद्दल चर्चिल यांचे अमेरिकी चरित्रकार विल्यम मँचेस्टर यांनीही आश्चर्य व्यक्त केलं आहे. विन्स्टन यांनी १९३२-३८ या कालखंडात दिलेल्या भाषणांचं संकलन ब्रिटनमध्ये *'आर्म्स अँड द कोव्हेनन्ट'* या नावानं प्रकाशित झालं, तर अमेरिकेत याच संकलनाचं शीर्षक *'व्हेन इंग्लंड स्लेप्ट'* असं होतं. जॉन केनेडी हे १९४० मध्ये हार्वर्डमध्ये शिकत होते, तेव्हा त्यांनी सादर केलेल्या प्रबंधाचं शीर्षक होतं- *'व्हाय इंग्लंड स्लेप्ट'* (केनेडी यांचे इंग्रजविरोधी आयरिश वडील त्या काळी ब्रिटनमध्ये अमेरिकेचे राजदूत म्हणून कार्यरत होते.)

पण त्या काळात कोणता देश खऱ्या अर्थानं जागा होता? पहिलं महायुद्ध गोपनीय मुत्सद्देगिरीमुळे आणि कालांतरानं सैनिकी-औद्योगिक संकुल या नावानं ओळखल्या गेलेल्या रचनेमुळे घडलं, अशी धारणा अटलांटिकच्या दोन्ही बाजूंकडील राष्ट्रांमध्ये बळकट झालेली होती. विशेषतः अमेरिकेत ही धारणा अधिक जोर धरून होती, कारण कावेबाज ब्रिटिशांनी आपल्या महान देशाला या युद्धात ओढल्याचं अमेरिकन लोकांचं ठाम मत झालेलं होतं.[३९]

कामाकडे मोहरा वळवला. शिवाय युद्धाला खऱ्या अर्थानं जोम पुरवणाऱ्या (सैनिकी क्षेत्राव्यतिरिक्तच्या) आर्थिक व्यवहारांपासून औद्योगिक क्षमता दूर नेली तरच शस्त्रसज्जता साधता येईल आणि तसं करणं योग्य नसेल, हा ठाम समज अधिकाधिक दृढ होऊ लागला. बाल्डविन यांचे युद्धमंत्री लॉर्ड हॅलिफॅक्स यांनी उपस्थित केलेला प्रश्न असा होता : 'आपल्या संरक्षण दलांच्या सैनिकी पुनर्रचनेसाठी आर्थिक घटकांना ब्रिटिशांनी प्राथमिकता दिलेली होती; त्यामुळे युद्ध म्हणजे आर्थिक टिकाव क्षमतेची चाचणी असल्याचा समज त्यांनी करून घेतला होता आणि त्यानुसार संरक्षणाचं धोरण आखलं होतं. खरंतर आता अतिजलद सैनिकी उपाय योजणं त्यांना शक्यच राहिलं नव्हतं; पण या सर्व घडामोडींमुळे असा समज निर्माण झाला की, अर्थव्यवस्थेच्या सर्वसाधारण विकासाला अडथळा ठरणारी किंवा कर्ज वाढवणारी सैनिकी सज्जता देशाला प्रदीर्घ भावी आर्थिक संघर्षाच्या संदर्भात दुबळी करते; त्यामुळे शस्त्रनिर्मितीचे कारखाने बंद करण्यात आले आणि आधी सैनिकी पुरवठा करणाऱ्या लोकांनी इतर सर्व नागरी गोष्टींवर पाणी सोडावं, इतकी परिस्थिती गंभीर आहे, असं आपल्याला खरोखरच वाटतं का? युद्ध अगदी जवळ येऊन ठेपल्याची खात्री असल्याप्रमाणे अपरिहार्य संकटाची गृहीतकं मांडून हे निष्कर्ष काढण्यात आले आहेत; परंतु मी हे निष्कर्ष स्वीकारणं शक्य नाही.'[४०]

विन्स्टन यांनी रूढ सुज्ञतेला आव्हान दिलं नाही. त्यांनी हवाई बळावर अधिक भर दिला होता, त्यामागे काही वैध सैनिकी-सामरिक युक्तिवाद होते. हवाई बळाद्वारे शत्रूच्या आर्थिक तळांवर थेट हल्ले करता येतील, असं त्यांना वाटत होतं. सैनिकी उड्डयणाच्या उद्‌गात्यांमध्ये विन्स्टन चर्चिल यांचं नाव घेतलं जातं. आपण आधी नमूद केल्याप्रमाणे विन्स्टन यांच्या कार्यकाळातच रॉयल नेव्हल एअर सर्व्हिसनं (आरएनएएस) रॉयल फ्लाईंग कॉर्प्स (आरएफसी) या दलाशी स्पर्धा करायला सुरुवात केली होती.[४१] पहिल्या महायुद्धाच्या सुरुवातीला विन्स्टन ज्याप्रमाणे ॲडमिरल फिशर यांच्या प्रभावाखाली होते, त्याप्रमाणे युद्धाच्या अखेरीस त्यांच्यावर सर ह्यू ट्रेंचर्ड यांची मोहिनी होती. युद्धातील बहुतांश काळ ट्रेंचर्ड हे फ्रान्समध्ये आरएफसीचे सेनाधिकारी होते. 'सामरिक बॉम्बवर्षावा'चा आघाडीचा प्रचारक म्हणून ट्रेंचर्ड यांचं नाव घेतलं जातं. शत्रूच्या उत्पादकीय क्षमतेवर हवाई हल्ला चढवण्याला

त्यांनी 'सामरिक बॉम्बवर्षाव' असं संबोधलं. युद्धभूमीवरील भूदलाच्या जवानांना आधार देण्यासाठी किंवा शत्रूच्या पुरवठ्याला व दळणवळणाला मोडता घालण्यासाठी केल्या जाणाऱ्या 'व्यूहात्मक बॉम्बवर्षावापेक्षा' आपली पद्धत वेगळी असल्याचं कळावं, यासाठी त्यांनी हे नामकरण केलं होतं. बॉम्बफेक करणाऱ्या अवजड विमानांची संख्या पुरेशी असली की, आपोआपच युद्ध जिंकता येतं, अशीही त्यांची धारणा होती.[४२] जून १९१८ मध्ये आरएफसी व आरएनएएस यांचं विलीनीकरण झाल्यानंतर एकत्र हवाई दलाचे पहिले कमांडर ट्रेंचर्ड हेच होते; त्यामुळे रॉयल एअर फोर्स (आरएएफ) आरंभापासूनच तोऱ्यात होतं- आपण इतर सेवादलांना कालबाह्य ठरवलं आहे, बॉम्बवर्षावाद्वारे शत्रूची क्षमता व प्रतिकाराची इच्छाशक्ती मोडून काढल्यावर केवळ विजयाला एकसंध रूप देण्यापुरतीच इतर दलं कामी येतील, अशी धारणा हवाई दलामध्ये रुजली होती. सर मॉरिस डीन यांनी *'द रॉयल एअरफोर्स अँड टू वर्ल्ड वॉर्स'* या पुस्तकात नोंदवल्यानुसार सामरिक बॉम्बवर्षाव युद्धात निश्चितपणे विजय मिळवून देईल, या एकमेव विचाराच्या आधारावर स्वतंत्र हवाई दलाची निर्मिती झाली आणि हे दल कार्यरत राहिलं.

'शत्रुराष्ट्रातील शहरांवर आणि उत्पादकीय आस्थापनांवर रोज रात्री पाच टन नव्हे, तर पाचशे टन बॉम्ब फेकण्याची ताकद' असलेल्या देशाचा विजय होईल, असं विन्स्टन यांनी १९१८ च्या वसंतात जाहीर केलं.[४३] युद्ध आणि हवाईमंत्री असलेल्या विन्स्टन यांनी फेब्रुवारी १९१९ मध्ये ट्रेंचर्ड यांना हवाई दलप्रमुख नेमलं. ते १९२९ पर्यंत या पदावर होते. हवाई ताकद वापरून साम्राज्यावर कशी देखरेख ठेवता येईल, सशस्त्र वाहनं कशी विकसित करावीत या संदर्भात विन्स्टननी ट्रेंचर्डना सोबत घेऊन काम केलं. युद्ध मंत्रालयात असताना आणि वसाहतमंत्री असतानाही त्यांनी ट्रेंचर्ड यांच्याशी असलेली जवळीक कायम ठेवली. इराकमधील कुर्दांच्या देशी बंडाला दडपण्याबाबतही त्यांनी ट्रेंचर्ड यांच्याशी सल्लामसलत केली. 'शिरजोर टोळ्यांविरोधातील प्राथमिक कारवायांमध्ये मृत्यूऐवजी कोणत्यातरी प्रकारचं अपंगत्व येईल अशा गुदमरवणाऱ्या बॉम्ब'चा वापर करावा, यासाठी विन्स्टन यांनी उग्र युक्तिवाद केला.[४४] अशा प्रकारचे कोणतेही बॉम्ब अस्तित्वात नव्हते; पण प्राणघातक वायूचे तोफगोळे मात्र टनावारी उपलब्ध होते, ते सहजच बॉम्बमध्ये रूपांतरित करता आले असते; पण विन्स्टन यांचा प्रस्ताव मंत्रिमंडळानं फेटाळला; त्यामुळे त्यांची वैयक्तिक प्रतिष्ठा आणि ब्रिटनची ऐतिहासिक प्रतिष्ठा जपली गेली.[४५] विन्स्टन यांनी पुन्हा शस्त्रसज्जतेचं समर्थन केलं, त्यामागे खरा संदर्भ हा असा होता. आपल्या मनातील खरा अर्थ बोलून व्यक्त करण्याचं गंभीर पाप कधीकधी बाल्डविन यांच्याकडून होत असे. त्यांनी या विषयावर १० नोव्हेंबर १९३२ रोजी हाउस ऑफ कॉमन्सला संबोधित केलं, तेव्हा त्यांना टाळ्यांच्या गजराची साथ मिळाली :

'आकाशातून पडणाऱ्या बॉम्बपासून आपलं संरक्षण करू शकेल अशी कोणतीही ताकद पृथ्वीवर नाही, हे रस्त्यावरच्या माणसानं लक्षात घ्यायला हवं, असं मला वाटतं. लोक काहीही बोलू देत; पण बॉम्बफेक करणारी विमानं रस्त्यावरच्या व्यक्तींना टिपणारच... आक्रमण करणं हाच संरक्षणाचा एकमेव मार्ग आहे. म्हणजे तुम्हाला तुमची बायकापोरं वाचवायची असतील तर शत्रूच्या प्रदेशातील अधिकाधिक बायकापोरांना तुम्ही वेगानं मारून टाकायला हवं... हा प्रश्न आमच्यापेक्षा तरुणांना पेलावा लागणार आहे. पुढचं युद्ध येऊन ठेपेल, तेव्हा अधिक बलशाली सत्तेकडून युरोपीय सभ्यता संपवण्यात आलेली असेल, तेव्हा तरुणांनी जुन्या पिढीला नावं ठेवू नयेत. पृथ्वीवरील या भयंकर प्रकाराला तत्त्वतः ते आणि केवळ तेच जबाबदार आहेत, हे त्यांनीच लक्षात ठेवावं.'[४६]

पृथ्वीवर कोसळणाऱ्या भयंकरांच्या बाल्डविनकृत यादीमध्ये वायू हा घटक वरच्या स्थानावर असणार, यात काही शंका नाही. 'तरुणां'संबंधी त्यांनी केलेली टिप्पणी गोंधळवणारी आहे. महागड्या पारंपरिक अस्त्रांवरील खर्चाला विरोध करणारे लोक परिणामतः कमी खर्चाच्या; पण अमर्यादरीत्या प्राणघातक असलेल्या हवाई ताकदीवर विसंबून राहण्याची सक्ती सरकारवर करत आहेत, हा विरोधाभास बाल्डविन यांच्या बोलण्यातून सूचित होत असल्याचं दिसतं. या वक्तव्यातून बाल्डविन यांचा 'आत्मघातकीपणा आणि बहुधा असहायताही' दिसते, अशी कठोर टीका चर्चिल यांनी केली.[४७] देशाच्या व वसाहतींच्या संरक्षणाची जबाबदारी मंत्र्यांवर होती आणि त्यांनी ती योग्यरीत्या पार पाडायला हवी, असं ते म्हणाले. 'राष्ट्राचं मन व सद्सद्विवेक यांचा अपवाद वगळता इतर कशानंही आपण आपली कणखर व अनाक्रमक तटस्थता सोडता कामा नये.'[४८] पण बाल्डविन यांची भीती अवाजवी आहे, असंही विन्स्टनना वाटत नव्हतं. 'आपल्या राष्ट्रीय संरक्षण दलांची- विशेषतः आपल्या हवाई संरक्षणाची अवस्था सध्या अतिशय अपुरी आहे, सम्राटांच्या निष्ठावान प्रजाजनांची शांतता, सुरक्षितता व स्वातंत्र्य यांना अबाधित ठेवण्यासाठी आवश्यक ताकद या दलांकडे नाही,' या भाषणासंदर्भात सुचवण्यात आलेल्या दुरुस्तीला त्यांनी पाठिंबा दिला. या संदर्भात ३० जुलै १९३४ रोजी ते म्हणाले की, आठवडाभर किंवा दहा दिवस असा बॉम्बवर्षाव झाला तर तीस ते चाळीस हजार लंडनवासीय मृत्युमुखी पडतील आणि चाळीस ते पन्नास लाखांना शहर सोडावं लागेल. नवीन दहनकारी बॉम्ब तर इमारतींमधून जाताना प्रत्येक मजला जाळत जातील; अशा प्रकारच्या हल्ल्याला प्रतिबंध करायचा असेल, तर आपल्याला

किमान जर्मन हवाई दलासारखी समतोल बॉम्बर क्षमता विकसित करावी लागेल, असंही त्यांनी सांगितलं. *'संडे क्रॉनिकल'*मध्ये २८ जुलै १९३५ मध्ये लिहिलेल्या लेखात त्यांनी जाहीर केलं की, 'आणखी एक महायुद्ध झालं तर आपल्याला आपली संपत्ती, आपलं स्वातंत्र्य व आपली संस्कृती गमवावी लागेल आणि आपण जी काही मानवी प्रबुद्धता, सहिष्णूता व प्रतिष्ठा संथ गतीनं कमावलेली आहे, ते सगळं वखवखलेल्या लांडग्यांच्या टोळीसमोर असहायपणे फेकून द्यावं लागेल.'[४९]

त्या काळातील वातावरणाची पुनर्निर्मिती करण्यासाठी फार मोठ्या ऐतिहासिक कल्पनाशक्तीची गरज आहे, असं नव्हे. शिवाय १९५० च्या दशकापासून सोव्हिएत संघाच्या पाडावापर्यंत अनेकदा 'नाटो' आणि अण्वस्त्रांबाबत अशा प्रकारचे युक्तिवाद होत आलेले आहेत, हे अनेक वाचकांच्या ध्यानात येईलच; पण शीतयुद्धाच्या बाबतीत एक महत्त्वाचा भेद असा होता की, या कालखंडात वैरभावी कृती करायला सर्वाधिक अनुत्सुक असलेल्या बाजूला प्राबल्यस्थान मिळायचं; त्यामुळे प्रतिबंधात्मक उपाय साध्य होत असे. या सर्व प्रक्रियेत प्राणघातकरीत्या अंदाज चुकण्याचीही भीती कायमच होती. कदाचित प्रतिबंध साधला गेला नसता, अशीही शक्यता होती; पण प्रत्यक्ष लढायला उतरणाऱ्यांसाठी युद्ध हे कायमच नरकसमान राहिलेलं आहे. युद्धभूमीच्या जवळ राहणारे दुर्दैवी नागरिकही अगदी अनादी काळापासून या घडामोडींना बळी पडत आले आहेत. वेढाग्रस्त गढीवर तोफगोळ्यांचा वर्षाव करणं किंवा असह्य भुकेपोटी आतील नागरिकांना शरणागती पत्करावी लागणं यांसारखे प्रकार नवीन नव्हते. हवाई बॉम्बवर्षावामुळे युद्धभूमीची सीमा विस्तारली; पण युद्धाचं वास्तव पूर्वीपासूनच निर्दयी राहिलेलं आहे.[५०] हवाई बॉम्बवर्षावाची बाजू पुढे आणली तर ब्रिटिश लोकांनाही युरोपीय मुख्य भूमीतील नागरिकांप्रमाणे युद्धाच्या भयंकर वास्तवाची तीव्र जाणीव होण्याची मोठी शक्यता आहे, या वस्तुस्थितीकडे ब्रिटिश लोकांचं लक्ष वेधण्याचा प्रयत्न विन्स्टन यांनी केला :

> 'एखादे आक्रमण थोपवण्यासाठी किंवा प्रत्युत्तर देण्यासाठी आपली पूर्ण तयारी नाही, अशी वेळ कित्येक शतकांमध्ये पहिल्यांदाच आली आहे. बेटावर राहणाऱ्या लोकांच्या दृष्टीनं ही स्थिती धक्कादायक आहे. खरंतर यातून घबराटच पसरायची! पण वास्तवातील परिस्थिती याच्या अगदी उलट आहे. रॉयल नेव्हीच्या ढालीमुळे आपल्याला कित्येक शतकं सुरक्षा लाभली; त्यामुळे आपलं वागणं भाबड्या, बेपर्वा मुलांसारखं असतं. आपल्याला अजून आधुनिक जगाच्या भयंकर बदललेल्या परिस्थितीची जाणीव झालेली नाही.'[५१]

हा अगदी उदार निवाडा करण्याचा प्रकार आहे. खरंतर ब्रिटिशांना त्यांच्यासमोरच्या धोक्याची स्पष्ट जाणीव होती आणि हा धोका दुसऱ्या दिशेनं कसा वळवता येईल, याची आत्यंतिक चिंता त्यांना लागलेली होती. 'टाळ्या मिळवण्यासाठी सौम्यपणे गोष्टी बोलणं आणि भक्तिभावानं शिळ्या कढीला ऊत आणणं ही सवय' धिक्कारण्याजोगी असल्याचं चर्चिल यांचं मत होतं. 'माझ्या अनुभवानुसार कधी नव्हे इतक्या प्रमाणात आज असं बोलणं वाढलेलं आहे,' असं त्यांना वाटत होतं; पण 'ब्रिटिश लोकांना सत्य सांगण्या'चीही त्यांची तयारी नव्हती, कारण आपल्याला वाटतात इतके ते कणखर व काटक नाहीत, अशी त्यांची धारणा होती.[५२] रॉबर्ट ग्रेव्हज यांचं *'गुडबाय टू ऑल दॅट'* (१९२९), एरिक मारिया रेमार्क यांचं *'ऑल क्वाएट ऑन द वेस्टर्न फ्रन्ट'* (१९३० मध्ये भाषांतरित), सिगफ्राइड ससून यांचं *'मेमॉयर्स ऑफ ॲन इन्फंट्री ऑफिसर'* (१९३०) आणि आर.सी. शेरीफ यांचं झपाटून टाकणारं नाटक *'जर्नीज् एन्ड'* (जानेवारी १९२९ मध्ये पहिला प्रयोग सादर) या पुस्तकांच्या आवृत्ती आजही निघत आहेत, त्यांच्या नाट्यरूपांची सादरीकरणं अजूनही होत आहेत. दुसऱ्या महायुद्धानंतरच्या माझ्या पिढीला ही पुस्तकं वाचणं अनिवार्य असल्यासारखी परिस्थिती होती. ब्रिटिश जनतेवर इतका दीर्घ काळ आणि इतका मूलगामी प्रभाव टाकणाऱ्या पुस्तकांची अशी मांदियाळी इतर कोणत्याही काळात बहुधा सापडणार नाही. पहिल्या महायुद्धाकडे पाहण्याचा आपला दृष्टिकोन इतिहासाचा नसून साहित्याचा असल्यामुळे या काळाविषयीचं आपलं आकलन पंगू राहिलेलं आहे, असं प्रतिपादन मी इतरत्र केलं आहे.[५३] अर्थात संवेदनशील व साक्षर लोकांना त्यांच्या शांत पर्यावरणातून बाहेर खेचून स्वैर मृत्यू आणि पद्धतशीर विध्वंसाच्या जगात लोटणारं युद्धही आधी कधी झालं नव्हतं. या भयंकर अनुभवांचा परिचय ज्या लोकांना केवळ वाचनातून झाला होता, त्यांच्यासाठी मतदानाची कृती सोपी होती. ऑक्सफर्ड युनियनमधील पदवीपूर्व विद्यार्थ्यांनी फेब्रुवारी १९३३ मध्ये हेच केलं- 'हे प्रतिनिधिगृह कोणत्याही परिस्थितीमध्ये राजासाठी आणि देशासाठी लढणार नाही,' या ठरावाच्या बाजूनं २७५ विद्यार्थ्यांनी मतदान केलं, तर १७८ जणांनी विरोधी मत नोंदवलं. त्यानंतर पुन्हा मार्च महिन्यामध्ये या ठरावावर चर्चा झाली, तेव्हा विन्स्टन यांचा मुलगा रँडॉल्फ यांनी ठरावाच्या विरोधात भाषण केलं; पण दुसऱ्या वेळीही हा ठराव ७५० विरुद्ध १३८ मतांनी पराभूत झाला. या घडामोडींची उचित दखल बर्लिनमध्ये घेतली गेली. विन्स्टन यांनी केलेल्या भाकितानुसार, ब्रिटिश अभिजनवर्गाच्या ऱ्हासाविषयी नाझी मंडळींच्या चेहऱ्यांवर तुच्छतादर्शक स्मित तेवढं उमटलं.

हिटलरच्या पुढील गणितांमध्ये या घटनेची किती दखल घेण्यात आली, हे समजण्यास कोणताही मार्ग नाही. ब्रिटिश लोक कधीच लढणार नाहीत, असं

हिटलर यांचं मत होतं. त्यांची भेट घेतलेल्या प्रिन्स ऑफ वेल्स आणि लॉईड जॉर्ज यांच्यासह ब्रिटिश समाजातील इतर आघाडीच्या व्यक्तिमत्त्वांच्या निरीक्षणावरून त्यांनी हे मत बनवलं असणं शक्य आहे. कोणतेही गुण नसलेल्या फोलपटाप्रमाणे उदारमतवादी लोकशाहींची अवस्था आहे, असा हिटलर यांचा दृष्टिकोन होता. देशप्रेमाला ठाम नकार देणाऱ्या ब्रिटनमधील सर्वाधिक विशेषाधिकारी वर्गातल्या तरुणाईनं या दृष्टिकोनाला पूरक वर्तनच केलं होतं. या संदर्भात काही शंका असल्याच तर त्या २५ ऑक्टोबर १९३३ रोजी मिटल्या. आधी कन्झर्वेटिव्ह पक्षाचा सुरक्षित मतदारसंघ असलेल्या ईस्ट फुलहॅममध्ये लेबर पक्षाच्या जन विल्मॉट यांचा विजय झाला. त्यांना २६ टक्के जास्त मतं मिळाली. विल्मॉट हे निःसंदिग्धपणे शांततावादी होते. आपण सैन्यभरतीचं प्रत्येक केंद्र बंद करू आणि सैन्य तसेच हवाई दल मोडीत काढू, असं त्यांनी जाहीर केलं होतं. 'सार्वत्रिक निःशस्त्रीकरणाचं धोरण तत्काळ अमलात आणून ब्रिटन संपूर्ण जगाला आदर्श घालून देईल,' अशी आशा त्यांनी व्यक्त केली.[५४] ईस्ट फुलहॅमची जागा १९३५ मध्ये पुन्हा कन्झर्वेटिव्ह पक्षाकडे आली, याकडे रॉय जेनकिन्स यांनी योग्य निर्देश केला आहे. विल्मॉट यांनी त्यांच्या उर्वरित राजकीय कारकिर्दीत संरक्षणविषयक बाबींसंदर्भात कणखर भूमिका घेतली; पण या निवडणुकीनं बाल्डविन यांना अतिशय अस्वस्थ केलं आणि त्याचे भीषण परिणाम झाले.

देशांतर्गत राजकारणाचे परदेशांमध्ये कोणते पडसाद उमटतात, त्याचा अंदाज बांधणं कायमच अवघड जातं; पण विशेषतः ब्रिटनच्या बाबतीत राजकारणी नेत्यांच्या कृती आणि वर्तमानपत्रांमधील मथळे यावरून देशाचा स्वभाव जोखणं बहुधा सर्वांत कठीण असावं, असं मी म्हटलं तर ते दुराग्रही राष्ट्राभिमानातून आलं आहे, असं मानू नये. देशाच्या स्वभावाची नोंद करणाऱ्या लिखित दस्तऐवजांमध्ये विविध लोकांनी लिहिलेल्या रोजनिशींचा समावेश करता येईल. आपली दैनंदिन निरीक्षणं नोंदवणाऱ्या लोकांनी विशिष्ट प्रकारच्या आत्मसन्मानाचीही जाणीव जागी ठेवली. विल्मॉट यांना १९३३ मध्ये मतं देताना आणि १९३५ मध्ये त्यांना नाकारताना लोकांच्या मनात काय चाललं होतं, हे आपल्याला कळणं शक्य नाही; पण संपूर्ण शांततावादामध्ये अचानक बदल घडला आणि सर्व पुरोगामी शक्तींनी शस्त्रं घेऊन फॅसिझमविरोधात एकत्र उभं ठाकावं असं आवाहन करण्यात आलं, याचा काही ना काही संबंध मतकलाटणीशी असावा असं वाजवीरीत्या म्हणता येतं. खरंतर, लेबर पक्षाची सार्वजनिक वक्तव्यं कल्पितादर्शवादी वाटली, तरी प्रत्यक्षात ती पक्षाच्या कामकाजाची दिशा नव्हती. उदाहरणार्थ, चीनवरील जपानी आक्रमणाचा विरोध करण्यात ब्रिटननं पुढाकार घ्यावा, असं आवाहन लेबर पक्षाच्या खासदारांनी केलं. असं केल्यास 'इतर सर्व गंभीर व्यग्रतांमध्ये जपानच्या कठोर, न विसरता येणाऱ्या

आणि अक्षम्य वैरभावाची भर पडेल,' असा इशारा विन्स्टन यांनी दिला होता.[५५] १९३१ च्या निवडणुकीतील सर्वंकष पाडावानंतर ईस्ट फुलहॅमच्या निमित्तानं लेबर पक्षाच्या लक्षात आलं की, शांततावादाचा वापर करून त्यांना स्वतःची परिस्थिती सुधारता येईल; पण त्यानंतर कॉमिन्टार्नची सातवी परिषद झाली आणि सर्वांनी सुज्ञपणाचा आव आणला. फ्रान्स व स्पेन इथे फॅसिस्टविरोधी ऐक्याच्या आवाहनांमुळे लोकप्रिय आघाडी सरकारे सत्तेत आली; पण त्यापाठोपाठ स्पेनमध्ये यादवी युद्ध झालं आणि फ्रान्समध्ये 'कॅगाउलादर्स' या नावानं ओळखल्या जाणाऱ्या संदिग्ध गटानं उजव्या कटकारस्थानांना सुरुवात केली. ब्रिटनमध्ये १९३५ मध्ये झालेल्या निवडणुकीमध्ये एकमेव महत्त्वाचा व सक्रिय विरोधी पक्ष संपुष्टात आला.[५६] बाल्डविन यांचे समर्थक जगव्यापी महामंदीच्या परिणामांशी जुळवून घेण्यासाठी संघर्ष करून थकले होते; पण त्यांना दक्ष ठेवण्यासाठी दुसरा काही विश्वासार्ह पर्याय लोकांसमोर नव्हता.

विमान विकासाच्या कालखंडातील १९३३-३५ ही वर्षं 'टोळधाडीच्या भक्ष्यस्थानी' पडली, अशी अतिशय गैरवाजवी टिप्पणी नंतर केली गेली. हिटलरनं ऱ्हाइनलँडमध्ये सैनिकीकरण सुरू केलं (यातून त्यांनी व्हर्सायचा करारही मोडला होता; पण अभय मिळालं असल्याशिवाय नाझींना हे शक्य नव्हतं, याची चर्चा आपण सातव्या प्रकरणात करणार आहोत,) त्यानंतर मार्च १९३६ मध्ये बाल्डविन यांनी शांततावादी सर थॉम इनस्किप यांना नवनिर्मित संरक्षण संयोजन मंत्रालयात नियुक्त केलं. या इनस्किप यांनीच टोळधाडीच्या उपमेद्वारे स्वतःचं मत व्यक्त केलं होतं. यानंतर विन्स्टन व बाल्डविन यांच्यात झालेल्या पत्रव्यवहाराद्वारे त्या वर्षांसाठीचा समाधिलेखच लिहिला गेला. बाल्डविन यांना पुन्हा बहुमत मिळालं की, गमावलेल्या गोष्टी परत मिळवण्यासाठी तातडीनं कृती होईल, अशा अपेक्षेनं १९३५ मध्ये विन्स्टन यांनी सरकारवरील टीका थांबवली होती. या पार्श्वभूमीवर संरक्षण संयोजन मंत्रालयाच्या स्थापनेची विनंती त्यांनी केली होती आणि खुद्द तेच मंत्रालयाची जबाबदारी सांभाळण्यासाठी सर्वाधिक पात्र व्यक्ती होते; पण इनस्किप यांना हे मंत्रिपद देऊन अप्रत्यक्षपणे विन्स्टन यांच्या कानशिलात लगावण्यात आली. तरीही विन्स्टन यांनी आपल्या संतापाचा भडका उडू दिला नाही. नंतर इनस्किप यांनी 'टोळधाडीच्या वर्षां'ची टिप्पणी केली आणि नोव्हेंबर महिन्यात विन्स्टन यांच्या संतापाचा स्फोट झाला. या संदर्भातील मुद्दा विमान उत्पादनाचा नव्हता, तर विमानांच्या संदर्भातील संशोधन व विकास यांनाही आडकाठी घालण्यात आली होती, हे इथे नमूद करायला हवं. इनस्किप यांची या पदावर निवड झाली, त्यामागचे हेतूही भ्याडपणाचे होते. इतर कोणा उत्साही व्यक्तीची- विशेषतः विन्स्टन यांची- नियुक्ती या पदावर झाली तर हिटलर रागावेल, या मुद्द्यावर बाल्डविन व चेम्बरलीन यांच्यात सहमती होती.[५७]

इनस्किप यांच्यावर कोणतीही टीका केली, तर विन्स्टन हे स्वतः पदाचे लोभी आहेत, अशी बालिश; पण परिणामकारक ठरणारी टवाळी निश्चितपणे केली जाणार होती. या पार्श्वभूमीवर विन्स्टन चर्चिल यांनी संपूर्ण प्रतिनिधिगृहावरच घणाघाती हल्ला चढवला. सदस्यांनी परस्परांच्या संगनमताने हे निर्णय घेतल्याचा आरोप केला :

> 'दीर्घकाळ संसदीय अनुभव घेतल्यानंतरही, सध्याच्या चर्चासंदर्भात दोन गोष्टींनी मी चक्रावून गेलो. एक, मोजक्या वर्षांच्या कालावधीत आपल्यासमोर अतिशय जलद गतीनं धोके उभे ठाकले आणि त्यातून आपली भूमिका व जगाचा संपूर्ण दृष्टिकोनच बदलत चालला आहे. दोन, या धोक्यांना परिणामकारक प्रत्युत्तर देण्यात 'हाउस ऑफ कॉमन्स' कमी पडलं, यानंही मी चक्रावलो. हे असं होईल असं मला वाटलं नव्हतं, हे कबूल करायला हवं. महिनोन्‌महिने आणि वर्षानुवर्षं आपल्याला या दुर्दशेत कोसळू देण्यात आलं आणि सरकारनं स्वतःच्या चुकांची कबुली दिल्यानंतरही संसदीय सदस्यांची मतं एकवटली नाहीत; त्यामुळे आपले प्रयत्न आणीबाणीच्या पातळीला आणण्यासाठी कोणताच दबाव सदस्यांनी सरकारवर आणला नाही; या सगळ्या गोष्टी मला अविश्वसनीयच वाटतात. सभागृहानं स्वतःहून सत्य शोधायचा निर्धार केला नाही, तर या सभागृहातील प्रतिनिधी कर्तव्यच्युत झाल्याचा दाखला प्रदीर्घ इतिहासात दुसरा सापडणं मुश्कील होऊन जाईल.'[५८]

यावर बाल्डविन यांनी दिलेल्या प्रत्युत्तरानं त्यांचीच ऐतिहासिक प्रतिष्ठा बुडाली. सभागृहात यासंबंधीची चर्चा सुरू होण्यापूर्वी स्वतः बाल्डविन यांनी विन्स्टनच्या नेतृत्वाखालील कन्झर्वेटिव्ह सदस्यांच्या प्रतिनिधी मंडळासोबत बोलताना हेच मत मांडलं होतं. ईस्ट फुलहॅममधील निवडणूक निकालानं आपले हात बांधले गेले आहेत; त्यामुळे आता नोव्हेंबर १९३५ मध्ये नव्यानं बहुमत मिळालं की, पुढची पावलं उचलता येतील, असं स्पष्टीकरण त्यांनी या प्रतिनिधींना दिलं होतं. सरकारची सद्यस्थिती समजून घ्यावी, तत्कालीन निवडणुकीच्या वास्तवात अपरिहार्यरीत्या वाया गेलेल्या वर्षांची हानी भरून काढण्याचा सरकारचा प्रयत्न सुरू होता, अशी बचावात्मक विनंती बाल्डविन यांनी केली.[५९] विन्स्टन यांनी त्यांच्या आठवणींमध्ये या बैठकीचा उल्लेख केलेला नाही. व्यावहारिक राजकारणी म्हणून त्यांनी कदाचित आढेवेढे घेत बाल्डविन यांचा युक्तिवाद स्वीकारला असेल; तसंही त्या काळी कन्झर्वेटिव्ह पक्षाविरोधात भूमिका घेऊन लेबर पक्षाला सत्तेसाठी वाव देणं म्हणजे

देशाला सामाजिक संघर्षाच्या वाटेवर सोडून देण्यासारखं होतं, शिवाय लेबर पक्षाचं सरकार आलं असतं तर पुनःशस्त्रीकरणाबाबतही अधिक कमजोर भूमिका घेतली गेली असती; त्यामुळे बाल्डविन यांचं स्पष्टीकरण विन्स्टन यांनी अंशतः स्वीकारलं असण्याची शक्यता आहे; पण नंतर खुल्या सत्रातही बाल्डविन यांनी तसाच युक्तिवाद केल्यावर मात्र त्यांच्याकडे दुर्लक्ष करणं विन्स्टनना अशक्य झालं. 'मी अगदी भीषण मनमोकळेपणानं माझी मतं सभागृहासमोर मांडली आहेत,' अशा शब्दांत बाल्डविन यांनी भाषणाची सुरुवात केली होती. या भाषणात 'बाल्डविन यांच्या असभ्य हेतूंबाबतचं उघड सत्य' समोर आलं, अशी टीका विन्स्टन यांनी 'द *गॅदरिंग स्टॉर्म*'मध्ये केली आहे. आपण 'देशापेक्षा पक्षाला प्राधान्य देत असल्याची कबुली' बाल्डविन यांनी या भाषणाद्वारे दिल्याची नोंद अनुक्रमणिकेत केलेली आहे. विन्स्टन यांचा आक्षेप मांडणीतील उघडपणावर नव्हता; पण इतक्या निर्लज्जपणे सार्वजनिक अवकाशात हे असं बोलणं त्यांना पटलं नाही. स्वतःच्या क्षमतेविषयी आणि ब्रिटिश जनतेच्या हिंमतीविषयी बाल्डविन यांना आत्मविश्वास वाटत नव्हता, याचंच प्रतिबिंब त्यांच्या उक्तीमध्येही उतरलं :

> 'एका मोठ्या पक्षाचा नेता म्हणून माझी भूमिका तशी काही सुखदायक नव्हती. आम्हाला नक्की कितपत संधी आहे, असा प्रश्न मी स्वतःला विचारला... पुढच्या वर्षा-दोन वर्षांत पुनःशस्त्रीकरणाच्या बाजूनं जनादेश मिळेल, इतकी देशातील भावना बदलेल का? जर्मनी पुन्हा सशस्त्रीकरण करतो आहे आणि आपणही शस्त्रसज्जता वाढवायला हवी, असं मी समजा देशवासीयांसमोर जाऊन म्हटलं असतं, तर त्या क्षणी या शांततावादी देशानं अशा आवाहनाला प्रतिसाद दिला असता का? माझ्या दृष्टीनं आम्हाला निवडणुकीत तोटा होईल अशा कोणत्याही गोष्टीचा विचार करणं शक्य नव्हतं... कृती लांबणीवर टाकल्यामुळे आम्हाला देशाकडून प्रचंड बहुमत मिळालं आणि अर्थातच बारा महिन्यांपूर्वी जी गोष्ट शक्यही वाटली नसती ती गोष्ट करण्यासाठी आम्हाला जनादेश मिळाला.'[६०]

ही विधानं केवळ निवडणुकीत आघाडी घेण्यासंदर्भातील समीकरणांचा विचार मांडतात आणि ब्रिटिश जनतेला यात हीन स्थान देण्यात आलेलं आहे; पण एवढ्यावरच या वाक्यांचं महत्त्व संपत नाही. मुळात हे शब्द निवडणुकीनंतर वर्षभरानं उच्चारले गेले, तेव्हासुद्धा जर्मनीच्या धोक्याला तोंड देण्यासाठी ब्रिटन सज्ज झालेला नव्हता. इतर आक्षेपार्ह बाबी तर आहेतच, शिवाय बाल्डविन यांचं

म्हणणं धडधडीत खोटेपणाचं आहे. जर्मनीच्या सशस्त्रीकरणाशी ब्रिटन स्पर्धा करू शकेल किंवा अशी स्पर्धा करायला हवी, असं बाल्डविन किंवा त्यांचे उत्तराधिकारी चेम्बरलीन यांपैकी कोणालाच वाटत नव्हतं. स्वतःचे खरे उद्देश लपवण्यासाठी बाल्डविन शब्दांशी खेळत होते आणि इतर कोणाहीपेक्षा विन्स्टनना शब्दांची अधिक जाण होती. केवळ बोलण्याच्या ऊर्मीवरून वक्त्याचं आरोग्य जोखण्याची क्षमता त्यांच्याकडे होती; त्यामुळे बाल्डविन नैतिकदृष्ट्या अस्थिर पायावर उभे आहेत, हे त्यांच्या लक्षात आलं होतं. देशाची भावना बाल्डविन यांच्या समजुतीप्रमाणे होती किंवा नव्हती हे आपल्याला कधीच कळणार नाही, कारण मुळात या भावनेची चाचपणीच त्यांनी केली नव्हती. विन्स्टन यांचं म्हणणं योग्य होतं. हा स्वभाववृत्तीचाच प्रश्न होता. या विधानांमधून आपलं स्वतःचं भवितव्य कितपत उघड होतं आहे, याची जाणीव बाल्डविन यांना झाली नाही, हा या घटनाक्रमातील सर्वांत दुःखद भाग म्हणावा लागेल.

▲

उद्दाम; पण लहान विन्स्टन सात वर्षांचा असताना- खलाशाच्या वेशामध्ये

▲

युसुफ कार्श यांनी डिसेंबर १९४१ मध्ये काढलेलं हे छायाचित्र युद्धकालीन नेत्याची 'बुलडॉग' प्रतिमा अचूकरीत्या पकडणारं होतं. खरंतर तेव्हा कार्शनी छायाचित्रासाठी विन्स्टन यांची सिगार काढून ठेवली होती; त्यामुळे त्यांच्या चेहऱ्यावर असे भाव तयार झाले होते.

▲

विन्स्टन यांचे वडील, लॉर्ड रँडॉल्फ चर्चिल, कन्झर्वेटिव्ह राजकारणी व थोड्या काळासाठी सरकारी तिजोरीचे प्रमुख.
हे छायाचित्र १८८० मधील आहे.

▲

विन्स्टन यांची आई,
अमेरिकी वारसदार जेनी जेरोम.
कालांतराने लेडी रँडॉल्फ चर्चिल.
हे छायाचित्र १८८० मधील आहे.

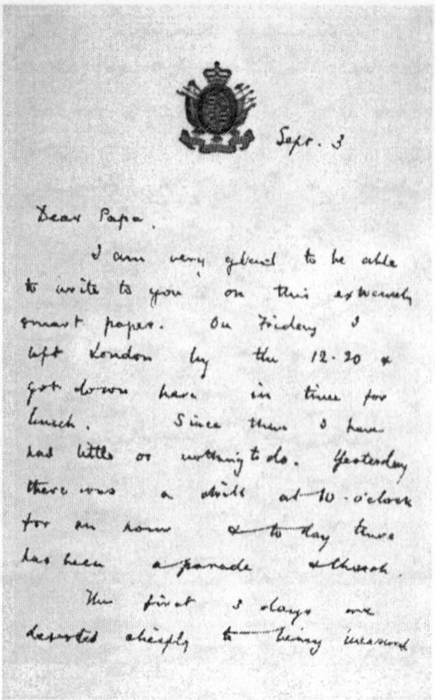
Sept. 3

Dear Papa.

I am very glad to be able to write to you on this extremely smart paper. On Friday I left London by the 12.20 & got down here in time for lunch. Since then I have had little or nothing to do. Yesterday there was a drill at 10 o'clock for an hour & today there has been a parade & church.

The first 3 days are devoted chiefly to being measured

विन्स्टन यांनी ३ सप्टेंबर, १८९३ रोजी सँडहर्स्टहून वडिलांना लिहिलेलं पत्र.

'प्रिय पपा,
या अतिशय उत्तम कागदावर मी तुम्हाला पत्र लिहितोय याचं अतिशय समाधान वाटतं. शुक्रवारी १२.२० वाजता मी लंडन सोडलं आणि जेवणासाठी इथे वेळेत पोहोचलो, तेव्हापासून मला फारसं काही काम लागलेलं नाही किंवा अगदीच थोडंसं काही असेल तेवढंच! काल १० वाजता तासाभरासाठी कवायत होती आणि आज परेड नि मग चर्च असणार आहे.'

सेकंड लेफ्टनंट झालेले विन्स्टन चौथ्या क्विन्स ओन हुझार्स तुकडीच्या पूर्ण गणवेशात, अल्डरशॉट, १८९५. लॉर्ड रँडॉल्फ यांनी त्यांना घोडदळापासून दूर नेण्यासाठी प्रयत्न केले. महागडा गणवेश आणि जीवनशैलीवर होणारा मोठा खर्च हे सर्व लक्षात घेता घोडदळाची निवड मर्यादित साधनांच्या एका तरुणासाठी शहाणपणाची नव्हती.

गर्दीपासून दूर उभे, दुर्मुखलेले, सैनिकी गणवेशसदृश पेहरावातील विन्स्टन- १५ नोव्हेंबर, १८९९ रोजी दक्षिण आफ्रिकेत फ्रेरे इथे बोअर दलांनी ताब्यात घेतल्यानंतरचं छायाचित्र.

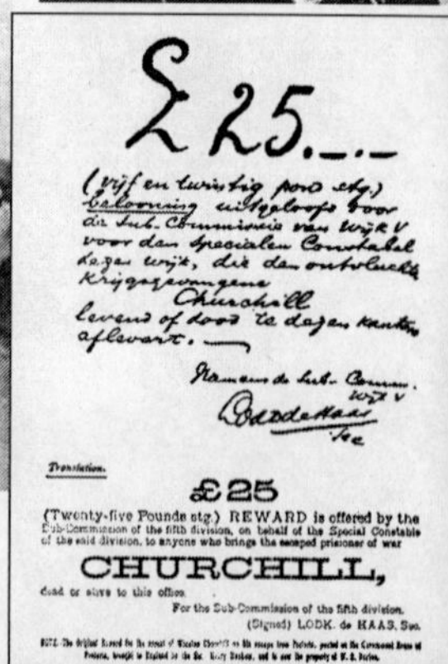

वॉन्टेड- डेड ऑर अलाइव्ह. प्रीटोरियामधील तुरुंगातू विन्स्टन पळून गेल्यानंतर त्यांना पकडून देणाऱ्यासाठ २५ पौंडांचं बक्षीस जाहीर करणारं पोस्टर बोअरांनी प्रसिद्ध केल

▲
बोअरांच्या तावडीतून पळालेल्या विन्स्टन यांचं डर्बनमध्ये आगमन झाल्यावर मोठ्या संख्येने उत्साही गर्दीने त्यांचं स्वागत केलं.

▲
जर्मनीत १९०९ मध्ये सैनिकी डावपेचांची चर्चा करताना दुसरे कैसर विल्यम यांच्यासोबत विन्स्टन. विन्स्टन यांनी जवळपास आयुष्यभर गणवेशांवर प्रेम केलं. इथे ते क्विन्स ओन ऑक्सफर्डशायर हुझार्समधील अधिकाऱ्याच्या वेशात आहेत. प्रांतिक घोडदळाचं हे एक पथक होतं.

◀
पेहरावाविषयी विन्स्टनना असलेली आत्मीयता औपचारिक प्रसंगांमध्ये मंत्री व वरिष्ठ अधिकारी कोणते नागरी गणवेश घालतात यांवरही प्रभाव टाकत असे. राजाच्या उपस्थितीत झालेल्या पाद्रींच्या दीक्षादानानंतर टॅक्सीतून परतणारे विन्स्टन या छायाचित्रात दिसत आहेत.

▶
विन्स्टन गृहसचिव झाले त्या वर्षी, १९१० मध्ये डेव्हिड लॉईड यांच्यासोबतचं छायाचित्र. या काळात पंतप्रधान हर्बर्ट अस्क्विथ यांच्या नेतृत्वाखाली हे दोघे एकमेकांचे राजकीय साथीदार होते. अस्क्विथ यांची कन्या व्हायलेट यांनी म्हटल्याप्रमाणे : लॉईड जॉर्ज यांच्याकडून 'विन्स्टन जहालवादाची भाषा शिकणार होते.'

▶
सिडने स्ट्रीटला पडलेल्या वेढ्यादरम्यान विन्स्टन, १९११. त्या वेळी गृहमंत्री असलेले विन्स्टन लंडनच्या ईस्ट एन्ड भागामध्ये गेले आणि पोलीस व सैनिकांनी एका अराजकतावादी टोळीला अडकवून ठेवलेल्या खोलीपर्यंत पोहोचले. अशा छायाचित्रांमुळे नाजूक प्रकरणे हाताळण्यासाठी आवश्यक सुरक्षितता विन्स्टन पाळू शकत नाहीत, अशी प्रतिमा निर्माण झाली.

◀
सॅलिसबरी माळावर व्यूहरचनेचा आढावा घेताना पत्नी क्लेमेन्टाइन आणि जनरल सर ब्रूस हॅमिल्टन यांच्यासोबत विन्स्टन. प्रदीर्घ आणि वादळी कारकिर्दीमध्ये विन्स्टन यांना क्लेमींनी अढळ पाठिंबा दिला.

हवाई बळाचं समर्थन करणाऱ्या सुरुवातीच्या लोकांमध्ये विन्स्टन होते. पहिल्या महायुद्धाआधीच त्यांनी विमान चालवायचं प्रशिक्षण घेतलं होतं. १९१४च्या या छायाचित्रात रॉयल फ्लाइंग कॉर्प्ससमोर विन्स्टन उभे आहेत.

▼

विन्स्टन, त्यांचा भाऊ जॅ
(उजवीकडून दुसरा) आणि लेफ्टनंट जनर
सर इआन हॅमिल्टन
१९१३ मध्ये व्यूहरचना बैठकीसा
बकिंगहॅम इथे आले असतान
या शूर व मोहक हॅमिल्टन यांनी १९१
मध्ये गलीपोलीच्या स्वारीचं नेतृत्व केल
त्यांच्या अपयशामुळे विन्स्टन यां
सत्ता गमवावी लागल

▲
किंग्ज ओन स्कॉटिश बॉर्डर्स दलाचे जवान गलीपोलीतील हेसेल इथे माथ्यावर जाताना, ४ जून, १९१५. 'दार्दानेलीस मोहिमेचं सावट (विन्स्टनवर) आयुष्यभर पडलं. या मोहिमेवर त्यांचा कायम विश्वास होता. आरमाराची सूत्रं सोडल्यावर त्यांना वाटलं की, ते आता संपले. दार्दानेलीसची स्मृती ते कधीच विसरू शकणार नाहीत, असं मला वाटलं. या शोकभावनेतच त्यांचा मृत्यू होईल, असंही वाटत होतं,' असं क्लेमेन्टाइन यांनी कालांतराने नोंदवलं.

▲
अर्मेन्तिएरेस इथे सहाव्या रॉयल स्कॉट्स फुझिलायर्स तुकडीचं नेतृत्व करणारे लेफ्टनंट कर्नल विन्स्टन, ११ फेब्रुवारी, १९१६. त्यांच्या डावीकडे आहेत सेकंड-इन-कमांड आर्किबाल्ड सिनक्लेअर, जे कालांतराने लिबरल पक्षाचे नेते झाले आणि विन्स्टन यांच्या युद्धकालीन मंत्रालयाचे सदस्यही होते. विन्स्टन यांनी फ्रेंच स्टीलचं हेल्मेट घातलं आहे, ते अजूनही चार्टवेलमध्ये जतन करून ठेवलेलं आहे.

▲
विन्स्टन यांचा विख्यात चार्टवेल बंगला. त्यांनी १९२२ मध्ये घेतलेलं हे केन्ट परिसरातील घर त्यांच्या मृत्यूपर्यंत कौटुंबिक घर राहिलं. उजवीकडे खाली दिसणाऱ्या लांब खिडक्या डायनिंग रूमच्या आहेत, त्यातून तीन दिशांचे मनमोहक दृश्य दिसते.

▲
अपेन्डिक्सच्या शस्त्रक्रियेमुळे चालता न येणाऱ्या विन्स्टनना १९२२मध्ये डण्डीमधील प्रचारमोहिमेच्या वेळी खुर्चीतून घेऊन जावं लागलं. उघडपणे दुर्बल झालेला त्यांची अवस्था आणि क्लेमींनी निर्धारपूर्वक दिलेला पाठिंबा, या कशाचाही लाभ त्यांना झाला नाही आणि ही जागा त्यांना गमवावी लागली.

▲

चार्टवेलच्या आवारात नवीन खोलीसाठी वीट बसवणारे विन्स्टन, ३ सप्टेंबर, १९२८. *डेली स्केच* या वृत्तपत्रात हे छायाचित्र प्रकाशित झालं. चर्चिल मिनिटाला एक वीट बसवू शकत होते, असं सदर वृत्तपत्रात म्हटलं होतं.

क्विन्स युनिव्हर्सिटी बेलपास्ट रॅग इ घोडागाडीत बसलेले विन्स्टन, १९२ एकावन्न वर्षांचे असूनही ते मनमिळा आणि संगतिप्रिय होते. यानंतरच्या व ते माल्टा इथे शेवटचं पोलो खेळ

◀

विन्स्टन अतिशय पट्टीचे पोहणारे होते. पोहता येत असल्यामुळे एकदा आपल्याला भावाचा प्राण वाचवता आल्याचा प्रसंग त्यांनी *माय अर्ली लाइफ*मध्ये नोंदवला आहे. १९२७च्या या छायाचित्रामध्ये ड्यूव्हिलमधील किनाऱ्यावरून ते बाहेर पडताना दिसत आहेत

▶

स्टॅनले बाल्डविन यांच्या सरकारमध्ये सरकारी तिजोरीचे प्रमुख असलेले विन्स्टन, २९ एप्रिल, १९२९ रोजी अर्थसंकल्प सादर करण्यासाठी हाउस ऑफ कॉमन्समध्ये जात असताना; सोबत छोटी बॅग घेतलेले छायाचित्रात दिसत आहेत.

◄ चार्ली चाप्लीन (उजवीकडे) यांच्यासोबत चार्टवेलमध्ये काढलेलं छायाचित्र, जुलै १९३१. डावीकडून उजवीकडे : टॉम मिटफोर्ड (क्लेमेन्टाइनचे मावसभाऊ आणि मिटफोर्ड बहिणींचे एकमेव भाऊ दुसऱ्या महायुद्धात मृत्युमुखी), विन्स्टन, फ्रेडी बर्कनहेड, क्लेमेन्टाइन, डायना आणि धाकटे रँडॉल्फ.

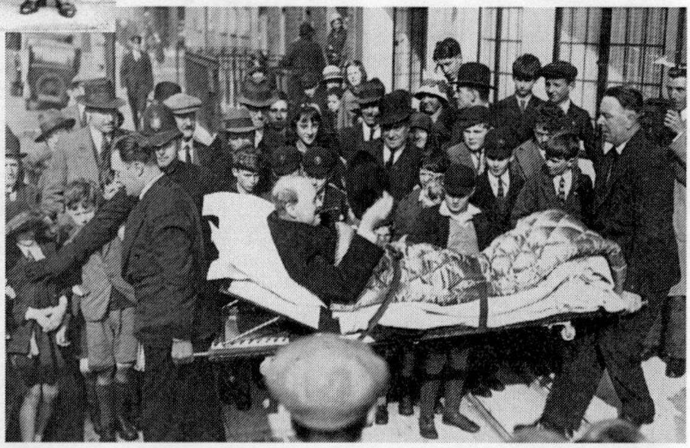

► विषमज्वरासारख्या तापाने २७ सप्टेंबर, १९३२ रोजी विन्स्टन आजारी पडले. १० ऑक्टोबरच्या या छायाचित्रामध्ये लंडनमधील ब्यूमाँट स्ट्रीट नर्सिंग होममधून त्यांना बाहेर आणलं जात आहे.

▲ परराष्ट्रमंत्री लॉर्ड हॅलिफॅक्स यांच्यासोबत व्हाइट हॉलजवळून जाताना विन्स्टन, २९ मार्च, १९३८. जर्मनीने ऑस्ट्रेलियावर स्वारी केल्यानंतर तीन आठवडेही उलटले नसतानाचं हे छायाचित्र. त्यानंतर हॅलिफॅक्स यांना अमेरिकेतील ब्रिटिश राजदूत नेमण्यात आलं.

चार्टवेलमधील आपल्या अभ्यासकक्षात *द हिस्ट्री ऑफ द इंग्लिश स्पीकिंग पीपल्स* या पुस्तकावर काम करताना विन्स्टन. पिक्चर पोस्टमधील हे छायाचित्र २५ फेब्रुवारी, १९३९ रोजीचं आहे. आपल्या पुस्तकांच्या मुद्रितशोधनासाठीच्या प्रती पाहायला त्यांना फार आवडायचं, त्यानंतर मग या विशेष तयार करून घेतलेल्या मेजावर ते प्रुफं तपासायचे. ▼

व्हाइस-ॲडमिरल सर बेरट्राम रामसे यांच्यासोबत १९४०मध्ये इंग्लंडच्या दक्षिण किनाऱ्यावर विन्स्टन. रामसे यांनी डंकिर्कमधील माघारीची योजना आखली आणि 'डी-डे'वेळी ते मित्र राष्ट्रांचे नाविक दलाचे मुख्याधिकारी होते.

एका ब्रिटिश हवाई तळाला दिलेल्या भेटीदरम्यान वेलिंग्टन बॉम्बर विमानाच्या कर्मचारीवर्गाची पाहणी करताना विन्स्टन, ६ जून १९४१.

लिव्हरपूलमधील गोदी कामगारांची विचारपूस करताना चर्चिल, २८ सप्टेंबर, १९४१. शहरावर मोठा बॉम्बवर्षाव झाला, तेव्हाचा हा क्षण. सैन्याने या छायाचित्रासोबत प्रसिद्ध केलेल्या अधिकृत ओळींनुसार, विन्स्टननी कामगारांना विचारलं, 'तुम्हाला पुरेसं खायला मिळतं ना?' त्यावर कामगारांनी प्रतिसाद दिला, 'होय, सर! आमचं मस्त चाललंय. थँक यू!'

ब्रिस्टॉलवर जर्मनांनी केलेल्या बॉम्बवर्षावान दोन दिवसांनी चर्चिलनी तिथल्या ए ठिकाणाला भेट दिली, तेव्हाचा क्ष १४ एप्रिल, १९४१. डावीकडे (मागे झुकलेले वॉल्टर थॉम्पसन आहेत. गुप्तहेर असले थॉम्पसन युद्धादरम्यान देशांतर्गत व परदेशाती दौऱ्यांमध्ये विन्स्टनसोबत जात हो विन्स्टन यांच्या मागे आणि क्लेमेन्टाइनच उजवीकडे उभे असलेले, हॅट न घातले गृहस्थ दिसतात ते आहेत ग्रेट ब्रिटनमधी अमेरिकी राजदूत जे. गिल्बर्ट विनॅन

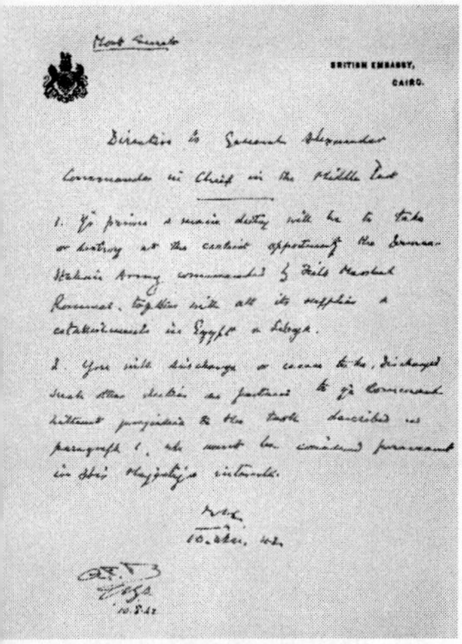

Most Secret

BRITISH EMBASSY,
CAIRO.

Directive to General Alexander
Commander-in-Chief in the Middle East

1. Your prime and main duty will be to take or destroy at the earliest opportunity the German-Italian Army commanded by Field Marshal Rommel, together with all its supplies and establishments in Egypt and Libya.

2. You will discharge or cause to be discharged such other duties as pertain to your Command without prejudice to the task described in paragraph 1, which must be considered paramount in His Majesty's interests.

WSC
10.VIII.42.

◀ मध्यपूर्वेतील मुख्य सेनाधिकारी म्हणून जनरल सर हेरॉल्ड अलेक्झांडर यांची नियुक्ती झाली, तेव्हा त्यांना स्पष्ट व संक्षिप्त आदेश देणारं विन्स्टन यांचं पत्र, १० ऑगस्ट, १९४२. 'शत्रू सैन्याच्या सर्व प्रतिकाराचा बीमोड करण्यात आला. उत्तर आफ्रिकी किनाऱ्यावर आपलं नियंत्रण आहे,' असं अलेक्झांडर यांनी १३ मे, १९४३ रोजी विन्स्टनना कळवलं.

▲ जनरल आयझेनहॉर (डावीकडे) आणि जनरल सर हेरॉल्ड अलेक्झांडर यांच्यासोबत घरच्या गाउनमध्ये विन्स्टन, १९४१चा नाताळ दिवस, कार्थेज. कामाने व अथक वेळापत्रकाने थकलेल्या विन्स्टन यांना न्यूमोनिया झाल्याचं निदान करण्यात आलं. या छायाचित्रानंतर दोन दिवसांनी ते विमानाने मर्रकेचला गेले आणि त्यांनी नॉर्मन्डीवरील चढाईची योजना आखली.

▲ वेस्टर्न डेझर्ट भागात ब्रिटिश व राष्ट्रकुलाच्या फौजांना ऑगस्ट १९४२मध्ये विन्स्टननी भेट दिली. त्यांच्या शेजारी ऑस्ट्रेलियन हॅट घालून आहेत ते जनरल बर्नार्ड मॉन्टगोमेरी. आठव्या सैन्याची सूत्रे नुकतीच त्यांच्याकडे देण्यात आली होती. साम्राज्यवादी दलांचे प्रमुख सर ॲलन ब्रूक थोडेसे मागून चालत आहेत.

▶ मे १९४३मध्ये अमेरिकी प्रतिनिधिगृहाच्या संयुक्त सत्राला विन्स्टन यांनी संबोधित केलं. हे त्यांचं अतिशय सफाईदार भाषण चांगलंच गाजलं. साडेनऊ तास ते हे भाषण लेखनिकाला सांगत होते, असं त्यांच्या सचिवाने नमूद केलं आहे.

▶

नॉर्मन्डीमध्ये विन्स्टन आणि मॉन्टी, मागच्या बाजूला लेफ्टनंट जनरल मायलेस डेम्पसे आणि नकाशा धरणारे आहेत सक्षम कॅनडीयन लेफ्टनंट जनरल गाय सायमण्ड्स

◀

तीन मोठी व्यक्तिमत्त्वं : याल्टा परिषदेमध्ये विन्स्टन, रुझवेल्ट व स्टालिन- फेब्रुवारी १९४५. थकून गेलेले रुझवेल्ट आणि विजयोत्साही स्टालिन यांच्यासोबत विन्स्टनना अधिकाधिक अवघडल्यासारखं होत होत ही जागा म्हणजे 'रिव्हिएरा ऑफ हादेस असल्याचं वर्णन त्यांनी केलं आहे.

▶

घोषणा देणाऱ्या गर्दीला आरोग्य मंत्रालयाच्या बाल्कनीतून खूण करणारे विन्स्टन. मंगळवार, ८ मे, १९४५ रोजी व्ही.ई. दिवसाचं प्रसारण करून झाल्यावर पार्लमेंट स्ट्रीटवरच्या या गर्दीकडे पाहत त्यांनी विजयाची खूण केली. 'हा तुमचा विजय आहे!' असं त्यांनी गर्दीला उद्देशून म्हटलं. त्यावर प्रत्युत्तर आलं, 'नाही, हा तुमचा विजय आहे!'

◀

फ्लोरिडातील मिआमी बीचवर चित्र काढताना विन्स्टन, फेब्रुवारी १९४६. खिन्न मनस्कतेचा 'काळा कुत्रा' दूर ठेवण्यासाठी १९१५ मधील काळोख्या दिवसांमध्ये त्यांनी पहिल्यांदा चित्रं काढली आणि १९४८ मध्ये रॉयल अकॅडेमीशियन एक्स्ट्राऑर्डिनरी म्हणून नियुक्त झाल्याचा त्यांना आनंद झाला.

संथ न्हास. जहाज व्यवसायातील ब्डी असामी, मूळचे ग्रीक, अरिस्टॉटल ओनास्सिस यांच्यासोबत ख्रिस्तिनिया नावेवर, ३ मार्च, १९६०.

प्रचारादरम्यान साउथ वुडफोर्डमधील कन्झर्वेटिव्ह पक्षाच्या मुख्यालयातून 'व्ही' खूण करून दाखवताना विन्स्टन, बाजूला क्लेमी, ६ ऑक्टोबर, १९५१. सार्वत्रिक निवडणुकांमध्ये अगदी ओझरत्या फरकाने ते पुन्हा सत्तेत आले.

दूरचित्रवाणी म्हणजे 'टप्पेनी-हा पेनी पंच अँड ज्युडी शो' असल्याची संभावना करूनही अखेरीस आपल्या पंतप्रधानपदाच्या शेवटच्या कार्यकाळात विन्स्टन यांनी या नवीन माध्यमाचं राजकीय सामर्थ्य अजमावून पाहिलं. १९५४ मध्ये त्यांनी १०, डाउनिंग स्ट्रीट इथे गोपनीय स्क्रीन-टेस्ट करवून घेतली. 'हे काय ते, 'टीव्ही' जगात कशी मार्गक्रमणा करणार आहे, ती परिस्थिती पाहायला मी इथे आलोय. एवढ्या खालच्या पातळीला आल्याबद्दल मी माफी मागायलाच हवी; पण आपणा सर्वांना आधुनिक सुधारणांशी जुळवून घ्यावं लागतं आणि त्यांच्या संदर्भात आपण कुठे आहोत हे तपासावं लागतं. काळासोबत चालण्यास नकार देण्यात काही हशील नाही; त्यामुळे इथे येऊन हे प्रदर्शन करायला मी सहमती दिली. हे केवळ एका आणि एकाच व्यक्तीसाठी होणार आहे. याचं काय करायचं, हे केवळ एकच व्यक्ती ठरवणार आहे. ती व्यक्ती मीच आहे. (स्वतःचे हात लांब करत.) तर, हे असं आहे, आता तुम्ही मला पाहताय! या व्यवहारात दुसरं कोणी नसतंच.' या चाचणीची निष्पत्ती पाहिल्यानंतर त्यांनी ठरवलं की, दूरचित्रवाणी ही गोष्ट त्यांच्यासाठी नाही आणि ही फीत नष्ट करावी असे आदेश त्यांनी दिले. सुदैवाने ती फीत टिकली आणि १९८०च्या दशकाच्या अखेरीला ती शोधण्यात आली. चर्चिलनी कधीही दूरचित्रवाणीवर मुलाखत दिली नाही.

▲
लंडनमधील वेस्टमिन्स्टर सभागृहात भाषण देताना विन्स्टन. त्यांच्या ऐंशीव्या वाढदिवसानिमित्त खासदारांनी त्यांना ग्रॅहम सदरलँड या कलाकाराने काढलेलं पोर्टेट (प्रतिमाचित्र) भेट दिलं. क्लेमेन्टाइन यांना हे चित्र अजिबात आवडलं नाही आणि पतीच्या मृत्यूनंतर त्यांनी ते नष्ट करून टाकलं.

▲
लंडनमधील वेस्टमिन्स्टर सभागृहात चर्चिल यांचं शव ठेवलेली कफनपेटी. राजघराण्याबाहेच्या केवळ सात व्यक्तींना सरकारी इतमामात अंत्यसंस्कार मिळाले- पिट द एल्डर, लॉर्ड नेल्सन, पिट द यंगर, ड्यूक ऑफ वेलिंग्टन, ग्लॅडस्टोन, लॉर्ड रॉबर्ट्स आणि विन्स्टन चर्चिल.

प्रकरण सातवे

प्रतीक्षेत
१९३६-१९४०

दुसरं महायुद्ध सुरू झाल्यावर जर्मनीविरोधात बॉम्बफेक करण्यास १९४२ च्या मध्यापर्यंत राष्ट्रकुलाच्या फौजांना जितकी मानवी आणि आर्थिक किंमत मोजावी लागली, त्या तुलनेत या मोहिमांनी केलेलं जर्मन फौजांचं नुकसान कमी होतं. इतर ठिकाणी सज्ज असलेली जर्मन हवाई दलाची पथकं मातृभूमीच्या रक्षणासाठी माघारी बोलावण्याची वेळही तोवर आली नव्हती. त्यापूर्वी जर्मन बॉम्बर व लढाऊ विमानांनी दीर्घ पल्ल्याच्या मोहिमा हाती घेतलेल्या नव्हत्या; पण ब्रिटनच्या लढाईदरम्यान दक्षिण इंग्लंडवर जर्मन विमानांचं हवाई वर्चस्व प्रस्थापित होण्याची वेळ आली होती. या लढाईमध्ये एका टप्प्यावर तर इंग्लंडच्या रॉयल एअर फोर्सला आपल्या ताफ्यातील प्रत्येक लढाऊ विमान वापरात काढावं लागलं. एका रात्री तीव्र हवाई हल्ले चढवण्यात आले, तेव्हा जर्मन हवाई दलाला फारशी हानी सहन करावी लागली नाही, त्या तुलनेत युद्धामध्ये नंतरच्या काळात ब्रिटिश हवाई दलाच्या बॉम्बर पथकाचं मोठं नुकसान झालं. आक्रमण हाच सर्वोत्तम बचाव आहे, या तत्त्वाचं वर्चस्व ब्रिटिश युद्धपूर्व नियोजनावर होतं; यामुळे ही परिस्थिती ओढवली. दिवसाढवळ्या झालेल्या हल्ल्यांची तीव्रता कमी करण्याइतकीही स्रोतसामग्री लढाऊ पथकाकडे नव्हती. हवाई दलाकडून आग्रही आक्षेप घेण्यात आल्यानंतर थोडीफार बचावात्मक तजवीज झाली; पण रात्रीच्या बॉम्बफेकीसमोर लढा देण्याची अत्यल्प तरतूद ब्रिटिश फौजेनं केलेली होती. जर्मनीनं सामरिक बॉम्बफेकीचं (कारखाने, बंदरं इत्यादींना लक्ष्य करणं) तत्त्व कधीही स्वीकारलं नाही; त्यामुळे ब्रिटनला ज्या बाबतीत अपयश पत्करावं लागलं, तिथे जर्मनीला मोठं यश मिळू लागलं. या सगळ्या प्रक्रियेत प्रतिबंधात्मक संयमाचा सिद्धान्त किती पोकळ आहे तेही उघड

होत गेलं. विन्स्टन यांनी १९३० च्या दशकात पुन्हा सशस्त्रीकरण साधण्याचं अभियान याच तत्त्वावर उभारलं होतं.

ब्रिटन व जर्मनी यांनी विमानांची रचना व उत्पादन कधी केलं आणि त्यांची कामगिरी कशी झाली, यासंबंधीची आकडेवारी पुरेशी स्वयंस्पष्ट आहे. ब्रिटननं ज्या दोन 'सामरिक' बॉम्बर विमानप्रकारांसह युद्धात उडी घेतली, ते हँडली पेज हॅम्पडन आणि विकर्स वेलिंग्टन असे दुहेरी इंजिनांनी सज्ज विमानप्रकार होते. सप्टेंबर १९३२ मध्ये हवाई मंत्रालयाने केलेल्या विशिष्ट तपशीलवार सूचनेवरून ही विमानं विकसित करण्यात आली होती. नमुना पातळीवरची ही विमानं जून १९३६ मध्ये आकाशात चाचणी घेऊन आली, त्यानंतर ऑगस्ट महिन्यात सुधारित तपशिलाची भर टाकण्यात आली आणि डिसेंबर १९३७ मध्ये या नवीन प्रकारच्या बॉम्बर विमानांनी ब्रिटिश हवाई दलामध्ये सेवा द्यायला सुरुवात केली. या विमानांचा सर्वोच्च वेग सुमारे २५५ एमपीएच (माइल्स पर आवर/ मैल प्रति तास) इतका होता आणि चार हजार ते साडेचार हजार पौंड इतक्या बॉम्बचं वजन घेऊन पंधराशे मैलांचा पल्ला गाठण्याची क्षमता त्यांच्यात होती. तत्पूर्वी हॅम्पडन आणि वेलिंग्टन यांच्या उत्पादनासाठी लागणाऱ्या कालावधीचा विचार करून अस्वस्थ झालेल्या हवाई मंत्रालयानं स्वस्तातल्या आणि तुलनेनं दुय्यम कामगिरी करणाऱ्या निराळ्या प्रकारच्या बॉम्बर विमानांच्या निर्मितीचेही आदेश दिले. ही विमानं सैनिकांना साम्राज्यातील इतर संकटग्रस्त ठिकाणांवर वाहून नेण्याची क्षमता बाळगून होती आणि नंतर आकाशातून या दलांना साहाय्यकारी कारवायाही करता येत होत्या. आर्मस्ट्राँग व्हाइटवर्थ व्हाइटली या प्रकारातील विमानाची चाचणी पहिल्यांदा मार्च १९३६ मध्ये घेण्यात आली आणि १९३७ च्या सुरुवातीला यातील विमानं सेवेत दाखल झाली. या विमानांचा सर्वोच्च वेग २०० मैल प्रति तास इतका होता आणि ३४०० पौंडांचे बॉम्ब घेऊन १५०० मैलांचा पल्ला गाठण्याची त्यांची क्षमता होती. या विमानाच्या रचनेतही त्रुटी होती- उडताना त्याचा शेंडा खालच्या बाजूला राहायचा; त्यामुळे आधीच दुय्यम असलेली त्याची कामगिरी आणखी खालावत असे. विन्स्टन यांचा संख्यात्मकतेवर भर असल्यामुळे या खऱ्या अर्थानं भयानक विमानांचं राजकीय पितृत्व त्यांच्याकडेच जातं.

जर्मनांनी कधीच 'सामरिक बॉम्बर' प्रकारातील विमानं वापरात आणली नाहीत. त्यांनी वापरलेली सर्व बॉम्बर विमानं 'डावपेचात्मक' बॉम्बफेकीसाठीच तयार केलेली होती. (या संदर्भात 'डावपेचात्मक' हा शब्द रॉयल एअर फोर्सनं वापरला.) आपल्या भूदलांना साहाय्य करण्यासाठी किंवा शत्रूच्या भूदलाला नष्ट करण्यासाठी जर्मनीनं ही विमानं वापरली. व्हर्सायच्या तहानुसार सैनिकी विमानांच्या वापराला प्रतिबंध करण्यात आला होता; परंतु जर्मनीनं या कराराशी तोंडी बांधिलकी कायम ठेवत

पूर्वीच दुहेरी वापराच्या विमानांची रचना केली होती, त्याचा वापर १९४० मध्ये झाला. यातील *'डॉर्निअर डो १७'* हे विमान १९३४ मध्ये टपाल-वाहन म्हणून आकाशात चाचणीसाठी उडालं आणि तीन वर्षांनी बॉम्बर म्हणून लष्करी सेवेत दाखल झालं. या विमानाचा सर्वोच्च वेग २६५ मैल प्रति तास इतका होता आणि २२०० पौंडांचे बॉम्ब घेऊन ७५० मैलांचा पल्ला गाठण्याची त्याची क्षमता होती. हेन्केल हे-श्री या विमानाचं पहिलं उड्डाण १९३५ मध्ये झालं, तेव्हा ते प्रवासी गटातील वाहन होतं; पण त्यात १५ भिन्न बदल होऊन शेवटी १९३८ मध्ये बॉम्बर विमान म्हणून ते सेवेत दाखल झालं. या विमानाचा कमाल वेग २७० मैल प्रति तास इतका होता आणि ७६० मैल पल्ल्यापर्यंत ५५०० पौंड वजनाचे बॉम्ब वाहून नेण्याची त्याची क्षमता होती. तिसऱ्या प्रकारचं विमान जानेवारी १९३६ मधील विशेष सूचनेतील तपशिलानुसार निर्माण करण्यात आलं. या तपशिलांहून अधिक क्षमता साधणारं विमान अंतिमतः वापरात आलं. जंकर्स जू-८८ या नावाच्या विमानाचं पहिलं उड्डाण डिसेंबर १९३६ मध्ये झालं आणि १९३९ च्या अखेरीस ते लष्करी सेवेमध्ये प्रवेश करतं झालं. या विमानाचा कमाल वेग २८५ मैल प्रति तास इतका होता आणि १०५० मैलांपर्यंत ५५०० पौंडांचे बॉम्ब वाहून नेण्याइतकी त्याची क्षमता होती, तर जर्मन भूमीवरून इंग्लंडमध्ये खोलवर हल्ला करण्याची क्षमता बाळगून असलेलं अद्ययावत बॉम्बर विमान युद्धाला तोंड फुटण्याआधीपासूनच जर्मनीकडे तयार होतं.[१]

ट्रेंचर्ड यांचं 'सामरिक' बॉम्बवर्षावाचं तत्त्व दुबळेपणाचं आहे, अशी जर्मनांची धारणा होती किंबहुना ब्रिटिशांनी बॉम्बर विमानांच्या अधिकाधिक आहारी जावं यासाठी नाझी हवाई मंत्रालयानं स्वतःच्या विमान उत्पादनाची अवाजवी वाढवलेली आकडेवारी जाणीवपूर्वक बाहेर फोडली होती.[२] रडारयंत्रणा विकसित करण्यामध्ये जर्मनांनी मोठी आघाडी घेतलेली होती; त्यामुळे ब्रिटिशांची बॉम्बर विमानं आपल्यावर हल्ला करण्याइतकी जवळ येऊ शकतील, हेच त्यांना मुळात मान्य नव्हतं. रडार-यंत्रणेवरील काम जर्मनांनी १९२८ मध्ये सुरू केलं आणि १९३० च्या मध्यात दोन सक्रिय संचांची निर्मिती पूर्ण झाली. आक्रमणकर्त्या विमानाला लवकरात लवकर हेरण्याची आणि थोडं जवळ आल्यावर अशा विमानाचा अचूक पल्ला आणि उंची जोखण्याची क्षमता या रडारयंत्रणेमध्ये होती. फ्रेया आणि व्हूर्झबर्ग या नावानं परिचित असलेल्या या यंत्रणांनी युद्धाचा संपूर्ण काळ परिणामकारक सेवा दिली. ब्रिटननं १९३४ पर्यंत अशा प्रकारची रडारक्षमता विकसित करण्यासाठी प्रयत्न केले नव्हते. १९४० मध्ये निर्णायक कामगिरी केलेली चेन हाउस रडार स्थानकं ही तुलनेनं आदिम स्वरूपाची होती.[३] सुदैवानं १९३६ पर्यंत हे तंत्रज्ञान पुरेसं विकसित करण्यात आलं; त्यामुळे एअर मार्शल सर ह्यू डाउडिंग यांना रॉयल एअर

फोर्समधील रूढमतवाद्यांवर वेळीच मात करून हवाई संरक्षणाची सुसंगत व्यवस्था विकसित करता आली. त्यांच्या या सेवेबद्दल हवाई दलातील वरिष्ठांनी त्यांना कधीही माफ केलं नाही. त्यांचं धोरण रास्त असल्याचं ब्रिटनच्या लढाईत सिद्ध झालं, त्यानंतर त्यांना तत्काळ सक्तीची निवृत्ती देऊन अपमानित करण्यात आलं.[४]

ब्रिटनकडचं प्रमुख 'डावपेचात्मक' बॉम्बर विमान १९३९ मध्ये वापरात आलं. हवाई मंत्रालयानं १९३३ च्या सुरुवातीला केलेल्या तपशीलवार सूचनेनुसार बनवण्यात आलेल्या *'फेअरी बॅटल'* नावाच्या या विमानाचं इंजिन एकेरी होतं. उत्पादनानंतरचं नमुना विमान मार्च १९३६ मध्ये आकाशात झेपावलं; पण नंतर त्याच्या रचनेमध्ये बदल झाले आणि विमानावरील चमूमध्ये तिसरा सदस्य वाढल्यावर या विमानाची कामगिरी आणखी ढासळली; त्यामुळे वरिष्ठ अधिकारी हा प्रकल्पच सोडून देण्याचा विचार करायला लागले. हे विमान २०० मैल प्रति तास वेगानं एक हजार पौंड वजनाचे बॉम्ब १२०० मैलांपर्यंत वाहून नेण्याची क्षमता राखून होतं. तथाकथित 'डावपेचात्मक' बॉम्बर विमानाला वेगापेक्षा जास्त अंतराचा पल्ला असायला हवा, या समजुतीपायी या विमानात वेगाचा बळी देण्यात आला. ही विमानं म्हणजे शत्रूच्या लढाऊ दलांना आकाशातील लक्ष्य साधण्याचा सराव करून देणारी ठरली; पण तरीसुद्धा, ऑक्टोबर १९४० मध्ये उत्पादन बंद होण्यापूर्वी अशा प्रकारची २२०० विमानं पुरवण्यात आली. *'डेली मेल'*चे मालक लॉर्ड रॉदरमिअर यांच्या मागणीतील रचनेनुसार *'ब्रिस्टॉल ब्लेनहेम'* हे विमान तयार झालं. अमेरिकेच्या दुहेरी इंजिनधारी डग्लस डीसी-वन या विमानाशी स्पर्धा करण्यासाठी ब्लेनहेम अस्तित्वात आलं. या विमानाच्या नमुन्याला 'ब्रिटन फर्स्ट' असं संबोधण्यात आलं होतं. एप्रिल १९३५ मध्ये पहिल्यांदा उड्डाण केलेलं हे विमान रॉदरमिअर यांनी रॉयल एअर फोर्सला दान केलं. तोपर्यंत ब्रिस्टॉलनं बॅटलइतकाच पल्ला आणि भारवहन क्षमता असलेलं दुसरं एक विमान विकसित केलं, फक्त त्याचा वेग ७० मैल प्रति तासांनी जास्त होता. हवाई मंत्रालयानं पहिल्यांदा अशाच प्रकारच्या कामगिरीची अपेक्षा असलेल्या विमानासाठी सूचना काढली; पण नंतर बॅटलला समांतर अशा दुसऱ्या प्रकारच्या विमानाची निर्मिती करण्याचे आदेश दिले. अवाजवी तपशीलवार सूचनांची मर्यादा नसल्यामुळे या विमानाला रचनानिर्मितीच्या पातळीवरही मोकळीक मिळाली. परिणामी, सुधारणांबाबत खुलेपणा राखणारा मोलाचा घटक यात समाविष्ट झाला. सर्वच बाबतींत हे विमान इतरांहून अव्वल ठरलं.[५]

हवाई मंत्रालयाचं तत्त्वज्ञान व कठोर खरेदी पद्धतींमधील दुबळेपणाचा उत्तम दाखला अवजड बॉम्बर विमानांच्या रूपात मिळाला. ट्रेंचर्ड यांचं स्वप्न वास्तवात उतरण्याची शक्यता धुळीस मिळवण्याला ही विमानंच पूर्णतः कारणीभूत होती. *'शॉर्ट स्टिअर्लिंग'* हे यातील पहिलं विमान. चौदा हजार पौंड वजनाचे बॉम्ब किंवा

१०० सैनिक वाहतूक पातळीवरून तीन हजार मैलांपर्यंत वाहून नेण्याची क्षमता असलेलं विमान तयार करण्याची सूचना डिसेंबर १९३६ मध्ये करण्यात आली. त्यानुसार संडरलँडचा आकार थोडा कमी करून, शॉर्ट स्टिअर्लिंगची निर्मिती झाली. तत्कालीन सर्व विमानघरांमधील प्रवेशद्वारांचा विचार करता विमानाच्या पंखांची लांबी १०० फुटांहून अधिक असू नये, असाही तपशील या सूचनेत नोंदवलेला होता. संडरलँडचे पंख ११४ फूट लांब होते आणि बहुतांश देशांतर्गत विमानघरांची दारं १२५ फूट रुंदीची होती; त्यामुळे त्यात ते विमान सहज गेलं असतं; पण इतर अनेक बंधनं काढून टाकण्यात आल्यानंतरही पंखांच्या लांबींची मर्यादा निश्चित करणारी सूचना कायम ठेवण्यात आली.[६] स्टिअर्लिंग विमान मे १९४१ मध्ये सेवेत दाखल झालं; पण मुख्य ताकद म्हणून त्याचा वापर झाल्यावर त्याला भयंकर नुकसान सहन करावं लागलं; त्यानंतर १९४३ मध्ये ते दुय्यम कारवायांसाठी वापरण्यात आलं. आठ हजार पौंड वजन दोन हजार मैलांपर्यंत वाहून नेणारं दुहेरी इंजिन असलेलं बॉम्बर विमान बनवण्याची सूचना हवाई मंत्रालयानं १९३६ मध्ये केली होती. त्याला प्रतिसाद म्हणून लहान चणीची; पण अधिक चांगली कामगिरी करणारी हँडले पेज हॅलिफॅक्स व आव्रो लँकस्टर ही दोन विमानं तयार झाली. एका शक्तिशाली इंजिनाभोवती या विमानांची बांधणी झाली; पण त्यांच्याकडून अपेक्षेप्रमाणे कामगिरी झाली नाही. १९३६ मध्ये काढलेल्या सूचनेनुसार आव्रो मँचेस्टर हे विमान तयार करण्यात आलं. कमी ऊर्जा असलेलं आणि जवानांना मृत्यूच्या दरीत लोटणारं हे विमान स्टिअर्लिंगहून अधिक कुख्यात झालं. हवाई मंत्रालयानं १२०० विमानांची मागणी केली होती; पण सुदैवानं आव्रो मँचेस्टर प्रकारातील केवळ २०० विमानं तयार करण्यात आली. हँडले पेजमधील रचनाकर्त्या चमूनं मूळ स्पर्धेतील आपलं स्थान गमावलं आणि आव्रोमध्ये चार इंजिनांची विमानं बनवली. त्यासाठी रोल्स-रॉइस मर्लिन या विश्वासू इंजिनाचा वापर केला; त्यामुळे दुर्लक्षणीय मँचेस्टर विमानानं किमान उल्लेखनीय वारसदार तरी दिला.[७]

हवाई मंत्रालयामध्ये ट्रेंचर्ड तत्त्वांना प्रोत्साहन देणाऱ्यांमध्ये विन्स्टन यांचाही समावेश होता. 'निष्क्रिय' पद्धत नाकारण्याचा भाग म्हणून पाणबुडीविरोधी युद्धपद्धतीबाबतचं त्यांचं आकलन विपरीत झालं; तशाच काही दृष्टिकोनामुळे विमानवापराच्या संदर्भात त्यांना भ्रम झाला की त्यांना फसवण्यात आलं होतं, हा खरा प्रश्न आहे. त्यांची दिशाभूल झाली असेल, तर त्यासंबंधी शंकेची सुई प्राध्यापक फ्रेडरिक लिंडमान या एकाच व्यक्तीकडे जाते. विन्स्टन यांच्या प्रौढ जीवनामध्ये इतर कोणाहीपेक्षा लिंडमान यांचाच अधिक थेट प्रभाव राहिला. (ऑक्सफर्डमधील प्रायोगिक तत्त्वज्ञानाचे) प्राध्यापक लिंडमान हे १९३०च्या दशकात चार्टवेलमध्ये नियमितपणे अतिथी म्हणून निवासाला येत असत.

१९५७ मध्ये त्यांचं निधन होईपर्यंत ते विन्स्टन यांचे सर्वांत जवळचे व विश्वासू मित्र होते. ब्रिटिश वैज्ञानिक व तांत्रिक विकासावर विन्स्टन यांच्या माध्यमातून लिंडमान यांचा किती प्रभाव पडला त्याचं मोजमाप जवळपास अशक्य आहे; पण विन्स्टन यांच्याशी त्यांचे दीर्घ व जवळचे संबंध प्रस्थापित झाले याला त्यांचं वैयक्तिक शौर्य कारणीभूत होतं किंबहुना विन्स्टन यांच्या प्रशंसेला पात्र होण्यासाठीची ती पूर्वअटच होती.[८] पहिल्या महायुद्धादरम्यान 'एअर फोर्स फिजिकल लेबॉरेटरी'चं संचालकपद लिंडमान यांच्याकडे होतं. गरगरत्या अवस्थेतून वैमानिकानं कसं सावरावं, यासंबंधीचा आपला सिद्धान्त त्यांनी सिद्ध करून दाखवला होता. त्यांची मांडणी पुढे येण्याआधी अशा परिस्थितीत सर्वसाधारणतः प्राणहानी निश्चित असायची. आंग्ल-जर्मन वंशाचे वडील असलेल्या फ्रेडरिक लिंडमान यांचा जन्म जर्मनीतच झाला; पण तरीही ते पुढे जर्मनद्वेष्टे झाले. संसदेतील ऑक्सफर्ड विद्यापीठाच्या जागेसाठी त्यांनी १९३५ आणि १९३७ या वर्षांमध्ये अयशस्वीरीत्या निवडणूक लढवली होती.[९] दुसऱ्या महायुद्धाच्या वेळी त्यांनी 'क्षेत्रीय बॉम्बफेकी'च्या धोरणाचं बेगडी तांत्रिक समर्थन दिलं होतं. दिवसाच्या वेळी कामकाज सुरू ठेवणं अशक्य झालेल्या आणि रात्रीच्या वेळी अचूकपणे बॉम्बवर्षाव करता न येणाऱ्या बॉम्बर पथकाला तेव्हा दुसरा पर्यायच उरला नव्हता. युद्धाचं वास्तव जर्मन लोकांच्या मातृभूमीपर्यंत नेण्यासाठी दुसरा कोणताही मार्ग न उरलेल्या एका युद्धग्रस्त राष्ट्रासाठी हा पर्याय आकर्षक ठरला.

ट्रेंचर्ड यांची मांडणी जर्मन औद्योगिक ताकदीच्या समोरही परिणामकारकरीत्या अमलात आणण्यासाठी गरजेची बॉम्बर विमानांची संख्या अशक्यप्राय कोटीतील होती. शांततेच्या काळात ब्रिटनला इतक्या प्रमाणात बॉम्बर विमानांची ताकद वाढवणं शक्य नव्हतं. युद्धकाळामध्ये विमानबांधणीची गती कमी असल्यामुळे जर्मनांना प्रतिकारी उपाययोजना विकसित करायला वेळ मिळाला. ब्रिटिश विमान उत्पादनाचं क्षेत्र वर्गीय हाडवैरापासून मुक्त नव्हतं, शिवाय व्यवस्थापकीय नवखेपणाही होता; त्यामुळे अखेरीस औद्योगिकीकरणात घट होत गेली.[१०] या समस्या राजकीय तोडगा काढून सुटणाऱ्या नव्हत्या, हे युद्धोत्तर कालखंडात सिद्ध झालं. कोणताही उपाय अमलात आणणारी सरकारी यंत्रणाही मुळात या समस्येचा एक मोठा भाग आहे, हे १९३०च्या दशकात आधीच स्पष्ट झालं होतं. ब्रिटनच्या सत्ताधाऱ्यांनी ज्या खरेदीव्यवस्थेवर विश्वास दाखवावा असा विन्स्टन यांचा आग्रह होता ती व्यवस्था त्रुटींनी भरलेली होती. 'विमान उत्पादनामधील ब्रिटनच्या कमतरता' या एप्रिल १९३८ मधील लेखामध्ये त्यांनी आपली चूक केवळ अंशतः आणि उशिरानं मान्य केली :

'विमान उत्पादन क्षेत्राचा विस्तार करताना सुरुवातीला ब्रिटिश विमान उद्योगाचा कोणताही व्यापक आराखडा तयार करण्यात आलेला नव्हता, अशी तक्रार उत्पादक करतात. मागणीसंबंधीच्या सूचना तुकड्या-तुकड्यानं दिल्या जात असत आणि तशा अजूनही दिल्या जातात. उत्पादकांना कधीच मोठ्या प्रमाणावर उत्पादन करण्याची संधी मिळत नाही; रचनांमध्ये वारंवार बदल केले जातात, त्यातून उत्पादनाला विलंब होतो आणि अनेकदा एका कंत्राटाची अंमलबजावणी व दुसरं कंत्राट देण्याची प्रक्रिया यांमध्ये मोठी पोकळी असल्याचं दिसून येतं.'[११]

'हवाई ताकद निर्णायक आहे का?' असा कळीचा प्रश्न त्यांनी सप्टेंबर महिन्यात उपस्थित केला. योग्य हाताळणी व संरक्षण असलेल्या युद्धनौकांच्या विरोधात निर्णायक ठरण्याइतकी अचूक कामगिरी हवाई बॉम्बवर्षावाद्वारे होत नाही, हे स्पॅनिश यादवी युद्धाच्या अनुभवावरून सिद्ध होत असल्याचं प्रतिपादन त्यांनी केलं. (पुढे १९३९ च्या अखेरीस हे यादवी युद्ध संपलं) हे सूत्र त्यांच्या लेखनात अनेक वर्षं येत राहिलं. जमिनीवरील तटबंदी कोसळवणं, पुरवठा मार्गांमध्ये अडथळा आणणं आणि अगदी शस्त्र कारखान्यांचा विध्वंस करणं यांबाबतही बॉम्बवर्षाव कितपत परिणामकारक ठरेल, याची त्यांना शंका होती. बॉम्बहल्ल्यांच्या संदर्भात नागरी लोकसंख्येवरील अपेक्षित मानसिक परिणामांच्या उलटेच परिणाम दिसतात.

'भयग्रस्तता व शरणागतीची इच्छा निर्माण होण्याऐवजी बॉम्बहल्ल्यांनंतर सर्व वर्गांमध्ये अधिक संतप्त व बाणेदार प्रतिकाराची प्रेरणा उत्पन्न होत असल्याचं दिसतं... त्यामुळे हवाई सामर्थ्य समान असलेल्या लढाईत नागरी लोकसंख्येच्या संहारावर आपली ऊर्जा खर्च करणारी बाजू धक्कादायक निराशेलाच सामोरी जाईल, याची मला खात्री आहे.'

पण त्यांनी १९३४ मध्ये केलेल्या भाकितानुसार मृत्युमुखी पडलेले तीस हजार ते चाळीस हजार लंडनवासीय आणि शहरातून परागंदा व्हावं लागलेले चाळीस ते पन्नास लाख लोक यांचं काय? पुढे जाण्यापूर्वी अशक्य ते शक्य करून दाखवावं लागणार होतं आणि त्यासंबंधी कोणती पावलं उचलावी याची मांडणी करताना विन्स्टन म्हणतात :

'अधिक मोठ्या लक्ष्यांविरोधात अधिक मोठ्या संख्येनं विमानं वापरात आणली, तर या सर्व चिंता कदाचित बोथट होतील. इथे गैरसमजूत

टाळण्यासाठी मला काही गोष्टी स्पष्ट करायला हव्यात- स्पॅनिश यादवी युद्धावरून मी कोणतेही निष्कर्ष काढण्याचा प्रयत्न केला असला, तरीही ग्रेट ब्रिटनसमोरचे धोके व असुरक्षितता वेगळ्या प्रकारच्या आहेत; त्यामुळे आपल्या किनाऱ्यापासून आक्रमणक्षम अंतर ठेवून असलेल्या इतर कोणत्याही सत्तेइतकी तरी हवाई ताकद कमावणं आपल्यासाठी आत्यंतिक निकडीचं आहे. मी काढलेल्या निष्कर्षांच्या संदर्भात या गरजेचं गांभीर्य कमी होत नाही.'[१२]

'सामरिक बॉम्बफेक' केवळ शत्रुराष्ट्रातील नागरी लोकसंख्येविरोधात परिणामकारक ठरणारी असती आणि समरूप प्रतिबंधक म्हणूनच केवळ तिचा उपयोग होणार असता, तर प्रतिहल्ल्याचा अपवाद वगळता इतर कोणत्याही परिस्थितीत युरोपात तिचा वापर होण्याची संभाव्यता नगण्य होती. अशा वेळी डिसेंबर १९२५ मधील लोकार्नो करारांमधील तत्त्वांचं पालन करणं ब्रिटनला शक्य झालं नसतं. जर्मनीसोबतचे संबंध सुरळीत करण्यासाठी युद्धोत्तर काळात सीमाविषयक समेट साधण्याचा प्रयत्न ब्रिटन, फ्रान्स व इटली यांच्यासह मध्य व पूर्व युरोपातील नवीन देशांनी या करारांद्वारे केला होता. जर्मनी, फ्रान्स व बेल्जियम यांनी एकमेकांवर आक्रमण न करण्याचा आश्वासन देणारा करार केला आणि ब्रिटन व इटली यांनी यासंबंधी हमीदार म्हणून स्वाक्षऱ्या केल्या. फ्रान्स, बेल्जियम, पोलंड व झेकोस्लोवाकिया यांच्यासोबत जर्मनीनं लवादाविषयीचे करारही केले. कोणताही वाद उद्‌भवला तर तो तटस्थ व बंधनकारक लवादासमोर मांडण्याला या करारांमधून सहमती दर्शवण्यात आली. शिवाय जर्मनीसोबत संघर्ष झाल्यास परस्परांना साहाय्य करण्याचं आश्वासन देणारे आणखी दोन करार फ्रान्सनं पोलंड व झेकोस्लोवाकिया यांच्यासोबत केले. करारांमध्ये औपचारिक तरतूद नसलेली एक गोष्टही यामध्ये घडून आली- 'लोकार्नो प्रेरणे'चा भाग म्हणून जर्मनीला सप्टेंबर १९२६ मध्ये लीग ऑफ नेशन्समध्ये प्रवेश देण्यात आला, त्यापाठोपाठ ऱ्हाईनलँडमधून दोस्त राष्ट्रांची दलं टप्प्याटप्प्याने माघारी घेण्याची प्रक्रिया जून १९३० मध्ये पूर्ण झाली.

जून १९३५ मध्ये इंग्लंड आणि जर्मनी यांच्यात झालेल्या नाविकी कराराद्वारे बाल्डविन यांनी उघडपणे लोकार्नो करारांमधील तत्त्वे पायदळी तुडवली, या मुद्द्यावर विन्स्टन यांच्याशी इतिहासकार सहमत होतात. आपल्याच परराष्ट्रमंत्र्यांनी १९२५ मध्ये वाटाघाटी करून, ज्या करारांवर स्वाक्षऱ्या केल्या होत्या, त्या करारांशी असलेली बांधिलकी बाल्डविन यांनी बुडवून टाकली, एवढंच नव्हे तर व्हर्सायच्या तहातील तरतुदींकडेही दुर्लक्ष केलं. हिटलरने मे १९३५ मध्ये सक्तीच्या लष्करी सेवेची घोषणा केली, तेव्हा नाझी सत्ताधारी आंतरराष्ट्रीय करार नाकारत असल्यामुळे

जर्मनीविरोधात फ्रान्स, इटली व ब्रिटन यांची ‘स्ट्रेसा आघाडी’ उभारण्याचं काम मॅकडोनाल्ड सरकारनं केलं. मॅकडोनाल्ड यांनी राजीनामा देण्यापूर्वी केलेली ‘शेवटची व सर्वोत्तम’ परराष्ट्रीय धोरणात्मक कृती, असं या निर्णयाचं वर्णन विन्स्टन यांनी कालांतरानं केलं :

> ‘इंग्लंड व जर्मनी यांच्यातील नाविकी करारावर १८ जून रोजी स्वाक्षऱ्या झाल्या. स्वतःच्या खासगी लाभासाठी ब्रिटिश सरकारनं नाझी जर्मनीसोबत केलेली ही सौदेबाजी स्ट्रेसा आघाडीतील तीन दोस्त राष्ट्रांनी एकमेकांशी केलेल्या करारांना पूर्णतः निरर्थक ठरवणारी होती. शिवाय लीग ऑफ नेशन्सने केलेल्या ताज्या घोषणेलाही या नाविकी करारानं हास्यास्पद ठरवलं.’[१३]

या करारामुळे बाल्टिक प्रदेशातील जर्मन नाविकी वर्चस्वालाही मान्यता मिळाली, त्याचे उघड परिणाम स्कॅन्डेनेव्हियन देशांच्या दृष्टिकोनांवर होणार होतेच, असंही विन्स्टन नमूद करतात. त्यांनी उल्लेख न केलेल्या सोव्हिएत रशियाच्या दृष्टिकोनावरही याचा परिणाम झाला.

मार्च १९३६ मध्ये निःशस्त्र ऱ्हाइनलँड इथे सैन्यदलं पाठवून हिटलरने लोकार्नो करार स्पष्टच नाकारले. असं आक्रमण करू नये, हा सेनाधिकाऱ्यांनी दिलेला सल्ला हिटलरने धुडकावला, कारण फ्रान्सला ब्रिटनने दिलेलं अंधूक आश्वासन पोकळ आहे, त्याला भिण्याचं कारण नाही, हे इंग्लंड-जर्मनी नाविकी करारावरून त्यांच्या लक्षात आलं होतं. जर्मनी (व इटली) यांच्यासोबतच्या आपल्या सीमेवर तटबंदी उभारण्याचा निर्णय १९३० मध्ये फ्रान्सने घेतला होता; त्यामुळे आता फ्रान्स कोणतीही पावलं उचलणार नाही, असा अचूक अंदाज हिटलरने बांधला. वास्तविक, लोकार्नो कराराशी कटिबद्ध राहण्यासाठी फ्रान्सला फिरतं हल्ला पथक तयार करायचं होतं; पण मॅगिनॉट रेषेवरील खर्चामुळे ते अशक्य झालं. ब्रिटनच्या सशस्त्रीकरण कार्यक्रमाच्या दृष्टीनं १९३३-३५ ही ‘टोळधाडीची वर्षं’ ठरली. फ्रान्सच्या पूर्व सीमेवरील थोड्याशा भागावरच यातील बरीच ऊर्जा खर्च झाली. पहिल्या महायुद्धात ज्या सत्तांनी जर्मनीचा मानहानिकारक पाडाव केला होता, त्यांच्या बचावात्मक पवित्र्यामुळे निर्माण झालेल्या सामरिक असमतोलाचा फायदा उठवायचा प्रयत्न कोणत्याही जर्मन सरकारने केलाच असता. हिटलरना तर यातून मोठीच संधी मिळाली.[१४] मार्च १९३९ मध्ये लिहिलेल्या एका लेखात विन्स्टन यांनी या संदर्भात ऊहापोह केला आहे :

'बळजबरी होण्यापूर्वीच केवळ शस्त्रांच्या धमकावणीसमोर माघार घेणारी राष्ट्रं पुन्हा बळजबरीला सामोरं जाण्याऐवजी महाकाय मानखंडना व जुलूम स्वीकारायलाही तयार होती, हे इतिहास आपल्याला शिकवतो असं हिटलरनं *'माइन काम्फ'*मध्ये लिहिलं आहे. वर्चस्वाची इतकी आकांक्षा असलेला माणूस हुशारही असेल, तर लहान मात्रांमध्ये नवीन मागण्या करेल. तत्काळ माघार घेतल्यामुळे स्वभावातील सर्व बळ गमावून बसलेल्या राष्ट्राकडून काही ताज्या; पण तुटक स्वरूपाच्या मागण्या केल्या, तर ते राष्ट्र लगेच काही प्रतिकाराच्या भूमिकेत जाणार नाही, अशी त्याची स्वाभाविक अपेक्षा असेल.'[१५]

कुंठित संरक्षण योजना, नाकेबंदी व जर्मनीच्या नागरी लोकसंख्येला लक्ष्य करणारी बॉम्बफेकीची व्यूहरचना यांमध्ये अडकून पडलेल्या फ्रेंच व ब्रिटिश सरकारांना १९३०च्या दशकात धोरणलकवा भरला होता. जर्मन नागरी लोकसंख्येवरील बॉम्बफेकीचं समर्थन खुद्द ब्रिटिश नागरिकांसमोर करणंही ब्रिटिश सरकारला अवघड जाणार होतं. आपल्या शहरांवर झालेल्या बॉम्बहल्ल्यांच्या प्रत्युत्तरादाखल आपण जर्मनीतील नागरी भागांवर बॉम्ब फेकणार आहोत, हा एकच युक्तिवाद जनतेला पटला असता, तर नाझी सत्तेचा धोका क्षितिजावर उमटेपर्यंत ब्रिटिश सरकारला उपलब्ध असलेले सैनिकी पर्याय तोकडे होते. हवाई दलाला प्राधान्य देत पायदळाकडे दुर्लक्ष केल्यामुळे ब्रिटिशांसमोरचे पर्याय किती मर्यादित झाले होते, याची दखल विन्स्टन यांनी घेतल्याचं त्यांच्या कोणत्याही प्रकाशित किंवा खासगी लेखनावरून दिसत नाही. पायदळापेक्षा हवाई दलाला प्राधान्य देणाऱ्या धोरणाची प्रत्यक्ष चाचणी केवळ काही टोळ्यांविरोधातील कारवाईत करण्यात आलेली होती.

इतर कोणत्याही सार्वजनिक व्यक्तिमत्त्वापेक्षा बाल्डविन यांच्याबाबत विन्स्टनना वाटणारा तिरस्कार कदाचित बरोबर असेलही; पण तत्कालीन घडामोडींचं परीक्षण केलं असता एकूणच परिस्थिती फारशी आश्वासक नव्हती, असं दिसतं. डाव्यांपासून उजव्यांपर्यंत सर्वांना नवीन जागतिक रचनेमध्ये 'नव मानव' निर्माण करण्याच्या गरजेनं भंडावून सोडलं होतं. विन्स्टन यांच्या लेखी सरकार आणि विरोधक दोघेही सारखेच दोषी होते. कमअस्सल जहाजांच्या दोन ताफ्यांच्या मधून जाणाऱ्या युद्धनौकेसारखी विन्स्टन यांची गत झाली होती. ते निर्भीडपणे आणि कोणत्याही लाभाची अपेक्षा न करता डावीकडे आणि उजवीकडे गोळे फेकत होते; पण प्रत्युत्तरादाखल होणाऱ्या स्फोटांनी त्यांचे गोळे परत येत होते. कित्येक शतकांच्या उत्क्रांत अवस्थेतून प्रस्थापित झालेल्या संस्था विसाव्या शतकातील आव्हानांनाही समर्थपणे तोंड देऊ शकतील, अशी धारणा असलेला एकच माणूस ब्रिटिश

सार्वजनिक जीवनामध्ये उरला होता- त्याचं नाव होतं विन्स्टन चर्चिल. ब्रिटिशांना अजूनही महान स्थानावर विराजमान होता येईल, असा विश्वासही केवळ त्यांनाच वाटत होता.

वातावरणातील सुमारपणामुळे विन्स्टन दुखावले नव्हते; पण काहीसे गोंधळून गेले होते. हाउस ऑफ कॉमन्समधील तीव्र घणाघाती वादचर्चा गायब झाल्याची खंत त्यांना एक व्यावसायिक राजकारणी म्हणून वाटत होती. फ्रेंच संसदेच्या कनिष्ठ सभागृहातील (फ्रेंच चेम्बर ऑफ डेप्युटीज) संगीतखुर्चीवर सौम्य टीका करणारा एक लेख त्यांनी लिहिला होता. त्यात हाउस ऑफ कॉमन्समधील उलट्या परिस्थितीचा संदर्भ देऊन ते लिहितात की, 'ब्रिटिश संसदेमध्ये उच्च क्षमता असलेल्या माणसांचा दुष्काळ आहे, तर फ्रान्समध्ये त्यांची बेसुमार वाढ झालेली आहे.'[१६] ब्रिटन '१० हजार फुटांच्या पठारा'वर येऊन ठेपल्याचं रूपक त्यांनी दुसऱ्या एका लेखात नोंदवलं आहे :

> 'गतकाळात आपण या खालच्या सखल प्रदेशांमधून आणि दलदलींमधून वाट काढत इथपर्यंत आलो; त्याकडे पाहताना समाधान वाटतं. या यात्रेच्या थोर वर्षांची आठवण सुखावून जाते. मग (खालच्या प्रदेशातील रहिवासी) रागीट सुळक्याकडे बोट दाखवतात- त्यांना आदरणीय असलेल्या 'एल कॅपितान'ची किंवा 'इएल ड्यूच'ची (मुसोलिनीसाठी वापरलं जाणारं सन्मानजनक संबोधन) भव्य छाया संधिप्रकाशामध्ये पसरलेली असते; तसं काही आपल्याकडेही वरच्या बाजूला आहे का? असा प्रश्न हे सखल प्रदेशातील रहिवासी विचारतात. यावरचं आपलं उत्तर निश्चितपणे नकारार्थीच आहे.'[१७]

ते सुचवत असलेला अर्थ स्पष्ट आहे : महान नेत्याला जन्म देणारं राष्ट्र सुदैवी असेलही; पण अशा महान नेत्याबाबत गरजू राहिलेलं राष्ट्र अत्यंत दुर्दैवी असतं.

मुसोलिनींबद्दल विन्स्टन चर्चिलना वाटणाऱ्या कौतुकात टीकादृष्टीचा पूर्ण अभाव होता, हे काहीसं आश्चर्यजनक वाटतं. इटलीमध्ये १९२७ मध्ये झालेल्या दोघांच्या प्रत्यक्ष भेटीत तर त्यांचं शब्दमाधुर्य अगदी ओथंबून वाहताना दिसतं. भेटीपूर्वी तयार केलेल्या टिपणात ते लिहितात : 'मी इटालियन असतो, तर लेनिनवादाच्या पाशवी भुकेविरोधात व भावनोद्रेकांविरोधात तुम्ही सुरू केलेल्या विजयी संघर्षात आरंभापासून अखेरपर्यंत तुमची पूर्ण साथ दिली असती; पण इंग्लंडमध्ये आम्हाला हा धोका अजून इतक्या प्राणघातक रूपात सामोरा आलेला नाही. आमची रीत काहीशी वेगळी आहे.'[१८] कर्ज परतफेडीच्या संदर्भात सहमती

करार करण्यासाठी विन्स्टन त्या वेळी इटलीला गेले होते; त्यामुळे त्यांच्या बोलण्यात काहीशी अतिशयोक्ती स्वाभाविक असली, तरीही त्यांनी वापरलेले शब्द धोकादायक होते. कोणत्याही परिस्थितीत विन्स्टन सोव्हिएत रशियाशी समझोता करणार नाहीत, असं मुसोलिनी यांनी या भेटीनंतर गृहीत धरलं. यानंतर १९३७ मध्ये ॲबिसिनियावरील इटालियन आक्रमणाच्या संदर्भात लिहितानाही विन्स्टन यांनी असाच सूर काढलेला दिसतो : 'मुसोलिनी यांचं जागतिक इतिहासातील शाश्वत स्थान किंवा त्यांच्या ठायी असलेलं शौर्य, आकलनक्षमता, आत्मसंयम व चिकाटी या विलक्षण गुणांना कमी लेखणं ही ब्रिटिश लोकांच्या दृष्टीनं धोकादायक चूक ठरेल.'[१९] मुसोलिनी हिटलरच्या कह्यात जाऊ नयेत, या इच्छेपायी विन्स्टन यांच्या शब्दांमध्ये ही अवाजवी मृदुता आली होती. बाल्डविन यांचे परराष्ट्रमंत्री अँथनी एडन यांनी लादलेल्या अपरिणामकारक निर्बंधांमुळे मुसोलिनी हिटलरच्या जवळ जातील, असा अचूक अंदाज विन्स्टनना होता. शेवटी मे १९४० मध्ये विन्स्टन पंतप्रधान झाले, तेव्हाही त्यांनी पुन्हा एकदा मुसोलिनी यांचा अहंकार कुरवाळण्याचा प्रयत्न केला. या वेळी त्यांना अपमानास्पद प्रत्युत्तर मिळालं. या दोन व्यक्तिमत्त्वांचं एक समजूतदार विश्लेषण पुढीलप्रमाणे :

> 'उभयपक्षी गैरसमजुतीनं आता टोक गाठलं होतं. स्वतःच्या कृतींद्वारे लाभ मिळवण्यात रस असलेल्या हुकूमशहाशी आपण वाटाघाटी करत आहोत, असा विन्स्टन यांचा समज होता. मुसोलिनी राजकीय जुगारी असेल; पण त्याला विजयात रस होता; (चर्चिल यांच्याप्रमाणेच) तोही वक्तृत्वाचा वापर करून घटना-गोष्टींवर विशिष्ट रंग चढवत असे, वातावरण निर्मिती करत असे; पण त्याचं वक्तृत्व राजकीय निर्वाणीचं नसायचं, अशी चर्चिल यांची धारणा होती; परंतु चर्चिल व्यावसायिक राजकारणी होते, या क्षेत्रात परंपरा असलेल्या सत्ताधारी वर्गाशी त्यांचे संबंध होते; पण मुसोलिनीची परिस्थिती याच्या बरोबर उलटी होती... आपण 'विधात्याचा माणूस' आहोत या प्रतिमेत मुसोलिनीनं स्वतःला जखडून घेतलं होतं. त्यानं कृतीचा मार्ग धरला होता, त्यात परिणामांचा विचार ध्यानात घेतलेला नव्हता. ऐतिहासिक वळणावर अवतार घेतलेल्या विधात्याच्या माणसानं आपलं कर्तव्य पार पाडणंच अपेक्षित आहे, अशी त्याची धारणा होती; त्यामुळे आंतरराष्ट्रीय स्पर्धेत आघाडीवर असताना ब्रिटननं केलं त्याप्रमाणेच मुसोलिनीनंही 'सन्मान' आणि कृती करण्याची जबाबदारी यांविषयी बोलण्यावर भर दिला.'[२०]

हुकूमशहांबाबत विन्स्टन यांची कधीही द्विधावृत्ती नव्हती. एखाद्या देशामध्ये काळाच्या विशिष्ट टप्प्यावर क्रांतीपेक्षा हुकूमशहा निर्माण होणं श्रेयस्कर असेलही, पण एकुणात हुकूमशहांची उपस्थिती अनिष्टच असते, असं त्यांचं म्हणणं होतं. प्रतिनिधिगृहाच्या आदर्शावर विन्स्टन यांची निस्सीम श्रद्धा होती. त्यांना ज्या प्रकारचं राजकारण प्रिय होतं, त्यासाठी असं प्रतिनिधिगृह उचित आहे याची जाणीव त्यांना होती; पण मोठ्या लोकशाहीच्या आर्थिक व सामाजिक मागण्या पूर्ण करण्याबाबत असं सभागृह अनुकूल नसतं, हेही त्यांना माहीत होतं.[२१] या मागण्या वैध असतीलच असं नाही किंबहुना अपुऱ्या माहितीवर आधारलेल्या लोकमताचं राज्यसंस्थेच्या उच्चस्तरीय कामकाजात अतिक्रमण होणं धोकादायक ठरू शकतं, असं त्यांना वाटत होतं. 'युद्धामध्ये ब्रिटिश साम्राज्यानं मोठमोठी शिखरं पादाक्रांत करणारे विजय मिळवले,' पण अशाच अपुऱ्या आकलनावरील लोकमताच्या हस्तक्षेपामुळे पुढील वर्षांमध्ये या विजयाचं रूपांतर पराजयात झालं, असं मत त्यांनी नोंदवलं होतं. 'तक्ते कालबाह्य झालेले आहेत. खलाशांना क्रमाक्रमानं कप्तानाकडे जाऊन कामांची माहिती द्यावी लागते. कोणत्याही महत्त्वाच्या हालचालीपूर्वी प्रत्येक कप्तानाला मतदान घ्यावं लागतं, यात केवळ खलाशीच नव्हे, तर सातत्यानं वाढणारे प्रवासीही सहभागी असतात.'[२२] या सर्व परिस्थितीबाबत विन्स्टन यांनी दिलेला प्रतिसाद आजही विचारात घेण्याजोगा आहे. सत्ताधारी अभिजनवर्गानं शिक्षण देण्यासाठी, प्रेरणा देण्यासाठी आणि नेतृत्व करण्यासाठी अधिक प्रयत्न करून, स्वतःच्या स्थानाचं समर्थन करायला हवं, असं त्यांचं म्हणणं होतं.

स्पॅनिश यादवी युद्ध हे दुसऱ्या महायुद्धाची रंगीत तालीम होतं, अशी मांडणी कालांतरानं केली जाऊ लागली. स्पेनमध्ये लोकशाही प्रक्रियेनं निवडून आलेल्या सरकारला सशस्त्र बंडखोरीचा सामना करावा लागत होता; अशा वेळी फ्रँको-ब्रिटिश यांनी संगनमतानं हस्तक्षेप न करण्याचं धोरण अंगीकारलं. या धोरणाला विन्स्टन यांनीही पाठिंबा दिला होता; त्यामुळे अनुनयविरोधक म्हणून त्यांना प्राप्त झालेली ख्याती टीकेची धनी झाली. दुर्दैवानं स्पेनमध्ये लोकनियुक्त सरकार सत्तेत आल्यानंतर लगेचच मोठ्या प्रमाणात अव्यवस्था निर्माण झाली, सरकारशी एकनिष्ठ असलेल्या निमलष्करी पोलिसांकडून हत्याकांडं सुरू झाली. अशा परिस्थितीत विन्स्टन यांच्यातील एकाधिकारशाही वृत्ती उफाळून येत असे. निंदनीय वैरभाव राखणाऱ्या आघाड्यांमध्ये अतिशय विषम विभागणी करणाऱ्या निवडणुकीची वैधताच या घडामोडींमुळे संपुष्टात आल्याचं त्यांचं मत होतं.[२३] या संघर्षात सोव्हिएत रशिया, इटली व जर्मनी सहभागी झाले, तोवर दोन्ही बाजूंनी मोठ्या प्रमाणात जनसंहार झाला होता; त्यामुळे हस्तक्षेपविरोधाचं समर्थन करणाऱ्या विन्स्टन यांची भूमिका 'दोन्ही प्रतिनिधिगृहांना झालेल्या प्लेगची लागण' अधोरेखित करण्यामध्ये रूपांतरित झाली :

'स्पॅनिश वादामध्ये तटस्थ मनोवृत्ती अंगीकारण्याचा अतिशय प्रामाणिक प्रयत्न मी केला. कोणत्याही बाजूचा पक्षपाती व्हायला मी नकार दिला. मी उगीच ढोंग करणार नाही- साम्यवाद व नाझीवाद यांमध्ये निवड करण्याची वेळ आली, तर मी साम्यवादाची निवड करेन; पण यातील कोणत्याही विचारसरणीच्या सरकारखालील जगामध्ये राहायची वेळ आपल्यावर न येवो, अशी मी आशा करतो. नाझीवाद किंवा साम्यवाद यांना विरोध करण्यापुरता हा प्रश्न मर्यादित नाही, तर कोणत्याही स्वरूपातील दडपशाहीचा विरोध करायला हवा... या प्रतिस्पर्धी विचारधारांविषयी मला कोणताही उत्साह वाटत नाही. या संघर्षात बळी पडलेल्यांविषयी माझ्या मनात अमर्याद दुःख व सहानुभूती आहे; पण संभाव्य घृणास्पद अत्याचारांच्या यादीला आपण जबाबदार ठरणार नाही याची काळजी न घेताच कोणत्याही एका बाजूला निर्णायक तडाखा द्यायचा असेल तर, ही जबाबदारी स्वेच्छेनं स्वीकारायला सभागृहातील कोणीही तयार होणार नाही.'[२४]

कोणत्याही देशातील अंतर्गत राजकारणातील योग्य किंवा अयोग्य गोष्टींची फारशी फिकीर विन्स्टन करत नसत. ब्रिटनच्या हितसंबंधांवर संभाव्य परिणाम करणाऱ्या बाबींपुरतीच त्यांची आस्था मर्यादित असायची. इटलीतील फाशीवादाच्या विजयाबद्दलही त्यांनी शिथिल भूमिका घेतली होती आणि स्पेनबाबतही ते काहीशी अशीच मांडणी करत होते. इटली व स्पेन हे दोन्ही देश द्वीपकल्प आहेत आणि त्यांच्याभोवती असलेल्या समुद्रावर ब्रिटिश नौदलाचं वर्चस्व होतं; त्यामुळे गरज पडल्यास या दोघांपैकी एकाला किंवा दोघांनाही नियंत्रणात आणण्याचं काम ब्रिटनला एकतर्फी करता येईल, असा विन्स्टन यांचा अंदाज होता. त्यांचं हे म्हणणं बरोबर होतं : इटली व ब्रिटनची दलं १९४० मध्ये आफ्रिकेत व भूमध्य समुद्रामध्ये एकमेकांविरुद्ध उभी ठाकली, तेव्हा इटालियन सैनिकांना ब्रिटिश फौजा भारी पडल्या. त्या वेळी स्पेनचे जनरल फ्रँको यांनी धूर्तपणे तटस्थता पाळली. विन्स्टन यांनी एप्रिल १९४१ मध्ये मुसोलिनींविषयी पुढील उद्गार काढलेले आढळतात : 'हा गुलाम कोल्हा... जर्मन वाघाभोवती दुडदुडत केकाटत असतो. हे त्याचं केकाटणं फक्त भुकेपोटी असतं, तर समजून घेता आलं असतं; पण अनेकदा त्याचा आवाज विजयोन्मादी असतो.' आधी खालच्या पातळीला जाऊन केलेल्या आणि वाया गेलेल्या प्रशंसेच्या आठवणीनं विन्स्टन यांचे या वेळचे तिरस्काराचे फटकारे अधिक तीव्र झाले होते.[२५]

याउलट, हिटलरच्या बाबतीत मात्र विन्स्टन यांचा दृष्टिकोन पहिल्यापासूनच

प्रचंड गंभीर राहिलेला होता. जर्मनीचं चान्सलरपद हातात आल्यापासून हिटलरला त्याच्या शक्तिशाली राष्ट्राची अधिसत्ता प्राप्त झाली. विन्स्टन यांनी १९३५ मध्ये हिटलरबद्दल व्यक्त केलेलं मतही अजिबात खुशामत करणारं नव्हतं : 'युद्धात प्रचंड पराभव सहन करावा लागलेल्या एका सामर्थ्यवान साम्राज्याचा आणि वंशाचा संताप व निराशा यांचं अपत्य म्हणजे ॲडॉल्फ हिटलर. जर्मन मनामधील निराशेच्या जागी तितकीच हानिकारक; पण कमी रोगट प्रकारची सुडाची प्रेरणा आणण्याचं काम त्यानं केलं.'[२६] याच लेखातील पुढच्या एका परिच्छेदात विन्स्टन लिहितात : 'वाईटात वाईट जे काही असेल ते घडून गेलं आहे या आशेवर जग मार्गक्रमण करत असतं; त्यामुळे कधीतरी आनंदी काळात काहीसा सौम्य व्यक्तिमत्त्वाचा हिटलर आपल्याला पाहायला मिळेलही कदाचित.' अनुनयाचं तर्कट विन्स्टनना मान्य होतं, हे सिद्ध करण्याच्या प्रयत्नात अनेकदा हे विधान उद्‌धृत केलं जातं. त्यांना अनुनयाचा तर्क मान्य होताच; पण केवळ सामर्थ्याच्या स्थानावरून हा तर्क अमलात आणायला त्यांची तयारी होती. जगाला (यामध्ये खुद्द विन्स्टन यांचे पक्षातील सहकारी व बहुसंख्य देशवासीय यांचा समावेश होईल.) वाटणारी आशा त्यांना भुरळ घालत नव्हती, हे प्रस्तुत लेख पूर्ण वाचल्यावर लक्षात येतं. 'दरम्यान, मोठमोठी चक्रं फिरतच आहेत; रायफली, तोफा, रणगाडे, हवाईबॉम्ब, विषारी वायू सिलिंडर, विमानं, पाणबुड्या आणि जर्मनीतील मुख्यत्वे युद्धजन्य स्वरूपाच्या शस्त्रास्त्र कारखान्यांमधून आरमारासाठीही सामग्री तयार होते आहे,'[२७] या जाणिवेमुळे ते भ्रामक आशेपासून दूर राहिले.

या शेवटच्या मुद्द्याबाबत त्यांची मोठी गफलत झाली होती; पण ही सुदैवाचीच गोष्ट म्हणावी लागेल. जर्मनीतील शस्त्रास्त्र कारखाने 'मुख्यत्वे युद्धजन्य' नव्हते, अगदी १९४३ पर्यंत अशी परिस्थिती नव्हती. जर्मनीतील नाझी सत्ता तणावाखाली आली आहे, अशी धारणा १९३५ पासूनच अनुनयकेंद्री धोरणाच्या अनेक समर्थकांची व टीकाकारांची होती; पण चुकीच्या सामरिक अंदाजातून त्यांचा हा समज झाला होता. जानेवारी १९३७ मध्ये विन्स्टन यांनीही असा सूर लावला होता :

> 'कोणत्याही निकषावर तपासलं तरी जर्मनी दिवाळखोर झालेली आहे. पुढच्या दोन किंवा तीन वर्षांमध्ये किंवा त्याच्याआधीच जर्मनीला शस्त्रनिर्मितीवरील खर्च समंजसपणे कमी करावा लागेल किंवा काहीतरी उतावीळ साहस करायचा मोह तरी तिला होईल. सगळ्या जगाला युद्धात लोटण्याचा निर्णय जर्मनीनं घेतला असेल, तर ते युरोपानं उभारलेल्या व जपलेल्या सभ्यतेच्या विध्वंसाला कारणीभूत ठरतील.'[२८]

युरोपचं दुर्दैव हे की, हिटलरला यलमार शाहटच्या रूपात (१९२३-३० या वर्षांमध्ये राइश बँकेचा अध्यक्ष; राइश बँक १८७६-१९४५ या काळात जर्मनीची केंद्रीय बँक होती) अतिशय व्यापक संपर्कजाळं असलेला निधी उभारणारा माणूस मिळाला. त्याच्यामुळे नाझी पक्षाला सत्ता प्राप्त करणं शक्य झालं. हिटलरला चान्सलर म्हणून नियुक्त करावं, यासाठी १९३३ मध्ये राष्ट्राध्यक्ष हिन्डेनबर्ग यांचं मन वळवण्याचं कामही शाहटनीच केलं होतं. त्यानेच वित्तीय निष्ठुरता दाखवत अर्थव्यवस्थेचा विकास साधला (ब्रिटिशांच्या केन्शियन अर्थशास्त्रासारखी ही अंमलबजावणी होती,) त्यामुळे नाझी जर्मनीमध्ये सकृत्दर्शनी तरी अमर्याद काळापर्यंत शस्त्रं व अन्न यांचा एकत्रित पुरवठा शक्यतेच्या कोटीत आला.[२९] सप्टेंबर १९३६ मध्ये हिटलरनं हरमान गोअरिंगच्या नेतृत्वाखाली चारवर्षीय योजनेचं कार्यालय तयार केलं. १९४१ पर्यंत संपूर्ण जर्मन अर्थव्यवस्था युद्धसज्ज बनवण्याचा उद्देश यामागे होता. जर्मन हवाई दलाचा प्रमुख व प्रशियाचा पंतप्रधान असलेल्या गोअरिंगवर देण्यात आलेल्या इतर जबाबदाऱ्यांप्रमाणे या नवीन खात्याच्या बाबतीतही त्याला अपयश आलं; पण युद्धकालीन अर्थव्यवस्थेच्या नियोजनातून शाहटला सक्तीनं बाजूला सारण्याचं काम मात्र गोअरिंगनं केलं. नवख्या गोअरिंगच्या धोरणांमुळे अनियंत्रित चलनवाढ होईल, असा शाहटचा समज होता. यासंबंधीचा दोष आपल्यावर येऊ नये यासाठी त्यानं जानेवारी १९३९ मध्ये राइश बँकेतूनही स्वतःचं निलंबन घडवून आणलं.[३०] चमत्कार घडवणाऱ्यालाच स्वतःच्या निर्मितीवर विश्वास उरला नव्हता; त्यामुळे दूरच्या ब्रिटिश कोषागारामधील मंडळींनाही नाझी सत्तेचा आर्थिक डोलारा कमकुवत असल्याची खात्री पटली असल्यास नवल नाही; पण शाहटचं बांधकाम त्याच्या समजुतीपेक्षाही जास्त मजबूत झालेलं होतं आणि गोअरिंगच्या अकार्यक्षमतेमुळे प्रतिकूलतेनं आर्थिक मंदी लांबणीवर पडली. त्यानंतर १९४० मध्ये तर जर्मनीची विजयी घोडदौड सुरू झाल्यामुळे खंडव्यापी विस्तारलेल्या अर्थव्यवस्थेत मंदीची शक्यताच अप्रस्तुत ठरली.

दरम्यान, सप्टेंबर १९३७ मध्ये विन्स्टन यांनी पुन्हा एकदा हिटलरविषयी लेख लिहिला. नाझीवादाचे आत्यंतिक टोकाचे शत्रू, अशी प्रतिमा असलेल्या विन्स्टन यांचा या पत्रातील सूर मात्र गैरवाजवी समजावणीचा दिसतो :

> ‘जर्मनीच्या शस्त्रसत्तेबाबत तीव्र चिंता वाटणं हे कोणत्याही अर्थी जर्मनीला कमीपणा आणणारं नाही. उलट महायुद्धामध्ये जर्मनीनं दाखवून दिलेल्या विस्मयकारक व भयंकर सामर्थ्याविषयीच्या आदरातूनच ही भावना निर्माण झालेली आहे. जर्मनीनं बहुतांश जगाविरोधात एकहाती लढा दिला आणि जवळपास या जगाचा पाडावही केला होता. इतकी देदीप्यमान

सैनिकी गुणवत्ता दाखवून दिलेले लोक दिवस-रात्र सशस्त्रीकरणात गढलेले असतील, तर आधीच्या संघर्षांचे व्रण झेललेले त्यांचे शेजारी चिंतित व अधिक दक्ष होणंही स्वाभाविकच आहे. हिटलरची व्यवस्था कदाचित कोणाला आवडणार नाही; पण त्याच्या देशभक्तीसंदर्भातील उपलब्धींचं कौतुक मात्र करावं लागेल. आपल्या देशाचा असा पराभव झाला असता, तर आपलं धैर्य पुन्हा मिळवून देण्यासाठी असाच दुर्दम्य नेता मिळावा आणि राष्ट्रांच्या मांदियाळीतील आपलं स्थान त्यानं आपल्याला परत मिळवून द्यावं.'[३१]

लंडनमधील जर्मन राजदूत जोआकिम व्हॉन रिबनट्रॉप आपले लेख काळजीपूर्वक वाचत असल्याचं विन्स्टनना माहीत होतं; त्यामुळे विन्स्टन यांच्या लेखातील वरील उतारा म्हणून धडधडीत अप्रामाणिक खुशामतीचा दाखला आहे. त्यांच्या या विधानांमधील वाच्यार्थ महत्त्वाचा नाही, तर विन्स्टन जर्मनविरोधी आहेत ही ब्रिटनमध्ये मोठ्या प्रमाणावर होणारी टीका परतवून लावण्यासाठी असं काहीतरी लिहिण्याची गरज त्यांना भासली हा यातील महत्त्वाचा भाग आहे; परंतु ७० वर्षं प्रशियानं/ जर्मनीनं तिच्या शेजाऱ्यांना युद्धानंतर किंवा युद्धाशिवाय शरणागतीचा पर्याय दिलेला होता. सोव्हिएत रशिया व अमेरिका यांचा अजून या घडामोडींमध्ये सहभाग व्हायचा होता; त्यामुळे जर्मनीसमोर प्रतिबंधात्मक शरणागती पत्करायची की १९१४ पेक्षा खूप मोठ्या पातळीवर युद्धसज्जता ठेवायची, यातील एक पर्याय ब्रिटनला निवडायचा होता. इतके कडवट व कठोर पर्याय उपलब्ध असल्यामुळे जादुई विचारप्रक्रियेद्वारे तिसरा मार्ग शोधण्यात आला. इंग्रज किंवा फ्रेंच जनतेप्रमाणे जर्मनांनाही युद्धाविषयी तिटकारा वाटत असेल, या धारणेवर हा तिसरा पर्याय आधारलेला होता. या मांडणीनुसार, हिटलर हीच मुख्य समस्या होती. व्हर्सायच्या तहानुसार आखण्यात आलेल्या सीमा न मानता सर्व वांशिक जर्मनांचं एकीकरण करण्याची आकांक्षा थोपवली जाणार नाही, असं आश्वासन जर्मन लोकांना दिलं, तर हिटलरला मिळणारा पाठिंबा आणि त्यापाठोपाठ त्याची कृत्रिम अर्थव्यवस्था कोलमडून पडेल, असं यात मानलं जात होतं.

हिटलर काही एकटादुकटा नव्हता, हे विन्स्टनना माहीत होतं; पण स्वतःच्या देशवासीयांनी घट्ट पकडून ठेवलेल्या आशेवर पाणी फिरवणंही त्यांना शक्य नव्हतं. इतरांच्या हितसंबंधांचा बळी देऊन अनुनयकर्त्यांना मानसिक शांती मिळवून देणारं हे धोरण होतं.[३२] चीन, अबेसिनिया व स्पेन यांवर अनुक्रमे जपान, इटली व जर्मनीनं केलेल्या आक्रमणांच्या संदर्भातील त्यांचा दृष्टिकोन लक्षात घेतला, तर अनुनयाच्या समर्थनासोबत येणाऱ्या नैतिक भ्याडपणाचा धिक्कार करण्याची भूमिका घेणंही

त्यांना शक्य राहिलं नव्हतं. बळी गेलेल्या मंडळींच्या नियतीतच बळी जाणं लिहिलं होतं, असा युक्तिवाद करून अनुनयाच्या धोरणाचं समर्थन केलं जात होतं. ब्रिटिशांची नौका सुरक्षितपणे पार होण्यासाठी खरोखरच मदतीचं ठरणार असतं, तर इतर लोकांना बुडायला सोडून देण्यात त्यांना काही गैर वाटत नव्हतं. आपल्या नौकेच्या संरक्षणासाठी मदतीच्या ठरणाऱ्या कोणालाही दूर लोटायला नको, एवढंच त्यांचं म्हणणं होतं. शिवाय काहीच मदतीला आलं नाही, तर संकटांना परतावून लावण्यासाठी खुद्द नौकेवरही पुरेसा शस्त्रसाठा असायला हवा. आंतरराष्ट्रीय संबंधांच्या बाबतीत विन्स्टन यांची भूमिका 'लेव्हायथन' या १६५१ मध्ये प्रकाशित झालेल्या तत्त्वज्ञ थॉमस हॉब्स यांच्या ग्रंथातील शब्दांद्वारे समजून घेता येते :

> 'निसर्गनियमांचं पालन व्हावं यासाठी कोणत्याही सत्तेची दहशत नसेल, तर ते आपल्या नैसर्गिक प्रेरणांच्या विरोधातच जात असतात. त्यातून आपण पक्षपातीपणा, अहंकार, सूड व तत्सम गुणांकडे जातो. तलवारीशिवाय झालेले करार केवळ शब्दांपुरते राहतात, त्यातून माणसांची सुरक्षा साधली जाऊ शकत नाही; त्यामुळे निसर्गनियम काहीही असले तरी त्यासोबत सत्तेची/बळाची जोड नसेल किंवा आपल्या सुरक्षेसाठी पुरेशी सत्ता नसेल, तर प्रत्येक माणूस अगदी कायदेशीररीत्या स्वतःच्या सामर्थ्यावर विसंबून राहील आणि इतर लोकांपासून सावध राहण्याची स्वतःची कला वापरेल.'[३३]

मे १९३२ ते मार्च १९३८ या कालखंडात विन्स्टन यांनी (मुख्यत्वे हाउस ऑफ कॉमन्समध्ये) दिलेल्या भाषणांचा संग्रहित खंड १९३८ मध्ये प्रकाशित झाला. त्याचं शीर्षक *'आर्म्स अँड कोव्हेनन्ट्स'* (शस्त्र आणि करार) असं होतं, त्यामागचा संदर्भही वरच्या उताऱ्याशीच जोडलेला होता. लीग ऑफ नेशन्सच्या स्थापनेसंबंधी करण्यात आलेला 'करार' ही उपयुक्त अनुषंगिक गोष्ट आहे; पण पारंपरिक 'सत्तासमतोला'च्या मुत्सद्देगिरीला हा पर्याय ठरू शकत नाही, असं विन्स्टन यांचं आणि परराष्ट्र मंत्रालयातील पदाधिकाऱ्यांचंही मत होतं. या पुस्तकामध्ये उद्धरणांचा अक्षरशः खजिना आहे; पण विसरण्याजोग्या व स्तिमित करू पाहणाऱ्या हजारो शब्दांमुळे ही महत्त्वाची वाक्यं नजरेआडच राहतात. उपस्थितांना कंटाळा येईल इतकी बडबड करण्याची सवय विन्स्टनना लागली होती. शिवाय स्वतःचं बोलून झाल्यावर ते सभागृह सोडून जायचे; त्यामुळे इतर खासदार त्यांचं बोलणं सन्मानानं ऐकून घ्यायची शक्यता कमी झालेली होती; परंतु आपण बोलत असताना आपले सहकारीसुद्धा एक-एक करत उठून, निघून जात आहेत हे लक्षातही न येण्याइतके

विन्स्टन घट्ट कातडीचे नव्हते.

इतिहास घडवण्याचा प्रयत्न विन्स्टन यांच्याइतका जाणीवपूर्वक क्वचितच कोणी केला असेल. शिवाय लिखित दस्तऐवजांवर इतका वेळ आणि विचार खर्च करण्याच्या बाबतीतही त्यांचा हात कोणी धरू शकलं नसतं. या संदर्भात जॉर्ज वॉशिंग्टन आणि नेपोलियन बोनापार्ट यांची नावं डोळ्यांसमोर येतात; पण आपण आघाडीची भूमिका निभावलेल्या इतिहासाचं लेखनही स्वतःच करायचं काम त्यांनी केलं नव्हतं. 'इतिहास माझ्या बाबतीत दयाभाव दाखवेल, कारण मी स्वतःच इतिहास लिहिणार आहे,' असं विन्स्टन गमतीनं म्हणाले होते. वास्तविक त्यांनी त्याआधी बरंच दस्तऐवजीकरण करून ठेवलेलं होतं. त्यांनी मागे सोडलेल्या दस्तऐवजांच्या ढिगाचा विचार करणाऱ्या कोणालाही हे लक्षात येईल की, यातील काही दस्तऐवजीकरण भावी पिढीला डोक्यात ठेवून केलेलं होतं. ऑक्टोबर १९३९ मधील एका प्रक्षेपणात विन्स्टन म्हणाले होते, 'रशियाच्या कृतीचा पूर्वअंदाज मी तुम्हाला देऊ शकत नाही. ते एखाद्या रहस्यामधील गूढाला वेढून राहिलेल्या कोड्यासारखं आहे.' आपण खुल्या पुस्तकासारखे वागतो, हे त्यांचं म्हणणं खोटं ठरवणारं सदर विधान आहे. यामागे जाणीवपूर्वक जुळवलेल्या समीकरणाचा सहभाग किती आहे, हे सांगणं अवघड आहे.

विन्स्टन अनेकदा 'खप्पा मर्जी झालेल्या ओसाड' स्थानी असायचे, असं त्यांच्या आत्मकथनांतून सूचित होतं; पण मार्टिन गिल्बर्ट यांनी स्पष्टपणे नमूद केल्यानुसार, विन्स्टनना मंत्र्यांकडून अधिकृतरीत्या मिळणारी आणि नागरी सेवकांकडून अनौपचारिकरीत्या मिळणारी ब्रिटिश धोरणप्रक्रियेबद्दलची माहिती इतकी प्रचंड होती की, 'मंत्रिपद नसतानाही त्यांना ब्रिटिश सार्वजनिक जीवनात अनन्य स्थान प्राप्त झालं होतं.'[३४] डेस्मण्ड मॉर्टन हे विन्स्टन यांचा एक सर्वज्ञात स्रोत होते. १९१६ मध्ये हृदयातून गोळी जाऊनही मॉर्टन यांनी मृत्यूला हुलकावणी दिली आणि १९१७ मध्ये फिल्डमार्शल हेग यांच्या दलात असताना त्यांची विन्स्टनशी गाठ पडली. मॉर्टन 'चार्टवेल'जवळच राहत; अनेकदा ते विन्स्टन यांच्या घरी येत असत. परदेशांतील शस्त्रनिर्मिती किंवा युद्धसज्जतेच्या योजनांचा शोध घेऊन त्याची माहिती देण्यासाठी 'इंडस्ट्रिअल इन्टेलिजन्स सेंटर' (आयआयसी) नावाची संस्था १९२९ मध्ये स्थापन करण्यात आली; तिचं अध्यक्षपद मॉर्टन यांच्याकडे होतं. आयआयसीला मिळालेली गुप्तचर माहिती विन्स्टनना देण्याची परवानगी मॉर्टननी १९३१ मध्ये तत्कालीन पंतप्रधान मॅकडोनाल्ड यांच्याकडून मिळवली आणि नंतर बाल्डविन व चेम्बरलीन यांनीही या माहितीच्या देवाणघेवाणीला परवानगी कायम ठेवली. परवानगीशिवाय हे शक्यच नव्हतं- या माहितीचं स्वरूपच असं होतं की, विन्स्टन यांचा स्रोत मॉर्टन असल्याचं आपोआपच स्पष्ट झालं असतं आणि या देवाणघेवाणीनंतरही त्यांना

आयआयसीचं अध्यक्षपद सोडावं लागलं नाही. यावरून त्यांना या कृतीसाठी राजकीय मुभा मिळाल्याचं स्पष्ट होतं. याशिवाय सरकारी धोरणाशी असहमत असलेल्या विभागप्रमुखांकडून माहिती फोडली जाण्याचा पारंपरिक मार्गही विन्स्टन यांचा महत्त्वाचा स्रोत होता. अर्थात, व्हाइट हॉलमधल्या राजकीय क्रीडेची पूर्ण जाणीव असलेल्या आणि मंत्रिपदाचा अनुभव घेतलेल्या विन्स्टन यांनी अशा माहितीकडे स्वाभाविक सावधपणेच पाहिलं होतं.[३५]

जर्मनीकडून सामरिक बॉम्बवर्षावाचा धोका आहे, अशा गैरसमजुतीमुळे विन्स्टन यांनी ब्रिटनलाही अशा प्रकारच्या बॉम्बहल्ल्यासाठी सक्षम बनवण्याकरिता मोहीम राबवली. त्यांच्या या कृतीला मॉर्टन यांनी दिलेल्या कच्च्या माहितीचा आधार होता, यावरून 'गुप्तचरविषयक अपयशा'चा खास पत्रकारांच्या आवडीचा संदर्भ पुढे येतो. सर्वांगीण तपासणी करण्यासाठी पुरेसे स्रोत कधीच उपलब्ध नसतात; त्यामुळे गुप्तचरविषयक शोधाचा मुख्य रोख कशावर असेल हे राजकीय आदेशावरून ठरतं. या संदर्भात नाझी हवाई मंत्रालयानं शिताफीनं पसरवलेल्या गैरमाहितीमुळे ब्रिटिश सरकारची दिशाभूल झाली. जर्मनीकडून सामरिक बॉम्बहल्ले होतील, असा ब्रिटिश सरकारचा अंदाज होता आणि त्याची त्यांना भीतीही वाटत होती. शिवाय ब्रिटनच्या हवाई दलालाही अशा हल्ल्यांच्या शक्यतेवरच विश्वास ठेवावासा वाटत होता. जर्मनी असुरक्षित असताना बळाचा वापर करण्याची धमकी देण्याबाबत ब्रिटनला द्विधावस्थेत टाकणं, हा यामागचा मूळ उद्देश असावा; पण या सगळ्याचे ब्रिटिश मुत्सद्देगिरीवर, संरक्षणविषयक व्यूहरचनेवर आणि स्रोतवाटपावर दीर्घकालीन परिणाम झाले.

जर्मनीच्या शस्त्रसज्जतेबाबत आपल्याला मिळत असलेली माहिती विन्स्टन यांच्यापर्यंतही पोहोचावी, असं १९३० च्या दशकामध्ये ब्रिटनची सूत्रं सांभाळलेल्या तीनही पंतप्रधानांना वाटत होतं, हे मात्र कुतूहलजनक आहे. मात्र, हा केवळ व्यावसायिक शिष्टाचाराचा भाग होता, असं म्हणता येणार नाही. ही माहिती दिल्याच्या बदल्यात पंतप्रधानांना विन्स्टन यांच्याकडूनही काही अपेक्षा होत्या. विन्स्टन यांनी या काळात जे काही केलं, तेच बहुधा तीनही पंतप्रधानांना अभिप्रेत असावं : धोक्याचा इशारा देणारा ढोल वाजवण्याचं काम आपल्याला करणं शक्य नाही, तर ते काम विन्स्टन यांनी करावं, असं या काळातील ब्रिटिश पंतप्रधानांना अपेक्षित होतं आणि जर्मनांशी वाटाघाटी करताना आपल्या सोयीस्कर स्वार्थाला पर्याय म्हणून बोट दाखवण्यासाठीही त्यांना विन्स्टन चर्चिल उपयोगी पडले. दुर्दैवानं तत्कालीन जर्मन अधिकाऱ्यांच्या बाबतीत कुशल डावपेचांचा काहीही उपयोग नव्हता. वस्तुस्थिती परखडपणे मांडण्याची क्षमता असलेलं एकच व्यक्तिमत्त्व ब्रिटिश सार्वजनिक जीवनामध्ये होतं आणि त्या व्यक्तीला सत्तेपासून दूर ठेवणं ही ब्रिटिश सरकारच्या दुबळेपणाची खूण आहे, एवढंच नाझी सत्ताधाऱ्यांचं मत होतं.

ब्रिटिश सरकारची ही कथित व्यूहरचना देशांतर्गत अवकाशातच अधिक परिणामकारक ठरली. देशातील डावे आणि उजवे कट्टरतावादी संख्येनं अत्यल्प झाले होते आणि लेबर पक्ष अप्रस्तुत ठरला होता. या पार्श्वभूमीवर संरक्षणविषयक खचातील स्थिर वाढ वाजवी आणि संयमी वाटावी, यासाठी आवश्यक युक्तिवाद करण्याचं काम केवळ विन्स्टन यांनाच शक्य होतं.

याचसोबत कन्झर्वेटिव्ह पक्षाच्या पंतप्रधानांना त्यांच्याच पक्षातील कडव्या वंशवादी व राष्ट्रवादी गटांवर मात करण्यासाठीही विन्स्टन उपयोगी होते. भारताच्या प्रश्नावर आघाडीवरील लोकांचं नेतृत्व त्यांनी केलं; त्यामुळे त्या संदर्भात बाल्डविन आणि चेम्बरलीन यांच्यापेक्षा त्यांचा अधिकार वाढला. पक्षनेते असल्यामुळे या दोघांना आपल्या पक्षाच्या खासदारांशी आवश्यक परखडपणे व थेटपणे बोलता येत नसे. विन्स्टननाही ही भूमिका आवडली. युरोपात फ्रान्सशिवाय ब्रिटन बलहीन ठरेल, या वस्तुस्थितीकडे लक्ष न देता फ्रान्सवर टीका करणाऱ्यांवर त्यांनी तीव्र प्रतिटीका केली. जून १९३७ मध्ये त्यांनी या संदर्भातील सामरिक समीकरण विनोदी ढंगात; पण स्पष्टपणे मांडलं होतं :

> 'आपल्यासह अनेक देशांना असं वाटतं की, फ्रेंच राष्ट्र गर्विष्ठ, चंचल, दिमाखी, उन्मादी आहे; पण फ्रेंच लोक हे जगातील सर्वांत कठोर, सौम्य, भावविवश न होणाऱ्या व निग्रही वंशांपैकी एक आहेत, ही वस्तुस्थिती आहे... ब्रिटिश लोक नेकीनं कर भरतील; पण त्यांना कवायत आवडत नाही. फ्रेंच लोकांची कवायत करण्याला हरकत नसेल; पण ते कर भरणं टाळतात. तरीही आता टिकून राहण्याचा दुसरा कोणताही मार्ग नाही हे मनोमन पटलं, तर ही दोन्ही राष्ट्रं लढायला तयार होतील. अशा वेळी फ्रान्सकडे वरकड उत्पन्न कमी असेल आणि ब्रिटनचं सैन्य कमी असेल.'[३६]

अखेरीस ब्रिटन व फ्रेंच यांच्यातील सौहार्दाला बाधा आणणारी वक्तव्यं आणि कृती करणाऱ्या दोन्ही देशांमधील मंडळींवर एप्रिल १९३८ मध्ये विन्स्टन यांनी टीका केली. आपल्या मनातील जर्मनांविषयीची सहानुभूती व्यक्त करण्यासाठी फ्रेंचांना कमीपणा देऊ पाहणाऱ्या आपल्या पूर्वीच्या अनुयायांनाही त्यांनी जोरदार तडाखा लगावला :

> 'जर्मनांच्या बाजूनं आमच्या बेटावर किती कसोशीनं व सातत्यानं प्रचार केला जातो, हे फ्रेंच लोकांच्या खरंच लक्षात आलं आहे का? फ्रान्स

आता कोलमडून पडण्याच्या बेतात आहे, हा मुद्दा सर्वाधिक हिरिरीनं मांडला जातो. स्पेनच्याच रक्तरंजित वाटेवर फ्रान्सही जाईल, असं चित्र इथे रंगवलं जातं. लंडनच्या समाजातील 'हेल हिटलर' म्हणण्यात धन्यता मानणारे गट 'फ्रेंच लोकशाहीची संसदीय षंढता' यांसारख्या विषयांवर बडबड करत राहतात. तर फ्रेंच राजकारणी ज्या मजेशीर क्रीडेमध्ये रमलेले असतात; त्याचा उपयोग त्यांच्या विरोधातील हानिकारक टीकेसाठी केला जातो- आणि त्यामुळे आपल्यापुढील सामाईक धोकाही वाढतो.'[३७]

सोव्हिएत रशियाबाबत विन्स्टन यांच्या मनात आधी असलेला वैरभाव जर्मनीच्या आक्रमकतेनंतर अडचणीचा ठरू लागला. स्वतःचेच आधीचे शब्द मागे घेणं त्यांच्यासाठी अजिबात अवघड नव्हतं; पण स्टालिनच्या हुकूमशाहीविषयी काही सकारात्मक बोलण्यासाठी कारण शोधायचं म्हणजे फसव्या युक्तिवादाची परिसीमा गाठावी लागणार होती. यावर त्यांनी तोडगा काढला; पण त्यात ज्यूंविषयी त्यांनी केलेला उल्लेख आधुनिक संवेदनशीलतेला धक्कादायक वाटणारा आहे. (ज्यू राष्ट्रवादाच्या ब्रिटनमधील सर्वांत स्पष्टवक्त्या समर्थकांमध्ये विन्स्टन यांचा समावेश केला जात होता, हेही इथे नमूद करायला हवं.) त्या काळात ही भाषा सर्वसाधारण ठरणारी होती; पण रशियात १९३६ मध्ये सुनावणीचा देखावा उभा करून 'बोल्शेविक ओल्ड गार्ड'विरोधात (क्रांतीआधीपासून बोल्शेविक पक्षाचे सदस्य) राबवण्यात आलेल्या हत्यासत्राविषयी त्यांनी केलेली टिप्पणी मात्र आणखी विचित्र होती. झिनोव्हिएव्ह आणि कामेनेव्ह यांच्यासारख्या 'ब्रिटिश समाजवादी पक्षाच्या नायकां'चा काटा काढण्यात आला; त्यावर चर्चा करण्यात त्यांनी समाधान मानलं. या अभियानात बळी पडलेले जवळपास सर्वचजण ज्यू आहेत, हे नमूद करत ते म्हणाले :

'स्टालिन व सोव्हिएत सैन्य ज्या राष्ट्रवादी घटकांचं प्रतिनिधित्व करत आहेत त्यांच्याकडून 'निवडक लोकां'विरोधात पूर्वग्रह जोपासले जातात, हे चित्र जर्मनीतील वेदनादायक परिस्थितीपेक्षा वेगळं नाही. रशियातही कट्टरतावादी मंडळी द्वेष आणि क्रौर्याच्या सामाईक मंचावर एकत्र येतात. ...सोव्हिएत रशिया निखालसपणे साम्यवादापासून दूर गेला आहे. ...वैयक्तिक जुलूमशाहीच्या जुन्या वेषातील या रशियाचा जास्त संबंध 'थर्ड इंटरनॅशनल'च्या प्रचारकांपेक्षा पाश्चात्त्यांशी आहे, हे समजून घेणं तसं फारसं अवघड नाही. खरंतर यात जागतिक प्रचारतंत्राच्या आविष्काराचा

भाग कमी आहे; उलट धारदार जर्मन तलवारीबद्दल रास्त भय वाटणाऱ्या समुदायानं आत्मसंरक्षणासाठी केलेली ही कृती आहे.'[३८]

बोल्शेविकविरोधाचा हुकमी एक्का वापरत ज्यू राष्ट्रवादी नेते चाइम वेईझमान यांनी ब्रिटनचे परराष्ट्रमंत्री आर्थर बाल्फोर यांच्यावर प्रभाव टाकला. त्यातूनच नोव्हेंबर १९१७ मध्ये लॉर्ड रॉथ्सचाइल्ड यांना लिहिलेल्या पत्रामध्ये बाल्फोर यांनी जाहीर केलं की :

'ज्यू लोकांसाठी पॅलेस्टाइनमध्ये राष्ट्रीय भूमी प्रस्थापित व्हावी, असा महाराजांच्या सरकारचा दृष्टिकोन आहे. हे उद्दिष्ट पूर्ण करण्यासाठी आवश्यक ते सर्व प्रयत्न त्यांच्याकडून केले जातील. पॅलेस्टाइनमधील ज्यू नसलेल्या समुदायांच्या नागरी व धार्मिक अधिकारांबाबत किंवा इतर देशांमधील ज्यूंना मिळणाऱ्या अधिकारांबाबत व राजकीय स्थानाबाबत पूर्वग्रह निर्माण होईल, असं काहीही या प्रक्रियेत घडणार नाही.'

यामागचं खरं राजकारण समजून घेण्यासाठी विन्स्टन यांचा १९२० चा एक लेख अधिक कळीचा आहे. या लेखात ते म्हणतात :

'ज्यू वंशाच्या राजकीय संकल्पनाचित्राला ज्यू राष्ट्रवादानं (झिऑनिझम) तिसरा अवकाश दिला आहे. आंतरराष्ट्रीय साम्यवादाहून आत्यंतिक विरोधी दृष्टी दाखवणारा ज्यू राष्ट्रवाद आधीच रशियातील राजकीय उलथापालथींतील घटक बनला आहे. आंतरराष्ट्रीय साम्यवादी व्यवस्था मानणाऱ्या बोल्शेविक वर्तुळांवर ताकदवान स्पर्धक प्रभाव टाकण्याचं काम ज्यू राष्ट्रवादानं केलं आहे. ट्रॉट्स्कीनं ज्या संतापानं ज्यू राष्ट्रवाद्यांवर-विशेषतः डॉ. वेईझमान यांच्यावर टीका केली, ते अतिशय महत्त्वाचं आहे. ज्यूंचं वर्चस्व असलेल्या जगव्यापी साम्यवादी राज्यसंस्थेच्या आपल्या योजनांना ज्यू राष्ट्रवादाच्या नवीन आदर्शामुळे थेट अडथळा येत असल्याचा स्पष्ट समज ट्रॉट्स्कीच्या क्रूर अंतर्मनात तयार झालेला आहे. ज्यू राष्ट्रवादामुळे प्रत्येक देशातील ज्यू व्यक्तीची ऊर्जा व आशा अधिक साध्या, खऱ्या व अधिक सुसाध्य ध्येयाच्या दिशेनं वळणार आहेत. ज्यू राष्ट्रवादी आणि बोल्शेविक ज्यू यांच्यात आता सुरू होत असलेला संघर्ष हा ज्यू लोकांच्या अंतःकरणासाठीचा संघर्ष आहे.'[३९]

‘ज्यूंइतका कणखर व लक्षणीय वंश जगात कधीच अवतरलेला नाही, या वस्तुस्थितीबाबत कोणत्याही विचारी माणसाच्या मनात संदेह असणार नाही,’ या शब्दांनी विन्स्टन यांच्या या लेखाची सुरुवात होते. ज्यू लोक ज्या देशांमध्ये राहत आले आहेत, त्या देशांनी ज्यूंच्या वास्तव्याचा आनंद मानण्याऐवजी त्यांना नाकारलं आणि त्यांच्यावर अत्याचार केले; त्याचा परिणाम म्हणून ज्यू बोल्शेविकांमध्ये आंतरराष्ट्रीय दुष्टाव्याची वृत्ती निर्माण झालेली दिसते, असंही विन्स्टन या लेखात म्हणतात. कौतुकास पात्र ठरणाऱ्या ज्यू वंशाच्या लोकांवर इतरांनी केलेल्या अन्यायांमुळे त्यांच्यात विष निर्माण झालं आहे आणि हे विष काढून टाकण्यासाठी ज्यू मायभूमी हे पोटीस ठरेल, असा विन्स्टन यांचा समज होता. ऐतिहासिक चूक दुरुस्त करण्यासाठी आणि तत्कालीन धोका निवळवण्यासाठी बाल्फोर घोषणापत्रानं आणखी एका समस्येची पायाभरणी केली. ही समस्या आज आपल्याला त्रस्त करते आहे. त्या काळी मात्र हा दस्तऐवज म्हणजे व्यावहारिक आणि तत्त्वनिष्ठ अशा आदर्श ‘एडवर्डियन’ सार्वजनिक धोरणनिर्मितीचा दाखला मानला जात होता.

‘वैयक्तिक जुलूमशाहीच्या जुन्या वेषातील रशियाचा ‘थर्ड इंटरनॅशनल’च्या प्रचारकांपेक्षा पाश्चात्त्यांशी जास्त संबंध आहे,’ हे विन्स्टन चर्चिल यांच्या १९३६ च्या लेखामधील कळीचं वाक्य आहे. यामध्ये एक अचूक निरीक्षण नोंदवण्यात आलेलं आहे. स्टालिननं ‘विश्वबंधुत्वविरोधी’ भूमिकेमुळे कॉमिन्टर्नमधील अतिशय यशस्वी सदस्यांचं हत्यासत्र आरंभलं. या सदस्यांनी प्रत्येक पाश्चात्त्य देशात ‘हेरां’ची भरती केली होती, त्यातील काहीजण आपापल्या देशात प्रभावशाली स्थानांपर्यंत पोहोचलेही होते. विशेषतः अमेरिकेत या हेरांच्या कामाला बरंच यश मिळालं होतं. केम्ब्रिजमधील काही पदवीपूर्व विद्यार्थ्यांच्या ‘फेमस फाइव्ह’ या गटाला आपण विसरता कामा नये. या गटाच्या कारवायांमधूनच विसाव्या शतकाच्या अखेरीस ब्रिटिश प्रकाशनाचा कुटीरोद्योग तयार झाला.[४०] या काळापासूनच ‘साम्यवाद’ ही महान रशियन साम्राज्याची एक आघाडीची बाजू आहे, अशी विन्स्टन चर्चिल यांची धारणा झाली. भारताच्या वायव्य सरहद्दीवर ही रशियन आघाडी ब्रिटिश हितसंबंधांनाही धोक्याची ठरली होती.

इतिहासाची दिशा बदलण्याची एक संधी १९३६ मध्ये आली होती. या काळात स्थापन झालेल्या सर्वपक्षीय ‘फोकस ग्रूप’च्या मार्गदर्शकाचं स्थान विन्स्टन यांच्याकडे आलं आणि नाझी जर्मनीसोबत व्यवहार करताना आपण बलशाली असणं अत्यावश्यक आहे, हे त्यांचंच मत या गटानंही आपलंसं केलं होतं. या गटाचे काही प्रमुख सदस्य असे : युनियन ऑफ डेमॉक्रॅटिक कंट्रोलचे संस्थापक सदस्य, लीग ऑफ नेशन्स युनियनचे मार्गदर्शक, पहिल्या महायुद्धाचे कठोर विरोधक आणि १९३३ मध्ये नोबेल शांतता पुरस्कार मिळालेले सर नॉर्मन अँजेल;

ट्रेड्स युनियन काँग्रेसचे सरचिटणीस सर वॉल्टर सायट्रीन; महिला मताधिकाराच्या पुरस्कर्त्या सिलव्हिया पॅनखर्स्ट; प्लगस्ट्रीटमध्ये विन्स्टन यांचे कनिष्ठ अधिकारी असलेले आणि आता लिबरल पक्षाचे नेते झालेले आर्चिबाल्ड सिनक्लेअर; लेडी व्हायलेट बॉनहॅम कार्टर (ॲस्क्विथ) आणि लेबर पक्षाचे खासदार ह्यू डाल्टन व फिलिप नोएल-बेकर. ही सर्व पुरोगामी मंडळी होती आणि त्यातील अनेकांनी आपलं अर्धं आयुष्य विन्स्टनना प्रतिगामी म्हणून धिक्कारण्यात घालवलं होतं. विन्स्टन यांनी सामाजिक प्रश्नांवरील आपली मतं किंचितही बदलली नाहीत. उलट सामाजिक भवितव्याविषयी युक्तिवाद करण्यापेक्षा आपल्याला मूल्यवान वाटणाऱ्या सर्व रचनांसमोरच्या वर्तमान धोक्याचा विचार करणं जास्त महत्त्वाचं आहे, अशी जाणीव पुरोगामी मंडळींनाच अचानक झाली होती. या घडामोडींमुळे आपल्याला मिळालेल्या पाठिंब्यानं विन्स्टन समाधानी झाले; पण संसदबाह्य दबाव गटांवर त्यांचा विश्वास नव्हता. शिवाय बाल्डविन यांच्याशी असलेलं त्यांचं वैयक्तिक हाडवैर नियंत्रणाबाहेर गेलं होतं. या पार्श्वभूमीवर त्यांनी हाउस ऑफ कॉमन्समधील चर्चेत केलेला एक हस्तक्षेप अतिशय वेंधळेपणाचा ठरला किंबहुना त्यांच्या कारकिर्दीतील ही सर्वांत गोंधळलेली भूमिका होती आणि त्यावरून झालेल्या टीकेनंतर एखादा कमकुवत माणूस पूर्णच कोलमडला असता.

पदग्रहण करायचे असलेले राजे आठवे एडवर्ड यांचे वॉलिस सिम्पसन नावाच्या एका विवाहित स्त्रीशी दीर्घकाळ संबंध होते आणि नंतर तिच्याशी लग्न करायची इच्छा राजांना झाली; पण गुलछबू गतकाळ असलेल्या या स्त्रीनं तिच्या परोपकारी वृत्तीच्या नवऱ्यापासून घटस्फोट घेतलेला नव्हता. या पार्श्वभूमीवर राजाचा वॉलिसशी अधिकृत जवळीक साधायचा प्रयत्न शहाणपणाचा नव्हता, हे उघड आहे; पण एडवर्ड यांची जर्मनीकडे झुकलेली भूमिका आणि कालांतरानं युद्धाच्या पहिल्या वर्षामध्ये त्यांनी केलेलं वर्तन पाहता, त्यांनी स्वतःच बाजूला हटणं राजेशाहीसाठीही उचित ठरणारं होतं.[४१] या वादामध्ये विन्स्टन यांनी अखेरच्या क्षणी उडी घेतली आणि राजे एडवर्ड यांचं समर्थन केलं. वास्तविक या सगळ्या वादाचा संभाव्य शेवट एडवर्ड यांच्या पदत्यागात होणार असल्याचं खुद्द एडवर्ड यांच्यासह सर्वांनाच तोवर माहीत झालेलं होतं. अशा वेळी वादग्रस्त भूमिका घेऊन विन्स्टन यांनी स्वतःविरोधातील अविश्वास व संताप एकगठ्ठा होण्याला आयतं कारण पुरवलं. या प्रकरणात त्यांनी प्रसिद्धीपत्रकाद्वारे उपस्थित केलेल्या काही मुद्द्यांवर हाउस ऑफ कॉमन्समध्ये बाल्डविन सौम्यरीत्या उत्तरं देत होते, तेव्हा अचानक विन्स्टन अद्वातद्वा बडबडत उभे राहिले आणि त्यांनी अतिरेकी स्वरूपाचा हस्तक्षेप करायला सुरुवात केली. यावर सभागृहातील सदस्यांनी जवळपास एकमतानं विन्स्टन यांचं म्हणणं नाकारलं. या नकाराला तिरस्काराचीही धार होती. विन्स्टन यांच्या मोजक्या अनुयायांपैकी एक असलेल्या

बॉब बूथबी यांची मुलाखत नोंदवताना विल्यम मँचेस्टर यांनी या संदर्भात एक नोंद केली आहे :

> 'चर्चिल यांनी भयावह वस्तुस्थिती मांडल्यावर सदस्यांनी त्यावर चिंता व्यक्त केली होती. वाढत्या धोक्याला आपण सामोरं जावं यावर चर्चिलनी भर दिल्यावर त्यांनी संताप व्यक्त केला. पुढील घटनाक्रमानं चर्चिल यांचं म्हणणं शाबित होत गेलं, तेव्हा संताप वाढत गेला. आता चर्चिल यांचा मुद्दा चुकीचा असल्याचं स्पष्ट झाल्यावर सदस्यांनी आपल्या क्लेशाबद्दल त्यांना लक्ष्य केलं. त्यांच्याविरोधात रोष दाखवणारी ही मंडळी वास्तविक आणखी एका मोठ्या संघर्षाच्या संभाव्यतेविरोधात रोष प्रकट करत होती. हा संघर्ष आपल्यावर कोसळणं उचित नाही आणि त्यासाठी आपण जबाबदारही नाही, असं सदस्यांना वाटत होतं.'[४२]

सोमवार, १३ डिसेंबर १९३६- हा दिवस विन्स्टन यांच्या राजकीय कारकिर्दीला उतरती कळा लागल्याचा होता आणि त्याचे पडसाद आगामी काळात उमटत गेले. 'फोकस ग्रूप'ला प्राप्त झालेली गती या घटनेनं खंडित झाली. मे १९३७ मध्ये लोकप्रियतेच्या शिखरावर असताना बाल्डविन यांनी राजीनामा दिला आणि नेव्हिल चेम्बरलीन पंतप्रधानपदावर आरूढ झाले; पण कोणत्याही मंत्रिपदासाठी विन्स्टन यांचा विचारही झाला नाही. १९५३ ते १९५९ या काळात अमेरिकेचे परराष्ट्रमंत्री असलेले जॉन फॉस्टर ड्यूलेस हे 'माझ्या माहितीतलं असं एकमेव व्यक्तिमत्त्व आहे जे स्वतःच्या समस्यांचं गाठोडं स्वतःसोबतच घेऊन फिरत असतं,' असं विन्स्टन एकदा म्हणाले होते. वास्तविक या काळात या प्रसंगात विन्स्टन यांनीच स्वतःसमोर समस्या निर्माण करून ठेवल्या होत्या. १९३७ या वर्षामध्ये त्यांची आर्थिक परिस्थिती नेहमीपेक्षा धोकादायक पातळीपर्यंत घसरली- या काळात त्यांनी चार्टवेल विकायचाही विचार केला; पण त्यांची वाङ्मयीन निर्मिती मात्र मोठ्या प्रमाणात सुरू होती.[४३] पण त्यांच्यावर तीव्र मर्यादा आल्या. चेम्बरलीन यांच्या पंतप्रधान काळात पहिल्या वर्षी विन्स्टन यांचा राजकीय प्रभाव नगण्य होता. हुकूमशहांशी उभयपक्षी करार करण्यावर लक्ष केंद्रित करणाऱ्या चेम्बरलीन यांनी इटली, अमेरिका व रशिया यांच्याशी अधिक जवळीक साधण्याच्या अनेक संधी झिडकारल्या. पर्यायांकडे दुर्लक्ष करण्याच्या या वृत्तीमुळे अखेरीस सप्टेंबर १९३८ मध्ये म्युनिक इथे झेकोस्लोव्हाकियाला वाऱ्यावर सोडून देण्यात आलं. ब्रिटिश मुत्सद्देगिरी व नैतिक अधिसत्तेचा हा सर्वांत खालावलेला काळ होता, असं विवाद्यरीत्या म्हणता येईल.

ब्रिटिशांच्या शस्त्रसज्जतेसाठी वेळ मिळावा याकरिता चेम्बरलीन यांनी हे धोरण

स्वीकारलं होतं, असं समर्थन सर्वसाधारणपणे दिलं जातं; पण अधिक तपासणी केली असता या समर्थनाला काही आधार राहत नाही. १९३८-३९ मध्ये जर्मनीच्या तुलनेत ब्रिटन व फ्रान्स यांचं सैनिकी सामर्थ्य ढासळलं होतं. याची चेम्बरलीन यांना कल्पना होती. १९३० पासून सरकारचे मुख्य औद्योगिक सल्लागार असलेले आणि १९३५ पासून पंतप्रधान कार्यालयात सहायक म्हणून गेलेले सर होरास विल्सन यांनी अनुनयाची व्यूहरचना आखली. गोअरिंगनी मांडलेल्या उधळ्या चारवर्षीय योजनेमुळे शाहटच्या वित्तीय चमत्कारातील हवा निघून जाईल, असा कयास बांधल्यामुळे प्रस्तुत व्यूहरचनेला प्रोत्साहन मिळालं. १९३९ च्या सुरुवातीलाच वित्तीय संकट उभं राहण्याची शक्यता आहे, असं खुद्द शाहटलाही वाटत होतं. सरकारच्या वाढीव खर्चाला पाठबळ देण्यासाठी ब्रिटिश उद्योगविश्व जर्मनांसारखं उत्साहानं कामाला लागलेलं नाही, याची विन्स्टनना जाणीव होती. मे १९३८ मध्ये त्यांनी मुख्य मुद्द्यालाच हात घातला. जर्मनीचा धोका समोर असताना ब्रिटननं शस्त्रसज्ज व्हावं की नाही, हा आता चर्चेचा मुद्दा राहिला नव्हता, तर ब्रिटन ही तयारी इतक्या धिम्या गतीनं का करतोय, हा खरा प्रश्न होता :

> 'आपण उघडपणे पुन्हा सशस्त्रीकरण सुरू केलं त्याचं आता तिसरं वर्ष सुरू आहे. सगळं काही सुरळीत असेल, तर इतक्या त्रुटी का राहिल्या? उदाहरणार्थ, कवायत करणाऱ्या दलांच्या हातात मशिनगनऐवजी ध्वज का आहेत? आपली लहान प्रादेशिक सेना प्राथमिक अवस्थेत का आहे? नियमित सैन्याच्या सोबतीनं प्रादेशिक सेनेला सुसज्ज करणं अशक्य का वाटावं? जर्मन उद्योगांच्या तुलनेत ब्रिटिश उद्योगविश्व शस्त्रनिर्मिती वगळता सर्व बाबतींत अधिक लवचीक व सकस आहे, तरीही ब्रिटिश उद्योगांसाठी हे काम क्षुल्लक आहे... या तीन वर्षांमध्ये जर्मनीनं हवाई दलाला आणि नियमित सैन्यातील साठ किंवा सत्तर तुकड्यांना सर्व प्रकारची उपकरणं व शस्त्रं पुरवली, मग आपल्या सौम्य व साध्या सैन्याला आवश्यक त्या गोष्टी पुरवण्यात आपण कमी का पडतो आहोत? सेल्फ्रिज किंवा भूदल व नौदलाच्या संचयगृहांना यासंबंधीची कंत्राटं तुम्ही दिली असतीत, तर आवश्यक त्या वस्तू आजपर्यंत तयार झाल्या असत्या, असा मला विश्वास आहे.'[४४]

खरंतर ब्रिटिश उद्योगविश्व अधिक लवचीक किंवा सकस नव्हतं, तर उत्पादकतेच्या बाबतीत रसातळाला गेलेलं होतं. विल्सन व चेम्बरलीन यांना सैनिकी बाबींच्या वास्तवाची पुरेशी जाणीव नव्हती; त्यामुळेच ते सशस्त्र संघर्ष टाळण्याच्या बाजूचे

होते; पण ब्रिटिश सत्तेचा कायमचा आधार असलेल्या पैसा आणि व्यापार या संदर्भांची त्यांची समजूत कमी होती. आपापल्या आकलनानुसार ते देशाच्या सामर्थ्यावर भर देत असले, तरी ही सर्व प्रक्रिया गोपनीयरीत्या पार पाडली जात होती, कारण लोक अशा भूमिकेला पाठिंबा देणार नाहीत अशी त्यांची धारणा होती. जनमत कायमच कोडगं म्हणावं इतकं अडाणी असतं आणि धोकादायक ठरण्याइतकं चंचल असतं, असं या दोघांचंही मत होतं. 'अमेरिकन ईगल' चार्ल्स लिंडबर्ग यांनी एप्रिल १९३८ च्या दौऱ्यानंतर केलेल्या टिप्पणीशी हे दोघं सहमत झाले असते. 'ब्रिटिश स्वभाववृत्तीची मौलिकता क्षमतेपेक्षा आत्मविश्वासामध्ये आहे; सामर्थ्यापेक्षा चिवटपणामध्ये आहे; बुद्धिमत्तेपेक्षा निर्धारामध्ये आहे... संथ, काहीशा मूर्ख व बेपर्वा लोकांची मोठी संख्या इंग्लंडमध्ये आहे आणि प्रतिभावंतांचा एक लहानसा गट तिथे आहे, हे लक्षात घेणं आवश्यक आहे,'[४५] असं लिंडबर्ग म्हणाले होते. पंतप्रधान आणि त्यांचे मुख्य सल्लागार स्वतःला प्रतिभावंतांच्या गटातील मानत होते. त्यांच्या अपेक्षेप्रमाणे हिटलरची सत्ता कोलमडून पडली असती तर इतिहासानंही त्यांचा स्वतःविषयीचा समज मान्य केला असता.

जर्मनीच्या सत्तेमधील वाढ फार काळ टिकणारी नाही, अशी विन्स्टन यांचीही धारणा होती; पण या संदर्भातील धोरणं मनोबल खच्ची करणारी आहेत आणि ते परवडणारं नाही, असं वाटल्यामुळे ते सरकारी भूमिकेविरोधात बंड करून उठले. हिटलरनं झेकोस्लोव्हाकियामधील सुडेटनलँडची मागणी केली, तेव्हा हा प्रसंग इतर अनेक बाबींसोबतच इच्छाशक्तींची परीक्षा बघणारा आहे, असं विन्स्टन यांचं मत झालं. या प्रदेशात बहुसंख्य जर्मन वंशीय होते; पण झेकोस्लोव्हाकियाच्या संरक्षण व्यूहामध्ये मुख्य भूमिका निभावणारे तटबंदीसदृश पर्वतही याच ठिकाणी होते. तरीही हल्ला होणारच नाही, असं इंग्लंडच्या सेनाधिकाऱ्यांचं मत होतं. वर्षाअखेरीस सोडून दिलेल्या संरक्षणसामग्रीची तपासणी करत असताना मात्र लक्षात आलं की, 'हा प्रश्न बंदुकांचा नव्हता, तर बंदुका धरलेल्या जवानांचा होता.'

ब्रिटिश जनमत संघटित करण्यासाठी निःसंदिग्ध निमित्त झेकोस्लोव्हाकियातील घटनांद्वारे पुरवलं जाईल आणि १९१४ मध्ये 'लहान शूर बेल्जियम'नं जी भूमिका पार पाडली, ती या वेळी झेकोस्लोव्हाकिया पार पाडेल, अशी विन्स्टनना आशा वाटत होती :

> 'महायुद्धामध्ये ब्रिटननं प्रवेश करण्याच्या तीन दिवस आधीपर्यंत अशी अवस्था होती की, मंत्रिमंडळातल्या सरासरी पाचातल्या चार सदस्यांनी आणि हाउस ऑफ कॉमन्समधल्या दहांमधल्या नऊजणांनी सवयीनं युरोपीय मुख्य भूमीवरील या हस्तक्षेपाला विरोध केला असता; पण चार

दिवसांनी हे प्रमाण उलटं झालं. दृष्टिकोनातला हा बदल युक्तिवादाद्वारे किंवा चिंतनाद्वारे झालेला नव्हता. फ्रान्स व बेल्जियमवर जर्मनी खरोखरच हल्ला करेल, हे लोकांना पटत नव्हतं; पण जर्मनीनं हे पाऊल उचलल्यावर सर्वांना आपली अवस्था अंतःप्रेरणेनं कळून चुकली आणि आता काय करायला हवं याचीही जाणीव झाली. झेकोस्लोव्हाकिया कोसळला; यासारख्या एखाद्या घटनेनं संपूर्ण मानवी विचारांचा प्रवाह बदलतो आणि आक्रमकांविरोधात संताप निर्माण होतो आणि अखेरीस जगातील सर्व मोठी राष्ट्रे यामध्ये सहभागी होतात.'[४६]

चेम्बरलीन हिटलरसमोर शरणागती पत्करतील आणि आपल्या करारबद्ध कर्तव्यांना तिलांजली देण्यासाठी फ्रान्सला उद्युक्त करतील, अशी कल्पनाही विन्स्टनना करता आली नाही. १५ सप्टेंबर १९३८ रोजी लिहिलेल्या एका लेखाला कालांतरानं त्यांनी एक कोरडी तळटीप जोडली, त्यात त्यांनी असं नोंदवलं आहे की, बर्चट्सगाडन इथल्या पर्वतरांगांमध्ये हिटलर सुट्टी घालवायला गेला असताना चेम्बरलीन त्याची भेट घ्यायला गेले आणि (फ्रान्सचे पंतप्रधान दलादिअर) यांच्याशी संगनमत करून म्युनिक करारानुसार (२८ सप्टेंबर रोजी) अनुनयाचं धोरण स्वीकारलं. झेकोस्लोव्हाकियाच्या सरकारला कोणत्याही प्रतिकाराशिवाय नांगी टाकायला उद्युक्त करण्यात आलं... अधिकच्या आक्रमणापासून स्वतःचं संरक्षण करण्याची झेकोस्लोव्हाक सरकारची ताकद ज्या पर्वतरांगांच्या तटबंदीवर अवलंबून होती, ती पर्वतरांग शत्रूच्या ताब्यात द्यावी लागली.'[४७]

दलादिअर शरमेनं मान खाली घालून पॅरिसला परतले; पण विजयी नायकाप्रमाणे आपलं स्वागत होत असल्याचं पाहून त्यांना आश्चर्याचा धक्काच बसला. जयघोष करणाऱ्या गर्दीकडे बघून ते उद्‌गारले- 'बिनडोक!' पण चेम्बरलीन असं वागले नाहीत. आपलं कौतुक रास्तच आहे, असं त्यांना वाटत होतं. हिटलरनं ज्या निरर्थक वाक्यांना मान डोलवली होती, तो मजकूर त्यांनी वाचून दाखवला. ब्रिटन व जर्मनी यांच्यातील संबंध 'दोन्ही देशांसाठी व युरोपसाठी सर्वाधिक महत्त्वाचे आहेत'; 'दोन्ही देशांच्या लोकांनी पुन्हा एकमेकांविरोधात युद्ध न करण्याची इच्छा व्यक्त केली आहे, त्याचं प्रतीक' ब्रिटन-जर्मनी नाविकी करार व म्युनिक करार यांच्या रूपात पाहायला मिळतं; 'मतभेदांचे संभाव्य स्रोत दूर करण्यासाठी आणि युरोपातील शांतता टिकवण्यासाठी सल्लामसलतीची पद्धत' जर्मन व ब्रिटिशमंत्री वापरतील, अशा बाता त्या वेळी मारण्यात आल्या. दोन देशांमध्ये अस्तित्वात असलेल्या राजनैतिक संबंधांमध्ये अध्याहृत असलेल्या किमान गोष्टींव्यतिरिक्त इतर कोणतंही आश्वासन हिटलरनं त्यांना दिलेलं नव्हतं; पण आपल्या भाषणामध्ये चेम्बरलीन

यांनी याच कराराची कागदपत्रं फडकावत सांगितलं : 'मित्रांनो, जर्मनीहून डाउनिंग स्ट्रीटच्या दिशेनं शांतता सन्मानपूर्वक चालत येण्याची आपल्या इतिहासातील ही दुसरी वेळ आहे. आपल्या काळाची ही शांतता आहे, असा मला विश्वास वाटतो.'[४८]

आठवडाभरानं विन्स्टन यांनी हाउस ऑफ कॉमन्समध्ये या विषयावर मत मांडलं. त्यांच्या कारकिर्दीतील हे बहुधा सर्वांत ताकदीचं भाषण ठरावं. म्युनिक करारापूर्वी चेम्बरलीन यांना धोक्याची सूचना देणारी तार पाठवताना विन्स्टन यांची साथ द्यायला नकार देणारी मंडळी या करारावर टीका करायला मात्र पुढे आली. सभागृहात या विषयावर चर्चेला तोंड फुटण्यापूर्वी ही टीका जोर धरू लागली होती. आल्फ्रेड डफ कूपर (चेम्बरलीन यांच्या कार्यकाळात आरमारमंत्रिपदाचा राजीनामा दिला), अँथनी एडन (नऊ महिने आधी परराष्ट्रमंत्रिपदाचा राजीनामा दिला), क्लेमेन्ट ॲटली (लेबर पक्षाचे नेते), आर्चिबाल्ड सिनक्लेअर (लिबरल पक्षाचे प्रतिनिधी), लिओ आमेरी व हेरॉल्ड मॅकमिलन (कन्झर्वेटिव्ह पक्षाचे प्रतिनिधी), असा अनेकांचा समावेश टीकाकारांच्या यादीत होता. या मुद्द्यावरून सरकारला सतावण्याचं काम विरोधकांनी योजनाशून्यरीत्या सुरू केलं होतं; यात मुख्यत्वे किरकिऱ्या नॅन्सी, लेडी एस्टर यांचा पुढाकार होता.[४९] अशातच विन्स्टन भाषणाला उभे राहिले : 'ही सर्वांत लोकविरोधी आणि सर्वांत अस्वीकारार्ह गोष्ट आहे... आपला सपशेल आणि धडधडीत पाडाव झालेला आहे.' या अटी सर्वसाधारण राजनैतिक मार्गांनंही मान्य करवून घेता आल्या असत्या, असं प्रतिपादन त्यांनी केलं. 'झेकोस्लोव्हाकियाला स्वतःच्या बळावर वाटाघाटी करायची मोकळीक असती आणि पाश्चात्त्य सत्तांकडून त्यांना कोणतीही मदत मिळणार नाही असं सांगितलं गेलं असतं, तर त्यांना स्वतःसाठी याहून चांगल्या अटींवर करार घडवता येणं शक्य होतं, असं मला वाटतं.' निश्चित धोरणाची मागणी करणं म्हणजे युद्धखोरी नव्हे, असं त्यांनी स्पष्ट केलं :

> 'शरणागती आणि तत्काळ युद्ध यांच्यामध्ये हा तिसरा पर्याय होता, त्यामध्ये शांततेसोबतच न्यायाचीही आशा राहिली असती. अर्थात डिवचल्याशिवाय आक्रमण केलं जाणार असेल, तर झेकोस्लोव्हाकियाच्या संरक्षणासाठी इतरांसोबत आपणही उभं राहू, असं ब्रिटननं बरंच आधी स्पष्टपणे सांगितलं असतं, तर असं काही धोरण यशस्वी होण्याची शक्यता होती. परिस्थिती सावरण्याची शक्यता असतानाही ब्रिटनच्या सरकारनं अशी हमी देणं नाकारलं आणि अखेरीस बराच उशीर झाल्यावर अशी हमी देण्यात आली. मात्र, आता काहीच हातामध्ये उरलेलं नसताना या हमीचं नूतनीकरण तेवढं केलं जातं. सगळं संपलं आहे.

> मूक, दुःखी, निराधार, मोडून पडलेला झेकोस्लोव्हाकिया अंधकारात विरतो आहे. पाश्चात्त्य लोकशाहींसोबत आणि लीग ऑफ नेशन्ससोबत संबंध ठेवल्याचा सर्वांगीण फटका या देशाला बसला आहे... विशेषतः फ्रान्ससोबतच्या संबंधांचा सर्वांत मोठा फटका त्याला बसला, कारण फ्रान्सच्या मार्गदर्शनाखाली व त्यांच्या धोरणांनुसार झेकोस्लोव्हाकियानं दीर्घकाळ मार्गक्रमणा केली होती.'

'आपल्या एकनिष्ठ, शूर लोकांच्या आनंद व सुटकेच्या नैसर्गिक, उत्स्फूर्त उद्रेका'बाबत आपलं मत विपरीत नाही, हे त्यांनी स्पष्ट केलं. मुळात ते सार्वजनिक सभेत बोलत नव्हते, तर हाउस ऑफ कॉमन्सला ब्रिटिश सार्वभौमतेच्या कारभाराबाबत जबाबदार धरून काही गोष्टी मांडत होते. लोकांना सत्य समजायला हवं :

> 'आपल्या संरक्षणविषयक बाबींकडे मोठ्या प्रमाणात दुर्लक्ष झालेलं आहे आणि त्यात बऱ्याच त्रुटी आहेत, हे त्यांना माहीत व्हायला हवं. युद्धाशिवायच आपला पराभव झाला आहे आणि याचे परिणाम दीर्घ काळ आपल्यावर होत राहणार आहेत, हे त्यांना माहीत असायला हवं. युरोपातील सर्व समतोल कोसळण्याच्या बेतात असताना आपण इतिहासातील एक भीषण मैलाचा दगड पार केला आहे आणि या अटीतटीच्या प्रसंगाला तोंड देण्यास पाश्चात्त्य लोकशाही राष्ट्रं अपयशी ठरलीत, ही महाभयानक वस्तुस्थिती याच काळातील आहे, हेही त्यांना माहीत व्हायला हवं आणि- हा शेवट आहे, असं मानता कामा नये. किंबहुना येऊ घातलेल्या संकटाची ही सुरुवात आहे. आपल्याला वर्षाकाठी विषाचा प्याला प्यावा लागणार आहे, त्याचा हा केवळ पहिला घोट होता. या पार्श्वभूमीवर आपलं मनोबल व लढाऊ सामर्थ्य यांत पूर्वीसारखी आत्यंतिक सुधारणा झाली आणि आपण स्वातंत्र्यासाठी ठाम भूमिका घेऊन उभे ठाकलो, तरच यातून मार्ग निघेल.'[५०]

यानंतरच्या महिन्यांमध्ये विन्स्टनना त्यांच्याच पक्षातून काढून टाकण्याची धमकी दोनदा मिळाली आणि पक्षातील नव्या-जुन्या महत्त्वाकांक्षी मंडळींनी त्यांना एखाद्या संसर्गजन्य रोगाच्या विषाणूसारखी वागणूक दिली. वैयक्तिक जनाधार प्राप्त करण्यासाठी चेम्बरलीन सार्वत्रिक निवडणुका घेण्याची शक्यता दिसू लागली, तेव्हा विन्स्टननी धोक्याचा इशारा दिला :

> 'नजीकच्या भविष्यात निवडणूक झाली, तर ती अतिशय विचित्र आणि दुःखद ठरेल. कोण जिंकतं किंवा हरतं, हा प्रश्न इथे फारसा महत्त्वाचा नाही, तर देशाचं काय होतं ते महत्त्वाचं आहे. या देशाचं आजच्या इतकं विभाजित स्वरूप मी तरी कधीच पाहिलेलं नाही. केवळ पक्ष पातळीवरच्या नेहमीच्या विभागण्यांसारखा हा प्रकार नाही, तर त्याहून खोलात जाणारी, अनेक संबंधांवर आणि मैत्रीपूर्ण नात्यांवर विपरीत परिणाम करणारी ही विभागणी आहे.'[५१]

म्युनिक करारासंदर्भातील मानसिक पातळीवरील अंदाज चुकला, हे १५ मार्च १९३९ रोजी स्पष्ट झालं. या दिवशी हिटलरनं आपलं सैन्य प्रागमध्ये घुसवलं. लाजेकाजेस्तव तरी हिटलर पुढे पाऊल टाकणार नाही, असा चेम्बरलीनचा अंदाज होता; पण उर्वरित झेकोस्लोव्हाकिया पादाक्रांत करायला हिटलर उतावीळ झाला होता. फ्रेंच व ब्रिटिश सत्ताधाऱ्यांची शुद्ध फसवणूक झालेली होती किंबहुना त्यांनी ती करवून घेतली होती. तरीही आपण युद्धाची तयारी करायला काहीसे डळमळीत अवस्थेतच आहोत, असं चेम्बरलीनना वाटत होतं. शांतताकाळामध्ये सक्तीची लष्करी सेवा अमलात आणली जाणार नाही, असं आश्वासन त्यांनी दिलं होतं; त्यामुळे मे महिन्यात 'सैनिकी प्रशिक्षण अधिनियमा'द्वारे दोन लाख जवानांना सैनिकी सेवेमध्ये दाखल होण्याचं केवळ आवाहन करण्यात आलं. सेवेत आल्यानंतर या नवीन रुजू झालेल्यांना प्रादेशिक सेनेत किंवा आरक्षित दलांमध्ये पाठवलं जाईल, असंही सांगण्यात आलं.

या अखेरच्या टप्प्यातही लेबर पक्षानं प्रस्तुत निर्णयावर टीका केली. विशेष म्हणजे ही उपाययोजना अतिशय तोकडी वाटल्यामुळे नव्हे, तर यातून अवाजवी युद्धसदृश परिस्थिती निर्माण होत असल्याचं वाटल्यामुळे लेबर पक्षानं टीकाकाराची भूमिका घेतली. बदलत्या वातावरणात विन्स्टन सावध झाले, पण १९१४ च्या तुलनेत या वेळी नव्यानं भरती झालेल्या जवानांचं शारीरिक आरोग्य अतिशय सुधारलेलं आहे, याचा आपल्याला अभिमान वाटत असल्याचं त्यांनी मोकळेपणानं सांगितलं : 'आपल्या सामाजिक सेवांचं आणि त्यासाठी कार्य केलेल्यांचं सार्थ समर्थन या सगळ्यातून आपोआपच होतं! एका राष्ट्राच्या दृष्टीनं तरुण मुलांना दूध, अन्न व शिक्षण पुरवण्याइतकी दूरदृष्टीची गुंतवणूक दुसरी कुठलीच नाही.'[५२]

सप्टेंबर १९३९ मध्ये प्रत्यक्ष युद्धाची ठिणगी पडण्याच्या आदल्या दिवशी 'राष्ट्रीय सेवा (सशस्त्र दलं) अधिनियम' मंजूर करण्यात आला आणि त्यानंतर खऱ्या अर्थानं सक्तीची लष्करी सेवा सुरू झाली. दरम्यान, चेम्बरलीन यांनी पोलंड, रोमानिया व ग्रीस यांना संरक्षणविषयक हमी दिली. 'रशियाशी ढोबळ सहमतीची

चौकट निश्चित नसेल, तर पोलंड व रोमानिया यांना दिलेल्या आश्वासनांचं सैनिकी मूल्य शून्य आहे,'[५३] अशी टिप्पणी विन्स्टननी केली; परंतु हे तितकंसं सत्यदर्शी नव्हतं. कारण पोलंड व रोमानिया यांना हिटलरइतकीच स्टालिनचीही भीती होती. शिवाय सैनिकी नियंत्रणाची सार्वत्रिक व्यूहरचना स्वीकारलेल्या देशांच्या बाबतीतच संरक्षणविषयक सहकार्याची जाहीर हमी लागू राहील, अशी तजवीज न करून चेम्बरलीन व त्यांचे परराष्ट्रमंत्री लॉर्ड हॅलिफॅक्स यांनी राजनैतिक घोडचूक केली. त्याहून महत्त्वाचं म्हणजे 'सहमतीची चौकट' वगैरे निश्चित करण्यात खुद्द स्टालिननाच रस नव्हता. १० मार्च १९३९ रोजी झालेल्या रशियन कम्युनिस्ट पक्षाच्या अधिवेशनात ते म्हणाले होते की, 'आपल्यासाठी दुसऱ्यानं आगीत उडी घ्यावी अशी युद्धखोरांची अपेक्षा असते.' नवीन साम्राज्यवादी युद्धापासून दूरच राहायची आपली इच्छाही त्यांनी या वेळी बोलून दाखवली होती.

चेम्बरलीनना पारंपरिक मुत्सद्देगिरीबाबत तिरस्कार वाटत असे; त्यामुळे म्युनिक करार हा हिटलरला पूर्वेकडे हल्ला करण्यासाठी प्रोत्साहन देण्याचा पाश्चात्त्य सत्तांचा प्रयत्न आहे, असा स्टालिन यांचा ठाम समज झाला. सोव्हिएत रशियाचा पाठिंबा नसेल, तर पोलंड व रोमानिया यांना ब्रिटननं दिलेल्या हमीला केवळ प्रतीकात्मक मूल्यच उरणार होतं. हिटलरलाही याची कल्पना होती. एका बाजूला अनुनयाचे प्रयत्नही ब्रिटिश सरकारनं सुरू ठेवले होते- उदाहरणार्थ, बँक फॉर इंटरनॅशनल सेटलमेन्टकडून साठ लाख पौंड मूल्याचं झेक सोनं लंडनहून जर्मनव्याप्त प्रागला पाठवलं जात असतानाही त्यात हस्तक्षेप करायला नकार देण्यात आला.[५४] अशा वेळी आपण पोलंड व रोमानिया यांना जर्मन आक्रमणाविरोधात दिलेली सहकार्याची हमी हिटलर गांभीर्यानं घेईल असं चेम्बरलीन व हॅलिफॅक्स यांना कशाच्या बळावर वाटलं, हे एक कोडंच आहे; पण त्यांना तसं वाटत होतं खरं. पूर्वेकडे प्राणघातक विचारसरणाचा शत्रू उभा असल्यामुळे हिटलर फ्रान्स व ब्रिटन यांच्याविरोधातील युद्धात हात आखडता घेईल, म्हणून सोव्हिएत रशियाशी करार करण्याची गरज नाही, असं या दोघांना वाटत होतं; पण हा आत्मविश्वास लवकरच विरून गेला. जर्मन व रशियनांनी १९ ऑगस्ट रोजी सर्वांगीण व्यापारी करारावर स्वाक्षरी केली, त्यापाठोपाठ २३ तारखेला अनाक्रमणाचा करार करण्यात आला. या करारातील गोपनीय तरतुदींद्वारे पूर्व युरोपातील बहुतांश प्रदेशांची विभागणी करण्यात आली. पोलंड दोन्ही राष्ट्राकडे विभागून जाणार होता. याव्यतिरिक्त रशियाला फिनलँड, इस्टोनिया, लाटव्हिया व बेसरबिया यांचा ताबा मिळणार होता; त्यात नंतर लिथुआनियाची भर पडली. पश्चिमेकडील युरोपाचा सगळा भाग नाझी गिळंकृत करणार होते. यानंतर आठवडाभरातच जर्मनीनं पोलंडवर हल्ला केला. फ्रान्स व ब्रिटन यांनी ३ सप्टेंबर रोजी युद्धाची घोषणा केली आणि १७ तारखेला

आपला वाटा मिळवण्यासाठी रशियानं पोलंडवर स्वारी केली.

जर्मनीने १९१४ मध्ये बेल्जियमवर हल्ला करून, एका रात्रीत भयंकर उत्पात घडवला होता, तर या वेळी पोलंडचा विध्वंस करून आणि झेकोस्लोव्हाकिया बेचिराख करून हे साधण्यात आलं. जर्मन सैन्यानं प्रागचा ताबा घेतल्यानंतर ब्रिटिश सत्ताधाऱ्यांना स्वतःच्या जबाबदारीची जाणीव झाली, हे काहीसं सुखद वाटत असलं, तरी प्रत्यक्षात युद्धकाळातही राजकारण तसंच सुरू होतं. चेम्बरलीन यांनी राजीनामा देण्याचा विचार केलेला दिसत नव्हता आणि त्यांच्या पक्षाकडूनसुद्धा यासाठी दबाव आणला जात नव्हता. विन्स्टनना सरकारमध्ये सहभागी करून घ्यावं यासाठी जुलै महिन्यात *'डेली मेल'* व *'डेली टेलिग्राफ'* या दोन वृत्तपत्रांनी मोहीम राबवली; परंतु विन्स्टनना सरकारमध्ये घेऊन 'अपरिहार्यरीत्या स्वीकारावी लागणारी डोकेदुखी व अडथळे यांच्या तुलनेत त्यांच्याकडून मिळणाऱ्या कल्पना व सूचना फारशा लाभदायक ठरतील असं वाटत नाही,' अशी चेम्बरलीन यांची भूमिका होती.[५५] लेबर पक्षाचा विरोध आत्मविश्वासहीन होता, त्यांनी वेळोवेळी ठराव मांडण्यापलीकडे काही केलं नाही. दैनंदिन कामकाज कसोशीनं पार पाडण्यामध्ये सगळे समाधानी होते, जणू काही ठरावीक विधी सुरू ठेवले की, आपोआपच सर्व काही सुरळीत होणार होतं. अटळ ऐहिक संकटासमोर हे सर्व लोक खुजे ठरले. सिद्धान्तांना व्यवहाराच्या कसोटीवर तपासण्याचा, उक्तीनुसार कृती करण्याचा आणि पवित्र्यांच्या पुढे जात अर्थपूर्ण पावलं उचलण्याचा क्षण शक्य तितका पुढे ढकलला जात होता.

मायकल फूट व त्यांच्या दोन सहलेखकांनी १९४० मध्ये प्रकाशित झालेल्या *'गिल्टी मेन'* या पुस्तकात चेम्बरलीन व त्यांच्या मंत्र्यांना ग्रंथनामानुसार 'अपराधी' ठरवलं होतं. या निवाड्यामध्ये वरपांगी सत्याभास असला, तरी फूट व त्यांच्या राजकीय सहकाऱ्यांनी युद्धाच्या पूर्वतयारीला किंवा वाढीव तयारीलाही धिक्कारलं असतं, ही वस्तुस्थिती आहे. कमी तीव्रतेचं युद्ध दीर्घकालीन पातळीवर संथ गतीनं सुरू ठेवण्यासाठी आवश्यक सज्जता सप्टेंबर १९३९ मध्ये ब्रिटनकडे होती. अशा स्वरूपाच्या युद्धात अंतिमतः वित्तीय अस्त्र निर्णायक ठरण्याची शक्यता होती आणि त्यातून आपलं आंतरराष्ट्रीय स्थान राखण्याची आशाही ब्रिटनला ठेवता आली असती. फ्रान्समधील मोठं संख्याबळ असलेल्या व मॉस्कोच्या दावणीला बांधलेल्या कम्युनिस्ट पक्षानं युद्धाचा निषेध केला आणि आपल्या सदस्यांनी सैन्यातून बाहेर पडावं असं आवाहन केलं. याउलट निर्वासित जर्मन कम्युनिस्टांनी हिटलरपेक्षाही पाश्चात्त्य दोस्त राष्ट्रं जास्त वाईट असल्याचं जाहीर केलं.

ग्रेट ब्रिटनमधील कम्युनिस्ट पक्षानं 'क्रांतिकारी पराभवा'चं धोरण स्वीकारल्यावर पक्ष जवळपास नष्ट होण्याच्या मार्गाला लागला. केवळ महानगरी अभिजनांनाच

मुख्यत्वे भीती वाटत होती. दरम्यान, आपल्या पक्षातील शरणागतवादी मंडळींचा बऱ्यापैकी बीमोड करणं विन्स्टनना शक्य झालं. पराभूत मनोवृत्ती 'कारखान्यांमध्ये नसून उच्च मध्यमवर्गीयांच्या डोक्यात आहे,' अशी टिप्पणी त्यांनी ३ जून १९४० रोजी केली.[५६] कष्टकरी वर्गामध्ये १९१४ सारखा देशभक्तीचा उत्साह दिसत नव्हता. 'झालं आता पुन्हा सुरू' अशी थकलेपणाची कटू भावना या वर्गामध्ये पसरलेली होती. शिवाय तिसऱ्यांदा असं काही घडू नये असा कठोर निर्धारही होता. अशा वेळी अनुनयाच्या धोरणाचं खापर मात्र केवळ वरिष्ठ पदाधिकाऱ्यांवर फोडण्यात आलं. परराष्ट्र मंत्रालयात कायमस्वरूपी उपमंत्रिपदावर कार्यरत असलेले सर रॉबर्ट व्हान्सिटार्ट हे १९३०च्या दशकात विन्स्टन यांच्या सर्वाधिक उद्योगी अनौपचारिक स्रोतांमधील एक होते. म्युनिक करारापूर्वी चेम्बरलीननं त्यांना बाहेरचा रस्ता दाखवला, तर नोव्हेंबर १९३९ मध्ये या व्हान्सिटार्ट यांनी खुसखुशीत टिप्पणी केली :

> 'आपण केवळ हिटलरवादाशी लढत नसून जर्मनीशी लढत आहोत, हे पुरेसं स्पष्ट आहे. ज्या देशानं आधीच स्वतःच्या योग्यतेपेक्षा कितीतरी जास्त किंमत जगाला मोजायला लावली आहे, त्या देशाशी आपण लढतो आहोत. फ्रान्सशी आपले सहकार्याचे संबंध आहेत, त्याहून महत्त्वाचं म्हणजे आपली सुरक्षा व अस्तित्व यांचा विचार केला, तर आधीपेक्षा या वेळी आपण भविष्याच्या दृष्टीनं अधिक चांगली सुरक्षा-तयारी ठेवणं अत्यावश्यक आहे.'[५७]

प्रकरण आठवे

मध्यवर्ती स्थान
१९४०-१९४२

ब्रिटनच्या संपूर्ण इतिहासामध्ये मे १९४० आणि त्यापाठोपाठच्या दोन वर्षांमधील घटनांचा सर्वाधिक अभ्यास झालेला आहे.[१] जर्मन सैन्यानं १० मे १९४० रोजी हॉलंड व बेल्जियम यांच्यावर स्वारी केली आणि फ्रान्सची लढाईही सुरू होण्याच्या बेतात होती. या पार्श्वभूमीवर विन्स्टन व हॅलिफॅक्स यांच्यातील एकाची निवड करण्याची वेळ चेम्बरलीन यांच्यावर आली. त्या अटळ क्षणाची नोंद विन्स्टन यांनी त्यांच्या आठवणींच्या पुस्तकात केली असली तरी त्यांनी या संदर्भातील कथनात नाट्यात्मक मोकळीक घेतलेली आहे. या संबंधीची बैठक ९ तारखेला झाली. आपल्याला सरकार चालवण्यासाठी आवश्यक राजकीय पाठबळ उरलेलं नाही, हे याच दिवशी चेम्बरलीन व फ्रेंच पंतप्रधान पॉल रेनॉड यांच्या स्वतंत्रपणे लक्षात आलं; त्यामुळे दोन दोस्त राष्ट्रांमधील सरकारे राजकीयदृष्ट्या दिवाळखोरीत निघाली आणि २४ तासांमध्येच त्या देशांच्या सैनिकी नेतृत्वाचा पोकळपणाही उघड झाला. फ्रान्सचा पाडाव होत असताना चेम्बरलीनच ब्रिटनचे पंतप्रधान असते, तर काय झालं असतं हे समजण्यासाठी फारसा विचार करावा लागत नाही. या पार्श्वभूमीवर चेम्बरलीनचे उत्तराधिकारी म्हणून हॅलिफॅक्स यांच्या नावाला कन्झर्वेटिव्ह पक्षाचं (आणि सहाव्या जॉर्ज राजाचं) प्राधान्य होतं आणि त्यांच्या हाताखाली आघाडी सरकारमध्ये कार्यरत राहण्याची लेबर पक्षाचीही तयारी होती; परंतु हाउस ऑफ कॉमन्समध्ये आपण सरकारचा पुरेसा बचाव करू शकणार नाही, असं सांगत सुदैवानं हॅलिफॅक्स यांनी स्वतःच बाजूला व्हायचा निर्णय घेतला. ही भूमिका आता आपल्याकडे येईल आणि हॅलिफॅक्स यांचं स्थान आणखी असंगत ठरेल, याची जाणीव विन्स्टनना स्वाभाविकपणे झाली.

तसंही युद्धकाळातील प्रयत्नांमध्ये चैतन्य ओतण्यासाठी आवश्यक अनुभव व नैतिक अधिकार तत्कालीन नेत्यांपैकी केवळ विन्स्टन यांच्याकडेच होते. ही पश्चातबुद्धी नसून त्या वेळीही हे बहुतांशानं मान्य झालेलं होतं. 'ढोंगी युद्धा'ला नऊ महिने होऊन गेल्यानंतरही सक्तीच्या लष्करी सेवेची पूर्ण अंमलबजावणी झालेली नव्हती आणि दहा लाखांहून अधिक तरुण बेरोजगार होते.[२] कारखान्यांच्या कामाच्या वेळा शांतताकाळाप्रमाणेच होत्या आणि शस्त्रास्त्रांचं उत्पादन युद्धपूर्व काळातील गतीनंच सुरू होतं.[३] जॉन कॉलव्हिल हे १९४०-४१ या वर्षांमध्ये विन्स्टन यांचे उप-स्वीय सचिव होते; या काळातील घटनांची सयुक्तिक व अधिकृत ठरेल अशी नोंद त्यांनी केलेली आहे. त्यानुसार नवीन पंतप्रधानांनी पदभार स्वीकारल्यावर तत्काळ व्हाइट हॉल आणि वेस्टमिन्स्टर या सत्तास्थळांमध्ये सामाईक उद्देशाची चैतन्यशील जाणीव निर्माण केली.[४] विन्स्टन यांच्या निकटवर्तीयांना हे वर्णन लागू होत असेल; पण कन्झर्वेटिव्ह पक्षातील एक ठळक गट आणि नागरी सेवांमधील त्यांचे साथीदार नवीन पंतप्रधानांना सहकार्य करण्याच्या मन:स्थितीत नव्हते, हे अँड्र्यू रॉबर्ट्स यांनी दाखवून दिलं. या विरोधकांना त्यांनी चतुराईनं 'प्रतिष्ठित प्रवृत्ती' असं संबोधलं आहे. 'चर्चिल यांनी नेतृत्वाची सूत्रं हाती घेतल्यानंतर चौदा दिवसांत सर्व प्रस्थापित व्यवस्था ठामपणे त्यांच्या पाठीशी एकत्र उभी राहिली, असं प्रतिपादन कॉलव्हिल यांनी केलं असलं; तरी देशापेक्षा पक्षाला प्राधान्य देण्यात आणि देश व पक्षापेक्षाही गुप्त कारस्थानांविषयीच्या प्रेमाला प्राधान्य देण्यापेक्षाही 'प्रतिष्ठित प्रवृत्ती'च्या मंडळींनी पुढील चौदा महिने खर्च केले हे स्पष्ट आहे,'[५] असं रॉबर्ट्स यांनी म्हटलं आहे.

शेवटी कोणीतरी देशाची धुरा सांभाळायला उभं राहिलं, हे पाहून जनतेनं सुटकेचा सामूहिक सुस्कारा सोडला; पण (विन्स्टन यांचा शब्दप्रयोग वापरायचा तर) 'लोकशाहीच्या मंदिरा'त- म्हणजे हाउस ऑफ कॉमन्समध्ये मात्र या सुस्काऱ्याचे प्रतिध्वनी उमटले नाहीत. वास्तविक लोकेच्छेचं प्रतिनिधित्व करणारे सदस्य या सभागृहात बसलेले असणं अपेक्षित आहे. विन्स्टन यांची सर्व मोठमोठी भाषणं मुख्यत्वे या सभागृहासाठी लिहिलेली होती आणि ती इथेच दिली गेली. पंतप्रधान म्हणून त्यांनी पहिल्यांदा हाउस ऑफ कॉमन्समध्ये प्रवेश केला, तेव्हा त्यांच्याऐवजी चेम्बरलीन यांचं कन्झर्वेटिव्ह पक्षाच्या सदस्यांनी उभं राहून स्वागत केलं. लेबर पक्षाला स्वतःच्या कुवतीपेक्षा अधिक संख्येनं मंत्रिपदं मिळाली असूनही स्वतःच्या हौतात्म्यप्रेमापायी त्यांचे सदस्य सतत निष्काळजीपणे कुरकुरत राहिले. लिबरल पक्षाची भूमिका सर्वसाधारणपणे समतोल होती; पण तरीही विन्स्टनना अपयश आल्यावर देशाच्या नजरा आपल्याकडे वळतील अशी आशा उदारमतवादी नेते लॉईड जॉर्ज यांनी लावून ठेवली होती. विन्स्टन यांच्या जागी आपली वर्णी लागावी यासाठी अगदी १९४२ पर्यंत ते खटपट करत होते. हेरॉल्ड मॅकमिलन व अलेक

डग्लस होम या दोन भावी पंतप्रधानांच्या साथीनं त्यांनी ही कारस्थानं सुरू ठेवली.

राष्ट्रीय सरकारमध्ये सहभागी होण्याच्या अनेक निमंत्रणांना लॉईड जॉर्जनी केराची टोपली दाखवली. युद्धप्रयत्नांचं संयमन करताना विन्स्टन यांनी तयार केलेल्या आराखड्यात १९१६ ची जॉर्ज यांची कामगिरी नकारात्मक दाखला म्हणून वापरण्यात आली होती; त्यामुळे त्यांचा स्वाभिमान दुखावला असावा. विरोधकांच्या क्लृप्त्यांपुढे नांगी टाकायची नाही, असा निर्धार विन्स्टन यांनी केला. विसंबून राहावं असे मोजकेच मित्र त्यांच्यापाशी होते; त्यामुळे 'प्रतिष्ठित प्रवृत्ती'च्या कंपूची निष्क्रिय वैरभावना सक्रिय शत्रुत्वामध्ये रूपांतरित होणं त्यांना परवडणारं नव्हतं. अशा वेळी 'मावळते पंतप्रधान आणि सरकारमधून बाहेर जाणारे इतर मंत्री यांची कदर करूनच धोरणबदल होईल याची सर्वतोपरी काळजी ते घेत होते.'[६] चेम्बरलीनसंदर्भातील विन्स्टन यांचं वर्तन अगदी निर्दोष होतं. पंतप्रधानपद स्वीकारल्यानंतरही महिनाभर ते 'अॅडमिराल्टी हाउस'मध्येच राहिले आणि चेम्बरलीनना '१०, डाउनिंग स्ट्रीट' या पंतप्रधानांच्या निवासस्थानी राहू दिलं. बाल्डविन यांच्याशीही त्यांनी सभ्य वागणूक ठेवली. 'म्युनिक करारामागील मंडळीं'ना बळीचा बकरा बनवायला त्यांनी विरोध केला; अॅटली व सिनक्लेअर यांनी आपल्या अनुयायांना काबूत ठेवावं अशी सूचना केली; 'उपमंत्र्यांचा कट' रचण्याचा आमेरी यांचा प्रयत्न हाणून पाडला (यापूर्वी १९२२ मध्ये अशाच कटाद्वारे आमेरी यांनी लॉईड जॉर्ज यांचं सरकार पाडलं होतं.) शिवाय त्यांनी *'डेली मिरर'*चे संपादक सेसिल किंग यांना बोलावून तंबी दिली की, चेम्बरलीन यांच्या सहकाऱ्यांवरील टीका या वर्तमानपत्रानं सुरू ठेवली तर विन्स्टन चर्चिल यांचं सरकार पडेल आणि शरणागतवादी सत्तेवर येतील. गतकाळाच्या चौकशा करत बसणं 'ही मूर्खपणाची आणि हानिकारक प्रक्रिया आहे. यात खूपजणांचा समावेश आहे. प्रत्येक माणसानं स्वतःच्या सद्सद्विवेकाची झडती घ्यावी आणि स्वतःच्या भाषणांची झडती घ्यावी. मी अनेकदा माझ्या अशा वक्तव्यांची झडती घेतो.'[७]

चेम्बरलीन जीवघेण्या आजारातून जात असतानाही युद्धकालीन मंत्रिमंडळात कार्यरत होते. अखेरीस ढासळत्या तब्येतीमुळे त्यांना सक्तीनं निवृत्त व्हावं लागलं. ऑक्टोबर १९४० मध्ये कन्झर्वेटिव्ह पक्षाचं नेतेपद विन्स्टन यांच्याकडे आलं, तरीही त्यांना चेम्बरलीन यांचा बचाव करत राहावा लागला. आपला राजकीय आधार एकसंध करण्याचा प्रयत्न विन्स्टन यांनी सुरू केला; त्यामुळे अधिक पक्षपाती असलेले लेबर पक्षाचे खासदार दुखावले- विशेषतः वेल्समधील वर्गयोद्धे खासदार अॅन्युरिन बीव्हन यांनी युद्धाचा उर्वरित काळ विन्स्टनना सतावून सोडलं.[८] त्यानंतरच्या वर्षी हिटलरनं सोव्हिएत रशियाचा पराभव केला, तेव्हा रशियाचा असा पराभव व्हावा ही विन्स्टन यांची छुपी इच्छा असल्याची बीव्हन यांच्यासह काही मंडळींची खात्री

पटली होती. स्पष्ट सैनिकी तर्काला फाटा देत या मंडळींनी लवकरात लवकर ब्रिटिश खाडी पार करून हल्ला करण्यासाठी आरडाओरड सुरू केली. टोकाच्या उजव्या लोकांकडून दाखवल्या जाणाऱ्या मंद पराभूत मानसिकतेबाबत बहुतांश इतिहासकारांनी चर्चा केली आहे; परंतु डाव्या लोकांकडून कर्कशपणे मांडल्या जाणाऱ्या राष्ट्रविरोधी धोरणांकडे मात्र उदारपणे कानाडोळा केला जातो. या दोन्ही गोष्टी आपापल्या ऐतिहासिक संदर्भांमध्ये समजून घेता येतील; पण मागे वळून पाहताना दोन्ही दृष्टिकोन तितकेच शोचनीय ठरतात. लेबर पक्षाचं नेतृत्व हे बीव्हन यांच्या टीकेचं खरं लक्ष्य होतं. लेबर पक्षानं खरोखरच पक्षापेक्षा देशाला प्राधान्य दिलं आणि निष्ठेनं आघाडीधर्म निभावला. टोनीपँडीमधील नरभक्षक संघर्ष आणि सार्वत्रिक संप या गोष्टी प्रतिगामी ठरल्या नाहीत, याबाबत लेबर पक्षाच्या नेत्यांना अचंबा वाटत होता. पक्षनेतृत्वासाठीच्या स्पर्धेत १९३५ मध्ये ॲटलींकडून पराभूत झालेले आणि पुढे विन्स्टन यांच्या मंत्रिमंडळात कणखर गृहमंत्री ठरलेले हर्बर्ट मॉरिसन यांनी मे १९४२ मध्ये विन्स्टन यांच्याविषयी पुढील निरीक्षण नोंदवलं होतं : 'सर्वसामान्य ब्रिटिश पुरुष व स्त्री यांच्याबाबत त्यांना अपार सहानुभूती वाटते आणि या लोकांना कष्ट पडू नयेत अशी त्यांची भावना असते. जुन्या काळच्या परोपकारी कन्झर्वेटिव्ह जमीनदारासारखं ते लोकांसाठी शक्य ते सर्व करतात- पण तत्पूर्वी लोकांनी चांगल्या आज्ञाधारक प्रजेसारखं वागायला हवं आणि त्यांचं स्थान व स्वतःचं स्थान निष्ठेनं मान्य करायला हवं.'[९]

विन्स्टन यांची वृत्ती कन्झर्वेटिव्ह किंवा टोरी जमीनदारापेक्षा विश्वकौटुंबिक प्रकारची होती. मॉरिसन यांनी त्यांना एका साच्यात बसवण्याचा प्रयत्न केला. युद्धोत्तर कालखंडात लेबर पक्ष विन्स्टन यांच्याशी कसं वागणार होता त्याची ही पूर्वसूचना होती. विन्स्टन हा एक मोठा माणूस आहे; पण वय आणि वर्ग यांमुळे ते आधीच्या काळात अडकलेले आहेत, अशी लेबर पक्षाची त्यांच्याकडे पाहण्याची दृष्टी राहिली. बहुधा अजाणता उपरोध साधत पॉल ॲडिसन यांनी उदारमतवाद्यांच्या मध्यवर्ती अहंमान्यतेवर बोट ठेवलेलं दिसतं :

> 'सैन्यातील शिस्त व मनोबलाच्या समस्या हाताळायच्या असोत की नागरी लोकसंख्येच्या परिस्थितीची हाताळणी असो, चर्चिलचा दृष्टिकोन स्पष्टपणे जुनाट असायचा. युद्धकालीन प्रयत्नांमध्ये उदारमतवादी बुद्धिजीवींना सामावून घेण्याचा मुद्दा त्यांना कधीच समजला नाही. प्रबुद्ध तज्ज्ञ व नियोजक यांच्या व्यवस्थापनाखालील कल्याणकारी राज्याची आकांक्षा असलेले लोक, अशा उदारमतवादी दृष्टीनं त्यांनी ब्रिटिश जनतेकडे कधीच पाहिलं नाही.'[१०]

विन्स्टन 'वरवर दाखवत असलेला निष्ठुरपणा वास्तविक त्यांच्या मूळ स्वभावापासून कोसो दूर होता. क्लेशकारक स्थितीत असलेल्यांविषयीची माणुसकी व सहानुभूती त्यांच्या स्वभावाचा ठोस आधार होती. वरवरच्या मेघांचे गडगडाट आणि विजेचे कटकडाट यांमुळे त्यांच्यातील या मूळ भावना लपल्या नाहीत,'[११] असं कॉलव्हिल यांनी लिहिलं आहे. विन्स्टन यांनी २२ मे १९४० रोजी 'संरक्षण नियमन १८-बी' लागू करून सरकारला जवळपास अमर्याद दडपशाहीचे अधिकार मिळवून दिले; पण 'स्वहिता'साठी जनतेवर निर्बंध घालण्याला त्यांचा विरोध होता. प्रशासकांकडून संथपणे कुरतडून मृत्यू येण्यापेक्षा युद्धआघाडीवर राहण्याला नागरिकांनी सकारात्मक प्रतिसाद दिला, याचं त्यांना कौतुक वाटलं; त्यामुळे नागरिकांना सैनिकांप्रमाणे वागवण्याचं धोरण त्यांनी स्वीकारलं. वर्गामुळे नव्हे, तर सत्तेमुळे आपण वेगळे ठरतो, हे त्यांना माहीत होतं. 'सर्वसामान्य जनतेला सर्व गोष्टी किती धिक्कारणीय वाटत असतील, याची कल्पना पदावर असलेल्या व्यक्तीला कधीच येत नाही,'[१२] अशी टिप्पणी त्यांनी एकदा केली होती. युद्धानंतरच्या चांगल्या सामाजिक परिस्थितीविषयीची आश्वासनं आणि मनोबल यांमध्ये त्यांच्या लेखी फारसा संबंध नव्हता आणि युरोप व अमेरिका या दोन्ही ठिकाणच्या पुरोगाम्यांना महत्त्वाची वाटणारी नैतिक व आध्यात्मिक समर्थनंही त्यांना फारशी महत्त्वाची वाटत नव्हती. विन्स्टन यांनी देशांतर्गत धोरणामध्ये हस्तक्षेप केला, तेव्हा त्यांचा मुख्य भर अन्न, विश्रांती आणि वाहतूक यांवर आणि त्याहून अधिक न्याय्यतेवर होता. इतर सर्व गोष्टी युद्धानंतर बघून घेता येतील, असं त्यांचं म्हणणं होतं.

न्याय्य वृत्ती दाखवण्याचा मुख्य मार्ग शिधावाटप हा होता. कुशल कष्टकरी कामगाराच्या पातळीवरचं जीवनमान सामाईक प्रमाण म्हणून स्वीकारण्यात आलं. बऱ्याच लोकांना याचा उल्लेखनीय लाभ झाला. युद्धकाळात त्यांना कधी नव्हे इतके चांगले कपडे व आहार मिळाला.[१३] दुर्दैवानं श्रीमंतांचा छळ करण्यासाठी तयार करण्यात आलेल्या क्षुल्लक उपायांनी हा कारभार दूषित झाला. तसंही आधीच श्रीमंतवर्गाच्या मालमत्ता ताब्यात घेण्यात आल्या होत्या आणि त्यांच्या उत्पन्नावर मोठा कर लावण्यात आला होता. 'या देशात सद्सद्विवेकबुद्धी वगळता इतर कोणालाही सक्तीनं लष्करात भरती करून घेता येईल अशी आत्ताची परिस्थिती आहे,' असं महान अमेरिकी वार्ताहर व इंग्रजांचे प्रशंसक एड मरो यांनी लिहिलं होतं. सद्सद्विवेकबुद्धी पुरेशी कठोर नसल्यामुळे शेवटी नफ्यावर अधिकृतरीत्या बंदी घालण्यात आली; त्यामुळे काळा बाजार फोफावला, 'अन्न अधीक्षक' तयार झाले आणि अधिकृत अतिक्रमणामध्ये वाढ झाली. हे उपाय लोकांच्या नावावर अमलात आणले जात होते; पण या प्रक्रियेत लोक आणि राज्यसंस्था यांच्यातील ऐक्य

उणावलं. विन्स्टन यांची अंतःप्रेरणा इतर दडपशाहीप्रमाणेच या उपायांच्या विरोधात जाणारी होती. नोकरशाहीकडून होत असलेल्या या अनावश्यक जुलमांचं समर्थन करण्यासाठी युद्धाचा वापर करण्यात येत होता; पण या सर्व घडामोडींची व्याप्ती विन्स्टनना कधीच कळण्याची शक्यता नव्हती आणि ही प्रक्रिया कायमस्वरूपी टिकेल अशी शंकाही त्यांना आली नव्हती हे उघड आहे. स्वातंत्र्याचा बचाव करत असतानाच विन्स्टन यांच्या नेतृत्वाखाली ब्रिटिश इतिहासातील सर्वांत मोठं व पलटवण्यास सर्वांत कठीण असं सत्तांतर झालं- नागरिकांच्या हातातील सत्ता राज्यसंस्थेच्या हातात केंद्रित झाली.[१४] हा विन्स्टन चर्चिल यांच्या सार्वजनिक जीवनातील सर्वांत मोठा विरोधाभास ठरला.

नाझी संकटाला सामोरं जाण्यासाठी आपल्या राष्ट्राला एकत्र आणण्याची कामगिरी ते पार पाडत होते. अशा वेळी सर्वसाधारणपणे सद्हेतू राखणाऱ्या लेबर पक्षाच्या नेत्यांसोबत न्याय्यतेच्या पद्धतीविषयी वाद घालत बसणं त्यांना परवडणारं नव्हतं. विशेषतः नाझीविरोधी संघर्षात लेबर पक्षानं त्यांना ठाम समर्थन दिलेलं असताना, असा वाद शक्यच नव्हता. युद्धकाळात उपपंतप्रधान असलेले आणि १९४५ च्या सार्वत्रिक निवडणुकांमध्ये विन्स्टन यांचा पराभव करून नंतर १९५१ च्या निवडणुकीत विन्स्टन यांच्याकडून पराभव पत्करावा लागलेले क्लेमेन्ट ॲटली यांनी काही वर्षांनी या संदर्भात पुढील टिप्पणी केलेली आढळते : 'चर्चिल नसते तर ब्रिटनचा पराभव होण्याची शक्यता होती. आमचा पराभव झालाच असता, असं मी म्हणत नाही; पण तशी शक्यता होती, तेव्हाची विशिष्ट गरज भागवण्यासाठी चर्चिल अतिशय अचूक ठरले. ती गरज भागवणं अत्यावश्यक होतं आणि त्यांच्याइतकी गुणवत्ता असलेल्या इतर कोणाची गैरहजेरी ठळकपणे जाणवत होती. ते नसते तर काय घडलं असतं, याची कल्पना करणंही अवघड आहे.'[१५] विन्स्टन यांच्या पुढाकारानं सुरू झालेल्या गल्लिपोली मोहिमेत ॲटलींना जखमी व्हावं लागलं होतं आणि विन्स्टनच्या अनेक क्रूर निंद्योक्तींनी ते वारंवार दुखावले गेले होते,[१६] तरीही त्यांनी हे विधान केलं. ॲटली यांनी केलेल्या प्रशंसेचा गर्भितार्थ असा आहे की, विन्स्टन यांनी धुरा सांभाळल्यावर ब्रिटनचा पराभव शक्य नव्हता. अभिमान, अहंकार, भ्रम- असं काहीही म्हणा- पण हीच विन्स्टन यांनी त्यांच्या राष्ट्राला दिलेली मोठी भेट होती. तत्कालीन नेतृत्वामधील गुणवत्तेची पोकळी त्यांनी भरून काढली, या मुद्द्याची काळजीपूर्वक तपासणी फारशी झालेलीच नाही, असं म्हणायला हरकत नाही. त्यांनी नेतृत्वाची धुरा हातात घेतल्यानंतरचा काळ ब्रिटनसाठी अत्युत्कृष्ट ठरला, हे बहुतेकजण आनंदानं मान्य करतील. हा काळ स्पष्टपणे विन्स्टन चर्चिल यांचा होता. *'हिस्ट्री ऑफ द सेकण्ड वर्ल्ड वॉर'*च्या पहिल्या खंडाच्या- *'द गॅदरिंग स्टॉर्म'*- अखेरीस त्यांनी नमूद केल्याप्रमाणे, सरकार स्थापनेचं

निमंत्रण आलं, तेव्हा त्यांच्या जीवनातील मध्यवर्ती प्रश्नावरचं उत्तरही सापडलं :

> 'त्या क्षणी मला प्रचंड मोकळिकीची लख्ख जाणीव झाली. सगळ्या परिस्थितीला दिशा देण्याचे अधिकार अखेरीस माझ्याकडे आले होते. जणू काही नियतीसोबतच चालत असल्यासारखं मला वाटायला लागलं. या क्षणाची, या कसोटीची तयारी म्हणूनच माझी तेव्हापर्यंतच्या आयुष्याची वाटचाल झाली असावी, असं मला वाटलं. दहा वर्षं राजकीय विजनवासात काढल्यामुळे मी सर्वसामान्य पक्षीय वैरभावापासून मुक्त झालो होतो. आधीच्या सहा वर्षांमध्ये मी धोक्याचे असंख्य इशारे दिले, ते इतके तपशीलवार होते आणि नंतरच्या सगळ्या घडामोडींनी माझं म्हणणं इतकं काटेकोरपणे सिद्ध करून दाखवलं होतं की, कोणीही माझ्या मांडणीवर प्रश्नचिन्ह उमटवण्याचं धाडस करू धजलं नसतं. युद्ध घडवल्याबद्दल किंवा त्यासाठीची तयारी केल्याबद्दल कोणीही मला दूषणं देण्याची शक्यता नव्हती. मला या सगळ्याबद्दल बऱ्यापैकी माहिती आहे, असं मला वाटलं आणि मी अपयशी ठरणार नाही याची खात्रीही मला होती; त्यामुळे सकाळी मी अधीर झालो असूनही नंतर मला शांत झोप लागली आणि उत्साही स्वप्नांची काही गरज उरली नव्हती. स्वप्नांपेक्षा वस्तुस्थिती कधीही चांगली.'

पण वस्तुस्थितीचा रेटा इतका प्रचंड होता की, त्याखाली दबलेलं असताना सुरुवातीला तरी त्यांना स्वप्नांचाच आधार मिळाला. परिस्थितीविरोधातील संघर्ष सुरू ठेवण्यासाठी त्यांना अविश्वासाला जाणीवपूर्वक थोपवून ठेवावं लागलं. या परिस्थितीत ते एकटेच नव्हते. फ्रान्सचा पाडाव होत असल्याचं स्पष्ट झाल्यावर (पण डंकर्कमधील अनपेक्षित यशस्वी सुटकेची घटना घडण्यापूर्वीच्या काळात) विन्स्टननी तिन्ही सैन्यदलांच्या सेनाधिकाऱ्यांना सैनिकी यशापयशासंदर्भात मूल्यमापन करण्याची सूचना केली. लहानशा संरक्षण दलाचे (युद्धकाळात सैन्याशी संपर्क करताना विन्स्टन यांच्या हाताळणी यंत्रणेत हे दल अविभाज्य ठरलं) प्रमुख मेजर जनरल हास्टिंग्ज 'पग' इझ्मे यांनी या अहवालासंबंधी पुढील आठवण नोंदवली :

> 'सैन्यदलांचा अहवाल हा एक कुतूहलजनक दस्तऐवज होता. जवळपास प्रत्येक बाबतीत शत्रूचा वरचश्मा आहे, असं दाखवण्यासाठी पहिले बारा परिच्छेद खर्च करण्यात आले आणि तेराव्या व शेवटच्या परिच्छेदात देण्यात आलेला सारांश मात्र काहीसा विसंगत वाटत होता : सकृत्दर्शनी

सर्व गोष्टी जर्मनीच्या पथ्यावर पडणाऱ्या आहेत, असा आमचा निष्कर्ष आहे; पण जर्मनीकडील संख्याबळाच्या व भौतिकतेच्या वर्चस्वाला तोडीस तोड मनोबल आपली लढाऊ दलं व नागरी लोक दाखवतील का, हा खरा कसोटीचा मुद्दा आहे. आपली दलं व लोक असं मनोबल दाखवतील, असा आम्हाला विश्वास वाटतो.'[१७]

युद्धकाळात विन्स्टन यांच्यासाठी आत्यंतिक महत्त्वाचं स्थान इझमे यांना मिळालं.[१८] त्यांच्या आठवणींचं पुस्तक अतिशय आखडत्या हातांनी लिहिलेलं असल्यामुळे जनरल सर ॲलनब्रूक- नंतर फिल्डमार्शल लॉर्ड ॲलनब्रूक या नावानं परिचित- यांच्या रोजनिशांच्या तुलनेत त्याकडे आज दुर्लक्ष केलं जातं. पंतप्रधानांकडून काही वेळा चुकीच्या दिशेनं उत्साह दाखवला जात असे, तेव्हा त्या विरोधात झगडण्याचं काम ॲलनब्रूक करत आणि खासगी रोजनिशीमध्ये बहुतेक वेळा पंतप्रधानांवर कठोर टीका नोंदवत. जून १९४०पासून डिसेंबर १९४१पर्यंत गृह दलाचं कमांडरपद ब्रूक यांच्याकडे होतं. नंतर विन्स्टन यांनी त्यांची नियुक्ती साम्राज्यवादी दलांच्या प्रमुखपदी केली.[१९] परंतु या दोन सेनाधिकाऱ्यांपैकी इझमे यांना विन्स्टनच्या सामरिक दिशेचा संपूर्ण आवाका पाहता येईल असं अधिक सोयीचं स्थान लाभलं होतं. राजकारण व राजकारणी यांच्याविषयी ब्रूक यांच्या मनात अप्रीती होती, तशी इझमे यांच्या मनात नव्हती. इझमे यांनी या संदर्भात नोंदवलेल्या आठवणी आधुनिक रुचीच्या वाचकांना अतिशयोक्तीच्या वाटणं साहजिक आहे; पण स्वतःच्या पंतप्रधानामध्ये प्रचंड आशावाद निर्माण करण्याला कारणीभूत ठरलेल्या माणसाकडून हे अपेक्षितच म्हणावं लागेल. विन्स्टन यांची सेवा करणं ही त्यांच्यासाठी अभिमानाची बाब होती.

कोणीही माणूस आपल्या सेवकासाठी नायक नसतो; पण तत्कालीन ब्रिटनमधील अनेक अधिकारी- जे अन्यथा प्रामाणिक अदबीसाठी प्रसिद्ध नव्हते- विन्स्टन यांच्या बाबतीत मात्र आदर दाखवत.[२०] त्यांपैकी विन्स्टन यांच्याशी सर्वाधिक मिळतीजुळती वैशिष्ट्यं असणारे इझमे होते. मनोधैर्य गमावलेल्या फ्रेंच नेत्यांसोबत १२ जून १९४० रोजी ब्रिटनची उपान्त्य बैठक झाली, त्यानंतरच्या चर्चेमध्ये विन्स्टन आणि इझमे यांच्यातील दुव्यावर शिक्कामोर्तब झालं. 'आपल्याला बहुधा एकटंच लढावं लागणार,' अशी टिप्पणी या बैठकीनंतर विन्स्टन यांनी केली. त्यावर आपल्याला आनंद झाल्याचं इझमे म्हणाले. 'ब्रिटनची लढाई आपणच जिंकणार', अशी पुष्टी त्यांनी केली. आपल्या मनातला विचारच समोरच्यानं बोलून दाखवल्याप्रमाणे विन्स्टन यांचे डोळे चमकले. 'तीन महिन्यांमध्ये तू आणि मी मृत्युमुखी पडलेले असू.' यावर इझमे म्हणाले, 'शक्य आहे; पण त्या शेवटच्या सात दिवसांमध्ये जबरदस्त मजा येईल.'[२१]

यशस्वी परिणामाच्या प्रकाशाखाली लिहिल्या गेलेल्या नोंदीबाबत सावधगिरी बाळगणं शहाणपणाचं ठरतं. विन्स्टन यांनी लिहिलेला इतिहास वेळप्रसंगी वस्तुनिष्ठ सत्यापासून फारकत घेतो, हे नमूद करायला इझ्मे यांनीही मागेपुढे पाहिलं नाही. राष्ट्राच्या मन:स्थितीविषयीचं इझ्मे यांचं मत केवळ व्हाइट हॉलमधल्या वातावरणावरून ठरायचं नाही, तर त्याला बाहेरच्या लोकांचाही मोठा हातभार लागत असे. अशा बाहेरच्या माणसांपैकी एकाचं नाव होतं अर्नेस्ट बेव्हिन. बेव्हिन हे 'ट्रान्सपोर्ट अँड जनरल वर्कर्स युनियन' या शक्तिशाली संघटनेचे प्रमुख होते आणि विन्स्टन यांचे मजूरमंत्रीही होते. या संदर्भात पुढील प्रसंग उद्‌बोधक ठरावा :

> फ्रान्सचा पाडाव झाल्यानंतर लगेचच बेव्हिन यांना काहीशा अधीर कामगार संघटनावाद्यांसमोर भाषण द्यायचं होतं. परिस्थिती अंधारलेली वाटत असली, तरी सैनिकी तज्ज्ञांच्या सल्ल्यावरून सरकारनं लढाई सुरू ठेवायचा निर्णय घेतला आहे, असं सांगून त्यांनी बोलायला सुरुवात केली. त्या वेळी पहिल्या रांगेतून एक आवाज आला : 'तू दुसरं काही ठरवलं असतंस, तर आम्ही तुझा कोथळा बाहेर काढायला कमी केलं नसतं, अर्नी.'[२२]

नोव्हेंबर १९५४ मध्ये ऐंशीव्या वाढदिवसानिमित्त विन्स्टनना संसदेच्या दोन्ही सभागृहांकडून सर्वपक्षीय मानवंदना देण्यात आली. या वेळी कौतुकाला मोकळेपणानं प्रतिसाद देत, विन्स्टन यांनी भाषण केलं. त्यांच्या नावावर नोंदवल्या जाणाऱ्या अनेक अवतरणांमधील शेवटची भर या भाषणाद्वारे पडली :

> 'युद्धकाळातील माझी भाषणं केवळ संसदेचीच नव्हे तर संपूर्ण राष्ट्राची इच्छा व्यक्त करत होती, असं श्री. ॲटली म्हणाले, याचा मला आनंद झाला. लोकांची इच्छा दृढ व कठोर होती आणि पुढे सिद्ध झालं त्यानुसार ही इच्छाशक्ती अजिंक्यसुद्धा होती. हे सगळं व्यक्त करण्याची जबाबदारी माझ्यावर पडली आणि मला त्या वेळी योग्य शब्द सापडले, कारण मी कायमच माझं पेन व माझी जीभ यांच्या साहाय्यानं उपजीविका करत आलो आहे. यात सिंहाचं काळीज दाखवलं ते आपल्या राष्ट्रानं आणि जगभर वसणाऱ्या ब्रिटिश वंशानं. मला केवळ गर्जना करण्याचं काम पार पाडायचं होतं.'

ही खोटी नम्रता नव्हती. वॉटर्लू लढाईचा १२५ वा वर्धापनदिन साजरा करताना १८

जून १९४० रोजी दिलेल्या भाषणात विन्स्टन यांनी 'तो सर्वोत्तम काळ होता' असं मत नोंदवलं. आपण केवळ लोकांची इच्छा व्यक्त करत आहोत, असंही ते म्हणाले, तेव्हा इझ्मे यांनासुद्धा आश्चर्य वाटलं : 'त्यांच्यात नम्रतेचा काही विशेष गुण होता, असं मला कधीच वाटलं नव्हतं. राष्ट्रीय प्रेरणेचं पुनरुत्थान मुख्यत्वे त्यांनीच घडवलेलं आहे, हे त्यांच्या लक्षातही आलं नाही, याचं मला आश्चर्य वाटलं. विन्स्टन यांनी येऊन जागं करेपर्यंत ब्रिटिश वंशाचे सर्व महान गुण निद्रितावस्थेत होते; त्यामुळे विन्स्टन यांनी रंगवलेल्या प्रतिमेनुसारच लोक स्वतःकडे पाहायला लागले.'[२३] लॉईड जॉर्ज यांनी १९१६ मध्ये केलं तसं वर्तन आपण करायचं नाही, असा विन्स्टन यांचा निर्धार होता. सैन्यदलांचा आदर व आज्ञापालन या दोन्ही गोष्टी हव्या असतील, तर ही काळजी घेणं आवश्यक होतं. राजकारणी व्यक्तीच्या दृष्टीनं एकनिष्ठा हा दुर्गुण असू शकतो; पण सैनिकांनी या मूल्यासाठी वाहून घेतलेलं असतं. धैर्याप्रमाणे एकनिष्ठासुद्धा सरावाद्वारे मनामध्ये तयार होते आणि प्रत्येक व्यक्तीमध्ये मर्यादित प्रमाणात ही भावना असतेच. विन्स्टन यांचे डॉक्टर लॉर्ड मॉरन यांनी *'ॲनाटॉमी ऑफ करेज'* (१९४५) या पुस्तकात एकनिष्ठेला 'सवय' असं संबोधलं आहे. आव्हानात्मक नसलेल्या काळात योग्य निवड करून हे नैतिक वैशिष्ट्य जोपासलं जातं, कारण आणीबाणीच्या प्रसंगात शून्यातून अचानक अशी मूल्यं उभी करता येत नाहीत. मंत्रिमंडळ सचिव सर एडवर्ड ब्रिजेस यांना ८ ऑक्टोबर १९४२ रोजी पाठवलेल्या टाचणात विन्स्टन म्हणतात की, 'युद्धाशी संबंधित कोणत्याही प्रश्नावर उपयुक्त मत देण्याची एखाद्या माणसाची क्षमता' हा त्यांच्या मते धैर्य व सामर्थ्य यासंबंधीचा पहिला टप्पा होता, प्रत्यक्ष युद्धाचा अनुभव दुसऱ्या टप्प्यावर होता आणि तिसरा व चौथा टप्पा अनुक्रमे सैन्यविषय अभ्यास व ज्येष्ठता यांच्याशी संबंधित होता.[२४]

सर्व मानवी गुणांसाठी जो 'तळ' पायाभूत असल्याची विन्स्टन यांची धारणा होती, तो युद्धात चांगली कामगिरी केलेल्या सर्वांकडे होताच असं दुर्दैवानं म्हणता येत नाही. विन्स्टन यांच्या मंत्रिमंडळात १९४०च्या अखेरपासून परराष्ट्रमंत्री असलेले (आणि दीर्घ काळ पंतप्रधानपदाचे विफल वारसदार असलेले) अँथनी एडन यांना १९१६ च्या डेल्व्हिल वूड इथल्या लढाईत इजाही झाली नाही किंवा त्यांचा मृत्यूही झाला नाही. त्या लढाईत प्रत्यक्ष सहभाग घेऊनही असं घडलेले ते एकमेव अधिकारी होते; त्यामुळे त्यांना अपराधीभावानं पोखरलं. त्यांना कठोर परराष्ट्र धोरण अमलात आणायचं होतं; पण त्यासाठी मोजावी लागणारी किंमत द्यायची त्यांची तयारी नव्हती. जर्मनीला सामोरं जाण्याच्या बाबतीत त्यांना भीती वाटत होती, फक्त त्याची कबुली दिली गेली नाही; पण इटलीचा पराभव करण्याच्या इच्छेनं मात्र ते पछाडलेले होते, हा त्यांच्या जर्मनीविषयीच्या दृष्टिकोनाचा उतारा असावा. शौर्य

टिकवून ठेवलेल्यांवरही पहिल्या महायुद्धाचे विघातक परिणाम झाले. शूर व मोहक फिल्डमार्शल लॉर्ड हार्डिंग यांना सातव्या सशस्त्र तुकडीचं नेतृत्व करत असताना जानेवारी १९४३ मध्ये गंभीर इजा झाली. त्यानंतर विन्स्टन यांच्या लाडक्या जनरलचे प्रमुख सेनाधिकारी असलेले आनंदी; पण आळशी फिल्डमार्शल अर्ल अलेक्झांडर यांनी मला सांगितलं की, पहिल्या महायुद्धातील पूर्वसुरींचा दाखला न अनुसरण्याचा जाणीवपूर्वक प्रयत्न त्यांच्या पिढीतील वरिष्ठ सेनाधिकाऱ्यांनी केला. हे घडण्याला १९३० च्या दशकातील युद्धविरोधी प्रचाराचा अंशतः हातभार लागला होता. आधीच्या युद्धात किमान ७८ ब्रिटिश सेनाधिकाऱ्यांचा मृत्यू ओढवला आणि त्याहून दुप्पट संख्येनं अधिकारी जखमी झाले; त्यामुळे दुसऱ्या युद्धामध्ये काही वेळा आपल्या जवानांना गमावण्याबाबत सेनाधिकारी काहीसे अतिजागरूक होताना आढळले. प्रभावी सैनिकी विचारवंत मेजर जनरल जे.एफ.सी फुलर यांची संज्ञा वापरायची तर 'युद्धातील आवश्यक क्रौर्या'चा[२५] अनेक सेनाधिकाऱ्यांमध्ये अभाव होता.

खऱ्या नेत्यांचा तुटवडा असल्याबद्दल ब्रूक यांनी दुःख व्यक्त केलं. 'पहिल्या महायुद्धामध्ये प्रथम दर्जाचं पुरुषत्व गमावल्यामुळे' ही परिस्थिती ओढवल्याचं त्यांचं म्हणणं होतं.[२६] खरंतर दोन्ही युद्धांमध्ये जर्मनांपेक्षा ब्रिटिश अधिकाऱ्यांच्या जीवितहानीचं प्रमाण अधिक होतं, कारण त्यांच्यात शत्रूच्या तुलनेत लढाऊ प्रेरणेचा अभाव होता. यामध्ये काहीच लक्षणीय नाही किंवा हीनतादर्शकही नाही. ब्रिटनवरचं शेवटचं यशस्वी आक्रमण १०६६ मध्ये झालं होतं, ब्रिटिश भूमीवरील शेवटचं मोठं युद्ध १६५१ मध्ये संपलं आणि जागतिक संघर्षांचा अपवाद वगळता ब्रिटनच्या सर्व युद्धांमध्ये लहान स्वयंसेवकांच्या स्वारी पथकांचाच सहभाग राहिला होता. याउलट जर्मनीचा इतिहास सततची आक्रमणं आणि प्रतिआक्रमणं यांनी रंगलेला होता; त्यात सक्तीनं भरती केलेल्या मोठमोठ्या सैन्यांचा सहभाग होता. प्रशियाच्या नेतृत्वाखाली जर्मन राज्यसंस्था एकसंध राष्ट्र म्हणून साकार झाली, त्याला युद्धच कारणीभूत होतं. ट्रेव्हर ड्यूपय यांनी *'अ जीनियस फॉर वॉर'* या ग्रंथात दुसऱ्या महायुद्धातील लढाऊ परिणामकारकतेच्या तपशीलवार सांख्यिकी संशोधनाचा सारांश सौम्य शब्दांत मांडला आहे :

> 'एकास एक माणूस या स्तरावर पाहिलं असता, कोणत्याही परिस्थितीत ब्रिटिश व अमेरिकी दलांनी साधलेल्या शत्रूदलांच्या जीवितहानीपेक्षा सुमारे ५० टक्के अधिक शत्रूसैनिकांना जर्मन भूदलातील जवानांनी संपवून टाकलं. ते हल्ला करत असोत किंवा बचाव करत असोत, त्यांचं स्थानिक संख्याबळ वरचढ असो किंवा बहुतांश वेळांप्रमाणे त्यांची

> संख्या कमी असो, स्थानिक पातळीवर त्यांचं हवाई वर्चस्व असो किंवा नसो, ते विजयी होवोत किंवा पराभूत होवोत, सर्व वेळी त्यांची कामगिरी अशीच होती.'[२७]

सर्व शस्त्रांबाबत चांगलं संख्यात्मक वर्चस्व असल्याशिवाय मोठ्या संघर्षांमध्ये टिकून राहणं दोस्त राष्ट्रांना झेपलं नसतं, ही पूर्वधारणा विचारात घेल्यानंतरच विन्स्टन यांच्या युद्धनेतृत्वाचं साधार विश्लेषण करता येईल. शिवाय त्यांच्या उपलब्धतेची व्याप्ती लक्षात येण्यासाठीही हा विचार गरजेचा आहे. जर्मनी ही आर्थिक व सैनिकी महासत्ता आहे आणि ब्रिटन एकटा अशा स्थानी नाही, हे त्यांना माहीत होतं. संख्यात्मक असमतोलावर तोडगा काढायला ब्रिटिश साम्राज्य व अमेरिका यांच्या स्रोतांची मदत झाली; परंतु कार्यात्मक पातळीवर जर्मनीचं कौशल्य इतकं वरच्या पातळीला होतं की, त्यावर मात करण्यासाठी सर्वांगीण प्राबल्य अत्यावश्यक होतं. या संदर्भात सर्वसाधारण धारणेला छेद देणारी मांडणी रिचर्ड ओव्हरी यांनी *'द डिक्टेटर्स : हिटलर्स जर्मनी अँड स्टालिन्स रशिया'* या अलीकडच्या पुस्तकामध्ये केलेली आहे. दीर्घकालीन युद्धाला सामोरं जाता येईल, इतकी संघटितता जर्मन मनुष्यबळानं व उद्योगांनी १९४० पर्यंत साधली होती. हे सर्व नाझी सत्तेच्या आदेशावरून झालं की युद्धानं निर्माण केलेल्या देशामधील ही जवळपास स्वाभाविक परिस्थिती होती, ही शंका मात्र कायम राहते. जर्मनांनी त्यांच्या कनिष्ठ सहकाऱ्यांवर अधिक विश्वास दाखवला आणि कनिष्ठ स्तरावर कार्यरत असलेल्या लोकांनी वरिष्ठांवर तितकाच विश्वास ठेवला.[२८] याचा परिणाम कारखान्यांमध्ये आणि युद्धातही दिसून आला. १९४० मध्ये जर्मन मनुष्यबळ केवळ थोडक्यात व अंशतः एकत्र आलं होतं आणि सैनिक, रणगाडे, विमानं, शस्त्रं व मोटार वाहतूक या सर्वच बाबतींत फ्रान्स, बेल्जियम व ब्रिटन यांच्यापेक्षा कमी संख्याबळ वापरून जर्मनांनी फ्रान्समधील लढाई जिंकली, हे माहीत असतं तर विन्स्टन यांची हिंमत खचली असती का, हा प्रश्न अनुत्तरितच राहतो.

बेव्हिन यांनी कामगार मंत्रालयात मजूरस्नेही नियोजकांचा भरणा केला आणि इतरही प्रयत्न सुरू ठेवले, तरीसुद्धा वाढीव आवकेच्या प्रमाणात उत्पादन वाढवण्यातील ब्रिटिश उद्योगक्षेत्राची अकार्यक्षमता काही दूर झाली नाही. रोख प्रलोभनांद्वारे व यांत्रिक साधनांच्या अधिकच्या वापराद्वारे उत्पादकता वाढवणं अशक्य असल्याचं सिद्ध झालं, कारण कारागिरांच्या संघटनांकडून अशा उपायांना मोकळी वाट मिळालीच नसती. शिवाय 'लीग टेबल'मध्ये आपलं वेतन कमी ठरलं तर संप करायची धमकी इतर उद्योगांतील कामगारांनी दिली होती. उत्पादकतेची संकल्पना या 'लीग टेबल'मधून उग्रपणे वगळण्यात आली. महत्त्वाच्या उद्योगांमधील कामगार

'कोण काय करतं आहे' या मुद्द्यावरूनही काम बंद करत असत, गुणवत्ता-नियंत्रण नगण्य होतं आणि सशस्त्र दलांना पुरवण्यात येणाऱ्या काही उपकरणांचा वापर होण्यापूर्वी सैनिकी जोड-कामगारांकडून तपासणी व दुरुस्ती करणं आवश्यक ठरायचं. राष्ट्रभक्तीची भावना अतिशय उंचावलेली असण्याचा हा काळ होता; तत्त्वतः तरी काही काळासाठी संप स्थगित करण्यात आले होते आणि कामगार संघटनांच्या मंडळानं व त्यांची राजकीय शाखा असलेल्या लेबर पक्षानं पूर्ण सहकार्य देऊ केलेलं सरकार सत्तेवर होतं, तरीही उद्योगक्षेत्राची परिस्थिती अशी होती.

मोकळिकीच्या काळात जर्मनीशी स्पर्धा करण्याचा कोणताच मार्ग दिसत नव्हता आणि या स्पर्धेत हार पत्करावी लागली असती तर मोकळीकच गमवावी लागणार होती. अंतःप्रवाही सामाजिक व आर्थिक वास्तव बदलणं विन्स्टनना शक्य नव्हतं; पण सरकारी यंत्रणेचा गाढा अनुभव त्यांच्यापाशी असल्यामुळे आधीच्या किंवा नंतरच्या कोणत्याही पंतप्रधानांपेक्षा त्यांना या यंत्रणेकडून अधिक कार्यक्षमतेनं काम करवून घेणं जमत होतं किंबहुना खुद्द या यंत्रणेत काम करणाऱ्यांनाही अशक्य वाटेल अशा पातळीवर कार्यक्षमता निर्माण करण्याचं कौशल्य विन्स्टन यांच्याकडे होतं. रोजनिशीकार ब्रूक किंवा किरकिरे हेन्री 'चिप्स' चॅनन यांच्यासारखी मंडळी त्यांना 'हुकूमशहा' म्हणून संबोधत असली, तरी वास्तवात विन्स्टन यांचा अधिकार मनमानी सत्तावापराला नकार देण्यातून आला होता. नंतरच्या काळात त्यांचे मुख्य स्वीय सचिव असलेले सर लेस्ली रोवन यांनी नमूद केलं आहे की, आपल्याकडून आलेला कोणताही आदेश लेखी नसल्यास वैध समजू नये, अशी पहिलीच सूचना पंतप्रधानपदावर आल्यानंतर विन्स्टन यांनी केली होती. अशा प्रकारे त्यांनी स्वतःवरही शिस्त लादून घेतली आणि इतरांना त्यासंबंधीची खात्री दिली. आपल्यातील ऊर्जा युद्धप्रयत्नांच्या सर्व अंगांमध्ये संक्रमित करण्यासाठी आवश्यक रचना विन्स्टन यांनी निर्माण केली, एवढंच नव्हे तर या रचनेद्वारे स्वतःवरही नियंत्रण राहील अशी तजवीज केली, हाच त्यांच्या सरकारच्या नैतिक शक्तीचा स्रोत होता.

स्वतःच्या भावनोत्कटतेला घालून घेतलेल्या मर्यादेतही विन्स्टन यांनी काही गोष्टी पार पाडल्याच. पहिल्या महायुद्धादरम्यान दोस्त राष्ट्रांनी राजकीय दिग्दर्शनाची सूत्रे सोडून दिल्यामुळे सलोख्यासंबंधित व्यूहरचनेवर मध्यवर्ती सत्तांना वर्चस्व गाजवता आलं, तशी वेळ आता येऊ द्यायची नाही, असा निर्धार त्यांनी केला. त्यांच्या युद्धकालीन मंत्रिमंडळात सेवा मंत्र्यांचा समावेश नव्हता आणि राजाच्या कृपेनं; पण संसदेतील मतदानाविना त्यांनी स्वतःसाठी संरक्षणमंत्र्याचं पद निर्माण करवून घेतलं. 'मी कोणताही कायदेशीर किंवा घटनात्मक बदल केला नाही. माझे अधिकार किंवा कर्तव्ये यांची निश्चित व्याख्या असू नये, एवढी काळजी मी घेतली,' अशी आठवण ते नोंदवतात.[२१] सेवा मंत्र्यांनी- यामध्ये नंतर परराष्ट्रमंत्र्यांचाही समावेश

झाला- संरक्षण समिती (कारवाया) स्थापन केली, त्याचं अध्यक्षपद उपपंतप्रधान ॲटली यांच्याकडे होतं. याहून स्वतंत्र अशी आणखी एक संरक्षण समिती (पुरवठा) होती, तिचं अध्यक्षपद विन्स्टन यांनी स्वतःकडे घेतलं. सेनाधिकारी कायमच त्यांच्या मंत्र्यांना साथ देत आणि त्यांची आपापसातील सल्लामसलत एका दुय्यम समितीमध्ये पार पडत असे; पण तिचं अध्यक्षपदही बहुतेक वेळा विन्स्टन यांच्याकडेच होतं. त्यांच्या अखत्यारीत संयुक्त नियोजन मंडळ आणि संयुक्त गुप्तचर उपसमितीही होती.[३०] प्रत्येक पातळीवर आंतरसेवीय सहकार्याला विन्स्टन यांनी प्रोत्साहन दिलं. प्रत्येक वेळी त्यांना यश मिळालंच असं नाही; पण अमेरिकी सशस्त्र दलांमध्ये प्रतिस्पर्धी कंपू उभारणाऱ्या फ्रँकलीन डी. रुझवेल्ट यांच्यापेक्षा त्यांचं वर्तन दुसऱ्या अक्षावरचं होतं.[३१]

इतर मंत्र्यांना व समित्यांना आपापलं काम करण्याची जबाबदारी देऊन मोकळेपणा देण्यात आला; पण परराष्ट्र मंत्रालयाबाबत मात्र विन्स्टन यांच्या मनात अविश्वास होता. चेम्बरलीन यांनी केलेल्या नियुक्त्यांमुळे या मंत्रालयासंदर्भात धोकादायक तडजोडी झाल्याची विन्स्टन यांची धारणा होती आणि या मंत्रालयाच्या अंतर्गत कामकाजाची पद्धत त्यांना चीड आणत असे.[३२] 'अतिशहाणपणाच्या नादात चुका करत जाणाऱ्या या सूचना आहेत, असं मला वाटतं', असं त्यांनी एका मसुदा संदेशात म्हटलं होतं. 'सध्या ऐरणीवर असलेले प्रश्न आणि परिस्थितीचं शोकांतिक गांभीर्य यांचा विचार न करता मांडण्यात आलेल्या धोरणात्मक सुधारणा सुचवण्याचा हा प्रकार आहे.'[३३] परराष्ट्र धोरण विन्स्टन स्वतःच ठरवत, त्यासाठीची पूरक माहिती ते सिक्रेट इन्टेलिजन्स सर्व्हिसद्वारे (एसआयएस) मिळवायचे. निखळ तोंडी संदेशाची व्याप्ती व मूलगामी महत्त्व हा ऐतिहासिक संशोधनाच्या संदर्भामुळे उभा राहिलेला बागुलबुवा होता, कारण हे संशोधन कागदी धाग्यादोऱ्यांनीच बांधलेलं असतं. सर्व कार्यकारी आदेश लिखित स्वरूपात असावेत, यावर विन्स्टन यांनी भर दिला होता; पण काही कळीच्या मुद्द्यांवर सत्य काय होतं हे समजून घेण्याचा आपल्याला कोणताही मार्ग उरलेला नाही आणि काही बाबतींत तर आपल्या विषयाचं शीर्षकही कधीच सापडणार नाही अशा रीतीनं प्रक्रिया पार पडलेली दिसते. विन्स्टननी हॅलिफॅक्स यांना वॉशिंग्टनमधील ब्रिटिश दूतावासात पाठवलं आणि सर स्टॅफोर्ड क्रिप्स या खंद्या डाव्या नेत्याला मॉस्कोला पाठवलं, यावरून औपचारिक राजनैतिक मार्गांना ते किती कमी महत्त्व देत असत हे लक्षात येतं. फेबियन विचाराच्या बीएट्रिस वेब यांचे क्रिप्स हे भाचे होते आणि स्वघोषित अभिजनांकडून केलं जाणारं नियोजन हे सृष्टीच्या खेदजनक अव्यवस्थितपणावरचं उत्तर असतं, याबद्दल वेब यांच्याप्रमाणे क्रिप्स यांचीही खात्री पटलेली होती.[३४] लेबर पक्षाला कम्युनिस्टांशी जोडणाऱ्या पॉप्युलर फ्रन्टचं हट्टी समर्थन केल्याबद्दल क्रिप्स यांना

१९३९ मध्ये लेबर पक्षातून काढून टाकण्यात आलं. मॉस्कोतील कम्युनिस्ट सत्ताधाऱ्यांनी या व्यूहरचनेसाठी दबाव आणला होता. स्टालिनच्या सत्तेखालील वास्तवाचा प्रत्यक्ष अनुभव क्रिप्स यांना मिळणं हा काव्यगत न्याय होता, असं ॲटली मानत होते. शिवाय क्रिप्स यांना दूर ठेवणं त्यांना तसंही सोयीचं वाटत होतं.

परराष्ट्र मंत्रालयाविषयी विन्स्टनना वाटत असलेल्या तीव्र तिरस्काराला कोणी अवाजवी महत्त्व देऊ शकेल- पण महान व्यूहरचनाकार क्लॉझविट्झ म्हणतात त्याप्रमाणे युद्ध म्हणजे 'इतर साधनांच्या संमिश्रणासह धोरणाचं सातत्य राखणं' असतं, त्यात व्यावसायिक, राजनैतिक अधिकाऱ्यांच्या कौशल्यांचा समावेश नसतो, हे लक्षात आल्यामुळे विन्स्टन यांचा हा दृष्टिकोन बनला असावा. खरंतर कोणत्याही प्रकारच्या बड्या अधिकाऱ्यांसाठी त्यांच्याकडे फारसा वेळ नव्हता. परराष्ट्र मंत्रालय व कोषागार मंत्रालय यांपैकी कशाचा आपल्याला सर्वाधिक तिटकारा आहे, असं कॉलव्हिल यांनी त्यांना एकदा विचारलं, तेव्हा विन्स्टन गुरगुरत उत्तरले : 'युद्ध मंत्रालय.'[३५] उत्तरादायित्वाशिवाय सत्ता नाही, हे तत्त्व त्यांच्यात खोलवर रुजलेलं होतं. लिंडमान व मॉर्टन यांच्यासारख्या आपल्या निकटवर्तीय सल्लागारांसाठी खासगी कार्यालय स्थापन करण्याची त्यांची इच्छा होती; पण यापासून त्यांना परावृत्त करण्यासाठी इझ्मे यांनी प्रस्तुत तत्त्वाचाच दाखला दिला होता.[३६] अशा कोणत्याही खात्याचा भाग व्हायची इझ्मे यांची इच्छा नव्हती, कारण 'माझ्या प्रांताबाहेरच्या मुद्द्यांवर प्रभाव टाकण्याचा प्रयत्न मी करतो आहे, असं वाटलं तर माझ्यावरचा त्यांचा सर्व विश्वास उडून जाईल आणि त्यांच्या लेखी मी निरुपयोगी ठरेन,' असं त्यांना वाटत होतं.[३७] विशिष्ट समस्येला जबाबदार असलेल्यांशी मध्यस्थाविना संपर्क साधणं, हा 'विन्स्टन शैली'चा गाभा होता. 'इतक्या टोकाच्या पातळीवरचा प्रांजळपणा (जो मी त्यापूर्वी कधीही अनुभवलेला नव्हता.) आणि स्वतःच्या मनातील क्षुब्ध खळबळ उघड करण्याची त्यांची तयारी, यामुळे अर्थातच आम्हाला आमच्या कामामध्ये जास्त रस वाटू लागला; पण यातून त्यापेक्षाही अधिक काही गोष्टीही साधल्या गेल्या. ते स्वतःचं मन इतक्या प्रमाणात मोकळं करून दाखवत होते; त्यामुळेच आम्ही त्यांना सर्वसाधारण पातळीहून अधिक चांगली सेवा देऊ शकलो.'[३८]

विन्स्टन यांच्या जहालपणाविषयी वेगळा जोर देऊन काही मांडण्याची गरज नाही, इतकी ही बाब सर्वज्ञात असेल. आपल्या विचारांना होणारा विरोध जतनवादातूनच आलेला आहे, अशी त्यांची ठाम धारणा होती. 'नवीन संकल्पनांचा स्वीकार करण्याकडे त्यांचा कल होता; त्यामुळे असे विचार मांडणाऱ्यांचं ते स्वागत करत आणि धाडसानं बोलू शकणाऱ्यांना व वादग्रस्ततेच्या खडतर प्रवासातही आपल्या मतावर ठाम राहणाऱ्यांना ते स्वाभाविकपणे झुकतं माप देत,' असं १९३९-४५

या काळात युद्ध मंत्रालयाचे सैनिकी सहायक असलेल्या जनरल सर इआन जेकब यांनी लिहिलं आहे.[३९] त्यांचं वागणं अनेकदा खरोखरच कठोरपणाचं असायचं; पण समोरच्या माणसाची व त्याच्या विचारांची परीक्षा घेणं हा त्यामागचा उद्देश असायचा. ब्रूक यांना ही प्रक्रिया थकवणारी वाटली : काही तासांपूर्वीच एखाद्या गोष्टीला तावातावानं विरोध करणारे विन्स्टन तीच गोष्ट शांतपणे स्वीकारत, त्यासंबंधी रोजनिशीत नोंद करताना ब्रूक यांनी अनेकदा आश्चर्य व्यक्त केलेलं दिसतं. या सगळ्या प्रक्रियेत 'बराच वेळ वाया जात असे आणि गैरसमजूत व जळफळाट यांचं प्रमाणही वाढत असे; पण यामुळेच लोक आपल्या मुद्द्याविषयी खातरजमा करण्यासाठी अधिक कष्ट घेत. चर्चिल यांची प्रचंड मेहनत, प्रेरकक्षमता आणि त्यांचं व्यक्तिमत्त्व व प्रतिष्ठा यांची जोड नसती तर मात्र ही प्रक्रिया विध्वंसक ठरली असती,'[४०] असं जेकब यांना वाटत होतं; पण रूढ समजांना आव्हान न देता वाट मोकळी करून देणं बहुधा जास्त विध्वंसक ठरलं असतं.

विन्स्टन यांची ही टक्कर घेणारी वर्तनशैली मतांना दडपण्यासाठी नसून मतांची चाचणी घेण्यासाठी आहे, हे समोरच्याला लक्षात आलं की, मग मात्र राजकीय-सैनिकी संबंधांची एकतानता निर्माण होत असे. अशा प्रकारची एकतानता जर्मनी, अमेरिका किंवा सोव्हिएत संघामध्ये कधीच दिसली नाही. विन्स्टन यांना भेटल्यानंतर नव्यानं ऊर्जा लाभल्याची भावना अनेक हेकेखोर वैज्ञानिकांना व सेनाधिकाऱ्यांना जाणवली होती. १९४० मध्ये शस्त्रखरेदीसंदर्भात अमेरिकेला जाणाऱ्या एका जनरलपदावरील अधिकाऱ्याला विन्स्टन यांनी भेटावं, अशी कायमस्वरूपी विनंती युद्ध उपमंत्र्यांनी विन्स्टनना केली होती. संबंधित अधिकारी 'वॉशिंग्टनला पोहोचेल, तेव्हा सिनई शिखराचं तेज त्याच्या चेहऱ्यावर असेल'[४१] यासाठी ही भेट उपयोगी पडेल, असा मंत्र्यांचा होरा होता. विन्स्टन यांचे सर्व विस्फोट काही प्रमाणामध्ये नाटकी असायचे. ते असाधारण मौन धारण करून असले तरच उलट खरी अडचणीची परिस्थिती असते, हे शहाण्या माणसांच्या लक्षात येत असे. अर्थात असं क्वचितच घडायचं. त्यांच्यासमोर ठामपणे आपलं म्हणणं मांडणाऱ्या लोकांना त्यांच्या वागण्याचा फटका बसत नसे, तर फारशी चमक नसलेल्या लोकांनाच याचे आघात सहन करावे लागत.[४२]

सुमारपणाविषयी त्यांच्या मनात आत्यंतिक तिरस्काराची भावना होती. याबाबतीत त्यांचं वागणं बायबलमधील जुन्या कराराशी सयुक्तिक ठरणारं व आधुनिक संवेदनांना खटकणारं होतं. 'मला तुझं काम माहीत आहे. तू थंडही नाहीस किंवा गरमही नाहीस. तू कोमट आहेस, थंड नाहीस अथवा गरम नाहीस; त्यामुळे मी तुला माझ्या तोंडातून बाहेर काढून फेकेन,' असं जुन्या करारात म्हटलेलं आहे.[४३] विन्स्टननाही अनेकदा ढिम्म चेहऱ्याची माणसं वैतागवाणी वाटत; पण ब्रिटिश अधिकारी तर

स्वतःच्या स्थिरचित्त असण्याचा अभिमान बाळगून होते. 'बाह्य परिस्थितीत सेनाधिकाऱ्यानं त्याच्या हाताखालील सर्वांमध्ये आत्मविश्वास जागवायला हवा आणि तितक्याच प्रमाणात वरिष्ठांनाही आश्वस्त करायला हवं,' असं ब्रूक यांनी लिहिलं आहे. 'विन्स्टन माझ्याकडे नजर रोखून पाहताहेत, माझ्या मनाच्या तळातले विचार वाचायचा प्रयत्न करताहेत, पृष्ठभूमीखाली लपलेल्या शंका शोधू पाहताहेत, असं अनेकदा घडलं आहे.'[४४] या संदर्भात सहमतीदर्शक नोंद इझमे यांनीही केली आहे : 'परिस्थिती कितीही अंधकारमय असो, सेनाधिकाऱ्यानं कधीही विचलित झाल्यासारखं किंवा आत्मविश्वास उणावल्यासारखं दिसता कामा नये किंबहुना आपल्याकडे भरपूर वेळ आहे आणि मनातून आपण उत्साहातच आहोत, अशी प्रतिमा त्यानं टिकवून ठेवायला हवी.'[४५] व्यावसायिक मुखवट्यापलीकडे खरोखरचा निर्धार आहे का, हे शोधण्यासाठी विन्स्टन सतत तपासणी करत; त्यामुळेच ही प्रक्रिया काही सेनाधिकाऱ्यांना थकवणाऱ्या वादविवादासारखी वाटली असावी.

परंतु यातील बहुतांश भाग हा विन्स्टन यांच्या तुलनेत संथपणे आणि कमी पद्धतशीर विचार करणाऱ्यांविरोधातील चिडचिडीनं भरलेला असे. शिवाय सेनाधिकारी त्यांना चुकीच्या वाटणाऱ्या धोरणांना थोपवण्यासाठी वापरत असलेल्या क्लृप्त्यांविरोधातील विन्स्टन यांचा रागही या मार्गानं बाहेर पडत असे. तत्त्वतः विन्स्टन यांच्या प्रस्तावांवर सहमती दर्शवून नंतर पुढील अंमलबजावणी मात्र व्यावहारिक अडचणींखाली गाडून टाकण्याचा प्रयत्न हे अधिकारी करत असत. आरमारातील ॲडमिरल सर ड्यूडले पाउन्ड यांना हे कसब लक्षणीयरीत्या साधलं होतं. विन्स्टन यांच्यासोबत १९३९ पासून काम करत असूनही त्यांना थेट सामोरं जाणं पाउन्ड यांना अधिकाधिक त्रासदायक वाटू लागलं होतं.[४६] पण हवाई दलप्रमुख सर चार्ल्स पोर्टल यांनी ४ डिसेंबर १९४१ रोजी सेनाधिकाऱ्यांच्या बैठकीत केलेली एक कृती मात्र युद्धकाळातील सर्वांत हिंसक विस्फोटासारखी ठरली, असं ब्रूक यांनी नमूद केलं आहे. उत्तर आफ्रिकेतील आगामी आक्रमणात यश मिळणं अपेक्षित असल्यामुळे मध्यपूर्वेतील ब्रिटिश हवाई दलाच्या लढाऊ आणि बॉम्बर विमानांच्या दहा तुकड्या सोव्हिएत सैन्यांच्या मदतीसाठी पाठवण्याचं आश्वासन स्टालिन यांना द्यावं अशी विन्स्टनची इच्छा होती. या संदर्भातील चर्चेच्या वेळी पोर्टल यांनी सहमती दर्शवली; परंतु हा प्रस्ताव खूप जास्त ठोस असल्याचं मतही त्यांनी मांडलं. या बैठकीतील संबंधित घडामोडींची आठवण ब्रूक यांनी पुढीलप्रमाणे नोंदवली आहे :

> 'पोर्टल यांचं बोलणं झाल्यानंतर विन्स्टन यांच्या संतापाचा प्रचंड भडका उडाला. त्यांच्या उद्देशांमध्ये अडथळे आणण्याव्यतिरिक्त आम्ही काहीच करत नसल्याचं आम्हाला सुनावण्यात आलं. आम्हाला स्वतःच्या काही

कल्पना सुचत नाहीत आणि ते काही सुचवत असतील तर त्यात अडथळे आणण्याचं काम तेवढं आम्ही करतो, इत्यादी इत्यादी! ॲटलींनी एकदा त्यांना शांत करायचा प्रयत्न केला; पण ते पुन्हा एकदा संतापले. त्यानंतर अँथनी एडननी त्यांना तात्पुरतं शांत केलं; पण त्याचा काही उपयोग झाला नाही. शेवटी साधारण पाच मिनिटं ते समोरच्या कागदपत्रांकडे पाहत राहिले, मग ते कागद एकत्र चुरगाळले आणि बैठक संपवून खोलीबाहेर निघून गेले! हे अगदीच दयनीय आणि पूर्णपणे अनावश्यक होतं. भविष्यात पाळायला अवघड होईल असं ठोस आश्वासन त्यांच्याकडून दिलं जाऊ नये, एवढाच आमचा प्रयत्न होता. अति काम केल्यामुळे आणि रात्री उशिरापर्यंत जागल्यामुळे त्यांची ही अवस्था झाली होती. किती दुर्दैवाची गोष्ट आहे. ते नसते तर आमचं काय झालं असतं, हे देवालाच ठाऊक; पण आता त्यांच्यासोबत आम्ही कुठे जाऊ, हेही देवालाच ठाऊक!'[४७]

तीन दिवसांनी जपान्यांनी पर्ल हार्बरवर हल्ला चढवला आणि हिटलरनं तत्परतेनं अमेरिकेविरोधात युद्धघोषणा केली. या पार्श्वभूमीवर जर्मनीचा विजय होण्याची शक्यता विन्स्टनना वाटत होती. सेनाधिकाऱ्यांसोबतची ही शेवटचीच बैठक ठरली. सकृत्दर्शनी दुर्दम्य आत्मविश्वासाच्या आत दडलेल्या शंकांना आणखी लपवून ठेवण्यात बहुधा त्यांची चूक झाली. जमिनीवरील लढाईला तोंड देण्यासाठी ब्रिटिश व्यूहरचनेला एखाद्या युरोपीय साथीदाराची मदत लागते, ही कित्येक शतकांची वस्तुस्थिती होती, याची आठवण त्यांनी परखडपणे करून दिली असती तर त्यांचे सैनिकी सल्लागार बहुधा अधिक सजगपणे कार्यरत राहिले असते. १९३९-४० या काळातील फ्रेंचांच्या उणिवा भरून काढण्यासाठी ब्रिटननं पुरेशी हालचाल केलेली नव्हती. शिवाय पहिल्या महायुद्धादरम्यान दार्दानेल्स कारवाईद्वारे तुर्कस्तानचा बीमोड करता आला असता आणि रशिया युद्धात टिकून राहिला असता, मग झारच्या रशियन सैन्याला अधिक शस्त्रेही पुरवता आली असती, ही विन्स्टन यांची धारणा दुसऱ्या महायुद्धाच्या काळातही टिकून होती. यातील कोणत्याही चुकीची पुनरावृत्ती होऊ नये, असा निर्धार त्यांनी केला होता. पाउन्ड यांनी आर्चअँजेल आणि मुर्मान्स्क इथून ताफे नेण्याचे बेधडक आदेश ब्रिटिश नौदलाला दिले; पण युद्धाला एक वर्ष पूर्ण झालं, तेव्हा ३ सप्टेंबर १९४० रोजी ब्रिटनच्या लढाईदरम्यान विन्स्टन चर्चिल यांनी युद्ध मंत्रिमंडळासमोर मांडलेल्या व्यूहरचनेशी ब्रूक व पोर्टल मात्र बांधील राहिले.

'लढाऊ विमानं आपली तारणहार आहेत; पण केवळ बॉम्बर विमानंच आपल्याला विजयाचा मार्ग दाखवतील; त्यामुळे जर्मनीच्या दिशेनं अधिकाधिक स्फोटकं वाहून नेण्यासाठी आवश्यक ताकद आपण विकसित करायला हवी. एका बाजूनं या शत्रूला आपल्या बेटापासून चार हात दूर ठेवण्यासाठी ही ताकद उपयोगी पडेल आणि त्याचबरोबरीनं त्यांचे युद्धप्रयत्न व आर्थिक जीवन ज्यावर अवलंबून आहे असे सर्व उद्योग व वैज्ञानिक रचना धुळीस मिळवणंही या ताकदीद्वारे शक्य होईल.'[४८]

'संख्येच्या दृष्टीनं दुय्यम स्थानी असलेल्या दलांनाही यशाची चांगली संधी असेल,' अशी परिस्थिती निर्माण करण्यासाठी नाकेबंदी व हवाई बॉम्बफेक यांचा वापर करावा लागेल, त्यानंतरच जर्मनीवर अटी लादण्यासाठी युरोपच्या भूमीवर पाऊल टाकता येईल, या दृष्टिकोनामध्ये ब्रिटिश सेनाधिकारी अडकले होते.[४९] अडचणीत असलेल्या सोव्हिएत रशियाला मदत करण्यासाठी ब्रिटननं युद्ध जिंकण्यासाठी स्वतःकडे उपलब्ध असलेला एकमेव मार्ग सोडून द्यावा, हे या अधिकाऱ्यांना स्वाभाविकपणे पटत नव्हतं. मुळात रशियानं १९३९-४१ या कालखंडात जर्मनीचा अनुनय केला, त्यांना सामरिक कच्ची सामग्री पुरवली; त्यामुळेच पाश्चात्त्य राष्ट्रांवर आणि खुद्द सोव्हिएत रशियावर हल्ला चढवणं जर्मनीला शक्य झालं. शिवाय रशियनांचा पाडाव होईल, अशी भीती ब्रिटिश सेनाधिकाऱ्यांना होती. अशा वेळी ठाम पाठबळ असल्याशिवाय रशियाच्या मदतीला जाणं टाळावं, अशी त्यांची इच्छा होती. विन्स्टन चर्चिल यांच्या मनात मात्र अशी काही बेचैनी नव्हती. जर्मनीनं फिनलँड, रोमानिया व हंगेरी यांच्या साथीनं सोव्हिएत रशियाच्या विध्वंसासाठी ऑपरेशन बार्बरोसा सुरू केलं त्या दिवशी, म्हणजे २२ जून १९४१ रोजी झालेल्या प्रसारणात त्यांनी आपली भूमिका स्पष्ट केली :

'गेल्या पंचवीस वर्षांत माझ्या इतका सातत्यानं कोणीही साम्यवादास विरोध केलेला नाही. या विचारसरणीबद्दल मी जे काही बोललो, त्यातलं काहीच मी मागे घेणार नाही; पण आत्ता उलगडत असलेल्या घडामोडींसमोर हे सगळं विरून जातं. गतकाळातील गुन्हे, चुका, शोकांतिका सर्व वाहून जातं... नाझी सत्तेविरोधात लढणारा कोणताही माणूस किंवा देश आपला साथीदार असेल... त्यामुळे रशिया व रशियन लोक यांना आपण शक्य ती मदत करायला हवी, हे ओघानंच आलं.'

रशियाच्या ताफ्यांना असलेला नाविकी व हवाई धोका दूर सारण्यासाठी नॉर्वेमध्ये

आक्रमणाला पूरक परिस्थिती होती आणि जर्मनीला होत असलेला स्वीडिश लोहखनिजाचा पुरवठाही या मार्गानं थोपवता येईल (हे एक सामरिक उद्दिष्ट होतंच,) असा विन्स्टन यांचा विचार होता. भूमध्य समुद्राजवळच्या प्रदेशाप्रमाणे स्कॅन्डेनेव्हियातही नाविकी वर्चस्वाद्वारे युद्धाचा कल बदलणं शक्य होतं. या प्रदेशातील भूरचनांमुळे जर्मनीच्या शस्त्रवर्चस्वाला मर्यादा पडतात, हे १९४० च्या निस्तेज नॉर्वेजियन मोहिमेद्वारे सूचित झालं होतं. ब्रिटिश भूदलाला जर्मनांशी कमी-अधिक समान पातळीवर लढता येईल, अशी ही एकच जागा उरली होती. या प्रकल्पाविरोधात दीर्घकाळ व कठोर संघर्ष केल्याबद्दल ब्रूक यांनी स्वतःचंही कौतुक केलं : 'त्यांना पुन्हा तिथे का जायचं होतं आणि ट्रोन्डहाइम काबीज करण्यात यश आलं तरी तिथे जाऊन ते काय करणार होते, हे आम्हाला कधीच कळलं नाही.'[५०] वास्तविक नॉर्वेच्या किनारपट्टीभोवतीचा जर्मन हवाई व समुद्री धोका कमी करून सोव्हिएत रशियाला युद्धात टिकवून ठेवण्याच्या उद्देशानं या कारवाईची आखणी करण्यात आली होती, हे स्पष्ट आहे. शिवाय दुसऱ्या आघाडीसंबंधी डाव्यांनी केलेल्या मागण्या निवळवण्यासाठीही या मोहिमेचा उपयोग होणार होता. रशियाचा विध्वंस करण्यासाठी जर्मनीची तिन्ही दलं कंबर कसून प्रयत्न करत होती; त्यामुळे नॉर्वेत ब्रिटनच्या शस्त्रस्रोतांना स्थानिक प्राबल्य मिळेल, असा विश्वास विन्स्टनना वाटत होता. ब्रूक व पोर्टल यांनी मात्र याबाबत तीव्र मतभिन्नता दर्शवली. या दोन अधिकाऱ्यांचं म्हणणं जवळपास पूर्ण बरोबर होतं, असं इझ्मे म्हणतात. काही काळ दोघांवरही आपल्या मताचा दबाव आणण्याचा प्रयत्न विन्स्टननी केला; पण सेनाधिकाऱ्यांनी एखाद्या मुद्द्यावर पूर्णपणे नकारात्मक मतप्रदर्शन केलं असेल तर ते सपशेल बाजूला सारण्याचा प्रकार विन्स्टननी कधीच केला नाही.[५१]

खरंतर त्यांना अशी जोखीम उचलणं शक्यही नव्हतं : कोणत्याही पंतप्रधानाला असमाधानी, अस्वस्थ व अपरिपक्व बहुसंख्यांना हाताळावं लागतंच आणि एखाद्या संतप्त माजी सेनाधिकाऱ्यानं अशा लोकांना केंद्रबिंदू पुरवणं विन्स्टन यांना परवडणारं नव्हतं. हॅलिफॅक्स व क्रिप्स हेही असं काही करू शकतात, या धोक्याकडे दुर्लक्ष करणंही त्यांना शक्य नव्हतं. 'लष्करी नेता' म्हणून विन्स्टननी केलेल्या कामगिरीचं मूल्यमापन करत असताना, त्यांना राजकीय बाजूकडे प्राधान्यानं लक्ष द्यावं लागलं, हा मुद्दा अनेकदा विचारात घेतला जात नाही. ते काही जनरल, अॅडमिरल किंवा एअरमार्शल पदावरील अधिकारी नव्हते : ते राजकारणी होते आणि आपल्या बाजूचं व्यवस्थापन करणं ही त्यांच्या दृष्टीनं अग्रक्रमाची गरज होती. सेनाधिकाऱ्यांसोबतच्या व्यवहारांमध्ये राजकीय कौशल्यांची गरज पडत नसे, असा याचा अर्थ नाही; पण सशस्त्र दलं श्रेणीबद्ध होती आणि पंतप्रधानांच्या आदेशांनुसार त्यांच्या वर्तनाला दिशा देता येत असे. हाउस ऑफ कॉमन्सची परिस्थिती याच्या उलट असायची.

विरोधकांमध्ये असताना मागच्या बाकांवर बसणाऱ्या विन्स्टन यांना अर्थातच या वस्तुस्थितीची स्पष्ट जाणीव होती.

राजकीय व सैनिकी अशा दोन्ही आघाड्यांवर युद्धपूर्व काळातील अधिसत्तेचं जोखड पेलणं आणि या सत्तेकडून होणाऱ्या प्रतिकारावर मात करणं, अशा दोन्ही गोष्टी त्यांना एकाच वेळी कराव्या लागल्या. प्रतिनिधिगृहातील सदस्यांची निवड १९३५ मध्ये झालेली होती आणि सशस्त्र दलं १९१४-१८चा धडा विसरून गेली होती. सकृत्दर्शनी अधिक अटीतटीचे प्रश्न समोर असतानाही विन्स्टन त्यांच्याकडील एका सर्वाधिक परिणामकारक अस्त्राची धार सातत्यानं काढत राहिले, हे अस्त्र होतं- वक्तृत्व. एड मरो यांनी म्हटल्याप्रमाणे, विन्स्टन यांनी इंग्रजी भाषेत चैतन्य भरलं आणि तिला लढाईवर पाठवलं. कदाचित अतिपरिचयामुळे असेल; पण ४ जून १९४० रोजी हाउस ऑफ कॉमन्समध्ये त्यांनी दिलेल्या विख्यात भाषणाचा शेवट किती कुशल सफाई दाखवणारा होता याकडे आपण नव्या नजरेनं पाहू शकत नाही. हिटलरशी तडजोड करण्याचा ब्रिटिश शरणागतवाद्यांचा प्रस्ताव त्यांनी फेटाळून लावला. फ्रेंचांनी स्वतःच्या समुद्रापारच्या वसाहतींमधून संघर्ष सुरू ठेवावा, असं सूक्ष्म आवाहन त्यांनी केलं आणि अमेरिकनांना जाणीव करून दिली की, ब्रिटननं आघाडी सांभाळली नसती, तर हे युद्ध अमेरिकेच्या दारापर्यंत पोहोचलं असतं :

> 'आपण फ्रान्समध्ये लढायला हवं, आपण समुद्रावर आणि महासागरांवरही लढायला हवं. वाढत्या आत्मविश्वासासह आणि वाढत्या हवाई सामर्थ्यासह आपण लढायला हवं. कितीही किंमत मोजावी लागली, तरी आपल्या बेटाचं रक्षण आपण करायलाच हवं. समुद्रकिनाऱ्यांवर आपण लढायला हवं, विमानांच्या धावपट्ट्यांवर लढायला हवं, वावरांमध्ये आणि रस्त्यांवर लढायला हवं. आपण डोंगरांमधून लढायला हवं. ज्या ठिकाणी मोठमोठ्या समर्थनीय घोषणांच्या कल्लोळात ते शेजारी बसलेल्या ॲटलींच्या कानात पुटपुटले, 'बिअरच्या फुटक्या बाटलीचं टोक दाखवून आम्ही लढू, कारण आमच्याकडे आता तेवढंच उरलंय.' आपण कधीच शरणागती पत्करायला नको आणि माझा अजिबातच विश्वास नाही; पण क्षणभर गृहीत धरू की, आपलं हे बेट किंवा यातील मोठा भाग शत्रूनं काबीज केला आणि तिथे उपासमारीची वेळ आली, तर आपलं समुद्रापारचं साम्राज्य, त्यासोबत असलेलं शस्त्रसज्ज ब्रिटिश आरमार यांच्याद्वारे हा संघर्ष सुरू राहील. अखेरीस जुन्या जगाच्या सुटकेसाठी व मुक्ततेसाठी देवाच्या कृपेनं नवीन जग सर्व ताकदीनिशी व सामर्थ्यानिशी पुढे येईल, तोवर आपण लढा देत राहू.'

दोन आठवड्यांनी १८ जून रोजी ते हाउस ऑफ कॉमन्सला म्हणाले, 'फ्रान्सची लढाई संपली आहे. आता ब्रिटनचं युद्ध सुरू होऊ घातलंय... आता आपण आपली कर्तव्ये ठामपणे बजावायची आणि मन घट्ट करून उभं राहायची वेळ आली आहे. ब्रिटिश साम्राज्य आणि त्याचं राष्ट्रकुल आणखी एक हजार वर्ष टिकणार असेल, तर आजचा काळ या साम्राज्यासाठी सर्वोत्कृष्ट ठरला अशी नोंद अखेरपर्यंत होत राहील..'[५२] त्यानंतर १४ जुलैच्या प्रसारणात ते थेट हिटलरला संबोधून म्हणाले : 'तुम्ही तुमच्या अधमपणाचं टोक गाठा आणि आम्ही आमच्यातील सर्वोत्कृष्ट गुणांचं टोक गाठतो... हे 'आसऱ्याचं शहर' ठामपणे उभं आहे, मानवी प्रगतीवर मालकी हक्क गाजवणारं हे शहर आहे आणि ख्रिस्ती सभ्यतेसाठी याचं मूलगामी महत्त्व आहे...येऊ घातलेल्या आक्रमणाला तोंड देण्यासाठी आम्ही निर्भीडपणे उभे आहोत.'[५३] हा निर्भीडपणा दाखवायची वेळ लवकरच आली.

ब्रिटनकडे तोंड करून असलेल्या युरोपीय भूमीलगतच्या सर्व किनाऱ्यांवरून जर्मन हवाई दलाची विमानं आकाशात झेपावली. ब्रिटिश खाडीतून हल्ला झाल्यास संरक्षणकवच लाभावं यासाठी हवाई वर्चस्व आवश्यक होतं; त्यामुळे आता रॉयल एअर फोर्सचा कणा मोडण्याचा निर्धार जर्मन हवाई दलप्रमुख गोअरिंगनं केला आणि १९४०च्या उन्हाळ्यातील अविस्मरणीय निळ्या आकाशात जर्मन विमानं घोंघावायला लागली. आघाडीच्या लढाऊ विमानांची संख्या पाहिली तर त्या वेळी ब्रिटन व जर्मनी दोघेही सम पातळीवर होते हे आता ज्ञात झालेलं आहे; पण त्या वेळी मात्र आपण चौपट शक्तिशाली शत्रूला सामोरं जात असल्याची ब्रिटिशांची खात्री पटली होती.[५४] राष्ट्राचं भवितव्य ठरवणाऱ्या या घोंघावत्या वातावरणात विन्स्टन निष्क्रिय राहणं शक्यच नव्हतं. '११ ग्रूप, फायटर कमांड'च्या उक्सब्रिजमधील मुख्यालयाला विन्स्टन सातत्यानं भेट देत होते. सांकेतिक भाषेत जवानांच्या सूचना-प्रतिसूचना सुरू असताना ऑपरेशन बोर्डावरील दिवे चमकत, त्याकडे पाहत विन्स्टन गॅन्ट्रीमध्ये बसले. १६ ऑगस्ट रोजी झालेल्या घणाघाती लढाईनंतर त्यांनी इझ्मे यांच्याकडे व्यक्त केलेली भावनाच ते चार दिवसांनी हाउस ऑफ कॉमन्समध्ये बोलून दाखवणार होते. 'मानवी संघर्षाच्या क्षेत्रात कधीच इतक्या मोठ्या जनसमूहाला इतक्या मोजक्या लोकांचं ऋणी राहावं लागलं नसेल.' लंडनवर दिवसाढवळ्या झालेल्या शेवटच्या मोठ्या हल्ल्याच्या वेळी, १५ सप्टेंबरला विन्स्टन सैन्यदलांसोबत उभे होते. ऑपरेशन बोर्डावरचे सगळेच दिवे लागले, तेव्हा गट नियंत्रकाला ते म्हणाले, 'अरे देवा! आता सगळीच दलं आकाशात आहेत. आता काय करायचं?' यावर नियंत्रक म्हणाला, 'सर, ही पथकं शक्य तितक्या लवकर इंधन भरून पुन्हा भरारी घेतील, एवढीच आशा आपण ठेवू शकतो.' त्यानंतर जर्मन विमानांची

आणखी एक लाट दिसायला लागली, तेव्हा विन्स्टननी विचारलं, 'आपल्याकडे आणखी कोणता साठा आहे?' यापूर्वी १६ मे रोजी फ्रेंचांच्या बाबतीतही त्यांनी हाच प्रश्न विचारला होता आणि या वेळीही त्या वेळेसारखंच उत्तर मिळालं : काहीच साठा नाही. संकट सरल्यानंतर ते दलाच्या प्रत्येक सदस्याचं अभिनंदन करण्यासाठी ऑपरेशन रूममध्ये गेले, तेव्हा स्वतः प्रत्यक्ष युद्धभूमीवर उपस्थित राहिल्याइतके ते थकून गेले होते.

जर्मन बॉम्बर विमानांच्या एका ताफ्यानं २४ ऑगस्ट रोजी चुकून मध्यवर्ती लंडनवर हल्ला चढवला. त्यानंतर दोन रात्रींनी बर्लिनवरही असाच हल्ला करण्याचे आदेश विन्स्टननी दिले. खरंतर १५ मेपासूनच ते जर्मनांना नागरी केंद्रांवर हल्ला करण्यासाठी उचकवत होते, त्या वेळी त्यांनी प्रथमच रूहर या ठिकाणी सामरिक बॉम्बरद्वारे आक्रमण करण्याचे आदेश दिले.[५५] बर्लिनवरील हल्ल्याद्वारे फारसा भौतिक विध्वंस साधला नाही; पण त्यातूनच लढाईत विजय मिळाला, कारण संतप्त हिटलरनं जर्मन हवाई दलांच्या हल्ल्यांचा अग्रक्रम बदलला. आता हवाईतळांवर हल्ला करण्याऐवजी आता लंडनवरच लक्ष केंद्रित करण्यात आलं. माघारीच्या युद्धात मुख्य लढाऊ तळ उद्ध्वस्त करण्याची मूळ योजना होती; पण त्यातून ब्रिटिश हवाई दलाच्या तळांना तात्पुरती मोकळीक मिळत गेली. यातील काही ठिकाणी वारंवार हल्ले झाल्यानंतर तळ सोडून देण्यात आला होता. अशा प्रकारे एकतर्फी लाभाचं स्थान जर्मनांनी सोडून दिलं, कारण ब्रिटिशांच्या बॉम्बर कमांडकडून दिवसाच्या वेळी फ्रान्समधील जर्मन हवाई तळांवर हल्ला होण्याची शक्यता नव्हती. असा हल्ला झाला असता तर त्यामध्ये जर्मन लढाऊ विमानांकडून ब्रिटनच्या विमानांची मोठी हानी झाली असती. रात्रीच्या वेळी इतक्या लहान ठिकाणाला लक्ष्य करण्यासाठी आवश्यक साधनं ब्रिटिश हवाई दलाकडे नव्हती आणि ब्रिटिश खाडीमध्ये एकत्र जमत असलेल्या जर्मन आक्रमक जहाजांवर बॉम्बफेक करण्यातच ब्रिटिशांची बरीच ऊर्जा खर्च होत होती.

ब्रिटिशांची विमानविरोधी यंत्रणेची व नागरी संरक्षणाची तयारी पुरेशी होती, असं विन्स्टन यांना वाटलं असेल, तर त्यांची मोठीच गैरसमजूत झाली होती, असं म्हणावं लागेल. ७ सप्टेंबरपासून लंडनवर सलग ५७ दिवस आणि अनेकदा रात्रीही हल्ला होत होता. नोव्हेंबरच्या मध्यापर्यंत कॉव्हेन्ट्री, साउदम्प्टन, बर्मिंगहॅम, लिव्हरपूल, ब्रिस्टॉल व प्लायमाउथ या ठिकाणांकडे जर्मन आक्रमणाचा मोहरा वळला. तोवर राजधानी लंडनवर १३ हजार टनांहून अधिक अतिस्फोटक बॉम्ब टाकण्यात आले होते आणि जवळपास दहा लाख ज्वलनशील स्फोटकं फेकण्यात आली होती. या हल्ल्यात जर्मनांना त्यांच्या हवाई ताफ्यातील एक टक्क्याहून कमी विमानं गमवावी लागली आणि या घटना बहुतांशानं अपघाती स्वरूपाच्या होत्या. मे १९४१मध्ये

जर्मनांचा हा वेगवान हवाई हल्ला तत्कालीन जर्मन दलांच्या अशा पद्धतीच्या वेगवान हवाई हल्ल्यांना 'ब्लिट्झक्रिग' हे सुपरिचित संबोधन वापरलं जातं. हा हल्ला थांबला, तोपर्यंत ब्रिटनमधील बहुतांश मोठी औद्योगिक शहरं व बंदरं जर्मन दलांच्या भक्ष्यस्थानी पडली होती. त्यानंतर जर्मन बॉम्बर विमानांना सोव्हिएत रशियाच्या विध्वंसासाठी दुसऱ्या आघाडीकडे वळवण्यात आलं. हळूहळू ब्रिटनकडील अधिकाधिक शोधप्रकाशयंत्रं व बंदुका रडार-नियंत्रित व्हायला लागली आणि बिउफायटर हे रात्री कारवाई करू शकणारं रडारसज्ज लढाऊ विमान कार्यरत झालं; त्यामुळे जर्मन हवाई दलाचं नुकसानही वाढत गेलं; पण एकूण मिळून जर्मनीची केवळ ६०० बॉम्बर विमानं खाली पाडणं ब्रिटिश दलांना शक्य झालं. जर्मनीसाठी सर्व प्रकारच्या लढाईतील हे जेमतेम १.५ टक्के नुकसान होतं. ब्रिटिश बॉम्बर कमांडच्या दृष्टीनं चार टक्क्यांहून कमी विमानांचं नुकसान झालं तरी ती रात्र चांगली समजली जात होती, त्या तुलनेत जर्मनीचं नुकसान फारसं नव्हतंच. जर्मन हल्ल्यांमध्ये ४३ हजार नागरिकांचा मृत्यू झाला; १,३९,००० नागरिक जखमी झाले; किमान २५ लाख नागरिकांना तात्पुरतं बेघर व्हावं लागलं आणि बंदरं, कारखाने व रेल्वेच्या पायाभूत रचनांचं गंभीर नुकसान झालं.[५६]

बाल्डविन व चेम्बरलीन यांना संभाव्य धोका म्हणून सतत पछाडून राहिलेला विषारी वायू न वापरता जर्मन दलांनी ही कामगिरी केली. शत्रूची प्रतिहल्ल्याची क्षमता वगळता इतर कोणतंच बंधन हिटलरला माहीत नव्हतं; त्यामुळे ब्रिटिश बॉम्बरांना अनेक गोष्टी साधण्यात अपयश आलं असलं तरी या एका बाबतीत मात्र ब्रिटिश दलांनी यशस्वी प्रतिबंध घातला होता, असं वाजवीरीत्या गृहीत धरता येईल; परंतु रात्रीच्या वेळी बॉम्बफेक करायची जर्मन विमानांची क्षमता ब्रिटनला अप्रिय आश्चर्याचा धक्का देणारी ठरली. या पार्श्वभूमीवर रेडिओ दिशादर्शक झोतांचा लवकर शोध लागल्यामुळे ब्रिटनच्या दृष्टीनं काहीशी नुकसानभरपाई झाली. शिवाय 'योग्य मार्ग' टाळून काही वैज्ञानिकांनी थेट विन्स्टन यांच्यासमोर वस्तुस्थिती मांडल्यामुळे प्रतिकारक उपाय वेगानं विकसित करण्यात आले.[५७] या वैज्ञानिकांना अशा रीतीनं रूढ मार्ग सोडून पुढाकार घ्यावा लागला, ही बाब हवाई दलाच्या सेनाधिकाऱ्यांविषयी कटू निवाडा देणारी आहे. कौतुक करण्याबाबतच्या चुकांसाठी आणि आवडत्या अधिकाऱ्यांवरच विसंबून राहिल्याबद्दल विन्स्टन यांना अनेकदा दोष दिला जातो; पण बहुतेकदा कृती करण्यासाठी त्यांना स्वतःलाच पुढाकार घ्यावा लागत होता, ही वस्तुस्थिती आहे. निर्णयप्रक्रियेतील सर्व प्राणवायू ते एकट्यानं ग्रहण करत होते, हे यामागचं कारण निश्चितपणे नव्हतं. उलट त्यांच्या अधिकाऱ्यांच्या मते, ते कायम सूचनांसाठी खुले असायचे. सूचना जितकी धाडसी असेल तितका तिचा स्वीकार होण्याची शक्यता अधिक असायची. व्यवहार्यतेचा फारसा विचारही

न करता या सूचनांचा पाठपुरावा करण्याची त्यांची वृत्ती होती. अतृप्त कुतूहलातून हे घडत होतं. तल्लख मुलं 'असं का?' हा प्रश्न सतत विचारून पालकांना भंडावून सोडतात, तसंच हे कुतूहल होतं. अमुक एक गोष्ट 'मी म्हणतोय म्हणून' अमुक अशी आहे, असा अंतिम निवाडा पालकांना करता येतो; पण विन्स्टन यांच्या बाबतीत असा काही युक्तिवाद करणं धोकादायक असायचं.[५८] इतरांकडून काही प्रस्ताव आलेला नसेल आणि तरीही आपण मांडलेली कल्पना नाकारण्यात आली तर विन्स्टन 'का नाही?' असा प्रतिप्रश्न करत.

बॉम्बर कमांडला मोकळीक देण्यासाठी आवश्यक नैतिक निमित्त विन्स्टन यांना जर्मन हवाई हल्ल्यानं पुरवलं. 'सामरिक' बॉम्बहल्ल्याच्या परिणामकारकतेविषयी त्यांना वाटत असलेली साशंकताही साधार होती, हे यासोबत स्पष्ट झालं. कुठेही घबराटीचं वातावरण निर्माण झालं नाही, शहरी जीवन वेगानं पूर्वपदावर आलं. हवाई आक्रमणांचा गंभीर फटका बसलेल्या प्लायमाउथ व हल यांसारख्या काही भागांमध्ये नागरी मनोबल तात्पुरतं खालावलं असलं, तरी त्याचा संबंध नागरी संरक्षणाच्या तरतुदीमधील उणिवांशी आणि शत्रूच्या कारवाईपासून सुटका करण्यासाठीच्या अपुऱ्या प्रयत्नांशी होता. घरं व उपजीविका गमावलेल्यांसाठी नुकसानभरपाई योजना सुरू करण्याकरिता विन्स्टन यांना कोषागार मंत्रालयाच्या कामकाजात व्यक्तिशः हस्तक्षेप करावा लागला. असं का घडलं? हा प्रश्नही विचारायला हवा. कन्झर्वेटिव्ह पक्षाचे नेते व कोषागारमंत्री किंग्जले वूड यांच्या विचारशक्तीवर कोणीच शंका घेऊ शकणार नाही. १९३९ मध्ये हवाई कारभारमंत्री असताना त्यांनी साम्राज्य प्रशिक्षण योजना सुरू केली होती; त्यामुळे युद्धकाळात धक्कादायक विध्वंस होऊनही विमानांसाठी आवश्यक मनुष्यबळाचा पुरवठा अव्याहत ठेवता आला. वूड यांनी १९४१ मध्ये किन्सना कोषागार मंत्रालयात आणलं, त्यानंतर १९४३ मध्ये वूड यांचं निधन झालं. या दोन वर्षांच्या काळात किन्सच्या साथीनं वूड यांनी उभी केलेली आर्थिक व सामाजिक व्यवस्थापनाची रचना युद्धोत्तर कालखंडातील लेबर पक्षाच्या सरकारला उपयोगी पडली आणि त्याचं श्रेयही युद्धोत्तर सरकारला मिळालं. युद्धकालीन सरकारचं अपयश विचारसरणीच्या पातळीवर आलेलं किंवा 'व्यापक पटा'चं आकलन न झाल्यामुळे आलेलं नव्हतं, तर लहानसहान पण महत्त्वाच्या गोष्टींमधील हे अपयश होतं. नुकसानभरपाई योजनेप्रमाणेच 'फनीज'सदृश विशेष रणगाड्यांच्या बाबतीतही विन्स्टन यांनी ज्या प्रकारे लक्ष घातलं, त्यावरून असं दिसतं की, व्यक्तिगत किंवा लहान गट उपक्रमांच्या पातळीवर विलक्षण कामगिरी करण्याची क्षमता असूनही या कृतींचं रूपांतर व्यापक उपयोजनामध्ये करण्याची अनिच्छा किंवा सामर्थ्य नसलेल्या लोकांचे विन्स्टन हे प्रतिनिधी होते. हे प्रतिनिधित्व त्यांच्या आजूबाजूच्या इतर कोणा राजकारण्यांना किंवा अधिकाऱ्यांना लाभलं नव्हतं.[५९]

राष्ट्रीय मनोबल केवळ शब्दांनी टिकवणं शक्य नव्हतं. जर्मन शहरांना लक्ष्य करून ब्रिटिशांची बॉम्बर कमांड जर्मनीच्या ब्लिट्झक्रिगला योग्य प्रत्युत्तर देत आहे, असा सोईस्कर भ्रम उत्पन्न करूनही हे साधलं नसतं. कठोर ठोसा लगावण्याची प्रत्येक संधी साधणं गरजेचं होतं. दुर्दैवानं यातील पहिला ठोसा फ्रेंच नौदलाविरोधात लावावा लागला. उत्तर आफ्रिकेतील त्यांच्या तळांवर करण्यात आलेला हा हल्ला क्रूर होता; परंतु निष्ठुर निर्धार दाखवून देण्यासाठी आवश्यकही होता. या धडाडीच्या कारवाईला ब्रिटनमध्ये आणि काहीशा आश्चर्यकारक पद्धतीनं अमेरिकेमध्येही मोठा पाठिंबा मिळाला; पण ही केवळ प्रतीकात्मक कृती नव्हती. नाझी दलांकडून वाटाघाटींचं साधन म्हणून आपल्या नौदलाचा वापर करू दिला जाणार नाही, अशी कोणतीही हमी न देता फ्रेंच सैन्यानं शरणागती पत्करली होती.[६०] नवीन 'विशी' सरकार इंग्रजांबाबत भयगंड बाळगणारं होतं. ब्रिटननं आपला मित्र असलेल्या फ्रान्सची साथ सोडली, हा अजूनही चलनात असलेला समज याच काळात मूळ धरू लागला होता. वास्तविक वस्तुस्थिती याच्या उलट होती : ५२वी तुकडी आणि गृह संरक्षण राखीव दलांमधील चार वाढीव लढाऊ पथकं डंकर्कनंतर फ्रान्सकडे पाठवण्यात आली; पण राजनैतिक फसवणुकीचा बागुलबुवा उभा करणं तत्कालीन घडामोडींमध्ये सोयीचं होतं. अल्जेरियातील मर्स-एल-कबीर इथे फ्रान्सच्या दोन पूर्ण कार्यरत अतिजलद लढाऊ नौका होत्या. ब्रिटिश नौदलातील तत्सम नौकांच्या तुलनेत फ्रेंच नौका अधिक जलद आणि अधिक शस्त्रसज्ज होत्या. पश्चिम आफ्रिकेत सज्ज असलेलं दकार हे युद्धजहाज, तर ब्रिटिश आरमारातील कशाहीपेक्षा वरचढ ठरणारं होतं. मध्यपूर्व समुद्रात इटालियन दलांसमोर ब्रिटिश आणि फ्रेंच नौदलांकडील अस्त्रांची संख्या जेमतेमच जास्त भरली. फ्रेंच नौका अक्ष राष्ट्रांच्या बाजूनं वापरल्या जातील, या धोक्याचा विचारच झाला नाही. अटलांटिकमध्ये स्थानबद्धता मागण्याचा पर्याय फ्रेंच सेनाधिकाऱ्यांनी नाकारला, तेव्हा त्यांना 'अस्वाभाविक आणि यातनादायक' घडामोडींद्वारे पदच्युत करण्यात आलं. त्या घडामोडीमुळे ब्रिटन व फ्रान्स यांच्यातील संबंध क्वचित प्रसंगी कटू वळण घेतात. ब्रेटाग्नी हे युद्धजहाज आणि त्यावरील ८०० खलाशी समुद्रात बुडून गेले, तर डंकर्क व प्रोव्हेन्स या युद्धजहाजांचं नुकसान झालं. डंकर्क हे जहाजच ब्रिटिश हवाई हल्ल्यात बुडून गेलं.

आक्रमणाच्या धोक्याला सामोरं जाण्यासाठी गृह सैन्य जमवायचा प्रयत्न ब्रूक यांनी सुरू केला; पण जुलै महिन्यात त्यांच्या उर्वरित सशस्त्र पथकांपैकी चार कमी झाली- जनरल सर आर्किबाल्ड वेव्हल यांना मध्यपूर्वेत पुनःप्रस्थापित करण्यासाठी ही पथकं आफ्रिकेकडे पाठवण्यात आली. सोमालियातून ब्रिटिशांना बाहेर काढणाऱ्या आणि लिबियामधून आता इजिप्तमध्ये पोहोचलेल्या इटालियनांवर हल्ला व्हावा,

असं आपल्याला वाटत असल्याचं वेव्हल यांनी नोव्हेंबरमध्ये विन्स्टनना सांगितलं, तेव्हा आपण 'सहा मांजरांसारखं चीत्कारलो' अशी आठवण विन्स्टननी नोंदवली आहे. विन्स्टननी वेव्हल यांना प्रोत्साहन देणारी तार पाठवली : 'शत्रूविरोधात शौर्य दाखवणाऱ्या व हिंसा करणाऱ्या सर्व कृतींना आणि निर्णयांना, परिणाम कोणताही झाला तरी, राजाच्या सरकारचा ठाम पाठिंबा मिळेल.'[६१] त्यांना याचा अत्यानंद झाल्याची बाब इझ्मे यांनीही अधोरेखित केली आहे. 'बचावात्मक पवित्र्याची असह्य शृंखला आम्ही अखेरीस फेकून देणार होतो,' ते उद्गारले. 'वरचढ मनोबलाद्वारे युद्धं जिंकली जातात. आता शत्रूऐवजी आपण पुढाकार घेऊ आणि आपल्या इच्छेनुसार त्याला नमवू.'[६२] तरान्तोमधील इटालियन तळावर जलतीर बॉम्बरद्वारे हल्ला चढवून, ॲडमिरल सर अँड्र्यू कनिंगहॅम यांनी तीन इटालियन युद्धनौकांना समुद्रतळ दाखवला आणि उर्वरित नौकांना जेनोआकडे पिटाळून लावलं; त्यामुळे ब्रिटिश नौदलाचं स्थानिक नाविकी वर्चस्व प्रस्थापित झालं. त्यानंतर ब्रिटिश भूदलानं आगेकूच केली आणि दोन ब्रिटिश तुकड्यांनी दहा इटालियन तुकड्यांचा जोरदार पाडाव केला. या लढाईत केवळ २००० जवान मृत्युमुखी पडले व जखमी झाले, तर एक लाख ३० हजार इटालियन जवान युद्धबंदी झाले. तिथून आणखी दक्षिणेकडे अधिक ठामपणे विरोध होत असतानाही राष्ट्रकुलाच्या फौजांनी इटालियनांना सोमालिया व एरिट्रियामधून बाहेर काढलं. या चढाईनंतर लाल समुद्राचे किनारे मोकळे झाले आणि मे १९४१पर्यंत अबिसिनियाची राजधानी आदिस अबाबा पुन्हा सम्राट हेली सेलासीच्या ताब्यात आली.

जर्मन दलांचा सर्वांत अडचणीचा काळ सुरू होता, तेव्हा ब्रिटिशांना आनंद साजरा करायला कारणं मिळत होती. परिणामी, ब्रिटनमध्ये विन्स्टन यांचं स्थान अधिक पक्कं व्हायला मदत झाली; पण यानंतर पुन्हा वाईट बातम्यांचा प्रवाह सुरू झाला. उत्तर आफ्रिकेतील चढाई मध्येच थांबवून राष्ट्रकुलाच्या दलांना ग्रीसच्या बचावासाठी पाठवण्यात आलं; तिथे एप्रिलमध्ये जर्मन दलांनी त्यांना हुसकावून लावलं. त्यानंतरच्या महिन्यात क्रेटमध्येही असंच घडलं. ब्रूक यांच्या आधी साम्राज्यवादी फौजांचे सेनाधिकारी असलेले सर जॉन डिल आणि एडन यांना वेव्हल व कनिंगहॅम यांच्याशी सल्लामसलत करून निर्णय घेण्याची सूचना विन्स्टननी केली. युद्धप्रयत्न विखुरण्याला त्यांनी सहमती दर्शवली. लढा दिल्याशिवाय कोणत्याही साथीदाराचा हात सोडू नये, या विन्स्टन यांच्या दृष्टिकोनाला त्यांनी उघड पाठिंबाच दिला.[६३] परंतु या प्रक्रियेमध्ये उत्तर आफ्रिकेतील त्यांच्या लाभावरही पाणी सोडावं लागेल, हे यातील कोणाच्याही ध्यानात आलं नाही. यातून एक गुंतागुंतीची कहाणी निर्माण झाली आणि पुढील अनेक वर्षं इतिहासकार आणि त्यांचे वाचक या कहाणीवर तावातावाने चर्चा करत राहिले.

आधी नोंदवल्याप्रमाणे, पहिल्या महायुद्धादरम्यान नाविकी कारवायांसंबंधीचे आदेश देताना विन्स्टन यांनी सांकेतिक गुप्तचर (सिग्नल्स इंटेलिजन्स : एस.आय.जी.आय.एन.टी.) माहितीचा वापर केला. या युद्धानंतरच्या काळात ब्रिटनमधील निष्ठावान साम्यवाद्यांनी विद्रोही व घातपाती कृत्यं करावीत अशा सूचना आंतरराष्ट्रीय साम्यवादी संघटनेकडून येत असत,[६४] त्या संकेतांचा वेळोवेळी होणारा उलगडा विन्स्टन यांच्या अक्षुब्ध बोल्शेव्हिकविरोधाला खतपाणी घालत राहिला. १९२४ मध्ये ते कोषागारप्रमुख झाले, तेव्हाही खंडित केलेल्या सांकेतिक संदेशांची माहिती आपल्यापर्यंत यावी, अशी विनवणी त्यांनी केली. 'एवढी वर्षं मी विविध पदे सांभाळतो आहे, त्यात सुरुवातीपासून (आरमार मंत्रालयाच्या 'रूम ४०' मध्ये असल्यापासून) या फोड केलेल्या सांकेतिक संदेशांपैकी प्रत्येक संदेश मी वाचलेला आहे. या अवकाशांमधील सरकारी धोरणाबाबत खरं मत तयार करण्यासाठी राज्यसंस्थेच्या हाताशी असलेल्या इतर कोणत्याही माहितीस्रोतापेक्षा या संदेशांना मी जास्त महत्त्व देतो.'[६५] त्यांना १९४० मध्ये सर्वोच्च नेतृत्वाचं पद मिळालं त्याच वेळी (२२ मे रोजी) एनिग्मा या जर्मन सांकेतिक लिपी यंत्राचं संदेशवहन छेदण्यात पहिल्यांदा यश मिळालं. ऑगस्टपर्यंत हे फोड झालेले संदेश (एजंटचा स्रोत सूचित व्हावा यासाठी याचं पहिलं सांकेतिक नाव 'बोनिफेस' असं होतं, त्यानंतर तो 'अल्ट्रा' या नावानं ओळखला गेला.) विन्स्टन यांच्यासाठी कार्यात्मक गुप्तचर माहितीचा मुख्य स्रोत बनले. 'विविध गुप्तचर संस्थांना हे अहवाल चाळणीसाठी व वर्गीकरणासाठी मिळतात, तशाच स्वरूपात ते माझ्याकडे यावेत अशी माझी इच्छा नाही,' असं विन्स्टन यांनी लिहिलं आहे. 'सध्या मेजर डेस्मंड मॉर्टन माझ्यासाठी या माहितीची तपासणी करतात आणि त्यांना विशेष महत्त्वाचं वाटेल तेवढंच माझ्याकडे पाठवतात. त्यांना सगळं दाखवलं जातं आणि अस्सल दस्तऐवज मूळ रूपात माझ्यासमोर सादर केले जातात.'[६६]

युद्धकाळात गुप्त/सांकेतिक संदेशांची फोड करणारं तंत्रज्ञान (क्रिप्टोग्राफी) किती महत्त्वाचं ठरलं हे जनतेला माहीत होण्यासाठी १९७४ हे वर्ष उजाडावं लागलं. या वर्षी अधिकृत गोपनीयता अधिनियमात सुधारणा करण्यात आली, १९८० मध्ये क्रिप्टोग्राफीचा पूर्ण प्रभाव सर्वज्ञात झाला.[६७] या खुलाशांमुळे युद्धाविषयीच्या आधीच्या सर्व अर्थनिर्णयांबाबत साशंकता निर्माण झाली. १९४०-४३ मध्ये मध्यपूर्वेतील मोहिमेच्या वेळी विन्स्टननी प्रत्यक्ष कामकाजात 'लुडबुड' केली, या मांडणीवरही नव्यानं प्रकाश पडला. दुर्दैवानं काही वेळा संकेतांवरून बांधलेल्या अंदाजांमुळे या मोहिमेत दोस्त राष्ट्रांच्या पराभवालाही हातभार लागला. एखादा जर्मन सेनाधिकारी वरिष्ठांचे आदेश धुडकावेल आणि स्वतःच्या दलांचं सामर्थ्य व युद्धसज्जता यांविषयी त्यांना चुकीची माहिती देईल, हे ब्रिटिशांना अपेक्षित नव्हतं;

पण लवकरच फिल्डमार्शल पदावर गेलेल्या एर्विन रोमेल यांनी सदर मोहिमेच्या वेळी असंच केलं आणि इटलीतील आपल्या नाममात्र वरिष्ठांवर कुरघोडी केली. याचा आनुषंगिक परिणाम असा झाला की, काही तुकड्या ग्रीक आघाडीवर कारवाईसाठी पाठवण्यात आल्यामुळे आधीच कमी संख्याबळ असलेल्या राष्ट्रकुलाच्या दलांना जोरदार धक्का बसला.[६८]

'फसव्या कागदपत्रां'मुळे संयुक्त गुप्तचर समितीच्या अहवालांचं अवमूल्यन झालं आहे, असा तर्क अलीकडे समोर आला आहे; त्यामुळे गुप्तचर माहितीमधील गफलतींविषयी आपण आता जास्त सजग झालो आहोत. हे अपरिहार्य आणि अनंतकालीन आहे : उघड स्रोतांकडून गोळा करता येईल, अशा माहितीपेक्षा छुप्या मार्गांनी मिळालेल्या माहितीवर लोक अधिक विश्वास ठेवतात. सांकेतिक लिपीचा उलगडा करण्याची प्रक्रिया विशेषकरून आकर्षून घेणारी ठरते; परंतु लिखित किंवा बोली संदेशाच्या शब्दशः नोंदींचंही कुशल अर्थनिर्णयन गरजेचं असतं. सर्व स्रोतांकडून माहिती ताडून, पाहून समतोल मूल्यमापन सादर करण्यासाठी १९३६ मध्ये संयुक्त गुप्तचर समितीची स्थापना करण्यात आली; पण या समितीद्वारेच सर्व संबंधित खात्यांनी आपली माहिती व मतं यांची देवाणघेवाण करावी, असे आदेश विन्स्टन पंतप्रधान झाल्यानंतर पहिल्यांदा देण्यात आले आणि मुळात या समितीला काहीएक काम पार पाडण्यासाठी आवश्यक कर्मचारीवर्ग १९४१च्या सुरुवातीला मिळाला.[६९] थोड्याच कालावधीत ही समिती कार्यक्षम झाली; पण विन्स्टन यांच्या अनुभवाची खोली आणि विविधता किंवा त्यांच्या केवळ स्रोतांची व्याप्ती पाहिली तरी कोणताही अधिकारीगट त्या तुलनेचं काम करणं शक्य नव्हतं, हे सहज लक्षात येतं. विन्स्टन स्वतःच गुप्तचर माहितीचं विश्लेषण करत आणि त्यांची प्रकांड स्मरणशक्ती व असाधारण बहुकृतिशीलता यांमुळे त्यांना हे शक्यही होत असे. यातील बहुतांश माहिती 'अल्ट्रा' या स्रोताकडून मिळत होती. दुसऱ्या महायुद्धातील हे ब्रिटिशांचं सर्वांत मोठं यश म्हणता येईल.[७०]

सैनिकी वृत्ती व सैनिकी सज्जता नसलेल्या आणि दुय्यम कामगिरी करणाऱ्या राष्ट्राने अपरिहार्य वाटणाऱ्या पराभवाला हुलकावणी दिली, याला विन्स्टन यांची स्वभाववृत्ती किती कारणीभूत होती, यावर अधिक ऊहापोह करणं आता थांबवू या. ड्यूक ऑफ मार्लबरो या आपल्या पूर्वजाचं चरित्र विन्स्टननी लिहिलं आहे, त्यामधील एक उतारा त्यांना स्वतःलाही लागू होणारा आहे :

> 'जवळपास कोणताही बुद्धिमान लेखक विशिष्ट युद्धपरिस्थितीविषयी कष्टपूर्वक तपासलेल्या तथ्यांच्या आधारे तांत्रिक परिभाषेतील प्रवाही व तर्कशुद्ध मांडणी करू शकतो; परंतु युद्धाबाबतच्या खऱ्या यक्षप्रश्नाचं

उत्तर देण्यासाठी निखळ प्रतिभेची गरज असते आणि प्रतिभा सशस्त्र असली तरीही, बाहेरून वाचनाद्वारे किंवा अनुभवातून कमावता येत नाही. प्रतिभेच्या अभावी राष्ट्रांना- युद्धांना तोंड देणं भाग पडतं आणि सर्वांत मोठ्या व शुद्ध हिऱ्यांपेक्षाही हा गुण दुर्मिळ असतो; त्यामुळे बहुतांश युद्धांची कहाणी मुख्यत्वे गडबडगोंधळाची असते; परंतु वेळोवेळी प्रतिभेचा झोत येतो, तेव्हा संकट व संभ्रम यांतून अचूक वाटेल अशा जाणिवेद्वारे रचना आखल्या जातात.'[७१]

नेतृत्वाची ही संकल्पना आधुनिकपूर्व आहे, असं टीकाकार सातत्यानं नोंदवत असतात; परंतु मानसिक पातळीवर आधुनिकपूर्व काळातच वावरणाऱ्या ब्रिटिश समाजाच्या गरजांशी ही संकल्पना मेळ खात होती, हेही तितकंच खरं आहे. आपण जर्मनीइतके 'आधुनिक' नाही आणि सोव्हिएत रशियाइतके 'प्रगतिशील' नाही, या वस्तुस्थितीमधून ब्रिटनचं मानसिक सामर्थ्य निर्माण झालं होतं. विन्स्टन स्वतःच्या भ्रमात राहणाऱ्यातले नव्हते. विन्स्टन चर्चिल यांनी देशाला खोट्या आशावादाच्या नादी लावलं, अशी उपहासगर्भ टिप्पणी बीव्हन यांनी केली होती. त्याला प्रतिसाद देताना १९४२ मध्ये विन्स्टन म्हणाले होते : 'मी कोणतेही अहंकारी, आत्मविश्वासपूर्ण, बढाई मारणारे अंदाज वर्तवलेले नव्हते. उलट माझं रक्त, कष्ट, अश्रू आणि घाम यांच्याशी मी घट्ट जोडलेला राहिलो. त्यात गोंधळ व अव्यवस्थेची भर पडली आणि काही प्रमाणात या सगळ्यातून तुम्हाला हेच मिळालं.'[७२] मनमानी सत्तेचा मोह त्यांनी निषिद्ध मानला आणि त्याऐवजी अतिशय सदोष संस्थांच्या माध्यमातून देशाचा बचाव करण्याचा प्रयत्न केला, याचं श्रेय विन्स्टनना द्यायला हवं. केंद्रीय सत्तेविषयीचा ऐतिहासिक अविश्वास आणि वैयक्तिक स्वातंत्र्याला असलेली अनन्य कटिबद्धता याचंच प्रतिबिंब संबंधित संस्थांच्या व्यावहारिक अपयशांमध्ये पडलं.

युद्धाचा शेवट अस्पष्ट होता त्या काळात विन्स्टन यांच्या नेतृत्वाला एकमेव गंभीर आव्हान देणारे लोक सोव्हिएत रशियाचे कट्टर समर्थक होते, यात काही आश्चर्य वाटण्यासारखं नाही. त्यांना हुकूमशाहीमधील नेटकेपणाची छुपी आस होती, हे बहुधा त्यांना स्वतःलाही पुरेसं लक्षात आलं नव्हतं. या सोव्हिएत समर्थकांना युद्धविरोधकांचीही साथ होती. विन्स्टन यांनी खूप उत्साहानं युद्धाला सामोरं जायचा निर्णय घेतल्यामुळे या युद्धविरोधकांची अप्रीतीही त्यांना सहन करावी लागली. *'ट्रिब्यून'* या डाव्या विचारसरणीच्या नियतकालिकाचं नियंत्रण जानेवारी १९४२ मध्ये बीव्हन यांच्याकडे आलं. त्यांना रिचर्ड स्टोक्स या श्रीमंत उद्योजकाचा पाठिंबा होता. स्टोक्स हे लेबर पक्षाचे खासदार आणि युद्धपूर्व काळात आत्यंतिक शांततावादी होते. विन्स्टनविषयी स्टोक्स यांना वाटणारा तिरस्कार बीव्हनपेक्षाही

कितीतरीपट जास्त होता. विन्स्टनच्या विरोधकांमधील आणखी एक होते- स्टॅफोर्ड क्रिप्स. मॉस्कोतील आपल्या दूतावासीय पदाचा राजीनामा देऊन ते युद्धापर्यंत लंडनला परतले होते. रशियनांना मदत करण्यासाठी पुरेसे प्रयत्न होत नसल्याचं मत त्यांनी जाहीररीत्या मांडलं. स्टालिननी आपल्याला तिरस्कृत वागणूक दिली आणि औपचारिक दोस्तीचा पर्याय नाकारला, यामागे या अपुऱ्या मदतीचंच कारण होतं, असंही क्रिप्स यांचं म्हणणं होतं. दरम्यान, *'सेकण्ड फ्रन्ट नाउ'* हे भित्तिचित्र अचानकपणे ब्रिटनमध्ये सर्वत्र दिसायला लागलं आणि कम्युनिस्ट पक्षाच्या सदस्यत्वांत मोठी वाढ झाली. आधीच्याच वर्षी 'क्रांतिकारी पराभववादा'च्या कालखंडामध्ये कम्युनिस्टांचं सदस्यत्व १२ हजारांपर्यंत खाली गेलं होतं आणि *'डेली वर्कर'* हे त्यांचं मुखपत्र बंद पडलं होतं; पण १९४२ च्या मध्यापर्यंत त्यांचं सदस्यत्व ६५ हजारांपर्यंत जाऊन पोहोचलं.

विन्स्टननी देऊ केलेलं पुरवठामंत्रिपद क्रिप्स यांनी नाकारलं; पण 'लॉर्ड ऑफ प्रिव्ही सील' आणि सभागृहनेता हे पद स्वीकारलं. सभागृहातील पक्षनेत्याचं काम करताना त्यांनी परिणामतः सरकारच्या विरोधकांनाच पाठिंबा दिला. बॉम्बफेक मोहिमेसंदर्भात २४-२५ फेब्रुवारी या दिवसांमध्ये झालेल्या चर्चेतील त्यांची भूमिका अशाच प्रकारची होती. ब्रिटन एकटा होता, तेव्हा ही मोहीम सुरू करण्यात आली; पण आता रशियन व अमेरिकन दलंही युद्धात सहभागी झाल्यानंतर या निर्णयाचा पुनर्विचार केला जाईल, असं त्यांनी कुटिलतेनं जाहीर केलं. सरकारची नाचक्की होईल या आशेनं क्रिप्स काही मुद्दे पुढे आणू पाहत होते; परंतु एप्रिल महिन्यात श्री. जस्टिस सिंगल्टन यांनी तयार केलेल्या संदर्भ-अटींमुळे अशा चर्चेची शक्यता मावळली आणि जर्मनीवर कठोर हल्ला करण्यासाठी आवश्यक उपकरण बॉम्बर कमांडला अखेरीस मिळालं.[७३] 'बॉम्बर कमांड युद्धासाठी अप्रस्तुत होती की युद्ध बॉम्बर कमांडसाठी अप्रस्तुत होतं, हे ठरवणं अवघड आहे,' असा टोमणा जॉन टेरेन यांनी *'द राइट ऑफ द लाइन'*मध्ये मारला आहे. हेच म्हणणं क्रिप्स व त्यांच्या समर्थकांना अधिक न्यायानं लागू पडतं. स्टालिननी कौतुक केलेल्या एकमेव ब्रिटिश कृतीमध्ये अडथळा आणायचा प्रयत्न या मंडळींनी केला आणि त्याच वेळी रशियनांना अधिक मदत करावी अशी मागणीही केली.

*'ट्रिब्यून'*चा वाचकवर्ग साम्यवादी निष्ठावानांपुरता मर्यादित होता, परंतु *'सेकण्ड फ्रन्ट नाउ'* या अभियानाला *'डेली मिरर'* आणि त्याचा प्रतिस्पर्धी असलेल्या *'डेली एक्सप्रेस'* यांसारख्या व्यापक वाचकवर्गाच्या वर्तमानपत्रांनी उचलून धरलं. या वर्तमानपत्रांना सर्वच राजकारणी गांभीर्यानं घेत असत. या अभियानाचा पाठपुरावा करण्यासाठी 'एक्सप्रेस'चे मालक लॉर्ड बीव्हरब्रूक यांनी पुरवठामंत्रिपदाचा राजीनामा दिला. कॅनडामध्ये जन्मलेले बीव्हरब्रूक हे विन्स्टन यांचे मित्र होते. कट्टर टोरी/

कन्झर्वेटिव्ह आणि लेबर पक्षाचे साम्यवादविरोधी लोक यांच्या विरोधात विन्स्टनचे हात आपण बळकट करत आहोत, असा बीव्हरब्रूक यांचा समज झाला असण्याची शक्यता आहे. सरकारविरोधातील आणखी एक जाणीवपूर्वक हल्ला उच्चवर्गीय समाजवादी सेसिल किंग यांच्या प्रायोजकत्वाखाली *'मिरर'* या वर्तमानपत्रातून होत होता. उमरावी तुच्छता व लोकानुनय यांचा रोचक संगम किंग यांच्या व्यक्तिमत्त्वात झाला होता, त्याचं अचूक चित्रण विख्यात सदरकार विल्यम 'कॅसेन्ड्रा' कॉनर यांनी जानेवारी १९४२ मधील सैन्यदलांविषयीच्या एका लेखात केलं आहे : 'सर्वांत वरच्या स्थानी 'गार्ड्स' पथकाचा सैनिकी उमराववर्ग आहे, त्यांची मानसिकता पॉट्सडॅमहून फारशी वेगळी नाही. मध्यम स्थानी दुय्यम दर्जाचा शिष्टमन्यवर्ग असतो आणि या सर्वांच्या पाठीमागे नागरी सेवेची गोंडस निष्क्रियता असते, ती विविध नियमनांमध्ये जखडून पडलेली आहे.'[७४]

कॉनर व त्यांचे मित्र व्यंग्यचित्रकार फिलिप झेक यांनी ५ मार्च १९४२ रोजी सरकारची बेअब्रू करणारं एक व्यंग्यचित्र प्रकाशित केलं. वादळी समुद्रामध्ये एका उद्ध्वस्त जहाजाला कसंबसं धरून असलेला खलाशी त्या चित्रात दाखवला होता आणि चित्रासोबतची ओळ अशी होती : 'पेट्रोलची किंमत एका पेनीनं वाढली.' या चित्रातून नफेखोरी होत असल्याचा ध्वन्यर्थ निघत होता; त्यामुळे बीव्हन आणि मॉरिसन संतप्त झाले. *'मिरर'* बंद करण्यात यावा असा प्रस्ताव त्यांनी मंत्रिमंडळासमोर मांडला. विन्स्टननी विनवणी केल्यावर शेवटी त्यांनी केवळ किंग यांना बोलावून तंबी देण्याचा तुलनेनं सौम्य प्रस्ताव स्वीकारला. या भेटीत किंग यांची आयुष्यभर लक्षात राहील इतकी खरडपट्टी काढण्यात आली. थोड्याच काळात कॉनर यांनी नोकरीचा राजीनामा दिला आणि सैन्यात प्रवेश केला. त्यांच्या सदरातील अखेरच्या लेखामधील शब्दांपेक्षा अधिक ठळकपणे बोलकी अशी ही पश्चात्तापाची कृती होती. आपण 'कोणतंही पाप केलेलं नाही' असं त्यांनी ठामपणे लिहिलं. 'शांततेच्या काळात खुले नसलेले सेवेचे मार्ग युद्धकाळात खुले आहेत आणि यातील काही मार्ग सन्मानाचे मार्ग असू शकतात,' हा विन्स्टन यांचा सल्ला आपण मानतो आहोत, असं कॉनर यांनी सदर लेखात जाहीर केलं.[७५]

उत्तर आफ्रिकेतील सुरुवातीच्या विजयानंतर पराभवांची मोठी मालिकाच सुरू झाली, त्यातून विन्स्टन यांच्या विरोधकांना जोर मिळाला. राष्ट्रकुल फौजांमधील सर्वोत्तम दलांना ग्रीस व क्रेटे इथून बाहेर काढण्यात आलं, तर जर्मन सेनापती रोमेलनी उर्वरित दलांना इजिप्तमधून हाकलून लावलं आणि तोब्रूक या लिबियन बंदराला वेढा घातला. माल्टावरील प्रदीर्घ हवाई हल्ला रॉयल नेव्हीवरील आणखी एका हल्ल्याचं भाकीत करणारा होता. क्रेटेमध्ये मोठी हानी झालेल्या ब्रिटिशांच्या या नौदलाला सदर हल्ला थोपवणं शक्य नव्हतं. २४ मे रोजी *'हूड'* ही मोठी लढाऊ

अतिजलद नौका उद्ध्वस्त करण्यात आली आणि *'बिस्मार्क'* या जर्मन नौकेनं *'प्रिन्स ऑफ वेल्स'* ही नवीन ब्रिटिश युद्धनौका बाद करून टाकली. या तडाख्यानं ब्रिटिशांचं मनोबल खच्ची झालं. तीन दिवसांनी ब्रिटिश नौदलानं जर्मनीची ही जर्जर युद्धनौका पकडली; परंतु मनोबलाची नुकसानभरपाई काही झाली नाही. तोब्रूक सोडवून घेण्यासाठी दोन अयशस्वी प्रयत्न करून झाल्यावर २१ जून रोजी विन्स्टन यांनी वेव्हल व भारताचे मुख्य सेनाधिकारी जनरल सर क्लॉद ऑशिनलेक यांच्या स्थानांची अलटपलट करायचा निर्णय घेतला; परंतु वेव्हल यांच्याकडून होणाऱ्या विनंत्या पूर्वसुरींचाच कित्ता गिरवणाऱ्या असल्याचं त्यांच्या लक्षात आलं. सोव्हिएत रशियाविरोधात जर्मनीनं केलेल्या 'ऑपरेशन बार्बाडोसा' या विध्वंसक कारवाईनं सगळं वातावरण दणाणून सोडलं. याचे संमिश्र पडसाद उमटले. अक्ष राष्ट्रांनी मध्यपूर्व समुद्राच्या परिसरात स्वतःला मिळालेलं वरचढ स्थान पुढं रेटलं नाही; पण त्याचसोबत ब्रिटनच्या दिशेनं येऊ घातलेली युद्धसामग्री सोव्हिएत रशियाच्या दिशेला वळवण्यात आली. शिवाय अटलांटिकमध्ये प्रचंड तोटा सहन करत असलेल्या व्यापारी नौकावाहतुकीवर आणखी खर्च लादला गेला. अखेरीस नोव्हेंबर १९४१ मध्ये ऑशिनलेक यांनी आक्रमण करून तोब्रूक सोडवण्यात यश मिळवलं; पण या कारवाईत त्यांच्या दलांची इतकी हानी झाली की, जानेवारी १९४२ मध्ये रोमेल यांच्या प्रतिहल्ल्याला तोंड देण्याची क्षमता ही दलं गमावून बसली होती. या घडामोडींची माहिती हाउस ऑफ कॉमन्समध्ये देताना विन्स्टन यांनी उमदेपणानं कबुली दिली की, 'आपल्या विरोधातील दलं अतिशय धाडसी व कुशल आहेत आणि युद्धकालीन विनाश बाजूला ठेवला, तर आपल्या प्रतिपक्षाकडील सेनाधिकारीही महान आहे, हे मान्य करायला हवं.'

दरम्यान, जपान्यांनी १० डिसेंबर रोजी मलाया किनाऱ्याजवळ *'प्रिन्स ऑफ वेल्स'* आणि *'रिपल्स'* या युद्धनौकांना जलसमाधी घ्यायला लावली. डडली पाउन्ड यांनी ही बातमी दूरध्वनीद्वारे विन्स्टनना दिली. संपूर्ण युद्धामधील आपल्याला थेट वैयक्तिक धक्का देणारी ही बातमी असल्याचं विन्स्टननी नोंदवलं आहे. यापाठोपाठ मलायामध्ये साम्राज्याच्या फौजांचा पाडाव झाला. परिणामी, १५ फेब्रुवारी १९४२ रोजी सिंगापूरमध्ये ५५ हजार जपान्यांसमोर एक लाख ३० हजार जवानांनी शरणागती पत्करली. ब्रिटिश सैनिकी इतिहासातील ही सर्वांत मोठी शरणागती आहे.[७६] या घटनेच्या दोन दिवस आधी *'शार्नहोर्स्त'* व *'ग्नेइसेनाऊ'* या युद्धनौका ब्रिटिश खाडीमधून सहज जर्मनीकडे निघून गेल्या आणि या खाडीवरील ब्रिटनच्या वर्चस्वावर प्रश्नचिन्ह उपस्थित झालं. प्रत्यक्षात कैदी पळून पुन्हा तुरुंगातच जात असल्यासारखी ही अवस्था होती; पण क्षुब्ध ब्रिटिश जनतेनं या घटनेकडे त्या पद्धतीनं पाहिलं नाही. नंतर रोमेल यांनी पुन्हा हल्ला करून २१ जून रोजी तोब्रूकचा

ताबा घेतला, तेव्हा तर ब्रिटिशांचं मनोबल रसातळाला गेलं. केवळ औपचारिक प्रतिकार करून झाल्यावर ३५ हजार ब्रिटिश जवानांना त्यांच्याहून कमी संख्येच्या दलासमोर शरणागती पत्करावी लागली. सिंगापूरचा पाडाव झाला, तेव्हा मुसोलिनीनं म्हटलं होतं की : 'चार ब्रिटिश अधिकारी शरणागतीचा पांढरा झेंडा घेऊन पुढे जाताच, त्याचा तऱ्हेवाईक पौर्वात्यांवर कोणता परिणाम झाला, ते जाणून घ्यायला मला आवडेल. या जागी आम्ही असतो तर कोणी त्याला काहीच महत्त्व दिलं नसतं; पण ते ब्रिटिश आहेत.'[७७] कैरोमध्ये १ जुलै १९४२ रोजी, 'राख बुधवारी' (ॲश वेनस्डे) अधिकाऱ्यांनी त्यांच्याकडील फायली जाळायला सुरुवात केली आणि जळालेल्या कागदाचे काळे कपटे हवेत भरून गेले, तेव्हा घबराटीचं वातावरण पसरलं. 'पराभव आणि मानहानी या दोन निरनिराळ्या गोष्टी आहेत,' असं आठ वर्षांनी विन्स्टन यांनी लिहिलं.[७८]

सिंगापूर, तोब्रूक आणि राख बुधवार या घटनांमधून सावरणं झालंच नाही, एतद्देशीय लोकांच्या नजरेतूनही ब्रिटिशांचं स्थान खालावलं ते खालावलंच! मध्यपूर्वेतील परिस्थिती पूर्ववत करण्यासाठी एकदा विन्स्टन यांना अमेरिकी रणगाडे व बंदुकांची याचना करावी लागली होती, तेव्हापासून युद्धाच्या भवितव्यावर प्रभाव टाकण्याची त्यांची क्षमता गंभीररीत्या कमी झाली. देशांतर्गत शत्रूंनीही त्यांची अधिसत्ता क्षीण होईल यासाठी सर्वतोपरी प्रयत्न केले; पण विरोधकांनी १-२ जुलै १९४२ या दिवसांमध्ये अविश्वासाचा ठराव मांडावा असं उलटं आव्हान देऊन विन्स्टन यांनी हा मुद्दा लावून धरला. कन्झर्वेटिव्ह पक्षाच्या नेत्यांनी आणि विन्स्टन यांचे जुने मित्र आरमार ॲडमिरल सर रॉजर किन्स यांनी उलट्या बाजूनं मांडणी केली आणि बनावट घटनात्मकतेचे उपाय प्रस्तावित केले. डाव्यांकडून काही हानिकारक हल्ला झाला असता, पण बीव्हन यांच्या द्वेषबुद्धीमुळे तोही क्षीण झाला. 'पंतप्रधान वादांमध्ये युद्धासारखे लढतात आणि युद्धांमध्ये वादांसारखे लढतात, असं आता देशात बोललं जातं आहे,' असं बीव्हन म्हणाले (तेव्हा आपण किती सत्य बोलतो आहोत याची त्यांना जाणीव नव्हती.) 'रोमेल ब्रिटिश सैन्यात असता तर अजूनपर्यंत केवळ सार्जन्टच राहिला असता,' अशी टिप्पणीही त्यांनी केली. साम्राज्यवादी जर्मन सैन्यामध्ये १९१० मध्ये ऑफिसर कॅडेट म्हणून रुजू झालेल्या आणि नुकतीच फिल्डमार्शल पदावर बढती मिळालेल्या रोमेलना असली टीका हास्यास्पद वाटली असेल. बीव्हन पुढे म्हणाले की, फ्रेंच, झेक व पोलिश दलांमध्ये असे अनेक गुणवान सेनाधिकारी आहेत. आपल्या तिरस्कृत वर्गशत्रूमधील सर्वोत्कृष्ट सेनाधिकाऱ्यांपेक्षा या सेनांमधील कोणताही गुणवान अधिकारी अधिक श्रेयस्कर ठरेल.

विन्स्टन यांनी विरोधकांवर तलवारच चालवली. 'साधारण दोन वर्षांपूर्वी मला पंतप्रधानपद स्वीकारण्यासाठी बोलावण्यात आलं, तेव्हा या कामासाठी फार कोणी

इच्छुक उमेदवार नव्हते; पण तेव्हापासून आता बाजारपेठेत सुधारणा झालेली दिसते,' ते म्हणाले. बीव्हन यांच्या विधानांवर विन्स्टन टीका करत असताना सभागृहामध्ये हशा पिकला. त्यांच्यातील द्वंद्वामध्ये विन्स्टन यांचा हा आवडता डावपेच होता; त्यामुळे बीव्हन संतप्तही होत असत. विन्स्टन म्हणाले, 'कोणी टीका केली तर मला चीड येत नाही. ठाम मांडणीसाठी ही टीका वास्तवापासून फारकत झालेली असेल, तरीही हरकत नाही.' त्यांनी तयार केलेल्या युद्ध व्यवस्थापनाच्या रचनेमध्ये कोणताही बदल करायला ते मुभा देणार नव्हते. 'मी तुमचा सेवक आहे आणि तुम्हाला वाटेल, तेव्हा मला नाकारण्याचा तुम्हाला अधिकार आहे; पण परिणामकारक कृतीसाठी आवश्यक सत्ता न वापरता मी जबाबदारी घ्यावी, असं मला सांगायचा अधिकार मात्र तुम्हाला नाही.'[७९] त्यांच्या जागी अधिक कोणी हितकारक नेतृत्व येत नसेल, तर त्यांना कमी लेखणं देशभक्तीविरोधी आहे, असं सूचित करून त्यांनी भाषण संपवलं. परिस्थिती दोन वर्षांआधीसारखीच होती- विन्स्टनऐवजी दुसरा पर्याय नव्हता; त्यामुळे अविश्वासाचा ठराव ४७७ विरुद्ध २५ मतांनी फेटाळण्यात आला.

पंतप्रधानांना उत्तरदायी ठरवण्याचा हाउस ऑफ कॉमन्सचा अधिकार बीव्हन व स्टोक्स अशा केवळ दोनच खासदारांनी सातत्यानं वापरला, हे दुर्दैवी आहे. अनेकदा त्यांच्या वैध टीकेला वैयक्तिक वैरभावामुळे उणेपणा येत असे. विशेषतः स्टोक्स यांनी ब्रिटिश शस्त्रांच्या दुय्यम असण्याविषयी अतिशय मर्मभेदी प्रश्न विचारले होते. कष्टकरी वर्गाविषयी विन्स्टनकडून काही अनर्थकारक विधान केलं जावं, यासाठीही कदाचित स्टोक्स अशी टीका करत असतील. नवीन 'चर्चिल रणगाड्याच्या यांत्रिक अविश्वासार्हते'संबंधीचा हा साधार वार चुकणार नाही, असं त्यांना वाटलं असावं; पण स्वतःविरोधातील विनोदावर कुशल प्रहार करत विन्स्टन यांनी हा वार परतवून लावला. 'हा रणगाडा रेखाटन पटावरून थेट मागवलेला आहे आणि त्याचं उत्पादन तातडीनं व्हावं यासाठी बऱ्याचजणांचा वेळ खर्ची पडलेला आहे. अपेक्षेप्रमाणे त्यामध्ये अनेक त्रुटी आहेत, प्रारंभिक समस्या आहेत आणि हे सगळं दिसायला लागल्यावर या रणगाड्याचं 'चर्चिल' असं उचित नामकरण करण्यात आलं. आता यातील त्रुटींवर मात करण्यात आली आहे. अखेरीस हा रणगाडा युद्धातील एक शक्तिशाली, महाकाय आणि सेवादायी अस्त्र असल्याचं सिद्ध होईल, याची मला खात्री आहे.'[८०]

मंत्रिमंडळाला युद्धाविषयी काहीही माहिती नाही आणि युद्ध 'जिंकण्यासाठीच विन्स्टन चर्चिल यांच्यावर जबाबदारी देण्यात आली आहे', या अर्नेस्ट बीव्हन यांच्या मताशी काही अपवाद वगळता, बहुतांश खासदार सहमत होते. त्यांचा विश्वास आहे, तोवर विन्स्टननी पुढची पावलं उचलावीत, त्यांना काहीच माहीत नसलेल्या

गोष्टींवर त्यांची मतं विचारत राहू नये, असं बीव्हन म्हणाले.[८१] वसाहतींमधील पंतप्रधानांचं मतही हेच होतं. १९४०-४१मध्ये ब्रिटन एकटाच उभा ठाकला होता, असं बोलण्याची सोपी सवय अनेकांना लागलेली असते; पण त्या काळातही ब्रिटनला चांगली साथ मिळालेली होती. ब्रिटिशांना 'इंग्लिश' असं संबोधणाऱ्या अमेरिकींना कदाचित माफ करता येईल. मुळात खऱ्या अर्थानं हा एक बहुराष्ट्रीय प्रयत्न असताना त्याला 'ब्रिटिश' असं संबोधन वापरणंही दिशाभूल करणारंच आहे. उत्तर आफ्रिकेतही आलामेन लढाईची तयारी करायची वेळ येईपर्यंत आठव्या सैन्यातील ब्रिटिश जवानांपेक्षा भारत, ऑस्ट्रेलिया, न्यूझीलंड, दक्षिण आफ्रिका, पॅलस्टाईन, पूर्व व पश्चिम आफ्रिका इथल्या सैनिकांची संख्या जास्त होती आणि पोलंड, फ्रान्स व ग्रीस इथली राष्ट्रीय दलंही तात्पुरत्या मदतीसाठी आलेली होती.[८२] रक्ताची नाती आणि जमातीय निष्ठा यांमुळे जगभरातील इंग्रजी भाषक स्वयंसेवक त्यांच्या लेखी सामाईक आस्थेच्या प्रश्नावर लढण्यासाठी एकत्र आले. वसाहतींनी या युद्धामध्ये महत्त्वाचं व निःस्वार्थी योगदान दिलं, दोस्त राष्ट्रांची नाव फारसे हेलकावे खाणार नाही अशी कामगिरी केली; परंतु ब्रिटिश व अमेरिकी सैनिकी इतिहासकारांनी त्यांच्या कामगिरीकडे योग्य तेवढं लक्ष दिलेलं नाही.

वसाहतींच्या पंतप्रधानांनी १९३९ मध्ये युद्ध घोषित केलं, त्या वेळी हा सर्व कणखर माणसांचा गट संघटित झाला. ब्रिटनचा बचाव हा सर्वांचा बचाव आहे, ही बाब त्यांनी स्वीकारली. वास्तविक पहिल्या महायुद्धात ब्रिटिशांच्या आदेशाखाली असलेल्या वसाहतिक सैन्यदलांच्या आठवणी चांगल्या नव्हत्या आणि त्याहून वाईट मिथकंही त्या काळात निर्माण झाली होती. तरीही दुसऱ्या महायुद्धात वसाहतींनी ब्रिटनला साथ दिली. आयर्लंडमध्ये जर्मनांच्या बाजूची भावना बळकट होती. तटस्थ राहून आपण ब्रिटिशांकडून सवलती बळकावू शकतो, असा तत्कालीन आयरिश नेते द व्हॅलेरा यांचा अंदाज होता. दक्षिण आफ्रिकेत तर जर्मनीसमर्थक वातावरण अधिक दृढ होतं; पण तिथे ब्रिटिशविरोधी पंतप्रधान बेरी हट्झोंग यांची जागा घेण्यासाठी जेन ख्रिस्तिआन स्मट्स यांनी मंत्रिमंडळाच्या स्तरावर उठाव घडवून आणला. त्यानंतर त्यांनी युद्धाचा बहुतांश काळ लंडनमध्येच काढला. १९१७-१८ या कालखंडात स्मट्स साम्राज्यवादी युद्ध मंत्रिमंडळाचे सदस्य होते, तेव्हा त्यांची विन्स्टनशी दोस्ती झाली होती; ती लंडनच्या या वास्तव्यात पुनरुज्जीवित झाली. यशस्वी बोअर गनिमी नेता म्हणून १९०१-०२ मध्ये सैनिकी कारकीर्द सुरू केलेले स्मट्स १९४१ मध्ये ब्रिटिश फिल्डमार्शल झाले आणि त्यांनी ब्रिटिश व दोस्त राष्ट्रांच्या सर्वोच्च युद्ध मंडळांमध्ये पुन्हा एकदा सक्रिय सहभाग घेतला. लीग ऑफ नेशन्स आणि संयुक्त राष्ट्रे या दोन्ही संस्थांच्या संस्थापक सनदांवर स्वाक्षरी करणारे ते एकमेव व्यक्ती होते. दुर्दैवानं त्यांच्या अनुपस्थितीत वंश हा दक्षिण

आफ्रिकी राजकारणाचा मुख्य पैलू बनला; त्यामुळे १९४८ च्या सार्वत्रिक निवडणुकीत त्यांचा पराभव झाला. परिणामी, १९०६-१० या कालखंडातील इंग्रज-बोअर समेटाचा वारसा सोडून देण्यात आला आणि वंशद्वेषाच्या संस्था उभारण्यात आल्या.[८३]

कॅनडाचे पंतप्रधान सर विल्यम मॅकेन्झी किंग यांनी युद्धाच्या संपूर्ण काळात आपल्या राष्ट्राचं नेतृत्व केलं आणि विन्स्टन व रुझवेल्ट या दोघांशीही त्यांची जवळची मैत्री होती. १९४८ मध्ये किंग निवृत्त झाले, त्यानंतर पुढची नऊ वर्षं त्यांचा लिबरल पक्षच सत्तेवर राहिला. दरम्यान, दोन सार्वत्रिक निवडणुका झाल्या. १९४०-४१ या वर्षांमध्ये कॅनडाकडून शेतकी, औद्योगिक व वित्तीय मदत मिळाली नसती, तर एक स्वतंत्र राष्ट्र म्हणून ब्रिटनला टिकाव धरता आला नसता. जर्मनांचं विध्वंसक आक्रमण पूर्णत्वाला गेलं असतं, तर ब्रिटिश राजघराणं व सरकार आणि ब्रिटनस्थित इतर निराश्रित सरकारं यांच्यासह रॉयल नेव्हीसुद्धा कॅनडाकडे स्थलांतरित झाले असते, अशीच शक्यता होती. या काळात कॅनडाने परस्पर सहकार्य कार्यक्रमांतर्गत रणगाडे व विमानं मोफत उत्पादित करून दिली आणि दोस्त राष्ट्रांच्या सशस्त्र दलांसाठी दहा लाखांहून अधिक स्वयंसेवकही मिळवून दिले. यातील ३,६८,००० सैनिक युरोपात सेवा देत होते आणि ४३ हजारांचा मृत्यू झाला. एक कोटी १० लाख इतक्या लोकसंख्येतून कॅनडानं एवढ्या प्रमाणात मनुष्यबळ पुरवलं.[८४] कॅनडाचं योगदान लक्षणीय होतं : पहिलं कॅनेडियन पथक सिसिली व इटालियन मुख्य भूमीवर लढलं, तर दुसरं कॅनेडियन पथक युरोपच्या उत्तर भागात लढलं. बॉम्बर कमांडमध्ये दुसरा सर्वांत मोठा पर्याय कॅनेडियनांनी पुरवलेला होता, नंतर त्यांनी स्वतःचाही गट तयार केला. सुरुवातीपासूनच रॉयल कॅनेडियन नेव्ही जगातील चौथं सर्वांत मोठं नौदल ठरलं. त्यांनी समंजसपणे लहान ताफा ठेवला आणि सुरुंगनाशक नौकांवर लक्ष केंद्रित केलं. यातील २१ नौका बुडाल्या; पण कुरकुरणाऱ्या चाकांमध्येच तेल घातलं जातं, चांगल्या कार्यरत असलेल्या चाकांची सरबराई होतेच असं नाही. शांतपणे कार्यक्षमता दाखवलेले कॅनडातील नागरिक आणि त्यांचे संयमी पंतप्रधान यांना जे काही श्रेय मिळालं, त्याहून अधिक श्रेय दिलं जायला हवं. मी इथं नोंदवू शकलो, त्याहून अधिक योगदान त्यांनी दिलेलं आहे.[८५]

न्यूझीलंडच्या विशेष योगदानाबद्दलही असंच म्हणता येईल. तीव्रपणे अनुनयविरोधी असलेले पंतप्रधान मायकल सॅव्हेज आणि १९४० मध्ये त्यांचं निधन झाल्यानंतर पंतप्रधान झालेले पीटर फ्रेझर या दोन लेबरपक्षीय नेत्यांच्या नेतृत्वाखाली न्यूझीलंडनं साधलेली युद्धसज्जता ब्रिटनपेक्षा अधिक सर्वांगीण स्वरूपाची होती.[८६] पहिल्या महायुद्धाच्या वेळी सक्तीच्या लष्करभरतीला विरोध केल्यामुळे तुरुंगामध्ये जावं लागलेल्या फ्रेझर यांनी त्यांच्या सत्ताकाळात सक्तीची लष्करीसेवा अमलात आणलीच; (शिवाय वर्तमानपत्रांवर सेन्सॉरशिपचा कठोर बडगा उगारला) पण त्याचबरोबरीनं

त्यांनी श्रमाच्या बाबतीतही सार्वत्रिक सक्ती केली, त्यासाठी वैधानिक वेतन नियमन आणि वाढीव कामाचे तास अशा उपाययोजना राबवल्या. या काळात न्यूझीलंडची तुकडी ब्रिटिशांच्या आदेशाखाली कार्यरत होती. ग्रीस, क्रेटे, उत्तर आफ्रिका, सिसिली व इटली या ठिकाणी सदर तुकडीची कामगिरी लक्षणीय ठरली. बॉम्बर कमांडच्या एकत्रित कर्मचारीवर्गात न्यूझीलंडच्या जवानांना सर्वाधिक मान असलेल्या आकस्मिक दलाचं स्थान मिळालं आणि त्यांना प्रमाणाबाहेर शौर्यपदकं मिळाली. सतरा लाख लोकसंख्या असलेल्या न्यूझीलंडमधील एक लाख ४० हजार नागरिकांनी समुद्रापारच्या प्रदेशांमध्ये लष्करी सेवा दिली, त्यामध्ये न्यूझीलंडच्या ११,६२५ जवानांचा मृत्यू झाला. प्रति दशलक्ष लोकसंख्येच्या प्रमाणात युद्धातील जीवितहानीची तुलना करता न्यूझीलंडच्या (६६८४) बाबतीत हे प्रमाण ब्रिटनपेक्षा (५१२३) जास्त होतं. इतक्या लहान व निकटचा संबंध असलेल्या समाजानं एवढा प्रचंड त्याग केला, याची जाणीव न्यूझीलंडच्या अखत्यारीतील बेटांपलीकडे बाहेरच्या जगाला असेल का, अशी मला शंका वाटते.[८७]

ऑस्ट्रेलियाच्या संदर्भात युद्धकालीन प्रवास नेतृत्वातील चढउतारानुसार ठरला. ब्रिटनच्या राजानं केलेली युद्धाची घोषणा त्यांच्या सर्व वसाहतींनाही लागू होते, असा निर्वाळा ऑस्ट्रेलियाचे पंतप्रधान रॉबर्ट मेन्झीज यांनी दिला आणि १९३९ मध्येच ऑस्ट्रेलियानं ब्रिटनला बिनशर्त पाठिंबा दिला. त्यांचे उत्तराधिकारी आयरिश-ऑस्ट्रेलियन मजूर नेते जॉन कर्टिन यांच्या नेतृत्वाखाली मात्र ऑस्ट्रेलियाचा भ्रमनिरास झाला. ऑक्टोबर १९४१ मध्ये मेन्झीज यांच्या आघाडीतील दोन अपक्ष खासदारांनी आघाडी सोडली; त्यामुळे कर्टिन यांना पंतप्रधान होता आलं. फेब्रुवारी १९४२ मध्ये तीन स्वयंसेवी भूदलाच्या तुकड्या उत्तर आफ्रिकेत लढत होत्या आणि सिंगापूरचा पाडाव झाला, तेव्हा चौथी तुकडी संपुष्टात आली. त्यानंतर जपान्यांनी नव्यानं जिंकलेल्या डच ईस्ट इंडीजमधील तळांवरून उत्तर ऑस्ट्रेलियातील डार्विन इथे हवाई हल्ला चढवला. भविष्याची पूर्वसूचना कर्टिन यांना आधीच मिळाली होती. त्यांनी २६ डिसेंबर १९४१ रोजी स्वातंत्र्याचा जाहीरनामा प्रसारित केला : 'कोणत्याही प्रकारचा अटकाव वाटून न घेता मी स्पष्ट करू इच्छितो की, ऑस्ट्रेलिया अमेरिकेला पथदर्शी मानतो, युनायटेड किंगडमसोबतचे आमचे पारंपरिक दुवे तोडताना आम्हाला कोणतीही वेदना होत नाही.' उत्तर आफ्रिकेतील तुकड्यांनी तत्काळ परत यावं आणि मातृभूमीचं संरक्षण करावं, अशी मागणी त्यांनी केली आणि त्यानुसार दोन तुकड्या लगेचच परतीच्या प्रवासाला निघाल्या.[८८] तिसरी तुकडी थोडा काळ रेंगाळली आणि आलामेनच्या लढाईत कळीची भूमिका निभावून मग तीही मायदेशात परतली. बॉम्बर कमांडमधील आकस्मिक घटक असलेलं ऑस्ट्रेलियाचं हवाई दल १९४४ पर्यंत त्यात सहभागी राहिलं, त्यांच्या चार राष्ट्रीय तुकड्या या ब्रिटिशांच्या बॉम्बर

कमांडच्या दिमतीला होत्या, शिवाय व्यक्तींच्या पातळीवर रॉयल ऑस्ट्रेलियन एअर फोर्सकडून पुरवठा होतच होता. या युद्धामध्ये ऑस्ट्रेलियाच्या ७० लाख लोकसंख्येपैकी १० लाखांनी लष्करी सेवा केली, त्यात ३० हजारजण कामी आले आणि मृत्युमुखी पडलेल्यांपैकी बहुसंख्य ब्रिटिशांच्या हुकमाखाली कार्यरत होते.[८९]

ऑस्ट्रेलिया व न्यूझीलंडमध्ये १९२१ पासून २५ एप्रिल हा अन्झाक दिवस सार्वजनिक सुट्टीचा असतो.[९०] गल्लिपोलीमधील अन्झाक कोव्ह या भागात १९१५ मध्ये ऑस्ट्रेलियन व न्यूझीलंड दलं उतरली, त्या दिवसाची ही आठवण आहे. अन्झाकमधील पाडावाची कथित जबाबदारी विन्स्टन यांच्यावर आहे. त्यानंतर एका पिढीचा काळ उलटून गेला आणि पुन्हा एकदा विन्स्टन यांच्या सार्वत्रिक आदेशाखाली ऑस्ट्रेलियाची व न्यूझीलंडची दलं युद्धात उतरली. त्यातील अनेकांनी पराभवाचा सामना केला, हजारो जवान ग्रीस, क्रेटे, उत्तर आफ्रिका व सिंगापूर इथे युद्धकैदी झाले; त्यामुळे दक्षिण गोलार्धात चर्चिल यांचे चाहते मोजकेच आहेत. कर्टिन यांनी अगदी काही प्रमाणात लोकभावना चुचकारण्यासाठी ब्रिटिशविरोधी विधानं केली आणि १९४३ मध्ये ऑस्ट्रेलियातील सार्वत्रिक निवडणुकीत त्यांचा प्रचंड बहुमतानं विजय झाला; पण हा अपवाद वगळता वसाहतींच्या पंतप्रधानांनी विन्स्टन यांच्या युद्धकालीन नेतृत्वावर जाहीर टीका केली नाही आणि खासगीतही सर्वसाधारणतः याबद्दल त्यांनी संमतीच दर्शवली. त्यांचे प्रतिनिधी युद्ध मंत्रिमंडळात बसलेले होते आणि आपली दलं माघारी बोलावण्याच्या त्यांच्या अधिकाराचा तेव्हाही आदर राखला जात होता (उत्तर आफ्रिकेतून ऑस्ट्रेलियन दलं माघारी बोलावण्यात आली, हा त्याचा एक दाखला). अशा प्रकारे काही दलं माघारी बोलवायची असतील तर इतर ठिकाणी तत्काळ गरजेच्या असलेल्या जहाजवाहन स्रोतांवर तीव्र ताण येत असे. मे १९४४ मध्ये झालेल्या वसाहतींमधील पंतप्रधानांच्या परिषदेत विन्स्टनना ठोस पाठिंबा देण्यात आला. आपल्या प्रयत्नांची किती कमी दखल विन्स्टन यांनी स्वतःच्या आत्मकथनांमध्ये घेतली, याबद्दल वसाहतिक देशवासीय नाराजी व्यक्त करत असले; तरी स्मट्स, मॅकेन्झी किंग, फ्रेझर व अगदी कर्टिन यांनाही आपल्या जीवनाला आकार देणाऱ्या ब्रिटिशांसोबतच्या भावनिक दुव्याची जाणीव होती; त्यामुळे हा पाठिंबा त्यांनी गृहीत धरला होता. त्याशिवाय ब्रिटन टिकू शकला नसता. या सगळ्यात साम्राज्याबाबत नाकं मुरडणाऱ्यांच्या स्वातंत्र्याला काही काळासाठी मर्यादा घालाव्या लागल्या.

मोठमोठ्या घटनांमध्ये स्वभाववृत्तीचं किती महत्त्व असतं, याचा सर्वोत्तम दाखला १९४०-४१मध्ये मिळाला. मजेशीर हॅट घालणाऱ्या आणि ओठांमध्ये सतत सिगार तोलून धरणाऱ्या विन्स्टन चर्चिल या लठ्ठ लहानखुऱ्या माणसानं ही वृत्ती दाखवली. सतत 'व्ही फॉर व्हिक्टरी' ही खूण दाखवण्यासाठी त्यांचा हात वर

उठलेला असायचा. बॉम्बफेक झालेल्या ठिकाणांवर ते ज्यांच्यासोबत रडले, त्या लोकांनी विन्स्टनवर अस्सल प्रेम केलं; विन्स्टननीही युद्धाची चव चाखलेली आहे हे माहीत असलेले सैनिकही त्यांच्यावर प्रेम करत; त्यांच्या शब्दांनुसार पावलं उचलणारे हवाई दलातील जवानही त्यांच्यावर प्रेम करत आणि राजघराण्याची मान विन्स्टनमुळे उंचावत होती.

शिष्टाचाराला छेद देणाऱ्या अशक्यप्राय कामाच्या वेळा आणि एकूणच अवघड निकष या सगळ्याशी जुळवून घ्यावं लागलेला आणि पूर्वीपासूनच व्यथित असलेला कर्मचारीवर्गही त्यांची प्रशंसा करत असे. लंडनमध्ये असताना विन्स्टन '१०, डाउनिंग स्ट्रीट' इथे राहत होते, तेव्हा काही वेळा ते जवळच्या मंत्रिमंडळाच्या युद्धखोल्यांमध्ये झोपत. आता कोषागार कार्यालय असलेल्या पहिल्या मजल्यावरील खोल्या हे त्यांचं निद्रास्थान होतं आणि अगदी क्वचितच ते खालच्या मजल्यावरच्या बॉम्बप्रतिबंधक निवासात झोपत. युद्धखोल्यांची कल्पना १९३६ मध्ये मांडण्यात आली आणि त्यासाठी सुरुवातीला केवळ ५०० पौंडांचा निधी उपलब्ध करून देण्यात आला. यावरून ब्रिटन युद्धाला किती कमी तयार होता हे दिसतं. युद्धाच्या अखेरपर्यंत या खोल्यांची संख्या १५० पर्यंत वाढली- यात अनेक कार्यालयं, ऑपरेशन रूम, झोपायच्या खोल्या, इत्यादींचा समावेश होता. या खोल्यांसाठी सहाशेहून अधिक लोक काम करत होते. बहुतांश वेळा आठवडाअखेरीस विन्स्टन चार्टवेलकडे रवाना होत होता; पण तो परिसर दक्षिण किनाऱ्याशी लगटून होता. शिवाय तिथे जाणारा रस्ता चंद्रप्रकाशात लख्ख दिसत असे; त्यामुळे आठवडाअखेरीस पौर्णिमा असेल, तर ते दिवस डिचले पार्क इथे घालवावेत, असं विन्स्टनच्या सल्लागारांनी त्यांना पटवून दिलं. डिचले पार्क ही जागा कन्झर्वेटिव्ह पक्षाच्या एका खासदाराच्या मालकीची होती आणि ब्लेनहेमपासून अवघ्या चार मैलांवर होती.

सर्वसाधारणतः विन्स्टनना सकाळी सुमारे साडेआठ वाजता जाग येत असे. त्यानंतर ते पोटभर नाष्टा करत (मांसाहार त्यांच्या आवडीचा होता.) मग सकाळचा उर्वरित वेळ ते सर्वांत महत्त्वाची दैनिकं वाचण्यात घालवत. त्यानंतर टपालपेटीत आलेल्या वर्तमानपत्रांचं वाचन होत असे. हे वाचन बहुतेक वेळा पलंगावर पहुडलेल्या अवस्थेत चालू असायचं. दुपारच्या उचित जेवणासोबत शॅम्पेन घेतली जात असे (पॉल रॉजर या ब्राण्डबाबत त्यांना विशेष आस्था होती) आणि मग ते वामकुक्षी घेत. यातून जागं झाल्यावर दिवसाचा दुसरा टप्पा सुरू होत असे. यात सुरुवातीलाच साधी व्हिस्की व पाणी असं पेयपान चालायचं. इथून पुढे दीर्घ बैठकी सुरू राहत आणि त्यासोबत पेयपानही सुरू राहत असे. रात्री दहा किंवा त्यानंतर या बैठकी चालायच्या. मग अनौपचारिक गप्पा पार पडल्यावर मध्यरात्रीनंतर विन्स्टन झोपायला जात. काही टिपणं विन्स्टन स्वतः काढायचे; पण बहुतांश कागदपत्रांचा मजकूर ते

सांगत आणि सचिव लिहून घेत. सातत्यानं आव्हानांना तोंड द्यावं लागणारे हे सचिव मध्यरात्रीपासून पुढचा दिवस उजाडेपर्यंत सगळे कागद तयार करत आणि मग दुसऱ्या दिवशी त्यांचं वितरण होत असे. एखाद्या वेळी हवाई हल्ला सुरू असेल, तर विन्स्टन (आताच्या कोषागार कार्यालयाच्या) छतावर जाऊन पाहणी करत. व्ही-२ प्रकारांतील पहिली काही रॉकेट्स १९४४ मध्ये लंडनवर पडायला सुरुवात झाली, तेव्हा नक्की काय होतंय ते पाहायला एक सचिव सेंट जेम्स पार्कमध्ये गेला आणि विन्स्टन त्याच्याआधीच तिथे पोहोचलेले त्याला दिसले.

विन्स्टन कायम प्रदर्शनकर्त्याच्या भूमिकेत असायचे. सकाळचा कोट व होमबर्ग हॅट असा पेहराव असो की एखादा गणवेश असो (ते हवाई दलाचे सन्माननीय कमोडोर व सन्माननीय कर्नल होते) किंवा अगदी मोकळाढाकळा व समोरून चेन असलेला 'सायरन सूट' घातलेला असो, ते ही भूमिका सोडत नसत. वर्तमानपत्रांतील छायाचित्रांमध्ये दिसणारे चर्चिल कायम आनंदी वाटत, त्यांची प्रसारित भाषणं देशात व परदेशात भक्तिभावानं ऐकली जात. 'आम्हाला काळोख्या दिवसांविषयी बोलायला लावू नका; उलट अधिक करारी दिवसांविषयी बोलू द्या,' ते म्हणाले. 'आताचे दिवस काळोखी नाहीत : हे महान दिवस आहेत- किंबहुना आपल्या देशाच्या आयुष्यातील हे सर्वांत महान दिवस आहेत.'[११] १९४१ मध्ये वाईट बातम्यांच्या लाटा येऊन आपटत असतानाही ते विनोद करायला मागेपुढे पाहत नसत. फ्रान्सचा पाडाव झाला आहे, एवढंच नव्हे तर तो देश आता शत्रूच्या गोटात गेला आहे, ही बातमी आल्यावरही ते उद्गारले : 'त्यांनी काहीही केलं तरी ब्रिटन एकट्यानं लढेल, असा इशारा मी त्यांना दिला होता, तेव्हा त्यांच्या सेनाधिकाऱ्यांनी तिथल्या पंतप्रधानांना व विभागलेल्या मंत्रिमंडळाला सांगितलं : 'तीन आठवड्यांमध्ये इंग्लंडची मान मुरगाळलेली असेल.' कसल्या कोंबड्या! कसल्या माना!'[१२]

युद्ध अधिक चांगल्या प्रकारे लढलं जावं यासाठी प्रत्येक वेळी सरकारी यंत्रणेला चालना देणारे तेच असत; प्रलंबित समस्यांवर मात करणाऱ्या नवीन यंत्रणा तेच शोधून काढत. उदाहरणार्थ, ६ मार्च १९४२ रोजी लोकांचं लक्ष वेधून घेण्यासाठी त्यांनी 'अटलांटिकच्या लढाई'ची घोषणा केली, त्या मोहिमेसाठीचं आदेशपत्र काढलं आणि त्या संदर्भात सर्व संस्थांची समिती स्थापन केली. स्वतःकडील प्राचीन शब्दसंपत्तीचा त्यांनी फायदा करून घेतला. त्यांच्या भाषणांमधून एलिझाबेथ काळाचे प्रतिध्वनी ऐकू येत, एवढ्यापुरताच हा वापर मर्यादित नव्हता, तर दैनंदिन कामकाजाच्या वेळापत्रकातील 'विन्स्टनच्या प्रार्थना' विन्स्टन्स प्रेअर्स यांसारखे शब्दप्रयोगही हेच दर्शवत होते. 'प्रे एक्सप्लेन' (कृपा करून सांगा) यांसारखे शब्द-प्रयोगही ते करत. 'मध्यपूर्वेत कायम साडेसात लाख जवान वेतन आणि रेशन घ्यायला येतात; पण लढाईच्या वेळी त्यातले केवळ एक लाख जवानच कसे काय

सापडतात, हे कृपा करून मला समजावून सांगा,' असं १९४२ च्या वसंतात त्यांनी ब्रूक यांना विचारलं होतं. 'उर्वरित साडेसहा लाख नक्की कशात गढलेले असतात, ते आम्हाला सगळ्यांनाच सांगा.'[१३] हे खरंच होतं. ब्रिटिशांपेक्षा अर्ध्याहून कमी मनुष्यबळ असतानाही रोमेलनी दुप्पट चांगली कामगिरी करून दाखवली. अतिशय वाढीव स्वरूपातील कच्च्या मालाच्या तुलनेत उत्पादनात वाढ करण्यात अकार्यक्षम ठरणं, ही समस्या केवळ ब्रिटिश उत्पादनक्षेत्रापुरती मर्यादित नव्हती. सैन्यदलांच्या बाबतीतही तीच स्थिती होती.

नाझी जर्मनीचा प्रतिकार करण्याची महाकाय जबाबदारी विन्स्टन यांनी पेलली होती. त्या काळातील त्यांच्या हजारो कागदपत्रांमधून एकच दस्तऐवज निवडायचा असेल, तर २६ मे १९४२ रोजीचं एक आदेशपत्र मी निवडेन. या कालखंडात पूर्वेतील ब्रिटिश साम्राज्य कोलमडलं होतं. भारत व मध्यपूर्वेतही लवकरच अशी अवस्था होण्याची शक्यता होती. फ्रान्सच्या खुल्या किनाऱ्यांवरील आक्रमणाला तरंगत्या गोदीद्वारे सहकार्य पुरवावं, असं त्यांनी या आदेशात म्हटलं होतं. मुळात ही संकल्पनाच त्या वेळी आत्यंतिक आशावादाची ठरणारी होती. यासाठी आवश्यक रचना व बांधणीची योजना सादर करण्यासाठी संयुक्त कारवाईच्या कर्मचारीवर्गाची गरज होती. 'याबद्दल आता आणखी चर्चा नको. ती चर्चा अडचणींना स्वतःलाच करू द्या,' असं विन्स्टननी या आदेशपत्रात म्हटलं होतं.[१४] त्यांची कल्पनाशक्ती व इच्छाशक्ती यांचा मान राखत पंचवीस महिन्यांनी महाकाय 'मलबेरी' बंदरांना ब्रिटिश खाडीतून खेचत मागे आणण्यात आलं; त्यामुळे शत्रूव्याप्त युरोपातून दोस्त राष्ट्रांच्या फौजा माघारी येऊ शकल्या.

प्रकरण नववे

सहायक भूमिका
१९४२-१९४४

महा-रणनीती हे युद्धाचं राजकीय अंग आहे. या प्रक्रियेत साध्य व साधन यांची सांगड घातली जाते. अशी रणनीती आखणं हे एका राष्ट्रासाठी जोखमीचं काम आहेच; पण आंतरराष्ट्रीय आघाडीच्या बाबतीत तर ही प्रक्रिया अमर्याद गुंतागुंतीची ठरते. संघर्ष सुरू असतो त्या काळात उद्दिष्ट आणि हितसंबंध बदलत जातातच, शिवाय सापेक्ष सामर्थ्यही उत्क्रांत होत जातं. अनेकदा परकीय दबावांइतकंच देशांतर्गत दबावांमुळेही हे घडतं. आर्थिक, राजनैतिक व सामाजिक याचसोबत मर्यादित सैनिकी संदर्भातील सर्व सरकारी प्रयत्नांचा समावेश असलेल्या दीर्घकालीन महा-रणनीतीमधून सैनिकी रणनीती विकसित करण्यामध्ये सरकारच्या व्यावसायिक सैनिकी सल्लागारांची कळीची भूमिका असते. विशिष्ट युद्धातील कारवायांची दिशा या रणनीतीद्वारे ठरवली जाते. वरिष्ठ सेनाधिकारी व राजकारणी यांच्यात अपरिहार्यपणे तणाव उत्पन्न होतो. आंतरराष्ट्रीय आघाडीमध्ये राष्ट्राराष्ट्रांमध्ये किंवा त्यांच्यातील हितसंबंधी गटांमध्ये आणखी चिरफळ्या निर्माण होण्याची शक्यता असते. आघाडीतील भागीदारांना सोबत घेऊन लोकशाहीवादी देशांना अशी महा-रणनीती आखणं अवघड जातं, त्या तुलनेत हुकूमशाही सत्तांना एककल्ली रणनीतीचा पाठपुरावा करणं सोपं असतं; परंतु चाप लावणारी कोणतीच लोकशाही यंत्रणा नसल्यामुळे हुकूमशहांचा परिप्रेक्ष्याचा अंदाज चुकण्याची शक्यता असते; त्यामुळे त्यांचा पाडाव होतो, तेव्हा त्याची तीव्रता खूप मोठी असते.

ढोबळ मानानं बोलायचं तर, दुसऱ्या महायुद्धातील इंग्रज व अमेरिकी सहकार्याचा प्रवास अमेरिकी सैनिकी सामर्थ्याच्या वाढीच्या दिशेने गेला आणि त्याला समांतरपणे अमेरिकेच्या सामरिक रणनीतीविषयक दृष्टिकोनाकडे दिलं जाणारं लक्षही वाढत

गेलं. या घडामोडींना १९४३-४४ च्या हिवाळ्यात महत्त्वाचं वळण मिळालं, या काळानंतर अमेरिकेचा दृष्टिकोन दोस्त राष्ट्रांच्या गोटात प्रभुत्वशाली होत गेला. विन्स्टन व त्यांच्या सैनिकी सहकाऱ्यांनी आत्मविश्वास गमावल्याचा लाभ या प्रक्रियेला झाला. याला बहुतांशाने विन्स्टन यांचा थकवा कारणीभूत होता. या थकलेपणाचं प्रतिबिंब त्यांच्या जवळच्या सहकाऱ्यांच्या वागणुकीतही पडलं. अमेरिकी दलांचा जम बसल्यावर विन्स्टन यांच्याकडील अधिकारी स्थानामध्ये काही घट होणं स्वाभाविक होतं. अनेकदा ते खूप आजारी पडले आणि थकून गेले; त्यामुळे त्यांना धड विचार करणंही शक्य नव्हतं, याचाही मोठा परिणाम त्यांच्याकडील अधिसत्तेवर झाला. अन्यथा त्यांनी स्वतःकडे थोडे अधिक अधिकार टिकवून ठेवले असते. तत्कालीन परिस्थितीत अमेरिका व सोव्हिएत संघ यांच्यावर प्रभाव टाकणारा विन्स्टन चर्चिल यांच्याइतका इतर कोणी ब्रिटिश राजकीय नेता होता का, हा प्रश्नही इथे विचारात घ्यायला हवा.

महा-रणनीतीच्या संदर्भात विन्स्टन यांना मिळालेलं यश त्यांच्या अपेक्षेइतकं नसलं तरी विसंगत वाटेल इतकं कमी नव्हतं. एकजिनसीपणाचा अभाव असलेल्या भागीदारांची महाआघाडी उभारण्यात आणि टिकवून ठेवण्यात त्यांनी पहिल्यांदा कळीची भूमिका निभावली. मग त्यांनी ब्रिटन व अमेरिका यांचे हितसंबंध एकमेकांशी घट्ट जोडून टाकले. ब्रिटिश साम्राज्याला पुसून टाकून नवीन जागतिक व्यवस्था रुजवण्याची अमेरिकी आकांक्षा असली, तरीही विन्स्टन यांच्या या धोरणामुळे त्यांच्या उत्तराधिकाऱ्यांना प्रतिष्ठा जपत माघार घेता येईल इतका काळ तरी ब्रिटिश साम्राज्य टिकून राहिलं. दुसऱ्या महायुद्धानंतर आर्थिकदृष्ट्या अमेरिका महाविजेता ठरला. आंतरराष्ट्रीय पटलावर प्रभुत्वशाली भूमिका निभावण्याबाबत स्वतःहून लादलेली बंधनंही अमेरिकेने या युद्धानंतर दूर सारली. अमेरिका स्वतः प्रत्यक्ष युद्धात सहभागी झाली असती किंवा नसती किंवा तिनं केवळ युद्धसामग्रीचा पुरवठा केला असता, तरीही हे घडणारच होतं.

चिनी, ब्रिटिश व रशियन दलांना केवळ पाठबळ पुरवून अमेरिकेच्या सुरक्षेची काळजी घेता येत असेल, तर युद्धातील प्रत्यक्ष सहभाग टाळावा, असं रुझवेल्ट यांचं सुरुवातीचं उद्दिष्ट होतं; पण पर्ल हार्बरवर हल्ला चढवून जपान्यांनी अमेरिकेला स्वतःचं धोरण बदलायला भाग पाडलं. त्यानंतर विनाकारण एक अतिशय मोठी ऐतिहासिक घोडचूक करत हिटलरनं अमेरिकेविरोधात युद्धघोषणा केली. युद्धोत्तर जागतिक रचनेचं नेतृत्व सहृदय महासत्तांकडे असावं आणि त्यांनी एकोप्यानं कारभार पाहावा, असं रुझवेल्ट यांचं मुख्य उद्दिष्ट होतं. १२ एप्रिल १९४५ रोजी त्यांचं निधन झालं, तोवर त्यांचं उद्दिष्ट हे दिवास्वप्नासारखं असल्याचं सिद्ध झालं. जर्मनीला चिरण्याचा निर्धार करून विन्स्टन, रुझवेल्ट व स्टालिन शेवटपर्यंत एकत्र

राहिले, हे विलक्षण यश होतं. त्यांचं हे ऐक्य इतकं घनिष्ठ होतं की, पुन्हा कधी शांतता भंगली नाही. शिवाय या सर्वोच्च उद्दिष्टापायी इतर सर्व गोष्टी दुय्यम मानण्यात आल्या. जर्मनीनं जिंकलेल्या काही राष्ट्रांच्या बाबतीत न्यायाची भूमिका घेण्याचा मुद्दाही असाच शोकांतिक ठरला, हे आधुनिक परिप्रेक्ष्यातून पाहिलं असता अधिक ठळकपणे दिसतं.

जर्मनीच्या शस्त्रसामग्रीला १९४०-४१पर्यंत अथक यश मिळत होतं; त्यामुळे आपणही विजेत्यांच्या बाजूला आहोत, अशी इटली आणि जपान या दोघांचीही धारणा झाली होती. दोस्त राष्ट्रांच्या बाबतीत मुळात ब्रिटननं जोर लावून धरला नसता तर ही महाआघाडी झालीच नसती. ब्रिटननं १९४०च्या उन्हाळ्यात युद्धातून माघार घेतली असती, तर १९४१ मध्ये सोव्हिएत रशियाचा पराभव जवळपास निश्चित होता. जर्मनीच्या चढायांपासून बचाव करण्यासाठी रशियाला मोठ्या प्रमाणात स्रोत खर्ची घालावे लागत होते. १९४१-४२ मध्ये रशियन सैन्यदलांना सहन कराव्या लागलेल्या भयानक नुकसानीची भरपाई करण्यासाठी तातडीचा स्रोतपुरवठा गरजेचा होता. ब्रिटनचं भौगोलिक स्थान आणि समुद्री मार्गांवर आणि मध्यपूर्वेवर असलेलं त्यांचं नियंत्रण यांमुळेच रशियाला या पेचातून बाहेर पडता आलं. शिवाय ब्रिटिशांनी केलेल्या नाविकी नाकेबंदीमुळे जर्मनांच्या सैनिकी कारवायांवर तीव्र मर्यादा आल्या. परिणामी, १९४२ मध्ये त्यांना आपल्या आक्रमणाचा मोहरा कॉकेशसच्या तेलखाणींकडे वळवावा लागला. यामुळे त्यांची एक आघाडी मोकळी राहिली आणि स्टालिनग्राडमध्ये रशियाच्या सैन्यदलांनी (रेड आर्मी) जर्मन आघाडीवरील या असुरक्षिततेचा पुरेपूर लाभ करून घेतला. ब्रिटनच्या परिघावरील रणनीतीनं आपल्या डोक्याला भुणभुण केल्याचं खुद्द हिटलरनं ३० सप्टेंबर १९४२च्या भाषणात म्हटलं होतं :

> 'एखादा गंभीर शत्रू माझ्यासमोर असेल, तर दुसरी आघाडी कुठून उघडली जाईल याचा अंदाज मी बांधू शकतो; पण हे सैनिकी बिनडोक लोक कुठून हल्ला करणार आहेत याचा काही अंदाजच येत नाही. आत्यंतिक वेडगळ कारवाया ते करू शकतात आणि अशा वेड्या व दारुड्या लोकांना सामोरं जाताना पुढे काय वाढून ठेवलंय ते कोणाला धड कळत नाही, ही अतिशय तापदायक बाब आहे. अर्थात आपण सगळीकडेच तयार राहायला हवं.'[१]

या भाषणाचं शब्दांकन वाचल्यानंतर 'दारुड्यां'चे प्रमुख विन्स्टन चर्चिल साहजिकच गालातल्या गालात हसले असतील. हिटलरच्या मेंदूत घुसून त्याचं मत जाणून

घेण्याची क्षमता विन्स्टन यांच्याकडे होती, असं प्रतिपादन जॉन लुकास यांनी *'द ड्युएल'*मध्ये केलं आहे; परंतु व्यक्तिशः ते हिटलरबद्दल विचार करण्यात इतका वेळ घालवत असतील का, याविषयी मला शंका वाटते. त्यांनी परिघावरील रणनीती आखली, कारण त्या वेळी ब्रिटनला स्वतःच्या बळावर तेवढंच करणं शक्य होतं. पंतप्रधान झाल्यापासून अमेरिका युद्धात प्रवेश करेपर्यंतच्या काळात विन्स्टन यांच्यासमोर नमुनेदार पेच पडलेला होता- त्यांची बाजू कमकुवत होती, पण युद्ध दीर्घकालीन असणार होतं. क्रांतिकारी युद्धादरम्यान जॉर्ज वॉशिंग्टन यांना सामोरं जावं लागलेल्या परिस्थितीशी साधर्म्य सांगणारी ही अवस्था होती. अशा वेळी युद्धात पराभव झाला नाही तर शेवटी कधीतरी विजय होण्याची शक्यता असते आणि विरोधी बाजू जिंकली नाही तर शेवटी ती हरतेच! थोडक्यात, पुढे रेटत राहण्यापलीकडे काहीच विन्स्टन यांच्या हातात नव्हतं. (चर्चिल यांच्या बोलण्यात येणारा 'केबीओ : किप बगरिंग ऑन' असा शब्दप्रयोग मूळ पुस्तकात करण्यात आला आहे.[२] 'बगरिंग' या शब्दासाठी 'रेटणं' हा शब्दप्रयोग मराठी अनुवादात केला आहे.)

ब्रिटनचा उद्देश पूर्णतः गंभीर आहे आणि त्यांना पाठिंबा द्यायला हवा, हे अमेरिकेला पटवून देण्यासाठी १९४० मधील वक्तव्यं व फ्रेंच आरमारावरील क्रूर हल्ला हे सगळंच गरजेचं होतं. या प्रक्रियेत अमेरिकेचे हितसंबंध इतके गुंतले होते की, ब्रिटनचा पराभव उघड्या डोळ्यांनी पाहण्याऐवजी युद्धात सहभागी होणं अमेरिकेसाठी हिताचं ठरणार होतं. ब्रिटनशिवाय अमेरिकी ताकद युरोपात प्रवेश करू शकणार नाही, हे समीकरण अमेरिका युद्धात उतरल्यावर अधिक ठळक होत गेलं. राष्ट्रहिताचे मुद्दे कमी-अधिक फरकानं एकरूप झाल्यावर समान भाषा व सामाईक सांस्कृतिक मूल्यं यांमुळे पुढील प्रवास सुरळीत झाला.

विन्स्टन यांच्यासमोर आव्हानांचा प्रचंड मोठा डोंगर होता. त्यावर मात करण्यासाठीचं पहिलं पाऊल म्हणून चेम्बरलीन सरकारचा वारसा बाजूला सारणं गरजेचं होतं. अमेरिकी राष्ट्राध्यक्ष फ्रँकलीन डी. रुझवेल्ट यांनी खासगी पत्रव्यवहारामध्ये चेम्बरलीन सरकारच्या वृत्तीला 'वी हू आर अबाउट टू डाय सॅल्यूट यू' असं संबोधलं होतं. नवीन ब्रिटिश राजदूत लॉर्ड लोथियन यांनी १९३९ मध्ये रुझवेल्टची भेट घेतली आणि 'अँग्लो-सॅक्सन सभ्यतेचं पालकत्व' अमेरिकेनं ब्रिटिशांकडून स्वीकारावं, अशी गळ घातली. त्यावर रुझवेल्ट म्हणाले :

> 'ते सगळं ऐकत असताना माझं डोकं फिरायची वेळ आली. जोपर्यंत तुमच्यासारखे ब्रिटिश पूर्ण हताश वृत्ती कुरवाळत राहतील, तोपर्यंत तुमचा बचाव करणंही निरर्थक ठरेल, असं मी त्यांना सरळ सांगून टाकलं. आज ब्रिटिशांना खरी चांगली कडक ग्रॉग रम गरजेची आहे,

त्यातून केवळ सभ्यता वाचवण्याची आकांक्षाच नव्हे, तर स्वतःच्या सामर्थ्यावरचा सततचा विश्वासही निर्माण होईल. अशा वेळी त्यांना अमेरिकी चुलत भावंडांकडून खूप जास्त पाठबळ मिळेल.'[३]

विन्स्टन म्हणजे 'चांगल्या कडक रम'चं मूर्त रूपच होते. त्यांनी रुझवेल्टच्या मनातील ब्रिटिशांची प्रतिमा सहजी पालटवली. या बदलाची तारीख अचूकरीत्या नोंदवणं शक्य नसलं, तरी त्याचा काहीएक अंदाज बांधता येईल : रुझवेल्ट यांचे अतिशय जवळचे मित्र आणि राजकीय सल्लागार हॅरी हॉपकिन्स यांनी जानेवारी १९४१ मध्ये ब्रिटनला भेट दिली, तो या बदलाचा क्षण असावा. विन्स्टननी हा दौरा कुशलतेने हाताळला. त्यांनी हॉपकिन्सना आरमाराचं परीक्षण करण्यासाठी नेलं; पण त्याचसोबत साम्यवाद्यांचं वर्चस्व असलेल्या आणि बरीच बॉम्बफेक झालेल्या ग्लास्गो बंदरांमध्येही नेलं. शिवाय सर्व क्षेत्रांतील स्त्री-पुरुषांच्या सान्निध्यात हॉपकिन्स यांना जेवू-खाऊ घातलं. आपले यजमान विन्स्टन यांच्या पाठीशी सर्व राष्ट्र खरोखरच एकत्र आलं आहे, याविषयी हॉपकिन्सची खात्री पटली आणि त्यांना हा पाहुणचार खरोखरच भावला. रुझवेल्टना आपण देणार असलेल्या संदेशाचा सारांश '*बुक ऑफ रुथ*'मध्ये (बायबलमधील एक भाग) नोंदवलेला आहे, असं हॉपकिन्सनी विन्स्टनना सांगितलं : 'तू गेलास, तर मीही जाईन; तू थांबलास, तर मीही थांबेन; तुझे लोक माझेही लोक असतील आणि तुझा देव हा माझा देव असेल.' त्यात 'हे अगदी अखेरपर्यंत असंच असेल,' अशी स्वतःची भरही हॉपकिन्सनी शांतपणे घातली. या संदर्भात विन्स्टन यांच्या डॉक्टरांनी एक आठवण नोंदवली आहे. हॉपकिन्स यांच्या बोलण्यानंतर 'पंतप्रधानांच्या डोळ्यांमध्ये अश्रू उभे राहिल्याचं बघून आपल्याला आश्चर्य वाटलं. त्यांच्या बोलण्याचा अर्थ पंतप्रधानांच्या लक्षात आला होता. बुडत्या माणसाकडे फेकलेल्या दोरीसारखे ते शब्द होते, असं आम्हालाही वाटलं.'[४]

स्व-प्रतिमांचा संघर्ष सोडवणं कधीच सोपं नसतं. ब्रिटिश व अमेरिकी समाजांचा आपापल्या नैतिक वरचढपणावर पूर्वीपासूनच विश्वास राहिलेला आहे. '*लँड ऑफ होप अँड ग्लोरी*' या प्रत्ययकारी व लोकप्रिय गाण्यात १९१२ मध्ये भर घालण्यात आलेली 'गॉड, हू मेड धी मायटी, मेक धी मायटीअर यट्' ही ओळ अमेरिकेतही सहजपणे गायली गेली असती. विन्स्टननी '*अ हिस्ट्री ऑफ द इंग्लिश-स्पीकिंग पीपल्स*' हे पुस्तक १९३९ मध्ये लिहून पूर्ण केलं (परंतु ते १९५६-५८ मध्ये प्रकाशित झालं.) युद्धाला तोंड फुटण्यापूर्वी हे पुस्तक छापखान्यापर्यंत जावं, असं त्यांना नक्कीच वाटलं असेल, कारण ब्रिटिश-अमेरिकी सांस्कृतिक जवळिकीवर त्यांनी या पुस्तकातून मूलभूत (परंतु बरेचदा चुकीचा) विश्वास दाखवला होता.

अमेरिकी प्रतिनिधिगृहाच्या काँग्रेसच्या संयुक्त सत्रामध्ये २६ डिसेंबर १९४१ रोजी विन्स्टन यांचं भाषण झालं, तेव्हा ते म्हणाले, 'माझे वडील ब्रिटिश व आई अमेरिकी होती; पण त्यांच्या जन्मस्थानांची अदलाबदल झाली असती, तर मी स्वतःहूनच इथे आलो असतो.' युद्धकाळातील ऐक्यातून अधिक जवळीक निर्माण होईल, असा त्यांना विश्वास होता. हार्वर्डमध्ये ६ सप्टेंबर १९४३ रोजी दिलेल्या भाषणामध्ये त्यांनी आशा व्यक्त केली की, 'कदाचित भविष्यात एखाद्या दिवशी (ब्रिटन व अमेरिका यांच्यात) सामाईक नागरिकत्वही लागू होईल.' पण साम्राज्यवाद अस्तित्वात आहे, तोपर्यंत असं घडणार नाही, असा प्रतिसाद अमेरिकी बाजूकडून मिळाला.[५] अमेरिकी मध्यमवर्गाचं मानचिन्ह असलेल्या *'लाइफ'* नियतकालिकानं स्पष्टपणे जाहीर केलं की :

> 'ब्रिटिश साम्राज्य एकसंध ठेवण्यासाठी आम्ही लढत नाही, हे ठामपणे म्हणता येईल. कोणताही मुलाहिजा न बाळगता इतक्या स्पष्टपणे ही बाब मांडणं आम्हालाही आवडत नाही; पण तुम्हाला काही भ्रम असू नये, असं आम्हाला वाटतं. तुमचे व्यूहरचनाकर्ते जर ब्रिटिश साम्राज्य एकत्र ठेवण्यासाठी युद्धाचं नियोजन करत असतील, तर आज किंवा उद्या तुम्ही एकट्यानंच व्यूहरचना आखत असाल, अशी अवस्था येईल. ...आमची बाजू (सत्य, न्याय्य व अमेरिकी रीत) खूप तगडी आहे. ती कायमच तगडी राहिली आहे. ब्रिटिश राजपेक्षाही ती तगडी आहे. ब्रिटिश साम्राज्यापेक्षाही ती तगडी आहे. आपल्या दोघांच्या संयुक्त ताकदीपेक्षाही ही बाजू तगडी आहे.'[६]

ब्रिटिश व अमेरिकी दलांमधील वाढता संपर्क आणि बहुधा त्याहून अधिक प्रमाणात अमेरिकी दलं व ब्रिटिश नागरिक यांच्यात वाढलेला संपर्क प्रत्येक वेळी काही घातक राष्ट्रीय साचेबद्धतेला नष्ट करू शकला नाही. ट्युनिशियातील कसेराईन खिंडीमध्ये १९४३ च्या सुरुवातीला अमेरिकेला माघार घ्यावी लागली, तेव्हा काही ब्रिटिशांनी उपरोधिक शेरे मारले. *'हाउ ग्रीन वॉज माय व्हॅली'* या खूप खपाच्या पुस्तकाचं विडंबन *'हाउ ग्रीन वॉज अवर ॲली'* या नावानं करण्यात आलं होतं. मूळ पुस्तकाचं शीर्षक 'माझं खोरं किती हिरवंगार होतं' असा आशय व्यक्त करणारं आहे, तर विडंबनाचं शीर्षक 'माझा मित्र किती अपरिपक्व आहे' असा आशय सुचवणारं आहे. यात ब्रिटनमधील अमेरिकी सैनिकांचं वर्णन लिंगपिसाट, अवाजवी पैसा मिळणारे आणि अवाजवी प्रमाणात या 'ब्रिटिश भूमीवर असणारे' असं तुच्छतापूर्ण शब्दांमध्ये केलं होतं. अनेक अमेरिकी नागरिकांनाही ब्रिटिश समाज

चमत्कारिक आणि काही वेळा तर सरंजामी वाटत असे. १९४४-४५ मध्ये युरोपातील एका अमेरिकी दलाचं नेतृत्व करणारे लेफ्टनंट जनरल जॉर्ज एस. पॅटन यांच्या मनात 'एकूणच ब्रिटिशांविषयी तीव्र नापसंतीची भावना होती आणि विशेषतः मॉन्टगोमेरींविषयी त्यांना तिरस्कारच वाटत असे,' असं त्यांच्या एका चरित्रकारानं नोंदवलं आहे. नॉर्मन्डीमध्ये आपल्या दलांच्या नेतृत्वाची धुरा स्वीकारण्याच्या आधीपासूनच पॅटन यांचं ब्रिटिशांविषयीचं मत हे असं होतं.[७] व्यक्तींप्रमाणे राष्ट्रांनाही त्यांच्या अनुभवांमधून आकार मिळत असतो. ब्रिटनवर पहिल्या महायुद्धानं किती प्रमाणात परिणाम केला होता, याची अगदीच तुरळक अमेरिकी लोकांना जाणीव होती. नॉर्मन्डी मोहिमेच्या ('डी डे' या नावानं परिचित मोहीम) आदल्या दिवसापर्यंत विन्स्टनना दुसऱ्या गल्लिपोलीसारखा अनुभव येण्याची भीती वाटत होती, हे त्यांच्या अगदी मायाळू अमेरिकी समर्थकांनाही फारसं माहीत नव्हतं.

अमेरिकेच्या खांद्यावरील एका विशेष ऐतिहासिक ओझ्यामुळेही ब्रिटन-अमेरिका संबंधांमधील गुंतागुंत वाढली होती. ब्रिटिश नौदलानं १८१२ मध्ये आंतरराष्ट्रीय समुद्री क्षेत्रात अमेरिकी जहाजं थांबवून त्यांची झडती घेतली आणि त्यावरून मॅडिसन युद्धाची ठिणगी पडली होती. ब्रिटिश नौदलाला आव्हान देण्यासाठी सुरू असलेल्या प्रचंड युद्धनौका बांधणी कार्यक्रमाच्या समर्थनासाठी पहिल्या महायुद्धादरम्यान ही आठवण पुन्हा ताजी झाली. त्या वेळी रुझवेल्ट अमेरिकी नौदलाचे सहायक सचिव होते. भविष्यातील कोणत्याही युद्धात नाकेबंदी टाळण्यासाठी अमेरिकेनं रोख मोबदल्यावर सैनिकी वस्तूंचीही विक्री सुरू करावी (कॅश अँड कॅरी पॉलिसी), अशी सूचना विन्स्टननी १९३७ मध्ये लिहिलेल्या एका लेखात केली होती. 'ब्रिटनच्या समकक्ष नौदल अमेरिकेनं बांधलं, तेव्हापासून आणि त्याच्याही आधीपासून अमेरिकेची अंतिम इच्छा असल्याशिवाय ब्रिटिश नौदलाला कोणतीही नाकेबंदी लागू करता येणं अशक्य होतं... अमेरिकेची सदिच्छा किंवा किमान मूकसंमती असल्याशिवाय नाकेबंदीचं विख्यात अस्त्र वापरता येणार नाही, हे आता रूढ ब्रिटिश धोरण आहे.'[८]

नोव्हेंबर १९३९मध्ये अमेरिकी प्रतिनिधिगृहानं १९३५ व १९३७ या वर्षांमधील तटस्थता अधिनियमांमध्ये सुधारणा केल्या. युद्धात सहभागी देशांना शस्त्रांची विक्री करण्यावर या अधिनियमांद्वारे बंदी घालण्यात आली होती; पण नवीन सुधारणेनंतर युद्धात सहभागी देशांनाही रोख मोबदल्यावर अमेरिकेकडून शस्त्रांची खरेदी करणं शक्य झालं. आता कोणतंही जहाज अमेरिकी बंदरांकडे जाऊन, आधी पैसे देऊन आपल्याला हवं ते घेऊन परत येऊ शकत होतं. व्यवहारामध्ये ही योजना फ्रान्स व ब्रिटन यांना एकतर्फी झुकतं माप देणारी होती. अटलांटिक महासागरावर या दोन देशांचं नियंत्रण होतं. सप्टेंबर १९३९ मध्ये विन्स्टन आरमार मंत्रालयात असतानाच रुझवेल्टनी त्यांच्याशी संपर्क साधला होता; परंतु चेम्बरलीन यांना ही प्रक्रिया

अमेरिकी हस्तक्षेपाची वाटली; त्यामुळे रुझवेल्ट व चर्चिल यांच्यातील चर्चा फारशी सखोल झाली नाही. शेवटी विन्स्टन पंतप्रधान झाल्यानंतरच अमेरिका व ब्रिटन यांच्यातील संबंध दृढ होण्याला चालना मिळाली. फ्रान्सच्या पाडावामुळे अमेरिका व सोव्हिएत रशिया यांची समीकरणं कोलमडली. दीर्घ काळ लांबलेल्या कुंठितावस्थेतून काहीतरी सकारात्मकच निष्पन्न होईल, अशी दोघांचीही अपेक्षा होती; पण तसं घडलं नाही; त्यामुळे विन्स्टन यांच्यासमोर केवळ एकच सामरिक पर्याय उरला : अमेरिका सोबत असेल तर विजय मिळवणं शक्य होतं आणि अमेरिका सोबत नसेल तर केवळ टिकाव धरण्याचा प्रयत्न शक्य झाला असता आणि हा टिकावही मर्यादित कालावधीपुरताच शक्य होता. युद्ध अमेरिकेच्या किनाऱ्यांवर येऊन ठेपण्यापेक्षा अटलांटिकमध्येच थोपवण्यासाठी अमेरिकेला त्यात उतरणं भाग आहे, हे रुझवेल्ट यांना पटवून देणं निकडीचं होतं. त्यासाठी पंतप्रधान झाल्यानंतर दहाच दिवसांनी विन्स्टननी अमेरिकेला एक परखड इशारा दिला : ब्रिटिश सरकार कधीच शरणागती पत्करणार नाही; पण यशस्वी आक्रमणापुढे ब्रिटन टिकेलच याची खात्री नाही. अशा वेळी 'समेटाची बोलणी करण्यासाठी इतर कोणी येणार असेल, तर जर्मनीसोबत वाटाघाटी करताना ब्रिटनकडे केवळ आरमार ही एकच मोलाची गोष्ट असेल आणि अमेरिकेनं ब्रिटनला स्वतःच्या नशिबावर सोडून दिलं, तर जिवंत रहिवाशांसाठी शक्य तितक्या सोयीच्या अटी मान्य करणाऱ्या ब्रिटिश नेत्यांवर दोषारोप करण्याचा हक्क कोणालाच नसेल.'[१]

अशा परिस्थितीत उरलंसुरलं ब्रिटिश नौदल आणि सोबत फ्रेंच आरमार व जर्मन नौदल यांचं अटलांटिकवर प्रभुत्व राहिलं असतं. या शक्यतेकडे कोणताही अमेरिकी राष्ट्राध्यक्ष समतोल वृत्तीनं पाहू शकला नाही; परंतु रुझवेल्ट यांना दीर्घ आर्थिक मंदी व ठळक अलगतावाद या पार्श्वभूमीवर दुसऱ्यांदा पुनर्निवडणुकीची प्रचारमोहीम राबवायची होती; त्यामुळे त्यांनी वाटाघाटी हाताळण्याची जबाबदारी परराष्ट्र मंत्रालयावर सोपवली. पहिल्या महायुद्धात वापरल्या गेलेल्या अमेरिकी नौदलाच्या ५० विध्वंसक नौकांसाठी विनंती करण्यात आली, तेव्हा त्याच्या बदल्यात ब्रिटननं सर्व ब्रिटिश वेस्ट इंडिज बेटांचा ताबा सोडावा अशी मागणी झाली. पहिल्या महायुद्धातील उरलेल्या कर्जाची परतफेड १९३२ मध्ये स्थगित करण्यात आली होती. ती कर्जं या ताबा सोडण्याच्या प्रक्रियेद्वारे रद्दच होतील, अशीही जोड या व्यवहाराला देण्यात आली. हे शक्य नसल्यास अमेरिकी परराष्ट्र मंत्रालयानं पुढील प्रस्ताव ठेवला : ब्रिटनचा विध्वंस झाला तर त्यांचं नौदल उत्तर अमेरिकेच्या दिशेनं चालू लागेल, अशी जाहीर घोषणा करण्याची मागणी अमेरिकेनं केली. विन्स्टन यांनी हे दोन्ही प्रस्ताव नाकारले. पहिला प्रस्ताव बेकायदेशीर व अपमानकारक असल्यामुळे नाकारला, तर दुसऱ्या प्रस्तावाचा ब्रिटिश नौदलाच्या

मनोबलावर विघातक परिणाम होईल म्हणून त्याला नकार देण्यात आला. शेवटी १४ ऑगस्ट १९४० रोजी या व्यवहाराला अंतिम रूप आलं, तेव्हा अमेरिकी विध्वंसक नौकांच्या बदल्यात बर्म्युडा व न्यूफाउन्डलँड हे ब्रिटिश वेस्ट इंडिजमधील नाविकी तळ दीर्घ मुदतीच्या भाडेकरारावर अमेरिकेला देण्याचं ठरलं.[१०] नौकांची उपयुक्तता अगदीच क्षुल्लक ठरली. या व्यवहारातून कोणता पायंडा पडतो, ते अधिक महत्त्वाचं होतं. निवडणुका सुरक्षितपणे पार पडलेल्या असल्यामुळे विन्स्टननी रुझवेल्ट यांच्याकडे स्पष्टच मदतीची याचना केली :

> 'जहाजवाहन आणि इतर पुरवठ्यांसाठी रोख मोबदला देणं आम्हाला शक्य होणार नाही, अशी वेळ येऊन ठेपलेली आहे. पूर्ण व्यवहारात योग्य आर्थिक परताव्यासाठी आम्ही सर्वतोपरी प्रयत्न करू आणि कोणताही त्याग करून रक्कम भरून काढू; पण हा संघर्ष इतका टोकाला पोहोचलेला असताना, ग्रेट ब्रिटनकडील सर्व विक्रीयोग्य मालमत्ता या व्यवहारात खर्ची पडली, तर आम्ही विजयानंतरही निष्कांचन झाल्यासारखी परिस्थिती ओढवेल. रक्त सांडून विजय मिळवल्यावर, सभ्यतासंस्कृतीचा बचाव केल्यावर आणि सर्व संभाव्य संकटांविरोधात शस्त्रसज्जता करण्यासाठी अमेरिकेला वेळ मिळवून दिल्यानंतरही ब्रिटनची अशी अवस्था झाली तर ते तत्त्वतः चुकीचं असेल आणि आपल्या दोघांनाही घातक असेल, हे तुम्हालाही मान्य होईल, असा मला विश्वास आहे. अशी परिस्थिती अमेरिका व ब्रिटन यांपैकी कोणाच्याही नैतिक किंवा आर्थिक हितसंबंधांशी पूरक नसेल.'[११]

परंतु अटलांटिकच्या दुसऱ्या बाजूनं- म्हणजे अमेरिकेच्या बाजूनं परिस्थितीचं हे आकलन मान्य झालं नाही; त्यामुळे त्यांनी निष्ठुरपणे आपला वाटा हिसकावून घेतला- केवळ सोनं, रोख रक्कम आणि सरकारी रोख्यांच्या स्वरूपातच नव्हे; तर पेटंट, परवाने व अधिकारांच्या रूपातही सगळं काही मोजून घेण्यात आलं. अन्यथा अमेरिकेतील करदात्याला किंमत मोजावी लागली असती. विन्स्टननी विनवणी केल्यानंतर दहा दिवसांनी रुझवेल्ट यांनी शस्त्रपुरवठ्यासंबंधी टिप्पणी केली. युद्धानंतर परताव्याचं किंवा आर्थिक मोबदल्याचं आश्वासन घेऊन शस्त्र पुरवणं म्हणजे पसरणारी आग शमवण्यासाठी शेजाऱ्याला पाण्याची नळी उसनी देण्यासारखं आहे. 'ही कोणत्याही राष्ट्राच्या इतिहासातील सर्वांत निःस्वार्थी कृती होती', असं विन्स्टननी त्यांच्या आत्मकथनामध्ये नोंदवलं आहे; परंतु प्रत्यक्षात १९४७ च्या मार्शल योजनेप्रमाणे अमेरिकेची ही कृतीसुद्धा शहाणपणाची व स्वहिताची होती. 'त्यांनी

पैसे कर्जाऊ घेतले होते, हो की नाही?' असा उघडावाघडा सवाल अमेरिकेने पहिल्या महायुद्धात विचारला होता. त्यापेक्षा कित्येक पटींनी अधिक शहाणीव अमेरिकेनं दुसऱ्या महायुद्धाच्या वेळी दाखवली; त्यामुळे त्यातील स्वहिताचा घटक या व्यवहाराला उणावणारा नाही. ब्रिटनसमोर १९४० मध्ये उभी ठाकलेली परिस्थिती अमेरिकेनं निर्माण केलेली नव्हती. या दोन देशांच्या स्थानांची अदलाबदल झाली असती, तर संकटग्रस्त अमेरिकेशी ब्रिटन याहून वेगळा वागला नसता. ब्रिटनचे एक पंतप्रधान लॉर्ड पाल्मरस्टोन यांनी एकदा जाहीर केलं होतं की, 'कोणीही आमचा शाश्वत मित्र किंवा चिरंतन शत्रू नाही. आमचे हितसंबंध हेच शाश्वत व चिरंतन आहेत आणि या हितसंबंधांचा पाठपुरावा करणं हे आमचं कर्तव्य आहे.'[१२]

शस्त्रं उसनी देऊन भाडेकरार करवून घेण्याचा हा व्यवहार (लेन्ड-लीज) ११ मार्च १९४१ रोजी कायद्याच्या रूपात अवतरला. या कायद्याअंतर्गत घेण्यात आलेल्या किंवा या कायद्यानं मोकळ्या सोडलेल्या कोणत्याही सामग्रीपासून अथवा यंत्रापासून बनवलेल्या उत्पादनांचा व्यापार ब्रिटिश कंपन्यांना करता येणार नाही, अशी तरतूद त्यात होती. वस्तुनिष्ठरीत्या पाहिलं, तर ब्रिटनची स्वतःची वाढीची क्षमता मर्यादित होती; त्यामुळे त्यांच्याकडून होणारी रोख खरेदी व समुद्रापारच्या ब्रिटिश बाजारपेठांमधील अमेरिकी निर्यातीत झालेली वाढ यांचा हातभार लागून अमेरिकेचा उत्पादकीय पाया विस्तारणं ब्रिटनसाठीही चांगलं होतं.[१३] 'अठ्ठावन्न वाढीव नौकामार्ग आणि दोनशे अधिकच्या नौका यांच्या बांधणीसाठी आज मी निधी नेमून दिला आहे,' असे रुझवेल्ट यांनी एप्रिल १९४१ मध्ये लिहिलं होतं. 'व्यापारी जहाजं आणि तुमचे मोठे मित्र (युद्धनौका) यांच्या दुरुस्तीसाठीची तजवीजही मी केली आहे.'[१४] पैशाच्या बळावर ब्रिटनमध्ये असे परिणाम दिसून आले नसते. देशांतर्गत लाभ ठोस स्वरूपात दिसत असल्याशिवाय अमेरिकी प्रतिनिधिगृहानं कर वाढवण्याच्या बाजूनं मतदान केलं नसतं. अमेरिकेला युद्धातून बाहेर ठेवण्याचा मार्ग म्हणून 'लेन्ड-लीज' कायदा वापरण्यासाठी रुझवेल्टना विन्स्टननी मदत केली. ९ फेब्रुवारी १९४१ रोजी प्रसारित झालेल्या भाषणात त्यांनी अमेरिकी लोकांना खोटं आश्वासनही दिलं : 'तुम्ही आमच्यावर विश्वास ठेवा आणि आम्हाला आशीर्वाद द्या. देवाच्या कृपेनं सर्व काही सुरळीत होईल. आम्ही पराभूत होणार नाही किंवा अडखळणार नाही. आम्ही दमणार किंवा थकणार नाही. लढाईचा अचानक बसलेला धक्का किंवा दक्षता व मेहनत याची दीर्घ काळ सुरू असलेली परीक्षा, यांमुळे आम्ही थकून जाणंही शक्य नाही. आम्हाला साधनं द्या, आम्ही कामं संपवून टाकतो.'

उत्कृष्ट वाक्पटुत्व दाखवणाऱ्या या ओळींमधून एक साधं सत्य डोळ्यांआड केलं जातं : ब्रिटनला साधनं दिली असती, तरीही स्वतःच्या बळावर काम संपवणं त्यांना शक्य नव्हतं; परंतु विन्स्टन यांच्या बोलण्यातील शब्द प्रत्यक्ष स्थितीचं

अचूक वर्णन करणारे होते आणि 'लेन्ड-लीज'द्वारे अमेरिका खरोखरच युद्धापासून अंतर राखू शकेल, असा काही अमेरिकी मंडळींचा समज झाला. रुझवेल्ट यांची पावलं किती धोकादायक अडचणीच्या वाटेवरून पडत होती हे १२ ऑगस्ट १९४१ रोजी स्पष्ट झालं- (ऑक्टोबर १९३९ मध्ये सादर झालेल्या सक्तीच्या लष्करी सेवेविषयीच्या) मसुद्याबाबत प्रतिनिधिगृहात झालेल्या मतदानात केवळ एका मतानं मसुदा मंजूर झाला.[१५] युद्धामध्ये सबळ आणखी बलवान होत जातात आणि दुर्बलांना स्वतःकडून हिरावलेल्या गोष्टी सामाईक हितासाठी वापरल्या जातील अशी आशा ठेवण्याव्यतिरिक्त काहीच करता येत नाही. लंडनमध्ये आश्रय घेतलेल्या इतर देशांच्या सरकारांनाही या आशेचाच आधार होता. त्यांची उरलीसुरली संपत्ती ब्रिटिशांनी वापरात आणली होती. कनिष्ठ साथीदाराचं स्थान किमान समाधानही मिळू देत नाही, हे क्रूर सत्य आहे. युद्धादरम्यान ब्रिटिशांचा प्रवास अपरिहार्यपणे दुय्यम साथीदाराच्या स्थानाकडे होत गेला.

युद्धकाळात विन्स्टन व रुझवेल्ट यांच्यात सतराशेहून अधिक पत्रं व तारांची देवाणघेवाण झाली. दिवसाला सरासरी एक असा त्यांच्या संदेशांचा वेग होता.[१६] दहा वेळा त्यांची प्रत्यक्ष भेट झाली, त्यातील आठ भेटी उभयपक्षी स्वरूपाच्या होत्या आणि दोन वेळा स्टालिनही बैठकीत सहभागी झाले होते. म्हणजे विन्स्टन आणि रुझवेल्ट यांनी एकमेकांच्या सान्निध्यात एकूण १२० दिवस घालवले. दोन मोठ्या राष्ट्रांच्या नेत्यांमध्ये अशा प्रकारचं सहकार्य झाल्याची नोंद इतिहासात सापडत नाही. या संदेशांचे मुख्य पुरवठादार विन्स्टन होते- एक हजारांहून अधिक संदेश त्यांच्याकडून गेलेले होते. शिवाय अमेरिकी राष्ट्राध्यक्षांची भेट घेण्यासाठी त्यांनी सात वेळा अटलांटिक पार केला, तर रुझवेल्ट यांनी अशा कामासाठी तीन वेळा अटलांटिकच्या पलीकडे प्रवास केला. अर्थात रुझवेल्ट हे राष्ट्राध्यक्ष होते; अमेरिकी सरकारचे प्रमुख होते, तर विन्स्टन हे राजाचे केवळ पहिले मंत्री होते- या वस्तुस्थितीचाही संदर्भ त्यांच्यातील संवादाला होता. शिवाय रुझवेल्टना १९२१पासून पोलिओनं पंगू बनवलं होतं; त्यामुळे वयानं विन्स्टन मोठे असले तरी त्यांच्यापेक्षा रुझवेल्ट यांचा शारीरिक लवचीकपणा कमी होता. विन्स्टननी चार वेळा वॉशिंग्टनला भेट दिली; पण रुझवेल्टनी ब्रिटनमध्ये भेट घ्यायला नकार दिला. त्यांनी मर्यादित परस्परसहकार्याची भूमिका घेत दोनदा क्युबेकमध्ये भेटायला सहमती दर्शवली. त्यांचे संबंध कधीही समानतेच्या पातळीवरचे नव्हते; पण तरीही रुझवेल्ट यांनी शिष्टाचाराच्या पलीकडे जात अनेकदा आपल्या पाहुण्यासाठी वैयक्तिक गैरसोयही सहन केली. अखेरीस त्यांची सभ्य वागणूक तब्येतीसोबत जीर्ण होत गेली; पण विन्स्टनना त्यांनी सर्वसाधारणतः अतिशय विचारपूर्वक वागवलं. तरीही १२ एप्रिल १९४५ रोजी रुझवेल्ट यांचं निधन झालं, तेव्हा शोकसमारंभाला विन्स्टन उपस्थित नव्हते;

त्यामुळे या अविनाशी भासणाऱ्या मैत्रीचा त्यांच्याकडून उघडपणे अनादर झाला.[१७]

परंतु या दोघांच्या संबंधांच्या प्रारंभी अस्सल जिव्हाळा होता. रुझवेल्ट व विन्स्टन हे दोघेही मुळातून अहंकारी होते. मनात जवळीक नसतानाही विन्स्टन तसं ढोंग करत होते, अशी शक्यता वाटत नाही. रुझवेल्टना मानवी स्वभावाचा अचूक अदमास बांधण्याची कला साधली होती; त्यामुळे विन्स्टन मैत्रीची बतावणी करत असते, तर ती रुझवेल्टच्या नजरेतून सुटली नसती. उपलब्ध पुराव्यानुसार त्यांना विन्स्टनविषयी खरोखरच ममत्व वाटत होतं आणि विन्स्टनना नकार देणं त्यांना अवघड जात असे. या सगळ्याचा जटिल परिणाम दोन सरकारांच्या संबंधांवर झाला. अनेकदा आपल्या राष्ट्राध्यक्षांच्या पक्षपाताची भरपाई करण्यासाठी अमेरिकी अधिकारी सर्व ब्रिटिश अभियानांवर शक्य तेवढे वाईट अभिप्राय देत असत. ब्रिटिश लोकांमध्ये अमर्याद कपट भरलेलं आहे; त्यामुळे सर्व अमेरिकी लोकांनी त्यांच्यापासून सावध राहायला हवं, अशी धारणा अमेरिकी सैनिकी व नाविकी अकादमीमध्ये जोपासली जात असे.[१८] नागरी अधिकाऱ्यांसंदर्भात पुरोगामी दृष्टिकोनाची भूमिका मोठी असायची; त्यामुळे त्यांच्या लेखी विन्स्टन प्रतिगामी ठरत. त्यात भर म्हणजे, रुझवेल्ट यांच्या 'न्यू डील' धोरणामुळे (आर्थिक मंदीनंतरच्या काळात सावरण्यासाठी सार्वजनिक बांधकामाचे प्रकल्प, सामाजिक सुरक्षा अधिनियम व किमान वेतन यांसह इतर काही उपाय करण्यात आले, त्यांना एकत्रितरीत्या 'न्यू डील' असं संबोधलं जातं.) उच्चभ्रू विद्यापीठांमधून सरकारी सेवेत घेण्यात आलेल्या 'सर्वोत्तम व बुद्धिमान' अधिकाऱ्यांचा स्टालिन यांच्या रशियाकडे पाहायचा दृष्टिकोन मात्र अतिशय भोळसट होता. ब्रिटिशांपेक्षा सोव्हिएत रशिया अधिक दयाळू असल्याचा समज अमेरिकी सरकारमध्ये रुझवेल्ट यांच्या हाताखालील विविध पदाधिकाऱ्यांमध्ये रुजला होता. सोव्हिएत रशियाच्या गुप्तचर सेवेने भरती केलेल्या अमेरिकी मंडळींकडून या भावनेला खतपाणी घातलं गेलं. या मार्गानं भरती झालेले अनेक अधिकारी अतिशय संवेदनशील प्रशासकीय धोरणनिर्मितीमध्ये सहभागी होत होते.[१९]

ब्रिटिशांचे पूर्वग्रहही तितकेच दृढ होते. ते अमेरिकी सैनिकांना 'यांक्स' असं संबोधायचे, विशेषतः दक्षिण अमेरिकी सैन्य अधिकारी या संबोधनामुळे त्रस्त झाले होते. हे सगळे सैनिक म्हणजे मार्गदर्शनाची गरज असलेल्या उत्साही गावंढळ लोकांप्रमाणे आहेत, अशी ब्रिटिशांची दृष्टी होती. इतर दोन सशस्त्र सेवांच्या बाबतीत परिस्थिती अशी नव्हती. अतिशय ब्रिटिशद्वेष्टे ॲडमिरल अर्नेस्ट किंग हे फेब्रुवारी १९४१पासून अटलांटिक आरमार पथकाचे कमांडर म्हणून कार्यरत होते आणि त्याच वर्षी ३० डिसेंबरपासून अमेरिकी आरमार पथकाची धुराही त्यांच्याकडे आली. तरीही दोन्ही नौदल पथकांनी परस्परांबाबत आदर राखणारी कार्यपद्धती तत्काळ प्रस्थापित केली. १९१७-१८ मध्ये त्यांच्यातील संबंध असेच होते. वरिष्ठ

हवाई दल कमांडर्समध्ये काही मतभेद असले तरी इतर दोन सशस्त्र दलांच्या तुलनेत ते निरर्थक आहेत, अशी सर्वसाधारण धारणा होती. सैन्यदलांचा विचार केला, तर साम्राज्यवादी दलांचं प्रमुखपद जनरल सर जॉन डील यांच्याकडून ब्रूककडे गेल्यानंतर पर्ल हार्बरवर हल्ला झाला, हे दोस्त राष्ट्रांच्या पथ्यावर पडणारं होतं. डील यांना गव्हर्नर जनरल म्हणून मुंबईला पाठवलं जाण्यापूर्वी फिल्डमार्शल हे पद देण्यात आलं होतं, ही बाबही इष्टकारक ठरली. विन्स्टन डील यांना फारसं महत्त्व देत नसत. त्यांची विवेकशीलता आणि बौद्धिक सावधगिरी अडथळ्याची ठरत असे, असं विन्स्टनना वाटत होतं. तरीही डिसेंबर १९४१ मध्ये डील विन्स्टनसोबत वॉशिंग्टन दौऱ्यात सहभागी झाले होते आणि ब्रिटिश सैनिकी मोहिमेचे प्रमुख म्हणून ते तिथेच राहिले. अमेरिकी सेनाप्रमुख जॉर्ज सी. मार्शल यांच्याशी झालेली डील यांची घनिष्ठ मैत्री म्हणजे दुसऱ्या महायुद्धातील सर्वांत खास अमेरिका-ब्रिटिश संबंधांचा दाखला असल्याचं प्रतिपादन डील यांच्या एका चरित्रकारानं केलं आहे. डील हे 'ब्रिटिश-अमेरिकी सहकारी संबंधांमधील सर्वांत महत्त्वाचं व्यक्तिमत्त्व आहे', असंही रुझवेल्ट म्हणाले होते.[२०]

डील यांना विन्स्टननी दिलेली वागणूक त्यांच्या मनाच्या तळघरातील अंधाऱ्या विवराचं सूचन करणारी होती. डील साम्राज्यवादी दलांचे प्रमुख होते, तेव्हा विन्स्टन त्यांची संभावना 'अळंटळं करणारा' अशी करत असत. डील यांना बैठ्या कामासाठी मुंबईला पाठवणं म्हणजे तर फारकत घेण्यासाठी केलेला अपमानच होता. केवळ मार्शल यांच्यासोबतच नव्हे, तर अमेरिकी प्रतिनिधिगृहातील अनेक नेते व रुझवेल्ट यांच्यासोबतही डील यांनी सौहार्दाचे संबंध प्रस्थापित केले होते- या वस्तुस्थितीचं महत्त्व मान्य करण्याऐवजी विन्स्टननी डील यांना कमीपणा देणं सुरू ठेवलं. डील यांना सरदाराचा सन्मान देण्यास विन्स्टननी दोनदा नकार दिला; यामुळे तर अमेरिकी प्रतिनिधींच्या नजरेत त्यांची स्वतःचीच प्रतिमा मलिन झाली. ब्रिटननं वॉशिंग्टनमध्ये पाठवलेला तोपर्यंतचा सर्वोत्तम राजदूत म्हणजे डील, असं मार्शल यांना वाटत असे. वॉशिंग्टनमध्ये ४ नोव्हेंबर १९४४ रोजी डील यांचं निधन झालं, तेव्हा अर्लिंग्टन नॅशनल सिमेटरीमध्ये त्यांना दफन केलं जावं यासाठी त्यांनी यशस्वी प्रयत्न केले. तिथे डील यांच्या थडग्यासोबत घोडेस्वाराचा पुतळा लावलेला आहे. अमेरिकी थोरांच्या पंक्तीमधील केवळ दोनच स्मृतिस्थळांवर असे पुतळे आहेत, त्यातील हा एक.[२१] हे एवढ्यावरच थांबलं नाही : पुढे १० जानेवारी १९४५ रोजी रुझवेल्टनी एक पत्र लिहिलं. 'माय डिअर, मिस्टर प्राइम मिनिस्टर' असा अतिशय औपचारिक मथळा असलेल्या या पत्रामध्ये अतिशय तीव्र शब्दांमध्ये खरडपट्टी काढलेली होती :

> ‘फिल्डमार्शल सर जॉन डील यांना अलीकडेच ‘अमेरिकी उल्लेखनीय सेवा पदक’ मरणोत्तर प्रदान करण्यात आलं, त्या संदर्भात प्रतिनिधिगृहानं गेल्या २० डिसेंबर रोजी मंजूर केलेल्या संयुक्त ठरावाची प्रत या पत्रासोबत तुम्हाला पाठवतो आहे. फिल्डमार्शल सर जॉन डील यांच्या सेवेची प्रशंसा करणारा हा ठराव आहे. अमेरिकी प्रतिनिधिगृहाला अशी अभूतपूर्व कृती करणं योग्य वाटलं आणि सिनेटच्या परराष्ट्र संबंध समितीचे अध्यक्ष सन्माननीय टॉम कॉनली यांनी हा ठराव मांडला. आपल्या दोन्ही देशांच्या कृतींमध्ये ऐक्य राहावं यासाठी डील यांनी केलेल्या महान सेवेची केवळ औपचारिक दखल घेण्यापुरता हा ठराव मर्यादित नाही, तर युद्धाच्या सद्य टप्प्यावर अपरिहार्य असणाऱ्या किरकोळ मुद्द्यांवरील भांडणांच्या संदर्भातील हितकारक मनोवस्थेचा हा एक पुरावा आहे. सर जॉन डील यांनी आपल्या दोन्ही देशांची महान सेवा केली आहे, असं मला वाटतं आणि हे लिखित रूपात नोंदवून ठेवताना मला आनंद होतो आहे.’

‘डील यांच्याबाबत दाखवलेल्या वृत्तीबद्दल विन्स्टन यांना मी कधीही माफ करू शकणार नाही,’ अशी उदास टिप्पणी ब्रूक यांनी विन्स्टन-ड्रील संबंधांविषयी केली होती.[२२] अमेरिकी लोकांनी ड्रील यांना वाहिलेल्या आदरांजलीचे दाखले उपलब्ध नसते, तर कदाचित ब्रूक यांचं विधान अतिरंजित मानलं गेलं असतं; पण रुझवेल्ट यांच्या निग्रही पत्राच्या संदर्भात पाहिलं तर २० ऑक्टोबर १९४१ रोजी ब्रूक यांनी केलेल्या विधानांना विश्वासार्हता प्राप्त होते. ‘डील अतिशय परखड होते, सर्वोत्तम तत्त्वांचं आचरण ते करत असत आणि त्यांची वृत्ती अढळ सचोटी राखणारी होती. यातील कोणतंही गुणवैशिष्ट्य विन्स्टनना रुचणारं होतं, असं मला वाटत नाही. उलट या संदर्भातील स्वतःच्या त्रुटी उघड होऊ नयेत म्हणून या गुणांबाबत त्यांच्या मनात अप्रीतीच होती, असं मला वाटतं,’ असं ब्रूक म्हणाले होते.[२३] विन्स्टन यांच्या ठायी सूडबुद्धी वास करत होती, हे नाकारता येणार नाही. १९३० च्या दशकात त्यांना गुप्तचर माहिती पुरवणारा सर्वांत आघाडीचा स्रोत म्हणजे डेस्मंड मॉर्टन होते. ‘अल्ट्रा’कडून मिळालेली माहिती ताडून पाहण्यासाठी व निवडण्यासाठी त्यांच्यावर विन्स्टन यांनी विश्वास टाकलेला होता. मॉर्टन यांच्या मते, ‘विन्स्टन यांच्यात वर्चस्व गाजवण्याची प्रचंड आकांक्षा होती; त्यामुळे कोणाला त्यांच्याविषयी अजिबात भय वाटत नसेल किंवा भविष्यातही वाटण्याची शक्यता नसेल आणि त्या व्यक्तीच्या स्वभावात कोणतीही त्रुटी सापडत नसेल, तर संबंधित व्यक्तीबाबत त्यांच्या मनात न्यूनगंड निर्माण होत असे.’ विन्स्टनने मध्यपूर्वेतील मोहिमेची धुरा

वेव्हल यांच्याकडून काढून घेतली आणि केवळ स्वतःची ताकद दाखवण्यासाठी आपण हे केल्याची कबुलीही दिली, तेव्हा 'त्यांच्याविषयी पहिल्यांदाच मला अतिशय घृणा वाटली आणि ते स्वार्थी क्रौर्याची किती हीन पातळी गाठू शकतात हेही लक्षात आलं' असं मॉर्टन नोंदवतात.[२४]

युद्धकाळात रुझवेल्ट व विन्स्टन यांच्यातील पहिली बैठक (त्यापूर्वी १९१८ मध्येही त्यांची भेट झाली होती; परंतु तो प्रसंग विन्स्टनना नंतर सहज आठवेनासा झाला) ऑगस्ट १९४१ मध्ये न्यूफाउन्डलँडमधील प्लेसेन्शिया उपसागरातील (अर्जेन्टिना हार्बर या नावानंही परिचित) युद्धनौकांवर झाली.[२५] सक्तीच्या लष्करी सेवेसंदर्भातील मतदानाला सामोरं जाणार असलेल्या रुझवेल्ट यांना या बैठकीमध्ये फारशा करामती करायला संधी नव्हती; परंतु दोघांनाही एकमेकांचा अदमास बांधायला ही बैठक उपयोगी ठरली. 'अटलांटिक चार्टर' या नावानं ओळखल्या गेलेल्या तत्त्वांबाबतचा जाहीरनामा (परिशिष्ट दोन) या वेळी प्रसिद्ध झाला. हीच या बैठकीची मुख्य उपलब्धता होती. या जाहीरनाम्यातील चौथ्या खंडामध्ये साम्राज्यवादी अग्रक्रमांच्या संदर्भात 'त्यांच्या विद्यमान जबाबदाऱ्यांचा योग्य आदर ठेवून' असा शब्दप्रयोग वाढवण्यात आला. अमेरिकी परराष्ट्र मंत्रालयानं संपूर्ण युद्धकाळात ब्रिटिश साम्राज्यवादावरील टीका सुरू ठेवली आणि अमेरिकी बचाववाद एका कणानंही सोडला नाही.[२६] या दस्तऐवजातील संपूर्ण पाचवा खंड लंडनमधील मंत्रिमंडळाच्या आग्रहापायी वाढवण्यात आला. त्यासाठी ॲटलींनी तातडीची रात्रबैठक बोलावली होती. फेब्रुवारी १९४५ मध्ये रुझवेल्ट म्हणाले : 'अटलांटिक चार्टर ही संकल्पना सुंदर आहे. ही सनद तयार करण्यात आली, तेव्हा इंग्लंड युद्ध हरण्याच्या अवस्थेत होता. त्यांना आशा होती आणि या सनदेद्वारे त्यांना ती मिळालीही.'[२७] हे अप्रामाणिक विधान होतं. रुझवेल्टनाही त्यांची देशांतर्गत राजकारणातील गरज म्हणून ही सनद आवश्यक वाटत होती. वर्षभरानं भारताविषयी रुझवेल्टनी व्यक्त केलेल्या मताचा प्रतिवाद करताना विन्स्टननी त्यांना आठवण करून दिली की, अटलांटिक चार्टरची कठोर अंमलबजावणी करायची झाली, तर पहिल्यांदा पॅलेस्टाइनमधील ज्यू वसाहती उठवाव्या लागतील.[२८]

अमेरिका लवकरात लवकर युद्धात सहभागी होईल याचे काही संकेत मिळावेत, अशी विन्स्टन यांची इच्छा होती; पण त्यांना असे संकेत मिळाले नाहीत. वॉशिंग्टनहून परतल्यावर त्यांनी माध्यमसम्राट सेसिल किंग यांना सांगितलं की, तटस्थ राहून अमेरिकेकडून दुप्पट जहाजी माल मिळण्यापेक्षा सहा महिने काहीच पुरवठा न करता अमेरिका युद्धात सहभागी होणं आपल्याला अधिक इष्टकारक आहे. अमेरिका तत्काळ काही मोठं सैनिकी योगदान देईल असं नव्हे; पण नाझींच्या ताब्यात गेलेल्या युरोपातील मनं थाऱ्यावर ठेवण्यासाठी अमेरिकेचा युद्धातील प्रवेश प्रभावशाली

ठरेल. आपण मुक्त होणार आहोत हे वेळीच पटवून दिलं नाही, तर युरोपातील लोक नाझींची नवीन सत्ता मुकाट्यानं स्वीकारतील, अशी चिंता विन्स्टनना वाटत होती. 'वेळ कमावण्याकरिता सुरू असलेल्या या स्पर्धेत अमेरिकेचा युद्धातील प्रवेश आपल्यासाठी मानसिक पातळीवर मोठ्या लाभाचा ठरेल.'[२१] या मानसिक उद्दिष्टाच्या संदर्भात अटलांटिक चार्टर ब्रिटनच्या पथ्यावर पडणारं होतं, असं रुझवेल्टना वाटलं असणं शक्य आहे; परंतु किंग यांच्याशी झालेल्या विन्स्टन यांच्या संवादातून असं दिसतं की, कदाचित व्यक्तिशः विन्स्टन यांनाही हा दस्तऐवज थेट उपकारक ठरला असावा. सरकारमधील लेबर पक्षाच्या नेत्यांना त्यांची डावी बाजू शांत करण्यासाठी हेतू सिद्ध करणारा जाहीरनामा गरजेचा होता, तो पुरवण्याचं काम विन्स्टन यांनी या सनदेद्वारे केलं.

पर्ल हार्बरनंतर परिस्थिती सुकर असल्याचं पाहून विन्स्टन *'ड्यूक ऑफ यॉर्क'* या नवीन युद्धनौकेवरून अटलांटिक पार करून अमेरिकेच्या दिशेनं रवाना झाले (यापूर्वी *'प्रिन्स ऑफ वेल्स'* या नौकेतून ते प्लेसेन्शिया उपसागराकडे गेले होते; परंतु ती नौका आता दक्षिण चिनी समुद्राच्या तळाशी गेलेली होती.) सागरी प्रवास संपल्यावर पोटोमॅक नदीच्या तोंडापाशी हॅम्पटन रोडवरून पुढचा प्रवास त्यांनी विमानमार्गे केला. मार्गबदलादरम्यान त्यांनी चार भागांतील एका छापील निवेदनाद्वारे आपली सामरिक दृष्टी स्पष्ट केली. 'अटलांटिक आघाडी'पासून त्याची सुरुवात झाली. त्यामध्ये जर्मन पाणबुड्यांचा पाडाव करणं हा अपरिहार्यपणे पहिला टप्पा होता आणि फ्रेंच उत्तर आफ्रिकेवर अमेरिकेनं ताबा मिळवणं हा शेवटचा टप्पा होता. या शेवटच्या टप्प्यात शत्रूकडून प्रतिकार होणार नाही, असं विन्स्टनना वाटत होतं. या कारवाईनंतर भूमध्य समुद्रातून मध्य पूर्व प्रदेशाकडे आणि सुएझ कालव्याकडे जाण्यासाठी मुक्त मार्ग उपलब्ध होणार होता. परिणामी, आधी आफ्रिकेला घालावा लागणारा वळसा टळल्यामुळे व्यापारी जहाजवाहतुकीतील लाखो टन वाचणार होते. याला त्यांनी जर्मनीभोवती 'घट्ट होत चाललेला विळखा' (द रिंग दॅट इज क्लोजिंग) असं संबोधलं. त्यांच्या आत्मकथनाच्या पाचव्या खंडाचं शीर्षकही यातूनच आलेलं होतं. निवेदनाच्या दुसऱ्या व चौथ्या भागांमध्ये पॅसिफिक प्रदेशाचा विचार केला होता. अटलांटिकनंतरच हा प्रदेश सैनिकी कारवाईच्या कक्षेत घेतला जाणार होता, कारण 'जपानला स्वतःच्या हद्दीत ढकलून आणि परदेशामधील त्याच्या फौजांचा पराभव करून युद्ध संपवणं शक्य नाही. युरोपात जर्मन फौजांच्या पराभवाद्वारेच हे शक्य होईल.' पर्ल हार्बर हल्ल्यानंतर रुझवेल्ट यांच्यासाठी अमेरिकी सेनाधिकाऱ्यांनी तयार केलेल्या टिपणातील वाक्यरचनेशी या निवेदनाचं इतकं साधर्म्य होतं की, प्लेसेन्शिया उपसागर बैठकीदरम्यान आणि त्यानंतर ब्रिटन व अमेरिका यांच्यात झालेल्या गुप्त सैनिकी बैठकींमधील निष्कर्षांचंच प्रतिबिंब या दस्तऐवजांमध्ये पडलं

होतं, असं मानायला पुरेशी जागा आहे.[३०] -----

निवेदनाच्या तिसऱ्या भागामध्ये शत्रूभोवतीचा गळफास आवळण्याची व्यूहरचना मांडलेली होती. काळ्या समुद्राद्वारे सोव्हिएत रशियाकडे पुरवठा करता यावा, यासाठी दार्दनेल्स खुलं करून देण्यासंबंधी तुर्कस्तानचं मन वळवणं आवश्यक असल्याचं यात म्हटलं होतं. युद्धाची मार्गक्रमणा पूरक पद्धतीनं न झाल्यामुळे आणि आर्थिक हलाखी व बॉम्बफेक यांमुळे जर्मनी अंतर्गतरीत्या कोसळून पडेल, असा अंदाज निवेदनात वर्तवण्यात आला होता. नाझींचा ताबा असलेल्या देशांमधील प्रतिकाराच्या आंदोलनांचाही हातभार या प्रक्रियेला लागेल. या प्रतिकाराला प्रोत्साहन देण्यासाठी नॉर्वे, डेन्मार्क, हॉलंड व बेल्जियम, फ्रेंच खाडी आणि अटलांटिकचा किनारा आणि इटली व शक्य झाल्यास बाल्कन्स प्रदेशामध्ये लहान दलं उतरवावीत, अशी सूचना विन्स्टननी निवेदनात केली होती.

दरम्यान, ४० तुकड्यांचं (यातील निम्म्या तुकड्या राष्ट्रकुलातील फौजांच्या असतील) 'मुक्तिदायी आक्रमण' १९४३ च्या उन्हाळ्यामध्ये अमलात आणलं जाणार होतं. हवाई व समुद्री पातळीवर निखालस वर्चस्व प्रस्थापित करणं, ही या आक्रमणासाठीची पूर्वअट होती.[३१] अमेरिकी प्रतिनिधींनी दीर्घ सैनिकी बैठकींद्वारे काही हरकती नोंदवत हे निवेदन स्वीकारलं. इतर अनेक मुद्द्यांसोबतच संयुक्त सेनाधिकारी मंडळ स्थापण्याचा विचारही या निवेदनात मांडलेला होता. कनिष्ठ पातळीवर संयुक्त सेवा समित्यांमधील चर्चेचं ब्रिटिश प्रारूप स्वीकारण्यात आलं. या समित्यांमध्ये दोस्त राष्ट्रांची सैन्यं एकत्रितरीत्या कार्यरत राहत होती. सेवांतर्गत आणि दोस्त फौजांतर्गत असलेला वैरभाव निवळवण्यासाठी वैयक्तिक समजुतीचा उपयोग या समित्यांमध्ये केला जात असे. ही रचना म्हणजे युद्धकाळातील दोस्त फौजांच्या प्रयत्नांना ब्रिटिशांकडून मिळालेली सर्वांत महत्त्वाची भेट होती.[३२]

सेनाधिकारी मंडळाचं प्रमुखपद मार्शल यांनी तुलनेनं कनिष्ठ जनरल ड्वाइट डी. 'आइक' आयझेनहॉर यांच्याकडे दिलं. ब्रिटिश खाडी पार करणाऱ्या चढाई मोहिमेची योजना आखण्याचे आदेश त्यांना देण्यात आले. ही मोहीम १ एप्रिल १९४३ या अशुभसूचक दिवशी अमलात येणार होती. तत्पूर्वी सोव्हिएत रशियाला पाडाव होण्यापासून वाचवण्याची वेळ आली, तर गरजेनुसार सप्टेंबर किंवा ऑक्टोबर १९४२ मध्ये लहान स्वरूपात जमिनीवरील चढाई करायची आनुषंगिक योजनाही तयार ठेवण्यात आली होती.[३३] नोव्हेंबर १९४२ मध्ये आयझेनहॉर यांनी 'ऑपरेशन टॉर्च'चे आदेश दिले. या मोहिमेअंतर्गत दोस्त राष्ट्रांच्या फौजा फ्रेंच मोरोक्को व अल्जेरियामध्ये उतरल्या. अगदी दहा महिन्यांपूर्वीपर्यंत या मोहिमेचा पूर्वअंदाज बांधता आला नव्हता, कारण तोवर उत्तर आफ्रिकेमधून अक्ष राष्ट्रांची दलं पिटाळून लावलेली असतील अशी विन्स्टन यांची अपेक्षा होती. जुलै १९४३ मध्ये आयझेनहॉरनी

'ऑपरेशन हस्की'चंही नेतृत्व केलं. या मोहिमेद्वारे सिसिलीवर दोस्त राष्ट्रांनी चढाई केली. सप्टेंबरमध्ये दोस्त राष्ट्रांच्या फौजा इटलीच्या दक्षिणेला उतरल्या. १९४३च्या मध्यापर्यंत अटलांटिकच्या लढाईमध्ये विजय प्राप्त झाला नव्हता. युरोपमध्ये दिवसाच्या वेळी हवाई वर्चस्व प्रस्थापित होण्यालाही १९४४ चा जानेवारी महिना उजाडावा लागला. त्या वेळेपासून अमेरिकी बॉम्बर विमानांसोबत दीर्घ पल्ल्याची मुस्तांग लढाऊ विमानंही साथीला जाऊ लागली. विन्स्टननी पूर्वअंदाज बांधलेले तयारीसाठीचे किनारपट्टीवरील छापे प्रत्यक्षात आलेच नाहीत. ऑगस्ट १९४२ मध्ये डियाप इथे दलं उतरवण्याचा दुर्दैवी निर्णय अमलात आला; पण त्यातून किमान काही उपयुक्त धडे शिकायला मिळाले. शेवटी 'डी-डे' फ्रेंच भूमीवर दोस्त राष्ट्रांच्या फौजा उतरल्या; तो दिवस उजाडला : ६ जून १९४४ रोजी ब्रिटिश खाडी पार करणारी 'ऑपरेशन ओव्हरलॉर्ड' ही चढाई मोहीम हाती घेण्यात आली. आयझेनहॉर यांच्याकडे या मोहिमेची एकंदर धुरा होती. प्रत्यक्ष युद्धभूमीवरील सेनाधिकारी जनरल सर बर्नार्ड मॉन्टगोमेरी यांनी लावून धरल्यामुळे मूळ योजनेमध्ये काही बदल करण्यात आले आणि या बदलांमुळेच यशाची संधी कित्येक पटींनी वाढली. मॉन्टगोमेरी यांच्याच नेतृत्वाखाली आठव्या सैन्यदलानं ऑक्टोबर-नोव्हेंबर १९४२ मध्ये अलामेन इथे रोमेलच्या फौजेला पराभूत केलं होतं.[३४] बऱ्याच गोष्टी बदलल्या, अगदी वेळापत्रकही बदललं, तरी एकुणात मूळ संकल्पना मात्र बऱ्यापैकी जशीच्या तशीच राहिली.

या व्यूहरचनेचे मुख्य कर्ते विन्स्टन चर्चिल यांनी २६ डिसेंबर १९४१ रोजी अमेरिकी प्रतिनिधिगृहात केलेल्या भाषणाचं जोरदार स्वागत झालं. यानंतरच त्यांना पहिला हृदयविकाराचा झटका आला (ज्ञात नोंदींनुसार). विन्स्टन यांची तब्येत चिंताजनक चिन्हं दाखवत असल्यामुळेच बहुधा या दौऱ्यामध्ये पहिल्यांदाच त्यांच्यासोबत त्यांचे डॉक्टर सर चार्ल्स विल्सन यांचाही सहभाग होता. विल्सन नंतरच्या काळात लॉर्ड मोरान म्हणून परिचित झाले. त्यानंतर त्यांनी *'विन्स्टन चर्चिल : द स्ट्रगल फॉर सर्व्हायव्हल'* हे नैतिकदृष्ट्या शंकास्पद पुस्तकही लिहिलं. विन्स्टन कुटुंबामध्ये हृदयविकाराचा कोणताही इतिहास नव्हता; परंतु चरबी, मद्य, निकोटीन, वजन आणि ताण याचा परिणाम अटळ होता. यानंतरच्या काळात विन्स्टन यांच्या वागणुकीवर या खालावलेल्या तब्येतीचा परिणाम झाला, हे आपण समजून घ्यायला हवं. मेंदूकडे होणारा रक्तप्रवाह मंदावल्यामुळे त्यांची मानसिक सूक्ष्मता क्षीण झाली. शिवाय आपण फार काळ जगणार नाही, ही त्यांची सुरुवातीच्या काळातील धारणा या आजारपणानंतर पुन्हा जागी झाली असणार. १९४२-४३ या वर्षांमध्ये त्यांची वागणूक बेपर्वा झाली होती व त्यांनी स्वतःला पूर्ण थकवून घेतलं, त्यामागचं कारणही हेच असावं. कार्श यांनी ३१ डिसेंबर १९४१ रोजी ओट्टावामध्ये काढलेलं

विन्स्टन यांचं छायाचित्र 'स्कावलिंग बुलडॉग' (आठ्या घातलेला बुलडॉग) म्हणून प्रसिद्ध झालं, त्यात त्यांच्या जीवनातील एक निर्णायक क्षण पकडला गेला.

१९४२ मध्ये विन्स्टन अमेरिकेहून परतले आणि जूनमध्ये विमानमार्गे पुन्हा वॉशिंग्टनला जाऊन आले. तिथून मग मध्यपूर्वेतील आघाडीची घडी बसवण्यासाठी कैरोला गेले. या दौऱ्यात त्यांनी मॉन्टगोमेरी यांच्याकडे आठव्या सैन्यदलाची जबाबदारी दिली (त्यांनी लवकरच अलामेनमध्ये विख्यात विजय साध्य करून दाखवला) आणि अलेक्झांडर यांच्याकडे एकूण मोहिमेची धुरा सोपवली. त्यानंतर विन्स्टन विमानानं तेहरानमार्गे स्टालिनना भेटायला मॉस्कोला गेले. ब्रिटिश सरकारच्या कानाकोपऱ्यांमध्ये पसरलेल्या रशियन गुप्तहेरांनी विन्स्टन यांच्या सवयींबाबत बरीच माहिती स्टालिनकडे पोहोचवलेली होती. त्यांनी आपल्याकडील खास औषधांचा विन्स्टनवर भडिमार केला. रात्री उशिरापर्यंत चाललेल्या उभयपक्षी बैठकींमध्ये दारूचा प्रचंड वापर होत होता. ब्रिटिश अधिकाऱ्यांना स्टालिनचं हे वागणं मनोरंजक वाटत होतं. अशा बैठकींमध्ये स्टालिन समोरच्या व्यक्तीला वैरभावी पातळीवरची अपमानास्पद वागणूक देण्याची शक्यता असायची; पण आपला यजमान हुकूमशहा आपली क्षमता जोखू पाहतोय हे विन्स्टनच्या तत्काळ लक्षात आलं. स्टालिननाही पहिल्यांदाच त्यांना न भिणारं कोणीतरी भेटलं होतं. कष्टपूर्वक होणाऱ्या भाषांतराच्या गाळणीमध्ये विन्स्टन यांचं वाक्पटुत्व मवाळ होऊन स्टालिनपर्यंत पोहोचत होतं; पण शेवटी स्टालिननं दुभाष्याला बाजूलाच सारलं. पंतप्रधान चर्चिल यांच्या बोलण्यातील शब्दन्‌शब्द समजून घ्यायची आपल्याला गरज नाही, कारण त्यांचं चैतन्यच आपल्याशी संवाद साधतंय, असं स्टालिन म्हणाले.[३५] इतरांच्या अपेक्षांना छेद देत या दोन नेत्यांच्या मनात एकमेकांची चांगली प्रतिमा निर्माण झाली.

रुझवेल्टनी सोव्हिएत रशियाला इतकी प्रचंड मदत पुरवली आणि वैयक्तिक पातळीवर निःसंशय धैर्यानं त्यांनी पोलिओवर मात केली होती, तरीही त्यांच्याविषयी स्टालिनचं मत चांगलं का झालं नाही, याचं कोणाला आश्चर्य वाटू शकेल. नोव्हेंबर-डिसेंबर १९४३ मध्ये तेहरान इथे आणि फेब्रुवारी १९४५ मध्ये याल्टा इथे रुझवेल्टनी विन्स्टनसोबत बेइमानी दाखवली; यामुळे त्यांच्याविषयी स्टालिनच्या मनात अप्रीती निर्माण झाली असणं शक्य आहे. विन्स्टनना दूर सारून रशियाशी जवळीक साधायचे अमेरिकी राष्ट्राध्यक्षांचे हे प्रयत्न स्टालिनना रुचले नव्हते. 'मित्र असल्याचा बहाणा करणाऱ्यापेक्षा सरळसोट शत्रू परवडला', अशी टिप्पणी त्यांनी या संदर्भात केली होती. रुझवेल्ट खिशातून एक रुबल काढायलाही काचकूच करतील, तर विन्स्टन अगदी शेवटचा कोपेकही काढून द्यायला कमी करणार नाहीत, असा तडाखाही त्यांनी हाणला होता.[३६] (रुबल व कोपेक ही भारतातील पैसा व रुपयासारखी रशियन चलनांची नावे आहेत.) विश्वासघातकीपणामध्ये पुरेपूर

बुडालेल्या स्टालिनसारख्या माणसानं आणि श्रमिक क्रांतिकारकानं उमरावी सन्मानाला महत्त्व द्यावं, ही एक विसंगतीच म्हणावी लागेल. तेहरान परिषदेमध्ये विन्स्टननी त्यांना एक औपचारिक तलवार भेट दिली. 'स्टालिनग्राडच्या पोलादी नागरिकांसाठी, राजे पंचम जॉर्ज यांच्याकडून ब्रिटिश जनतेच्या वंदनाचं प्रतीक म्हणून भेट' असे शब्द या तलवारीवर कोरलेले होते. ही भेट स्वीकारताना स्टालिन गहिवरून गेले. अजूनही स्टालिनग्राड लढाईसंबंधीच्या संग्रहालयात अजूनही ही तलवार अभिमानानं ठेवलेली आहे. याल्टामध्ये स्टालिननी इझ्मे यांना बाजूला घेऊन विन्स्टनविषयी सांगितलं की, 'जगाच्या भवितव्यासाठी एका माणसाचं धाडस इतकं महत्त्वाचं ठरावं असे मोजकेच प्रसंग इतिहासात येऊन गेलेले आहेत.'[३७] दूर ऑस्ट्रेलियामध्ये जनरल डग्लस मॅकआर्थर हे दक्षिण पॅसिफिकमध्ये दोस्त फौजांची धुरा सांभाळत होते; त्यांनी आपल्या पथकातील एका ब्रिटिश गुप्तचर अधिकाऱ्यापाशी पुढील टिप्पणी केली :

> 'दोस्त राष्ट्रांच्या सर्व पदकवाटपांची जबाबदारी देवकृपेनं आज माझ्यावर आली, तर पहिल्यांदा मी विन्स्टन चर्चिल यांना व्हिक्टोरिया क्रॉस प्रदान करेन. हे पदक धारण करणाऱ्या कोणाहीपेक्षा चर्चिल त्यासाठी सर्वाधिक पात्र आहेत. वैरी व परदेशी आकाशातून दहा हजार मैलांचा हवाई प्रवास करणं हा तरुण वैमानिकांसाठी कर्तव्याचा भाग असेल; पण जगाची काळजी घ्यायची असलेल्या मुत्सद्दी नेत्यानं केलेली अशी कृती शौर्य व धाडस यांना प्रेरणा देणारी ठरते.'[३८]

मार्शल व त्यांचे कनिष्ठ सहकारी आयझेनहॉर यांच्याही भावना वरीलप्रमाणेच होत्या. फ्रान्सवरील आक्रमण लांबवण्याचे विन्स्टन यांचे प्रयत्न भयामधून उत्पन्न झालेले होते (गल्लिपोली आणि सोमे इथल्या कारवायांची काळी छाया त्यावर पडलेली होती) आणि त्यांना व्यावहारिक अडचणींचा केवळ मुलामा देण्यात आला होता, यावर यांपैकी कोणाचाच विश्वास का बसला नाही हेही यातून स्पष्ट होतं. सुरुवातीपासूनच युरोपच्या मुक्ततेसाठीच्या योजनांसंदर्भातील सामरिक गुंतागुंत गोंधळवणारी होती. १९४२ मध्ये फ्रान्समध्ये सैन्य उतरवलं असतं, तर फारतर वेढा घातलेलं किनारपट्टीचं टोक हातात आलं असतं आणि ते सांभाळण्याच्या खटपटीत पुन्हा मोठ्या प्रमाणात चढाईची शक्यता संपुष्टात आली असती. मोठ्या प्रमाणात अमेरिकी नौका व सैन्य उतरवणारी विमानं युरोपीय आघाडीमध्ये गुंतली असती, तर १९४३ मध्ये यशाची काही आशा ठेवून दोस्त राष्ट्रांची दलं फ्रान्समध्ये उतरवता आली असती; पण हे अमेरिकी स्रोत प्राधान्यक्रमानुसार पहिल्यांदा पॅसिफिककडे

गेले; त्यामुळे १९४३ मध्ये झालेल्या बैठकींमध्ये (जानेवारीत कॅसाब्लान्का, मेमध्ये वॉशिंग्टन, ऑगस्टमध्ये क्युबेक व सप्टेंबरमध्ये पुन्हा वॉशिंग्टन अशा या बैठकी झाल्या.) ब्रिटन व अमेरिका यांच्यातील संबंध ताणले गेले. या बैठकींमधील युक्तिवाद अवास्तवाच्या धुक्यानं वेढलेले होते; या धुक्याचा छेद घेणं त्या काळापेक्षा आज सहजसाध्य झालेलं आहे. रुझवेल्ट यांनी २५ नोव्हेंबर १९४२ रोजी दिलेल्या एका संकेतातून खरंतर मार्शल यांचं पूर्ण विचारांती ठरलेलं मतच व्यक्त होत होतं. या दोघांनीही १९४३च्या अखंड वर्षात या मतापासून माघार घेतली नाही :

> 'ब्रिटिश खाडी पार करून हल्ला करण्याची संधी आपल्याला १९४३ मध्ये मिळेल का, याविषयी बहुधा कोणीही खात्रीशीररीत्या सांगू शकणार नाही. तरीही संधी आली तर अर्थातच आपण ती सोडता कामा नये. ...माझा सध्याचा विचार असा आहे की, आत्ता सुरू असलेल्या कारवायां-दरम्यान शक्य होईल तसतसं वेगानं आपण युनायटेड किंगडममध्ये दलांची संख्या वाढवायला हवी, जेणेकरून जर्मनीचा पाडाव होत असेल तर आपल्याला ही दलं लगोलग वापरता येतील किंवा जर्मनी टिकून राहिला व त्यांनी बचावात्मक पवित्रा घेतला, तर आपल्याला नंतर मोठी फौज वापरता येईल.'[३९]

जर्मनीची अंतर्गत पडझड होत असेल, तरच १९४३ मध्ये चढाई करता येईल ही धारणा रुझवेल्ट व मार्शल यांनी पुरेशी स्पष्टपणे व्यक्त केली. ब्रिटिश रणनीती १९३९ पासून याच अंतर्गत पडझडीच्या संभाव्यतेकडे बोट दाखवत होती. असं काही घडलं नाही, तर १९४४ मध्ये अधिक कठोर उपाय योजले जातील, असं या रणनीतीमध्ये अपेक्षित होतं. डिसेंबर १९४१ मध्ये याच मुद्द्यावर सहमती झाली होती; परंतु जर्मनीवरील चढाईसंबंधी ब्रिटनची वाढती सावधगिरीची भूमिका म्हणजे नीतिभ्रष्टतेचा पुरावा आहे, असं पूर्वग्रहदूषित अमेरिकी प्रतिनिधी मानू लागले. ब्रिटिशांच्या कपटी वृत्तीवर यातून शिक्कामोर्तब होतं, असं त्यांना वाटू लागलं. ब्रिटन व अमेरिका या दोन्ही देशांतील विद्वानांनी या विषयावर बराच तपशीलवार चर्चाविमर्श केला आहे. 'ब्रिटिश रणनीतीचं समर्थन करणाऱ्यांच्या मते, अमेरिकी दृष्टिकोन निरर्थक आहे आणि त्यात महत्त्वाच्या राजकीय उद्दिष्टांकडे दुर्लक्ष होतं. याउलट अमेरिकी रणनीतीसमर्थकांच्या मते, विजय मिळवायचा असेल तर ब्रिटिशांचा दृष्टिकोन कुचकामी आहे, त्यातून दोन्ही देशांतील आवश्यक भागीदारीलाच धोका निर्माण होतो आणि अमेरिकी राजकीय उद्दिष्टांपेक्षा इंग्रजांच्या उद्दिष्टांना जास्त लाभ करवून घ्यायची वृत्ती त्यातून दिसते,'[४०] असं द्विभाजन या संदर्भातील चर्चेत

अनेकदा केलं जातं. मुळात युरोपाबाबत अमेरिकेची राजकीय उद्दिष्टं काय होती, असा महत्त्वाचा प्रश्न इथे उपस्थित होतो; पण सैनिकी पातळीवर विचार केला, तर हे दोन दृष्टिकोन समेट घडवता येणार नाही इतक्या विकोपाला गेले होते, असं मला वाटत नाही.

या युद्धाचं राजकीय परिमाण देशांतर्गत व आंतरराष्ट्रीय असं दुहेरी स्वरूपाचं होतं, हे आधी लक्षात घ्यायला हवं. अमेरिकी सेनादलांमधील अंतर्गत स्पर्धा-संघर्ष या युद्धातील अमेरिकेच्या सहभागावर मोठ्या प्रमाणावर परिणाम करत होता. अमेरिकी तळावर (पर्ल हार्बरवर) पहिल्यांदा हल्ला करणारा शत्रू म्हणून जपानला शिक्षा करण्यापेक्षाही जर्मनीला पराभूत करणं जास्त महत्त्वाचं आहे, हे अमेरिकी जनतेला पटवून देणं अवघड होतं; त्यामुळे मार्शल यांची वाट अडथळ्यांनी भरलेली होती. शिवाय सेनादलांसंदर्भात रुझवेल्ट यांचाही वेगळा पक्षपातीपणा होता- नौदलाला ते 'आपण' असं संबोधत, तर भूदलाला 'ते' असं संबोधत. अमेरिकी नौदल व पॅसिफिक आघाडी सांभाळणारे मॅकआर्थर यांचे प्रतिस्पर्धी दावे सुरू असताना, 'पहिल्यांदा जर्मनी'चा पराभव करण्याची भूमिका मांडत राहणं, एवढंच मार्शल यांना राजकीयदृष्ट्या शक्य होतं. शक्य तितक्या लवकर युरोप ही मुख्य युद्धभूमी बनणं आवश्यक होतं. अमेरिकी भूदलातील विख्यात व्यक्तिमत्त्व आणि अमेरिकी लोकांच्या मनात आदराचं स्थान असलेले मॅकआर्थर यांना विशेष काळजीपूर्वक हाताळणं गरजेचं होतं. युद्धकाळात एखादा वरिष्ठ सेनाधिकारी राजकीय आव्हान देण्यासाठी उभा राहिला, तर ते किती अडचणीचं ठरतं याची कल्पना ब्रिटिश वाचकांना (आणि अर्थातच मराठी वाचकांनाही) कदाचित सहजपणे येणार नाही; पण रुझवेल्ट यांना ही शक्यताही विचारात घ्यावी लागली होती.

जर्मनीला पहिल्यांदा सामोरं जाण्याची शहाणपणाची भूमिका मान्य असलेल्या लोकांनाही जर्मन सैन्यावर मात करता येईल का याची खात्री नव्हती. हिटलरच्या धोरणांमुळे अनेक बंधनं आलेली असूनही जर्मन सैन्यानं आपलं प्रशिक्षण, संघटन आणि सैनिकी नेतृत्व यांच्या बळावर सातत्यानं युद्धात सर्वोत्तम कामगिरी करून दाखवली होती. अमेरिकेनं लष्करी सेवा सक्तीची केली, त्यानंतर सर्वांत कमी सामाजिक मूल्य असल्याचं मानलं जाणाऱ्या लोकांना पायदळात पाठवण्यात आलं. त्यांचं नेतृत्व करणाऱ्या कनिष्ठ अधिकाऱ्यांना- किमान १९४४ च्या मध्यापर्यंत तरी- जे प्राथमिक प्रशिक्षण मिळत होतं, ते जर्मनीतील वरिष्ठ अनायुक्त अधिकाऱ्यांपेक्षा दुय्यम प्रतीचं होतं. घाईगडबडीनं भरती केलेल्या सैन्याला जर्मन फौजेच्या तोंडी दिल्याचे परिणाम ब्रिटिशांनी आधीच अनुभवले होते. फेब्रुवारी १९४३ मध्ये ट्युनिशियातील कासेरिन खिंडीत जर्मनांना अमेरिकी दलं पहिल्यांदा सामोरी गेली, तेव्हा त्यांनाही हाच अनुभव आला. इटलीमध्ये १९४३-४४ या कालावधीत जर्मन

प्रतिकारावर मात करण्यात दोस्त राष्ट्रांच्या सैन्याला अपयश आलं. हवाई व समुद्री वर्चस्व असूनही दोस्त राष्ट्रांवर अशी वेळ येणं अस्वस्थकारक व अपशकुनी होतं. कनिष्ठ पातळीवरील डावपेचात्मक कौशल्यांऐवजी मोठ्या प्रमाणात बंदुकांचा व तोफांचा भडिमार कार्यक्षमतेनं अमलात यायला हवा होता, असा युक्तिवाद काहींनी केला. अमेरिकी स्रोतांच्या पुरवठ्यामुळे युद्धाचं गणित कशा रीतीनं बदललं, याची जाणीव झालेल्या मोजक्या वरिष्ठ ब्रिटिश अधिकाऱ्यांपैकी एक मॉन्टगोमेरी होते. यांत्रिक ऊर्जा पद्धतशीररीत्या वापरण्याला त्यांनी प्राधान्य दिलं होतं आणि त्यांना असं करणं अमेरिकी स्रोतांमुळेच शक्य झालं. या प्रकाराला पश्चात्तापदग्ध जर्मनांनी 'मटेरिअलश्लाख्त' (सामग्रीचं युद्ध) असं संबोधलं होतं. मॉन्टगोमेरी हे त्यांच्या राजकीय नेत्याइतकेच (म्हणजे विन्स्टन यांच्याइतकेच) वादग्रस्त होते; पण आपण नागरिकांनी भरलेलं सैन्य हाताळतो आहोत आणि या सैनिकांना युद्धाच्या जखमा शरीरावर झेलण्याऐवजी धातूसामग्री पुढे करणं अधिक सोयीचं वाटतं हे त्यांनी ओळखलं होतं. ही जाण त्यांचं सर्वांत मोठं सामर्थ्य ठरली.

आपल्या व मित्रदेशाच्या सैन्यदलांमध्ये तुच्छतापूर्वक तुलना करणं सैनिकी आघाडीला मारक ठरतं, याची जाणीव सर्वसाधारणपणे वरिष्ठ राजकारण्यांना व सैनिकी नेतृत्वाला असते. मैत्रीपूर्ण आघाडीचं व्यवस्थापन करण्याबाबत प्रचंड कौशल्य असलेल्या ड्यूक ऑफ मार्लबरो यांना विन्स्टननी स्वतःच्या वर्तनातून आदरांजली वाहिली. समोरच्याची खुशामत करण्याची क्षमता विन्स्टन यांच्याकडे होती. वास्तवातील सामर्थ्याविषयीचे कठोर मुद्दे उपस्थित करणं किती अवघड असतं, याची स्पष्ट जाणीव त्यांना होती; त्यामुळे २३ ऑक्टोबर १९४३ रोजी रुझवेल्टना त्यांनी पाठवलेली हताश तार बरीच अर्थसूचक ठरते. उत्तर आफ्रिकेतील मोहिमेच्या शेवटच्या टप्प्यात पकडण्यात आलेले जनरल व्हॉन थोमा यांनाही इतर जर्मन अधिकाऱ्यांसोबत ध्वनिग्राहक यंत्र लपवून बसवलेल्या खोलीमध्ये ठेवण्यात आल्याचं त्यांनी या तारेत नमूद केलं होतं. जर्मन अधिकाऱ्यांची संभाषणं या गुप्त ध्वनिग्राहक यंत्रांद्वारे ऐकली जात आणि त्यातून गुप्त माहिती मिळवली जात असे. या संदेशात विन्स्टन म्हणतात : 'आपल्याला त्यांच्या विरोधात सैन्य वापरता येईल अशा ठिकाणी ते यावेत, एवढीच आपली एकमेव आशा आहे.' ओव्हरलॉर्ड मोहिमेविषयी आपल्याला वाटत असलेल्या चिंतेमागचं खरं कारण हेच असल्याची कबुली विन्स्टननी दिली :

> 'ब्रिटिश खाडीपलीकडच्या काठावर जाऊन सैन्य सज्ज करण्यासाठी आवश्यक सामर्थ्य (हवाई व समुद्री वर्चस्व) आपल्याकडे आहे, यात मला शंका वाटत नाही; परंतु शत्रूसैन्याशी होणाऱ्या प्रत्यक्ष सामन्याबाबत

आणि तिसाव्या व साठाव्या दिवसांना उद्‌भवणाऱ्या संभाव्य परिस्थितीबाबत मात्र मला अतिशय चिंता वाटते. अमेरिकी सैनिकांना युनायटेड किंगडममध्ये हलवण्यासाठी करावा लागणारा प्रचंड प्रवास आणि पुढील लढाऊ पथकांची रचना या सगळ्याची सखोल तपासणी ओव्हरलॉर्ड मोहिमेच्या सेनाधिकाऱ्याकडून करावी लागेल. ...प्रिय मित्रवर्य, आपला आत्तापर्यंतचा हा सर्वांत महाकाय प्रयत्न असणार आहे आणि यशाची सर्वाधिक संधी मिळावी यासाठी आवश्यक ते उपाय आपण अजूनही योजलेले नाहीत, हे मला असमाधानकारक वाटतं. सध्या तरी मला अंधारात चाचपडत असल्यासारखं वाटतं आहे. आवश्यक ते पुढचं पाऊल उचलण्यासाठी विचार करणं किंवा तशी काही कृती करणं मला आत्ता शक्य राहिलेलं नाही. यासाठीच लवकर बैठक व्हावी, अशी माझी इच्छा आहे.'[४१]

दुसऱ्या महायुद्धामध्ये विभिन्न सामरिक प्रश्न एकत्र गुंतले होते; पण यातील सर्वांत सक्षम दुवा रशियन रेड आर्मीच्या कामगिरीशी जोडलेला होता. एका पिढीपूर्वी पाश्चात्त्य आघाडीवर फ्रेंच व ब्रिटिश सैन्यांनी जर्मन दलांना चारीमुंड्या चीत केलं होतं, तशीच कामगिरी दुसऱ्या महायुद्धात रशियन सैन्यानं पूर्व आघाडीवर केली आणि जर्मनीच्या फौजेला गाडून टाकलं; त्यामुळे रशियन सैन्यानं ताबा मिळवलेल्या बहुतांश प्रदेशावर आपलं नियंत्रण राहील, हे स्टालिन यांचं म्हणणं मुकाट्यानं मान्य करण्याव्यतिरिक्त दुसरा पर्याय विन्स्टन व रुझवेल्ट यांच्यासमोर नव्हता. याची भरपाई म्हणून स्टालिननी ऑस्ट्रियावरचा हक्क सोडला आणि ग्रीसला आपल्या प्रदेशसंग्रहातून वगळलं. हे दोन्ही देश स्वतःच्या ताब्यात ठेवणं त्यांना अगदी सहज शक्य होतं. पाश्चात्त्य सत्तांच्या रणनीतीवर देशांतर्गत राजकारणाचा मोठा प्रभाव पडला : उत्तर आफ्रिकेत शक्य तितक्या लवकर विजय मिळवणं विन्स्टनना निकडीचं होतं, तर पॅसिफिक आघाडीवरील जहाजवाहतूक व सैन्य- उतरवणीशी स्पर्धा करण्यासाठी जर्मनीविरुद्धच्या लढाईत अमेरिकी भूदलाला लवकर यश मिळणं मार्शल यांना गरजेचं वाटत होतं. परिणामी, चढाईबद्दलच दीर्घकाळ वाद होत राहिला, त्यानंतर काय होईल यावर फारशी चर्चा झाली नाही; त्यामुळे शेवटच्या टप्प्यावर रशियनांचा वरचश्मा राहिला. इटलीतून बाल्कन प्रदेशात मुसंडी मारली असती किंवा एल्बच्या पलीकडे दोस्त राष्ट्रांनी चढाई केली असती, तर शीतयुद्धकालीन सीमांचं स्वरूप वेगळं राहिलं असतं, हा स्वप्नरंजनाचा प्रकार आहे. विन्स्टननीही त्यांच्या आत्मकथनामध्ये स्वतःची सामरिक संदिग्धता झाकण्यासाठी असा कल्पनाविलास केला आहे. इंग्रजीभाषक लोकांच्या फौजा जर्मनांना तोडीस तोड लढा देऊन जिंकू शकणार नाहीत, ही भीती आपल्याला वाटत होती, हे कबूल

करायला ते कचरताना दिसतात.

पूर्वेकडील प्रदेशांमध्ये मुख्य भूमीवर होणाऱ्या युद्धातील रणनीती अधिक सुस्पष्ट होती. राष्ट्रवादी चिनी नेते चँग कै-शेक या आपल्या गिऱ्हाइकाला बळ पुरवणं आणि भारतातील ब्रिटिश सत्तेचा लवकरात लवकर शेवट होईल याची तजवीज करणं, असं अमेरिकेचं पूर्व आघाडीसंबंधीचं धोरण होतं. चँग आणि त्यांच्या सेनाधिकारी मंडळासाठीचे रुझवेल्ट यांचे वैयक्तिक दूत जनरल जोसेफ स्टिलवेल ऊर्फ 'व्हिनेगार ज्यो' स्टिलवेल हे टोकाचे ब्रिटिशद्वेष्टे होते. तरीही चीन-ब्रह्मदेश-भारत या आघाडीवरील सर्व अमेरिकी दलांचं नेतृत्व त्यांच्याकडे देण्यात आलं.[४२] कालांतरानं स्टिलवेल यांना परत बोलावण्यात आलं व जपानी फौजांनी १९४४-४५ मध्ये चिनी राष्ट्रवाद्यांना किनारपट्टी भागातून हाकलून लावलं आणि त्या प्रदेशातील सर्व हवाई तळ ताब्यात घेतले- याच तळांवरून जपानवर सामरिक बॉम्बवर्षावाची मोहीम राबवायचा अमेरिकी हवाई दलाचा मानस होता. एवढं सगळं घडून गेल्यावर मग जनरल सर विल्यम स्लिम यांच्या नेतृत्वाखालील चौदाव्या ब्रिटिश सैन्यपथकाला स्वतःच्या कारवाया करण्यासाठीचं स्वातंत्र्य लाभलं. तोपर्यंत या आघाडीवरील मोहीम 'अमेरिकेच्या सोयीसाठी चुकीच्या पद्धतीनं अमलात आणली जात होती', 'त्यांनी अवाजवी महत्त्व दिलेल्या चीनपर्यंत' जाणाऱ्या हिमालयावरील हवाई-पुलाच्या रक्षणासाठी या मोहिमेचा गैरवापर झाला, असं विन्स्टन यांनी नमूद केलं आहे.[४३] दोस्त राष्ट्रांच्या रणनीतीमध्ये आपल्याला सहायक भूमिका निभावण्यास भाग पाडण्यात आलं आणि चीनला गरजेपेक्षा जास्त महत्त्व मिळालं, याविषयीचा विन्स्टन यांचा संताप या टिप्पणीतून उघड होतो. चिनी राष्ट्रवादी भ्रष्ट व अकार्यक्षम असले, तरी त्यांनी अर्ध्याहून अधिक जपानी सैन्याला गुंतवून ठेवलं, ही वस्तुस्थिती आहे. शिवाय या युद्धाला आशियाई लोकांनी कॉकेशियनांविरोधात सुरू केलेल्या वसाहतवादविरोधी व वांशिक संघर्षाचं रूप देण्याचा जपान्यांचा प्रयत्न याच चिनी दलांनी हाणून पाडला.[४४]

ब्रिटनची लोकसंख्या १९४० मध्ये चार कोटी ८० लाख होती, त्या तुलनेत ग्रेटर जर्मनीची लोकसंख्या आठ कोटींहून अधिक होती आणि इटलीची लोकसंख्या चार कोटी ४० लाख इतकी होती; परंतु संपूर्ण ब्रिटिश साम्राज्याचा विचार केला, तर जगातील एक चतुर्थांश लोकसंख्या त्या कक्षेत येत होती. एकट्या भारतामध्ये ५० कोटी लोक राहत होते.[४५] तत्कालीन लोकसंख्येविषयीची तुलनात्मक आकडेवारी मांडताना हा भेद अनेकदा नजरेआड केला जातो. भारतीय सैन्याचं संख्याबळ १९३९ मध्ये १,८९,००० इतकं होतं, ते वाढून १९४५ मध्ये २५ लाखांपर्यंत पोहोचलं. इतिहासातील ही सर्वांत मोठी स्वयंसेवी फौज होती. मध्यपूर्वेत १९४१-४२ मध्ये ब्रिटिशांचं नियंत्रण प्रस्थापित झालं, तेव्हा त्यात भारतीय पथकांचा

सिंहाचा वाटा होता. उत्तर आफ्रिका व इटलीतील मोहिमांमध्येही भारतीय दलांची भूमिका महत्त्वाची होती. १९४२ च्या 'भारत छोडो' आंदोलनाच्या वेळी साम्राज्यवादी सत्ता टिकवून ठेवण्यासाठी या सैन्यानं मदत केली. मुस्लिमांना दुरावू न देणं हे विन्स्टन यांच्या लेखी सर्वाधिक महत्त्वाचं होतं. १८५७ च्या बंडानंतरच्या काळात, दुसऱ्या महायुद्धाच्या वेळी पहिल्यांदाच भारतातील ब्रिटिश सत्तेला इतक्या उघड्यावाघड्या पद्धतीनं सैन्यदलांवर अवलंबून राहावं लागलं.[४६] जपानपुरस्कृत आझाद हिंद फौजेचे नेते सुभाषचंद्र बोस यांना हिंदू राष्ट्रवाद्यांनी आपला नायक मानणं यात आश्चर्यकारक असं काहीच नाही. भारतीय युद्धकैद्यांनी बोस यांच्या फौजेत सामील व्हावं, यासाठी जर्मन व जपानी सैन्यांकडून क्रूर दबाव आणला गेला; परंतु बहुसंख्य भारतीय सैनिक या दबावाला बळी पडले नाहीत. युद्धकैदी झालेल्या भारतीय सैनिकांनी केलेला हा प्रतिकार ब्रिटिशांवरच्या प्रेमापोटी नव्हता, तर सैनिकी आदर्शावरील निष्ठेमुळे ते असे वागले. एकनिष्ठेचं उत्तुंग पालन करणारं हे सैन्य होतं.

स्वतःला ब्रिटिश साम्राज्याचे पालक म्हणवणाऱ्या विन्स्टननी या सैन्याच्या एकनिष्ठेला मात्र दाद दिली नाही. स्लिम यांच्या बाबतीतही त्यांनी अशीच अनास्था दाखवली. ब्रिटिश व भारतीय दलांचा १९४२ मध्ये लांच्छनास्पद पराभव झाला, त्यानंतर स्लिम यांनी अपुऱ्या स्रोतांनिशी व ब्रिटनकडून अत्यल्प पाठबळ असतानाही या दलांचं पुनर्संघटन केलं, त्यांना पुन्हा प्रशिक्षित केलं. दुसऱ्या महायुद्धात ब्रिटिश-अमेरिकी सेनाधिकाऱ्यांनी केलेल्या सर्वोत्तम वैयक्तिक कामगिऱ्यांच्या यादीत स्लिम यांच्या यशाचा समावेश करता येईल.[४७] अमेरिकेत १७८३-८९मध्ये होती तशी परिस्थिती सध्या भारतात आहे; त्यामुळे त्या देशाच्या स्वातंत्र्याची तत्काळ घोषणा करावी, असा तगादा रुझवेल्टनी चँग यांच्या सांगण्यावरून लावला होता. यामुळे विन्स्टन यांचं त्रस्त होणं समजून घेता येईल. 'अशी भारताला स्वातंत्र्य जाहीर करण्याची कृती गेल्या अर्धशतकातील जागतिक घडामोडींशी आणि नाझीवादाविरुद्ध लढणाऱ्या सर्वांशी संबंधित लोकशाही प्रक्रियांशी सुसंगत असेल,' असं रुझवेल्टनी लिहिलं होतं.[४८] 'या महत्त्वाच्या वळणावर सगळं काही पुन्हा संमिश्रतेच्या गर्तेत ढकलून द्यायचं असेल, तर भारताच्या संरक्षणाची जबाबदारी' आपण घेऊ शकणार नाही, असं प्रत्युत्तर विन्स्टननी दिलं. त्यांच्या आत्मकथनाच्या चौथ्या खंडात *(हिंज ऑफ फेट)* त्यांनी या संदर्भात कटू टिप्पणी केली आहे : 'तत्कालीन घडामोडींनी अशी वेडगळ कृती अशक्यच ठरवली, याबद्दल मी मनोमन कृतज्ञता व्यक्त केली. मानवी वंश आदर्शवादाशिवाय प्रगती साधू शकत नाही हे खरं; परंतु दुसऱ्या लोकांचं नुकसान करून आणि लाखो गरीब कुटुंबांना उद्ध्वस्त केल्याचा कोणता परिणाम होईल याचा विचार न करता आदर्शवाद जोपासणं, हे काही उत्तुंग किंवा उदात्त कार्य म्हणता येणार नाही.'[४९]

ब्रह्मदेश-चीन आघाडीवरील अमेरिकी रणनीतीमागची दृष्टी बरीचशी गूढगम्य होती. वास्तवात परिस्थिती कशी आहे, यापेक्षा ती कशी असायला हवी यावरून ही दृष्टी घडलेली होती. विसाव्या शतकाच्या सुरुवातीच्या वर्षांपासून अमेरिकेच्या सामरिक धोरणांवर या दृष्टिकोनाचा प्रभाव होता.[५०] परंतु ही धोरणं किती दिवाळखोरीची आहेत, हे युद्धोत्तर घडामोडींनी दाखवून दिलं; पण विन्स्टन चर्चिलनी या संदर्भात कोणताही सुसंगत पर्याय सुचवला नाही किंवा त्या आघाडीला कधी भेटही दिली नाही. स्लिम यांचे सैनिक स्वतःला 'विस्मृतीत गेलेलं सैन्य' मानत असत. या दलांमधील ब्रिटिश सैनिकांनी १९४५ च्या निवडणुकीत बहुसंख्येनं विन्स्टन यांच्या विरोधात मतदान केलं, यातही काही आश्चर्यकारक नाही. युरोपातील युद्धाच्या वाटचालीवर प्रभाव टाकण्यात विन्स्टनना अपयश आलं, त्याची भरपाई म्हणून त्यांनी दूर पूर्वेकडच्या आघाड्यांकडे लक्ष वळवलं आणि अचानकपणे पोकळीतून एक मोठी रणनीती आखायचा प्रयत्न केला, त्याचा परिणाम म्हणून काही सेनाधिकाऱ्यांना १९४४ च्या अखेरीस राजीनामा देण्यापर्यंतचं पाऊल उचलावं लागलं. आपल्या लहरीनुसार मूलभूत सामरिक निर्णय बदलणं शक्य नाही, हे लक्षात आणून दिल्याचं विन्स्टनना रुचलं नाही. 'तुमच्या दीर्घकालीन प्रकल्पांपैकी काहीही मला नको. त्यातून फक्त उचललेलं पाऊल अडखळायला सुरुवात होते,' असं विन्स्टन म्हणाल्याची आठवण ब्रूक यांनी नोंदवली आहे.[५१] पूर्वेकडील आघाडीकडे विन्स्टन यांचं कायमच दुर्लक्ष झालं. चिंडिट पथकांद्वारे जपानी हद्दीत दीर्घ पल्ल्याचे छापे टाकणारे संमोहक व्यक्तिमत्त्वाचे ब्रिगेडियर जनरल ऑर्ड विनगेट यांना ऑगस्ट १९४३ मध्ये क्युबेक इथे झालेल्या परिषदेत अचानकपणे बोलावण्यासारखे काही वरवरचे हस्तक्षेप वगळता पूर्व आघाडी विन्स्टन चर्चिल यांच्या युद्धनेतृत्वातून जवळपास गायब होती. १९२०-३०च्या दशकांमध्ये त्यांच्या जीवनदृष्टीमध्येही पूर्वेकडील जगाचं अस्तित्व नसल्यातच जमा होतं. या पोकळीमागची कारणं अस्पष्टच राहिलेली आहेत.[५२]

या पार्श्वभूमीवर अमेरिका व अमेरिकी लोक यांच्याविषयी विन्स्टन यांची मतं तपासून पाहण्यासारखी आहेत. अमेरिकेतील आठवणींविषयी त्यांच्या मनात अतिशय आस्था होती आणि अमेरिकेसोबतच्या त्यांच्या 'विशेष संबंधां'ना सामाईक हितासोबतच या भावनिकतेचाही आधार होता.[५३] अमेरिकेतील 'काँग्रेस अधिनियमा'द्वारे १९६३ मध्ये सन्माननीय नागरिकत्व दिलं गेलेली पहिली व्यक्ती विन्स्टन चर्चिल हे होते (पाहा : परिशिष्ट तीन). आत्तापर्यंत दोनजणांनाच त्यांच्या हयातीत हा सन्मान देण्यात आलेला आहे, त्यातील एक चर्चिल होत.[५४] युद्धकाळातील ब्रिटन-अमेरिका संबंधांचं वास्तव काय होतं, याचा अंदाज ब्रूक यांच्या रोजनिशीतील जानेवारी १९४३ मधल्या एका संदिग्ध नोंदीद्वारे येतो : 'अमेरिकेच्या आम्ही इतके

जवळचे आहोत की, त्यांच्याशी सहकार्य करणं अतिशय अवघड होऊन जातं, यात काही शंका नाही.'[५५] ऱ्हास पावणाऱ्या राष्ट्राचं नेतृत्व करण्याची चुकीची भूमिका विन्स्टन यांच्याकडे आली होती. त्यांची मतं अमेरिकी राष्ट्रवादामुळे निर्माण झालेल्या ताणाशी तंतोतंत जुळणारी होती. ब्रिटिशांकडे आता वर्चस्व गाजवण्याची इच्छाशक्ती उरलेली नाही; त्यामुळे त्यांनी दुसऱ्या लोकांच्या मार्गातून बाजूला व्हावं, असं मत ॲडमिरल किंग व भपकेबाज जॉर्ज पॅटन यांच्यासह अनेकांनी व्यक्त केलं होतं. दुसऱ्या बाजूला विन्स्टन यांची मतं उप-राष्ट्राध्यक्ष हेन्री वॉलेस यांच्यासारख्या अमेरिकी पुरोगाम्यांना धक्कादायक ठरली. रुझवेल्टनी १९४४ मध्ये उप-राष्ट्राध्यक्षपदाची उमेदवारी हॅरी ट्रूमन यांना दिली, याविषयी खंत व्यक्त करणारी नोंद वॉलेस यांच्या युद्धकालीन रोजनिशीत आढळते.[५६] व्हाइट हाउसमध्ये २२ मे १९४३ रोजी आयोजित करण्यात आलेल्या भोजनसमारंभात विन्स्टन यांच्या अँग्लो-सॅक्सन श्रेष्ठत्वाच्या भूमिकेची खिल्ली वॉलेस यांनी उडवली :

> 'अँग्लो-सॅक्सन श्रेष्ठत्वाबाबत आपण अपराधभाव का बाळगावा, आपण श्रेष्ठ आहोत; इंग्लंडमध्ये कित्येक शतकांच्या जडणघडणीतून तयार झालेला वारसा आपल्याला लाभला आहे आणि आपल्या राज्यघटनेमध्ये त्याची परिपूर्ती झालेली आहे, असं विन्स्टन म्हणाले. खुद्द तेही अर्धे अमेरिकी आहेत; त्यामुळेच इथल्या स्वातंत्र्याचा लाभ उर्वरित जगालाही प्रदान करण्यासाठी, या दोन महान अँग्लो-सॅक्सन सभ्यतांमध्ये ऐक्य साधण्याचं कार्य पार पाडायची जबाबदारी त्यांच्यावर देण्यात आलेली आहे, असं त्यांना वाटतं.'

नॉर्मन्डीवरील चढाईच्या सहा आठवडे आधी पॅटन यांनी अतिशय असंभाव्य वाटणाऱ्या श्रोतृवर्गासमोर एक भाषण केलं होतं. चेशायरमधील कट्सफोर्ड इथे वूमन्स इन्स्टिट्यूटमध्ये झालेल्या भाषणात ते म्हणाले होते की, जगावर राज्य करणं ही ब्रिटिश व अमेरिकी लोकांची स्पष्ट नियती आहे; त्यामुळे त्यांनी एकमेकांना चांगल्या रीतीनं जाणून घ्यायला हवं. अशा विधानांनी रशियन दुखावले जातील अशी चिंता व्यक्त होऊ लागली, तेव्हा मार्शल यांनी आयझेनहॉरना जबाबदारीतून मुक्त करण्याचे आदेश दिले. याउलट विन्स्टननी आयझेनहॉरना सांगितलं की, 'पॅटन सत्य तेच बोलले आहेत; त्यामुळे यात काही विचित्र वाटण्यासारखं नाही.'[५७] उदारमतवादी साम्राज्यवाद हाही शेवटी साम्राज्यवादच आहे, याची आठवण अमेरिकी मंडळींना करून देणं त्यांना आवडत होतं. या संदर्भात रुझवेल्ट सतत पवित्र्याचा आव आणत, त्यातूनच एकदा विन्स्टननी रुझवेल्ट यांच्याबाबत संताप व्यक्त केला होता.[५८] अन्यथा

रुझवेल्ट यांच्याविरोधात ते चिडून बोलत नसत. सर जॉन कॉलव्हिल यांच्या म्हणण्यानुसार, 'आनंद व आदर प्राप्त करण्याचा एकमेव परवाना प्रातिनिधिक सरकारद्वारे मिळतो, असं समजण्याची अँग्लो-सॅक्सन चूक चर्चिल यांनी कधीही केली नाही.'[५९] विन्स्टन यांच्या पंतप्रधानपदाच्या दोन्ही कार्यकाळांमध्ये कॉलव्हिल हे अधिकृतरीत्या त्यांच्या सर्वांत जवळचे होते, असं ढोबळमानानं म्हणता येईल. वॉलेस यांनी नोंदवलेला एखादा प्रसंग अपवाद म्हणून सोडला तर विन्स्टन कायम पुरेशा निर्धारानं या संदर्भातील त्यांचं म्हणणं मांडत असत. अमेरिकेनं पूर्वेकडील किनारपट्टी प्रदेशात वर्चस्व स्थापन केलं होतं; परंतु त्यातील अल्पसत्ताक रचना मात्र विन्स्टनना पूर्णतः मान्य नव्हती. १९४० च्या दशकातील 'युनायटेड स्टेट्स ऑफ अमेरिका' म्हणजे काहीशा आत्ममग्न अशा ४८ राज्यांनी बनलेला देश होता आणि या राज्यांवर लहानशा सांघिक सरकारची हलकी देखरेख असायची. त्या काळी वॉशिंग्टन हे दक्षिणेकडील एक लहानसं शहर होतं. वर्षाकाठी सहा महिने ते जागं असायचं. याउलट लंडन हे जगातील सर्वांत मोठं महानगर होतं आणि काही शतकांपासून साम्राज्याची राजधानी या शहरात वसली होती. रुझवेल्ट यांच्या सत्तेला असलेल्या मर्यादा आणि प्रतिनिधिगृहाकडून आपल्याला हवं ते काढून घेण्यासाठी जनमताचा रेटा स्वतःच्या बाजूला खेचण्याची त्यांची गरज- यांपैकी कशाचाही पुरेसा सहानुभूतीपूर्वक विचार विन्स्टननी केला नाही. आयरिश, इटालियन व जर्मन स्थलांतरितांच्या वंशजांना विशिष्ट अमेरिकी आस्थाविषयाच्या पाठीशी उभं करणं शक्य होतं; परंतु त्यासाठी संबंधित मुद्दा शक्य तितका ब्रिटिशांपासून वेगळा काढणं गरजेचं होतं.

युद्धापूर्वी विन्स्टन यांनी पुढील टिप्पणी केली होती : 'त्यांच्यासारखे निःसंदिग्ध स्वरूपाचे राजकीय प्रकार किंवा निःसंदिग्ध पक्षीय कार्यक्रम आपल्याकडे क्वचितच दिसतात. आपल्या कामकाजात- निसर्गात असतं त्याप्रमाणे- कायम काही झिजलेल्या कडा असतात, द्विधावस्था असतात; तडजोडी असतात आणि विसंगतीही असतात. अस्पष्ट न होणाऱ्या मोजक्याच रेषा आपल्याकडे दिसतात; पण अटलांटिक महासागराच्या पलीकडे अमेरिकेत मात्र सगळं काही काटेकोर असतं.'[६०] स्वतःच्या आत्मकथनामध्ये त्यांनी हा विचार आणखी पुढे नेला आहे :

> 'सैनिकी बाबतीत आणि व्यावसायिक व उत्पादनाच्या अवकाशांमध्येही अमेरिकी मन स्वाभाविकपणे अतिशय मोठ्या प्रमाणातील व्यापक, दूरगामी व तार्किक निष्कर्षांकडे जातं. यातूनच त्यांचे व्यावहारिक विचार व कृती उगम पावतात. अस्सल व सर्वांगीण रूपरेषेनुसार नियोजन करून पायाभरणी झाली की, मग इतर टप्पे स्वाभाविकपणे व जवळपास

अपरिहार्यतेनं घडत जातील, अशी त्यांची धारणा आहे. ब्रिटिश मन अशा रीतीनं कार्यरत नसतं. वेगानं बदलत्या व अनिश्चित स्वरूपाच्या परिस्थितींमध्ये करायची कृती केवळ तार्किक व निःसंदिग्ध तत्त्वांद्वारेच शक्य आहे, असं आपल्याला वाटत नाही. विशेषतः युद्धामध्ये आपण संधी साधण्याला आणि सुधारणा करत जाण्याला अधिक महत्त्व देतो. मूलभूत निर्णयांद्वारे परिस्थितीवर वर्चस्व गाजवण्याची आकांक्षा बाळगण्याऐवजी घटना उलगडत जातील, त्यानुसार टिकून राहून विजय प्राप्त करण्यावर आपला जास्त विश्वास असतो.'[६१]

तत्कालीन अमेरिकेसारख्या वैविध्यपूर्ण आणि विकेंद्रित समाजाविषयी एक वैध सामान्य विधान निश्चितपणे करता येईल : त्यांनी अतिशय व्यवहारी दृष्टीनं या युद्धात सहभाग घेतला, हे ते विधान होय. विन्स्टन यांचा रोख बहुधा वेगळ्याच मुद्द्याकडे होता : अमेरिकेचा आकारच इतका मोठा होता की, 'विशालतेचा ध्यास' घेणारी मनोवृत्ती अमेरिकेत आपोआपच रुजली होती; परंतु ब्रिटिशांना अशी मानसिकता अज्ञात होती. ब्रिटिश साम्राज्यातील अत्यल्प लोकसंख्या राजकारणात गुंतलेली होती आणि नवीन कुरणांच्या शोधात पुढे-पुढे जाण्याच्या क्षमतेचा जो सांस्कृतिक परिणाम अमेरिकी मानसिकतेवर झाला, तसा ब्रिटिश जनतेवर झाला नाही. अशा नवीन कुरणांचा लाभ घेण्याची इच्छा असलेल्या ब्रिटनवासियांनी स्थलांतर केलं. अमेरिकी दृष्टिकोनानुसार असं स्थलांतर म्हणजे सकारात्मक वृत्तीच्या लोकांनी स्वतःचा ध्यास पूर्ण करण्यासाठी उचललेलं पाऊल ठरतं; तर ब्रिटिशांच्या दृष्टिकोनानुसार जे मागे राहिले त्या लोकांना अस्मितेची अधिक तीव्र जाणीव असते. हे दोन दृष्टिकोन परस्परांशी विजोड नाहीत; पण परस्परांविषयी कडवटपणा येण्याची यातील शक्यता उघड आहे.

असं असूनही ब्रिटिश व अमेरिकी संस्कृतींचा मिलाफ होताना तुलनेनं कमी तीव्र घर्षण झालं. हे दोन देश एकमेकांचे वैरी होतील, ही हिटलरची अपेक्षा फोल ठरली. अनेकदा प्रत्यक्ष युद्धभूमीवर असलेल्यांचं व्यवहारज्ञान आणि बंधुभाव यांमुळे उच्चपदस्थांमधील मोठ्या कुरबुरीसुद्धा निवळून जात. युरोपवरील चढाईची तयारी सुरू असतानाचा काळ या संबंधांसाठी सर्वांत कठोर परीक्षेचा ठरला. या वेळी अमेरिका व कॅनडाचे लाखो सैनिक ब्रिटनमध्ये उतरले होते. या लोंढ्यामुळे तणाव इतका वाढला की, आपण अमेरिकाव्याप्त प्रदेश आहोत, असा अनुभव ब्रिटनला येऊ लागला; परंतु विविध राष्ट्रीयत्व असलेल्या सैनिकांमधील छोटीमोठी भांडणं कधीही हाताबाहेर गेली नाहीत. राष्ट्रीयत्वाच्या भेदांइतकेच भांडणाचे विषय सेनादलांमधील भिन्नतेनं पुरवले, हे यामागील एक कारण असावं. जगभरातील विविध आघाड्यांवर

अमेरिकी आणि ब्रिटिश भूदलांमधील सैनिकांना त्यांच्याच देशांचे नाविक, हवाई जवान आणि पूरक कर्मचारीवर्ग या समान शत्रूविरोधात खांद्याला खांदा लावून झगडावं लागलं होतं.

युद्ध पुढे सरकत गेलं, तसतशा उच्चपदस्थांमधील कुरबुरी वाढत गेल्या. युद्धोत्तर युरोपची घडण अमेरिकी मनातील 'व्यापक चित्रा'नुसार होऊ नये, असा निर्धार विन्स्टननी केला होता. पहिल्या महायुद्धानंतर तपशीलवार परिणामांचा विचार न करता पुढील घडामोडी घडत गेल्या होत्या, ती चूक या युद्धानंतरच्या काळात घडू नये, याची काळजी त्यांना घ्यायची होती. अतिशय प्रभावशाली अमेरिकी पत्रकार व निखळ पुरोगामी भूमिका असलेले संपादक राल्फ इंगरसॉल यांनी या संदर्भात पुढील टिप्पणी केली : 'निष्काळजीपणा व भपकेबाजी यांवरील श्रद्धेच्या पायावर उभ्या असलेल्या लोकांशी आघाडी करायला इतिहासानं आपल्याला का भाग पाडलं असावं, याचा ब्रिटिशांना कधीकधी निश्चितपणे अचंबा वाटत असेल. वाईट परिस्थितीत हे लोक वेड्यासारखेही वागू शकतात आणि सर्वोत्तम परिस्थितीत जन्मजात आशावाद्यांसारखं त्यांचं वर्तन असतं, हे ब्रिटिशांना विस्मयाचं वाटत असणार.'[६२] याहून अधिक भयानक अर्थ लावण्याचेही प्रयत्न झाले. 'हाउस अन-अमेरिकन ॲक्टिव्हिटीज् कमिटी' आणि सिनेटर ज्यो मॅकार्थी यांनी युद्धोत्तर कालखंडात अनेक बदनामीकारक आरोप केले. अर्थात त्यांचं म्हणणं मूलतः चुकीचं होतं, असं नाही. युद्धाच्या अखेरच्या टप्प्यांमध्ये अमेरिकी परराष्ट्र धोरणावर सोव्हिएत रशियाच्या गुप्तचरांचा आणि अमेरिकी सरकारमधील रशियाच्या सहानुभूतीदारांचा प्रभाव पडला, असा हा आरोप होता.[६३] परराष्ट्र मंत्रालयाचे मसुदे विन्स्टन यांच्याकडे पाठवताना रुझवेल्ट बहुतेक वेळा इतर देशांमध्ये ब्रिटननं केलेल्या कम्युनिस्टविरोधी कारवाईबाबत नाराजी व्यक्त करत. त्यांच्या अशा खलित्यांमागचं विश्वसनीय कारण इंगरसॉल यांच्या टिप्पणीतून स्पष्ट होतं. अथेन्समधील कम्युनिस्ट उठावाला प्रतिबंध करण्यासाठी दलं पाठवणं, इटलीत कम्युनिस्टेतर सरकार राहील अशी तजवीज करणं, पर्शियामध्ये रशियाच्या प्रवेशाला मर्यादा घालणं आणि सगळ्यांत मोठं पाप म्हणजे 'आपण कोणतीही युद्धोत्तर प्रभावक्षेत्रं प्रस्थापित करत नाही.' हे स्टालिन यांच्यासमोर स्पष्ट न करणं- अशा ब्रिटनच्या कृती रुझवेल्टना पसंत नव्हत्या.[६४]

विरोधकांना परावृत्त करण्याचे पारंपरिक मार्ग एकतर्फी टाळून हुकूमशहांसमोर चांगला दाखला घालून देण्याच्या धोरणाला विन्स्टननी विरोध केला. त्यांच्याकडील बहुतांश नैतिक अधिकार यातूनच आला होता. तरीही रशियन जुलूमशहा स्टालिन यांच्यासोबतच्या आपल्या मैत्रीत विन्स्टन मिठाच्या खड्याप्रमाणे आहेत, अशी रुझवेल्टनी स्वतःची समजूत करून घेतली.[६५] स्टालिनसोबत तेहरानमध्ये झालेल्या खासगी बैठकींमध्ये त्यांनी सांगितलं की, फ्रान्सला सक्षम राष्ट्र म्हणून पुन्हा उभं

करण्याच्या मुद्द्यावर त्यांचे विन्स्टनशी मतभेद आहेत, कारण मुळात फ्रान्स सक्षम बनण्यासाठी लायक नाही. 'सर्वांत आधी, फ्रेंच- सरकारनं आणि लोकांनीही- प्रामाणिक नागरिक बनायला हवं,' असं रुझवेल्ट म्हणाले. भारताची समस्या युद्धानंतर लांबवण्यावर विन्स्टन यांचा भर आहे; त्यामुळे त्याबाबतही त्यांच्याशी चर्चा करण्यात काही अर्थ नाही, असं ते म्हणाले. या संदर्भात स्टालिनशी भविष्यात कधीतरी बोलण्याची इच्छा त्यांनी या बैठकींमध्ये व्यक्त केली होती. 'साधारणपणे सोव्हिएतच्या पद्धतीनं तळापासून सुधारणा घडवणं, हा यावरचा सर्वोत्तम उपाय ठरेल,' अशी पुष्टीही त्यांनी जोडली.[६६] या गप्पा स्वाभाविकपणे स्टालिनच्या कानाला गोड लागल्या. रुझवेल्ट यांचा बचाव करण्याच्या प्रयत्नात काहीजण असं सुचवतात की, विन्स्टनना बाजूला सारून स्टालिनशी केवळ मैत्रीपूर्ण संबंध प्रस्थापित करण्याचा प्रयत्न रुझवेल्ट करत होते; पण तसं असेल तरी त्यांनी या संदर्भात स्टालिनना गरजेपेक्षा बरंच झुकतं माप दिलं.

पाश्चात्त्य बुद्धिजीवीवर्ग स्टालिन यांचा गुलाम असल्याप्रमाणे वागत होता, ही वस्तुस्थिती रुझवेल्ट यांच्या कृतीला अंशतः कारणीभूत ठरली. या बुद्धिजीवींचे गतकालीन व वर्तमानकालीन दोष संदर्भासह मांडण्याचं काम मार्टिन ॲमिस यांनी *'कोबा द ड्रेड'* या त्यांच्या अलीकडच्या पुस्तकात केलं आहे. प्रगतीवरील विश्वास ब्रिटनपेक्षा अमेरिकेत अधिक प्रभुत्वशाली होता; त्यामुळे आर्थिक महामंदीचा अनुभव अमेरिकेला जास्त छिन्नविछिन्न करून गेला. रशियाला भेट देऊन आलेल्या पाश्चात्त्य बुद्धिजीवींपैकी अमेरिकी मंडळी सर्वाधिक भोळसट होती. दुसऱ्या महायुद्धात रशियन जनतेने दाखवलेल्या शौर्यानंतर या बुद्धिजीवींमधील स्वतःला हवं तेच व तेवढंच पाहण्याची इच्छाशक्ती बळकट झाली. सोव्हिएत रशिया हा युद्धातील निर्णायक घटक असल्यामुळे 'त्यांना शक्य ते सर्व सहकार्य करायला हवं आणि त्यांच्या मैत्रीसाठी सर्वतोपरी प्रयत्न व्हायला हवेत,' असं मत रुझवेल्ट यांचे सर्वांत प्रभावशाली सल्लागार हॅरी हॉपकिन्स यांनी व्यक्त केलं होतं.[६७] ते कम्युनिस्टांचे सहप्रवासी होते, असा आरोप कोणताही समंजस टीकाकार करणार नाही. १९४४ मध्ये उप-राष्ट्राध्यक्ष वॉलेस यांच्या नेतृत्वाखाली एक चमू कोलिमा गुलग (स्टालिन-काळातील सक्तीची श्रम छावणी) पाहायला गेला होता. या छावणीत १९३७ ते १९५३ या वर्षांमध्ये तीस लाख लोकांचा मृत्यू झाला. वॉलेस यांच्या चमूसोबत गेलेले प्राध्यापक ओवेन लॅटिमोर यांनी या छावणीची तुलना 'टेनिसी व्हॅली अथॉरिटी' या अमेरिकी उपक्रमाशी केली. आर्थिक परिस्थिती सुधारण्यासाठी रुझवेल्ट यांच्या पुढाकारानं अमलात आलेल्या 'न्यू डील'चा एक भाग म्हणून 'टेनिसी व्हॅली अथॉरिटी' अस्तित्वात आली होती.[६८] आणि मुळात ती गुलग पद्धतीची श्रमछावणी नव्हती. तेहरान व याल्टा इथे रुझवेल्ट यांची विन्स्टन यांच्यासोबतची वागणूक अंतर

राखणारी होती. याबद्दल काही सौम्य स्पष्टीकरणंही दिली जातात, त्यातील एक असं : युरोपबाबत अमेरिकेनं दीर्घकालीन जबाबदारी उचलली नाही, तर सोव्हिएत रशियाच प्रभुत्वशाली प्रादेशिक सत्ता बनणं निश्चित होतं आणि अमेरिकेला त्या वेळी स्वतःला युरोपात गुंतवून घेणं शक्य नव्हतं; त्यामुळे कोणतीही किंमत मोजावी लागली तरी स्टालिनसोबत चांगले संबंध प्रस्थापित करण्याचा धोरणात्मक निर्णय झाला होता; परंतु या घडामोडींचा अंतःप्रवाह पुरोगामी वर्गातील वैचारिक अहंकारातून उगम पावलेला होता. रशिया हा कामगारांचा स्वर्ग आहे अशा भ्रमात आपण होतो, हे कबूल करायला अनेक अमेरिकी आणि ब्रिटिश पुरोगामी कचरले, त्याला हा अहंकार कारणीभूत होता.

रुझवेल्ट यांची रशियाकेंद्री दृष्टी काही लोकांच्या हिताची नव्हती. झेकोस्लोव्हाकिया, डेन्मार्क, नॉर्वे, हॉलंड, बेल्जियम, फ्रान्स, पोलंड व ग्रीस यांसारख्या देशांमध्ये कम्युनिस्ट सत्तेविरोधात प्रतिकाराच्या चळवळी सुरू होत्या, त्यांना अमेरिकेची ही दृष्टी पूरक नव्हती; त्यामुळे या चळवळींनी ब्रिटनच्या दिशेनं मदतीची हाक मारली. प्रतिकाराचा सूड रानटी पातळीवर जाऊन घेतला जाईल आणि यादवी युद्धाचीही शक्यता निर्माण होईल, हे माहीत असूनसुद्धा प्रतिकार चळवळींना प्रोत्साहन द्यायचा निष्ठुर निर्णय घेण्यात आला; पण त्याला विन्स्टन जबाबदार नव्हते. त्यांनी आकसानं मे १९४०मध्ये नियुक्त केलेले आर्थिक युद्धमंत्री ह्यू डाल्टन यांच्या डोक्यातून आलेली ही कल्पना होती.[६१] विन्स्टनना नावडत्या असलेल्या 'पब्लिक स्कूल सोशालिस्टां'पैकी डाल्टन एक होते. अनियमित (त्यांच्या भाषेत 'असभ्य') युद्धाची कार्यवाही युद्ध मंत्रालयापासून वेगळ्या खात्याकडून व्हावी, असा योग्य आग्रह डाल्टननी धरला. ॲटलींनी हे मत युद्धकालीन मंत्रिमंडळाकडे जोरदारपणे लावून धरलं. त्या वर्षी २२ जुलै रोजी 'विशेष मोहिमांसंबंधीचं कार्यकारी मंडळ' (एसईओ : स्पेशल ऑपरेशन्स एक्झिक्युटिव्ह) अस्तित्वात आलं. 'परदेशांमधील शत्रूविरोधातील उठाव आणि घातपात यांसारख्या कृतींचं संयोजन' करण्याची जबाबदारी या पदाकडे देण्यात आली. या कारवायांसंबंधीची 'चर्चा संसदेत होऊ नये,' असं स्पष्ट करण्यात आलं आणि 'पंतप्रधानांचा अपवाद वगळता यासंबंधीचे सर्वंकष विशेषाधिकार' डाल्टन यांच्याकडे देण्यात आले.

सशस्त्र दलं, परराष्ट्र मंत्रालय आणि गुप्तचर विभाग यांच्यातील दुर्मिळ आघाडीच्या विरोधात एसओईला सातत्यानं संघर्ष करावा लागला. विन्स्टन यांच्या पाठिंब्याशिवाय या कार्यकारी मंडळाला प्रस्थापित होता आलं नसतं. डाल्टन यांच्याविषयी विन्स्टन यांच्या मनात असलेली अढी वैयक्तिक स्वरूपाची होती; पण त्याचबरोबर क्रांतिकारी युद्धाचं भूत उघड्यावर सोडण्याची डाल्टन यांची महत्त्वाकांक्षा त्यांना भीतिदायक वाटत होती. १९४२ मध्ये डाल्टन यांना पदबदली करून व्यापार

मंडळावर पाठवल्यावर त्यांनी सुटकेचा निःश्वास सोडला. विशेष कारवायांविषयीचं कार्यकारी मंडळ अर्थात एसओई म्हणजे 'लेबर पक्षाचा अनुनय करण्यासाठी माझ्याकडे फेकलेला बागुलबुवा' होता, असं मत डाल्टन यांनी व्यक्त केलं होतं. या मंडळाच्या स्थापनेमागचा हेतू खरंच बागुलबुवा उभा करण्याचा होता का? की संथपणे रेटत राहण्याच्या प्रक्रियेचाच हा एक भाग होता? यातील काहीही खरं असलं, तरी साम्यवाद्यांना शस्त्रपुरवठा करण्यास विन्स्टन तयार नव्हते. हिटलरनं सोव्हिएत रशियावर चढाई केल्यानंतर साम्यवादी मंडळी अचानकपणे पुढे आली होती. त्यांच्याकडून जर्मनांना गंभीर हानी पोहोचवली जाण्याची शक्यता असेल, तरच विन्स्टन त्यांच्याशी हातमिळवणी करायला राजी होते. युद्धात जर्मनांशी लढण्यापेक्षा युद्धानंतर सत्ता काबीज करण्यावर लक्ष केंद्रित केलेल्या प्रतिकारी गटांचं सबलीकरण करणं त्यांना मान्य नव्हतं. त्यांच्या या भूमिकेत विचारसरणीला दुय्यम स्थान होतं. एसओईनं १९४३ मध्ये युगोस्लाव्हियामध्ये राजसत्तावादी द्राझा मिहाइलोविच यांच्याऐवजी साम्यवादी जोसेफ 'टिटो' ब्रॉझ यांना पाठिंबा द्यायला सुरुवात केली, तेव्हा विन्स्टननी त्यावर आक्षेप घेतला नव्हता, यावरून त्यांचीही भूमिका स्पष्ट होते.

अमेरिकेचं 'सामरिक सेवा कार्यालय' (ओएसएस : ऑफिस ऑफ स्ट्रॅटेजिक सर्व्हिसेस) तुलनेनं उशिरा सक्रिय झालं. रुझवेल्ट यांनी नियुक्त केलेले अष्टपैलू 'वाइल्ड बिल' डोनोव्हन यांच्याकडे या कार्यालयाची धुरा होती. पहिल्या महायुद्धात शौर्य गाजवलेल्या डोनोव्हेन यांचा पक्का रोमन कॅथॉलिक कार्यक्रम अनेकदा ब्रिटिशांपेक्षाही अमेरिकी सरकारच्या अधिकृत धोरणापासून फारकत घेणारा असायचा. विशेष म्हणजे त्यांच्याही मनात इतर सर्वसाधारण आयरिश-अमेरिकी लोकांप्रमाणे ब्रिटिशांविषयी अढी होती.[७०]

हा विषय बराच मोठा आहे आणि त्याचे परिणाम खूप गुंतागुंतीचे होते; त्यामुळे इथे काही गोष्टी सूचित करून पुढे जाण्याशिवाय पर्याय नाही.[७१] एसओईच्या कारवायांची सर्वांत मोठी शोकांतिका पोलंडमध्ये झाली. ब्रिटिश हवाई दलाची सैनिक पुरवण्याची व शस्त्रपुरवठ्याची क्षमता या ठिकाणी टोकापर्यंत ताणण्यात आली. (ब्रिटिशांकडे केवळ ६०० टन शस्त्रपुरवठा होता, त्या तुलनेत फ्रान्स व युगोस्लाव्हिया यांच्याकडील साठा अनुक्रमे १० हजार आणि १८ हजार टन इतका होता.) हा प्रदेश रशियन नियंत्रणाखाली जाण्याची वेळ आली. दोस्त राष्ट्रांच्या वेदीवर पोलिश जनतेचा बळी देणं विन्स्टनना भाग पडलं. तेहरान व याल्टा इथे स्टालिनसोबत करण्यात आलेल्या तडजोडीस मूक संमती द्यायला निर्वासित पोलिश सरकार तयार नव्हतं; त्यामुळे त्यांच्याविरोधात नीतिनियम गुंडाळून दादागिरी करायलाही विन्स्टननी कमी केलं नाही. यात त्यांचाच अपराधगंड उघड झाला.[७२] संपूर्ण युद्धात

ब्रिटिशांच्या आदेशाखाली शौर्यानं लढलेल्या लोकांशी अपमानास्पदरीत्या वागणं त्यांना भाग पडलं; पण त्यांनीच नंतर लिहिलं त्यानुसार, 'काही वेळा सार्वत्रिक उद्दिष्टासाठी भयानक किंबहुना नीच पातळीवर येऊन नमतं घेण्याचा मार्ग पत्करावा लागतो.'[७३] शीतयुद्ध सुरू असतानाच्या काळात या विषयाला पूर्णविराम मिळणं शक्यच नव्हतं. तत्कालीन राजकीय अपरिहार्यतांच्या लाटेनं सन्मान आणि सभ्यतेचा कमकुवत झरा निर्दयीपणे मिटवून टाकला, अशी ही परिस्थिती होती. या परिस्थितीचा तटस्थ आढावा घेत १९९५ मध्ये एका पोलिश इतिहासकारानं विन्स्टन यांच्याविषयी एक उदार निष्कर्ष नोंदवला :

> 'पोलिश मनुष्यबळाचा त्यांनी पूर्ण वापर केला; पण महाआघाडीचं नुकसान होण्याची शक्यता असलेलं कोणतंही आश्वासन त्यांनी पोलिश सरकारला दिलं नाही. या बोटचेप्या भूमिकेचा त्यांना पश्चात्ताप नव्हता. ...चर्चिलना पोलिश सैनिकांविषयी सहानुभूती होती. या सैनिकांना त्यांनी अनेकदा पाठिंबा दर्शवला आणि युद्धाच्या अखेरीस या सैनिकांना सक्तीनं पोलंडला पाठवलं जाऊ नये किंवा ब्रिटनमध्येच निराधार सोडलं जाऊ नये, अशी तजवीज त्यांनी केली.'[७४]

विन्स्टन यांची सर्वाधिक अप्रिय साहाय्यकारी भूमिका फ्रान्सच्या बाजूनं केलेली होती आणि त्यासाठी त्यांना विलक्षण विचित्र जनरल चार्ल्स द गॉल यांचं माध्यम वापरावं लागलं. त्यांनी स्वतःहून द गॉलची निवड केली नसती. 'मला प्रिय असलेल्या फ्रान्सकडे माझा ओढा आहे आणि मला प्रिय असलेला हा फ्रान्स जनरल द गॉल यांच्यापाशी नावालाही नाही,' अशी टिप्पणी त्यांनी केली होती.[७५] पण द गॉलच्या रूपात त्यांना सर्वसाधारणपणे न आढळणारा स्वतःसारखा माणूस सापडला : 'द गॉल हे काय महान माणूस आहेत? ते स्वार्थी आहेत, अहंकारी आहेत, जग आपल्याभोवती फिरतं असं त्यांना वाटतं... ते... बरोबर आहे तुमचं, ते महान माणूस आहेत!'[७६] फ्रेंच शब्दोक्ती करू शकणाऱ्या माणसांमध्ये त्यांना स्वतःला प्रिय असलेल्या फ्रान्सची झलक सापडत असे : 'मी याबाबतीत खूप कमकुवत आहे; त्यामुळे सूट देणं मला झेपणार नाही.'[७७] कारणं काहीही असोत, घमेंडी फ्रेंच सत्ताधारी द गॉल यांच्याबद्दल तिरस्कार वाटणाऱ्या रुझवेल्ट यांच्यासमोर 'होयबा, नायबा' करत विन्स्टननी गॉल यांचा स्वतःपासून बचाव केला.[७८] अखेर कॅसाब्लान्का इथे दोस्त राष्ट्रांच्या दबावापुढे द गॉल झुकले : मुक्त फ्रान्सच्या नेतृत्वासाठीचे रुझवेल्ट पुरस्कृत उमेदवार जनरल हेन्री गिरॉद यांच्याशी सहकार्य करायला द गॉलनी संमती दर्शवली. त्या वेळी विन्स्टन म्हणाले : 'त्यांच्या (द गॉल यांच्या)

देशानं लढा द्यायचं सोडून दिलं आहे, ते स्वतः निर्वासित आहेत आणि आपणही त्यांना नाकारलं, तर ते संपून जातील. त्यांच्याकडे पाहा जरा! दोनशे तुकड्यांची फौज हाताशी असेल, तर ते स्टालिनही बनू शकतात!'[७९] विन्स्टननी द गॉलना धमकावलंही आणि चुचकारलंही; पण बहुतेकदा त्याचा काही उपयोग झाला नाही. फ्रान्सला पुन्हा थोरत्वाकडे घेऊन जाणं केवळ द गॉलनाच जमू शकतं, हे विन्स्टनना मनोमन माहीत होतं. या थोरत्वावर फ्रान्सचा अधिकार असल्याची विन्स्टन यांची धारणा होती (पण रुझवेल्टना असं वाटत नव्हतं). ब्रिटनची भूमिका हा संवेदनशील विषय आहे, हे वेगळं नोंदवायला नको. 'फ्रेंच लोकांच्या दोन पिढ्या तुम्हाला माफ करणार नाहीत. लढाई सुरू ठेवून तुम्ही आमच्या लाजिरवाण्या अवस्थेत भर टाकलीत,' असा इशारा एका फ्रेंच सेनाधिकाऱ्यानं इझ्मे यांना दिला होता.[८०]

तेहरानमध्ये २८ नोव्हेंबर ते १ डिसेंबर १९४३ या कालावधीत दोस्त राष्ट्रांची परिषद झाली, त्यादरम्यान विन्स्टन यांचा एकोणसत्तरावा वाढदिवस होता. महाआघाडीमध्ये आपल्या नेतृत्वाखाली ब्रिटननं पार पाडलेली अनिवार्य भूमिका आता समाप्तीकडे आली आहे, हे त्यांना स्पष्टपणे दिसत होतं. 'मी तिथे बसलेलो. माझ्या एका बाजूला महाकाय रशियन अस्वल पंजे काढून बसलं होतं आणि दुसऱ्या बाजूला मोठ्ठी अमेरिकी म्हैस होती आणि या दोघांच्या मध्ये बिचारं लहानसं इंग्लिश गाढव बसलेलं होतं- या गाढवालाच तेवढी घरी जायची योग्य वाट ठाऊक होती.' ते काही गॉल यांच्याप्रमाणे सूट देता येणार नाही इतके कमकुवत नव्हते; पण सूट नाकारण्याइतके ते बलवानही नव्हते. या परिषदेत रुझवेल्टनी विन्स्टनची मानखंडना केल्यानंतर अमेरिकेला काही ठोस लाभ झाला असता, तर रुझवेल्ट यांचा निर्णय कठोर; पण योग्य असल्याचा निवाडा इतिहासानं दिला असता; पण मानवी सभ्यतेचं रक्षण करण्यात आपलं राष्ट्र बिनीच्या शिलेदाराची भूमिका निभावतं आहे, असं मानणाऱ्या माणसानं एका जुलूमशहाशी मैत्री करू पाहणं मूलतः अन्याय्य होतं. इतर भयानक गुन्ह्यांसोबतच काट्यन व इतरत्र सुमारे वीस हजार पोलिश अधिकारी व जवानांच्या हत्येला कारणीभूत असलेल्या स्टालिन यांनी जर्मनांशीही असाच व्यवहार करावा, अशा प्रकारचे विनोदही रुझवेल्टनी या परिषदेत केले. अखेर विन्स्टननी निषेध व्यक्त करून, परिषदेतून काढता पाय घेतला. हा प्रसंग विन्स्टननी 'उमदेपणानं हाताळला नाही', असं निरीक्षण रॉय जेनकिन्स यांनी या संदर्भातील सौम्य वरवरच्या विश्लेषणात नोंदवलं आहे.[८१] पण मर्यादाशील युद्धोत्तर जग निर्माण करण्याबाबत आपण ज्या माणसावर आशा लावून होतो, तो माणूस जुलूमशहाचं लांगूलचालन करण्यात मग्न असल्याचं विन्स्टनना त्या वेळी नुकतंच कळलं होतं. एका जनसंहारक सत्ताधीशाशी तशाच संहाराविषयी थट्टेनं बोलताना रुझवेल्ट आपलीही टिंगल करत असल्याचं विन्स्टनना या परिषदेत अनुभवावं

लागलं. अशा वेळी कथित कमी उमदेपणा दाखवल्याबद्दल त्यांना क्षमा करायला हरकत नाही.

त्या रात्री झोपायला जाताना विन्स्टन अतिशय उदास झाले होते, असं लॉर्ड मॉरन यांनी लिहिलं आहे. मानवतेचा नाश घडवणारं आणखी एक युद्धही होऊ शकतं, असा व्यथित अंदाजही त्यांनी या वेळी व्यक्त केला.[८२] त्यांची ही 'ब्लॅक डॉग' खिन्नमनस्कता बराच काळ टिकली, ते अधिकाधिक उत्साहहीन होऊ लागले आणि अखेर ट्यूनिसमध्ये असताना ११ डिसेंबरला त्यांना न्यूमोनियाची लागण झाली. या आजारपणातच त्यांचा मृत्यू होईल असं मॉरन यांना १४ डिसेंबरच्या रात्री वाटलं. १५ व १८ तारखेला त्यांच्या हृदयाचे ठोके अनियमित झाले. मग त्यांची तब्येत थोडी सुधारू लागल्यावर त्यांच्यावरील कामाचा ताण भयानक प्रमाणात वाढला; त्यामुळे शेवटी मराकेश इथे आरामदायक घरात जाऊन थोडे दिवस विश्रांती घेण्यासाठी त्यांचं मन वळवण्यात आलं. हा २७ डिसेंबरचा दिवस होता. चौदा जानेवारीपर्यंत विन्स्टन तिथे राहिले आणि तिथून मग विमानानं जिब्राल्टरला जाऊन, इंग्लंडला परतण्यासाठी *'राजे पंचम जॉर्ज'* या युद्धनौकेवर चढले. कॅसाब्लान्का परिषदेसाठी निघाल्यापासून, म्हणजे १२ जानेवारी १९४३ पासून सलग १७२ दिवस ते देशातून बाहेर होते. परत आल्याच्या दिवशीच अनपेक्षितपणे ते हाउस ऑफ कॉमन्समध्ये प्रश्नोत्तराच्या तासाला उपस्थित राहिले, तेव्हा भावनोत्कटपणे त्यांचं स्वागत करण्यात आलं, उत्साही घोषणा देत खासदारांनी उभं राहून त्यांना मानवंदना दिली. हा अतीव उदात्ततेचा क्षण होता. त्यांनी मान्य केलं नसलं तरी त्या वेळी ते शरीरानं व मनानं खचलेले होते; त्यामुळे अशा प्रकारचं स्वागत त्यांना उत्साह देणारं ठरलं.

चार दिवसांनी नवीन मोहीम सुरू झाली, यातून इटालियन आघाडीला नवसंजीवनी मिळेल, अशी आशा विन्स्टनना वाटत होती. त्यांच्या पुढाकारानं अन्झिओ इथे उभयचर मार्गांनी सैन्य उतरवण्यात आलं, त्यापाठोपाठ मुख्य भूमीवर वेगानं चढाई केली जाणार होती. १९४३ मध्ये जर्मनांनी जिथे दोस्त राष्ट्रांचं आक्रमण थोपवलं त्या गुस्ताव रेषेला खिळखिळं करण्यासाठी ही मोहीम हाती घेण्यात आला; पण जर्मनांनी गुस्ताव रेषेवरील ताबा सोडला नाही आणि निग्रहानं अन्झिओवर प्रतिहल्ला चढवला; त्यामुळे किनाऱ्यावरील भागाला जर्मनांचा वेढा बसला. गल्लिपोलीचे प्रतिध्वनी या प्रसंगी ऐकू यायला लागले.[८३] 'आम्ही किनाऱ्यावर जंगली मांजर सोडतो आहोत, अशी मला आशा वाटत होती; पण आमच्या हाती लागला तो वाळूत रुतून बसलेला व्हेल,' अशी विन्स्टन यांची या वेळची भावना होती.[८४]

इटालियन मोहीम आता इतर ठिकाणी लढायला जाऊ शकणाऱ्या जर्मन दलांना जखडवून ठेवण्यापुरतीच मर्यादित राहिली होती किंबहुना या मोहिमेचं

समर्थन करण्यासाठी एवढाच एक युक्तिवाद करता येणं शक्य होतं. विशेषतः 'ऑपरेशन ओव्हरलॉर्ड'वर प्रतिहल्ला चढवण्यासाठी या दलांचाही सहभाग जर्मनांना उपयोगी ठरला असता. मध्यपूर्वेतील रणनीती खास 'ब्रिटिश युद्धपद्धती'चं प्रतिनिधित्व करणारी होती, ही मांडणी मायकल होवार्ड यांनी पूर्वीच उद्ध्वस्त करून टाकली; पण इटलीत नक्की कोण कोणाला जखडवून ठेवत होतं, या प्रश्नाचं उत्तर देणं अवघड आहे.[८५] ओव्हरलॉर्ड मोहिमेची सुरुवात झाली, तेव्हा ६ जून १९४४ रोजी इटलीत दोस्त राष्ट्रांच्या २५ तुकड्यांसमोर जर्मनांच्या २८ तुकड्या होत्या- त्यात हातबॉम्बधारी जवानांसह सात रणगाडा पथकांचा समावेश होता. शिवाय ॲड्रिआटिकच्या किनारपट्टी भागात टिटोंच्या प्रतिकारक दलांनी आणखी काही जर्मन दलांना थोपवून ठेवलं होतं. इटलीमधील दोस्त राष्ट्रांच्या तळांवरून टिटोंना ठोस सहकार्य मिळत होतं. डेन्मार्क व नॉर्वेला वेढा घालण्याच्या कामात १८ जर्मन तुकड्या अडकल्या होत्या, याचंही काही श्रेय दोस्त राष्ट्रांच्या परिघावरील रणनीतीला देता येईल.[८६] केवळ जर्मन चिलखती तुकड्यांना इटलीतून नॉर्मन्डीकडे जाता आलं असतं, तरीही ओव्हरलॉर्ड मोहिमेमध्ये जर्मनांचं पारडं जड होण्याची शक्यता होती. सैन्य उतरवण्यासाठी दोस्त राष्ट्रांकडे उपलब्ध विमानांची संख्या मर्यादित होती; त्यामुळे त्यांच्या तुकड्या इटलीतून मागे घेण्यात आल्या असत्या, तरी नॉर्मन्डीच्या किनाऱ्यापर्यंत त्यांना वेळेत आणता आलं नसतं.[८७]

अशा परिस्थितीमध्ये इटलीतच दबाव वाढवणं इष्टकारक ठरलं; पण आपले नेते भौगोलिक रूपरेषा न दाखवणाऱ्या नकाशांचा वापर करत असावेत, असं दोस्त राष्ट्रांच्या दलांतील तिथल्या सैनिकांना वाटू लागलं होतं. इथे हल्ला करणाऱ्याच्या मार्गात भूगोलामुळे किती अडथळे निर्माण झाले आहेत, याचा अंदाजच या नेतृत्वाला नसल्याची सैनिकांची भावना होती. तरीही ऑगस्ट १९४४ च्या मध्यात दोस्त राष्ट्रांची दलं इटलीतून मागे घेण्यात आली आणि फ्रान्सच्या दक्षिणेकडे त्यांना रुजू करण्यात आलं. स्टालिनच्या विनंतीवरून हा बदल झाला; पण १९४३ च्या मध्यापासून अमेरिकेनं ब्रिटिशांविषयी सातत्यानं व्यक्त केलेल्या उतावीळ साशंकतेचाही परिणाम झाला होता.[८८] या मोहिमेमागचा सैनिकी तर्क शंकास्पद होता आणि त्याचा परिणामही नगण्य झाला.[८९] ('अन्व्हिल' असं या मोहिमेचं सांकेतिक नाव होतं; पण नंतर विन्स्टन यांच्या तिच्याविषयीच्या भावनांची दखल घेऊन 'ड्रॅगून' हे नाव ठेवण्यात आलं.) तेहरान परिषदेत स्टालिननी अन्व्हिल मोहिमेला हिरिरीनं पाठिंबा दिला. इटली व बाल्कन प्रदेश आता सामरिकदृष्ट्या महत्त्वाचे राहिलेले नाहीत, असं ते म्हणाले.[९०] आपल्या एका दोस्त राष्ट्राची आपल्याकडे पाहण्याची नजर वाढत्या साशंकतेची आहे, ही दुःखद वस्तुस्थिती स्वीकारणं विन्स्टन व ब्रिटिश सेनाधिकारी मंडळाला अवघड जात होतं. ब्रिटिश

प्रतिनिधींच्या सद्भावनेवर प्रश्नचिन्ह उमटवण्याच्या पवित्र्यात असलेली अमेरिका अतिगोपनीय सोव्हिएत हुकूमशहा स्टालिन यांच्या सकृत्दर्शनी हेतूवर मात्र सहजपणे विश्वास ठेवत होती. काही वरिष्ठ अधिकाऱ्यांनी नोंदवलेल्या आठवणींमध्ये अहंकारांच्या संघर्षाचा उल्लेख आहे; पण हे प्रकरण त्याहून खोलवर जाणारं होतं.[११] खुद्द विन्स्टननी लिहिलेल्या युद्धाच्या इतिहासामध्ये उद्देशपूर्ण अँग्लो-अमेरिकी ऐक्याचं मिथक उभं केलेलं आहे. त्यांना स्वतःला १९४४-४५ मध्ये ज्या निराशाजनक वास्तवाला सामोरं जावं लागलं, त्यापासून भावी पिढ्यांचं लक्ष विचलित करण्यात त्यांची मांडणी यशस्वी होते. त्या काळात त्यांच्यासोबत असलेल्यांनी सर्वसाधारणतः त्यांच्या पावलावर पाऊल ठेवत नोंदी केल्या आहेत; पण तरीही अमेरिकेकडून आपला विश्वासघात झाल्याची जाणीव अधूनमधून काही उताऱ्यांमधून व्यक्त होतेच.[१२]

हवाई वर्चस्व स्थापन करणं आणि उत्तर फ्रान्समध्ये पंधराहून अधिक जर्मन तुकड्या नसतील अशी परिस्थिती येऊ देणं या पूर्वअटी पूर्ण झाल्यानंतरच ओव्हरलॉर्ड मोहीम हाती घ्यायची असं ठरलं होतं; परंतु अशी परिस्थिती येण्याची वाट बघत मोहीम पुढे ढकलण्याला मार्शल यांचा विरोध होता, तर या अटींची काटेकोर पूर्तता व्हायलाच हवी, यावर विन्स्टन यांचा भर होता. या दोन कठोर भूमिकांच्या पेचात आयझेनहॉर अडकले. या पार्श्वभूमीवर मोहिमेच्या नियोजनाचं मुख्यालय असलेल्या लंडनच्या पश्चिम भागातील सेंट पॉल स्कूलमध्ये १५ मे १९४४ रोजी एक महत्त्वाची बैठक झाली. या बैठकीत मॉन्टगोमेरी यांनीच बोलण्याचं सगळं काम करावं, अशी शहाणपणाची भूमिका आयझेनहॉरनी घेतली. राजे पाचवे जॉर्ज, विन्स्टन, युद्धकालीन मंत्रिमंडळ, दक्षिण आफ्रिकी पंतप्रधान स्मट्स, ब्रिटिश सेनाधिकारी मंडळ आणि 'मोठ्या संख्येनं दोस्त राष्ट्रांचे सेनाधिकारी' या बैठकीला उपस्थित होते. औपचारिक मांडण्या करून झाल्यानंतर :

> 'विन्स्टननी खास त्यांच्या लढाऊ शैलीतील भाषण केलं. या वेळी त्यांचं एक विधान आमच्यापैकी अनेकांच्या- विशेषतः अमेरिकी मंडळींच्या- मनात जोरदारपणे जाऊन रुतलं. विन्स्टन म्हणाले, 'सद्गृहस्थहो, या कारवाईच्या बाबतीत मी आता निर्ढावलो आहे.' म्हणजे इतका काळ या मोहिमेच्या व्यवहार्यतेविषयी त्यांना साशंकता वाटत होती, इतर ठिकाणच्या कारवायांपायी ही मोहीम ते लांबणीवर टाकत होते; पण आता उशिरानं का होईना शेवटी त्यांचा आमच्या म्हणण्यावर विश्वास बसला होता- विजय प्राप्त करण्यासाठी हाच खरा कृतिमार्ग आहे, हे त्यांना पटलं होतं, असं आम्हाला वाटलं.'[१३]

'आपण नोंदवलेल्या बंधनकारक अटी काटेकोरपणे पूर्ण झाल्या नसतील तरीही, मानवी प्रयासाच्या पातळीवर शक्य असेल तर हल्ला करण्यास आपण तयार आहोत,' ही इच्छा व्यक्त करण्यासाठी आपण हे विधान केल्याचं विन्स्टननी नमूद केलं.[१४] परंतु या प्रसंगाची भव्यता लक्षात घेता, ओव्हरलॉर्ड मोहिमेवर पूर्ण विश्वास दाखवणं अधिक उचित ठरलं असतं. बहुधा सातत्यानं क्षुल्लक तक्रारी करणाऱ्या मनोवस्थेच्या गर्तेतून बाहेर पडणं त्यांना शक्य झालं नसावं. पहिल्या महायुद्धासारखी प्रचंड प्रमाणात जीवितहानी होण्याची शक्यता त्यांना भयकंपित करत होती. किनाऱ्याजवळच्या एखाद्या युद्धनौकेवरून ओव्हरलॉर्ड ऑपरेशन प्रत्यक्ष पाहायची त्यांची इच्छा होती. अशा परिस्थितीत त्यांनी मायभूमीवरच राहावं, यासाठी त्यांचं मन वळवण्याचं काम खुद्द राजाला वैयक्तिक पातळीवर करावं लागलं. ५ जून रोजी रात्री झोपण्यापूर्वी विन्स्टन क्लेमींना म्हणाले, 'उद्या सकाळी तू उठशील तोपर्यंत वीस हजार जवान ठार झालेले असू शकतात, हे तुला कळतंय का?'[१५] पण वास्तव इतकं भयकारी नव्हतं. ओमाहा समुद्रकिनाऱ्यावर ओढवलेली आपत्ती आणि हवाईमार्गे उतरलेल्या तुकड्यांचं प्रचंड नुकसान, असे अपवाद वगळता नॉर्मन्डीकडे सैन्य उतरवण्याची प्रक्रिया बऱ्यापैकी व्यवस्थित पार पडली. त्या दिवशी दोस्त राष्ट्रांचे सुमारे १,५६,००० जवान नॉर्मन्डीत उतरले, त्यातील नऊ हजार ते दहा हजारजण जखमी झाले आणि जखमींपैकी एक तृतीयांश जवानांचा मृत्यू झाला. दोस्त राष्ट्रांचं समुद्री व हवाई वर्चस्व जवळपास संपूर्ण स्वरूपाचं होतं. जवळपास सात हजार युद्धनौकांनी यात सहभाग घेतला, त्यातील एक विध्वंसक नौका पाणतीराला बळी पडली आणि बुडाली, दुसरी एक नौका शत्रू-सुरुंगामुळे नादुरुस्त झाली. या कारवाईत दोस्त राष्ट्रांच्या ११,५९० विमानांनी १४,६७४ वेळा आकाशात झेप घेतली, त्यातील १२७ विमानं शत्रूच्या हल्ल्याला बळी पडली. अर्थात, ही फक्त सुरुवात होती. नॉर्मन्डीवरील चढाईला (ऑपरेशन ओव्हरलॉर्डला) सुरुवात झाल्यापासून ते फलाइझमध्ये जर्मन फौजांना वेढा घालेपर्यंतच्या ३५ दिवसांच्या कालावधीत दररोज दोस्त राष्ट्रांच्या भूदलाचे आणि हवाईदलाचे सुमारे १८०० जवान जखमी होत राहिले. पहिल्या महायुद्धातील सर्वाधिक रक्तरंजित आक्रमणांमधील एक असलेल्या पशान्देलमध्ये दररोज राष्ट्रकुलाच्या फौजांचे सरासरी २१२१ जवान निकामी होत होते. नॉर्मन्डीमध्ये सैन्य उतरवण्याचा दिवस अनेकांच्या अपेक्षांपेक्षा अधिक चांगल्या रीतीनं पार पडला असला, तरी पुढील लढाई अजिबातच सहज सोपी नव्हती.[१६]

नॉर्मन्डीमध्ये १९४४ च्या उन्हाळ्यात दोस्त राष्ट्रांच्या फौजांना ज्या काही अडचणींना सामोरं जावं लागलं, ते पाहता ही चढाई एक वर्ष आधी सुरू झाली

असती तर त्यांचा पराभव निश्चित होता, असं ठामपणे म्हणता येतं. या चढाईच्या सुरुवातीला ब्रिटिश राष्ट्रकुलाच्या आणि अमेरिकेच्या सैनिकांची संख्या समान होती; पण असं समान संख्याबळानं एका लढाईत सहभागी व्हायची त्यांची ही शेवटची वेळ होती. यानंतर संख्यात्मक असमतोल वाढत गेला. १९४४ च्या अखेरपर्यंत प्रत्यक्ष लढत असलेल्या सैन्यातील राष्ट्रकुलाच्या जवानांपेक्षा अमेरिकी सैनिकांची संख्या दुप्पट भरत होती आणि युद्धाच्या अखेरीस अमेरिकी सैनिकांची संख्या तिप्पट होती. वाहतूक व दळणवळणातील तफावत तर याहून कितीतरी जास्त होती. फ्रान्सच्या दक्षिणेला सैन्य उतरवण्याला विन्स्टननी सातत्यानं विरोध केला, त्याला या वेगानं घटत्या सैनिकी क्षमतेची पार्श्वभूमी होती. अर्थात हे काही त्यांच्या निर्णयाचं समर्थन होऊ शकत नाही. अन्व्हिल/ड्रॅगून मोहिमेविषयी आपली त्रस्तता व्यक्त केलेल्या ब्रूक यांनीही याबाबतीत विन्स्टन यांनी पुढीलप्रमाणे बोलावं अशी विनंती केली होती : 'बरं, आम्ही पूर्णच मूर्खासारखं वागावं, असा तुमचा आग्रह असेल, तर तसं वागतो. तुमच्यापासून फारकत घेतली तर ते प्राणघातकच ठरणार आहे, मग त्यापेक्षा मूर्खासारखं वागणं हाच पर्याय आमच्यासमोर आहे.'[१७] पण विन्स्टननी अखेरच्या क्षणापर्यंत युक्तिवाद व तक्रारी करणं सुरूच ठेवलं. सैन्य उतरवलं जात असताना ते स्वतः घटनास्थळी उपस्थित राहिले. या काळातील रुझवेल्टसोबतच्या पत्रव्यवहारात विन्स्टन यांचा सूर सतत खातरजमा करत राहणाऱ्या लहान मुलासारखा वाटतो. अमेरिकेसोबतचे संबंध विसकटू नयेत, याची विन्स्टनना किती चिंता लागली होती, याचा एक दाखला म्हणून २३ जूनच्या भरमसाट पत्रांमधील एक व्याकूळ ओळ पुरेशी ठरावी : 'युद्धाचा इतका प्रचंड ताण आणणारा आणि युद्धातील गुंतागुंतींच्या समस्यांसमोर हतबल झाल्याची भावना आणणारा आजच्यासारखा क्षण मी कधीच अनुभवलेला नाही', असं त्यांनी रुझवेल्टना पाठवलेल्या एका पत्रात लिहिलं होतं.[१८]

जर्मनीचे व्ही-१ हे उडते बॉम्ब १३ जूनपासून लंडनवर कोसळायला लागले, ही विन्स्टनसमोरची एक समस्या होती. लोक थकलेले होते, आता युद्धाचा शेवट दृष्टिपथात असल्याची आशा त्यांना वाटायला लागली होती; त्यामुळे मानसिकदृष्ट्या ते अशा हल्ल्यासाठी तयार नव्हते. शिवाय जर्मन बॉम्बफेक अचानक कधीही सरसकट केली जात असे; त्यामुळे लोकांची भीती आणखी वाढली. एखाद्या विमानाचा आवाज आला की, लोक हातातील सर्व कामं सोडून देऊन कान टवकारत, जेट इंजिनाची घरघर थांबल्यानंतर केवळ १५ सेकंदांच्या आत आपल्याला कुठेतरी आसरा शोधावा लागेल हे त्यांच्या लक्षात यायचं. हा थरकाप उडवणारा अनुभव होता आणि जर्मनीच्या अतिजलद सैनिकी चढाईपेक्षाही हा बॉम्बवर्षाव मनोबल खच्ची करणारा ठरला. जर्मनीकडून लवकरच व्ही-२ नावाचं आणखी

भयंकर वेगवान रॉकेटही वापरात आणलं जाणार आहे, हे कळल्यावर विन्स्टन यांच्या भयग्रस्ततेत भर पडली. पेनमुन्डा इथे जर्मनीने उभारलेल्या चाचणी व संशोधन केंद्रावर हल्ला करण्याचे सर्वतोपरी प्रयत्न ब्रिटनच्या बॉम्बर कमांडनं केले; पण तरीही व्ही-२ रॉकेट विकसित करण्यात त्यांना यश आलं. आत्यंतिक स्फोटकांपेक्षाही भयंकर परिणाम या रॉकेटद्वारे साधला जाणार होता.[९९] असहायतेमुळे असहायता वाढत गेली. व्ही-वन-एस या अस्त्राविरोधातील परिणामकारक विमानविरोधी यंत्रणा ब्रिटननं तयार केली; पण त्यासाठी आवश्यक नवीन फ्यूज अमेरिकेकडून येत होते. नवीन पाशवीपणाविरोधातील विन्स्टन यांचा दीर्घ व एकाकी संघर्ष १६ नोव्हेंबर १९३४ रोजी प्रसारित भाषणाद्वारे सुरू झाला (पाहा : परिशिष्ट एक); या संघर्षाचा वर जाणारा आलेख ६ जुलै १९४४ रोजी धाडकन जमिनीला येऊन मिळाला. नियंत्रणाबाहेर गेलेल्या परिस्थितीवर स्वतःची इच्छाशक्ती लादण्याची त्यांची आकांक्षा, संताप आणि विफलता हे सगळं त्या दिवशी उघड झालं : जर्मन शहरं विषारी वायूच्या लोळात बुडवून टाकण्याचा पर्याय कितपत परिणामकारक ठरू शकतो, हे तपासण्याच्या सूचना त्यांनी या दिवशी सेनाधिकारी मंडळाला दिल्या (पाहा : परिशिष्ट चार).

या प्रस्तावाला ठामपणे नकार देत सेनाधिकाऱ्यांनी २६ जुलैला जाहीर केलं की, जर्मनी जैविक अस्त्रं वापरणार असल्याचा कोणताही पुरावा नाही. सांसर्गिक रोग पसरवणाऱ्या अस्त्रांच्या निर्मितीचा अतिशय गोपनीय प्रकल्प दोस्त राष्ट्रं राबवत होती आणि जर्मनीही बरोबरीनं यात उतरला असण्याची शक्यता तोंडी चर्चेत व्यक्त केली गेली असावी, असं यातून सूचित होतं.[१००] विन्स्टन यांनी या मुद्द्याचा पाठपुरावा केला नाही. 'एकाच वेळी धर्मोपदेशक व लढवय्ये या दोघांनाही प्रतिकार करणं मला शक्य नाही,' असं ते कुरकुरले.[१०१] त्यांचा संयम संपल्याचे इतरही अनेक संकेत या काळात मिळाले. वायूविषयीचा प्रस्ताव त्यांनी लिहिला, त्याच दिवशी सेनाधिकाऱ्यांसोबतच्या बैठकीत त्यांच्या संतापाचा स्फोट झाला. या बैठकीमध्ये ॲटली, एडन व युद्धोत्पादनमंत्री ऑलिव्हर लिट्टेल्टन हे मंत्रिमंडळाचे सदस्यही उपस्थित होते. 'त्यांच्यासोबतचा आमचा हा सर्वांत वाईट अनुभव होता,' असं ब्रूक यांचं मत होतं आणि इतरांनीही त्यावर शिक्कामोर्तब केलं :

> 'उडत्या बॉम्बसंदर्भात हाउस ऑफ कॉमन्समध्ये भाषण केल्यानंतर ते प्रचंड थकले. मद्यसेवन करून त्यांनी तजेला आणायचा प्रयत्न केला; पण दारूमुळे त्यांचं मन विस्कटलं होतं, चिडचिड वाढली होती आणि तशा अवस्थेत कोणत्याही गोष्टीवरून ते संतापायची शक्यता होती; त्यांना सगळ्यांचाच संशय येत होता आणि अमेरिकनांविरोधात तर ते

सुडानं पेटले होते किंबहुना या सूडबुद्धीमुळे रणनीतीविषयीचा त्यांचा संपूर्ण दृष्टिकोन वाकडातिकडा झाला. सुरुवातीलाच माझं त्यांच्याशी भांडण झालं. कारवाया वेगानं पार पडत नसल्याबद्दल त्यांनी मॉन्टी यांच्याबाबत अद्वातद्वा बोलायला सुरुवात केली. मॉन्टी खूप जास्त सावधगिरीची भूमिका घेत असल्याचं बहुधा आयझेनहॉर म्हणाले असावेत. यानंतर मी पेटून उठलो. सेनाधिकाऱ्यांवर तोंड टाकून त्यांना कमी लेखण्यापेक्षा पाच मिनिटं तरी त्यांच्यावर विश्वास ठेवणं आपल्याला शक्य नाही का, असं मी चर्चिलना विचारलं. आपण कधीच असं वागलेलो नाही, असं ते म्हणाले. सोमवारी होणाऱ्या मंत्रिमंडळाच्या दोन संपूर्ण बैठकी त्यांनी अलेक्झांडर यांचा पाणउतारा करण्यावर कशा खर्च केल्या, याची आठवण मी त्यांना करून दिली. कॅसिनोवर सातत्यानं हल्ला चढवू पाहणाऱ्या अलेक्झांडर यांच्यात कल्पकतेचा व नेतृत्वगुणाचा अभाव आहे, असा आरोप त्या वेळी चर्चिलनी केला होता. ...या बैठकीत मध्यरात्रीनंतर कधीतरी आम्ही मूळ विषयावर चर्चा करायला सुरुवात केली- दूर पूर्वेला सुरू असलेल्या युद्धावर चर्चा करणं, हा या बैठकीचा खरा उद्देश होता. या विषयावर त्यांनी वारंवार केलेल्या सर्व जुन्या युक्तिवादांवर आम्ही एकत्रितरीत्या तुटून पडलो. ॲटली, एडन व लिट्टेल्टन हेही शेवटी त्यांच्या विरोधात आमच्या बाजूनं सरकू लागले. यातून चर्चिल यांचा संताप आणखी वाढत गेला आणि ते अधिकाधिक उद्धटपणे बोलायला लागले. सुदैवानं बैठकीच्या शेवटी भारताच्या भवितव्यावरून त्यांची ॲटलींशी खडाजंगी झाली! या गदारोळाचा फायदा घेत आम्ही मध्यरात्रीनंतर दोन वाजता तिथून सटकलो. त्या बैठकीत रागराग व्यक्त करण्याव्यतिरिक्त आम्ही काहीही साधलं नाही. झोपेचं खोबरं झालं ते वेगळंच!'[१०२]

चरित्रकारांची कितीही इच्छा असली, तरी माणसांची आयुष्यं सुट्या तुकड्यांमध्ये काटेकोरपणे विभागता येत नाहीत. विन्स्टन यांनी विषारी वायूचा प्रस्ताव मांडणं व त्याच दिवशी संध्याकाळी झालेल्या बैठकीत त्यांचा तोल ढळणं, यातून आत्मिक अधःपतन दिसतं. हवाई हल्ल्यांपासून बचावासाठी वापरल्या जाणाऱ्या आश्रयस्थानांमध्येही मस्टर्ड वायू प्रवेश करू शकतो. पुरेसं संहतीकरण झालेल्या अवस्थेतील वायू असेल तर त्यातून दीर्घकालीन आजाराद्वारे वेदनादायी मृत्यू ओढवू शकतो; पण अगदी सौम्य प्रकारातील वायू वापरला तरीही त्यातून फुफ्फुसांना व डोळ्यांना कायमची इजा पोहोचू शकते. नागरी ठिकाणांवर अशा वायूचा हल्ला चढवण्याचा

विचार करणं म्हणजे मानसिक तोल ढळल्याचंच लक्षण होतं. शिवाय वर्दळ असलेल्या लंडनवर अशा प्रकारचा अगदी मर्यादित स्वरूपाचा प्रतिहल्ला झाला असता, तर त्याचे आणखी भीषण परिणाम झाले असते, तो भाग वेगळा! वायूहल्ला हा क्षेत्रीय बॉम्बफेकीचाच एक तार्किक विस्तार आहे, हा विन्स्टन यांचा मुद्दा योग्य होता; पण हा विचार करताना आपल्याला पुन्हा सामरिक बॉम्बवर्षावाच्या संकल्पनेकडे परत जावं लागतं आणि वचनबद्धतेला आवश्यक तेवढ्या स्रोतांची जोड देता आली नाही तर संरक्षणविषयक धोरण किती अनैतिक उपायांपर्यंत खाली घसरू शकतं हे यातून दिसतं.

आपल्या प्रयत्नांमुळे उभ्या झालेल्या रचनेमध्ये आपल्यालाच दुय्यम स्थान मिळालं आणि हळूहळू आपल्याला त्या रचनेतून बाजूला सारलं जाऊ लागलं, तर तो अनुभव किती त्रासदायक असतो, हे त्या संध्याकाळच्या विन्स्टन यांच्या वागणुकीतून लक्षात येतं. हा ताण त्यांना असह्य झाला. रॉयल नेव्हीची भूमिका पार पाडून झाली होती, राष्ट्रकुलाच्या सैन्यांची भूमिका आता कमीकमी महत्त्वाची होत जाणार होती; त्यामुळे इथून पुढच्या घडामोडींवर आपला छाप सोडायचा असेल तर विन्स्टन यांच्या हाताशी केवळ बॉम्बर कमांड होती आणि न वापरलेल्या रासायनिक अस्त्रांचे साठे होते; परंतु त्यांनी स्वतःभोवती संस्थात्मक बंधनांच्या रचना उभारून ठेवल्या होत्या. इतर कोणत्याही माणसाइतकेच आपण स्वतःसुद्धा सर्वंकष सत्तेच्या भयानक उन्मादाला बळी पडू शकतो, याची जाणीव त्यांना होती; त्यामुळे त्यांनी स्वतःवरच मर्यादा घालणारी ही तजवीज केली होती. विन्स्टनकालीन या रचनांसाठी आपण त्यांचं अतिशय ऋणी राहायला हवं.

'वृद्धत्व हे फुटलेल्या जहाजासारखं असतं,' असं द गॉल एकदा म्हणाले होते. त्यांचे आधीचे मार्गदर्शक पेतेन नंतरच्या काळात त्यांचे प्रतिस्पर्धी झाले, त्या संदर्भात हे विधान होतं. कदाचित तसंच होत असेल, असंही नाही; पण अत्युच्च स्थान गाठण्यासाठी लोकांना उद्युक्त करणारी स्वभाववैशिष्ट्यं दीर्घकाळ त्यांना सत्तेसमीप ठेवायला कारणीभूत ठरतात. शारीरिक जोम असतो त्या काळात राजकारणी मंडळी स्वतःचा काळ निघून गेल्याचं मान्य करत नाहीत, हे समजण्यासारखं आहे; पण शरीरानं कमकुवतपणाच्या निःसंदिग्ध खुणा दाखवायला सुरुवात केल्यानंतरही जे लोक आपल्या सत्तास्थानाला चिकटून राहतात त्यांना अनेकदा आदर दिला जात असला, तरी ते इतक्या आदराला पात्र नसतात. १९४४ च्या मध्यापर्यंत विन्स्टन यांची ऊर्जा संपत आली होती. अंधारत चाललेल्या वातावरणाविरोधातील त्यांचा क्रोध कौतुकास्पद वाटत असला, तरी युद्धाच्या उर्वरित काळात आणि १९५१-५५ या कालावधीमध्ये पंतप्रधान म्हणून त्यांनी केलेली कामगिरी ब्रिटनला फारशी लाभदायक ठरली असं म्हणता येत नाही.

त्यांच्या तब्येतीविषयीच्या तक्रारी वाढत होत्या, तरीही युद्धाच्या शेवटच्या वर्षात सगळं काही आपल्या देखरेखीखाली व्हावं यासाठी त्यांची खटपट सुरूच होती. १२ जून १९४४ रोजी त्यांनी नॉर्मन्डीला एक दिवसाची भेट दिली. या वेळी ते आपल्या पथकासोबत जेवलेही. विन्स्टन यांच्यासोबतच स्मट्स, ब्रूक, मार्शल, मॉन्टगोमेरी, ॲडमिरल किंग व अमेरिकी हवाई दलाचे सेनाधिकारी जनरल 'हॅप' अरनॉल्ड हेही या भोजनसमारंभाच्या वेळी उपस्थित होते. हा कार्यक्रम सुरू होता, तेव्हा जवळच दोन जर्मन सैनिक लपलेले होते. सुदैवानं हे दोघेही दगाफटका करण्याची संधी शोधत नव्हते, तर सुरक्षित शरणागती पत्करण्याची संधी शोधत होते. त्यानंतर हिंसक वादळामुळे अमेरिकी क्षेत्रातील मलबेरी बंदराचा विध्वंस झाला आणि ब्रिटिश बंदराचं गंभीर नुकसान झालं, तेव्हा २२-२३ जुलैला विन्स्टन पुन्हा युद्धस्थळी परतले. १० ते २९ ऑगस्टदरम्यान ते इटलीमध्ये होते. इटलीतील त्यांचा कार्यक्रम त्यांच्या वयाला व तब्येतीला मानवणारा नव्हता. रिव्हिएरामध्ये सैन्य उतरवायला त्यांनी दीर्घ काळ विरोध केला होता; पण आता तिथली कारवाई पाहायला ते समुद्रमार्गे रवाना झाले. तिथे त्यांनी युगोस्लाव्ह प्रतिकारी गटाचे स्वघोषित मार्शल टिटो यांची भेट घेतली. प्रतिकारी गटाला पुरवण्यात आलेली अस्त्रं टिटो यांनी आपल्या राजकीय प्रतिस्पर्ध्यांविरोधात वापरल्याबद्दल विन्स्टननी त्यांची निरुत्साही कानउघडणी केली. याच दौऱ्यात विन्स्टननी पोप बारावे पायस यांचं म्हणणं ऐकून घेतलं. साम्यवादी संकट हा या चर्चेतील मुख्य मुद्दा होता. शिवाय फ्लोरेन्सकडे तोंड करून असलेल्या आघाडीला आणि नंतर अन्कोनामधील युद्धभूमीला त्यांनी भेट दिली. या वेळी त्यांना गोळीबारालाही सामोरं जावं लागलं.[१०३] याच काळात त्यांनी काप्रीमधील ब्ल्यू ग्रोट्टो या विख्यात समुद्री गुहेत व नेपल्सच्या उपसागरात इतरत्र पोहण्यासाठी एकेक दिवसाच्या सहलीही काढल्या.

लंडनला परतल्यावर विन्स्टनना बराच ताप चढला आणि न्यूमोनियानंही डोकं वर काढलं; परंतु अगदी प्रारंभिक टप्प्यातील प्रतिजैविक औषधांद्वारे त्यांचा न्यूमोनिया दडपण्यात यश आलं आणि आठवडाभरात ते रुझवेल्ट यांच्यासोबतच्या दुसऱ्या क्युबेक परिषदेसाठी *'क्वीन मेरी'* या अतिजलद जहाजावर चढले. या परिषदेत सुरुवातीलाच निर्दयी मॉर्गेनथाऊ योजनेचा विषय चर्चेला घेण्यात आला. जर्मनीच्या मुसक्या कायमच्या आवळण्याच्या उद्देशानं ही योजना तयार करण्यात आली (पाहा : परिशिष्ट पाच). अमेरिकेचे कोषागार उप-मंत्री हॅरी डेक्स्टर व्हाइट यांनी हा मसुदा तयार केला होता. नेथन ग्रेगरी सिल्व्हरमास्टर यांनी अमेरिकी प्रशासनामध्ये छुप्या पद्धतीनं रुजू करून घेतलेल्या अस्सल 'लाल' रशियन स्नेह्यांपैकी व्हाइट हे एक होते.[१०४] त्यांचे वरिष्ठ- १९३२ पासून कोषागारमंत्री असलेले आणि 'लेन्ड-लीज' कायद्याला आकार दिलेले हेन्री मॉर्गेनथाऊ यांनी उत्साहानं हा मसुदा स्वीकारला.

'लेन्ड-लीज' उपक्रमाअंतर्गत युद्धोत्तर कालखंडामध्ये सात अब्ज डॉलर्सचा वाढीव पुरवठा करावा, अशी मागणी करण्यासाठी विन्स्टन क्युबेकला आले होते; त्यामुळे 'मॉर्गेनथाऊ योजने'ला त्यांनी सहमती दर्शवली यात आश्चर्य वाटण्यासारखं काही नव्हतं. रुझवेल्ट यांच्या सरकारमध्ये दीर्घ काळ परराष्ट्रमंत्री राहिलेले कॉर्डेल हल यांनी (१९४४ च्या नोव्हेंबरअखेरीस राजीनामा देण्यापूर्वी) ही योजना अमेरिकेचं अधिकृत धोरण बनू नये यासाठी आवश्यक ती प्रतिबंधात्मक पावलं उचलली; त्यामुळे ब्रिटनच्या युद्धकालीन मंत्रिमंडळाशी वाद घालण्याची वेळ विन्स्टन यांच्यावर आली नाही. या योजनेची कागदपत्रं मॉर्गेनथाऊंनी प्रकाशित करण्याआधीच त्यातील तपशील मोठ्या प्रमाणात माध्यमांमधून प्रसृत झाला होता. पराभव समोर दिसत असतानाही जर्मनांनी लढाई सुरू ठेवली, याचा व्हायचा तोच परिणाम झाला. दीर्घ वेढा पडूनही एखादा गड सर होत नसेल, तर वेढा घालणारं सैन्य शेवटचा अधिक आक्रमक तडाखा हाणतं, या पारंपरिक रीतीनुसार दोस्त राष्ट्रांनीही जर्मन दलांवर अंतिम रक्तरंजित हल्ला चढवला. आपण शरणागती पत्करली (त्या वेळी जर्मनांसमोर बिनशर्त शरणागतीचा एकमेव पर्याय ठेवण्यात आला होता,) तरीही शेवटपर्यंत लढत राहण्याच्या कृतीमागे राष्ट्र म्हणून आपल्याला नामशेष केलं जाईल, अशी जर्मनांची धारणा होती का, या मुद्द्याचं तटस्थ परीक्षण अजून झालेलं नाही.[१०५]

ऑक्टोबरच्या सुरुवातीला विन्स्टन विमानमार्गे मॉस्कोला गेले. क्युबेकमध्ये अमेरिकी व ब्रिटिश 'आपल्याविरोधात कंपू करत होते' अशी साशंकता स्टालिन यांच्या मनात निर्माण होऊ नये, या सकृत्दर्शनी उद्देशानं त्यांनी हा दौरा केला.[१०६] त्यांची पहिली बैठक ९ तारखेला झाली. युद्धोत्तर काळात पूर्व युरोपमध्ये विविध महासत्तांचं प्रभावक्षेत्र कसं राहील याची टक्केवारी मांडणारं- पुढे कुख्यात झालेलं- टिपण विन्स्टननी याच वेळी लिहिलं.[१०७] स्टालिननी या टिपणावर केवळ वाचल्याची खूण केली, तेव्हा विन्स्टनना वाटलं की, 'लाखो लोकांचं भवितव्य अवलंबून असलेले हे प्रश्न आम्ही अगदीच विनासायास सोडवल्यासारखं दिसलं, तर ते थोडं निष्काळजीपणाचं भासण्याची शक्यता आहे.'[१०८] स्टालिनना यातील अंतःस्थ संदेश समजला. ग्रीस आणि मर्यादित प्रमाणात युगोस्लाव्हिया व हंगेरी या देशांमधील घडामोडींनी त्यांच्या मनातील उद्देशांचे संकेत मिळाले. उर्वरित ठिकाणी सोव्हिएत रशियानं ताबा मिळवलेले प्रदेश अपरिवर्तनीयरीत्या त्यांच्याच अखत्यारीत राहतील, हे मान्य करण्यात आलं. यामध्ये पोलंडचा समावेश केलेला नसला, तरी लंडनस्थित पोलिश निर्वासित सरकारला युद्धोत्तर काळात काही भूमिका देण्याइतकं वजन विन्स्टनना या वाटाघाटींमध्ये नव्हतं, हे दोन्ही बाजूंना माहीत होतं. याची तुलना म्युनिकशी करणं निरर्थक आहे.[१०९] अमेरिकेच्या साथीशिवाय युद्धोत्तर काळातील सीमांवर प्रभाव टाकण्यास आवश्यक ताकद एकट्या विन्स्टन यांच्यापाशी नव्हती.

यात त्यांना काय गमवावं लागलं, हा मुद्दा नाही; तर इतकं दुबळं स्थान असतानाही त्यांनी काय कमावलं, ते महत्त्वाचं आहे.

फ्रान्समध्ये द गॉल यांच्यासोबत चॅम्प्स एलिसीज इथे युद्धविराम दिनाच्या कवायतीला उपस्थित राहण्यासाठी विन्स्टन १० नोव्हेंबरला विमानमार्गे पॅरिसकडे रवाना झाले. द गॉल हे काही औदार्यासाठी प्रसिद्ध नव्हते; त्यांनी या प्रसंगीही अप्रतिष्ठित वागणूक दाखवली. १९४४ मध्ये सैनिकी मोहिमेसंदर्भातील विन्स्टन यांचा अखेरचा परदेशप्रवास 'बॉक्सिंग डे'ला अथेन्सच्या दिशेने झाला. कुटुंबासोबत सुट्टीवर जायची योजना रद्द करून, ते ग्रीसमधील कम्युनिस्ट ईएलएएस गनिमी दलांचा बंदोबस्त करण्यासाठी गेले. तिथल्या अनागोंदीच्या परिस्थितीत कम्युनिस्ट दलांचा विजय होण्याची शक्यता होती, ती हाणून पाडून सुव्यवस्था राखण्याची तजवीज त्यांनी केली. आयुष्यात त्यांना अखेरच्या गोळीबाराचा सामनाही इथे करावा लागला. अटलांटिकच्या दोन्ही बाजूंनी (म्हणजे अमेरिका व ब्रिटन या दोन्हींकडून) प्रसारमाध्यमांनी त्यांच्यावर चौफेर टीका सुरू केली, अमेरिकी परराष्ट्र मंत्रालयातील कागदपत्रं फुटल्यामुळे या टीकेला जोर मिळाला; परंतु तरीही विन्स्टननी आपला उद्देश साध्य केलाच. अमेरिकेचे नवीन परराष्ट्रमंत्री एडवर्ड स्टेटिन्यस यांनी पदग्रहण करतानाच जाहीर केलं की, इटलीतील सरकार हा पूर्णतः तिथल्या जनतेच्या अखत्यारीतील विषय आहे, त्यांनीच त्यासंबंधीचा निर्णय घ्यावा. शिवाय हे धोरण 'अधिक ठामपणे संयुक्त राष्ट्रांना (अक्ष राष्ट्रांविरोधात लढत असलेल्या राष्ट्रांचा निर्देश करण्यासाठी १ जानेवारी १९४२ रोजी ही संज्ञा वापरात आली) त्यांच्या मुक्त झालेल्या प्रदेशांमध्ये लागू होईल,' असंही त्यांनी स्पष्ट केलं. रशियाच्या विस्तारवादावर अजिबात टीका न करता या संदर्भातील ब्रिटनच्या सहभागावर मर्यादा घालण्याचा प्रयत्न अजिबातच निःपक्षपातीपणाचा नाही, असं विन्स्टननी कटुतेनं रुझवेल्ट यांना सांगितलं :

> 'श्री. स्टेटिन्यस यांनी पदग्रहणाच्या वेळी केलेल्या या विधानाशी तुलना करता येईल, असं काही अमेरिकेच्या परराष्ट्र विभागानं रशियाबाबत किंवा इतर कोणत्याही दोस्त राष्ट्राबाबत बोलल्याचं मला आठवत नाही. रशियानं अधिक कठोर संदेश देऊन आणि अधिक कठोर कृती करूनही त्यांच्याविरोधात परराष्ट्र मंत्रालयानं कधीच असं काही विधान केलेलं नाही, असं मी खात्रीलायकरीत्या सांगू शकतो.'[११०]

विन्स्टन यांच्या ग्रीसविषयीच्या धोरणाला ब्रिटनमध्ये मुख्यत्वे बीव्हन व त्यांच्या डाव्या साथीदारांनी विरोध केला; पण *'द टाइम्स'* व *'मँचेस्टर गार्डियन'* यांनीही

स्टेटिन्यस यांचीच री ओढली. ग्रीसमधील मोहिमेनंतर महिन्याभरानं याल्टा इथे परिषदेसाठी जात असताना विन्स्टननी क्लेमी यांना पाठवलेल्या पत्रात या घडामोडींबद्दलची त्यांची भावना व्यक्त झाली आहे. 'ग्रीसविषयी परखडपणा दाखवणाऱ्या अपमानकर्त्यांच्या लहानशा कंपू'चा उल्लेख करून विन्स्टन भविष्यवेध घेत लिहितात :

> 'आमचं म्हणणं किती योग्य होतं, हे सिद्ध करणारे पुरावे दररोज समोर येत आहेत, आजचा *'टाइम्स'* बघितला ... त्यांनीही या वस्तुस्थितीमधून काही धडा घेतला असावा. ...अमेरिकेसोबतच्या संबंधांमध्ये निर्माण झालेले कटू गैरसमज आणि आपल्या देशातील अधम वर्तुळांमधील गैरसमजुतीची भावना, ही केवळ येऊ घातलेल्या घडामोडींची चुणूक आहे. शांततेबाबत समझोता प्रक्रियेत प्रत्येक टप्प्यावर किती धुमश्चक्री होणार आहे, याचा अंदाज यातून येतो. ग्रीसमधील कृती शहाणपणाचीच होती; या काळ्याकुट्ट युद्धानं मला दिलेल्या सर्वोत्तम संधींपैकी ही एक होती, असं मी खात्रीलायकरीत्या म्हणू शकतो.'[१११]

प्रकरण दहावे

अंतिम पर्व
१९४५-१९६५

जानेवारी १९४५ मध्ये विन्स्टन यांच्यावर पुन्हा एकदा अमेरिकी सत्ताधाऱ्यांसोबतच्या कोसळत्या संबंधांना कुरवाळण्याची वेळ आली. या युद्धातील जर्मनीच्या अखेरच्या चढाईचा बीमोड करण्यासाठी १६ डिसेंबर १९४४ रोजी दोस्त राष्ट्रांनी बेल्जियममधील आर्देनमधून प्रतिहल्ला चढवला. अमेरिकी व ब्रिटिश फौजांचा समावेश असलेल्या या कारवाईची दक्षिणेकडील बाजू पॅटन सांभाळत होते, तर उत्तरेकडील बाजूला ब्रिटिश सेनाधिकारी मॉन्टगोमेरी यांच्या नेतृत्वाखाली अमेरिकी-ब्रिटिश दलं लढत होती. स्वतःविषयी वाटत असलेला अभिमान त्यांनी जरा आटोक्यात ठेवणं योग्य राहील, अशी विनवणी विन्स्टननी ७ जानेवारीला आघाडीला प्रत्यक्ष भेट दिली असताना केली होती; पण तीनच दिवसांनी प्रसारमाध्यमांशी बोलताना मॉन्टगोमेरींनी या सूचनेच्या विपरीत वर्तन केलं. या लढाईला आपणच दिशा दिली असल्याची बढाई त्यांनी मारली. यामध्ये तथ्य असतं तरीही अशा विधानामुळे अमेरिकेच्या ब्रिटनविषयीच्या सदिच्छेत घट होणं स्वाभाविक होतं. विन्स्टन आणि ब्रूक यांनी मॉन्टगोमेरींना माफी मागायला भाग पाडलं. त्यांच्या विधानानं अतिशय नाराज झालेल्या आयझेनहॉर यांच्याकडेही रदबदली केली आणि मॉन्टगोमेरी यांची या लढाईतील जबाबदारी कायम ठेवली; पण यासाठीची किंमत हाउस ऑफ कॉमन्समध्ये दुसऱ्या टोकाचं विधान करून मोजावी लागली. 'या युद्धातील निःसंदिग्धपणे सर्वांत मोठ्या अमेरिकी लढाईमध्ये आपल्याकडून अवाजवी श्रेयाचा दावा केला जाणार नाही, याची काळजी ब्रिटिश सैन्यानं घ्यायला हवी. बल्जची लढाई हा अमेरिकेचा सदाविख्यात विजय मानला जाईल, असा मला विश्वास आहे', असं विन्स्टन १८ जानेवारी रोजी सभागृहात म्हणाले.

दोन दिवसांनी विन्स्टनना एक लांबलचक पत्र आलं. उपपंतप्रधान ॲटली यांनी व्यक्तिशः टाइप केलेलं हे पत्र होतं. सर्वसाधारणपणे उपपंतप्रधानांच्या अध्यक्षतेखालील सर्वपक्षीय मंत्रिमंडळ समित्यांनी दिलेल्या शिफारसी विन्स्टननी तुच्छतेनं बाजूला सारल्याबद्दल ॲटलींनी कठोर टीका केली. बहुतेक वेळा अतिशय उशिरानं या शिफारसी युद्धकालीन मंत्रिमंडळासमोर मांडल्या जात, तरी 'अपवादानंच तुम्ही स्वतः त्या वाचायचे कष्ट घेता. अनेकदा - बहुतेकदा - तर तुमच्या मार्गदर्शनासाठी तयार केलेल्या सारांश टिपणाचंही वाचन तुम्ही केलेलं नसतं,' अशी तक्रार या पत्रात केली होती. विन्स्टनना मान्य नसलेल्या शिफारसी म्हणजे 'कन्झर्वेटिव्ह पक्षाच्या दुर्बल सहकाऱ्यांना फसवणाऱ्या समाजवादी मंत्र्यांची कुटिल कारस्थानं आहेत' असं म्हणण्याची वृत्तीही योग्य नसल्याचा इशारा ॲटलींनी पत्रातून दिला. मंत्रिमंडळातील सदस्यांपेक्षा आपले मित्र असलेले लॉर्ड बीव्हरब्रूक (लॉर्ड ऑफ प्रिव्ही सील) व ब्रेन्डन ब्रेकन (माहितीमंत्री) यांच्या मतांना जास्त महत्त्व देण्याच्या विन्स्टन यांच्या सवयीवर केलेली टीका गंभीर धोक्याची घंटा वाजवणारी होती :

> 'इथे एक गंभीर घटनात्मक मुद्दा उपस्थित होतो. देशाच्या दृष्टीने आणि आपल्या राज्यघटनेनुसार युद्धकालीन मंत्रिमंडळातील आठ सदस्य निर्णयांची जबाबदारी घेतात. लॉर्ड ऑफ प्रिव्ही सील यांच्या प्रभावामुळे अस्वस्थ झालेल्या दोन्ही पक्षांमधील सदस्यांना मी स्वतः यासंबंधी आश्वस्त केलेलं आहे; पण आत्तासारखाच व्यवहार होत राहिला, तर भविष्यात मला असं करणं शक्य होणार नाही.'[१]

ब्रेकन व बीव्हरब्रूक या दोघांनाही ॲटलींचं म्हणणं पटलं; पण विन्स्टन यांचं पहिलं प्रत्युत्तर तर इतकं भडक होतं की, त्यांचे सचिव कॉलव्हिल यांनी थोडे दिवस ते स्वतःपर्यंतच राखून ठेवलं; पण सुधारित प्रत्युत्तरही अपमानास्पद व झोंबणारं होतं : 'तुमच्या खासगी आणि वैयक्तिक पत्राबद्दल मी तुमचे आभार मानायला हवेत. तुमच्या सल्ल्यांचा लाभ करून घेण्यासाठी मी सतत खटपट करत असतो, अशी खात्री बहुधा तुम्हाला वाटत असावी.'[२] मॉन्टगोमेरी यांच्या आधी उल्लेख झालेल्या विधानासारखाच हा अहंकार दाखवणारा मूर्खपणा होता. युद्धाच्या जवळपास पाच वर्षांच्या कालखंडात विन्स्टन यांना एकनिष्ठेनं समर्थन देणाऱ्या ॲटलींनी पुढेपुढे केलं नाही; पण अनेक वैयक्तिक अपमान गिळून त्यांनी आपला पाठिंबा कायम ठेवला होता. विन्स्टन यांच्या देशातील अनुपस्थितीच्या काळात ॲटलींनी कार्यक्षमतेनं परिस्थिती हाताळली होती. अशा वेळी आपण पाठवलेल्या पत्राला प्रतिसाद देताना विन्स्टननी किमान साधा पश्चात्ताप तरी व्यक्त करावा, अशी त्यांची अपेक्षा असणं

साहजिक आहे. विन्स्टननी ईर्ष्येनं केवळ स्वतः लक्ष घालण्यासाठी राखून ठेवलेल्या क्षेत्रातही ते तत्काळ प्रतिसाद देण्याच्या स्थितीत नव्हते. ॲटलींशी पत्रापत्री झाल्यानंतर दुसऱ्या दिवशी क्षुब्ध मन:स्थितीत ब्रूक यांनी रोजनिशीचा आसरा घेतला : 'विन्स्टनसोबत आणखी एक दिवस काम करणंही मला अशक्य झालं आहे. सगळं अगदी निराशाजनक वाटतं. विन्स्टनचा तोल ढळलाय, कोणत्याही सैनिकी परिस्थितीचं आकलन त्यांना करून घेता येत नाही आणि निर्णय घेण्याचं सामर्थ्यही ते गमावून बसलेत.'[३]

अमेरिका, रशिया व ब्रिटन यांची शेवटची बैठक क्रिमियातील याल्टा इथे ४ ते ११ फेब्रुवारी १९४५ या दिवसांमध्ये झाली. (दुसऱ्या महायुद्धाच्या काळात या त्रिकुटाला 'बिग थ्री' असं संबोधलं जात होतं; पण आता अखेरीस त्यांचं समीकरण अडीचकीचं झालं होतं). विन्स्टन यांचा सर्वोत्तम काळ सरून गेला होता आणि आत्यंतिक मानसिक तणावावरील औषधांमुळे गाल खाली बसलेल्या अवस्थेतील निस्तेज चेहऱ्याचे रुझवेल्टही कमजोर झाले होते; परंतु या दोन नेत्यांच्या शारीरिक दुर्बलतेमुळे पोलंडच्या संदर्भात स्टालिननी त्यांची दिशाभूल केली, असं मानता येणार नाही. विशेषतः आधीच्या ऑक्टोबरमध्ये मॉस्कोत विन्स्टननी याच मुद्द्यावर घेतलेली भूमिका पाहता आता त्यांनी अजाणता मान डोलवली, हे शक्य नाही. या वेळी झालेल्या सहमतीच्या मसुद्यातील शब्द म्हणजे राजनैतिक वायफळपणाचा नमुना होता- पाश्चात्त्य देशांमधील अंतर्गत प्रचारासाठी वापरायचं हे राजकीय पांघरूण होतं.[४] या परिषदेत तयार झालेला पुढील तहाचा पहिला मसुदा म्हणजे अनुनयाचा दस्तऐवज आहे. जपानविरुद्धच्या युद्धात प्रवेश करण्याबाबत आणि नव्या संयुक्त राष्ट्र संघटनेत (युनो : युनायटेड नेशन्स ऑर्गनायझेशन) पूर्णपणे सहभागी होण्याबाबत स्टालिनची सहमती मिळवायची, हे रुझवेल्ट यांचं या परिषदेतील मुख्य उद्दिष्ट होतं, हे लक्षात घ्यायला हवं. शिवाय व्याप्त जर्मनीमध्ये आणि नव्याने स्थापन झालेल्या संयुक्त राष्ट्रांच्या सुरक्षा परिषदेत आशियाई व अमेरिकी धेंडांमध्ये ब्रिटन हा युरोपचा एकटा प्रतिनिधी असू नये, यासाठी फ्रान्सलाही महासत्तेचा दर्जा मिळवून देण्याची यशस्वी खटपट विन्स्टननी केली, हा संदर्भही इथे नमूद करायला हवा. पूर्व युरोपवर ताबा मिळवून स्टालिननी स्वतःची प्रादेशिक सुरक्षेची तजवीज करून घेतली आणि जर्मनीचं विच्छेदन करून कायमस्वरूपी अंकितत्व लादण्यासाठी मॉर्गनथाऊसारख्या तरतुदीही केल्या. पाश्चात्त्य सत्तांनी याची अंमलबजावणी केली नाही. त्याचप्रमाणे रेड आर्मीच्या ताब्यात आलेल्या देशांमध्ये मुक्त वातावरणात निवडणुका घेण्याची तरतूद रशियानं पाळली नाही; पण रशियाने ताबा मिळवलेला ऑस्ट्रियातील प्रदेश स्टालिननी सोडून दिला, युगोस्लाव्हियात त्यांनी स्वतःची अधिसत्ता लादली नाही आणि आश्चर्यकारकरीत्या ग्रीसमधील कम्युनिस्ट ईएलएएस या संघटनेला पाठिंबा द्यायलाही नकार दिला.

दोस्त राष्ट्रांचं ऐक्य न तोडता बहुधा इतपतच गोष्टी साधणं शक्य होतं.

व्यावसायिक सैनिकाने 'शेवटच्या युद्धातील शेवटच्या लढाईमध्ये शेवटची गोळी' अंगावर झेलून मरण पत्करायला हवं, असं जॉर्ज पॅटन मानत. त्यांना स्वतःला ते तितकंसं जमलं नाही; पण सक्रिय सेवेच्या शेवटच्या दिवशी गाडीचा अपघात होऊन त्यांना गंभीर इजा झाली.[५] 'माझ्या आतलं इंजिन संथ होईल की काय, अशी भीती मात्र मला वाटते. सतत धडधडणारं हे इंजिन मला पुढे जायला सांगत असतं. कोणीतरी वरच्या स्थानी असायलाच हवं असेल तर तू ते स्थान का मिळवू नयेस, असं ते मला सांगत राहतं,' हे पॅटन यांचं विधान विन्स्टननाही तितकंच लागू पडतं. विन्स्टन यांच्या दुसऱ्या ऱ्हाइन दौऱ्यातील एका मर्मभेदक प्रसंगाकडे या संदर्भात पाहायला हवं. लेफ्टनंट जनरल डब्ल्यू.एच. सिम्पसन यांच्या नवव्या अमेरिकी पथकानं मॉन्टगोमेरी यांच्या उजव्या हाताला असलेला जर्मन प्रदेश ताब्यात घेतला होता. या भागाला ३ मार्च १९४५ रोजी विन्स्टननी पहिल्यांदा भेट दिली, तेव्हा त्यांच्यासह ब्रूक, मॉन्टगोमेरी, सिम्पसन व त्यांच्या कर्मचाऱ्यांनी सिगफ्रीड रेषेवर (जर्मनीची एक अंतिम बचाव रेषा) एकत्रितरीत्या लघवी केली होती. उपस्थित छायाचित्रकारांनी सावध राहावं, अशी सूचनाही त्यांनी केली. त्या रात्री विन्स्टन एकटे गुपचूप ऱ्हाइन नदीच्या काठावर गेले आणि तिथेही त्यांनी 'अतिशय समाधाना'नं लघवी केली, तेव्हा पलीकडच्या काठावर जर्मन सैन्याचा ताबा होता.

त्यानंतर २५ मार्चच्या दुसऱ्या भेटीत मात्र पोरकटपणाच्याही पुढची पायरी गाठण्यात आली. अंशतः उद्ध्वस्त झालेल्या एका पुलावरून विन्स्टन कसंबसं चालत निघाले, तेव्हाची आठवण ब्रूक यांनी नोंदवली आहे :

> 'आम्ही ज्यांच्या आघाडीवर होतो ते जनरल सिम्पसन म्हणाले, 'प्राइम मिनिस्टर, तुमच्या समोरच्या बाजूला शत्रूचे सैनिक लपलेले आहेत, ते पुलाच्या दोन्ही बाजूंवर तोफगोळे फेकत आहेत आणि आता तुमच्या मागच्या रस्त्यावरही गोळे डागण्यात येत आहेत. तुमच्या इथल्या वावरण्याची जबाबदारी घ्यायला मी तयार नाही, तुम्ही तत्काळ परत यावं, असं मला वाटतं.' समुद्रकिनारी वाळूत किल्ला बांधत बसलेल्या एखाद्या लहान मुलाला त्याच्या दाईनं परत बोलावल्यावर त्या मुलाच्या चेहऱ्यावर जसे भाव येतात, तसा विन्स्टनचा त्या वेळचा चेहरा होता! पुलाच्या एका वळलेल्या तुळईला त्यांनी दोन्ही हातांनी धरलं आणि मान वळवून संतापलेल्या नजरेनं व ओठांचा चंबू केलेल्या चेहऱ्यानं त्यांनी सिम्पसन यांच्याकडे पाहिलं! सुदैवानं ते शांतपणे परत आले, अन्यथा त्यांची अवस्था दयनीय झाली असती.'[६]

यानंतर १८ दिवसांनी रुझवेल्ट यांचं निधन झालं. विन्स्टनना स्वतःच्या संदर्भात इच्छित असलेला कालोचित शेवट रुझवेल्ट यांच्या वाट्याला आला; यामुळे त्यांच्या मनात खळबळ माजली असण्याची शक्यता विचारात घेणं असयुक्तिक ठरणार नाही. त्यांचं प्राक्तन रुझवेल्ट यांच्याशी घट्ट जोडलं गेलं होतं, तरीही या अमेरिकी राष्ट्राध्यक्षाच्या निधनानंतर विन्स्टननी प्रत्यक्ष आदरांजली वाहिली नाही आणि केवळ ११ आठवड्यांसाठी रुझवेल्ट यांच्या हाताखाली उपराष्ट्राध्यक्ष म्हणून काम केलेले आणि नंतर लगेच राष्ट्राध्यक्ष झालेले हॅरी ट्रूमन यांनी तीव्र इच्छा व्यक्त करूनही त्यांना भेटण्याचं किंवा त्यांच्याशी सल्लामसलत करण्याचं निमंत्रण विन्स्टननी झिडकारलं. या वागण्यासंबंधीचा किंचितही उलगडा निकटवर्तीयांसोबतच्या त्यांच्या तत्कालीन संभाषणांमधून किंवा नंतरच्या काळातील लिखाणातून होत नाही. त्यांच्या इतर वेळच्या रूढ वर्तनापासून ठळक फारकत घेणारा हा प्रसंग होता. शिवाय कधी नव्हे एवढी अमेरिकेची सदिच्छा गरजेची असलेल्या एका राष्ट्राचा पंतप्रधान म्हणून त्यांचं असं वागणं कर्तव्यच्युतीचं निदर्शक होतं. या सगळ्यामागे काही अतार्किक घटक कार्यरत असावा, असं वाटण्यासारखं त्यांचं हे वर्तन होतं. १९४१ च्या अखेरीस त्यांना हृदयविकाराचा पहिला झटका आला, तेव्हा आपल्या शेवटच्या फेरीचा आरंभ झाल्याचं त्यांना वाटलं असावं. आता त्यांच्या शत्रूचा पाडाव झाला होता; त्यामुळे आपल्या जीवनाचा परिणत बिंदू जवळ आला आहे, असं त्यांना वाटलं असण्याची शक्यता आहे. त्यांना कायम चालना देणारा उद्देशच आता संपला होता. आता ते अधिकाधिक वेळ पलंगावर घालवू लागले, कागदोपत्री काम टाळायला लागले आणि वरच्या मजल्यावर जायचं असेल तर त्यांना खुर्चीतून न्यावं लागत असे.[७]

सुदैवानं त्यांच्या पंतप्रधानपदाच्या उरलेल्या काही महिन्यांच्या कार्यकाळात ब्रिटिश परराष्ट्र धोरणाविषयीचा काही निर्णय घेण्याची गरज उरली नव्हती. खरंतर आधीच त्यांचा न पुसून टाकता येणारा ठसा या धोरणप्रक्रियेवर उमटलेला होता. शत्रुभावी चकमकी संपल्यानंतर दोन वर्षांच्या आत अमेरिकी फौजा युरोपातून मागे घेतल्या जातील, असं रुझवेल्टनी याल्टामध्ये जाहीर केलं होतं. त्यानंतर फ्रान्सचं सैनिकी सामर्थ्य जमेल तेवढ्या वेगानं वाढवणं, हा ब्रिटनसाठी सर्वाधिक आस्थेचा मुद्दा राहिला. त्याचबरोबर शक्य झाल्यास अमेरिकेला स्वतःचा निर्णय बदलण्यास भाग पडावं, यासाठीचे प्रयत्नही सुरू राहिले. पुढे ४ एप्रिल १९४९ रोजी ॲटलींच्या सरकारमधील परराष्ट्रमंत्री अर्नेस्ट बेव्हिन यांनी नॉर्थ अटलांटिक ट्रिटी या करारावर स्वाक्षरी केल्यावर हे दुसरं उद्दिष्टही साध्य झालं.[८] या वेळी १९२०च्या दशकातील चुकांची पुनरावृत्ती केली जाणार नव्हती; त्यामुळे इतिहासात पहिल्यांदाच

ब्रिटननं युरोपच्या मुख्य भूमीवर कायमस्वरूपी सैनिकी उपस्थिती ठेवायचा निर्णय घेतला. युरोपातील विजय दिनी- ८ मे १९४५ रोजी विन्स्टननी नभोवाणीवरून एक इशारा दिला : 'आपण ज्या साध्या व सन्माननीय उद्देशानं या युद्धात उतरलो, ते उद्देश युरोप खंडाच्या संदर्भात बाजूला सारले जाणार नाहीत किंवा त्यांच्याकडे कानाडोळा केला जाणार नाही, याची खातरजमा आपल्याला अजून करावी लागेल.' 'जर्मन विध्वंसकांच्या जागी एकाधिकारशाही किंवा पोलिसी सरकारं येणार असतील,' तर नाझींना शिक्षा करून फारसा उपयोग होणार नाही, याकडे त्यांनी लक्ष वेधलं. दोन दिवसांनी त्यांनी ट्रूमन यांना एक तार केली आणि अतिजलद गतीनं दलं मागे बोलावण्यात कोणते धोके आहेत, याची जाणीव करून दिली. रशियन दलांच्या तुलनेत पाश्चात्त्य सैन्याच्या परतीच्या हालचाली किती खुलेपणानं सुरू आहेत, हेही त्यांनी या तारेमध्ये नमूद केलं. या तारेच्या मजकुरात त्यांनी 'पोलादी पडदा' हा शब्दप्रयोग पहिल्यांदा केला आणि दहा महिन्यांनी त्यांनीच याचा जाहीर वापर केल्यानंतर ही संज्ञा चिरस्मरणीय झाली. 'त्यांच्या (रशियनांच्या) आघाडीवर पोलादी पडदा खाली खेचला जातो आहे. आत काय चाललंय हे आपल्याला माहीत नाही. ...आपलं सैन्य अतिशय दुर्बल होण्याआधी किंवा ताबाक्षेत्रांमध्ये येऊन पडण्याआधी आपण रशियासोबत समझोता करणं किंवा आपले त्यांच्यासोबतचे संबंध नक्की कसे असतील याची स्पष्टता आणणं निश्चितपणे अत्यावश्यक आहे आणि वैयक्तिक बैठकीद्वारेच हे करणं शक्य आहे,' असं विन्स्टननी या तारेमध्ये म्हटलं होतं.[९]

पण त्यांना ही संधी मिळाली नाही. त्यांना हव्या त्या वेळेमध्ये नवीन अमेरिकी राष्ट्राध्यक्षांसोबत त्यांची बैठक झाली नाही. नंतर १७ ते २५ जुलै यादरम्यान उद्ध्वस्त बर्लिनमधील पॉट्सडॅम या उपनगरात विन्स्टन यांची (या वेळी सरकारचे सदस्य नसूनही ॲटली त्यांच्यासोबत उपस्थित होते) ट्रूमन व स्टालिन यांच्याशी नऊ वेळा भेट झाली. या पहिल्या चर्चाफेरीमध्ये दोन दिवसांचा विराम घेऊन विन्स्टन व ॲटली सार्वत्रिक निवडणुकांच्या निकालासाठी लंडनला परतले. त्यानंतर ब्रिटनमध्ये विजयाची धुरा हाती आलेले ॲटली आणखी चार दिवसांच्या चर्चेसाठी बेव्हिनसोबत पॉट्सडॅमला आले. २ ऑगस्ट १९४५ रोजी पॉट्सडॅम जाहीरनाम्यावर स्वाक्षऱ्या करण्यात आल्या.[१०] चर्चेच्या दोन्ही फेऱ्यांदरम्यान ब्रिटनमधील सरकार बदललं, तरी ब्रिटिश धोरण व अधिकारीवर्ग मात्र कायम राहिला, याचं अमेरिकी व रशियन मंडळींना सारखंच आश्चर्य वाटलं; पण पाच वर्षं बहुपक्षीय आघाडीचं सरकार सत्तेत होतं; त्यामुळे आता केवळ लेबर पक्ष सत्तेत आला असला तरी धोरणात सातत्य राहणं काहीसं स्वाभाविक होतं. दुसऱ्या पातळीवर विचार करता, या निमित्तानं अतिशय महत्त्वाच्या क्षणी लोकशाही मूल्यांवर विस्मयकारक शिक्कामोर्तब झाल्याचं दिसलं- पॉट्सडॅममध्ये उपस्थित असलेल्या राष्ट्रनेत्यांपैकी केवळ ॲटली हेच

स्वतःच्या बळावर खुल्या निवडणुकीत निवडून आलेले नेते होते.

शिवाय ॲटलींनी परराष्ट्रमंत्री म्हणून नियुक्त केलेले बेव्हिन यांच्या श्रमिक निष्ठा अस्सल होत्या; त्यामुळे सोव्हिएत संघाविरोधात ब्रिटननं व्यक्त केलेल्या चिंतेच्या मुद्द्यांना आपोआपच नैतिक वरचश्मा प्राप्त झाला. रशियाविषयी बेव्हिन यांच्या मनात पूर्वी काही भ्रम असलाच, तर तो १९४०-४१ मध्येच पुसला गेला-त्या वेळी मॉस्कोहून आलेल्या आदेशांनुसार कार्यरत असलेल्या ब्रिटिश साम्यवाद्यांनी आपल्याच देशाच्या युद्धप्रयत्नांविरोधात घातपात करू पाहिला होता आणि त्यांना आळा घालण्याचं काम तत्कालीन कामगारमंत्री बेव्हिन यांना करावं लागलं.[११] याच्या उलट उठावदार उदाहरण हेरॉल्ड लास्की यांचं होतं. लेबर पक्षाच्या राष्ट्रीय कार्यकारी समितीचे अध्यक्ष असलेल्या लास्की यांनी १९४५ चा पक्षाचा निवडणूक जाहीरनामा लिहिला. 'अखेरीस सोव्हिएत संघासोबत आपण संपूर्ण मैत्री साधली आहे,' असं या जाहीरनाम्यात ठासून मांडलं होतं. राष्ट्रीय कार्यकारी समितीचे आदेश आपण स्वीकारू, हा लास्की यांचा भ्रम ॲटलींनी एका त्रोटक टिपणाद्वारे दूर केला : 'तुम्ही आता काही काळासाठी गप्प राहणं इष्ट ठरेल.'[१२] विन्स्टन यांच्यापेक्षा ॲटलींची कार्यशैली अतिशय भिन्न होती. ते शब्द आणि वेळ यातील काहीच वाया घालवत नसत. पोकळ वल्गना करणाऱ्या आणि दंगलखोर स्वभावाच्या व्यक्तिमत्त्वांचा भडिमार झालेल्या पक्षाचं नेतृत्व त्यांनी २० वर्षं सांभाळलं, त्यासाठी त्यांना वेळ व शब्दांची बचत अतिशय कामी आली.

परराष्ट्रीय धोरणासोबतच देशांतर्गत आघाडीवरही धोरणसातत्य टिकून होतं. नोव्हेंबर १९४२ मध्ये सादर करण्यात आलेल्या बिव्हरीज अहवालानुसार कल्याणकारी राज्य प्रस्थापित करणं देशासाठी इष्ट आहे, याबाबत कोणताही गंभीर वाद नव्हता.[१३] पहिल्या महायुद्धापूर्वी विन्स्टननी बिव्हरीज यांच्यासोबत काम केलं होतं. त्या वेळी दोघांनाही बिस्मार्ककालीन योजना महत्त्वाची वाटत होती, या योजनेचंच सुधारित रूप बिव्हरीज यांच्या अहवालाद्वारे मांडण्यात आलं होतं. हा अहवाल तत्त्वतः स्वीकारण्यावर विन्स्टन यांचा कोणताही आक्षेप नव्हता; परंतु हा दस्तऐवज पूर्णतः स्वीकारल्याचं जाहीर करावं ही लेबर पक्षाची इच्छा शहाणपणाची नाही, कारण युद्धोत्तर सरकारवर अनेक कठोर वित्तीय मर्यादा आलेल्या होत्या. १९१८-२२ मध्ये मोडण्यात आलेली अनेक आश्वासनं वारंवार त्यांच्या मनात येत असत. युद्ध मंत्रिमंडळाला १२ जानेवारी १९४३ रोजी सादर केलेल्या टिपणात त्यांनी यासंबंधीचं स्पष्टीकरण दिलं आहे :

> 'युद्धानंतर कोणत्या प्रकारची परिस्थिती निर्माण करता येईल, याबद्दल धोकादायक आशावाद वाढतो आहे. ...सगळ्या घडामोडींच्या काळ्या

बाजूचा विचार करण्यावर भर देऊन आपल्या लोकांना नाउमेद करू नये हे खरं असलं, तरी फसव्या आशा निर्माण होणार नाहीत याचीही काळजी मंत्र्यांनी घ्यायला हवी, असं मला वाटतं. 'नायकांसाठी निवारा' (होम्स फॉर हिरोज) इत्यादींविषयी मागच्या वेळी झालेल्या भाषणांमधून या आशांना खतपाणी घालण्यात आलं. जगण्यातील अडी-अडचणींना मोठ्या प्रमाणात लोक निग्रहानं सामोरं जात आहेत; पण आपली फसवणूक झाली, असं त्यांना वाटलं तर ते अतिशय संतापण्याचा धोका आहे. ...कल्पित आदर्श परिस्थितीविषयी खोट्या आशा व भ्रामक दृष्टी ठेवून लोकांना फसवण्याची माझी इच्छा नाही; त्यामुळे भविष्याविषयीची आश्वासन देणं मी कायम टाळत आलो आहे. आपण सगळ्यांनी सर्वोत्तम प्रयत्न करायला हवा आणि मानवी स्वभावाच्या आशावादी व सौहार्दपूर्ण बाजूमधून निपजलेल्या आश्वासनांच्या धुक्यानं आपण वेढलेले नसू आणि जगण्याच्या कठोर वस्तुस्थितीशी संबंध आलेला नसेल, तर आपण त्याहून अधिक चांगले प्रयत्न करायला हवेत.'

कन्झर्वेटिव्ह पक्षाकडून आणल्या जाणाऱ्या अडथळ्यांशी संघर्ष करत आपण नवीन पहाट उजाडण्यासाठी प्रयत्नशील आहोत, असा युक्तिवाद लेबर पक्ष करत होता; परंतु युद्धकालीन सामाजिक ऐक्याचा आविष्कार करणारा पुरोगामी कायदा असा मान मिळालेला 'शिक्षण अधिनियम, १९४४' हा मुळात युद्धपूर्व काळातील कन्झर्वेटिव्ह पक्षाच्या सरकारांनी मागवलेल्या अहवालांमधील शिफारसींवर आधारलेला होता. पहिलेवहिले शिक्षणमंत्री आर. ए. 'रॅब' बटलर यांचं नाव या कायद्याला देण्यात आलं. बेव्हिन यांच्या आदेशावरून बिव्हरीज अहवाल अस्तित्वात आला असला, तरी विन्स्टन यांना माहिती देऊन व त्यांच्या संमतीने हे पाऊल उचलण्यात आलं होतं. विन्स्टन यांची आस्था आशयाशी नव्हे, तर वेळ साधण्याशी जोडलेली होती, याचा आणखी एक पुरावाही यादरम्यान मिळाला. राष्ट्रीय आरोग्य सेवा विधेयक, राष्ट्रीय विमा विधेयक, औद्योगिक इजा विमा विधेयक आणि कौटुंबिक सवलत विधेयक इत्यादींसह सामाजिक कायद्यासाठीच्या सर्वांगीण चारवर्षीय योजनेची घोषणा नोव्हेंबर १९४४ मध्ये *'किंग्स स्पीच'*मधून करण्यात आली. या भाषणाला प्रतिसाद देताना विन्स्टननी काही आक्षेप नोंदवले आणि जाहीर केलं की :

'निवडणुका कधी येतील याविषयी कितीही साशंकता असू देत- पण एक गोष्ट नक्की आहे- दोन्ही मुख्य पक्षांमधील आणि लिबरल पक्षामधीलही आघाडीचे नेते या मोठ्या सामाजिक कायद्याला बांधील व कटिबद्ध

आहेत आणि नवीन सभागृहामध्ये कोणताही राजकीय रंग वरचढ ठरला, तरी भावी सत्ताधाऱ्यांना आपली आश्वासनं आणि वचनबद्धता वैयक्तिकरीत्या पूर्ण करता आली नाहीत, तर काय होईल याची मला कल्पना करवत नाही.'[१४]

या मतभेदांचा परिणाम म्हणून लेबर पक्षानं राष्ट्रीयीकरणाचा निर्धार केला. लेनिननी १९२२ मध्ये राष्ट्रीयीकरणाला 'अर्थव्यवस्थेचं अत्युच्च शिखर' म्हटलं होतं. ब्रिटनमध्ये या मतप्रणालीचा वरचश्मा मोठ्या प्रमाणात कमी झाला होता; पण १९४५ मध्ये ही प्रक्रिया अपरिवर्तनीय स्वरूपात पुढे नेली जाईल, यावर कोणाचाही विश्वास बसला नसता. तरुणपणात विन्स्टन यांनी वाहतूक व्यवस्थेचं राष्ट्रीयीकरण करायची मनीषा व्यक्त केली होती. १९२६ च्या सार्वत्रिक संपाच्या वेळी खाणींच्या बाबतीतही असं धोरण राबवायची त्यांची इच्छा होती आणि कोषागारमंत्री असताना बँक ऑफ इंग्लंडची संपूर्ण मान आपल्या पंजात असावी अशीही इच्छा त्यांना वारंवार होत असे. तर इतर कोणत्याही राजकारणी व्यक्तीइतक्याच विन्स्टन यांच्याही प्रेरणा सर्वसाधारणपणे राज्यसंस्थाकेंद्री होत्या; पण नोकरशाहीच्या बधिरकारक परिणामाची त्यांना कायम भीती वाटत असे. *'द रोड टू सर्फडम'* या १९४४ मधील आपल्या पुस्तकाचा १९४५ मध्ये विन्स्टन यांच्यावर प्रभाव पडला होता, असं अर्थशास्त्रज्ञ फ्रेडरिक व्हॉन हायेक मानत असत.[१५] पण यापूर्वीच १८८४ मध्ये हर्बर्ट स्पेन्सर यांनी *'द मॅन व्हर्सेस द स्टेट'* हा निबंध लिहिला होता आणि विन्स्टन चर्चिल यांनीही १९३७ मधील एका लेखामध्ये स्वतःची यासंबंधीची मतं व्यक्त केली होती :

'उत्पादन, वाटप व देवाणघेवाण यांच्या सर्व साधनांचं नियंत्रण राज्यसंस्थेकडे- म्हणजे निवडणुकीत बहुमत मिळालेल्या राजकारण्यांकडे- आपोआप देणारा कार्यक्रम ब्रिटिश वंशाच्या व्यक्तिवादाशी कधीच जुळणार नाही. समाजवादी राजकारण्यांच्या आदेशाखालील अधिकारी मंडळाच्या अखत्यारीत सर्वांना समान ठरवणं, म्हणजे सरासरी पातळी न वाढवता जीवनाची सर्व चमक व प्रगती उद्ध्वस्त करण्याचा प्रकार आहे. एकाच मुठीचा भाग असलेले न्यायदंडाधिकारी, मालक, जमीनदार, अन्न परीक्षक, विधिकर्ता यांच्या अधिकाराद्वारे मजुराला व त्याच्या कुटुंबाला आणि अधिक सुदैवी लोकांनाही संपूर्ण अधीन करून टाकलं जातं.'[१६]

कालांतरानं ४ जून १९४५ रोजी निवडणुकीच्या प्रचारासाठी त्यांनी नभोवाणीवरून केलेल्या एका भाषणातही हीच भावना व्यक्त झाली; पण या वेळी त्यांनी

आश्चर्यकारकरीत्या एका गैरशब्दाची निवड केली आणि त्यांचं मत स्वीकारार्ह पक्षपातीपणाच्या मर्यादा ओलांडणारं ठरलं. 'गेस्टापो' (नाझी जर्मनीतील दडपशाही करणारं गुप्त पोलीस दल) हा तो शब्द होता. त्या दिवसापासून ही उक्ती त्यांच्या मानेभोवती विळखा घालून बसली आहे. नाझीवादाविरोधातील लढाईत त्यांचा स्वतःचा पक्ष उदासीन असूनही जे लोक त्यांच्या पाठीशी उभे राहिले त्यांच्याविषयी विन्स्टन बोलत होते. हे भाषण तसंही अगदीच गचाळ होतं. लेबर व लिबरल पक्षांनी देशापेक्षा पक्षाला प्राधान्य दिल्यामुळे निवडणुका घेण्याची वेळ आली, 'आणि राष्ट्राचं ओझं वाहायची वेळ आमच्यावर आली आहे', असं विधान त्यांनी या भाषणात केलं. पाच वर्षं त्यांच्यासोबत काम केलेले लेबर पक्षाचे सहकारी आणि 'समाजवाद किंवा अधिक हिंसक रूपातील साम्यवाद ही मानवी समाजाविषयीची युरोपीय संकल्पना' यांच्यात त्यांनी बनावट भेद उभा केला. 'सिनक्लेअर- बिव्हरीज' उदारमतवाद्यांविषयीही त्यांचा सूर तीव्र टीकेचा होता. यातील सिनक्लेअर हे त्यांच्या सर्वांत जुन्या मित्रांपैकी एक होते, तर बिव्हरीज यांनी विन्स्टनच्याच मनातील सामाजिक कार्यक्रम मांडणारा अहवाल तयार केला होता; पण विन्स्टननी जीभ सैल सोडली. 'मित्रांनो, समाजवादी धोरण ब्रिटिशांच्या स्वातंत्र्यविषयक संकल्पनांचा तिरस्कार करणारं आहे, हे मला नमूद करावंच लागेल. ...या शतकाच्या सुरुवातीच्या काळातील उदारमतवाद व जहालवाद यांच्याशी चांगला परिचय असलेल्या लोकांनी आता समोर आणल्यानुसार, समाजवाद आणि एकाधिकारशाही व राज्यसंस्थेची आत्यंतिक भक्ती यांच्यात अविभाज्य वीण असते, यात काही शंका नाही.' यानंतर अधिक हानिकारक वाक्यांची लगड लागली :

> 'देशाच्या संपूर्ण जीवनावर आणि उद्योगावर नियंत्रण असलेल्या कोणत्याही समाजवादी सरकारला जनक्षोभाच्या मुक्त, तीव्र अथवा आक्रमक आविष्कारांना परवानगी देणं परवडत नाही. त्यांना गेस्टापोसदृश रचना उभारावी लागते. याच्या आरंभीची दिशा अर्थातच मानवीय स्वरूपाची असते. या दलाद्वारे मतमांडणीचं खच्चीकरण केलं जातं, टीकेची मान मुरगाळली जाते आणि सर्व सत्ता सर्वोच्च पक्षाकडे व पक्षनेत्यांकडे साठवली जाते. हे सत्ताधीश नागरी सेवकांच्या (जे आता सेवकही नसतात आणि नागरीकही उरलेले नसतात.) अवाढव्य नोकरशाहीवर उंच वाढत चाललेल्या शिखरासारखे असतात.'[१७]

या भाषणामुळे लेबर पक्षाचे मतदार संतप्त झाले; पण त्याहून मोठी हानी झाली ती कन्झर्वेटिव्ह पक्षाच्या कामगारवर्गीय मतदारांसंबंधीची होती. विन्स्टन यांच्या युद्धकालीन

सरकारमधील लेबर पक्षीय सदस्यांच्या मुख्य पुढाकारामुळे सुरू झालेल्या देशांतर्गत धोरणांचा अनुभव या मतदारांनी पाच वर्षं घेतला होता आणि या सदस्यांवर त्यांचा विश्वास होता. लेबर पक्षाच्या या नेत्यांना लोकांच्या मनात आदराचं स्थान होतं आणि त्यांची तुलना नाझी गुंडांशी करणं उथळपणाचं होतं. पाच वर्षं सर्व गोष्टींवर-विशेषतः माहितीवर सरकारी नियंत्रण आणणाऱ्या कन्झर्वेटिव्ह पक्षाला आता अशी टीका करण्याचा हक्क राहिलेला नाही, हे विचारी मध्यमवर्गीय मतदारांच्या लक्षात आलं असावं. शेवटी या संदर्भात घणाघाती प्रत्युत्तर द्यायची जबाबदारी ॲटली यांच्यावर आली. पक्षीय व राष्ट्रीय पातळीवर नेता म्हणून त्यांचा उदय व्हायला, हे भाषणही कारणीभूत ठरलं असं मानलं जातं :[१८]

> 'काल रात्री पंतप्रधानांचं भाषण ऐकलं- त्यात लेबर पक्षाच्या धोरणाचं विडंबन त्यांनी केलं, हा भाग वेगळा! पण- त्यांचं मुख्य उद्दिष्ट मला एका क्षणात लक्षात आलं. एका संघटित राष्ट्राचं महान युद्धनेतृत्व करणारे विन्स्टन चर्चिल आणि कन्झर्वेटिव्ह पक्षाचा नेता असलेले श्री. चर्चिल यांच्यात किती मोठी तफावत आहे हे मतदारांना कळावं, अशी त्यांची इच्छा होती. युद्धामध्ये त्यांचं नेतृत्व स्वीकारलेले लोक कृतज्ञताभावापोटी नंतरही त्यांच्या पाठोपाठ येतील, याची त्यांना भीती वाटते. या लोकांचा इतका थेट भ्रमनिरास केल्याबद्दल मी पंतप्रधानांचे आभार मानतो.'

विन्स्टन यांना स्वतःच्या गतकर्तृत्वामुळे ज्या विचारसरणीवर हल्ला चढवता आला नाही, तिची रूपरेखा ॲटलींनी स्पष्ट केली. राज्यसंस्थाकेंद्रित्वाच्या वाढीमध्ये स्वतःचा वैयक्तिक सहभाग कमी असलेल्या कोणाही व्यक्तीला हा मार्ग अनुसरता आला असता; पण विन्स्टननी स्वतः संपत्ती व विशेषाधिकारांचा धिक्कार करणारी उत्कट भाषणं पूर्वी केलेली होती. महान राष्ट्रीय संघर्षासाठी लोकांनी आपल्या व्यक्तिगत गरजा बाजूला ठेवाव्यात अशी प्रभावी आवाहनं त्यांनी पूर्वी केली होती; त्यामुळे आता ॲटलींनी तडाखा हाणल्यावर विन्स्टन यांच्याकडे बोलण्यासारखं काही उरलं नव्हतं. ॲटली म्हणाले :

> 'व्यक्तीचे हक्क आणि लोकांना अधिकाऱ्यांच्या हुकमाखाली जगावं लागण्याचा धोका, याबद्दल पंतप्रधानांनी काल रात्री बराच खल केला. इतरांच्या स्वातंत्र्याला अनुरूप असं सर्वाधिक स्वातंत्र्य लोकांना असायला हवं, हे मला पूर्णतः मान्य आहे. लहान मुलांकडून दिवसाचे सोळा तास

> काम करवून घेण्याचं स्वातंत्र्य मालकांना देणारा काळ पूर्वी होऊन गेला. एक पॅन्ट तयार करण्यासाठी घामेजलेल्या स्त्रियांना जेमतेम अर्धा-एक पेनी देऊ करण्याचं स्वातंत्र्य मालकांना होतं, असाही काळ माझ्या आठवणीत आहे. लोकांना आरोग्यसंरक्षणार्थ स्वच्छतेकडे दुर्लक्ष करण्याचं स्वातंत्र्य देणारा काळही पूर्वी होता; त्यामुळे टाळता येण्याजोग्या आजारांनी हजारोंचा जीव गेला. या आक्रोश करणाऱ्या समस्यांवर उपाय शोधण्याचा प्रत्येक प्रयत्न हाणून पाडण्यासाठी व्यक्तीच्या स्वातंत्र्याचा युक्तिवाद वर्षानुवर्षं पुढे केला गेला. वास्तविक श्रीमंतांसाठी स्वातंत्र्य आणि गरिबांसाठी गुलामी असा या युक्तिवादाचा गर्भितार्थ आहे. नफा कमावणाऱ्या व मालमत्ता जमवणाऱ्या निष्ठुर मंडळींपासून सर्वसामान्य जनतेचं संरक्षण करण्याचं काम संसदेकडून सत्ता मिळालेल्या राज्यसंस्थेद्वारेच शक्य होतं, हे विसरता कामा नये. ...राष्ट्राची सेवा करण्याचं कर्तव्य व संधी सर्वांना लाभेल, अशा पद्धतीनं आपल्या राष्ट्रीय जीवनाची व्यापक आखणी आपण करायला हवी. प्रत्येकाला त्याच्या किंवा तिच्या अवकाशात ही भूमिका निभावता यायला हवी. गरजूपणाच्या भयापासून मुक्त असलेल्या वाढत्या भौतिक संपन्नतेची निर्मिती करण्यासाठी आणि त्यातील आपल्या वाट्याचा लाभ मिळवण्यासाठी प्रत्येकाला आवश्यक तो अवकाश मिळायला हवा.'[११]

यातील ऐतिहासिक तपशील चुकीचा होता आणि स्वयंसेवी संस्थांसोबत दीर्घ काळ काम केलेल्या ॲटलींना हे निश्चितपणे माहीत असणार. शिवाय राज्यसंस्थेपुढे व्यक्तीला गौण स्थान देण्याचा उद्देश त्यांनी अतिशय परखडपणे मांडला होता; पण या भाषणांवर मला विश्वास ठेवावंसं वाटत नाही. आज *'बीबीसी'*लाही शक्य होणार नाही इतक्या श्रोतृवर्गापर्यंत ही भाषणं पोहोचली, हे खरं असलं, तरी मुळात कन्झर्वेटिव्ह पक्षाला अडचणीत आणणारे प्रश्न उपस्थित करण्यापुरतंच या भाषणांचं महत्त्व होतं. अपुरी तयारी असलेल्या देशाचं जीवन-मरणाच्या संघर्षात नेतृत्व करणाऱ्या कन्झर्वेटिव्ह पक्षाला मतदान करावं इतका आदर विन्स्टन यांच्याबद्दल लोकांच्या मनात होता का? की युद्धपूर्व काळातील आपल्या चुका नंतरच्या पाच वर्षांच्या निष्ठावान सेवेमध्ये दुरुस्त करणाऱ्या लेबर पक्षाच्या नेत्यांसोबत नवीन सुरुवात करण्याची लोकांची इच्छा होती? युद्धपरिस्थितीमधून शांततेच्या काळाकडे होणारं स्थित्यंतर अधिक ऊर्जेनं कोणता पक्ष हाताळू शकेल? आधारासाठी कोणतंही संचित नसलेल्या उद्ध्वस्त अर्थव्यवस्थेमध्ये लाखो लोकांना पुन्हा सामावून घेण्याचं कार्य कोणता पक्ष करू शकेल? १९१८ मध्ये सुरू झालेल्या विश्वासघातांचीच

पुनरावृत्ती १९४५ मध्ये होणार नाही, याची खातरजमा मतदारांना कशी करता येईल? चांगल्या जीवनाची दृष्टी कोणत्या पक्षाकडे आहे आणि राष्ट्राच्या अपेक्षांचा पुन्हा एकदा विश्वासघात होण्याची शक्यता कोणत्या पक्षाबाबत सर्वांत कमी आहे? या प्रश्नांमध्ये व्यक्त झालेल्या आकांक्षांच्या संदर्भात पाहिलं, तर मुळात निवडणुकीत फारशी स्पर्धाच नव्हती, असं दिसतं. विन्स्टन जिथे जात तिथे त्यांच्या नावाचा उदोउदो करणारी गर्दी जमत होती. या जनसंख्येकडे पाहून दिशाभूल झालेल्यांना निवडणुकीचा निकाल धक्कादायक वाटला. खरंतर लेबर पक्षाला याहून जास्त बहुमत मिळालं नाही, हेच मागे वळून पाहताना आश्चर्यकारक वाटतं. मतपेटीत जमा झालेल्यातील जवळपास निम्मी मतं लेबर पक्षाला मिळाली आणि नवीन संसदेमध्ये १४६ सदस्यांसह पक्षाचं स्पष्ट बहुमत प्रस्थापित झालं.[२०]

२६ जुलै रोजी पहाटेच्या आधीच आपल्याला अचानक जाग आल्याचं विन्स्टन यांनी नोंदवलं आहे. 'जवळपास शारीरिक पातळीवरची वेदनादायक तीव्र कळ' त्यांना अंगांगात जाणवली, जणू काही येऊ घातलेल्या पराभवाचं दुश्चिन्ह त्यांच्या मनाला जागं करत होतं. त्यांच्या तब्येतीचा इतिहास पाहता, हृदयाकडे जाणाऱ्या रक्तप्रवाहात किंचित अवरोध उत्पन्न झाल्यामुळेही त्यांना ही कळ जाणवली असण्याची शक्यता आहे. कदाचित भविष्यातील आनंदच वेषांतर करून (वेदनेच्या रूपात) येत असेल, असं त्या दिवशी दुपारी जेवताना क्लेमी म्हणाल्या. मग हे वेषांतर फारच बेमालूम आहे, अशी टिप्पणी विन्स्टननी केली. त्यांच्या शारीरिक तब्येतीच्या बाबतीत क्लेमींचं म्हणणं निश्चितपणे खरं होतं; पण विन्स्टन यांच्या मनानं पुन्हा उभारी घेतली असं ठामपणे म्हणता येणार नाही. 'आमच्या दुर्दशेच्या काळात आम्ही एकमेकांना धरून राहायला हवं, त्याऐवजी आमच्यात सतत वाद होत असतात. यात माझाच दोष असेल याची मला खात्री आहे; पण आता जगणं असह्य होतं आहे. तो इतका दुःखात असतो की, त्याच्याशी वागणं-बोलणं अवघड होऊन जातं. ...मला आता भविष्याची काही आशा उरलेली नाही,' असं क्लेमींनी महिनाभरानं आपली मुलगी मेरी हिला लिहिलेल्या पत्रात नमूद केलं होतं.[२१] '*द सेकण्ड वर्ल्ड वॉर*' या आधी लिहिलेल्या ग्रंथात विन्स्टन उपरोधानं म्हणतात, 'पहिल्या क्रमांकाच्या व्यक्तीभोवतीच्या निष्ठा प्रचंड असतात. त्याचा पाय घसरला, तर त्याला सावरावं लागतं. त्यानं चुका केल्या, तर निष्ठावानांना त्याला सावरावं लागतं. तो झोपला, तर त्याला अविचारीपणे कटकट करू नये. तो चांगला नसेल तर त्याला हाणून पाडावं.' विन्स्टन यांच्या जागी दुसरी कोणी व्यक्ती असती आणि हा पराभवाचा काळ वेगळा असता, तर त्यानं राजीनामा द्यावा अशी कन्झर्वेटिव्ह पक्षाची अपेक्षा राहिली असती आणि संबंधित व्यक्तीनं असं केलं नसतं तर तिला नेतेपदावरून खाली उतरवण्यात आलं असतं. विन्स्टन यांच्या बाबतीत असं काही

घडलं नाही. आपल्याला विवरामध्ये जाण्यापासून वाचवण्याचं काम एकट्या विन्स्टननी केलं आहे, याची मुत्सद्दी जाणीव पक्षातील व्यावसायिक नेत्यांना असावी, असं यातून दिसतं.

प्रचारमोहिमांच्या वेळी कामगार संघटनांचा उल्लेख क्वचितच झाला असला, तरी पाण्यातील खडकाप्रमाणे त्या दृष्टिआड होत्या. कोणत्याही सरकारचा पाया डळमळीत करण्याची ताकद त्यांच्यात होती. 'व्यापारी लवाद अधिनियम, १९०६' या कायद्यानं कामगारांना दिलेलं कायदेशीरदृष्ट्या विशेषाधिकारी स्थान हिरावून घेणारा 'व्यापारी लवाद अधिनियम, १९२७' रद्द करणं हे लेबर पक्षाचं एक मुख्य उद्दिष्ट होतं आणि विन्स्टन चर्चिल यांनी कायदानिर्मितीच्या वेळी त्याला जोरदार पाठिंबा दिला होता. १९२७ चा अधिनियम रद्द करण्याबाबत २ एप्रिल १९४६ रोजी झालेल्या चर्चेमध्ये ॲटर्नी जनरल सर हार्टे शोक्रॉस यांनी केलेलं भाषण बरेचदा उद्धृत केलं जातं : 'या क्षणी आपण मालक आहोत, या क्षणीच कशाला, आगामी बराच काळ आपणच मालक असणार आहोत.' त्यांचा पक्ष पुढील पाच वर्षं आठ महिने 'मालक'स्थानी राहिला. ब्रिटिश समाजातील बहुधा सर्वांत प्रतिगामी ठरतील अशा संस्थांना नागरी संरक्षण बहाल केल्याचाही अंशतः हातभार या सरकारच्या वाटचालीला लागला होता. कामगार क्षेत्रातील खालावलेले संबंध पूर्वीपासून टिकून होते, त्यांना केवळ एखाद्या पुरोगामी जादुई काठीच्या फटकाऱ्यानं दूर करणं शक्य नव्हतं.

हाउस ऑफ कॉमन्समध्ये २५० नवीन सदस्यांनी आपापली जागा घेतली, त्या ऐतिहासिक क्षणी सभागृहामध्ये ताजी हवा खेळू लागली असेल, असं कोणालाही स्वाभाविकपणे वाटेल; पण वस्तुतः सर्व गोष्टी होत्या तशाच सुरू राहिल्या. जन्मानं अमेरिकी असलेल्या हेन्री चॅनन या कन्झर्वेटिव्ह पक्षाच्या खासदाराचं संपर्काचं जाळं मोठं होतं. ऑक्सफर्डमध्ये विद्यार्थी असताना त्यांच्यासोबत खोलीत राहणाऱ्या दुसऱ्या विद्यार्थ्याचं नाव 'फिश' असं होतं; त्यामुळे त्यांना 'चिप्स' असं टोपणनाव पडलं ('फिश अँड चिप्स' हा इंग्लंडमधील एक विशेष खाद्यपदार्थ आहे.) तर, हेन्री 'चिप्स' चॅनन हे युद्धकाळात एक कनिष्ठ मंत्री होते. त्यांना रोजनिशी लिहायची सवय होती. तब्बल ३० खंडांमध्ये प्रकाशित झालेल्या या रोजनिशीमध्ये एकूण ३० लाख शब्द आहेत. 'विचक्षण रोजनिशीइतकं नीरस दुसरं काय असेल बरं?' असं या चॅनन यांनी एकदा लिहिलं होतं. त्यांच्या रोजनिशीमधील १ ऑगस्ट १९४५ रोजीची नोंद मात्र अजिबात नीरस नाही; उलट विस्मयकारक वर्णन करणारी आहे :

> 'नवीन संसद कशी भरली आहे ते बघायला मी वेस्टमिन्स्टरला गेलो. तिथे गेल्यावर बघतो तर असले एकेक भयानक लोक जमलेले. मी तरी

अशा लोकांची गर्दी कधी पाहिली नव्हती. विरोधकांच्या बाकांवर मी एक जागा पकडली. सगळं सभागृह खच्चून भरलं होतं. वातावरण अस्वस्थकारक होतं, त्यात थोडा तणाव आणि थोडी कटुताही भरलेली होती. विन्स्टन चर्चिल यांनी आगमनाची उत्तम वेळ साधली. त्यांच्या कारकिर्दीमधील सर्वांत मोठ्या जयघोषानं त्यांचं स्वागत करण्यात आलं. 'फॉर ही इज अ जॉली गुड फेलो' असं कन्झर्वेटिव्ह सदस्य गात होते. त्यांची निवड बहुधा सद्‌भिरुचीला धरून नव्हती; पण समाजवाद्यांनी याहून पुढे पाऊल टाकलं आणि *'रेड फ्लॅग'* गीत खड्या आवाजात म्हणायला सुरुवात केली. हर्बर्ट मॉरिसन आणि आणखी एक किंवा दोन सदस्य अस्वस्थ झाल्याचं मला वाटलं.'

साधारण दोन आठवड्यांनी, 'किंग्स स्पीच' झाल्यानंतर, विन्स्टननी सभागृहाला संबोधित केलं. जपानविरोधातील युद्धाला पूर्णविराम देण्यासाठी नुकताच अमेरिकेनं अणुबॉम्बचा वापर केला होता. या कृतीच्या नैतिकतेबाबत कोणतेही गंभीर प्रश्न त्या काळी उपस्थित झाले नव्हते. अशा वेळी या घटनेचे कोणते पडसाद उमटतील याचा भविष्यवेधी सारांश विन्स्टननी भाषणात मांडला. सदर संघर्षात दोन्ही बाजूंमध्ये फारसा भेद नसल्याची बाब त्यांनी अधोरेखित केली : 'बॉम्बमुळे शांतता प्रस्थापित झाली; पण शांतता टिकवण्याचं काम माणसंच करतात; त्यामुळे आता ते बॉम्बचा असा वापर दंडनीय ठरवतील, यातून केवळ सभ्यतेच्याच नव्हे तर खुद्द मानवतेच्याही अस्तित्वाला धोका निर्माण होईल.' याच वेळी त्यांनी आणखीही एक भयंकर विधान केलं : 'पोलिश लोकांकडे जवळपास सगळेच गुण आहेत- आणि त्यांनी जवळपास सगळ्याच चुकाही केलेल्या आहेत.' ट्रेड्स युनियन काँग्रेसनं 'राज्यसंस्थेच्या समाजवादाविरोधात 'पुन्हा भरघोस शस्त्रसज्ज' होणं का आवश्यक मानलं, याचा 'समाजवादी बुद्धिजीवीवर्गा'नं विचार करावा, असं धारदार निरीक्षण नोंदवून विन्स्टननी समंजस सुरामध्ये भाषणाचा शेवट केला :

'आज अस्तित्वात असलेल्या परिस्थितीचा विचार केला, तर असं दिसतं की, परराष्ट्र धोरणाच्या मुख्य आवश्यक घटकांबाबत आणि जागतिक घडामोडींविषयीच्या आपल्या नैतिक दृष्टिकोनाबाबत सभागृहातील दोन पक्षांमध्ये सहमती आहे; एवढंच नव्हे, तर आघाडी सरकारच्या काळातील आमच्या एकत्रित मेहनतीनं साकार झालेला प्रचंड कार्यक्रमही आपल्याकडे आहे. या कार्यक्रमाला कायद्याचं रूप देऊन लोकांच्या जीवनाचा अविभाज्य भाग म्हणून त्याची अंमलबजावणी होण्याची गरज आहे. कदाचित

कशावर भर द्यावा आणि कोणता दृष्टिकोन राखावा याबाबत काही मतभेद असतीलही; पण आजच्या या दुपारी आपल्यासमोर मांडण्यात आलेल्या कायद्याबाबत संसदेत अभूतपूर्व प्रमाणात सहमती आहे. या संसदेकडून मला प्रचंड आशा आहे आणि या सभागृहाचं कामकाज फलदायी व्हावं यासाठी मी सर्वतोपरी प्रयत्न करेन. कदाचित यातून युद्धाच्या जखमा बऱ्या होण्याची शक्यता आहे व युद्धाच्या वादळामध्ये आपण जमवलेल्या नवीन संकल्पना आणि ताकदींचा चांगला वापरही करता येईल.'[२२]

त्यांनी दाखवलेली ही आशा निराधार होती. सहा वर्षं युद्धात गेल्यानंतर पुढील सहा वर्षं शांततापूर्ण काळातील काटकसरीमध्ये गेली, यात राष्ट्राच्या जीवनशक्तीचा ऱ्हास होतच राहिला. मॅकडोनाल्ड यांच्या सत्ताकाळात कोषागारमंत्री असलेले फिलिप स्नोडेन यांच्यावर १९२९-३१ या वर्षांमध्ये विन्स्टननी निर्दयी टीका केली होती; पण आपल्या 'महान समकालीनां'मध्ये (ग्रेट कन्टेम्पररीज) त्यांनी स्नोडेन यांचा समावेश केला. एका अतिशय सुंदर वाक्यात त्यांनी स्नोडेन यांच्या राजकीय भूमिकेचा सारांश नोंदवला आहे (यातील काळाचा वापर लक्षणीय आहे) : 'त्यांच्या मते, टोरीवाद (जतनवाद / कन्झर्वेटिव्ह पक्षाची विचारसरणी) शारीरिक उपद्रव देणारा ठरत होता आणि लढाऊ समाजवाद म्हणजे अस्थिशोष किंवा लूत यांच्यासारखा खराब वातावरणामुळे किंवा संसर्गामुळे होणारा आजार आहे.'[२३] खासगी उद्योगांनी दिलेली आश्वासने पूर्ण केली तर समाजवादाच्या बाजूने काही युक्तिवादच करता येणार नाही किंबहुना तशी गरजच राहाणार नाही, असं खुद्द ॲन्युरिन बीव्हन यांनीही मान्य केलं होतं.[२४] 'ब्रिटिश आजारा'साठी युद्धोत्तर कालखंडातील लेबर पक्षाच्या सरकारला दोषी ठरवणं उथळपणाचं ठरेल. मार्क्सवादी नसलेले श्रीमंत वर्गातील स्टॅफोर्ड क्रिप्स यांनीही १९४७-५० मध्ये कोषागारमंत्रिपद सांभाळताना काटकसरीचं धोरण राबवायचा ध्यास घेतला होता; पण सर्वसामान्य जनतेसाठी हा अनुभव अतिशय निराशाजनक ठरला.[२५] या घडामोडींचा उत्पादनसाधनांच्या सार्वजनिक मालकीशी फारसा संबंध नव्हता. विसाव्या शतकाच्या सुरुवातीपासून विशिष्ट प्रकारच्या (वर्गाच्या नव्हे) लोकांचा प्रभाव स्थिर गतीनं वाढत गेला, त्यांचं प्रभावक्षेत्र केवळ लेबर पक्षापुरतं मर्यादित नव्हतं. या विशिष्ट लोकांच्या बौद्धिक अहंकाराचा व उपरोल्लेखित धोरणांचा निकटचा संबंध होता.

अमेरिकेत युद्धप्रयत्नांचं फारसं 'व्यवस्थापन' झालंच नाही. या युद्धात अमेरिकेचा अंदाजे ३० ते ४० अब्ज डॉलर्सइतका पैसा वाया गेला. अर्थात, 'वाया' या शब्दाचा अर्थ वस्तुनिष्ठ असतो. गरजेपेक्षा खूप जास्त लोकांना सक्तीनं लष्करात भरती करून घेण्यात आलं, अनेक प्रयत्नांची पुनरावृत्ती झाली; पण एकूण परिणाम

भरभराटीचाच झाला- अमेरिकेचं सकल राष्ट्रीय उत्पन्न १९४० मध्ये २०० अब्ज डॉलर्स होतं, ते १९५० मध्ये ३०० अब्ज डॉलर्सपर्यंत पोहोचलं आणि १९६० मध्ये ५०० अब्ज डॉलर्सच्याही पुढे गेलं. १९५६ पर्यंत बहुसंख्य सक्रिय लोकसंख्या पांढरपेशा वर्गात समाविष्ट झाली आणि ब्रिटनमधील कल्याणकारी राज्याशी तुलना करता येईल असे लाभ बड्या अमेरिकी कंपन्यांनी आपल्या कर्मचाऱ्यांना द्यायला सुरुवात केली; त्यामुळे कामगार वर्गातील बंडखोरी मंदावली. अशा धोरणांचा ब्रिटनमध्ये जो परिणाम जाणवला नाही तो अमेरिकेत मात्र ठळकपणे दिसून आला : या लोकानुनयी धोरणांनी अमेरिकेतील पुरोगामी अभिजनवर्गाच्या प्रतिष्ठेला एवढा जोरदार ठोसा लगावला की, हा वर्ग त्यातून कधीच पूर्णतः सावरला नाही; त्यामुळे अमेरिकेतील 'निरंतर भासणाऱ्या मंदीच्या काळामध्ये सर्वांच्या मनात निर्माण झालेल्या निराशावादी अटकळींचं कंबरडं मोडण्याचं काम' युद्धानं केलं. 'थकीत मागणीपेक्षाही पुनरुज्जीवित आत्मविश्वासामुळे अमेरिकेच्या युद्धोत्तर अर्थव्यवस्थेच्या वाढीला चालना मिळाली.'[२६] ब्रिटनमध्ये असा काही उत्साह फसफसून आला नाही, कारण मुळात बाटलीत फारसं मद्य उरलेलं नव्हतं.

विन्स्टन यांच्यातही आता पूर्वीचा उत्साह राहिला नव्हता. तसेही आता ते केवळ नामदारी पक्षपुढारी होते. पूर्वी 'चर्चिल यांच्या वर्चस्वाचं राजकीय वास्तव स्वीकारून त्यानुसार स्वतःला बदलणारे लोक त्यांच्या पक्षात होते; परंतु हे नेते खऱ्या अर्थानं आसपासच्या घडामोडींच्या पातळीवर पोहोचू शकलेच नाहीत किंवा ब्रिटिश राष्ट्राच्या वांच्छनीय भूमिकेबाबत चर्चिल यांना असलेली दृष्टी या मंडळींनी कधीच आत्मसात केली नाही.'[२७] कन्झर्वेटिव्ह पक्षाचा १९४५ च्या निवडणुकीत पराभव झाला, या राजकीय वास्तवाचा स्वीकार करून त्यानुसार स्वतःला बदलण्यात नेत्यांनी आधीपेक्षाही जास्त यश मिळवलं. पक्षाचा नवीन कार्यक्रम तयार करण्याची जबाबदारी पक्षधुरिणांनी बटलर यांच्याकडे सोपवली. युद्धपूर्व काळात अनुनयाच्या धोरणाचं समर्थन करण्यात चेम्बरलीन व हॅलिफॅक्स यांच्यानंतर तिसरा क्रमांक बटलर यांचाच होता. विन्स्टन यांच्या राजकीय धारणा म्हणजे 'स्वस्त अन्न व मुक्त व्यापार या जुन्या उदारमतवादी तत्त्वांची सरमिसळ आहे आणि त्यांच्या वडिलांच्या टोरी-विचारातील लोकशाहीची जोडही त्यांना मिळालेली आहे,' अशी उपहासगर्भ टिप्पणी बटलर यांनी १९४४ मध्ये केली.[२८] बटलर यांनी १९४७ मध्ये 'औद्योगिक सनद' (इंडस्ट्रियल चार्टर) हा धोरणलक्ष्यी अहवाल सादर केला. राष्ट्रीयीकरण अपरिवर्तनीय असल्याचं या अहवालात म्हटलं होतं, मागणीचं व्यवस्थापन व पूर्ण रोजगार ही केन्शियन तत्त्वं या दस्तऐवजात कवटाळण्यात आली होती आणि खासगी उद्योगांच्या स्वयंनियमनासाठी 'कामगारांच्या सनदे'चा प्रस्तावही त्यांनी या अहवालासोबत मांडला. आजच्यापेक्षा तेव्हाची परिस्थिती अगदी उलटी होती, असं

म्हणता येईल. कन्झर्वेटिव्ह पक्षीयांनी आपल्या विरोधकांचे कपडे पळवले; पण त्यांच्या स्वतःच्या धोरणांवर असा घाला घातला जाण्याचा धोका मात्र अजिबात नव्हता. लेबर पक्षाच्या घटनेतील खंड चारमध्ये 'उत्पादनाच्या साधनांची सार्वजनिक मालकी' प्रस्थापित करण्याबाबतची वचनबद्धता नमूद केलेली होती. १९९५ पर्यंत हा मुद्दा पक्षघटनेतून काढून टाकण्यात आला नव्हता. या दृष्टिकोनामुळे नवीन संकल्पनांना एकतर्फी प्रतिबंध घातला गेला आणि मजूर चळवळ बंदिस्त व्यवस्थेमध्ये दृढमूल व्हायला हातभार लागला.

विन्स्टन यांचा 'आधुनिक सामाजिक प्रवाहांशी संपर्क उरलेला नाही', असं मत इमॅन्युएल शाइनवेल यांनी १९५३ मध्ये नोंदवलं होतं. १९४५-४७ या काळात इंधन व ऊर्जामंत्री असलेल्या शाइनवेल यांनी १९४७-५१ या कालावधीत युद्ध व संरक्षण मंत्रालयाची जबाबदारी सांभाळली. 'लेबर पक्ष सरकार चालवण्यासाठी सक्षम नाही, अशी अक्कलशून्य घोषणा' विन्स्टननी केली, त्याचा शाइनवेल यांना विशेष राग आला होता.[२१] विन्स्टन यांचं प्रस्तुत अवमानजनक विधान १९२० च्या सार्वत्रिक निवडणुकीदरम्यान केलेलं होतं. खरंतर त्यापूर्वी- १९०९ मध्ये विन्स्टननी कन्झर्वेटिव्ह पक्षाबद्दल केलेली अशी विधानंही अधिक विनोदी ढंगानं शाइनवेल यांना आठवता आली असती. आपले पक्ष-सहकारी 'कोणत्याही गंभीर कामकाजामध्ये गुंतण्यास पूर्णतः अपात्र आहेत', असं विन्स्टन म्हणाले होते. शिवाय कन्झर्वेटिव्ह पक्ष हा राजकीय पक्ष नसून षड्यंत्र आहे, असा टोलाही त्यांनी त्या काळी लगावला होता. शाइनवेल यांना कालांतरानं जहागीरदार हा सन्मान मिळाला आणि १९८४ मध्ये १०१ वर्षांचे असताना त्यांचं निधन झालं. त्यांना प्रिय असलेला लेबर आणखी १३ वर्षं आधुनिक सामाजिक प्रवाहांपासून तुटलेला राहिला आणि सरकार चालवण्यास अपात्र ठरवला गेला. ही भ्रमनिरासाची परिस्थिती त्यांना अनुभवायला मिळाली नाही. शेवटी शाइनवेल प्रभृतींनी घट्ट पकडून ठेवलेली केंद्रीय अर्थव्यवस्थेवरील श्रद्धा राजकारण्यांच्या नवीन पिढीनं समंजसपणा दाखवत कचऱ्याच्या डब्यात फेकून दिली. ही वस्तुस्थिती नोंदवण्याचा उद्देश टवाळी करण्याचा नाही. एका पिढीला ज्या घडामोडींमध्ये भविष्याची लाट दिसते, त्याच घडामोडी सर्वसाधारणतः पुढील पिढीला उलटप्रवाही वाटतात, हे अधोरेखित करण्याच्या हेतूनं हा घटनाक्रम उद्बोधक ठरतो.

विन्स्टन यांच्यापेक्षा शाइनवेल केवळ दहा वर्षांनी लहान होते. ब्रिटिश अर्थव्यवस्थेतील उत्पादन क्षेत्राची भूमिका वेगानं कमी होत जाणार आहे, हे या दोघांपैकी कोणाच्याही कल्पनेत आलं नव्हतं. मुख्यत्वे औद्योगिकीकरणोत्तर काळात जगलेल्या पिढीच्या दृष्टिकोनातून मागे वळून पाहिलं तर, या दोन नेत्यांच्या सहमतीच्या मुद्द्यांतील त्रुटी शोधणं सोपं आहे. मक्तेदारी भांडवल व मक्तेदारी श्रम यांच्यातील ओबडधोबड आंतरक्रीडेवर व्यापक हिताच्या दृष्टिकोनातून चाप ठेवण्याचं काम करण्यासाठी

मोठी आणि हस्तक्षेपकर्ती राज्यसंस्था आवश्यक आहे, हा या दोघांनाही मान्य होणारा मुद्दा होता. नागरी सेवा निर्लोभी असते, हे मिथकही यात अनुस्यूत होतं. 'लोकांचं हित कशात आहे हे काही वेळा खुद्द लोकांपेक्षा व्हाइटहॉलमधील सद्गृहस्थांना अधिक चांगल्या रीतीनं माहीत असतं,' असं विधान कोषागार मंत्रालयाचे आर्थिक सचिव डग्लस जे यांनी १९४७ मध्ये केलं होतं. आज अशा प्रकारची टिप्पणी कोणी केली, तर त्यावर प्रचंड हशा पिकेल; पण १९४७ मध्ये या विधानावर कोणीही हसलं नाही.

'लेबर पक्षाच्या उच्च-मध्यमवर्गीय संसदसदस्यां'बाबत- विशेषतः विंचेस्टरमध्ये शिकलेल्या नेत्यांबाबत कायम प्रतिकूल मत देणारे विन्स्टन चर्चिल अधिक 'डाव्या विचारां'च्या श्रमिकवर्गीय कामगार नेत्यांबाबत मात्र सर्वसाधारणतः इतके प्रतिकूल नसतात, याबद्दल रॉय जेनकिन्स यांनी आश्चर्य व्यक्त केलं होतं.[३०] 'पब्लिक स्कूल सोशालिस्टां'विषयी विन्स्टन यांच्या मनात पूर्वीपासूनच तिटकारा होता आणि त्यांच्या या भावनेचा डाव्या विचारसरणीशी फारसा संबंध नव्हता. वायकेहॅमिस्टांविषयी (विंचेस्टर कॉलेजच्या विद्यार्थ्यांसाठी वापरलं जाणारं संबोधन; या कॉलेजचे संस्थापक विल्यम ऑफ वायकेहॅम यांच्या नावावरून हा शब्द रुळला आहे.) विन्स्टन यांच्या मनात दुप्पट तिटकारा होता. या गटातील मंडळींचं उच्च नागरी सेवेतील प्रमाण अवाजवीरीत्या जास्त होतं. डग्लस जे हे त्यांचे एक प्रतिनिधी होते.[३१] विंचेस्टर व ऑक्सफर्डचे विद्यार्थी असलेल्या डग्लस यांनी ॲकडेमिक अभ्यास, पत्रकारिता व युद्धकालीन नागरी सेवा अशा विविध क्षेत्रांमध्ये कारकीर्द घडवली आणि १९४७ मध्ये ते खासदार झाले; त्यामुळे मंत्री बनण्यापूर्वी त्यांनी प्रचारमोहिमांमध्ये व संसदेत उमेदवारी केलेली नव्हती. नागरी सेवेतून सहजपणे सक्रिय राजकारणात आलेले लोक तर विन्स्टन यांच्या विशेष नावडीचे होते. नेतृत्वासाठी निवडून देण्यात आलेले राजकारणी आणि त्यांच्या सेवेसाठी नियुक्त करण्यात आलेले अधिकारी यांच्यातील सीमारेषा अशा सहज स्थित्यंतरामुळे पुसट होते, असं त्यांना वाटायचं.

निवडणुकीत पराभव झाल्यामुळे विन्स्टनना इटलीच्या उत्तर भागात दीर्घ सुट्टी घालवता आली. या काळात त्यांनी पुन्हा चित्रं काढायला सुरुवात केली. १९१५ मध्ये पहिल्यांदा त्यांना सत्तास्थान गमवावं लागलं, तेव्हा त्यांनी चित्रकलेचा छंद जोपासायला सुरुवात केली आणि आयुष्याच्या अखेरच्या दिवसांमध्येही त्यांची चित्रकला सुरू होती. विन्स्टन यांच्या जीवनातील ज्या पैलूंमुळे त्यांच्या मूलगामी स्वभाववैशिष्ट्यांवर प्रकाश पडतो, अशा पैलूंवरच मी लक्ष केंद्रित केलं आहे. त्यांच्या आयुष्यातील शेवटची २० वर्षं मुख्यत्वे आधीच्याच विषयसूत्रांचा कित्ता गिरवणारी होती; पण त्यांची चित्रकला मात्र विकसित होत गेली. यातील बहुतांश निसर्गचित्रं आहेत. त्यांनी प्राधान्यानं प्राथमिक रंगांचा वापर केला, यात आश्चर्य

वाटण्यासारखं काही नाही. पूर्ण झालेल्या चित्रांमध्ये अनेकदा सामर्थ्य व तत्परता गमावली जाते; पण विन्स्टन यांच्या प्रारंभिक रेखाचित्रांमध्ये व अपूर्ण चित्रांमध्ये हे दोन्ही घटक दिसून येतात. त्यांनी काढलेले शरीरांचे आकार विश्वसनीय वाटत नाहीत; पण त्यांनी प्रयत्नपूर्वक काढलेली काही व्यक्तिचित्रं लक्षणीय उतरली आहेत. लॉर्ड डार्लिंग यांच्या चेहऱ्यावर दिसणारी भावनाशून्य अधिकारी वृत्ती (सन १९२५), मिस सेसिली ग्रीनवेल यांचा सौंदर्याविषयीचा अहंकार (सन १९४९) आणि *एचएमएस इन्डॉमिटेबल* या नौकेच्या उद्घाटनाच्या वेळी गेलेल्या लेडी चर्चिल यांच्या चेहऱ्यावरचा आनंद (सन १९५४), हे त्यांचं काम त्यांच्या इतर चित्रांच्या तुलनेत सर्वोत्तम ठरेल, असं माझ्यासारख्या सर्वसामान्य नजरेच्या माणसाला वाटतं.[३२] विन्स्टन यांच्या लेखनात सहजी न आढळणारी मानवी सहानुभूती त्यांनी काढलेल्या व्यक्तिचित्रांमध्ये मात्र ठळकपणे दिसते. अशी अनेक चित्रं त्यांनी अपूर्णच ठेवली, ही त्यांच्या एकूण रूढ वागणुकीपेक्षा लक्षणीय वेगळी बाब आहे. *'पेंटिंग अ‍ॅज अ पास्टटाइम'* नावाची एक ३२ पानी पुस्तिका त्यांनी १९४८ मध्ये प्रकाशित केली. या फसवेपणाच्या शेवटी मात्र मुखवटा गळून पडलेला दिसतो. हेमिंग्वेच्या लिखाणाची आठवण यावी, अशी चित्रकला आणि युद्ध यातील सादृश्यता नोंदवायचा विन्स्टन यांचा प्रयत्न या पुस्तिकेत शेवटच्या भागात आहे : 'चित्रकलेत प्रमाण किंवा संबंध यांतून राखीव साठ्याचा उगम होतो. या ठिकाणी सर्व महान सुसंगत विचारांनी चोखाळलेल्या मार्गावरून चित्रकाराची कला पुढे जायला लागते;' पण त्यांच्या मनातील निराशेचं सावट अजूनही टिकून होतं. 'तुम्ही हा अनुभव घेतला नसेल, तर मृत्यू यायच्या आधी त्यासाठी प्रयत्न करून पाहा,' असं त्यांनी लिहिलं आहे. 'चित्रकार एकटे नसतात, म्हणून ते आनंदी राहतात. प्रकाश आणि रंग, शांतता आणि आशा यांची त्यांना शेवटपर्यंत सोबत असते, अगदी अंतिम दिवसापर्यंत असते.'

अर्थात विन्स्टन यांच्या हातात चित्रकलेच्या ब्रशपेक्षाही पेन सर्वाधिक वेळ असायचं. *'हिस्ट्री ऑफ द सेकण्ड वर्ल्ड वॉर'* या सहा खंडांचं प्रकाशन १९४८ ते १९५४ दरम्यानच्या काळात झालं. पंतप्रधानांचा वार्षिक पगार साधारण १० हजार पौंड होता, अशा काळात या ग्रंथाच्या मानधनातून विन्स्टनना सहा लाख पौंड कमाई झाली; एवढंच नव्हे तर त्यांना साहित्याचं नोबेल पारितोषिकही मिळालं. मंत्रिमंडळ सचिव सर एडवर्ड ब्रिजेस, संशोधन सहायक बिल डिकीन आणि लेफ्टनंट जनरल सर हेन्री पॉवनल यांच्यासह अनेक नागरी सेवाधिकाऱ्यांनी विन्स्टनना या लेखनासाठी बरीच मदत केली. 'हा इतिहास नाही, तर माझा युक्तिवाद आहे', असं खुद्द विन्स्टननीच म्हटलं होतं. वस्तुनिष्ठतेचा दावा करण्याचा अधिकार या ग्रंथाला नव्हता. पूर्व आघाडीचा प्रभाव त्यांनी कमी करून सांगितला होता; नॉर्मन्डी चढाईबाबत विन्स्टननी घेतलेले आक्षेप सौम्य करून नोंदवले होते; दीर्घ काळ त्रास

सहन करत आलेल्या ॲलन ब्रूक यांना खास चर्चिल यांच्या शैलीतील बेदरकार वृत्तीची वागणूक या ग्रंथातही मिळाली. तरीही डेव्हिड रेनॉल्ड्स यांनी *'इन कमांड ऑफ हिस्ट्री'* या अलीकडच्या पुस्तकात म्हटल्याप्रमाणे, विन्स्टन चर्चिल यांच्या या खंडांमधून 'युद्ध व युद्धनेते यांच्याविषयीच्या वैयक्तिक प्रभावांची नोंद सापडते. युद्धासंबंधीचा इतका महाकाय कागदोपत्री पुरावा पाहायला मिळण्यासाठी अभ्यासकांना पुढच्या शतकापर्यंत वाट पाहावी लागली असती; पण या खंडांनी हा पुरावा काही वर्षांमध्ये उपलब्ध करून दिला. शिवाय महत्त्वाच्या लढाया आणि मुत्सद्देगिरी यांच्याविषयीचं माहितीपूर्ण कथनही या खंडांमधून समोर येतं.' 'हे युद्ध अमेरिकेनं एकहाती जिंकल्याचं चित्र अमेरिकी आत्मकथनांच्या व चित्रपटांच्या लाटेमधून उभं राहत होतं, अशा वेळी या युद्धातील विजयामध्ये ब्रिटनचं काय योगदान होतं, हे या खंडांनी अधोरेखित केलं.'

युद्धानंतरच्या काळात विन्स्टन विरोधी पक्षाचे सक्रिय नेते राहिले नव्हते. अनेकदा ते सभागृहात अनुपस्थित असत आणि आंतरराष्ट्रीय परिस्थितीविषयी त्यांना अधिक चिंता लागून राहिलेली असायची. सभागृहात ते हजर असतील, तेव्हा काहीतरी 'खोडकरपणा'च करत, असं ॲटलींचं मत होतं. १९४७ मध्ये विन्स्टनना अतिशय गोपनीय पातळीवर कळवण्यात आलेली भारताविषयीची वस्तुस्थिती त्यांनी मोडतोड करून सादर केली होती, हा अनुभव ॲटलींनी नोंदवला आहे :

> 'त्या वेळी माझ्या कारकिर्दीतील सर्वांत लाजिरवाणी परिस्थिती मी अनुभवली. त्या विषयासंबंधीची सर्व वस्तुस्थिती मांडून त्याच्या खोलात जाणं मला करता येणार नव्हतं; त्यामुळे विन्स्टन यांचा खोटेपणा उघड पाडणंही शक्य झालं नाही. या प्रसंगासाठी त्यांना माफ करणं मला अतिशय अवघड जातं; पण तरीही मी त्यांना माफ केलं, ही असाधारण गोष्ट म्हणावी लागेल. दुसरा कोणी माणूस असता, तर असं वागणं निंद्य आणि अतिशय अक्षम्य ठरलं असतं.'[३३]

या प्रकारच्या चुकांकडे फारशा उदारपणे न पाहणाऱ्या रॉय जेनकिन्स यांनी विन्स्टन यांच्या अशाच वागणुकीचा १९५१ मधील एक दाखला दिला आहे. आजारी क्रिप्स यांच्या जागी कोषागारमंत्री म्हणून नियुक्त झालेले ह्यू गाइटस्केल भाषणाला उभे राहिले, तेव्हा विन्स्टननी आपल्या जागेच्या आजूबाजूला सतत काहीतरी धुंडाळत राहत अडथळा आणायला सुरुवात केली. अखेरीस गाइटस्केल यांना भाषणात विराम घ्यावा लागला. 'मी तर फक्त ते ज्युजूब (एक बोरासारखं फळ) शोधत होतो,' असं आपल्या वागण्याचं स्पष्टीकरण विन्स्टननी दिलं, तेव्हा सभागृहात

हास्यकल्लोळ उसळला.[३४] लेबर पक्षाचं सरकार १९५० च्या सार्वत्रिक निवडणुकांमध्ये केवळ नऊ सदस्यांचं बहुमत मिळवू शकलं होतं; अशा थकलेल्या सरकारविरोधात छळवणुकीची सातत्यपूर्ण मोहीम यशस्वीरीत्या चालवण्यात कन्झर्वेटिव्ह पक्षाचं नेतृत्व विन्स्टननी केलं.[३५]

त्यांनी आंतरराष्ट्रीय घडामोडींवर अधिक लक्ष केंद्रित करणंही स्वाभाविक होतं, कारण त्यांनी वर्तवलेल्या अंदाजांनुसारच या घडामोडी उलगडत होत्या. सप्टेंबर १९४५ मध्ये त्यांनी क्लेमींना लिहिलं : 'भविष्य अंधकारमय आणि धोकादायक असेल, असं मला वाटतं. ...रशियाच्या पोलादी पडद्यामागे काय घडतंय याबद्दल अगदी अत्यल्प माहिती बाहेर येते; पण पोलिश व झेकोस्लोव्हाकियन लोकांना अपेक्षेप्रमाणे अतिशय वाईट वागणूक मिळत असेल असं दिसतं.'[३६] विन्स्टननी १९४६ मध्ये सहा आठवडे फ्लोरिडा आणि क्युबा इथल्या समुद्रकिनाऱ्यांवर विश्रांती घेण्यात घालवले. त्यानंतर हॅरी ट्रूमन यांनी मिसुरीतील फुल्टन येथील वेस्टमिन्स्टर कॉलेजात व्याख्यानासाठी निमंत्रित केल्यावर ही संधी विन्स्टननी दोन्ही हातांनी कवटाळली. त्यांच्या कारकिर्दीमधील हे बहुधा सर्वांत अरिष्टसूचक भाषण असावं. ट्रूमन यांच्यासोबत राष्ट्राध्यक्षीय ट्रेनमधून विन्स्टन मिसुरीला जाऊन आले. आपल्याला व्यक्त करता येत नसलेल्या भावना विन्स्टननी 'उघड' केल्याबद्दल ट्रूमन व ॲटली दोघांनीही सुरुवातीला त्यांचे मनोमन आभार मानले असावेत; पण नंतर या भाषणावरून अपेक्षेप्रमाणे गदारोळ उठला, तेव्हा दोघांनाही विन्स्टनपासून अंतर राखणं भाग पडलं. 'बाल्टिकमधील स्टेटीनपासून एड्रिआटिकमधील ट्राएस्टपर्यंत सर्व युरोपीय मुख्य भूमीवर पोलादी पडदा पडला आहे' आणि 'सोव्हिएत रशियाला युद्ध हवं असेल यावर माझा विश्वास नाही. त्यांना युद्धाची फळं चाखायची आहेत आणि स्वतःच्या सत्तेचा व विचारसरणीचा अमर्याद विस्तार करायचा आहे' ही या व्याख्यानातील दोन विधानं सर्वाधिक गाजली; पण त्यांच्या मांडणीचा गाभा भाषणाच्या शेवटच्या भागामध्ये आला होता :

> 'इंग्रजीभाषक राष्ट्रकुलाची लोकसंख्या आणि अमेरिकेची लोकसंख्या यांचा एकत्रित विचार केला; तर त्यात हवाई क्षेत्र, समुद्री अवकाश, विज्ञान व उद्योग यांसह नैतिक शक्तीच्या बाबतीतही सहकार्य करणं अनुस्यूत असेल. असं झाल्यास डळमळणारा व धोकादायक सत्तासमतोल निर्माणच होणार नाही. परिणामी, अशा सत्तेसोबत येणारा आकांक्षेचा किंवा साहसाचा मोहसुद्धा अस्तित्वात येणार नाही. उलट अशा रचनेत सुरक्षेची प्रचंड आश्वस्तता राहील. संयुक्त राष्ट्रांच्या सनदेचं आपण निष्ठेनं पालन केलं व दुसऱ्या कोणाची भूमी किंवा खजिना न लाटता,

> माणसांच्या विचारांवर मनमानी नियंत्रण प्रस्थापित करण्याची आकांक्षा न बाळगता शांत व स्थिरचित्तानं सामर्थ्यासह आपण पुढचा मार्ग चोखाळला आणि ब्रिटिशांची नैतिक व भौतिक शक्ती व धारणा यांच्याशी तुमच्या शक्तीचा व धारणांचा भ्रातृभावानं संयोग झाला, तर भविष्याचा उत्तुंग मार्ग स्पष्ट होईल. केवळ आपल्यालाच नव्हे, तर सर्वांना आजच्यापुरती नव्हे तर पुढील शतकासाठी ही स्पष्टता कामी येईल.'[३७]

ही आशा फोल होती. विसाव्या शतकात अमेरिकेच्या परराष्ट्र धोरणावर मोठा भर दिल्याने ब्रिटिशांचा आंतरराष्ट्रीय प्रभाव रोडावेल, हे अर्थातच विन्स्टननाही माहीत होतं. अमेरिका वसाहतवादाच्या कलंकापासून मुक्त आहे आणि मध्यपूर्व, आशिया व आफ्रिका या प्रदेशांमध्ये अमेरिकेनं मुक्तिदायी अभियानं चालवलेली आहेत, हा अमेरिकी परराष्ट्र मंत्रालयाचा ठाम समज होता.[३८] या वृत्तीमुळे तत्त्व आणि व्यवहार यांच्यात मोठी दरी निर्माण झाली आणि तेव्हापासून अमेरिकी परराष्ट्र धोरण वारंवार या दरीत कोसळत राहिलेलं आहे; त्यामुळे १९४६ मध्ये फिलिपिन्सला स्वातंत्र्य देण्यात आलं, तेव्हाच 'बेल व्यापारी अधिनियम'ही अस्तित्वात आला- अमेरिकी वस्तूंशी स्पर्धा करू शकतील अशा कोणत्याही उत्पादनांची निर्मिती किंवा विक्री करण्यावर या कायद्याद्वारे प्रतिबंध लावण्यात आला आणि फिलिपिन्समधील बाजारपेठा व नैसर्गिक स्रोतांपर्यंत पोहोचण्याची अमेरिकी नागरिकांनाही समान संधी असेल अशी तरतूद करण्यात आली. हा व्यवहार (१९४६ पूर्वीच्या व नंतरच्या) वसाहतवादापेक्षा कितपत भिन्न आहे, या द्वंद्वात्मक प्रश्नाचं उत्तर अमेरिकी मुत्सद्देगिरीच्या विद्यार्थ्यांनीच सोडवणं इष्ट राहील.

या दलदलीत आणखी पुढे जाण्याची गरज नाही, कारण आपल्या मूळ विवेचनासंदर्भात अमेरिकेच्या वागणुकीचा इतपत ऊहापोह पुरेसा आहे. 'अमेरिकी भ्रामकते'ची भुरळ विन्स्टन आणि नंतरच्या ब्रिटिश पंतप्रधानांना पडली; त्यामुळे तिच्यासोबतच्या 'विशेष संबंधांना प्राधान्य देत युरोपकडे दुर्लक्ष करण्यात आलं,' असा युक्तिवाद जॉन चार्म्ले यांनी केला आहे, त्यामागील कारण अधोरेखित करण्यापुरताच अमेरिकी धोरणाचा संदर्भ आपल्याला इथे उपयोगी आहे. 'युरोपात ब्रिटनला अनन्यसाधारण स्थान मिळालं आहे, त्याचा लाभ घेऊन या खंडाच्या एकीकरणात ब्रिटननं पुढाकार घ्यावा, अशी जोरदार मांडणी १९५० च्या दशकात होत होती; परंतु चर्चिल यांच्या अधिक भव्य कथनामुळे या मांडणीकडे दुर्लक्ष झालं,'[३९] असं खरंच आहे का, हे मात्र पुरेसं स्पष्ट होत नाही. मुळात जगातील ब्रिटिशांचा व्यापक प्रभाव हितकारक शक्तीच्या रूपातील होता की नव्हता, हा महत्त्वाचा मुद्दा आहे. विन्स्टनना हा प्रभाव हितकारक असल्याचं वाटत

होतं; परंतु हा प्रभाव सुस्थितीत ठेवण्यासाठी १९४१ पासून ब्रिटन ज्या अमेरिकेवर अधिकाधिक विसंबून राहू लागला, तिच्या मते ब्रिटिश साम्राज्य हितकारक नव्हतं. यावर अधिक चर्चा करणं आपल्या विषयसूत्राला धरून राहील.

चार्ल्मे यांनी नोंदवलेली 'अमेरिकी भ्रामकता' ही युद्धोत्तर ब्रिटनच्या जीवनातील अटळ वस्तुस्थिती होती. फुल्टनमध्ये विन्स्टननी दिलेलं भाषण या वस्तुस्थितीची मांडणी करण्याबाबत अग्रदूत ठरलं, एवढंच! परंतु १२ मार्च १९४७ रोजी ट्रूमन यांनी अमेरिकी प्रतिनिधिगृहामध्ये केलेल्या भाषणामुळे वातावरण बदललं. ग्रीस व तुर्कस्तान यांच्या संदर्भातील आपली आश्वासनं पूर्ण करण्यात ब्रिटन अपयशी ठरला आहे; त्यामुळे निर्माण झालेली पोकळी अमेरिकेनंच भरून काढायला हवी, असं या वेळी ट्रूमननी जाहीर केलं. *'ट्रूमन डॉक्ट्राइन'* या नावानं परिचित झालेल्या या मांडणीत स्पष्टपणे म्हटलं होतं की :

> 'अंकितत्व लादण्याचा प्रयत्न करणाऱ्या सशस्त्र अल्पसंख्याकांचा किंवा बाह्य दबावांचा प्रतिकार करणाऱ्या स्वतंत्र लोकांना पाठिंबा द्यायचं अमेरिकेचं धोरण असायला हवं. ...त्यामुळे निधीपुरवठ्यासोबतच ग्रीस व तुर्कस्तान या देशांमध्ये त्यांच्या विनंतीनुसार काही अमेरिकी नागरी व सैनिकी पथकं पाठवावीत, असं मला वाटतं. पुनर्बांधणीच्या कामांमध्ये सहकार्य करण्यासाठी आणि अशा वित्तीय व भौतिक सहकार्याच्या वापरावर देखरेख ठेवण्याच्या उद्देशानं ही पथकं गरजेची ठरतील.'

ट्रूमन यांच्या सरकारमधील परराष्ट्रमंत्री जॉर्ज सी. मार्शल यांनी ५ जून १९४७ रोजी हार्वर्ड विद्यापीठाच्या पदवीदान समारंभामध्ये केलेल्या भाषणामध्ये हेच सूत्र पुढे नेलं :

> 'आमचं धोरण कोणत्याही देशाविरोधात किंवा मतप्रणालीविरोधात नाही; तर भूक, गरिबी, निराशा व अनागोंदी यांच्या विरोधातील आहे. स्वतंत्र संस्था अस्तित्वात येऊ शकतील अशा राजकीय व सामाजिक परिस्थितीच्या उदयासाठी आवश्यक सक्रिय अर्थव्यवस्थेला जगाच्या पातळीवर नवसंजीवनी देणं, हा या धोरणामागचा उद्देश असायला हवा. विविध समस्या उद्‌भवत असताना हे सहकार्य तुटक स्वरूपात असणं योग्य नाही, असं मला ठामपणे वाटतं. विद्यमान सरकारकडून भविष्यात दिलं जाणारं कोणतंही सहकार्य केवळ वेदनाशामक असू नये, तर रोगमुक्त करणारं असावं. रोगातून बरं होण्याच्या कामात सहकार्य करू इच्छिणाऱ्या

कोणत्याही देशाला अमेरिकी सरकारकडून पूर्ण साहाय्य दिलं जाईल, याची मला खात्री आहे. इतर देशांच्या रोगमुक्ततेमध्ये अडथळा आणण्याची खटपट करणाऱ्या कोणत्याही सरकारनं आमच्याकडून मदतीची अपेक्षा करू नये. शिवाय राजकीय अथवा इतर लाभांसाठी मानवी दुर्दशा टिकवून ठेवू पाहणारी सरकारं, राजकीय पक्ष किंवा गट यांना अमेरिकेकडून विरोध केला जाईल.'

युरोपविषयी विन्स्टननी केलेली मांडणी त्यांच्या अनेक उत्तराधिकाऱ्यांपेक्षाही अधिक भविष्यज्ञानी होती. फुल्टनमधील भाषणानंतर त्यांनी युरोपातील अनेक पुरस्कार व सन्माननीय पदव्या जमा करत दौरा केला. 'युरोपीय संयुक्त राज्यं' (युनायटेड स्टेट्स ऑफ युरोप) उभारणं आवश्यक आहे, असा विचार त्यांनी नोव्हेंबर १९४५ मध्ये पहिल्यांदा मांडला होता आणि या दौऱ्यातील सर्व भाषणांमध्ये सातत्यानं हे सूत्र अधोरेखित केलं. याचा कळसाध्याय १९ सप्टेंबर १९४६ रोजी झुरिच विद्यापीठातील भाषणाच्या वेळी गाठला गेला. 'तुम्हाला अचंबा वाटेल असं काहीतरी मी आता बोलणार आहे,' ते म्हणाले. 'फ्रान्स व जर्मनी यांच्यात भागीदारी साधणं, हेच युरोपीय कुटुंबाच्या पुनर्निर्मितीमधील पहिलं पाऊल असायला हवं. असं झालं तरच फ्रान्सला युरोपचं नैतिक नेतृत्व पुन्हा मिळवता येईल. आध्यात्मिकदृष्ट्या महान फ्रान्स आणि आध्यात्मिकदृष्ट्या महान जर्मनी यांच्याशिवाय युरोपचं पुनरुज्जीवन होणार नाही.' आजच्या युरोपीय संघाला फारसं कोणी 'आध्यात्मिकदृष्ट्या महान' (स्पिरिच्युअली ग्रेट) म्हणणार नाही; पण विन्स्टनना अपेक्षित होतं तशाच रचनेची निर्मिती युरोपीय संघाद्वारे झाली, हे मात्र खरंच आहे. या रचनेत कितीही त्रुटी असल्या तरी फ्रान्स आणि जर्मनी यांना एकमेकांचे गळे पकडण्यापासून रोखण्याचं कार्य यामुळे शक्य झालं आणि नवीन युरोपीय यादवी युद्धाचा विचारही उद्‌भवला नाही. ब्रिटनच्या भूमिकेविषयीचं विन्स्टन चर्चिल यांचं मत पुन्हा एकदा भाषणाच्या शेवटी व्यक्त झालं :

'पहिलं पाऊल म्हणून युरोपीय मंडळाची स्थापना करायला हवी. सुरुवातीला युरोपातील सर्व राज्यांना संघात सामील होण्याची इच्छा नसेल किंवा तसं शक्य नसेल, तरीही आपण पुढे जाऊन इच्छुक असलेल्यांना व शक्य असलेल्यांना एकत्र जमवण्यासाठी पुढची पावलं टाकायला हवीत. ...या तातडीच्या कार्यामध्ये फ्रान्स व जर्मनी यांनी एकत्रितरीत्या पुढाकार घ्यायला हवा. ग्रेट ब्रिटन, ब्रिटिश राष्ट्रकुल, शक्तिशाली अमेरिका आणि माझ्या मते सोव्हिएत रशियासुद्धा (तरच मुळात हे सगळं

योग्यरीत्या साध्य होईल.) या नवीन युरोपाचे मित्र व प्रायोजक असायला हवेत आणि युरोपच्या जगण्याच्या व झळाळण्याच्या हक्काचे समर्थक असायला हवेत.'[४०]

दुसऱ्या वाक्यात आलेला 'आपण' हा शब्द लक्षात घेतला, तर हे स्पष्ट आहे की, ब्रिटन हा युरोपीय संघातील सदस्य न होता या संघाचा प्रायोजक असावा, अशी विन्स्टन यांची भूमिका होती. ब्रिटनची 'खरी नियती इंग्रजीभाषक लोकांचं नैतिक नेतृत्व करण्यामध्ये सामावलेली आहे. स्वातंत्र्याचा कैवार घेणाऱ्या ब्रिटनचा हा ऐतिहासिक हक्क आहे,' अशी त्यांची धारणा होती.[४१] भविष्यातील स्वतंत्र व चैतन्यशील ब्रिटन हा अमेरिका आणि संयुक्त युरोप या दोघांनाही अमूल्य भागीदार वाटणारा असावा, अशी त्यांची भविष्याविषयीची दृष्टी होती; पण ब्रिटनच्या सामर्थ्यवान असण्यावर हे अवलंबून होतं. देश सामर्थ्यवान नसेल, तर 'तुम्ही युरोपीय ठरणार नाही. उलट उर्वरित जगासाठी तुम्ही शरमेचा व दुर्बलतेचा स्रोत ठराल,' असा इशारा त्यांनी १९३४ मध्ये दिला होता.[४२]

विन्स्टन यांच्या ढासळत्या शारीरिक अवस्थेविषयी मोरान यांनी लिहिलं आहे आणि त्यांच्या शेवटच्या स्वीय सचिवांनीही काहीशा सौम्य स्वरूपात यासंबंधीची नोंद केलेली आहे; त्यामुळे या संदर्भातील तपशिलांची पुनरावृत्ती मी करत नाही.[४३] कन्झर्वेटिव्ह पक्षाला १९५१ च्या सार्वत्रिक निवडणुकीत त्यांच्या नेतृत्वाखाली विजय प्राप्त झाला, म्हणजे त्यांच्यातील कणखरपणा निश्चितपणे पूर्ण संपलेला नव्हता. शिवाय दोन मुख्य पक्षांमध्ये देशाची समान विभागणी झालेली असताना आधी घडून गेलेल्या प्रचंड बदलांना पचवण्यासाठी दीर्घ काळ शांततेची गरज आहे, हे कळण्याएवढी शहाणीवसुद्धा त्यांच्यात टिकून होती.[४४] या शांततेसाठी किंमत मोजावी लागलीच- कामगार संघटनांचा अनुनय करावा लागला, त्यातून महामंदीची पायाभरणी झाली, अंतिमतः केन्शियन तत्त्वं उद्ध्वस्त झाली आणि १९३० मध्ये विन्स्टननी खेदानं सोडून दिलेल्या आर्थिक उदारमतवादामध्ये वीस वर्षांनी नवीन जीव फुंकला गेला. ऑक्टोबर १९५१ मध्ये ते सत्तेत परत आले, तेव्हा *'ॲक्शन धिस डे'* असं लिहिलेली त्यांच्या आधीच्या कार्यकाळातील लाल रंगाची भीतिदायक लेबल्स '१०, डाउनिंग स्ट्रीट'मधल्या दूतांनी मंत्रिमंडळ सभागृहाच्या टेबलावर काढून ठेवली; पण विन्स्टननी या लेबलांचा वापर पुन्हा कधी केला नाही.[४५] खरंतर नोकरशाहीला चेतना पुरवण्याची कधी नव्हे एवढी गरज त्या काळी निर्माण झाली होती; पण त्यासाठी 'ॲक्शन धिस डे'सारखे निकडीचे आदेश देण्याची इच्छा किंवा ऊर्जा विन्स्टनमध्ये आता उरली नव्हती. आपल्या पक्षाच्या कोणत्याही संभाव्य उत्तराधिकारी नेत्याकडे खरोखरची निग्रही वृत्ती नसल्याची त्यांची भावना होती आणि

त्यांचा स्वतःचाही उत्साह आता पूर्वीसारखा राहिला नव्हता; पण पुन्हा एकदा विशिष्ट कालखंडात त्यांची गरज होती, तेव्हाच त्यांना सत्ता मिळाली. युरोपीय संघाच्या निर्मितीबाबत अधिक वेगानं पावलं उचलण्यासाठी अमेरिका दबाव आणत असल्याचा मुद्दा कॉलव्हिलमध्ये १९५२ मध्ये झालेल्या एका भाषणात त्यांनी मांडला. त्या वेळी त्यांनी अमेरिकेबाबत केलेली एक टिप्पणी अधिक जोरदारपणे ब्रिटनला लागू पडणारी होती. अनेक पिढ्या चुकीच्या निवडी केल्याचे परिणाम ओलांडून पुढे जाणं ही ब्रिटनची गरज होती. 'असमाधानकारक कालखंडातील वेदना सहन करणंच बहुधा अधिक चांगलं राहील,' असं ते म्हणाले. 'सबल होण्याच्या नादात आपण स्वतःचा जीव घेण्याची शक्यता होती.'[४६]

या टप्प्यावर कामगार संघटना इतक्या प्रबळ होत्या की, त्यांना अंगावर घेणं सरकारला परवडणारं नव्हतं. शिवाय त्यांनी सरकारला बिनशर्त पाठिंबा दिला होता; त्यामुळे या टप्प्यावर त्यांना आव्हान देणंही शक्य नव्हतं. खाली दिलेला १९५३ मधील उतारा मूलतः लोकशाहीला छेद देणारा आहे, हे लेबर पक्षाचे खासदार जॉर्ज इसाक्स यांच्या ध्यानात आलं नाही :

> 'कामगार संघटनांनी यापूर्वी केलेल्या काही कृती तर्कशुद्ध निष्कर्षापर्यंत गेल्या असत्या, तर संसदेच्या हातातून सर्वोच्च आर्थिक व राजकीय सत्ता हिसकावून घेण्याचं सामर्थ्य त्यांच्यात होतं; परंतु जोपर्यंत संथ तरीही निश्चित स्वरूपातील बदल घडवून सामाजिक लोकशाहीच्या दिशेनं जाण्याचं सामर्थ्य संसदीय लोकशाही दाखवत असेल, तोवर तिला नकार देणं कामगार संघटनांच्या विचारात बसत नाही, हे या संघटनांचं खरं स्वरूप जाणणाऱ्यांना माहीत होतं.'[४७]

वेगळ्या शब्दांत सांगायचं तर, आपल्याला अभिप्रेत असलेले परिणाम साधले जात असतील, तर संसदीय लोकशाही स्वीकारायची या संघटनांची तयारी होती. ब्रिटनमध्ये साम्यवादी मंडळी कधीच राष्ट्रीय पक्षाच्या रूपात उभी राहू शकली नाहीत, यात आश्चर्य वाटण्यासारखं काही नाही. लेबर पक्षाच्या व्यापक चौकटीच्या बाहेर साम्यवाद्यांना फारसं वावरच उपलब्ध नव्हतं. फ्रान्स किंवा इटलीत होते तितकेच साम्यवादसमर्थक ब्रिटनमध्येही असावेत, त्यांना बौद्धिक पातळीवर साम्यवादी तत्त्वज्ञान पटलेलं होतं; परंतु व्यक्तिवादावरील अढळ निष्ठेमुळे त्यांना साम्यवादी पक्षाचं कडक शिस्तीचं सदस्यत्व पत्करायची इच्छा नव्हती. कामगार संघटनावादी फ्रँक चॅपल हे नेते साम्यवादी पक्षाचे सदस्य होते, परंतु १९५७ मध्ये रशियानं हंगेरीवर चढाई केल्यानंतर त्यांनी पक्षाच्या विरोधात भूमिका घेतली. धूर्त निवडणुकांमध्ये

संघटनांचा अनुनय करण्याच्या धोरणावर त्यांनी टीका केली आणि धमकावणीच्या वृत्तीवर ताशेरे ओढले. 'औद्योगिक संबंधांमध्ये वाईट वर्तणुकीला बक्षीस दिलं, तर अशा वर्तणुकीत वाढ होत जाते,' असं ते म्हणाले.[४८]

रशियन सत्ताधारी हे 'न सुधारणारे अथक आक्रमक वृत्तीचे प्राणी' आहेत, असं मत विन्स्टननी डिसेंबर १९५३ मध्ये एडन इथे व्यक्त केलं होतं. आंतरराष्ट्रीय पातळीवर त्यांनी या भूमिकेपासून कधीही फारकत घेतली नाही. किंबहुना रशियन साम्यवादाला विरोध करण्यातून त्यांच्या राजकीय जीवनाला सातत्य टिकवण्यासाठी सर्वांत मोठी ऊर्जा मिळाली आणि अर्थ प्राप्त झाला, असं ते स्वतः तरी मानत.[४९] विन्स्टन यांच्या राजकीय जीवनाला १९४४ नंतर उतरती कळा लागली, असं मला वाटतं; पण असं असलं तरीही थकलेला वाघसुद्धा निग्रहानं डरकाळी फोडतो. साम्यवादाच्या धोक्यांविषयी त्यांनी बरीच वर्षं इशारे दिले होते. १९४५ नंतर शीतयुद्ध काळातील पेचप्रसंग सोडवण्यासाठी त्यांनी अनेक उच्चपदस्थ बैठकींमध्ये प्रयत्न केले, सामर्थ्यस्थान वापरून पाहिलं. परस्परांचा विध्वंस करण्यापेक्षा पेच सोडवणं उचित असल्याचं त्यांना वाटत होतं आणि स्टालिन व त्यांच्या मृत्यूनंतरचं नवीन रशियन नेतृत्व आपलं ऐकून घेईल असा विश्वासही त्यांना होता; परंतु त्यांच्या डरकाळ्यांना मिळणाऱ्या प्रतिसादाचा सूर मंदावतच गेला. पंतप्रधानपदाच्या शेवटच्या कार्यकाळात विन्स्टनना अनेक नकारांना सामोरं जावं लागलं, त्यात मुख्यत्वे माजी सेनाधिकारी व आता अमेरिकेचे राष्ट्राध्यक्ष झालेल्या आयझेनहॉर यांनी दिलेल्या नकारांचा समावेश होता. १९४२-४५ मध्ये आपण ज्या विन्स्टन चर्चिल यांच्यासोबत काम केलं, त्यांच्याविषयी आपल्या मनात प्रचंड आदर आहे, पण १९५३-५५ मध्ये आपल्याशी संवाद साधू पाहणाऱ्या वयोवृद्ध चर्चिल यांच्याकडे फारसं काही नवीन सांगण्यासारखं उरलेलं नाही, असं आयझेनहॉरनी स्पष्ट केलं होतं. हे खरंही होतं : व्यावहारिक पातळीवरील हितावह उद्दिष्ट साध्य करण्यापेक्षा स्वतःचं मत प्रतिपादन करण्यासाठी विन्स्टन यांना शिखरबैठकी हव्या असत; पण विन्स्टन यांच्या सर्वाधिक निर्दयी अनादराचा प्रसंग त्यांच्या अतिशय प्रिय हाउस ऑफ कॉमन्समध्येच घडला. नोव्हेंबर १९५४ मध्ये ऐंशीव्या वाढदिवसानिमित्त त्यांना सभागृहातील सदस्यांनी वर्गणी काढून एक पोर्ट्रेट आणि एक नक्षीदार पुस्तक भेट दिलं. या वर्गणीमध्ये योगदान दिलेल्या खासदारांच्या सह्या पुस्तकावर होत्या : लेबर पक्षाच्या २६ खासदारांनी वर्गणी देण्यास नकार दिला होता. ग्रॅहम सदरलँड यांनी काढलेले हे पोर्ट्रेट विन्स्टन यांच्या हयातीत त्यांच्यापाशी राहणार होतं आणि नंतर वेस्टमिन्स्टरमधील दिवाणखान्यामध्ये लावण्यात येणार होतं. हे चित्र सरपटणाऱ्या जनावरांच्या क्रौर्याची आठवण करून देणारं आहे, असं विन्स्टनना वाटलं. याचा त्यांना इतका क्लेश होत राहिला की, काही काळानं क्लेमींना ते चित्र नष्ट करून टाकावं लागलं.

भेटीच्या स्वीकारादाखल भाषण करताना विन्स्टननी चित्रात त्यांना दिसलेलं क्रौर्य स्वतःच्या उक्तीत उतरवलं. हे चित्र म्हणजे 'आधुनिक कलेचं लक्षणीय उदाहरण आहे,' असा शेरा त्यांनी मारला. मग उपस्थितांमध्ये हशा पिकल्यावर थोडा विराम घेऊन ते म्हणाले, 'यात निश्चितपणे बळ व प्रांजळपणाचा संयोग झालेला आहे. दोन्ही सभागृहांतील प्रत्येक सक्रिय सदस्याला हे गुण स्वतःमध्ये असणं अत्यावश्यक वाटेल; पण हे गुण एकत्र येणं मात्र कोणालाही भीतिदायक वाटेल.' शब्दांच्या आणखी फैरी झाडणं त्यांनी सुरूच ठेवलं, 'आज अनुपस्थित राहण्यात धन्यता मानलेल्यांची भूमिका मी अगदीच समजू शकतो. मोकळेपणा व उत्स्फूर्तता असेल तरच अशा आदर दाखवण्याच्या कार्यक्रमांना अर्थ असतो.' सिंहाचं काळीज असलेल्या लोकांच्या वतीनं गर्जना करण्याचं काम आपण केलं, याचा संदर्भ देऊन भाषणाच्या शेवटी ते म्हणाले :

> 'आता माझ्या प्रवासाचा शेवट जवळ आला आहे. अजूनही मी थोडी काही सेवा करू शकेन, अशी मला आशा आहे. ते होईल तेव्हा होईल; परंतु आजच्या दिवशी माझ्या मनात उमटलेल्या भावना मी कधीच विसरणार नाही. आज माझा इतका उत्कृष्ट सन्मान होत असताना आयुष्यभर माझ्यासोबत राहिलेल्या सहकाऱ्यांविषयी व साथीदारांविषयी कृतज्ञता शब्दांत व्यक्त करणं मला अशक्य झालेलं आहे.'[५०]

हाउस ऑफ कॉमन्समधील संरक्षणविषयक चर्चेत १ मार्च १९५५ रोजी विन्स्टन यांचं भाषण झालं. हे त्यांचं प्रत्यक्षातील शेवटचं भाषण नसलं, तरी सार्वजनिक जीवनातूनच स्वतःच्या जीवनाला आकार दिलेल्या माणसाचे निरोपाचे सूर यात ऐकू येतात. हे सगळं आपण आधी बोललो होतो, याची जाणीव त्यांना भाषण लिहीत असताना झाली असणारच. सतराव्या शतकातील 'तीस वर्षांच्या युद्धा'पूर्वी जागतिक परिस्थिती व युरोपातील परिस्थिती कशी होती याची तुलना करून त्यांनी भाषणाला सुरुवात केली. त्यानंतर तेराव्या शतकातील युरोपीय परिस्थिती आणि मंगोलाचं आक्रमण यात तुलना करून दाखवली. अशा वेळी रेटत राहणं, एवढा एकच मार्ग होता :

> 'शेवटी मी एवढंच म्हणेन : सुदैवानं, आपण संयम आणि शौर्य यांचा संयोग घडवला तर अजूनही आपल्या हाताशी वेळ आहे आणि आशाही आहे. पुढच्या दहा वर्षांमध्ये अडथळे वाढत जातील आणि त्यांनी अधिसत्ता मिळवली असेल. या काळात अडथळ्यांचं शिखर गाठलं जाईल आणि त्यांचं अंतिम उद्दिष्टही साध्य होईल. अशा वेळी कदाचित

> न्याय्य व्यवहाराचाही दिवस उजाडेल आणि आपल्याला ज्या भीषण काळात जगावं लागत आहे, त्यातून शांतचित्तानं विजयी वाटचाल करण्यासाठी, येत्या काळातील गांजलेल्या पिढ्यांना सहमानवांविषयीच्या प्रेमाची आणि न्याय व स्वातंत्र्याविषयीच्या आदराची मदत होईल. दरम्यानच्या काळात डगमगू नका, भिऊ नका; निराश होऊ नका.'[५१]

असामान्यांमधील सामान्य होण्याची इच्छा विन्स्टन यांच्या उलट्या बढाईखोरपणातून आली होती. त्यांनी अनेक पुरस्कार आनंदानं स्वीकारले असले, तरी त्यांच्या संबोधनामध्ये बदल होईल असे पुरस्कार मात्र त्यांनी पूर्वीपासूनच नाकारलेले दिसतात. ब्रिटनच्या गतकाळामध्ये महान युद्धनेतृत्वाचा दाखला घालून दिलेले मुत्सद्दी पिट हे केवळ 'श्रीयुत पिट' या नामाभिमानासह निधन पावले होते. उदारहृदयी सम्राटानं १९४५ मधील पराभवानंतर विन्स्टन यांच्यावर *'ऑर्डर ऑफ गार्टर'* हा किताब लादायचा प्रयत्न केला. हे आपल्याकडून वैयक्तिक पातळीवर दिलं जाणारं पारितोषिक आहे, असा युक्तिवाद सम्राटानं करून पाहिला; पण विन्स्टननी उपरोधिक टिप्पणी करून हा किताब नाकारला : मतदारांनी आपल्याला *'ऑर्डर ऑफ द बूट'* हा किताब आधीच दिल्याचं ते म्हणाले. शेवटी त्यांनी एप्रिल १९५३ मध्ये *'ऑर्डर ऑफ गार्टर'* स्वीकारला आणि जून महिन्यात तरुण राणी एलिझाबेथच्या राज्यरोहण समारंभामध्ये अभिमानानं या किताबाचं मानचिन्ह लावून गेले. ड्यूक ऑफ मार्लबरो यांच्या वडिलांचं (यांनी यादवी युद्धात पहिल्या चार्ल्स राजासाठी लढताना स्वतःचं दिवाळं वाजवलं होतं.) नावही विन्स्टन चर्चिल होतं आणि त्यांनाही 'सर' हा किताब मिळाला होता. यातलं साम्य विन्स्टनना निश्चितपणे जाणवलं असणार. त्यांनी राणी एलिझाबेथ व ड्यूक ऑफ एडिंबर्ग यांना '१०, डाउनिंग स्ट्रीट'मध्ये ४ एप्रिल १९५५ रोजी भोजनासाठी आमंत्रित केलं. हा कार्यक्रम पार पडल्यानंतर दुसऱ्याच दिवशी त्यांनी पंतप्रधानपदाचा राजीनामा दिला आणि आपला उत्तराधिकारी म्हणून अँथनी एडन यांच्या नावाची शिफारस केली. त्यांना लंडनच्या उमरावाचं पद देऊ करण्यात आलं होतं; पण मुलगा रँडॉल्फ याच्याशी चर्चा करून त्यांनी हा सन्मान नाकारला. हाउस ऑफ लॉर्ड्समध्ये जायची रँडॉल्फ यांची अजिबात इच्छा नव्हती. पुढे १९५५ आणि १९५९ या वेळी झालेल्या सार्वत्रिक निवडणुकांमध्ये वूडफोर्डमधील मतदारांनी विन्स्टनना यथायोग्य निवडून दिलं आणि या वर्षांमध्ये नियमित कामकाज पार पाडत शेवटी २७ जुलै १९६४ रोजी विन्स्टननी त्यांच्या लाडक्या हाउस ऑफ कॉमन्सला अखेरची भेट दिली. वडिलांच्या मृत्यूला बरोबर सत्तर वर्षं पूर्ण झाली त्या दिवशी, २४ जानेवारी १९६५ रोजी विन्स्टन चर्चिल यांचं निधन झालं.

उपसंहार

मृत्यूची सत्ता सार्वभौम नसते

विन्स्टन यांच्याविषयी अलीकडच्या काळात प्रकाशित झालेल्या चरित्राभ्यासांपैकी अँड्र्यू रॉबर्ट्स यांचं *'एमिनन्ट चर्चिलियन्स'* आणि जॉफ्री बेस्ट यांचं *'चर्चिल : अ स्टडी इन ग्रेटनेस'* या दोन्ही पुस्तकांमध्ये एक विशिष्ट भावना भरून राहिलेली जाणवते. बेस्ट यांच्या पुस्तकातील शेवटच्या परिच्छेदात या भावनेला योग्य शब्दांत मांडलं आहे : ब्रिटनमध्ये विन्स्टन चर्चिल 'यांच्यासारखा माणूस पुन्हा होणार नाही, कारण असा माणूस वृद्धिंगत होत जाण्यासाठी आवश्यक वावरच इथे उरलेलं नसेल. लोकसंस्कृतीमध्ये चर्चिल यांच्या मूल्यांविषयी वाढती प्रतिकूलता दिसून येते; त्यामुळे त्यांच्या उपलब्धींकडे लक्ष न जाण्याची किंवा त्यांची योग्य दखल घेतली न जाण्याची शक्यता जास्त आहे.' 'योग्य विचार' करणाऱ्या लोकांनी विन्स्टन यांच्याविषयी कायम नाकं मुरडली आणि त्यांची चेष्टा केली. या लोकांमधील धूर्तपणा आता वाढला असेल, असं मानायला काही आधार नाही. संपन्नता व आराम यांचा पसारा वाढत गेला; त्यामुळे अधिकाधिक पुरुषांना व स्त्रियांना त्यांच्या पूर्ण सामर्थ्याचं फळ मिळवणं शक्य झालं आहे. अशा लोकांना सार्वजनिक जीवनात जावंसं वाटत नसेल, तर यातून व्यापक समाजाबद्दल काही निष्कर्ष हाती लागण्यापेक्षाही राजकारण किती सुमार झालं आहे ते अधिक जाणवतं.

विन्स्टन स्वातंत्र्याला मूल्यवान मानत असले, तरी त्यांना सत्ता अधिक प्रिय होती, हा त्यांच्या सार्वजनिक जीवनातील विरोधाभास होता. त्यांच्यासारख्या स्फोटक ऊर्जा असलेल्या माणसावरही चाप ठेवण्याइतकी ताकद नोकरशाहीत असेल, तर त्यांच्यापेक्षा कमी जरब असणाऱ्या उत्तराधिकाऱ्यांना ही नोकरशाही विनासायास गुदमरवून टाकू शकते, याची फिकीर विन्स्टनना नव्हती. त्यांची अहंकारी वृत्ती याला कारणीभूत असावी. त्यांच्या अनेक कृतींचं अनुसरण करणं अशक्य होतं. अनेक अधिकाऱ्यांना त्यांनी चाकाखालच्या धुळीसारखं वागवलं, तरीही हे अधिकारी

त्यांच्याविषयी राजीखुशीनं आदर राखून होते, यावरूनही त्यांचं वेगळेपण स्पष्ट होतं. युद्धकाळात मंत्रिमंडळ कार्यालयातील कनिष्ठ सचिव असलेले आणि नंतर न्यूझीलंडमध्ये उच्चायुक्त म्हणून गेलेले सर जॉर्ज मॅलाबी यांनी या संदर्भात एक अनुभव नोंदवला आहे :

> 'त्यांच्या जवळपास कुठेही सेवेत असलेला माणूस त्यांचा भक्त होत असे. ते दयाळू किंवा समजूतदार नव्हते. त्यांना आमची काहीही फिकीर नसायची. त्यांच्या अतिशय जवळच्या व्यक्तींनाच ते नावानं ओळखायचे, बाकीच्यांना ते फारसं जवळपासही फिरकू देत नसत. शिवीगाळ आणि तक्रारी करण्याबाबत ते काहीच हातचं राखून ठेवत नसत. ते अवाजवी अपेक्षा करायचे आणि निर्दयी टीका करायचे. सर्वसाधारणपणे आपल्या वरिष्ठामधील ज्या स्वभाववैशिष्ट्यांचा आपण तिरस्कार करतो किंवा निंदा करतो, ती सगळी वैशिष्ट्यं त्यांच्या स्वभावात सातत्यानं दिसायची; पण त्यांना व्यक्तिशः त्याचा फटका कधीच बसायचा नाही, उलट त्यांचं हेच वागणं लोकांना हवं असायचं. ते विचित्र होते, अस्थिर होते, खळबळजनक होते, अस्सल होते, उत्तेजक होते, चिथावणीखोर होते, बेताल होते, अनन्यसाधारण अनुभवी होते, प्रचंड बुद्धिमान होते, विनोदी होते, मनोरंजक होते- एखाद्या माणसाला शक्य असेल ते सगळं त्यांच्यात होतं- महान माणूस होता.'[१]

या सगळ्या वैशिष्ट्यांमध्ये धाडसाची भर घालायला हवी. हा त्यांचा सर्वांत विशेष गुण होता आणि बहुतांश माणसं इतर कशाहीपेक्षा धाडसाला अधिक मूल्यवान मानतात. त्यांचं शौर्य अविचारी नव्हतं. मलाकांद खोऱ्यात १८९७ मध्ये आपण दिखाऊपणा करत होतो, अशी कबुली त्यांनी स्वतःच दिली होती. त्यानंतर १९०० मध्ये डायमंड हिल इथल्या प्रसंगातील त्यांची कृती व्हिक्टोरिया क्रॉसच्या आकांक्षेनं केलेली होती. प्लगस्ट्रीटमध्ये १९१६ मध्ये आणि ऱ्हाइन नदीवरील पुलावर १९४५ मध्ये त्यांनी केलेल्या वर्तनामध्ये मृत्यूविषयीच्या ओढीचाही घटक दिसतो; पण इतर वेळी त्यांनी गोष्टी सुरळीत होण्यासाठी जिवाची जोखीम उचलली. शौर्यपदकांनी छाती फुलून आलेल्या लोकांसमोर नैतिक वर्चस्व स्थापन करणं, हाही हेतू काही वेळा त्यांच्या कृतीमागे होता. ओम्डुरमानमध्ये २१व्या लॅन्सर्स तुकडीसोबत चढाईत सहभागी झालेल्या विन्स्टनविषयी जॉर्ज पॅटननाही विस्मय वाटत असे. आपल्याला मिळालेल्या इतक्या पुरस्कारांपैकी एकही शौर्यपुरस्कार नाही, असा खेद विन्स्टननी वृद्धत्वाच्या काळात व्यक्त केला होता; परंतु मायकल कॉलिन्स, लॉरेन्स

ऑफ अरेबिया आणि डग्लस मॅकआर्थर यांच्यासारखे विलक्षण धाडसी पुरुष मात्र विन्स्टनना आपल्यापैकीच एक मानत असत.

शारीरिक शौर्यापेक्षाही नैतिक धाडस अधिक दुर्मिळ असतं. १९५४ मध्ये विन्स्टनपासून अंतर राखणाऱ्या आयझेनहॉर यांनी एका खासगी पत्रात त्यांचं लक्षणीय मूल्यमापन केलं आहे. विन्स्टन यांच्या यशाचं मापन करताना त्यांनी रुझवेल्ट व स्वतःचे वरिष्ठाधिकारी मार्शल यांच्या उपलब्धींना तुलनेसाठी घेतलं. मानवी विचार किंवा प्रयत्नांच्या कोणत्याही व्यापक क्षेत्रात सर्वोच्च स्थान मिळवणं, ही मानवी महात्म्याची खूण असते, असं आयझेनहॉर यांनी लिहिलं आहे. 'भविष्यावर ठळक व अनुकूल छाप सोडली जाईल' अशा रीतीनं माणसांनी आपलं कर्तव्य करायचं असतं, असं ते मानत. यासाठी 'दूरदृष्टी, सचोटी, धाडस, समजूत, मांडणीची ताकद आणि स्वभावातील गांभीर्य' हे गुण कामी येतात. ते पुढे लिहितात, 'माझ्या आयुष्यात मला भेटलेल्या व्यक्तींपैकी केवळ विन्स्टनच महात्म्याची कसोटी पूर्ण करण्याच्या अगदी निकट आले होते. त्यांच्याहून अधिक सफाईदार व मोठ्या प्रसिद्ध व्यक्तींना, अधिक ज्ञानी तत्त्वज्ञांना, अधिक समजूतदार व्यक्तिमत्त्वांना मी भेटलो आहे; पण त्यांच्याहून मोठा माणूस मी अजून पाहिलेला नाही.'[२]

अशा प्रकारचं विन्स्टन यांचं कौतुक ब्रिटिश सेनाधिकाऱ्यांनी केलेलं आढळत नाही. विन्स्टननी अनेक अधिकाऱ्यांना अनादराची वागणूक दिली, या वस्तुस्थितीचा व प्रस्तुत कौतुकाच्या अभावाचा संबंध असावा; पण त्यांच्याकडून अतिशय वाईट वागणूक मिळालेल्या ब्रूक यांचंही त्यांच्यावर प्रेम होतं. विन्स्टन निवडणूक हरले आणि माघारी फिरले होते, तेव्हा २७ जुलै १९४५ रोजी ब्रूक यांनी रोजनिशीतील नोंदीला एक ताजा कलम जोडला. स्वतःकडील औदार्याच्या अभावाविषयी त्यांनी या मजकुरात खेद व्यक्त केला :

> 'या माझ्या रोजनिशी वारंवार वाचत असताना मला अनेकदा लाज वाटते- विन्स्टन यांच्यावर, विशेषतः त्यांच्या उत्तरकाळात मी केलेली उद्धट टीका आज नको वाटते; पण मुळात स्वतःच्या दडपलेल्या भावनांना मोकळी वाट करून देण्यासाठी मी रोजनिशी लिहीत होतो, हे इथे लक्षात घ्यायला हवं. अतिशय थकलेल्या व्यक्तींशी दीर्घ काळ संपर्क ठेवल्यामुळे निर्माण झालेल्या घर्षणातून या भावना पुढे येत होत्या. ...शेवटच्या वर्षांमध्ये विन्स्टन बरेच आजारी असायचे, त्यांना वारंवार न्यूमोनियाचे झटके येत आणि अनेकदा तापही चढायचा. अशी त्यांची शारीरिक दुरवस्था होती, त्यात मानसिक थकव्याची भर पडली होती; त्यामुळे त्यांच्याशी काही बोला-चालायचं असेल तर अनेक

अडचणी यायच्या. त्यांच्या या परिस्थितीचा सहानुभूतीपूर्वक विचार माझ्या रोजनिशीत झालेला नाही. त्यांच्यासोबत काम करण्यात गेलेली वर्षं म्हणजे माझ्या आयुष्यातील सर्वांत अवघड आणि कसोटीचा कालखंड होता, असं आज मागे वळून पाहताना वाटतं. हे सर्व खरं असलं तरीही, अशा माणसासोबत काम करण्याची संधी दिल्याबद्दल मी देवाचे आभारसुद्धा मानतो. क्वचित प्रसंगी का होईना; पण पृथ्वीवर असे महामानव अवतरतात, या वस्तुस्थितीची जाणीव मला यामुळेच झाली.'[३]

या पुस्तकाच्या आरंभी मी नमूद केल्यानुसार, अशा प्रकारचा महामानव आपल्या बुद्धिमत्तेचा बराच भाग ऐतिहासिक नोंदींना खोटं स्वरूप देण्यात खर्च करतो, तेव्हा चरित्रकाराचं काम अधिक अवघड होऊन जातं. अशा माणसाच्या बाबतीत केवळ त्याच्या कृतींचं मूल्यमापन करून थांबता येत नाही, तर या कृतींचं चुकीचं चित्रण करून त्याला काय साधायचं होतं याचंही मूल्यमापन करणं अतिशय गरजेचं ठरतं. विन्स्टननी १९४० पर्यंत केलेलं सर्व लिखाण 'आणीबाणीच्या वेळी देशाच्या मदतीला येणारा माणूस' अशी स्वतःची प्रतिमा घडवण्यासाठी होतं. त्यानंतरच्या घडामोडी या संदर्भात पाहाव्या लागतात. दुसऱ्या महायुद्धानंतर यातील गुंतागुंत अधिक वाढते. भावी पिढ्यांच्या नजरेत आपली प्रतिमा खालावू नये यासाठी त्यांनी जर्मनीवरील बॉम्बफेकीपासून अंतर राखायचा प्रयत्न केला का, की त्यांना जो नैतिक वारसा मागे सोडायची इच्छा होती, त्यामध्ये अशी कारवाई बसत नव्हती? ब्रिटन व अमेरिका यांच्यातील जवळिकीचं प्रमाण अवाजवी वाढवून सांगण्यामागे त्यांचा कोणता हेतू होता- त्यांना खरोखरच इतकी जवळीक असल्याचा विश्वास होता की तसं घडेल अशी त्यांची इच्छा होती? '*द सेकण्ड वर्ल्ड वॉर*'च्या पहिल्या खंडामध्ये त्यांनी युद्धपूर्व काळातील अनुनयासंबंधीच्या चर्चेबाबत आत्यंतिक सुलभीकरणाची मांडणी केली- स्वतःची प्रतिमा उंचावण्यासाठी हा खटाटोप होता की सदर खंड प्रकाशित झाला तेव्हा, १९४८ मध्ये त्यांच्यासमोरही दहा वर्षांपूर्वीच्या चेम्बरलीनप्रमाणे भयंकर संभ्रमाची परिस्थिती उभी होती? विशेष म्हणजे, आपल्या या दुर्दैवी पूर्वाधिकाऱ्याची प्रशंसा करताना विन्स्टननी स्वतःच्या इतिहासविषयक तत्त्वज्ञानाबाबतही काही संकेत दिलेले आढळतात :

'वर्तमानात उलगडत चाललेल्या घडामोडींविषयी खूप पुढचा अंदाज बांधणं किंवा आगाऊ सूचना मिळणं, मानवांच्या बाबतीत सुदैवानं शक्य नसतं. एका टप्प्यावर ते योग्य असल्याचं वाटतं, दुसऱ्या टप्प्यावर ते चुकीचं असल्यासारखं वाटतं. मग पुन्हा काळाचं परिप्रेक्ष्य लांबलं की,

सगळीच पार्श्वभूमी बदलते. प्रमाणं नवीन असतात, मूल्यांची पातळी नवीन असते. मिणमिणत्या दिव्याच्या प्रकाशात इतिहास गतकाळाचा माग काढत असतो, गतकाळातील प्रसंगांची पुनर्मांडणी करायचा प्रयत्न करतो, प्रतिध्वनी पुनरुज्जीवित करू पाहतो आणि फिकट प्रकाशकिरणांनी जुन्या काळातील भावनावेग पुन्हा जागवू पाहतो.'[४]

विन्स्टनचं म्हणणं तितकंसं बरोबर नसल्याचं काहींना वाटत होतं. हाउस ऑफ कॉमन्समध्ये पक्षीय राजकारण करण्यात विन्स्टननी आपलं आयुष्य वाया घालवलं, असं जॉर्ज बर्नार्ड शॉ यांचं मत होतं. शहराचा महापौर म्हणून त्यांना अधिक बदल घडवता आले असते आणि सैनिक व लेखक हा त्यांचा खरा पेशा होता, अशी शॉ यांची भावना होती.[५] विन्स्टन यांच्यात 'सर्जनशील मुत्सद्देगिरीचा कोणताही घटक शोधणं अवघड आहे. स्वतःला बदलानुकूल ठेवण्याची अमर्याद क्षमता आणि सततचा उत्साह यांद्वारे आजूबाजूच्या घडामोडींना त्यांनी प्रतिसाद दिला; पण त्याशिवाय प्रेरित राहण्याचा गुण त्यांच्याकडे नव्हता. भविष्याविषयीची कोणतीही दृष्टी चर्चिल यांच्याकडे नव्हती. केवळ भूतकाळाचा चिकाटीनं बचाव करण्याची त्यांची वृत्ती होती,' असं ए.जे.पी. टेलर यांनी म्हटलं आहे.[६] 'काहीतरी करण्या'पेक्षा 'काहीतरी बनण्या'वर विन्स्टननी जास्त लक्ष केंद्रित केलं होतं, ही लीग ऑफ नेशन्सचे पहिले सरचिटणीस ज्याँ मॉनेट यांची टिप्पणी रॉय जेनकिन्सनी नमूद केली आहे.[७] १९४० मध्ये ब्रिटन व फ्रान्स यांच्यातील ऐक्याचं समर्थन करणारे मॉनेट हे युरोपीय संघाचे जनक मानले जातात. यात मुळात मुख्य मुद्दा पूर्णच नजरेआड केला जातो. विन्स्टननी १८९८ मध्ये जेनी यांना पाठवलेल्या एका पत्रात स्वतःची वाट स्पष्ट केली होती : 'राजकारणात माणूस काय करतो यापेक्षा तो काय आहे यावर त्याच्या उपलब्धी अवलंबून असतात, असं मी मानतो. हा बुद्धीचा प्रश्न नाही, तर चारित्र्य आणि अस्सलतेशी संबंधित प्रश्न आहे.'[८]

ॲन्युरिन बीव्हन यांनीही- १९६० मध्ये त्यांचं निधन होण्याच्या काही काळ आधी- विन्स्टनवर अशीच मुख्य मुद्दा नजरेआड करणारी टीका केली होती : 'दुसऱ्या महायुद्धात आपण ब्रिटनचा आवाज झाल्याचा चर्चिल यांचा दावा होता- त्यांच्या शब्दांत सांगायचं, तर ते सिंह नव्हते, सिंहगर्जना होते; पण त्यांची भूमिका अशी होती, असं मला वाटत नाही. हजारो ब्रिटिश पुरुष व महिलांच्या भावना ते व्यक्त करत नव्हते. तत्कालीन परिस्थितीत रस्त्यावरच्या ऐतिहासिक माणसाला कसं वाटायला हवं, याबद्दल स्वतःच्याच भावना ते व्यक्त करत होते.' वास्तविक पाहता : विन्स्टन यांचं वक्तृत्व खरोखरच प्रेरणादायी होतं; त्यामुळे अवतरणांच्या अनेक संग्रहांमध्ये त्यांच्या वाक्यांनी पानंच्यापानं भरलेली असतात. याउलट बीव्हन

यांची आठवण आत्मघातकी पक्षपातीपणाच्या केवळ दोन उद्रेकांसाठी काढली जाते : 'टोरी/ कन्झर्वेटिव्ह पक्षाचा संपूर्ण राजकीय निःपात आम्हाला करायचा आहे,' असं विधान त्यांनी १९४५ मध्ये केलं होतं. त्यानंतर १९४८ मध्ये ते म्हणाले होते की, 'टोरी पक्षाविषयी माझ्या मनात ज्वलंत तिरस्कार भरलेला आहे आणि कोणी कितीही खुशामत केली, नैतिक किंवा सामाजिक भुरळ घालायचा प्रयत्न केला, तरीही हा तिरस्कार जाणार नाही. ...माझ्यापुरतं बोलायचं तर टोरी पक्षातील लोक कीटकांपेक्षाही हीन आहेत.' बीव्हन यांनी वक्त्याची एक व्याख्याही केलेली होती : 'श्रोत्यांशी असलेल्या संपर्काद्वारे वाढत जाणाऱ्या नात्यातून बोलतो तो वक्ता; आपल्या श्रोत्यांवर सत्ता गाजवण्याच्या उत्कट इच्छेतून निर्माण झालेली स्फोटक शक्ती त्याला प्रेरणा देत असते. आपल्याच धारणा त्यांच्यातही उतराव्यात आणि त्यानुसार त्यांनी कृती करावी, अशी त्याची मनीषा असते.' 'विन्स्टन वक्ता नव्हते' असा निष्कर्ष काढण्यासाठी त्यांनी पुढे आणखी कुतर्क लढवलेले आहेत :

> 'शांततेच्या काळात, काहीही घडत असलं तरीही महान सार्वजनिक व्यक्तिमत्त्वं सातत्यानं कशा ना कशासाठी भूमिका घेऊन उभी राहतात. त्यांच्या धारणेनुसार कशासाठी तरी क्षुब्धपणे व अथकपणे आवाहनं करतात. माणसांचा एखादा लहान किंवा मोठा गट या आवाहनांना प्रतिसाद देण्यासाठी उत्सुक असतो. विन्स्टन मात्र कोणत्याही पक्षाचे समर्थक नव्हते किंवा कोणतंही विशिष्ट ध्येय गाठण्याच्या बाजूचे नव्हते किंबहुना ध्येयाच्या बाबतीत त्यांनी फारसा विचारच केलेला नव्हता. उपायांपेक्षा माणसांवर त्यांचा जास्त विश्वास होता आणि तसाही त्यांना एखाद्या ध्येयाचा कैवार घेण्यात रस नव्हता. अर्थात युद्ध आलं, तेव्हा सगळंच बदललं. ते थोर कैवाऱ्याच्या भूमिकेत शिरले; त्यांनी ब्रिटनची बाजू सगळ्या जगासमोर मांडली आणि ब्रिटनची नियती ब्रिटिशांसमोर मांडली. सामर्थ्यवान, शूर, निष्ठावान, स्वतंत्र व कृतीसाठी इच्छुक असलेलं राष्ट्र पाठीशी असताना केल्या जाणाऱ्या उक्तीचं प्रतीक म्हणून जोपर्यंत युद्धाची आठवण ठेवली जाईल, तोवर विन्स्टन चर्चिल यांचं नावही टिकून राहील.'[१]

ब्रिटिश लोक महान आहेत, या आपल्या धारणेचा विन्स्टननी आयुष्यभर कैवार घेतला होता, याची दखल बीव्हनना घेता आली नाही. त्यांच्याप्रमाणे अनेक खासदारांनी विन्स्टन यांच्याविरोधात तलवार परजली; परंतु लोकशाहीतील वादचर्चेच्या कार्याविषयी विन्स्टन यांच्या मताशी सर्वाधिक संहमती बीव्हन यांचीच होती. पुढील

शब्द दोघांनाही लागू होणारे आहेत : 'लोकशाहीवर त्यांचा गाढ विश्वास होता. परस्परविरोधी तत्त्वज्ञानांशी जोडलेल्या सजग मतदारवर्गानं केलेल्या गंभीर चर्चा आणि भविष्याविषयीच्या प्रतिस्पर्धी दृष्टिकोनांमधून केली जाणारी अस्सल निवड यांवरच लोकशाही सत्त्व अवलंबून असतं, अशी त्यांची धारणा होती.'[१०] गुंतागुंतीचे मुद्दे केवळ साउन्डबाइटच्या पातळीवर येणं आणि वादचर्चांचं फुटकळीकरण होणं, हे सध्याचं वास्तव दोघांनाही खेदजनक वाटलं असतं.

शिवाय आधुनिक इतिहासामध्ये ब्रिटनसाठी सर्वांत धोकादायक ठरलेल्या आणि विभाजनाची शक्यता पोटात सामावलेल्या १४ वर्षांमध्ये देशाचं नेतृत्व करणाऱ्या चर्चिल व ॲटली या दोन व्यक्तिमत्त्वांना एकमेकांविषयी आदर वाटत असे, हेही या पुस्तकाच्या संशोधनादरम्यान स्पष्ट होत गेलं. विन्स्टननी जिव्हारी लागणाऱ्या कोट्या केल्या असल्या, तरी 'श्री. ॲटली हे सन्माननीय व शूर सद्गृहस्थ आहेत आणि देशाला सर्वाधिक गरज होती, अशा वेळी त्याची सेवा करणारे विश्वासू सहकारीही आहेत,' असंही ते खासगीमध्ये बोलत असत. 'एकदा '१०, डाउनिंग स्ट्रीट'जवळ एक रिकामी टॅक्सी येऊन थांबली आणि त्यातून श्रीयुत ॲटली बाहेर पडले.' असा ॲटलींविषयीचा एक उपहासात्मक टोमणा सर्वत्र आपल्या नावावर खपवला जात आहे, हे कळल्यावर विन्स्टन संतापले होते. 'मी त्यांच्याविषयी कधीही असा शेरा मारणार नाही आणि असं कोणी बोलत असेल तर मला कधीच मान्य होणार नाही, हे तुम्ही प्रसंगोचित वेळ पाहून स्पष्ट केलंत, तर उपकार होतील,' असं त्यांनी एकदा जाहीर केलं होतं.[११] विन्स्टन यांच्या निधनानंतर ॲटलींनी केलेलं त्यांचं कौतुक फाजील स्तुती वाटण्याइतकं होतं. समजा, ॲटलींना आधी जगाचा निरोप घ्यावा लागला असता, तर विन्स्टननीही त्यांच्याविषयी इतकं आणि असंच कौतुक केलं असतं. कदाचित याहून अधिक कौतुक शक्यच नसावं. तर १९६५ मध्ये ॲटली लिहितात :

> 'कोणत्याही निकषांनी पाहिलं तरी, विन्स्टन चर्चिल हे इतिहासातील सर्वांत महान व्यक्तींपैकी एक गणले जातील. ...ते शूर होते, प्रतिभावान होते, अतुलनीय व दुर्दम्य होते. 'प्रतिभा फसल्याबद्दल बोलू नये. प्रतिभा ही मानवावर स्वामित्व गाजवत असते. प्रतिभेला स्वतःशी जोडलेली कृती करणं अपरिहार्य असतं. गुणवत्ता मात्र स्वतःला शक्य असेल ते करते.' या ओळी चर्चिल यांना लागू होतात. ...शहाणीव, व्यावहारिक तारतम्य किंवा दूरदृष्टी यांपेक्षा ऊर्जा हा त्यांचा सर्वोच्च गुण होता; परंतु त्यांनी युद्ध केवळ एवढ्याच घटकांच्या बळावर जिंकलं असं नव्हे. चर्चिलमधील काव्यानं हा चमत्कार घडवला. ऊर्जा आणि काव्य यांमध्ये

त्यांच्या अस्तित्वाचं सार सामावलेलं आहे, असं मला वाटतं. ...सर्वांत महत्त्वाचं म्हणजे चर्चिल हे सर्वांत सुदैवी मर्त्य मानव होते. इतकं थोर प्रारब्ध मिळण्यास ते पात्र होते की नव्हते, त्यांनी स्वतः ते कमावलं होतं की ते स्वतःच त्यांच्या हातात येऊन पडलं होतं, या प्रश्नांची उत्तरं काहीही असोत- इतिहासानं त्यांना एक विशिष्ट काम करण्यासाठी आदर्श माणूस म्हणून निवडलं. अशा प्रकारे या देशातील इतर कोणत्याही माणसाला अनुकूलता लाभल्याचं माझ्या पाहण्यात नाही. भरीसभर म्हणजे त्यांच्या देशाच्या इतिहासातील सर्वांत नाट्यमय क्षणी त्यांना हे कार्य करायचं होतं. याबाबतीत विन्स्टन उत्कृष्टरीत्या नशीबवान ठरले आणि ते स्वतः सातत्यानं हे सांगत राहिले, ही त्यांच्याविषयीची बहुधा सर्वांत उमदी गोष्ट असावी.'[१२]

आपल्या उत्तराधिकाऱ्यांच्या काळात आधुनिकतेच्या नावाखाली रेल्वे, सिटी सेंटर व वसाहतींचा बट्ट्याबोळ केला जाईल आणि त्या जागी हीन दर्जाचे रस्ते व सपाट छपराची काँक्रीटची बांधकामं येतील, याचा पूर्वअंदाज विन्स्टन किंवा ॲटली यांना येण्याची शक्यता नव्हती. जर्मन हवाईदलानं ब्रिस्टॉल धुळीला मिळवलं; परंतु नंतरच्या काळातील ब्रिटिश 'शहर नियोजक' सत्ताधाऱ्यांनी सेन्ट मेरी रेडक्लिफ या ख्रिस्ती वास्तुरचनेचा उत्कृष्ट नमुना असलेल्या चर्चला एका वर्दळीच्या चौकामध्ये उभं करून टाकलं. त्यांनी मान्य केलेल्या शैक्षणिक व कल्याणकारी तरतुदी या स्वतःचं कल्याण साधू शकणाऱ्यांसाठी कुरण ठरतील आणि इतरांच्या आत्मसन्मानाचं खच्चीकरण करणाऱ्या नोकरशाही दुःस्वप्नामध्ये त्याचं रूपांतर होईल, याची कल्पनाही या सत्ताधाऱ्यांना आली नाही. दुसऱ्या महायुद्धामध्ये लढलेल्या एका सैनिकाच्या उत्कृष्ट (माझ्या मते, सर्वोत्कृष्ट!) आत्मकथनाचा संदर्भ या ठिकाणी उचित ठरेल, असं वाटतं. आपल्या पिढीचा विश्वासघात कसा झाला, याचं अचूक वर्णन त्या पुस्तकाच्या शेवटी आलं आहे :

'त्यांना वृद्धापकाळात दिसत असलेलं ब्रिटन, हे त्यांना अपेक्षित असलेल्या 'नायकांना साजेशा भूमी'सारखं अजिबातच नाही. त्यांच्या कल्पनेत अशी भूमी अस्तित्वात होती- त्या ठिकाणी युद्धपूर्व मूल्यांचा आणि उचित वेतन व निवारा यांचा संयोग झाला होता. हे अगदीच वाजवी व पूर्णतः आवाक्यातील स्वप्न होतं. खरंतर अल्प काळासाठी कमी-अधिक प्रमाणात परिस्थिती अशी होतीसुद्धा! पण मग सगळं बदललं. प्रगती, सुधारणा व प्रबोधनाच्या नावाखाली त्यांनी स्वतःच्या प्रिय गोष्टींचाच

नाश केला, ज्यासाठी ते लढले, त्या बहुतांश मूल्यांना पायदळी तुडवलं आणि स्वतःच्या ओळखीतल्या प्रेमाच्या गोष्टींचा त्यांनी विश्वासघात केला. यातील काही गोष्टी उथळ मनाच्या लोकांसाठी खूपच क्षुल्लक भासतील- हास्यास्पद वाटतील; पण परगण्यांची (काउन्टी) नावं, शिलिंग आणि पेन्स ही चलनं, बायबलची किंग जेम्स आवृत्ती आणि यार्ड, फूट व इंच या परिमाणांचा वापर हे सगळं एका राष्ट्रासाठी अर्थपूर्ण असतं.'[१३]

चर्चिलना कमी लेखणं हे समुदायवाद्यांना त्यांचं जन्मजात कर्तव्य वाटतं. त्यांना तसा दोष देऊन उपयोग नाही, कारण दीर्घकाळ त्यांना ज्या सोव्हिएत रशियाचं कौतुक होतं, तिच्याविषयी विन्स्टननी केलेल्या काही टिप्पणी जिव्हारी लागणाऱ्याच होत्या. 'रशियन बोल्शेव्हिक सत्तेच्या तत्त्वज्ञानामधील एकही सामाजिक किंवा आर्थिक तत्त्व किंवा संकल्पना अशी नाही जिची प्रत्यक्ष अंमलबजावणी पांढऱ्या मुंगीनं लाखो वर्षांपूर्वी केलेली नाही. या मुंग्यांच्या अपरिवर्तनीय कायद्यांमध्ये या तत्त्वांचं जतन तेव्हापासूनच केलेलं आहे,'[१४] असं विन्स्टन चर्चिल एकदा म्हणाले होते. बोल्शेव्हिकवादाविषयी त्यांनी केलेल्या विविध टिप्पणींपैकी हे तसं सौम्यच विधान आहे.

काही कन्झर्वेटिव्ह गटांकडूनही विन्स्टन यांच्या वारशावर हल्ला केला जातो, हे तितकंसं स्वाभाविक वाटत नाही. अर्थात विन्स्टन हे मूलतः उदारमतवादी वृत्तीचे; परंतु परिस्थितीनं कन्झर्वेटिव्ह पक्षात जायला भाग पाडलेले नेते होते; त्यामुळे त्यांना या पक्षात नाखुशीनंच स्वीकारण्यात आलं. ते एक व्यावहारिक माणूस होते. त्यांचे जवळचे मित्र आणि प्रशंसक प्राध्यापक लिंडमान यांना सन्मानित करण्यात आलं, तेव्हा त्यांनी लॉर्ड चेरवेल शैलीची निवड केली. आपल्या वैज्ञानिक पेशाची आठवण काढत ऑक्सफर्डमधील चेरवेल नदीचं नाव त्यांना स्वतःशी जोडून घ्यावं वाटलं असावं; पण त्याचसोबत चार्टवेलमध्ये विन्स्टनसोबतच्या अनेक उत्तेजक भोजन समारंभांची आठवण ठेवण्यासाठीही त्यांनी ही शैली निवडली होती :

'वैज्ञानिकाचे सर्व गुण त्यांच्यात होते. एखाद्या आपल्याला प्रिय असलेल्या गृहीतकाला छेद देणाऱ्या वास्तवालाही सामोरं जाण्याची त्यांची तयारी असायची. वस्तुस्थितींवरून सिद्धान्त घडतात, सिद्धान्तांनुसार वस्तुस्थिती घडत नाही, याची जाणीव त्यांना होती. घटितांमध्ये त्यांना रस होता आणि या घटितांचा शोध घेण्याची इच्छा होती. सर्वांत महत्त्वाचं म्हणजे जग हा काही केवळ घटनांचा गदारोळ नाही, तर काहीएक उच्च ऐक्य

> या जगामध्ये आहे, त्यामुळेच वस्तुस्थितींचा एकमेकांशी मेळ बसतो, याची त्यांना खात्री होती. मुळात त्यांच्यात संयोग साधणारं मन होतं; त्यामुळे कोणत्याही स्वरूपाचं नवीन ज्ञान उचित स्थानी पडायचं आणि आधीच्या ज्ञानाशी त्याचा सांधा जोडला जायचा. प्रत्येक नवीन अनुभव भंगाराच्या ढिगाऱ्यात फेकण्यामध्ये सर्वसाधारण मेंदू समाधान मानतो; पण चर्चिल यांनी मात्र निष्काळजीपणाच्या विवरातून बाहेर आलेल्या तुळईच्या रचनेत नवीन अनुभव जोडून घेण्याला प्राधान्य दिलं.'[१५]

'सर्वांत महत्त्वाचं', हा शब्दप्रयोग विन्स्टन यांच्याविषयीच्या कितीतरी टिप्पणींमध्ये येतो आणि चरित्रकाराला अडखळायला लावतो. माझ्या मते, स्वतःच्या देशाविषयी वाटणारं बिनशर्त प्रेम, हा त्यांचा सर्वांत महत्त्वाचा गुण होता. हा देश कसा होता किंवा कसा असेल, याविषयीच्या कल्पनेतून निर्माण झालेलं हे प्रेम नव्हतं; तर त्यांच्या लेखी अनन्य व अनाहत असलेल्या चैतन्याविषयीचं हे प्रेम होतं आणि या चैतन्याच्या सेवेतच त्यांना सर्वोच्च समाधान लाभलं.

> 'ते अतिशय महान आणि व्यामिश्र माणूस होते. अनेक परस्परविरोधी घटकांनी ते बनलेले होते. ते भावनोत्कट व मृदूभावीसुद्धा होते. त्यांच्यासोबत घालवलेल्या अल्पकाळामध्ये आम्हीही दिव्य स्वप्नांचा पाठलाग करणाऱ्या धोकादायक बालकांसारखे झालो होतो. इंग्लंडला आत्यंतिक निकड होती, तेव्हा त्यांनी या देशाच्या तारुण्याला नवसंजीवनी दिली आणि देशाचं चैतन्य दृढमूल केलं. त्यांच्या दृष्टीनं योग्य किंवा अयोग्य इंग्लंड असं काही नव्हतंच, त्यांच्या लेखी कायम त्यातील एकच शब्द महत्त्वाचा होता- इंग्लंड!'[१६]

राजकारणात ते बेकनवादी होते, मनानं एलिझाबेथकालीन होते आणि वक्तृत्वात शेक्सपिअरशी जवळीक साधणारे होते; त्यामुळे इंग्लंडच्या त्या सर्वांत महान कवीच्याच शब्दांनी विन्स्टन चर्चिल यांचा निरोप घेणं उचित ठरेल :

> त्याचं जीवन सौम्य होतं आणि त्याच्यात
> इतकी मूलतत्त्वं मिसळलेली होती की, स्वतः निसर्गही उभा राहील
> आणि सर्व जगाला सांगेल : 'हा होता माणूस! '

परिशिष्ट - एक

१६ नोव्हेंबर १९३४ रोजी प्रसारित झालेलं भाषण

कमी वेळात अतिशय मोठा विषय मला हाताळावा लागणार आहे; त्यामुळे माझं बोलणं आपण कान देऊन ऐकावं आणि मी केलेला त्यामागचा विचारही समजून घ्यावा, अशी माझी कळकळीची विनंती आहे.

या शांततापूर्ण देशात आपण एका ठिकाणाहून दुसरीकडे ये-जा करतो आहोत, मुक्त संस्थांच्या छत्राखाली सभ्य व शिस्तबद्ध लोक त्यांचे नेहमीचे व्यवहार पार पाडत आहेत आणि यासाठी केलेले कायदे व चालीरिती यांमध्ये मोठ्या प्रमाणात सहिष्णूता व न्याय्य वर्तनाला वाव आहे. अशा वेळी आपल्या या बेटरूपी मातृभूमीवर आपण सुरक्षित राहिलेलो नाही, हे जाणवणं धक्कादायक व भीतिदायक आहे.

गेल्या सुमारे हजार वर्षांच्या कालखंडात इंग्लंडनं आक्रमकांचे तळ पाहिलेले नाहीत. गरजणारा समुद्र आणि आपली रॉयल नेव्ही हे आपले खात्रीशीर संरक्षणकर्ते राहिलेले आहेत. आपलं जीवन आणि स्वातंत्र्य आपण कित्येक शतकं जतन केलं आहे; पण हळूहळू जगाला वेढून राहिलेल्या साम्राज्याच्या हृदयस्थानी व केंद्रभागी आपण आलेलो आहोत.

हा सगळा प्राणघातक धोका समोर असताना आपल्याला तीव्र वेदनेची ठणक निश्चितपणे जाणवते. हे राज्य निर्माण व्हायला हजार वर्षं लागली; पण ते धुळीस मिळवण्यासाठी एखादा तासही पुरेल.

अशा वेळी आपण काय करायला हवं? युद्धापासून दूर राहायचं असेल तर त्याच्या भयंकर परिणामांचा विचार करावा आणि तरुण पिढीच्या मनांवर त्याचे ठळक ठसे उमटवावेत, असं अनेक लोकांना वाटतं. हे लोक स्वतःच्या डोळ्यांसमोर

भयानक छायाचित्र फडकावतात. रक्तपाताच्या कहाण्यांनी स्वतःचे कान भरत राहतात. जनरल व ॲडमिरल पदांवरील अधिकारी कसे नालायक आहेत यावर चर्चा करत राहतात. मानवी संघर्षातील भावनाशून्य मूर्खपणाचा ते धिक्कार करतात. इतर कोणत्याही देशावर हल्ला किंवा चढाई करण्यापासून स्वतःला रोखण्यासाठी (या वेडपट अनागोंदीबाहेर कोणाला अशी कारवाई करावी वाटली तर) हे सगळे धडे अतिशय उपयोगी पडू शकतात; पण आपल्यावरच हल्ला किंवा चढाई झाली तर याची काय मदत होणार आहे, हा प्रश्न आपण विचारायला हवा.

आक्रमणकर्ती दलं लॉर्ड बीव्हरब्रूक यांचं विश्लेषण ऐकत थांबायला राजी होतील का किंवा श्री. लॉईड जॉर्ज यांच्या भावनोत्कट आवाहनांना प्रतिसाद देतील का? प्रसिद्ध दक्षिण आफ्रिकी जनरल स्मट्स यांना भेटून, त्यांच्यासोबत मैत्रीपूर्ण समंजस वादचर्चा करून स्वतःचा न्यूनगंड पुसून टाकायला ते तयार होतील? मला शंका वाटते. अतिशय गंभीर काळात या देशाच्या सुरक्षेची जबाबदारी माझ्या खांद्यावर आलेली आहे. मला या प्रश्नांबाबत शंका वाटते.

पण या प्रश्नांची उत्तरं होकारात्मक आली, तरीही त्यांना (आक्रमकांना) आपण आपली बाजू समजावून देऊ शकतो का आणि त्यांनी शांतपणे माघारी परतावं यासाठी त्यांचं मन वळवू शकतो का, याबद्दलही मला फारशी खात्री वाटत नाही. माझ्या मते, ते असंही म्हणू शकतात : 'तुम्ही श्रीमंत आहात; आम्ही गरीब आहोत. तुमची पोटं चांगली भरलेली दिसतात; आम्ही भुकेले आहोत. तुम्ही जेते राहिलेले आहात; आमचा पराभव झाला होता. तुमच्याकडे मूल्यवान वसाहती आहेत; आमच्याकडे तसं काहीच नाही. तुमच्याकडे नौदल आहे; आमचं नौदल कुठे आहे? गतकाळ तुमचा राहिलेला आहे; भविष्यकाळ आमच्या बाजूने राहू दे.' त्याहून महत्त्वाचं म्हणजे, 'तुम्ही दुर्बल आहात आणि आम्ही बलवान आहोत' असंही ते म्हणू शकतात, अशी मोठी शक्यता आहे.

मित्रांनो, हवाईमार्गानं इथून केवळ काही तासांच्या अंतरावर सुमारे सात कोटी लोकांचं एक राष्ट्र आहे. तिथले नागरिक जगातील सर्वाधिक शिक्षित आहेत, उद्यमशील आहेत, वैज्ञानिक क्षेत्रात पुढे आहेत व शिस्तबद्ध आहेत. युद्ध ही एक देदीप्यमान कृती आहे आणि युद्धात मृत्यू येणं हे मानवाचं सर्वांत उदात्त प्रारब्ध आहे, अशा विचारांची शिकवण या लोकांना लहानपणापासून दिली गेली आहे.

आपल्या सामूहिक सामर्थ्याला जोर देण्यासाठी सर्व स्वातंत्र्यांना सोडचिठ्ठी दिलेलं हे राष्ट्र आहे. या राष्ट्राचं सर्व सामर्थ्य आणि गुणवत्ता केवळ काही निष्ठुर माणसांच्या पकडीत आलेलं आहे. असहिष्णूता आणि वांशिक अभिमानाची शिकवण देणारी ही माणसं आहेत. त्यांच्यावर कायद्याचा, संसदेचा किंवा लोकमताचा अंकुश नाही. त्या देशामध्ये सर्व शांततावादी भाषणं, सर्व विध्वंससूचक युद्ध पुस्तकं

यांच्यावर बंदी आहे किंवा ती दडपली जातात आणि त्यांच्या लेखकांना कठोर तुरुंगवास भोगावा लागतो. या नवीन ईश्वरी आज्ञेच्या यादीतून त्यांनी 'तुम्ही हत्या करू नये' हा मुद्दा तेवढा वगळला आहे.

सुमारे २० वर्षांपूर्वी हे आपले शेजारी जवळपास सर्व जगाशी लढले आणि बाकीच्यांचा जवळपास पराभवही केला होता. आता ते अतिशय वेगानं स्वतःला पुन्हा शस्त्रसज्ज करत आहेत आणि त्यांच्या हातात आता हवेतील नवीन दुःखदायक अस्त्र आलेलं आहे, त्याविरोधात आपलं नौदलही आपला बचाव करू शकणार नाही. या अस्त्रासमोर स्त्रिया व मुलं, दुर्बल व अशक्त, शांततावादी व युद्धखोर, योद्धे व नागरिक, आघाडीवरील खंदक व टुमदार बंगली- हे सगळं समान, सरसकटपणे धोक्याच्या कक्षेत येतं.

याहून वाईट म्हणजे- नवीन अस्त्रासोबत नवीन पद्धतीही आली आहे किंबहुना आदिम रानटीपणाची सर्वांत क्रूर पद्धत पुन्हा आली आहे- राष्ट्रांमधील नागरी लोकसंख्येवर दहशत बसवून या राष्ट्रांना शरणागती पत्करायला भाग पाडण्याचे प्रयत्न सुरू आहेत. अशा वेळी एखाद्या देशाची सभ्यता अधिक प्रगत असेल, तिथली शहरं मोठी व अधिक भव्यदिव्य असतील, तिथल्या नागरी व आर्थिक जीवनातील रचना अधिक गुंतागुंतीच्या असतील, तर असा देश अधिक असुरक्षित ठरतो आणि त्याला लक्ष्य करणाऱ्यांना वरचश्मा प्राप्त होतो.

ही आजची वस्तुस्थिती आहे- कठोर, करुण; पण निर्विवाद वस्तुस्थिती आहे. माझा आधीचाच प्रश्न पुन्हा विचारतो : या वस्तुस्थितीला सामोरं जाताना आपण काय करणार आहोत?

'युरोपीय खंडाकडे आपण दुर्लक्ष करावं. तिथला द्वेष आणि शस्त्रसंभार तिकडेच राहू दे, त्यांना स्वतःच्या कृत्यांचे परिणाम भोगू देत, त्यांची भांडणं त्यांनाच सोडवू देत आणि स्वतःच्या ऱ्हासाची पायाभरणी त्यांची त्यांना करू देत. या विषण्ण वास्तवाकडे आणि दहशतवादी वृत्तीकडे आपण पाठ फिरवावी. आपण महासागरावर नजर ठेवून राहू आणि आपल्या वसाहतींमधील व साम्राज्यातील आपल्या जीवनाचा विचार करू,' असं काहीजण म्हणतात. ब्रिटिश बेटांना त्यांच्या खडकाळ पायापासून वेगळं करून तीन हजार मैल दूरच्या अटलांटिक महासागरामध्ये नेऊन उभारता येणार असेल आणि कॅनडाच्या स्मितहास्य करणाऱ्या किनाऱ्यांपाशी सुरक्षितपणे नांगरून ठेवता येणार असेल, तर ही योजना काम करून जाईलही; पण अशा भौगोलिक बदलांच्या शक्यतेबद्दल मी तरी अजून ऐकलेलं नाही.

सध्या आपण फ्रेंच, डच व बेल्जियन किनाऱ्यांपासून अगदी काही मिनिटांच्या अंतरावर आहोत, मध्य युरोपातील मोठ्या विमानतळांपासून केवळ काही तासांच्या अंतरावर आहोत किंबहुना- युरोपातून एखादा तोफगोळाही आपल्यापर्यंत येऊ

शकेल इतके आपण त्यांच्या जवळ आहोत. अशा वेळी युरोपकडे पाठ फिरवून तिथल्या घडामोडींकडे दुर्लक्ष करणं शहाणपणाचं होईल का? प्रत्येकानं स्वतःच्या मनामध्ये याचा विचार करून निर्णय घ्यावा आणि हा निर्णय तातडीनं घ्यायला हवा, एवढं मात्र मला सांगावं लागेल, कारण हा प्रश्न आपल्या समोरच्या समस्यांच्या केंद्रस्थानी आहे.

माझ्यापुरतं बोलायचं तर, आपण या परिस्थितीकडे पाठ फिरवू शकत नाही, असं मला ठामपणे वाटतं. हा निष्कर्ष मी नाखुशीनंच काढला आहे, हे मी कबूल करतो; पण आपण आता या परिस्थितीत आहोत आणि त्यामध्ये शक्य ती उत्तम कामगिरी आपल्याला करावीच लागेल; पण कृपया जोखीम घेण्याला कमी लेखू नका, अशी माझी विनंती आहे. आपल्याला अनेक गंभीर जोखमी उचलाव्या लागणार आहेत. आपल्यावर युद्ध कोसळू नये, अशी मला आशा आहे, मी तशी प्रार्थना करतो आणि त्यासाठी अगदी व्यापक आशादायकतेवर विश्वासही ठेवतो; पण १९१४ मधील महायुद्ध युरोपात पुन्हा सुरू झालं, तर ते कुठे आणि कसं संपेल हे कोणीही सांगू शकणार नाही. आपण त्यात कधी ओढले जाऊ हेही सांगता येणार नाही. १९१७ मध्ये अमेरिकेला स्वतःच्या इच्छेविरोधात युद्धात पडावं लागलं होतं, तशीच वेळ आपल्यावर येऊ शकते. काहीही घडलं आणि आपण काहीही केलं, तरी आपल्यासमोर भयानक धोकादायक काळ उभा असणार आहे, एवढं नक्की! हे युद्ध संपेल, तेव्हा किंवा ते सुरू असतानाच आपल्याला जेत्यांना सामोरं जावं लागेल, मग जेते कोणीही असोत. त्यांना स्वतःच्या मेहनतीचा मोबदला म्हणून आणि स्वतःच्या नुकसानीची भरपाई करण्यासाठी आपल्याकडील संपत्ती व प्रचंड मालमत्ता हेच पुरेसं बक्षीस वाटू शकतं.

युरोपला विसरण्याचा प्रयत्न करणाऱ्यांना अशा वेळी लवकरात लवकर पाठ फिरवावी लागेल; पण तोवर बराच उशीर झालेला असेल; त्यामुळे आपण युरोपपासून स्वतःला वेगळं करून घेऊ शकत नाही, हे समजून घ्यावं असं मला वाटतं. स्वतःच्या सुरक्षेसाठी व आत्मसंरक्षणासाठी आपल्याला मेहनत करावी लागेल आणि शांतता टिकवण्यासाठी जोखीम उचलावी लागेल.

इतरांसमोर दाखला घालून देण्यासाठी आपण स्वतः निःशस्त्रीकरण करावं, असं म्हणणारेही काहीजण आहे. त्यांचा आवाज तर आता अगदी कर्णकर्कश झालेला आहे. खरंतर आपण असं आधीच केलेलं आहे. गेली पाच वर्षं आपण निःशस्त्रीकरणच करतो आहोत; पण आपला दाखला कोणी अनुसरलेला नाही. उलट मी नोंदवलेल्या अंदाजानुसार या कृतीचे उलटेच परिणाम झालेले आहेत. इतर सर्व देशांनी अधिक जोरदारपणे शस्त्रसज्जता साधली आणि निःशस्त्रीकरणाविषयीची भांडणं व कुरबुरी यांमुळे राष्ट्रांमधील वैरभावनाच वाढीस लागली.

प्रत्येक देशातील शस्त्रसज्जतेचा ताण कमी व्हावा, हे कोणालाही आनंददायीच वाटेल. शस्त्रं युद्धाला कारणीभूत ठरतातच असं काही नाही आणि शस्त्रांचा अभाव शांततेची हमी देतो असंही नाही, याचे अनेक दाखले इतिहासाच्या पानांवर मिळतात. उदाहरणार्थ जगभरातील सर्व स्फोटकं एखाद्या जादूच्या काठीनं निष्प्रभ व निरुपद्रवी करून टाकली, तर जीनिव्हाच्या स्वप्नातही येणार नाही इतक्या पातळीवर जगाचं निःशस्त्रीकरण झालेलं असेल, एकही तोफ धडाडू शकणार नाही किंवा बंदुकीतून गोळी निघू शकणार नाही आणि एकही बॉम्ब फुटणं शक्य होणार नाही; पण यातून शांततेची हमी मिळेल का? हा खरा प्रश्न आहे. उलट माझ्या मते, जवळपास दुसऱ्या दिवशी युद्धाला तोंड फुटेल आणि विटा, कुदळी किंवा दंडुके व भाले घेऊन संतापलेल्या माणसांचे प्रचंड जमाव त्यांना हाव असलेल्या भूमीच्या सीमेवर जाऊन उभे ठाकतील.

हे सत्य आजच्या रूढ ढंगाला साजेसं नाही, मोहक नाही आणि अजिबात लोकप्रिय नाही; पण हे सत्य आहे. शस्त्रांचा शोध लागण्यापूर्वी आणि संघटित सैन्य अस्तित्वात येण्यापूर्वी लाखो वर्षांपासून युद्ध ही वैश्विक व अविरत बाब राहिलेली आहे, हे मानवतेच्या कहाणीवरून लक्षात येतं. खरंतर सक्षम सरकारांच्या हातात शस्त्रं आल्यानंतरच मानवी इतिहासात शांतता व सुव्यवस्थेचे सुखासीन टप्पे आलेले दिसतात. प्रत्येक युगामध्ये उच्च दर्जाची अस्त्रं व उच्च दर्जाची शिस्त यांच्या संरक्षणाखाली राहणाऱ्या पाळण्यामध्येच सभ्यतेचं संगोपन झालेलं आहे.

युद्धाची कारणं नष्ट करण्यासाठी आपल्याला शस्त्रास्त्रांहून अधिक खोलवर जावं लागेल. दुःख व अन्याय संपवावा लागेल. मानवी विचाराची पातळी उंचवावी लागेल. जगाला नवीन प्रेरणा द्यावी लागेल. नैतिक पातळीवर निःशस्त्रीकरण झालं की भौतिक पातळीवरचं निःशस्त्रीकरण आपोआप होईल.

ही अर्थातच या सगळ्याची एक बाजू झाली. याला आणखीही बाजू आहे का? युरोपची, जगाची आणि खुद्द आपल्या देशाची आजची अवस्था पाहिली की, मला वाटतं, येत्या वर्षा-दोन वर्षांत आपल्या इतिहासामध्ये एक निर्णायक वळणाचा क्षण येणार आहे. ग्रेट ब्रिटनच्या दिशेनं आगेकूच करणाऱ्या गोष्टीकडे तुम्ही काळजीपूर्वक पाहिलं, तर आपल्यालाही आपल्या पूर्वजांप्रमाणे निष्ठुर निवड करावी लागणार आहे, हे तुमच्या लक्षात येईल : शरणागती पत्करायची की स्वतःला सज्ज ठेवायचं, अधिक सबळ राष्ट्राच्या इच्छेसमोर शरणागती पत्करायची की आपले हक्क, आपलं स्वातंत्र्य आणि अर्थातच आपलं जीवन यांच्या बचावासाठी सुसज्ज राहायचं यातून आता निवड करावी लागणार आहे.

शरणागती पत्करायची असेल, तर त्यासाठीही योग्य वेळ साधायला हवी. सज्ज राहायचं असेल तर त्यासाठी जास्त उशीर करून चालणार नाही. शरणागती

स्वीकारली, तर काही नाही तरी ब्रिटिश साम्राज्य हातचं जाईल व त्याचं वाटपही होईल आणि आपणही जर्मन वर्चस्वाखालील युरोपात सामील होऊ किंवा नॉर्वे, स्वीडन, डेन्मार्क, हॉलंड, बेल्जियम व स्वित्झर्लंड यांसारख्या लहान देशांच्या भविष्यात जे काही लिहिलेलं असेल तोच आपलाही मार्ग असेल.

शरणागतीच्या बाबतीत आणखी एक अडचण आहे- हे मी अतिशय शांतपणे सांगतो आहे- आपल्या देशामध्ये आधीच पहिल्या दर्जाचं सामर्थ्य असलेली लोकसंख्या आहे आणि या लहान देशात राहणाऱ्या बहुधा निम्म्याहून अधिक लोकांना आपण नवीन जीवनमानानुसार पुरेसं अन्न पुरवू शकत नाही. अशा वेळी शरणागती पत्करली, तर कोणती निम्मी लोकसंख्या टिकवून ठेवावी, हे ठरवताना प्रचंड ताण येईल. मेदुसाच्या तराफ्याची गोष्ट तुम्ही बहुधा वाचली असेल. त्या घृणास्पद विषयसूत्रावर मी वेळ घालवत नाही; पण शरणागतीचे आणि जगासमोर ठोसपणे आपलं स्थान सोडून देण्याचे तोटे हे असे आहेत. सज्ज राहायचं असेल तर त्यासाठी मुत्सद्देगिरी, खर्च व मेहनत यांची गरज भासेल आणि शरणागती किंवा सज्जता या दोन्हींमध्ये दुःख व धोके आहेतच.

मित्रांनो, माझ्या देशवासीयांनो, होऊ घातलेलं आणखी एक महायुद्ध थोपवण्यासाठी किंवा युद्ध झालंच तर आपला विध्वंस टाळण्यासाठी आपण सज्ज राहायला हवं, त्याबद्दल काही उपाय सुचवण्यासाठी मी स्वतः तयार आहे, म्हणूनच मी तुमच्याशी हे बोलू पाहतो आहे. पहिली गोष्ट, आणखी एका दिवसाचाही विलंब न करता आपण युरोपातील सर्वांत ताकदवान हवाई सत्ता बनण्यासाठीची तयारी सुरू करायला हवी. आपण बेटावर राहत असल्यामुळे आधी आपल्याला नौदलामुळे जे संरक्षण लाभत होतं, तीच सुरक्षिततेची तजवीज पूर्ववत करण्यासाठी हवाई दलाची मदत होईल. शिवाय आपल्या इच्छेविरोधात धमकावणीला बळी पडण्याच्या धोक्यापासून दूर राहणं शक्य होईल. आपल्याकडील मालमत्ता सोडून द्यावी लागू नये किंवा आपल्याकडील बचावाची सध्याची साधनं शत्रूच्या स्वाधीन करावी लागू नयेत किंवा आपल्या इच्छेविरोधात अथवा हक्क आणि न्यायाच्या आपल्या भावनेविरोधात युरोपीय युद्धात सहभागी होण्याची सक्ती आपल्यावर होऊ नये, यासाठी ही सज्जता गरजेची आहे.

एखादं अतिशय संपन्न राष्ट्र व साम्राज्य इतक्या उघडपणे असुरक्षित अवस्थेत राहतं, तेव्हा ते वखवखलेल्या सत्तांच्या आकांक्षेला व क्षुधेला खुणावणारं प्रलोभन ठरतं, अशा वेळी शांततेला वाढीव धोका उत्पन्न होतो. युरोपला अशा धोक्यापासून मुक्त करण्यासाठी आपण हा मार्ग स्वीकारायला हवा.

पण आपण एवढंच करून थांबता कामा नये. लीग ऑफ नेशन्स या संस्थेला योग्य पद्धतीनं टिकवलं आणि मार्गदर्शन केलं, तर जगाची धोक्यात आलेली

शांतता जतन करता येईल, असं मला वाटतं. लीग ऑफ नेशन्सची चेष्टा करणं, हा काहींसाठी- अनेकांसाठी विशेष रुचीचा भाग आहे, याची मला कल्पना आहे; पण दुसरी काही समकक्ष आशा आपल्यासमोर आहे का?

जर्मनीकडून बळकावलं जाण्याची किंवा विध्वंस होण्याची भीती अनेक लहान-मोठ्या देशांना वाटते आहे. त्यांनी आपली भीती आणि वस्तुस्थिती लीग ऑफ नेशन्ससमोर मांडावी. ही भीती समर्थनीय आहे, याबद्दल लीग ऑफ नेशन्सची खात्री पटली, तर विशिष्ट धोक्याविरोधात कारवाई करून शांतता जतन करण्यासाठी या संघटनेनं आपल्या सदस्यांना पुढे येण्याचं आवाहन करावं. अशा वेळी संघर्षाची शक्यता असलेल्या प्रदेशाच्या सर्वांत जवळ राहणारे स्वतःहून पुढे येतील. कदाचित केवळ दोन किंवा तीन नव्हे, तर आठ किंवा दहा राष्ट्रं स्वतःच्या आणि शांततेच्या हितासाठी ही विशेष जबाबदारी पार पाडायला स्वेच्छेनं तयार होतील. त्यानंतर लीग ऑफ नेशन्सच्या अंतर्गत औपचारिक अधिकाराखाली असुरक्षित राष्ट्रांच्या विशेष सेवा पथकाची निर्मिती होईल. आपल्याला मोकळं ठेवावं अशी त्यांची इच्छा असेल. ही केवळ शांतताप्रिय सत्तांची संघटना नसेल, कारण प्रत्येकजण स्वतःला शांतताप्रियच मानतो. ही संघटना शांततेत रस घेणाऱ्या सत्तांची असेल, युद्धामुळे बरंच काही गमवावं लागणाऱ्या आणि धोक्याच्या सर्वांत निकट असलेल्यांची ही संघटना असेल.

गेल्या सोमवारी जनरल स्मट्स यांनी केलेली मांडणी मला मान्य आहे. 'लीगअंतर्गत एक लहानसा गट असायला हवा, एकाच छत्राखाली त्यांनी परस्परांशी संरक्षणविषयक सहकार्य करावं आणि त्यावर लीगचं नियंत्रण असावं,' असे ते म्हणाले होते. ही शहाणपणाची भूमिका आहे आणि ग्रेट ब्रिटननं यात सहभागी होण्याला नकार देऊ नये, असं मला वाटतं. जमीन, समुद्र किंवा आकाश यातील कोणत्याही अवकाशामध्ये लीगच्या सदस्यांपैकी कोणावर चढाई झाली, तर इतरांनी परस्परांशी संपर्क साधून बचावाचे उपाय करावेत आणि धोका असेल तोपर्यंत दलं टिकवून ठेवावीत. यासाठी लीग ऑफ नेशन्सनं संबंधित सदस्यांना आदेश द्यावेत, किंबहुना तसा आग्रह धरला जावा.

सत्तासमतोल या जुन्या तत्त्वाविषयी तुम्ही ऐकलं असेल. मला ते मान्य नाही. युरोपात सत्तासमतोलासारखं काहीही करायचा प्रयत्न केला, तर त्यातून युद्धाला तोंड फुटेल. आपल्याला विजयाची चांगलीच आशा आहे, असं दोन्ही बाजूंना वाटू लागतं, तेव्हा सर्वसाधारणपणे मोठी युद्धं सुरू होतात. शांतता ही प्राबल्यावर अवलंबून असावी लागते. संख्येत सुरक्षितता असते. दोन्ही बाजूंना पाच किंवा सहा देश असतील, तर सामर्थ्याची भीतिदायक परीक्षा घेतली जाण्याची शक्यता असते; पण एका बाजूला आठ किंवा दहा आणि दुसऱ्या बाजूला केवळ एक किंवा दोन

देश परस्परांच्या विरोधात उभे ठाकले असतील आणि प्रतिपक्षापेक्षा पहिल्या संयुक्त दलांचं प्रमाण तीन किंवा चार पटींनी जास्त असेल, तर युद्ध होणार नाही.

जगातील एका प्रदेशामध्ये उचित ठरलेल्या व्यावहारिक योजनेला इतर धोकाग्रस्त ठिकाणी व दुसऱ्या कुठल्या भूमीमध्ये निराळ्या रचनेद्वारे पुन्हा अमलात आणता येतं. कदाचित हळूहळू संपूर्ण जगाला व्यक्तिगत आक्रमकांविरोधात आंतरराष्ट्रीय हमी मिळेल आणि मानवतेला आत्मविश्वास तसेच सुरक्षितता यांचा पुन्हा अनुभव घेता येईल.

अशा प्रकारच्या रचनेचा पहिला टप्पा सध्या हाती असलेल्या वेळेत-अजून बहुधा थोडा वेळ मिळेल- लीग ऑफ नेशन्सच्या पुढाकाराने आखला गेला, तर पुढील दहा वर्षं आपल्याला भयंकर व प्राणघातक आपत्ती टाळून मार्गक्रमण करता येईल, असा मला विश्वास आहे. दरम्यान, सुखी शांततेच्या मधल्या काळात आपल्याला युरोपातील जीवनाची पुनर्रचना करता येईल आणि आपल्या विभागलेल्या व अस्थिर सभ्यतेला न्याय आणि सदिच्छेच्या बळावर एकत्र आणता येईल. देव आपल्या सर्वांचं रक्षण करो.

परिशिष्ट - दोन

अटलांटिक सनद

प्लेसेन्शिया उपसागर, न्यूफाउन्डलँड इथे १४ ऑगस्ट १९४१ रोजी सहमतीच्या स्वाक्षऱ्या झाल्या.

युनायटेड स्टेट्स ऑफ अमेरिकेचे राष्ट्राध्यक्ष आणि युनायटेड किंगडममधील सम्राटांच्या सरकारचे प्रतिनिधी पंतप्रधान श्री. चर्चिल यांनी एकत्र येऊन एकमेकांच्या देशांच्या राष्ट्रीय धोरणांमध्ये काही सामाईक तत्त्वे असावीत असं ठरवलं. जगाच्या चांगल्या भवितव्यासाठी या तत्त्वांवर त्यांनी आपली आशा लावलेली आहे.

एक, त्यांचे देश कोणताही प्रादेशिक किंवा इतर विस्तार करणार नाहीत.

दोन, संबंधित लोकांच्या मुक्तपणे व्यक्त झालेल्या इच्छेच्या विपरीत जाऊन कोणताही प्रादेशिक बदल घडवण्याची त्यांना आकांक्षा नाही.

तीन, आपल्याला कोणत्या प्रकारचं सरकार हवं आहे हे ठरवण्याचा हक्क सर्व लोकांना आहे, याचा ते आदर करतात. ज्या लोकांना सार्वभौम हक्कांपासून व स्वशासनापासून सक्तीनं वंचित ठेवण्यात आलं आहे, त्यांना हे हक्क पुन्हा मिळावेत, अशी अमेरिका व ब्रिटनची इच्छा आहे.

चार, आर्थिक संपन्नतेसाठी लहान किंवा मोठ्या, जेत्या किंवा नेस्तनाबूत अशा सर्व देशांना समान शर्तींवर व्यापार व जगातील कच्च्या मालापर्यंत पोहोचता यावं, यासाठी हे दोन्ही देश आपापल्या विद्यमान जबाबदाऱ्यांचा मान ठेवतील.

पाच, कामगार क्षेत्रातील दर्जा सुधारणं, आर्थिक प्रगती साधणं व सामाजिक सुरक्षा लाभणं, या उद्दिष्टांसाठी आर्थिक क्षेत्रात सर्व राष्ट्रांमध्ये संपूर्ण सहकार्य व्हावं, अशी या दोन्ही देशांची इच्छा आहे.

सहा, नाझी जुलूमशाहीचा अंतिम विनाश झाल्यानंतर स्थापन होणाऱ्या शांततेमध्ये सर्व राष्ट्रांना आपापल्या सीमेमध्ये सुरक्षितरीत्या राहता यावं आणि सर्व ठिकाणच्या सर्व लोकांना भय आणि अभाव यांच्यापासून मुक्त होऊन जगता यावं, अशी त्यांना

आशा आहे.

सात, या शांततेमध्ये सर्व माणसांना समुद्रांमध्ये व महासागरांमध्ये विनाअडथळा विहार करता यायला हवा.

आठ, जगातील सर्व राष्ट्रांनी वास्तविक आणि आध्यात्मिक कारणांसाठी बळाचा वापर सोडून द्यायला हवा, अशी या दोन्ही देशांची धारणा आहे. आपल्या सीमांबाहेर जाऊन आक्रमक होण्याची धमकी देणाऱ्या किंवा ज्यांच्याकडून अशा धमकावणीची शक्यता आहे अशा राष्ट्रांनी जमीन, समुद्र व आकाश अशा पातळ्यांवर सशस्त्रीकरण सुरूच ठेवलं, तर भविष्यात शांतता प्रस्थापित होणार नाही, व्यापक व कायमस्वरूपी सार्वत्रिक शांततेची व्यवस्था अस्तित्वात येणं लांबणीवर पडेल, असं या दोन्ही देशांना वाटतं; त्यामुळे अशा प्रकारच्या धमकी देणाऱ्या राष्ट्रांचं निःशस्त्रीकरण आवश्यक आहे. शांतताप्रिय लोकांवर सशस्त्रीकरणाचा दडपून टाकणारा ताण येऊ नये यासाठी इतर सर्व व्यवहार्य उपायांना हे दोन्ही देश सहकार्य करतील आणि प्रोत्साहन देतील.

परिशिष्ट - तीन

अमेरिकेचं सन्माननीय नागरिकत्व बहाल केलं गेलं, तेव्हाचं घोषणापत्र ९ एप्रिल १९६३

युनायटेड स्टेट्स ऑफ अमेरिकेच्या राष्ट्राध्यक्षांकडून
उद्‌घोषणा
अमेरिकेत जन्मलेले; पण ब्रिटनचे नागरिक असलेले सर विन्स्टन चर्चिल आयुष्यभर अमेरिकी लोकांचे व अमेरिकी राष्ट्राचे ठाम व खंबीर मित्र राहिलेले आहेत;

युद्धामध्ये व शांततेमध्येही त्यांनी दाखवलेलं शौर्य, दानशूरपणा व पराक्रमी वृत्ती यांमुळे स्वातंत्र्याच्या अंधकारमय कालखंडात प्रेरणेची ज्योत तेवत राहिली;

आपल्या स्वातंत्र्याच्या संरक्षणासाठी उभ्या राहिलेल्या स्वतंत्र माणसांवर कोणताही शत्रू मात करू शकत नाही आणि कोणतंही अचाट कृत्य त्यांना नाउमेद करू शकत नाही, हे त्यांच्या जीवनातून पाहायला मिळतं;

त्यांनी इतिहासकार म्हणून आपल्या कलेद्वारे आणि मुत्सद्दी म्हणून आपल्या निर्णयशक्तीद्वारे भूतकाळाला भविष्याचा चाकर बनवलं;

त्यामुळे आज मी, जॉन. एफ. केनेडी, युनायटेड स्टेट्स ऑफ अमेरिकेचा राष्ट्राध्यक्ष, अठ्ठ्याऐंशीव्या काँग्रेसच्या अधिनियमात नमूद केलेल्या अधिकारानुसार, सर विन्स्टन चर्चिल हे युनायटेड स्टेट्स ऑफ अमेरिकेचा सन्माननीय नागरिक असल्याचं जाहीर करतो.

परिशिष्ट - चार

मस्टर्ड वायूसंबंधीच्या बैठकीचं कार्यवृत्त
६ जुलै १९४४

सेनाधिकारी मंडळासाठी जनरल इझ्मे :

१. या विषारी वायूच्या मुद्द्यावर आपण अधिक गांभीर्यानं विचार करावा, असं मला वाटतं. अ) आपल्यासाठी जीवन-मरणाचा प्रश्न निर्माण झाला आहे किंवा आ) युद्धाचा कालावधी एका वर्षानं कमी होणार आहे- या दोन शक्यता नसतील तर मी हा वायू वापरणार नाही.

२. गेल्या युद्धामध्ये सगळ्यांनी या वायूचा वापर केला, तेव्हा नैतिकतावादी किंवा चर्चव्यवस्था यांनी तक्रारीचा चकार शब्द काढला नाही; त्यामुळे या विषयावर नैतिकतेचा प्रश्न उभा करणं असंगत आहे. दुसऱ्या बाजूला, गेल्या युद्धामध्ये खुल्या शहरांवर बॉम्बफेक करणं वर्ज्य मानण्यात आलं होतं. प्रत्येकजण काही रूढ मार्ग म्हणून हा पर्याय स्वीकारत नाही. स्त्रियांच्या लांब व तोकड्या स्कर्टची फॅशन बदलते, तसाच हा एक बदल आहे.

३. मुख्यत्वे मस्टर्ड हा विषारी वायू वापरल्यानं आपल्याला कोणता लाभ होईल याचा निष्ठुर हिशेब मला हवा आहे. एखाद्या लहानशा भागात अडकून पडावं लागू नये यासाठी आपल्याला नॉर्मन्डीत आणखी प्रदेश ताब्यात घ्यावा लागेल. आपण त्यांच्या प्रदेशात कदाचित २० टन वायू सोडू शकतो आणि आपलं वर्चस्व प्रस्थापित झालेल्या प्रदेशात ते बॉम्बर विमानं घेऊन येतील त्यावरही हा उपाय करता येईल, त्यातून मोठी जीवितहानी होईल.

४. जर्मनांनी याचा वापर का केलेला नाही? नैतिक बोच वाटल्यामुळे किंवा आपल्याबद्दल प्रेम वाटत असल्यामुळे हे घडलेलं नसणारच. त्यांना फारसा फायदा नसल्यामुळे त्यांनी असा वायू वापरलेला नाही. नॉर्मन्डीची किनारपट्टी त्यांना अशा

वायूहल्ल्यासाठी सर्वाधिक सोयीची होती. इथे त्यांनी असा हल्ला केला असता, तर दोस्त राष्ट्रांच्या दलांना मोठ्या अडथळ्याला सामोरं जावं लागलं असतं. (ॲलन ब्रूक यांनी १९४० मध्ये लिहिलं होतं की, जर्मनांनी इंग्लंडमध्ये पाऊल ठेवलं तर 'किनारपट्टीवर मस्टर्ड वायू मारण्याचं मी मनात योजलेलं आहे', ॲलन ब्रूक, वॉर डायरीज, पान ९४) त्यांनी अशा वायूवापराचा निश्चितपणे विचार केला असणार आणि आपण वायूहल्ला केला तर प्रत्युत्तरासाठीची तयारीही त्यांनी निश्चितपणे केली असणार; परंतु त्यांना प्रतिहल्ल्याची भीती वाटते, एवढ्याच कारणामुळे त्यांनी आपल्याविरोधात अशा वायूचा वापर केलेला नाही. त्यांना जे अपायाचं वाटतं, ते आपल्याला लाभाचं आहे.

५. विषारी वायूचा हल्ला किती त्रासदायक असतो, हे आपल्याला माहीत आहे; पण जवळपास प्रत्येकजण या वायूहल्ल्याच्या परिणामांपासून सावरतो. उलट तितक्याच प्रमाणात तीव्र स्फोटकं वापरली तर दलांची व नागरिकांची अधिक हानी होते आणि दुःखातही अधिक भर पडते, हे मान्य करायला नकार देणं निरर्थक आहे. गेल्या युद्धातील किंवा सध्याच्या युद्धातील मूर्ख रूढींमध्ये आपला मेंदू बंदिस्त करून ठेवणं योग्य नाही.

६. लंडनवरील बॉम्बवर्षाव गंभीर त्रास देणारा ठरला आणि दीर्घ पल्ल्याची व विध्वंसक परिणाम करणारी मोठी रॉकेट्स सरकारच्या व कामगारांच्या अनेक केंद्रांवर पडू लागली, तर शत्रूच्या वर्मी घाव घालण्यासाठी मी काहीही करायला तयार आहे. विषारी वायूचा वापर करण्याबाबत आपण मला पाठिंबा द्यावा, असं आवाहनही मी तेव्हा निश्चितपणे करेन. जर्मनीतील रूहर आणि इतर अनेक शहरांना आपण वायूमध्ये इतकं बुडवून टाकू की, बहुतांश लोकांना सातत्यानं वैद्यकीय उपचारांची गरज भासेल. त्यांच्या उडत्या बॉम्बची निर्मितीच खंडित होईल अशा ठिकाणी आपण वायूहल्ला करू. आपण सज्जनपणे वागल्याचे दुष्परिणाम भोगायचे आणि त्यांनी मात्र हलकटपणाचे फायदे उपटायचे, हे असंच सुरू ठेवण्यात मला काही अर्थ दिसत नाही. पूर्वी असं घडत असेलही; पण आता तसं चालणार नाही.

७. जर्मनीला विषारी वायूमध्ये बुडवून टाकण्याचे आदेश मी तुम्हाला देईन, त्याला अजून अनेक आठवडे किंबहुना अनेक महिने आहेत, हे मला मान्य आहे; पण आपण हे पाऊल उचलणार असू, तर ते शंभर टक्के निर्धारानं उचलायला हवं.

दरम्यान, समंजस लोकांनी निष्ठुरपणे या विषयाचा अभ्यास करावा. सतत स्तोत्र पठण करणाऱ्या त्या गणवेशधारी पराभववाद्यांच्या विशिष्ट चमूकडून असा अभ्यास होण्यात काहीच अर्थ नाही- ते एकदा इकडे, तर एकदा तिकडे धावत असतात. तुम्ही याचा गांभीर्यानं विचार करा. ही एक मोठी गोष्ट आहे आणि एखादं मोठं कारण असेल तरच ती दूर सारता येईल. अर्थात मला अंकल ज्यो (स्टालिन)

आणि प्रेसिडेन्ट (रुझवेल्ट) यांची समजूत काढावी लागेल; पण तुम्ही तुमच्या संदर्भात आत्ता याचा विचार करू नका. अशा वायूचा वापर सुटेपणानं कितपत लाभदायक आहे, हे तुम्ही तपासून पाहावं.

परिशिष्ट - पाच

मॉर्गेनथाऊ योजना

हेन्री मॉर्गेनथाऊ, ज्युनियर, यांनी काढलेला सारांश
जर्मनी इज द प्रॉब्लेम (न्यू यॉर्क, १९४५)

तिसरं महायुद्ध सुरू करण्यापासून जर्मनीला प्रतिबंध करण्यासाठीचा कार्यक्रम

१. जर्मनीचं निःसैनिकीकरण

शरणागतीनंतर शक्य तितक्या कमी वेळात जर्मनीचं संपूर्ण निःसैनिकीकरण करणं, हे दोस्त राष्ट्रांच्या फौजांचं उद्दिष्ट असायला हवं. जर्मन सैन्य आणि लोक यांना पूर्णतः निःशस्त्र करणं (सर्व युद्धसामग्री काढून घेणं), जर्मनीतील शस्त्रास्त्र कारखान्यांचा संपूर्ण विनाश आणि सैनिकी सामर्थ्यासाठी पायाभूत ठरणाऱ्या इतर महत्त्वाच्या उद्योगांचं निर्मूलन किंवा विध्वंस करणं, असा याचा अर्थ आहे.

२. जर्मनीच्या नवीन सीमा

अ) सोव्हिएत रशियाकडे न जाणारा पूर्व प्रशियातील प्रदेश आणि सिलेसियाचा दक्षिणेतील भाग पोलंडला मिळावा.

आ) सार प्रदेश आणि ऱ्हाइन व मेझेल नद्यांच्या काठाशी असलेला प्रदेश फ्रान्सला मिळावा.

इ) पुढील चौथ्या मुद्द्यामध्ये नमूद केल्याप्रमाणे रूहर आणि शेजारील औद्योगिक प्रदेशांना सामावणारं आंतरराष्ट्रीय क्षेत्र निर्माण केलं जावं.

३. नवीन जर्मनीचं विभाजन

जर्मनीचा उर्वरित भाग दोन स्वायत्त, स्वतंत्र देशांमध्ये विभागावा- अ) बव्हेरिया, वूहटमबर्ग, बादेन आणि इतर काही लहान भागांचा दक्षिण जर्मन देश आणि आ) जुन्या प्रशियातला मोठा भाग, सॅक्सनी, थुरिंजिया आणि अनेक लहान राज्ये मिळून होणारा उत्तर जर्मन देश.

नवीन दक्षिण जर्मनी आणि ऑस्ट्रिया यांच्यात रूढ ऐक्य असावं; ऑस्ट्रियाला

१९३८ च्या आपल्या आधीच्या राजकीय सीमांमधील प्रदेश परत मिळेल.

४. रूहर प्रदेश (रूहर, सभोवतालचा औद्योगिक प्रदेश, ऱ्हाइनलँड, किएल कालवा आणि किएल कालव्याच्या उत्तरेकडील सर्व जर्मन प्रदेश)

जर्मन औद्योगिक सत्तेचं हे केंद्र आहे. या प्रदेशातील सर्व विद्यमान उद्योग बंद करायला हवेत, शिवाय त्याला इतकं कमकुवत आणि नियंत्रित करावं की, नजीकच्या भविष्यात या भागाला औद्योगिकीकरण साधताच येणार नाही. यासाठी पुढील पावलं उचलावीत-

अ) सैनिकी कारवाईत उद्ध्वस्त न झालेले सर्व औद्योगिक प्रकल्प आणि उपकरणं लवकरात लवकर, शक्य झाल्यास लढाई संपुष्टात आल्यावर सहा महिन्यांच्या आत, मोडून काढावीत अथवा दोस्त राष्ट्रांमध्ये त्यांचं पुनर्वसन करावं. खाणींमधून सर्व उपकरणं बाहेर काढावीत आणि खाणी बंद कराव्यात.

आ) या प्रदेशाला आंतरराष्ट्रीय क्षेत्र म्हणून जाहीर करावं आणि संयुक्त राष्ट्रांनी स्थापन केलेल्या आंतरराष्ट्रीय सुरक्षा संघटनेद्वारे त्याचं नियमन करावं. या प्रदेशाचं नियमन करताना संबंधित आंतरराष्ट्रीय संघटनेनं उपरोल्लेखित उद्दिष्ट साध्य होण्याच्या दिशेनं धोरणं राबवावीत.

५. पुनर्वसन व नुकसानभरपाई

भविष्यातील परतफेड अथवा पुरवठा अशा कोणत्याही स्वरूपात नुकसानभरपाईची मागणी करू नये. विद्यमान जर्मन स्रोत व प्रदेशांच्या हस्तांतरणाद्वारे पुनर्वसन व नुकसानभरपाई केली जाईल, उदाहरणार्थ-

अ) जर्मनांनी काबीज केलेल्या प्रदेशांमध्ये त्यांनी लुटलेल्या मालमत्तेचं पुनर्वसन केलं जाईल.

आ) जर्मन प्रदेश आणि अशा प्रदेशात स्थायिक असलेल्या औद्योगिक मालमत्तेमधील जर्मन खासगी हक्क यांचं हस्तांतरण विभाजनाच्या कार्यक्रमानुसार उद्ध्वस्त देशांकडे आणि आंतरराष्ट्रीय संघटनेकडे केलं जाईल.

इ) विभाजनाच्या कलमामध्ये नमूद केल्यानुसार निर्माण झालेलं आंतरराष्ट्रीय क्षेत्र आणि उत्तर व दक्षिण जर्मनी हे देश यांमधील औद्योगिक प्रकल्प व उपकरणं काढून घ्यावीत आणि उद्ध्वस्त देशांमध्ये वाटावीत.

ई) सक्तीने जर्मनीबाहेर काढण्यात आलेल्या कामगाराद्वारे हे होईल.

उ) जर्मनीबाहेरची कोणत्याही स्वरूपातील सर्व जर्मन मालमत्ता जप्त केली जाईल.

६. शिक्षण व प्रचार

अ) दोस्त राष्ट्रांच्या शिक्षण आयोगाकडून परिणामकारक पुनर्रचना कार्यक्रम तयार होईपर्यंत सर्व शाळा व विद्यापीठे बंद ठेवावीत. कोणतीही उच्चशिक्षण संस्था

सुरू होण्यासाठी बराच वेळ जाईल, असा अंदाज आहे. दरम्यान, परदेशातील विद्यापीठांमध्ये शिकणाऱ्या जर्मन विद्यार्थ्यांच्या शिक्षणाला प्रतिबंध केला जाणार नाही. योग्य शिक्षक व पाठ्यपुस्तकं उपलब्ध झाल्यावर तातडीने प्राथमिक शाळा पुन्हा सुरू केल्या जातील.

आ) योग्य नियंत्रण प्रस्थापित होत नाही आणि योग्य कार्यक्रम तयार होत नाही तोपर्यंत सर्व जर्मन नभोवाणी केंद्रं आणि वर्तमानपत्रं, नियतकालिकं व साप्ताहिकं, इत्यादी बंद करावीत.

७. राजकीय विकेंद्रीकरण

जर्मनीतील सुरुवातीचं सैनिकी प्रशासन चालवताना जर्मनीच्या पुढील विभाजनाच्या दृष्टीने अंमलबजावणी व्हावी. विभाजन सुकर व्हावं आणि ते टिकून राहावं, यासाठी सैनिकी अधिकाऱ्यांनी पुढील मार्गदर्शक तत्त्वांचं पालन करावं :

अ) नाझी सरकारच्या सर्व धोरणकर्त्या अधिकाऱ्यांना काढून टाकावं आणि मुख्यत्वे स्थानिक शासनावर काम करावं.

आ) जर्मनी सध्या ज्या १८ राज्यांमध्ये विभागलेला आहे त्या प्रत्येक राज्यात शासनाची पुनर्स्थापना होण्यासाठी उत्तेजन द्यावं आणि भर म्हणून प्रशियन प्रांतांना वेगळ्या राज्यांचा दर्जा द्यावा.

इ) जर्मनीचं विभाजन झाल्यानंतर विविध राज्य शासनांना प्रत्येक नवीन विभाजित प्रदेशासाठी एक संघराज्य शासन तयार करण्यासाठी प्रोत्साहन द्यावं. ही नवीन शासनं राज्यसंघाच्या रूपात असावीत. त्यात राज्यांच्या हक्कांवर आणि स्थानिक स्वायत्ततेच्या मोठ्या व्याप्तीवर भर असावा.

८. स्थानिक जर्मन अर्थव्यवस्थेविषयी सैन्याची जबाबदारी

सैनिकी कारवाया व सैनिकी ताबा यांना सुलभता प्राप्त करून देणं, एवढा एकमेव उद्देश जर्मन अर्थव्यवस्थेवर नियंत्रण असलेल्या सैन्यानं समोर ठेवावा. दरनियंत्रण, शिधावाटप, बेरोजगारी, उत्पादन, पुनर्बांधणी, वितरण, उपभोग, निवारा किंवा वाहतूक अशा आर्थिक समस्यांची जबाबदारी दोस्त राष्ट्रांच्या सैनिकी सरकारने घेऊ नये. सैनिकी कारवायांसाठी आवश्यक अशा घटकांचा अपवाद वगळता जर्मन अर्थव्यवस्थेला बळकटी आणणारे किंवा टिकवणारे कोणतेही उपाय योजू नयेत. जर्मन अर्थव्यवस्था व तिथले लोक यांना जगवण्याची जबाबदारी जर्मन जनतेची आहे. सद्यस्थितीत उपलब्ध असलेल्या सुविधांद्वारे त्यांना ते करावं लागेल.

९. जर्मन अर्थव्यवस्थेच्या विकासावरील नियंत्रणं

शरणागतीनंतर किमान २० वर्षं तरी संयुक्त राष्ट्रांनी पुरेशी नियंत्रणे (उदाहरणार्थ-परकीय व्यापारावर नियंत्रणे आणि भांडवली आयातीवर कडक निर्बंध) ठेवावीत, जेणेकरून जर्मन सैनिकी सामर्थ्याला पायाभूत असलेल्या महत्त्वाच्या उद्योगांची

स्थापना किंवा विस्तार करणं नवस्थापित राज्यांना शक्य होणार नाही.

१०. शेतकी कार्यक्रम

सर्व मोठ्या जमीन मालमत्तांना मोडून त्यांचं शेतमजुरांमध्ये वाटप करावं आणि ज्येष्ठ पुत्राला वारस मानण्याची आणि वंशपरंपरागत मालमत्तेची पद्धती रद्द करावी.

११. युद्धगुन्ह्यांची शिक्षा व विशेष गटांना द्यायची वागणूक

विशिष्ट युद्ध गुन्ह्यांना करायची शिक्षा, नाझी संघटना व इतर विशेष गटांना द्यायची वागणूक, यासंबंधीचा कार्यक्रम कलम ११मध्ये नोंदवला आहे.

१२. गणवेश व कवायती

अ) लढाई संपल्यानंतर, पुरेसा वेळ गेल्यानंतर कोणत्याही जर्मन व्यक्तीला कोणताही सैनिकी गणवेश घालायची किंवा कोणत्याही निमसैनिकी संघटनेचा गणवेश घालायची परवानगी दिली जाऊ नये.

आ) जर्मनीत कुठेही सैनिकी कवायतींना परवानगी दिली जाऊ नये आणि सर्व सैनिकी बँड बंद करावेत.

१३. विमान

सैनिकी किंवा व्यावसायिक- सर्व विमानं (यात ग्लायडरचाही समावेश असेल.) पुढील व्यवस्था लावण्यासाठी जप्त केली जावीत. कोणत्याही जर्मन व्यक्तीला कोणतंही- परकीय घटकांच्या मालकीचं असलं तरी- विमान चालवण्याची किंवा चालवण्यासाठी मदत करण्याची परवानगी देऊ नये.

१४. अमेरिकेची जबाबदारी

संपूर्ण जर्मन कार्यक्रमाच्या अंमलबजावणीसाठी स्थापन होणाऱ्या कोणत्याही आयोगावर अथवा आयोगांवर अमेरिकेला पूर्ण सैनिकी आणि नागरी प्रतिनिधित्व मिळेल; परंतु जर्मनीमधील पोलिसी कामकाज आणि नागरी प्रशासन यांची जबाबदारी जर्मनीच्या युरोपीय शेजाऱ्यांच्या सैनिकी दलांनी घ्यावी. यात मुख्यत्वे रशियन, फ्रेंच, पोलिश, झेक, ग्रीक, युगोस्लाव्ह, नॉर्वेजियन, डच व बेल्जियन सैनिकांचा समावेश होता. या कार्यक्रमानुसार अमेरिकेची दलं तुलनेनं लवकर या प्रदेशातून माघारी घेणं शक्य होतं.

'जर्मनी इज द प्रॉब्लेम' या पुस्तकाला राष्ट्राध्यक्ष रुझवेल्ट यांनी लिहिलेल्या प्रस्तावनेतून :

'जर्मन वंशावर आम्ही कोणताही दोषारोप करत नाही, कारण कोणत्याही मानवी वंशाला देवानं कायमस्वरूपी धिक्कारलं आहे यावर आमचा विश्वास नाही. खुद्द आमच्या भूमीतही जर्मन वंशाचे कितीतरी पुरुष व स्त्रिया निष्ठावान, स्वातंत्र्यप्रिय

व शांतताप्रिय नागरिक म्हणून राहत आहेत, हे आम्हाला माहीत आहे. ...जर्मन लोकांना गुलामीत ढकललं जाणार नाही, कारण संयुक्त राष्ट्रं मानवी गुलामीच्या तस्करीमध्ये गुंतलेली नाहीत; परंतु शांतताप्रिय व कायदा मानणाऱ्या राष्ट्रांच्या सोबत येण्यासाठी जर्मनीला पुन्हा आपला मार्ग चोखाळावा लागेल. हा मोठा चढ असलेला मार्ग चढत असताना त्यांना बंदुकांच्या ओझ्याखाली दबावं लागू नये, एवढी काळजी आपण घ्यायला हवी. त्यांच्यावरचा हा ताण कायमचाच निघून जाईल, अशी आम्हाला आशा आहे.'

टिपा व संदर्भ

प्रस्तावना

1. WSC, My Early Life (2002), p. ix.
2. House of Commons, 26 March 1936.
3. Speech to the Royal Society of St George, 24 April 1933.
4. Martin Gilbert, In Search of Churchill (1995), p. 6.
5. J.H. Plumb, 'Churchill the Historian', in A.J.P.Taylor (ed.), Churchill: Four Faces and the Man (1969), p. 123.
6. Quoted in Frederick Woods, Artillery of Words (1992), p. 2.
7. Woods, Artillery, p.153.
8. See Clive Ponting, Churchill (1994); John Charmley, Churchill:The End of Glory (1993) and Churchill's Grand Alliance:The Anglo-American Special Relationship, 1940–57 (1995).
9. William Shakespeare, Julius Caesar Act I Scene 2.
10. Richard Holmes, Battlefields of the Second World War (2001), p. 24.
11. House of Commons, 30 July 1934;WSC, Arms and the Cov enant, p. 160.
12. To his Epping constituents, 23 February 1931.
13. House of Commons, 22 February 1906, दक्षिण आफ्रिकेतील चिनी वेठबिगार मजुरांविषयी; त्यांच्या रोजगाराच्या शर्थी गुलामगिरीसारख्या आहेत, हे नाकारलं.
14. Gilbert, Search, p. 86.
15. Washington DC, 26 June 1954.
16. Martin Gilbert, Churchill: A Life (2000), p. 862.

17. WSC, Early Life, p. 125.
18. Finest Hour, Winter 1998–9, p. 51.
19. Violet Bonham Carter, Winston Churchill as I Knew Him (1965), p. 135.
20. Lord Beaverbrook, Men and Power (1956), p. xiv.
21. Charles de Gaulle, L'Appel (1955), opening paragraph.
22. Lord Chandos, Memoirs of Lord Chandos (1962), p. 343.
23. Raymond Callahan, Churchill: Retreat from Empire (Tunbridge Wells 1984). या पुस्तकातील मुख्य निष्कर्ष असा आहे.
24. यातील काही 'संपूर्ण सैनिकी सन्मान' होते, केवळ सरकारी इतमामातील अंत्यविधी नव्हते; अंत्ययात्रा आणि कार्यक्रम यांमध्ये काही मोठा फरक नसावा.
25. John Lukacs, Churchill: Visionary, Statesman, Historian (Yale 2002), p. 174.

प्रकरण १ : पिता ते पुरुष, १८७४-१८९५

1. Anthony Storr, 'The Man', in A.J.P.Taylor (ed.), Churchill: Four Faces and the Man (1969), मानसशास्त्रातील जनुकविज्ञान आणि जैवरसायनशास्त्र यांबाबतचं आपलं ज्ञान आता बरंच प्रगत झालं आहे, हे लक्षात ठेवून सदर पुस्तक वाचावं.
2. दोन्ही आघाड्यांवर (स्त्रिया व संघटित कामगार) त्यांना स्वतःच्या विशेषाधिकारी बाल्यावस्थेच्या रक्षणासाठी आकर्षक 'बास्केट इन द बुलरश' तयार करावं लागलं. Moses and Monotheism (१९३९), या ग्रंथात सिग्मण्ड फ्रॉईड यांनी असं प्रतिपादन केलं आहे की, ख्रिस्तपूर्व २८०० मधील सार्गन ऑफ बेबिलॉनशी जोडण्यात येणाऱ्या या मिथकाचा सर्वसाधारण उद्देश कनिष्ठ वर्गात जन्मलेल्यांच्या वतीने राजेशाही पालकत्वावर दावा करणं हा असतो. मोझेसच्या बाबतीत या मिथकाची उलटी मांडणी करण्यात आली. राजेशाही इजिप्शिअन कुटंबातली ही व्यक्ती वास्तविक साध्या इस्राएली जमातीत जन्मली होती, असा त्यातील अर्थ होता.
3. Eyewitness account by Patrick Kinna, one of Winston's private secretaries, in Celia Sandys, Churchill (2003), p. 111.
4. Extract from 'Crusade in Europe' in Charles Eade (ed.), Churchill, by His Contemporaries (1953), pp. 197–8.

5. Simon Jenkins, England's Thousand Best Houses (2003), p. 593.
6. Peregrine Churchill and Julian Mitchell, Jennie, Lady Randolph Churchill: A Portrait with Letters (1974), pp. 19–20.
7. Churchill and Mitchell, Jennie, pp. 43–4.
8. Churchill and Mitchell, Jennie, p. 64.
9. Churchill and Mitchell, Jennie, p. 98.
10. WSC, Early Life, p. 5.
11. WSC, Early Life, p. 5.
12. Gilbert, Life, p. 4.
13. Gilbert, Life, p. 8.
14. The correspondence collected in Celia Sandys, From Winston with Love and Kisses (1994), leads irresistibly to this conclusion.
15. WSC, Early Life, pp. 9–10.
16. WSC, Early Life, p. 17.
17. WSC, Early Life, p. 21.
18. William Manchester, The Last Lion: Alone 1932–1940 (1989), p. 375.
19. WSC, Early Life, p. 46.
20. Gilbert, Life, p. 38.
21. Gilbert, Search, p. 315. मी केम्ब्रिजला दाखल झालो त्याच वर्षी माझ्या वडिलांचं निधन झालं. तेव्हा मी अतिशय रसातळाला गेलो होतो, उथळ होतो, पण हेकेखोरही होतो. माझ्या काही मर्यादित यशाचा आनंद बघण्याची संधी मिळण्यापूर्वीच वडिलांचं निधन झालं, याची खंत अजूनही मला जवळपास रोजच वाटते. पण त्यांचं माझ्यावर प्रेम होतं, याबद्दल मला कधीही शंका वाटलेली नाही. विन्स्टनच्या बाबतीत हे आणखी किती अवघड झालं असेल?
22. WSC, Early Life, p. 62: 'She was still at forty young, beautiful and fascinating.'
23. Anthony Montague Brown, Long Sunset (1995), p. 122.
24. See www.winstonchurchill.org/i4a/pages/index.cfm

?pageid=105.Article by John H. Mather, MD.

25. या सभागृहाचं नाव एम्पायर असं होतं; विन्स्टन यांनी ज्या सन्माननीय मध्यमवर्गीयांविरोधात निदर्शनं केली होती, त्यांच्या फाजील नम्रतेचा व साम्राज्यवादाचा उपहास या कोटीतून केला.
26. Gilbert, Life, p. 53.
27. पोलोमधल्या घोड्यांवरचा खर्च करण्याबाबत आईला सतावत असतानाच (२७ एप्रिल १८९५ रोजीचं पत्र) त्यांनी लिहिलं: 'माझ्या वैयक्तिक करिश्म्यामुळे डचेस लिलीने (त्यांच्या काकांची विधवा पत्नी) मला एक घोडा दिला, अन्यथा ही रक्कम १०० पौंड वा १२० पौंडांनी वाढली असती, हे मी नोंदवू इच्छितो.' Randolph Churchill, Winston S. Churchill, Companion to Volume I, p. 570.
28. R. Churchill, Companion to Volume I, pp. 625–38.
29. Oscar Wilde had very recently been imprisoned for 'unnatural practices'.
30. R. Churchill, Companion to Volume I, p. 701.
31. Norman Rose, Churchill:An Unruly Life (1994), p. 34.
32. R. Churchill, Companion to Volume I, p. 702.

प्रकरण २ : नावलौकिकाचा बुडबुडा, १८९५-१९०१

1. WSC, Early Life, p. 59.
2. तरुण जॉर्ज कॉर्नवालिस वेस्टसोबतच्या तिच्या नातेसंबंधातून (त्यांनी २८ जुलै १९०० रोजी लग्न केलं) प्रकरण चिघळेल, याचा अंदाज बहुधा राजपुत्राला आला असावा. तरीही त्या वर्षीच्या मार्च महिन्यातही (R. Churchill, Companion to Volume I, p. 1156) जेनीने राजपुत्राचा उल्लेख 'Très cher Ami et Monseigneur' असा केल्याचं दिसतं.
3. R. Churchill, Companion to Volume I, p. 741. Letter of 26 February 1897.
4. R. Churchill, Companion to Volume I, p. 746.
5. R. Churchill, Companion to Volume I, p. 816.
6. R. Churchill, Companion to Volume I, p. 819.
7. R. Churchill, Companion to Volume I, pp. 868–9.
8. R. Churchill, Companion to Volume I, pp. 870–1. Letter of 30 January 1898.

9. Norman Dixon, On the Psychology of Military Incompetence (1976), p. 375.
10. E.T.Williams, 'Churchill', in Dictionary of National Biography 1961–1970 (1981), p. 205.
11. R. Churchill, Companion to Volume I, pp. 863–4. Letter of 26 January 1898.
12. R. Churchill, Companion to Volume I, p. 1225.
13. R. Churchill, Companion to Volume I, p. 768.
14. R. Churchill, Companion to Volume I, pp. 712–13.
15. C.C. O'Brien (ed.), Burke: Reflections on the Revolution in France (1969), p. 23.
16. R. Churchill, Companion to Volume I, p. 907.
17. R. Churchill, Companion to Volume I, p. 858.
18. R. Churchill, Companion to Volume I, p. 724.
19. O'Brien, Burke, p. 91.
20. O'Brien, Burke, p. 63.
21. WSC, Early Life, pp. 59–60.
22. R. Churchill, Volume 1,Winston to Jennie, 17 August 1897.
23. Peter Hopkirk, The Great Game (2001), pp. 483–98.
24. R. Churchill, Companion to Volume I, p. 784. Letter of 5 September 1897.
25. Frederick Woods (ed.), Winston S. Churchill: War Correspondent 1895–1900 (1992), p. 60. Despatch of 9 November 1897.
26. R. Churchill, Companion to Volume I, pp. 792–3. Letter of 19 September 1897.
27. WSC, Early Life, p. 143.
28. त्या वेळी अधिकाऱ्यांसाठी दोनच शौर्यपदकं दिली जात असत- सर्व हुद्द्यांसाठी असलेला 'व्हिक्टोरिआ क्रॉस' आणि केवळ अधिकाऱ्यांसाठी असलेला 'डिस्टिंग्विश्ड सर्व्हिस ऑर्डर' हा सन्मान. या ऑर्डरच्या खालोखाल 'मेन्शन' हा सन्मान होता, तो युद्धभूमीवरील किंवा सैन्यदलातील 'शौर्य व उल्लेखनीय सेवे'साठी दिला जात असे.
29. R. Churchill, Companion to Volume I, p. 839. Letter of 22

December 1897.
30. R. Churchill, Companion to Volume I, pp. 833–5.
31. R. Churchill, Companion to Volume I, p. 804.
32. R. Churchill, Companion to Volume I, p. 807.
33. R. Churchill, Companion to Volume I, p.78.
34. R. Churchill, Companion to Volume I, p. 810. Letter to his grandmother of 25 October 1897.
35. R. Churchill, Companion to Volume I, p. 640.
36. R. Churchill, Volume I, pp. 292–3.
37. R. Churchill, Companion to Volume I, pp. 979–80.
38. WSC, Early Life, p. 170.
39. WSC, The River War (1899), II, p. 98.
40. ब्रिटिश सैन्याच्या घोडदळाची ही शेवटची मोहीम नव्हती: पहिल्या महायुद्धात अनेक मोहिमा झाल्या. ब्रिटिश घोडदळाच्या संपूर्ण रेजिमेन्टने हाती घेतलेली शेवटची मोहीम म्हणजे चनाक पेचप्रसंगावेळी तुर्कस्तानात १९२० साली केलेलं आक्रमण. त्या वेळी २०व्या हुझर्स पथकाने तुर्कस्तानातील एका दलावर यशस्वी आक्रमण केलं होतं. See The Marquess of Anglesey, History of the British Cavalry,Vol 8 (1997), pp. 349–52.
41. Woods (ed.), War Correspondent, pp. 128–9.
42. WSC, Early Life, p. 190.
43. WSC, Early Life, pp. 179 and 193.
44. Woods (ed.), War Correspondent, p. 145.
45. WSC, Early Life, p. 222.
46. Manchester Courier, 7 July 1899, quoted in Volume 1, p. 449.
47. R. Churchill, Volume I, p. 455.
48. Thomas Pakenham, The Boer War (1979), p. 32.
49. Celia Sandys, Chasing Churchill (2003), p. 52.
50. R. Churchill, Companion to Volume I, p. 1067.
51. Although denied a decoration himself, in 1910, when Home Secretary, Winston was instrumental in securing the award of the Albert Medal for the driver and fireman on the train.
52. R. Churchill, Volume I, p. 505.

53. Woods (ed.), War Correspondent, pp. 224–5.
54. Woods (ed.), War Correspondent, p. 318.
55. Woods (ed.), War Correspondent, pp. 231–2.
56. Woods (ed.), War Correspondent, p. 246.
57. Woods (ed.), War Correspondent, p. 264.
58. Woods (ed.), War Correspondent, p. 266.
59. Woods (ed.), War Correspondent, p. 301.
60. Woods (ed.), War Correspondent, p. 322.
61. R. Churchill, Volume I, p. 513.
62. Woods (ed.), War Correspondent, p. 343.
63. Woods (ed.), War Correspondent, pp. 346–7.

प्रकरण ३ : फाटलेला ध्वज, १९०१-१९११

1. 'In these somewhat troublesome days when the great Mother Empire stands splendidly isolated in Europe' (George Foster, Canadian House of Commons, 16 January 1896); 'Splendid Isolation' (headline, The Times, 22 January 1896).
2. The Principles of Political Economy and Taxation (1817), मध्ये रिकार्डोने असं प्रतिपादन केलं आहे की, या दोन देशांपैकी एकाला स्वतःच्या गरजेच्या सर्व वस्तू दुसऱ्या देशापेक्षा कमी खर्चामध्ये उत्पादित करणं कदाचित शक्य होईलही, पण या दोन देशांनी व्यापार करणं दोघांसाठीही लाभदायक ठरेल. खर्च हा मुद्दा महत्त्वाचा नव्हता, तर विविध वस्तूंच्या उत्पादनातील सुलभता (तुलनात्मक लाभ) महत्त्वाची होती. सर्व आर्थिक सिद्धान्तांच्या तुलनेत ही मांडणी व्यवहारात सर्वाधिक सत्य ठरली, तरी सर्वसामान्य ज्ञानाला ती छेद देते आणि संरक्षण व अंशदान यांची लोकानुनयी आवाहनं होत असताना या मांडणीची बाजू घेणं राजकीयदृष्ट्या अवघड ठरतं.
3. Andrew Roberts, Salisbury:Victorian Titan (1999), p. 842.
4. R. Churchill, Companion to Volume II, p. 346.
5. १९१८ सालापर्यंत सार्वत्रिक निवडणुका काही आठवडे चालायच्या, त्यामुळे सुरुवातीच्या टप्प्यात विजयी झालेले विन्स्टन यांच्यासारखे उमेदवार इतरांच्या वतीने प्रचारात उतरत असत- आणि भविष्यातील बाजू बळकट केली जात असे. सर्वाधिक मतं मिळालेला विजयी ठरवणाऱ्या निवडणुकांमध्ये 'निर्णायक'

विजय हा कायमच वरकरणी असतो, वास्तविक असतोच असं नाही. लिबरल पक्षाला २५,६५,६४४ मतं मिळाली, म्हणजे २२,७८,०७६ मतं मिळणारे कन्झर्वेटिव्ह आणि लिबरल युनियनिस्ट यांच्यापेक्षा त्यांना ५.५ टक्के मतं जास्त मिळाली, पण विजयी जागांच्या आकडेवारीत लिबरल पक्षाकडे ३९७ जागा आल्या, तर विरोधकांकडे १५६ जागा. लेबर पक्षाला २९ जागा व २,५४,२०२ मतं मिळाली, तर ३३,२३१ जागा मिळालेल्या आयरिश नॅशनलिस्ट पक्षाला ८२ जागांवर विजय मिळणं अवाजवी प्रतिनिधित्वाचं उदाहरण ठरलं.

6. Robert Rhodes James, Churchill: A Study in Failure (1970), p. 41. Roy Jenkins, Churchill (2001) is coloured by the same fastidiousness.
7. Salaries for MPs were introduced in the Parliament Act of 1911.
8. Lukacs, Churchill:Visionary, p. 164.
9. The People's Rights (1910). It was preceded by three pamphlets: Mr Brodrick's Army (1903), For Free Trade (1906) and Liberalism and the Social Problem (1909).
10. 'सर्व सभ्यता उमराववर्गाने तयार केलेल्या आहेत', असं विधान लॉर्ड कर्झन यांनी केलं होतं, त्याला प्रत्युत्तर देताना विन्स्टन म्हणाले, 'उमराववर्गाची देखभाल करण्यातच सर्व सभ्यतांचे कष्ट खर्ची पडले.' हे प्रत्युत्तर कठोर होतं, पण प्रक्षोभक नव्हतं. टोरी पक्षावर टीका करताना त्यांना निम्न बूर्ज्वांच्या 'औपचारिकतां'ची बंधनं नव्हती, त्याचप्रमाणे टोरी पक्षाचे सदस्यही त्यांच्यावर टीका करताना ही बंधनं मानत नसत.
11. Roberts, Salisbury, p. 842.
12. WSC, Early Life, p. 35.
13. WSC, Great Contemporaries (1990), p. 109.
14. Gilbert, Life, p. 227.
15. Martin Gilbert, Churchill's Political Philosophy (1981), p. 68.
16. Speech in Glasgow, 11 October 1906.
17. Beatrice Webb, Our Partnership (1948), p. 404.
18. Paul Addison, 'Churchill and Social Reform', in Robert Blake and William Roger Louis (eds), Churchill (1991), p. 61.
19. WSC, My African Journey (1908).

20. For a detailed study of the changes in British imperial policy see Ronald Hyam, Elgin and Churchill at the Colonial Office 1905–1908 (1968).
21. R. Churchill, Companion to Volume II, p. 104. Letter of 23 December 1901.
22. House of Commons, 28 March 1943.
23. R. Churchill, Volume II, p. 247.
24. WSC, The World Crisis and the Aftermath,Vol. II, pp. 36–8.
25. Bonham Carter, As I Knew Him, p. 181.
26. Malcolm Hill, Churchill: His Radical Decade (1999) यांनी जमीन कर योजनेची भावनोत्कट चर्चा केली आहे. काही मुद्दे कसे कधीच विरून जात नाहीत, हे यातून स्पष्ट होतं.
27. WSC, The People's Rights (1970), p. 116.
28. WSC, Rights, pp. 139–40.
29. त्या काळी अमेरिकींपेक्षा स्वतःला वरचढ मानण्याची ब्रिटिश प्रवृत्ती पाहता टेडी रूझवेल्ट यांनी लॉर्ड रँडॉल्फ व विन्स्टन यांना 'हीन व्यक्तिमत्त्व' म्हणून एका साच्यात ढकललं, हे कुतूहलजनक आहे.
30. See the essay by G.D.H. Cole at www.wcml.org.uk/fabianism.html
31. Speech in Dundee, 5 May 1908.
32. See Chris Cook, 'Liberals, Labour and Local Elections', in Gillian Peele and Chris Cook (eds), The Politics of Reap praisal 1918–1939 (1975).
33. १९११ साली संसद अधिनियम प्रत्यक्षात येईपर्यंत पदाचा विशेष कार्यकाळ सात वर्षांचा होता.
34. समविचारी अपक्षांसह कन्झर्वेटिव्ह व लिबरल युनियनस्ट यांना २९,३१,००८ मतं व २७३ जागा मिळाल्या, लिबरल पक्षाला २७,१७,७४८ मतं व २७५ जागा मिळाल्या, लेबर पक्षाला ४,३५,७७० मतं व ४० जागा मिळाल्या, आणि आयरिश नॅशनलिस्ट पक्षाला १,१४,१८५ मतं व ८२ जागा मिळाल्या.
35. कन्झर्वेटिव्ह व लिबरल युनियनिस्ट यांना २२,७५,४०० मतं व २७२ जागा मिळाल्या, लिबरल पक्षाला २१,५७,२५६ मतं व २७२ जागा

मिळाल्या, लेबर पक्षाला ३,०९,९६३ मतं व ४२ जागा मिळाल्या, तर आयरिश नॅशनलिस्ट पक्षाला १,२१,६४९ मतं व ८४ जागा मिळाल्या.

36. Bonham Carter, As I Knew Him, p. 186.
37. Letters of 25 and 28 March 1916; Clemmie's thirty-first birthday was on 1 April. Mary Soames (ed.), Speaking for Themselves (1998), pp. 195–6.
38. See also Mary Soames, Family Album (1982) and Clementine Churchill (1979).
39. Jenkins, Churchill, p. 178.
40. Gilbert, Life, pp. 214–15.
41. See the excellent article at www.richard. clark32.btinternet. co.uk/hanging1.html
42. Margot Asquith, cited in William Manchester, The Last Lion: Visions of Glory (1983), p. 414.
43. R. Churchill, Volume II, p. 417.
44. त्यांना 'इतक्या महत्त्वाच्या प्रश्नावर सातत्याने त्रस्त न करण्या'साठी त्यांच्या घोषणापत्राने मोठा आधार पुरवला. R. Churchill, Volume II, p. 120. His revival of the archaic term rankled.
45. Soames, Themselves, p. 64.
46. WSC, Thoughts and Adventures (1932), pp. 69–70.
47. Rhodes James, Failure, p. 43.
48. Not meant literally, although Winston was indeed a Freemason.
49. Soames, Themselves, p. 43.
50. R. Churchill, Volume II, p. 365.
51. R. Churchill,Volume II, p. 371.
52. WSC, Great Contemporaries, p. 187.
53. Speech to the electors of Dundee, 14 May 1908.

प्रकरण ४ : प्रथम लॉर्ड, १९११-१९१५ आणि १९३९-१९४०

1. WSC, World Crisis,Vol. I, p. 47. But see R. Churchill, Vol ume II, pp. 240–2.
2. Bonham Carter, As I Knew Him, p. 18.

3. Arthur Marder, From the Dreadnought to Scapa Flow,Vol. I (Oxford 1961), p. 6.
4. प्रौढ वयातही पौगंडावयीन गुणवैशिष्ट्यं कायम राहाणं शक्य असतं. विन्स्टन यांच्या शरीरावर फारसे केस नव्हते, हे त्यांच्या अशा स्थितीची एक खूण म्हणता येते.
5. यूएसएस टेक्सास ही एकमेव युद्धनौका वाचली. ती ह्यूस्टनजवळ सॅन जेसिन्तो इथे होती.
6. Vice Admiral Sir Peter Gretton, Former Naval Person (1968), p. 319.
7. Edward David (ed.), Inside Asquith's Cabinet:The Diaries of Charles Hobhouse (1977), p. 117.
8. Gretton, Former Naval Person, pp. 86–9.
9. Marder, Dreadnought to Scapa Flow,Vol. I, p. 107.
10. Witness the fierce denunciations in West Germany of Fritz Fischer, Germany's Aims in the First World War (1967), the title in English a bowdlerized translation of Griff nach der Weltmacht (The Lunge for World Power). See also the same author's World Power or Decline:The Controversy over Germany's Aims in the First World War (New York 1974).
11. Barbara Tuchman, The Guns of August (New York 1962), p. 330.
12. Speech in Glasgow, 1 October 1912.
13. R. Churchill, Volume II, p. 546.
14. ग्लोरिअस आणि करेजिअस यांच्यावर आठ १५-इंची तोफा होत्या (लंडनमधील इम्पीरिअल वॉर म्युझिअमच्या बाहेर यातील दोन प्रकार ठेवलेले आहेत), तर ब्रिटनमध्ये उत्पादित झालेल्या केवळ तीन १८ इंची नाविकी तोफांपैकी दोन तोफा फ्युरिअसवर होत्या, या तोफा नंतर जनरल वूल्फ आणि लॉर्ड क्लाइव्ह या शस्त्रसज्ज युद्धनौकांवर ठेवण्यात आल्या (किनाऱ्यावरील बॉम्बफेकीच्या दृष्टीने या नौकांची रचना करण्यात आली होती). सप्टेंबर १९१८मध्ये जनरल वूल्फने ऑस्टेण्ड इथल्या बऱ्याच आत असलेल्या एका रेल्वे पुलावर बॉम्ब टाकले, हा पूल जवळपास ३६,००० यार्ड (सुमारे २० मैलांहून थोडं जास्त) दूर होता. रॉयल नेव्हीने केलेली ही सर्वांत दीर्घ पल्ल्याची बॉम्बफेक होती.

15. For a full account see Robert Massie, Dreadnought: Brit ain, Germany and the Coming of the Great War (1992).
16. लायनसुद्धा मोडकळीस आली आणि काही त्रुटींचे संकेत देत अधिक संपूर्ण विजय हातचा घालवला. या संदर्भात औपचारिक तपास झालाच नाही, त्यामुळे प्रक्रियेत काही बदलही करण्यात आले नाहीत.
17. Tim Slessor, Ministries of Deception (2002) यांनी निदर्शनास आणून दिल्यानुसार, सर्व सरकारी खात्यांमध्ये हे सातत्याने दिसत होतं. इतर राष्ट्रीय वा आंतरराष्ट्रीय नोकरशाह्यांच्या तुलनेत व्हाइटहॉलमध्ये हे अधिक खालावलेलं होतं का, हे सांगणं अवघड आहे.
18. For a full discussion see Dan van der Vat, The Ship that Changed the World:The Escape of the Goeben to the Dardanelles in 1914 (1985), while the case for something other than gross incompetence is made by Geoffrey Miller, Superior Force:The Conspiracy behind the Escape of the Goeben and the Breslau (1996).
19. Stephen Roskill, Churchill and the Admirals (1977), p. 32.
20. Sir William James, 'Churchill and the Navy' in Eade (ed.), Contemporaries. p. 143.
21. WSC, World Crisis,Vol I, p. 261.
22. Gretton, Former Naval Person, p. 174.
23. फिशरच्या 'आय' वर्गातील युद्धनौकांवर कमी क्षमतेच्या तोफाच सामावून घेता येतील, या चुकीच्या अपेक्षेवर ब्लूशरचं बांधकाम झालं. पण तीही मॉल्ट्के वर्गीय युद्धनौकांपेक्षा संथ होती.
24. Gunter Prien in U-47 used Winston's 'impossible' channel in 1939.
25. WSC, World Crisis,Vol. I, p. 398.
26. भूमध्य समुद्रातील शत्रूच्या ड्रेडनॉट युद्धनौकांचीही भीती आरमाराला होती. ऑस्ट्रिया-हंगेरी यांच्याकडे व्हिरीबस युनिटीस वर्गातल्या २१,५०० टनी चार युद्धनौका होत्या, तर मध्यवर्ती सत्तांचा युद्धपूर्व साथीदार असलेल्या इटलीकडे कॉन्ते दी केव्हर वर्गातल्या २१,७०० टनांच्या पाच युद्धनौका होत्या- त्यांच्यावर ताकदीची शस्त्रास्त्रं होती व त्यांची रचनाही सक्षम होती. याचा प्रतिकार करण्यासाठी फ्रान्सकडे १९१४ सालापर्यंतच चार संथ व २२,००० टनी कॉर्बेट वर्गातील नौका होत्या.

27. From Nonsense Novels (1911), which many of Winston's critics would have read.
28. Roskill, Churchill and the Admirals, p. 36.
29. WSC, World Crisis,Vol I, Chapter XV.
30. M. Gilbert, Volume III, p. 111.
31. Martin Gilbert, Winston S. Churchill, Companion to Volume IV, pp. 86–93. 'Tank' was a cover name coined by Swinton.
32. Gretton, Former Naval Person, p. 128.The RAF originated in a merger between the army's Royal Flying Corps (RFC) and the RNAS.
33. M. Gilbert, Volume III, p. 429.
34. None the less its agenda-setting effect fully justifies the forensic examination in Robin Prior, Churchill's 'World Crisis' as History (1983).
35. WSC, World Crisis,Vol. II, p. 9.
36. Confusingly,Volumes III and IV were bound together.There was a later Volume VI, The Eastern Front, published in late 1931.
37. Michael Howard, 'Churchill and the First World War', in Blake and Louis (eds), Churchill.
38. Gilbert, Companion to Volume III, p. 343.
39. Cited in Trumbull Higgins, Winston Churchill and the Dardanelles (1963), p. 185.
40. सुलतान यवूझ (आधीची ग्योबन) या युद्धनौकेचं डिसेंबर १९१४मध्ये रशियनांनी इतकं नुकसान केलं (भोकांमध्ये कॉन्क्रिट भरण्यात आलं होतं) की स्थानिक दुरुस्ती करून काहीच उपयोग नव्हता, त्यानंतर १० मे १९१५ रोजी रशियन युद्धनौकेशी झालेल्या लढ्यात सुलतान यवूझचं आणखी नुकसान झालं. त्यानंतर आठ दिवसांनी मित्र राष्ट्रांचा हल्ला सुरू झाला.
41. Cited in Gretton, Former Naval Person, p. 198.
42. दार्दनिल्सजवळ जर्मन पाणबुड्या आल्या आहेत, हे फिशर व विन्स्टन या दोघांनाही माहीत होतं. २१ मे रोजी विन्स्टन यांनी अस्क्विथ यांना या संदर्भात पत्रही लिहिलं: 'माझ्यावरची जबाबदारी भयंकर आहे. पण मी ती

पार पाडेन, हे मला माहिती आहे...'. पद टिकवण्याच्या त्यांच्या अनेक युक्तिवादांपैकी एक युक्तिवाद हाच होता. (Gretton, p. 223). २५ मे रोजी यू-५१ ने त्रायम्फ या जुन्या युद्धनौकेला बुडवलं आणि २७ तारखेला यू-२३ ने अधिक प्रगत मॅजेस्टिकला बुडवलं, त्यामुळे जमिनीवरील मोहिमांना पाठबळ पुरवण्यासाठी नाविकी बॉम्बफेक करण्यावर गंभीर मर्यादा आल्या.

43. Gilbert, Search, p. 64.
44. Gilbert, Companion to Volume III, p. 932 and Volume III, p. 451.
45. Gretton, Former Naval Person, p. 199.
46. जर्मन युद्ध आरमाराचं अस्तित्व हीच मुळात अत्यंत मोठं सामरिक घोडचूक होती, त्यातून आणखी मोठ्या चुका झाल्या. See Robert Massie, Castles of Steel (2004).
47. See Edward Spiers, Haldane: Army Reformer (Edinburgh 1980).
48. Gilbert, Search, p. 92.
49. Gilbert, Search, p. 232.
50. John Wheeler-Bennett (ed.), Action This Day:Working with Churchill (1968), p. 235.
51. Richard Ollard, 'Churchill and the Navy', in Blake and Louis (eds), Churchill, p. 390.
52. See Correlli Barnett, Engage the Enemy More Closely (1991) for details of Catherine and much, much more in the same vein.
53. WSC, Step by Step (1939), pp. 132–3.Article of 13 May 1937.
54. WSC, Step by Step, p. 116.Article of 22 March 1937.
55. WSC, Step by Step, p. 320.Article of 12 January 1939.
56. WSC, Thoughts and Adventures (1990), p. 89.
57. Gretton, Former Naval Person, pp. 264–5.
58. See Captain Vernon Howland's succinct analysis at www.warship.org/no11994.html
59. General Lord Ismay, Memoirs (1960), p. 110.
60. Piers Mackesy, 'Churchill on Narvik', RUSI Journal,Vol.

CXV, No. 670. His father, Major General P.J. Mackesy, was the scapegoat for a fiasco made in London.

61. Roskill, Churchill and the Admirals, Chapter 8: 'Return to Power and the Norwegian Campaign'.
62. Arthur Marder, From the Dardanelles to Oran (Oxford 1974), p. 166, cited in Roskill, Churchill and the Admirals, p. 108.

प्रकरण ५ : महाकाय प्रतारणा, १९१४-१९२९

1. See Simon Ball, The Guardsmen: Harold Macmillan,Three Friends and the World They Made (2004).
2. See Gerald Gliddon, The Aristocracy and the Great War (2002).
3. जेफ्रीज् हे सेनाधिकारी म्हणून निवृत्त झाले आणि नंतर पीटर्सफिल्डहून कन्झर्वेटिव्ह पक्षाचे खासदार म्हणून निवडून गेले. विन्स्टन यांनी १९५२ साली त्यांना 'पीअरेज' सन्मान दिला.
4. Soames, Themselves, p.119.
5. Winston S. Churchill,Vol. III, p. 632.
6. Soames, Themselves, p. 148.
7. Soames, Themselves, p.164.
8. Soames, Themselves, p.176
9. व्हिक्टोरिअन व एडवर्डिअन संपन्नतेमधून जन्माला आलेल्या समाजाचं स्वप्न आणि त्याच्या अंमलबजावणीचे प्रयत्न यांच्यातील विसंगतीने परिस्थिती आणखी कशी ढासळली, याच्या विश्लेषणासाठी पाहा- Correlli Barnett, The Audit of War:The Illusion and Reality of Britain as a Great Nation (1986).
10. WSC, Contemporaries, p. 83.
11. वॉल्टर रन्सिमन हे नौकाबांधणीमधील मोठं नाव होतं. लिबरल पक्षाच्या ज्या मोठ्या नेत्यांनी युद्धादरम्यान गडगंज संपत्ती कमावली, त्यांपैकी हे एक. अस्क्विथ यांच्या सत्ताकाळात ते व्यापार मंडळाचे अध्यक्ष होते, लॉइड जॉर्ज यांच्यासाथीने त्यांनी केवळ युद्धउत्पादनाशी संबंधित कंपन्यांमधले कामगार संघटनांशी संपबंदीचा करार केला. यात नौकाबांधणी उद्योगाचाही समावेश होता.
12. The phrase became famous when repeated by the Liberal

John Maynard Keynes in The Economic Consequences of the Peace (1920).

13. WSC, Early Life, p. 328.
14. Illustrated Sunday Herald, 23 November 1919.
15. House of Commons, 16 February 1922.
16. WSC, World Crisis, Vol. V, pp. 335–6.
17. WSC, World Crisis, Vol. I, p. 183.
18. WSC, Early Life, p. 328.
19. कोणत्याही शस्त्राने त्यांचा नेम अचूक बसत असे. १९४४ साली, वयाच्या ७०व्या वर्षी त्यांनी काही गाड्र्स अधिकाऱ्यांना आणि ब्रॅडले व आयझेनहॉर या सेनाधिकाऱ्यांना एम-१ कार्बाइनच्या स्पर्धेचं आव्हान दिलं. यातील दहापैकी नऊ वेळा त्यांचा नेम लक्ष्यावर बसला, बाकीच्यांना एक गुणही मिळवता आला नाही.
20. www.historylearningsite.co.uk/black_and_tans.html
21. Schrecklichkeit, a signature of the German occupation of South West Africa and Belgium.
22. Debate of 8 July 1920.
23. Jenkins, Churchill, p. 350.
24. १९१० सालापासून १४ डिसेंबर १९१८ रोजी झालेल्या सार्वत्रिक निवडणुकांमध्ये मतदारांची संख्या जवळपास तिपटीने वाढली होती, आणि मतांची टक्केवारी कमी झाली असली (८१ टक्क्यांवरून ५७ टक्क्यांवर), तरी युद्धपूर्व मतांपेक्षा दुपटीने जास्त मतदान झालं. कन्झर्वेटिव्ह पक्षाच्या आघाडीला ३३,९३,१६७ मतं व ३३२ जागा मिळाल्या, लॉइड जॉर्ज समर्थक लिबरल पक्षीयांना १३,१८,८४४ मतं व १२७ जागा मिळाल्या; आघाडीतील दुय्यम सदस्यांना २,०६,७४९ मतं व १४ जागा मिळाल्या; लेबर पक्षाला २१,७१,२३० मतं व ५७ जागा मिळाल्या; अस्क्विथ समर्थक लिबरल पक्षीयांना १३,५५,३९८ मतं व ३६ जागा मिळाल्या; आघाडीविरोधी कन्झर्वेटिव्ह व युनियनिस्ट यांना ६,४०,९५८ मतं व ५० जागा मिळाल्या; आणि दुय्यम पक्षांना १४ जागा मिळाल्या. आयरिश नॅशनलिस्ट पक्षाला ८० जागांवर विजय मिळवला (त्यांनी आपल्या जागा स्वीकारल्या नाहीत).
25. १५ नोव्हेंबर १९२२ रोजी झालेल्या सार्वत्रिक निवडणुकांमध्ये मतदारांची संख्या ७३ टक्क्यांनी वाढली: कन्झर्वेटिव्हांना ५४,११,३२६ मतं व

३४७ जागा मिळाल्या; लेबर पक्षीयांना ४०,७६,६५५ मतं व १४२ जागा मिळाल्या; अस्क्विथ समर्थक लिबरल पक्षीयांना २६,०१,४८६ मतं व ६२ जागा मिळाल्या; लॉइड जॉर्ज समर्थक (नॅशनल) लिबरलांना १३,५५,३६६ मतं व ५३ जागा मिळाल्या; इतर दहा पक्षांना ३,०३,४५७ मतं व ११ जागा मिळाल्या.

26. लेबर पक्षाच्या पहिल्या सरकारमध्ये १९२३-२४ दरम्यान मॉरेल हे मॅकडोनाल्ड यांचे मुख्य परराष्ट्र सल्लागार होते.
27. Soames, Clementine, p. 386.
28. त्यांचं आयुष्य अगदी जवळून एकमेकांत गुंतलं होतं, आणि आमेरी यांची गती त्यात कायम त्यात कमी पडत असे. ते १९२२ साली आरमाराचे प्रथम लॉर्ड होते आणि १९२४-२९ या काळात वासाहतिक मंत्री होते. ते विन्स्टन यांच्यावर कायम टीका करत असत, तरीही त्यांनी केलेलं 'इन गॉड्स नेम, गो' हे भाषण विन्स्टन यांचा मार्ग मोकळा करणारं ठरलं. युद्धा दरम्यान आमेरी भारत मंत्री होते, पण १९४५ साली त्यांचा मुलगा जॉन याला देशद्रोहाच्या आरोपाखाली फाशी झाली, त्यामुळे त्यांच्या आयुष्याची अखेरची दहा वर्षं अंधःकारमय गेली.
29. Jenkins, Churchill, pp. 372–3.
30. ६ डिसेंबर १९२३ रोजीच्या सार्वत्रिक निवडणुकांमधील मतदारांचा सहभाग ७१ टक्के होता: कन्झर्वेटिव्हांना ५२,८६,१५९ मतं व २५८ जागा मिळाल्या; लेबर पक्षीयांना ४२,६७,८३१ मतं व १९१ जागा मिळाल्या; पुन्हा संघटित झालेल्या लिबरल पक्षीयांना ४१,२९,८२२ मतं व १५८ जागा मिळाल्या; इतर दहा पक्षांना २,२५,१०५ मतं व ८ जागा मिळाल्या.
31. WSC, Thoughts and Adventures (1932), p. 154.
32. लॉइड जॉर्ज यांच्या सन्मानविक्रीशी सर्वांत जवळून निगडित असलेले आर्थर मॉन्डी ग्रेगरी यांनी बहुधा व्हिक्टर ग्रेसन यांची हत्या केली, कारण १९२० साली ग्रेसन यांनी ग्रेगरी यांचा भांडाफोड करण्याची धमकी दिली होती. या सर्व प्रकरणाबाबत विन्स्टन अजाण असण्याची शक्यता नाही.
33. David Cannadine, 'Churchill and the Pitfalls of Family Piety', in Blake and Louis (eds), Churchill.
34. WSC, Thoughts and Adventures (1932), pp. 38–9.
35. Addison, 'Churchill and Social Reform', in Blake and Louis (eds) Churchill, p. 66.The proposal is associated with the Labour intellectual Hugh Dalton; he made it four years later.

36. Gilbert, Life, p. 438.
37. औषधांवर अवलंबून असलेल्यांमध्ये ही भावना अनेकदा दिसते.
38. Soames, Clementine, pp. 278–9.
39. २९ ऑक्टोबर १९२४ रोजी झालेल्या सार्वत्रिक निवडणुकांमध्ये ७७ टक्के मतदान झालं : कन्झर्वेटिव्ह पक्षाला ७४,१८,९८३ मतं मिळाली व ४१२ जागांवर विजय मिळाला; लेबर पक्षाला ५२,८१,६२६ मतं व १५१ जागा मिळाल्या; लिबरल पक्षाला २८,१८,७१७ मतं व ४० जागा मिळाल्या; कॉन्स्टिट्यूशनलिस्ट पक्षाला १,८५,०७५ मतं व ७ जागा मिळाल्या; इतर नऊ पक्षांना १,५१,८१४ मतं व ५ जागा मिळाल्या.
40. ३० मे १९२९ रोजी झालेल्या सार्वत्रिक निवडणुकीत ७६.३ टक्के मतदान झालं: कन्झर्वेटिव्ह पक्षाला ८२,५२,५२७ मतं व २६० जागांवर विजय मिळाला; लेबर पक्षाला ८०,४८,९६८ मतं व २८७ जागा मिळाल्या; लिबरल पक्षाला ५१,०४,६३८ मतं व ५९ जागा मिळाल्या; इतर नऊ पक्षांना २,७९,६४६ मतं व ९ जागा मिळाल्या.
41. ॲडम स्मिथ, जेरेमी बेन्थम, डेव्हिड रिकार्डो, जॉन स्टुअर्ट मिल, कार्ल मार्क्स व फ्रेडरिख एन्गल्स, ही आणखी काही नावं.
42. WSC, Early Life, p. 3.
43. See Max Beloff, 'The Role of the Higher Civil Service 1919–39' and bibliography in Gillian Peele and Chris Cook (eds), The Politics of Reappraisal (1975). For a broader sweep see Peter Hennessy, Cabinet(Oxford 1986), The Great and the Good (1986) and Whitehall (1989).
44. नागरी सेवेची ताकद हा प्रचंड मोठा विषय आहे, विशेष म्हणजे बहुतांश राजकीय इतिहासांमध्ये त्याचा विचार केलेला नसतो. विन्स्टन यांच्या समोरच्या अडचणींसंर्भात पाहा: Andrew Boyle, Montagu Norman (1967); Eunan O'Halpin, Head of the Civil Service: A Study of SirWarren Fisher (1989); D.E. Moggridge, British Monetary Policy 1924–31 (Cambridge 1972); and Robert Boyce, British Capitalism at the Crossroads 1919–1932 (Cambridge 1987) for the problems Winston confronted.
45. Jenkins, Churchill, Chapter 21: 'Gold and Strikes'.
46. Gilbert, Companion to Volume V, pp. 437–8.
47. सार्वत्रिक संपातील विन्स्टन यांच्या भूमिकेचं खलचित्रण केलं गेलं, त्या

संदर्भातही हेच म्हणता येईल. संसदेच्या सार्वभौमतेला आव्हान देणारा तो संप होता आणि १९११मधील संपाप्रमाणे किंवा १९१४ साली नॉर्दर्न आयरिश प्रोटेस्टट आंदोलकांविरोधात केलेल्या कारवाईप्रमाणे सार्वत्रिक संपाचा बिमोड करण्यासाठी सैन्यदलं वापरण्याची त्यांची तयारी होती.

48. Tony Blair's keynote speech to the Labour Party conference, 28 September 1999.
49. Paul Kennedy, The Rise and Fall of the Great Powers (1989), pp. 197–201.
50. Rhodes James, Failure, pp. 155–8.
51. Gilbert, Companion to Volume V, p. 1623.
52. Richard Holmes, Battlefields, p. 41.
53. Soames, Themselves, p. 172.
54. क्लिन्क पोस्टचे लॉर्ड वॉर्डन यांचे अधिकृत निवासस्थान म्हणजे वॉल्मर कॅसल. लॉर्ड वॉर्डन ही उपाधी विन्स्टन यांच्याकडे १९४६पासून त्यांच्या मृत्यूपर्यंत होती. १९१५-१६ या काळात अस्क्विथ कुटुंबाने फ्रान्ससोबतचा संपर्क वाढवण्याच्या प्रक्रियेमध्ये या ठिकाणाचा उपयोग केला.
55. Soames, Themselves, p. 175. Letter of 13 February 1916.

प्रकरण ६ : कळीचा कालखंड, १९२९-१९३५

1. Victor Germains, The Tragedy of Winston Churchill (1931).
2. १८९५ साली बोअरांच्या प्रदेशात लांच्छनास्पद धाड ज्या डॉ. लिएन्डर जेम्सनच्या नेतृत्वाखाली टाकण्यात आली, त्याच्या प्रशंसेसाठी 'इफ' लिहिली गेली, आणि या धाडीतून पुढे युद्ध उद्भवलं, त्यातून विन्सन यांना राष्ट्रीय ख्याती मिळाली, ही वस्तुस्थितीही विचारात घेता येईल.
3. संरक्षणावरील खर्चातील वाटा उचलण्यासंदर्भात व्यक्तिगत सेवा मंत्र्यांनीही स्पर्धा करावी, असं त्यांना वाटत होतं.
4. Gilbert, Companion to Volume V, p. 356.
5. See Phillips O'Brien, 'Churchill and the US Navy, 1919–29', in R.A.C. Parker (ed.), Winston Churchill: Studies in Statesmanship (1995).
6. See Dixon, Military Incompetence.
7. Roskill, Former Naval Person, pp. 254–5.
8. See Robert O'Neill, 'Churchill, Japan, and British Security

in the Pacific 1904–1942', in Blake and Louis, Churchill.

9. See Beloff, 'The Role of the Higher Civil Service', in Peele and Cook (eds), The Politics of Reappraisal, pp. 224–7.
10. See 'Consistency in Politics', in WSC, Thoughts and Adventures, pp. 23–30.
11. Soames, Themselves, p. 111.
12. WSC, World Crisis,Vol. II, p. 500.
13. WSC, World Crisis,Vol. III, p. 339.
14. Gilbert, Volume IV, p. 123.
15. WSC, World Crisis,Vol. IV, pp. 454–5.
16. WSC, Thoughts and Adventures, p.174.
17. WSC, Thoughts and Adventures, pp.176–81.
18. For a perceptive account of the former see 'Conservation:The National Trust and the National Heritage', in David Cannadine, In Churchill's Shadow (2003), pp. 224–43. Lytton Strachey's biographies of Cardinal Manning, Florence Nightingale, Dr Arnold and General Gordon in Eminent Victorians (1918) are representative of the latter.
19. WSC, Thoughts and Adventures, pp. 24 and 32.
20. जागतिक वित्तव्यवस्थेमधील सर्वांत मोठा कर्जदार असलेली अमेरिका १९१४-१८ या वर्षांमध्ये सर्वांत मोठी कर्जदाता बनली. जागतिक व्यवहारात अमेरिकेला अतिशय महत्त्वाची भूमिका प्राप्त झाली, पण ती निभावण्यासाठी आवश्यक संस्था, कौशल्य व सर्वांत महत्त्वाचं म्हणजे मानसिक तयारी अमेरिकेची नव्हती.
21. See Philip Williamson, National Crisis and National Government (Cambridge 1992).
22. २७ ऑक्टोबर १९३१च्या निवडणुकांमध्ये कन्झर्वेटिव्ह पक्षाला १,१३,७७,०२२ मतं (५५ टक्के) व ४७० जागा (७६ टक्के) मिळाल्या. लिबरल पक्षाचे तीन गट झाले, यातील दोन गट राष्ट्रीय सरकारला पाठिंबा देत होते, त्यांना २१,०८,२७६ मतं व ६७ जागा मिळाल्या. नॅशनल लेबर पक्षाने ३,१६,७४१ मतं व १३ जागा मिळवल्या, नॅशनल पार्टीला १,००,१९३ मतं व ४ जागा मिळाल्या. एकूण १,३९,०२,२३२ मतं

(६७ टक्के) व ५५४ जागा (९० टक्के). लेबर पक्षाला ६३,३९,३०६ मतं (३०.६ टक्के) व ५२ जागा (८.६ टक्के) मिळाल्या, लॉइड जॉर्ज यांच्या समर्थक लिबरल पक्षीयांना १,०३,५३८ मतं व ४ जागा मिळाल्या. चौदा इतर लहान पक्षांना ३,०२,०६० मतं व ५ जागा मिळाल्या.

23. WSC, Thoughts and Adventures, pp. 169–70.
24. Royal Albert Hall, 18 March 1931.
25. Gilbert, Volume V, pp. 595–6.
26. Gilbert, Volume V, p. 603.
27. हे १९३५ सालच्या परिस्थितीत घडलं. मोहिमेच्या सुरुवातीला त्यांनी केलेली युक्तिवाद आणि त्यांचे उद्देश यांची सूक्ष्म तपासणी झालेली नाही.
28. Gillian Peele, 'The Revolt over India', in Peele and Cook (eds), The Politics of Reappraisal, pp. 124–5.
29. Gilbert, Companion to Volume V, p. 1245.
30. Gilbert,Volume V, p. 617.
31. Rhodes James, Failure, p. 235.
32. House of Commons, 28 January 1931.
33. सर्वसाधारणतः सौम्य असणारे बाल्डविन १९३१च्या निवडणुकांदरम्यान माध्यमसम्राटांविषयी अत्यंत तिरस्काराने म्हणाले: During the 1931 election the normally mild Baldwin spoke of the press barons with killing contempt: 'जबाबदारीविना सत्ता, हा युगानुयुगं वेश्यांचा विशेषाधिकार राहिला आहे.'
34. बॉब बुथबाय व डेस्मण्ड मॉर्टन यांच्याशिवाय १९३०च्या दशकातील मोहिमांमध्ये विन्स्टन यांना टिकाव धरता आला नसता, पण आता आपली उपयुक्तता संपुष्टात आल्याचं या दोघांच्या ध्यानात आलं.
35. Donald Cameron Watt, 'Chamberlain's Ambassadors', in Michael Dockrill and Brian McKercher (eds), Diplomacy and World Power: Studies in British Foreign Policy, 1880–1950 (Cambridge 1996), p. 169.
36. Andrew Roberts, Eminent Churchillians (1994), p. 6.
37. Rhodes James, Failure, p. 226.
38. कॉमिन्टर्नची आधीची मांडणी उठाववादी होती. वेइमर प्रजासत्ताक अस्थैर्य करण्यात बरंच योगदान दिलेल्या जर्मन साम्यवाद्यांनी नॅशनल सोशालिझमच्या उदयासाठी आणि स्वतःच्या विध्वंसासाठी पूरक परिस्थिती निर्माण केली.

39. 'मॅसिफेस्ट डेस्टिनी'शी अविभाज्य असलेली ही धारणा पहिल्यांदा जॉन विनथ्रोप यांनी व्यक्त केली. मॅसेच्युसेट्स बे कॉलनीचे पहिले गव्हर्नर असलेल्या विनथ्रोप यांनी लिहिलं होतं: 'इस्त्राएलचा ईश्वर आपल्यामध्ये आहे... तो आपली प्रशंसा करेल, मग पुढील पिढ्यांमधील माणसं म्हणतील, 'ईश्वरा, नवीन इंग्लंडसारखंच इथे घडव.' आपण टेकडीवरील शहरासारखे आहोत, सर्वांचे डोळे आपल्याकडे लागलेले आहेत, असं आपण मानायला हवं.'
40. Rhodes James, Failure, p. 233.
41. The RAF College at Cranwell was originally a Royal Navy establishment.
42. See Hubert Allen, The Legacy of Lord Trenchard (1972).
43. Gilbert,Volume IV, p. 72.
44. Geoff Simons, Iraq: From Sumer to Saddam (1994), pp. 179–81.
45. सद्दाम हुसैन यांच्या सरकारने १६-१७ मार्च १९८९ या दिवसांमध्ये हलब्जामधील कुर्द रहिवाशांवर प्राणघातक रासायनिक घटक टाकले. प्रस्तुत टिप्पणी निरर्थक आहे.
46. WSC, Arms and the Covenant, p. 34.
47. House of Commons, 23 November 1932.
48. WSC, Arms and the Covenant, p. 48.
49. Rhodes James, Failure, p. 227.
50. Holmes, Battlefields, pp. 21–2.
51. WSC, Arms and the Covenant, p. 225.
52. WSC, Arms and the Covenant, p. 47.
53. See Richard Holmes, Tommy:The British Soldier on the Western Front (2004).
54. Manchester, Alone, p. 46; Jenkins, Churchill, p. 473.
55. WSC, Arms and the Covenant, p. 158.
56. १४ नोव्हेंबर १९३५ रोजी झालेल्या सार्वत्रिक निवडणुकांमध्ये नॅशनल आघाडीला १,११,८३,९०८ मतं व ४२९ जागांवर विजय मिळाला, त्यांपैकी १,००,२५,०८३ मतं व ३८७ जागा कन्झर्वेटिव्ह पक्षाला मिळाली, नॅशनल लिबरल पक्षाला ७,८४,६०८ मतं व ३३ जागा मिळाल्या, नॅशनल लेबर पक्षाला ३,२१,०२८ मतं व ८ जागा मिळाल्या,

नॅशनल पक्षाला ५३,१८९ मतं व १ जागा मिळाली. लेबर पक्षाला ७,९८,४९८ मतं व १५४ जागा मिळाल्या, विरोधक लिबरल पक्षाला १४,१४,०१० मतं व २१ जागा मिळाल्या, आणि इतरांना ११ जागा मिळाल्या.

57. Manchester, Alone, pp. 192–4.
58. WSC, Arms and the Covenant, pp. 384–5.
59. Rhodes James, Failure, pp. 265–6.
60. WSC, Arms and the Covenant, pp. 385–6.

प्रकरण ७ : प्रतीक्षेत, १९३६-१९४०

1. डू-१७ व ही-१११ यांच्यावर दीर्घ पल्ल्याच्या इंधन टाक्या बसवणं शक्य होतं, त्यासाठी तेवढ्या प्रमाणात बॉम्बचं वजन कमी करावं लागत असे.
2. Donald Cameron Watt, 'Churchill and Appeasement', in Blake and Louis (eds), Churchill, p. 204.
3. See www.radarworld.org for a concise account.
4. 'निष्क्रिय' हवाई संरक्षणाच्या व्यावहारिक व्यवस्थेमध्ये नवीन लढाऊ विमानं आणि चेन होम रडार यंत्रणा सामावून घेण्यासाठी कोणत्याही परिस्थितीत जास्त वेळ घ्यावा, असा सल्ला डोवडिंग यांनी चेम्बरलीन यांना दिला, हा त्यांचा अक्षम्य अपराध असल्याचं विन्स्टन यांना वाटलं.
5. 'शोध इथे लागलेला नाही' या संकुचित युक्तिवादामुळे दे हॅव्हिलण्डच्या बहुपयोगी मॉस्किटोचं उत्पादन जवळपास थांबलं होतं, वास्तविक वायू मंत्रालयाने दिलेल्या तपशिलांनुसार बांधण्यात आलेल्या विमानापेक्षा या विमानाने खूप अंगांनी अव्वल कामगिरी केली.
6. स्टर्लिंगचे पंख छोटे नि जाड होते, त्यामुळे हे विमान हॅलिफॅक्स व लँकेस्टर यांच्यापेक्षा कमी उंचीवरून उडायचं, त्यामुळे ते पाडलं जाण्याचा धोका जास्त होता. जर्मनांच्या रात्री उडणाऱ्या लढाऊ विमानांनीही स्टर्लिंगला विशेष लक्ष्य केलं होतं.
7. या विमानाने ३० अंशांच्या कोनामध्ये बॉम्ब टाकावेत, असंही मूळ सूचनेत म्हटलं होतं. हँडली पेजला सुरुवातीचे प्रगत पंख बनवता आले नाहीत, त्यामुळे बॉम्ब टाकण्याची भूमिका गुपचूप सोडून देण्यात आल्यानंतरही या विमानाच्या पंखांवरील बॅरेज बलून केबलची गरज कायम राहिली.
8. पहिल्या महायुद्धापूर्वी त्यांनी क्वाण्टम फिजिक्समध्ये जागतिक ख्याती मिळवली होती, आणि युद्धानंतर त्यांनी ऑक्सफर्डमध्ये क्लेअरडॉन प्रयोगशाळा

स्थापन केली; दुसऱ्या महायुद्धादरम्यान ते विन्स्टन यांचे प्रमुख वैज्ञानिक सल्लागार होते, आणि नंतर युनायटेड किंगडम अटॉमिक एनर्जी अथॉरिटी स्थापन करण्यात त्यांनी पुढाकार घेतला. विन्स्टन यांनी १९४१ साली त्यांनी बॅरन चेरवेल ही उपाधी दिली आणि १९५६ साली लिण्डमन यांचं निधन होण्यापूर्वी त्यांच्या निवृत्तीनंतरच्या सन्मानांमध्येही भर घातली.

9. For the full story of this extraordinary man see the recent biography by the highly qualified Adrian Fort, Prof:The Life and Times of Frederick Lindemann (2003).
10. Barnett, Audit of War, Chapters 7–9.
11. WSC, Step by Step, p. 236.Article of 28 April 1938.
12. WSC, Step by Step, pp. 279–80.Article of 1 September 1938.
13. WSC, Step by Step, p. 318.Article of 12 January 1938.
14. Francis Hinsley, Power and the Pursuit of Peace (1963), Chapter 15.
15. WSC, Step by Step, p. 343.Article of 24 March 1939.
16. WSC, Step by Step, p. 143.Article of 25 June 1937.
17. WSC, Thoughts and Adventures, p. 192.
18. Paolo Pombeni,'Churchill and Italy, 1922–40', in Parker (ed.), Studies in Statesmanship, p. 73.
19. News of the World, 10 October 1937.
20. Pombeni, 'Churchill and Italy', p. 81.
21. WSC, Thoughts and Adventures, p. 165.
22. WSC, Thoughts and Adventures, p. 173.
23. On 16 February 1936 the Popular Front won 47.1 per cent of the popular vote, the National Front 45.6 per cent, centrist parties the rest.
24. WSC, Arms and the Covenant, pp. 409–10. Speech of 14 April 1937.
25. नेपोलियनने ड्यूक द-इन्गअनची न्यायिक हत्या केली, त्या संदर्भात राजपुत्र डेलीरँड यांनी केलेल्या जळजळीत टिप्पणीची आठवण करून देणारा शेराही त्यांनी मारला: 'हे गुन्ह्यापेक्षाही भीषण आहे; ही चूक आहे.'
26. WSC, Great Contemporaries, p. 165.

27. WSC, Great Contemporaries, pp. 170–1.
28. WSC, Step by Step, p. 100.Article of 22 January 1937.
29. शाश्त हे १९३३-३९ या वर्षांमध्ये पुन्हा राइशबँकेचे अध्यक्ष होते, १९३५-३७ या काळात आर्थिक कामकाज मंत्री होते, आणि १९४३ सालापर्यंत कोणत्याही खात्याशिवायचे मंत्री होते.
30. John Weitz, Hitler's Banker (1998) is good on personality, less so on the context.
31. WSC, Step by Step, p. 170.Article 'Friendship with Germany' of 17 September 1937.
32. Cameron Watt, 'Chamberlain's Ambassadors', in Dockrill and McKercher (eds), Diplomacy and World Power, p. 169.
33. समाजांनी 'सहभावी असलेल्यांबाबत सहभावी असावं, आणि सहभावी नसलेल्यांबाबत कठोर असावं', अशी कळकळीची मांडणी हॉब्स यांनी केली होती. विन्स्टन यांचा दृष्टिकोन अगदी असाच होता.
34. Gilbert, Volume V, p. 662.
35. हा डाव तेव्हाही आणि आत्ताही नवीन संकटं घेऊन येणारा ठरला. विन्स्टन आणि उप-परराष्ट्र मंत्री सर रॉबर्ट व्हॅन्सिटार्ट यांच्यातील दुवा म्हणून काम केलेल्या राल्फ विग्राम यांनी १९३६ साली बहुधा आत्महत्या केली, आणि बॉम्बर कमांडचे एअर चीफ मार्शल सर एड्गर लूड्लो-हेविट यांच्यासाठी अशीच मूल्यवान कामगिरी पार पाडलेले ग्रुप कॅप्टन लाशलान मॅक्लीन यांना १९३७ साली सक्तीने राजीनामा द्यायला लागला.
36. WSC, Step by Step, pp. 143–4.Article of 25 June 1937.
37. WSC, Step by Step, pp. 232–3.Article of 14 April 1938.
38. WSC, Step by Step, pp. 60–1.Article of 4 September 1936.
39. 'Zionism versus Bolshevism', Illustrated Sunday Herald, 8 February 1920.
40. Christopher Andrew and Vasili Mitrokhin, The Mitrokhin Archive (2000) हा यातील शेवटचा दस्तावेज ठरावा, अशी आशा आहे.
41. शंभर वर्षांच्या सत्ताकाळात उद्ध्वस्त न झालेल्या मोजक्या दस्तावेजीय खुणांवरून पुढील पुस्तक उभं राहिलं आहे- Martin Allen, Hidden Agenda (2000). See also Roberts, Eminent Churchillians, p. 5.

42. Manchester, Alone, p. 232. आपण विन्स्टन यांना एकदाच मद्यधुंद अवस्थेत पाहिल्याचं बुथबे म्हणतात.
43. Jenkins, Churchill, pp. 505–18, gives a wonderfully concise synthesis of Winston in 1937.
44. House of Commons, 25 May 1938.
45. Charles A. Lindbergh, The Wartime Journals of Charles A. Lindbergh (New York 1970), p. 22.
46. WSC, Step by Step, p. 275.Article of 18 August 1938.
47. WSC, Step by Step, p. 284.
48. डिस्राएली १८७८ साली बर्लिनच्या प्रतिनिधीगृहातून परतले, त्याच्याशी चेम्बरलीन तुलना करत होते. डिस्राएली यांनी तेव्हा जर्मन चॅन्सेलर बिस्मार्कचा आदर कमावला होता. Manchester, Alone, pp. 356–8.
49. पहिल्या महिला (कन्झर्वेटिव्ह पक्ष) खासदार, १९१९-२५, अनुनयवादी 'क्लायव्हिदेन सेट'च्या त्या कट्टर समर्थक होत्या.
50. House of Commons, 5 October 1938.
51. WSC, Step by Step, p. 303.Article of 17 November 1938.
52. House of Commons, 28 June 1939.
53. Jenkins, Churchill, p. 543.
54. Manchester, Alone, p. 394.
55. Gilbert, Companion to Volume V, p. 1545.
56. Paul Addison, Churchill on the Home Front 1900–1955 (1992), p. 336.
57. Michael Dockrill, 'The Foreign Office and France during the Phoney War', in Dockrill and McKercher (eds), Diplomacy and World Power, p. 178.

प्रकरण ८ : मध्यवर्ती स्थान, १९४०-१९४२

1. John Lukacs, The Duel: Hitler vs Churchill 10 May–31 May 1940 (1990) and Five Days in London: May 1940 (1999) are a good starting point.
2. वर्षभराने बेरोजगारी २,००,०००पर्यंत खाली आली.
3. Ismay, Memoirs, p. 105.
4. John Colville, The Churchillians (1981).

5. Roberts,'The Tories versus Churchill during the Finest Hour', in Eminent Churchillians, p. 210.
6. Lord Bridges in Wheeler-Bennett (ed.), Action This Day, p. 219.
7. Addison, Home Front, p. 333.
8. Geoffrey Best, Churchill: A Study in Greatness (2001), p. 331.
9. William Crozier (ed. A.J.P.Taylor), Off the Record: Political Interviews 1933–1943 (1973), p. 323.
10. Addison, Home Front, p. 355.
11. John Colville in Wheeler-Bennett (ed.), Action This Day, p. 53.
12. John Colville in Wheeler-Bennett (ed.), Action This Day, p. 58.
13. लिण्डमनसारख्या कट्टर आहारतज्ज्ञांची चेष्टा केल्याशिवाय त्यांना राहावत नसे. 'माझ्या माहितीतले सगळे आहारवेडे, दाणे खाणारे आणि तत्सम लोक दीर्घ काळ कमकुवत होतं तरुणपणीच मेलेले आहेत... युद्धात पराभूत व्हायचं असेल, तर ब्रिटिश जनतेला दूध, ओट्स, बटाटे, इत्यादींसारख्या आहाराची सक्ती करायचा प्रयत्न करावा, त्यासोबत थोडं लिंबू सरबत द्यावं.'
14. या सत्तांतरामधील प्रक्रियेचं विविधांगी विश्लेषण पुढील ठिकाणी सापडेल- 'Political Science and War','War and Economic Growth' and 'War Finance' in Richard Holmes (ed.), The Oxford Companion toMilitary History (Oxford 2001).
15. Lord Attlee, 'The Churchill I Knew', in Eade (ed.) Contemporaries, p. 35.
16. 'मेंढ्यांच्या वेषातली मेंढी' आणि 'विनम्र असण्यासाठी बरीच कारणं हाताशी असलेला विनम्र माणूस', असेही अनेक शेरे त्यांनी मारले होते.
17. Ismay, Memoirs, p. 146.
18. ते १९२६ सालापासून इम्पीरिअल डिफेन्स कमिटीचे सदस्य होते, १९४६ साली भारताचे तत्कालीन व्हाइसरॉय माउन्टबॅटन यांच्या सत्ताकाळात सैन्यप्रमुख या पदावरून ते निवृत्त झाले. १९५१ साली त्यांना राष्ट्रकुलांतर्गत संबंध मंत्री करण्यात आलं आणि १९५२-५७ या कालावधीमध्ये त्यांनी नाटोचं

सरचिटणीस पद सांभाळलं.

19. Field Marshal Lord Alanbrooke (eds Alex Danchev and Daniel Todman), War Diaries 1939–1945 (2001).
20. In addition to those of the contributors to Wheeler-Bennett (ed.), Action This Day, there are more intimate accounts by his bodyguard Walter Thompson in IWas Churchill's Shadow (1951) and his personal assistant C.R.Thompson in Gerald Pawle, TheWar and Colonel Warden (1963).
21. David Reynolds, 'Churchill and the British 'Decision' To Fight On in 1940', in Richard Langhorne (ed.), Diplomacy and Intelligence during the Second World War (1985), p. 154.
22. Ismay, Memoirs, p. 147.
23. Ismay, Memoirs, p. 155.
24. 'Churchill in Epigram', in Observer, Churchill by his Contemporaries, p. 100.
25. कॉन्फेडरेट जनरल 'स्टोनवॉल' जॅक्सन यांच्याविषयी हे बोललं जात असे. शूर माणसांना मारावं लागत असल्याबद्दल खंत व्यक्त करणाऱ्या एका कनिष्ठ अधिकाऱ्याची त्यांनी खरडपट्टी काढली होती. 'त्या सगळ्यांना गोळ्या घाला,' जॅक्सन म्हणाले, 'त्यांनी शूर असावं असं मला वाटत नाही.'
26. Alanbrooke, Diaries, pp. 18–9.
27. Dupuy,Trevor A., A Genius for War:The German Army and General Staff, 1807–1945 (Englewood Cliffs, New Jersey, 1977), pp. 253–4.
28. See Martin van Creveld, Fighting Power (1983) for a comparison of German and US methods.
29. WSC, The Second World War,Vol. II, p. 16.
30. See Ismay, Memoirs, Chapter XIII 'Mr Churchill's Machinery of War Direction'.
31. Battlefields of the Second World War या माझ्या पुस्तकात सदर सूत्राचा अधिक विस्तार केला आहे.
32. Giving rise to his edit on a document in which the author

had made an heroic effort to avoid ending with a preposition: 'This is the sort of thing up with which I will not put.'

33. WSC, The Second World War,Vol. II, p. 262.
34. युद्धानंतरच्या एका संभाषणात विन्स्टन पुटपुटले, 'ईश्वराच्या कृपेने खुद्द ईश्वरच गेला पाहा.' इतर कोणालाही सहनसुद्धा न होणारा जेहोवाहसारखा अहंकार त्यांना आवडत असे.
35. John Colville in Wheeler-Bennett (ed.), Action This Day, p. 78.
36. Winston's view of technocrats was that they 'should be on tap but never on top'.
37. Ismay, Memoirs, pp. 167–8.
38. Lord Bridges in Wheeler-Bennett (ed.), Action This Day, p. 223.
39. Sir Ian Jacob in Wheeler-Bennett (ed.), Action This Day, p. 173.
40. Sir Ian Jacob in Wheeler-Bennett (ed.), Action This Day, p. 186.
41. Gilbert, Volume VI, p. 697.
42. Lord Bridges in Wheeler-Bennett (ed.), Action This Day, pp. 235–6.
43. Revelation 3:15.
44. Alanbrooke, Diaries, p. 174.
45. Ismay, Memoirs, p. 132.
46. Note the ambiguous title chosen by Robin Brodhurst, Churchill's Anchor: Admiral of the Fleet Sir Dudley Pound (2000).
47. Alanbrooke, Diaries, p. 207.
48. David Reynolds, 'Churchill the Appeaser?', in Dockrill and McKercher (eds), Diplomacy and World Power, p. 215.
49. Reynolds, 'Churchill the Appeaser?', p. 213.
50. Alanbrooke, Diaries, p. 187.
51. Ismay, Memoirs, pp. 164–5.
52. A clear reference to Hitler's 'Thousand Year Reich'.

53. Gilbert, Volume VI, p. 1273.
54. See: www.battleofbritain.net/contents-index.html
55. युद्ध सुरू झाल्यानंतर अनुनय सुरू राहिला: नागरी जीवितहानी होण्याची शक्यता असेल, अशा कोणत्याही ठिकाणी हल्ला करू नये, असे आदेश चेम्बरलेन यांनी बॉम्बर कमाण्डला दिले होते.
56. See Richard Holmes, War Walks 2 (1997), Chapter 6 and bibliography.
57. See R.V. Jones, Most Secret War (1978).
58. किंवा, ॲरिस्टॉटलच्या इतरही काही तर्कदुष्ट मांडण्यांचा वापर करून विन्स्टन स्वतःचं मत पुढे रेटायचे, पण त्यांच्या विरोधात अशी मांडणी वापरल्यावर मात्र ते त्याबाबत असहिष्णू पवित्रा घेत.
59. Jose Harris, 'Great Britain:The People's War', in David Reynolds,Warren F. Kimball and A.O. Chubarian, Allies at War (1994) is a balanced and acute analysis of the phenomenon.
60. शरणागतीच्या शर्थींमध्ये स्पष्टपणे म्हटलं होतं की, फ्रेंच आरमारावर जर्मन वा इटालियन प्रतिनिधींची 'देखरेख' असेल. यासाठी contrôlé हा शब्द वापरण्यात आला होता. पण भाषांच्या बाबतीत ब्रिटिश कधीच सक्षम नव्हते.
61. Ismay, Memoirs, p. 209.
62. Ismay, Memoirs, p. 195.
63. बावन्नावी तुकडी ब्रिटनीला पाठवावी, अशी सूचना इझ्मे यांनी जून १९४०मध्ये केली, वास्तविक तिथला पराभव निश्चित होता. तर, या पार्श्वभूमीवर विन्स्टन यांनी उत्तर दिलं: 'अर्थातच नाही. असलं काही आपण करायला गेलो, तर इतिहासात आपलं नाव खराब होईल.'
64. Christopher Andrew, Secret Service:The Making of the British Intelligence Community (1986), Chapters 9 and 10.
65. Andrew, Secret Service, p. 449.
66. Francis Hinsley, 'Churchill and Special Intelligence' in Blake and Louis (eds), Churchill, p. 410.
67. Peter Calvocoressi, Top Secret Ultra (1980), was the first reliable guide. F.H. Hinsley, Anthony Simkins and Michael Howard, British Intelligence in the Second World War, 5Vols

(1979–90) is likely to remain the definitive study. Stephen Budiansky, Battle of Wits (2000) contains new material and calls some cherished recent certainties into question.

68. He was also well informed of his opponents' strength and intentions through Allied breaches of basic communications security. See Hans-Otto Behrendt, Rommel's Intelligence in the Desert Campaign, 1940–1943 (1985).
69. Christopher Andrew, 'Churchill and Intelligence', in Intelligence and National SecurityVol. 3.3 (198), p. 191.
70. रोखीचा तुटवडा जाणवणाऱ्या संकेत-विश्लेषकांनी ऑक्टोबर १९४१मध्ये थेट त्यांना आवाहन केलं, तेव्हा त्यांच्या विनंत्यांना 'अत्यंत अग्रक्रमा'वर ठेवण्यात आलं. Andrew, 'Churchill and Intelligence', p. 189.
71. WSC, Marlborough,Vol. I (1947), pp. 568–70.
72. Eade (ed.), Churchill, by his Contemporaries, p. 435.
73. See 'Bomber' in Holmes, Battlefields.
74. Brian Gardner, Churchill in His Time (1968), p. 146.
75. 'Cassandra', Daily Mirror, 27 March 1942.
76. See Louis Allen, Singapore 1941–1942 (1977) and the poignant Battleship (1977) by Martin Middlebrook and Patrick Mahoney.
77. Gardner, Churchill in His Time, p. 160.
78. The Second World War,Vol. IV, p. 344.
79. Winston S. Churchill,Vol.VII, p. 139.
80. Eade (ed.), Contemporaries, pp. 434–5.
81. Alex Danchev, 'Great Britain:The Indirect Strategy', in Reynolds, Kimball and Chubarian (eds), Allies at War, p. 6.
82. डेझर्ट एअर फोर्सची आरसीएएफ आकस्मिक दलंसुद्धा महत्त्वाची होती, पण सिसिलीवर आक्रमण होईपर्यंत त्यांच्या तैनात दलांनी आठव्या सैन्यामध्ये सहभाग घेतला नव्हता.
83. See Bernard Friedman, Smuts: A Reappraisal (1976). In 1926 Smuts published Holism and Evolution ('holism' was a term he coined), in which he argued that evolution was a sequence of ever-closer integrations, of which the Empire

was a prime example.

84. सक्तीची लष्करी सेवा १९४४मध्ये सुरू झाली, पण या सेवेतून भरती झालेल्या कोणालाही परदेशात पाठवण्यात आलं नव्हतं.
85. See J.L. Granatstein, Canada's War:The Politics of the Mackenzie King Government (Toronto 1975) and John English and J.O. Stubbs, Mackenzie King:Widening the Debate (Toronto 1978).
86. सहाव्या जॉर्ज राजाच्या राज्याभिषेकासाठी सॅव्हेज लंडनला आले, तेव्हा चेम्बरलेनच्या धोरणाचा त्यांनी जाहीरपणे धिक्कार केला आणि 'आदरणीय प्रवृत्ती'ला छेद दिला.
87. See James Thorn, Peter Fraser, New Zealand's Wartime Prime Minister (1952) and Ian McGibbon, New Zealand and the Second World War (2004).
88. यातील एक तुकडी तोब्रूकला अडकून पडली होती, त्यामुळे हे पाऊल गुंतागुंतीचं झालं.
89. See Clem Lloyd and Richard Hall (eds), Backroom Briefings: John Curtin's War (Canberra 1997) and David Day, Menzies and Churchill at War (North Ryde 1986), The Great Betrayal: Britain, Australia and the Onset of the Pacific War 1939–42 (198) and Reluctant Nation: Australia and the Allied Defeat of Japan 1942–45 (1992).
90. For a recent revisionist account see Eric Montgomery Andrews, The Anzac Illusion: Anglo-Australian Relations during World War I (1994).
91. Speech at Harrow School, 29 October 1941.
92. Canadian Parliament, 30 December 1941. उद्धट प्रवृत्तीच्या व्यक्तीसाठी 'नेक' हा शब्द कॅनडात बोलीभाषेमध्ये वापरला जात असे.
93. Ronald Lewin, Churchill as Warlord (1973), p. 133.
94. Sir John Martin in Wheeler-Bennett (ed.), Action This Day, p. 149. १९१७ साली बोर्कम या जर्मन बेटावर सैन्य उतरवण्यासंदर्भात त्यांनी पहिल्यांदा अशाच प्रकारचा प्रस्ताव मांडला होता. Ismay, Memoirs, p. 346.

प्रकरण ९ : सहायक भूमिका, १९४२-१९४४

1. Adolf Hitler, 'Churchill the Hated Enemy', in Eade (ed.), Contemporaries, p. 214.The disastrous Dieppe raid had taken place on 19 August 1942.
2. Gilbert,Volume VI, p. 1273.
3. Cannadine, Shadow (2003), pp. 196–7.
4. Lord Moran, Winston Churchill: Struggle for Survival 1940–1965 (1966), p. 6.
5. See Roger Louis, Imperialism at Bay (1978).
6. Life, 12 October 1942.
7. Carlo D'Este, Decision in Normandy (1994), p. 307.
8. WSC, Step by Step, p. 136.Article of 31 May 1937.
9. Reynolds, 'Decision to Fight', p. 165.
10. For the service record of the 'four stackers' see: www.navsource.org/Naval
11. Francis Loewenheim, Harold Langley and Manfred Jonas (eds), Roosevelt and Churchill:Their Secret Wartime Correspondence (1975), p. 125.Telegram of 7 December 1940.
12. ते पुढे म्हणाले, 'इंग्लंड ही जगातील एक महासत्ता आहे, सत्तासमतोलावर, किंवा शांतता वा युद्ध यांच्या संदर्भातील शक्यतांवर परिणाम करणारी कोणतीही घटना वा मालिका इंग्लंडसाठी निःसंदर्भ ठरणारी नाही, आणि स्वतःच्या हितसंबंधांवर परिणाम करणाऱ्या बाबींसंबंधी मत असण्याचा व ते मांडण्याचा अधिकार इंग्लंडला निःसंशयपणे आहे.'
13. Richard Overy, 'Great Britain: Cyclops', in Reynolds, Kimball and Chubarian (eds), Allies at War, p. 123.
14. Loewenheim, Roosevelt and Churchill, p. 136.
15. See www.ihr.org/jhr/v03/v03p-15_Martin.html for another view of these events.
16. See Warren Kimball (ed.), Churchill and Roosevelt:The Complete Correspondence, 3 vols (1984).
17. १९६५ साली विन्स्टन यांच्या अंत्यविधीला जगभरातील राष्ट्रप्रमुख उपस्थित असतानाही राष्ट्राध्यक्ष जॉन्सन उपस्थित नव्हते, तेव्हा याची परतफेड झाली.

18. See John Gooch, 'Hidden in the Rock: American Military Perceptions of Great Britain, 1919–1940', in Lawrence Freedman, Paul Hayes and Robert O'Neill (eds), War, Strategy, and International Politics (Oxford 1992).
19. Andrew and Mitrokhin, Archive, p. 144.These included Alger Hiss and Laurence Duggan at the State Department, and Harry Dexter White at the Treasury.
20. Alex Danchev, Very Special Relationship: Field-Marshal Sir John Dill and the Anglo-American Alliance 1941–44 (1986).
21. दुसरा पुतळा यादवी युद्धात मृत्युमुखी पडलेल्या मेजर जनरल फिलिप किअर्नी यांच्या थडग्यावर आहे.
22. Alanbrooke, Diaries, p. 617.
23. Alanbrooke, Diaries, p. 192.
24. Reginald Thompson, TheYankee Marlborough (1963), p. 315.
25. See Theodore A.Wilson, The First Summit (rev. ed. Kansas 1991).
26. See the exchange of telegrams of February 1942 about US attempts to link Lend-Lease to the abolition of Imperial Preference (the system of tariffs imposed on non-Empire goods). Loewenheim, Langley and Jonas (eds), Roosevelt and Churchill, pp. 174–8.
27. Loewenheim, Langley and Jonas (eds), Roosevelt and Churchill, p. 71 fn.
28. Loewenheim, Langley and Jonas (eds), Roosevelt and Churchill, p. 234.
29. Reynolds, 'Decision to Fight', p. 161.
30. Jenkins, Churchill, p. 670.
31. See the summary in Danchev, 'Great Britain: the Indirect Strategy', in Reynolds, Kimball and Chubarian (eds), Allies at War, pp. 14–16.
32. Danchev, 'Indirect Strategy', p. 9.
33. Loewenheim, Langley and Jonas (eds), Roosevelt and Churchill, p. 195.

34. Ismay, Memoirs, p. 344.
35. Loewenheim, Langley and Jonas (eds), Roosevelt and Churchill, p. 238.
36. David Reynolds, 'Legacies: Allies, Enemies and Posterity', in Reynolds, Kimball and Chubarian (eds), Allies at War, p. 421.
37. Ismay, Memoirs, p. 157.
38. Gilbert, Volume VII, p. 217.
39. Loewenheim, Langley and Jonas (eds), Roosevelt and Churchill, p. 286.
40. Mark Stoler, 'The United States:The Global Strategy', in Reynolds, Kimball and Chubarian (eds), Allies at War, p. 73.
41. Loewenheim, Langley and Jonas (eds), Roosevelt and Churchill, p. 38.
42. अविचारी रोजनिश्या आणि आत्मकथनं केवळ ब्रिटिश सेनाधिकाऱ्यांनीच लिहिलेली नाहीत, याचा एक उपयुक्त दाखला असा: Theodore White (ed.), The Stilwell Papers (1949).
43. Soames, Themselves, p. 501.
44. Stoler, 'The Global Strategy', p. 67.
45. १९४० साली चीनची लोकसंख्या सुमारे ५२ कोटी होती, सोव्हिएत संघाची १९ कोटी ५० लाख होती, अमेरिकेची १३ कोटी २० लाख होती, जपानची ७ कोटी १० लाख होती, फ्रान्सची ३ कोटी ६० लाख होती, तर पोलंडची २ कोटी ७० लाख होती.
46. WSC, The Second World War,Vol. IV, pp. 185–7. शिवाय, ओट्टोमान साम्राज्य कोसळल्यानंतर ब्रिटन ही जगातील सर्वांत मोठी मुस्लीम सत्ता बनली होती, त्याचप्रमाणे बहुतांश हिंदूंवरही ब्रिटनचं राज्य होतं. या विषयावर इंग्रजीत सर्वांगीण मांडणी व्हायची आहे, पण पुढील पुस्तकांद्वारे या विषयाचं प्रस्ताविक होतं: Mushirul Hassan (ed.), Communal and Pan-Islamic Trends in Colonial India (1981) and A. Moin Zaidi (ed.), Congress, Nehru and the Second World War (1985) are useful introductions.
47. Slim's Unofficial History (1959) and Defeat into Victory

(rev. ed. 1961) ही ब्रिटिश सेनाधिकाऱ्यांनी लिहिलेली सर्वांत प्रामाणिक आत्मकथनं आहेत, असं मला तरी वाटतं.

48. Loewenheim, Langley and Jonas (eds), Roosevelt and Churchill, p. 192.
49. Loewenheim, Langley and Jonas (eds), Roosevelt and Churchill, pp. 202–4.
50. Barbara Tuchman, Sand against the Wind: Stilwell and the American Experience in China 1911–1945 (1971) puts Stilwell's mission in the broader context.
51. Alanbrooke, Diaries, p. 376.
52. See Robert O'Neill, 'Churchill, Japan and British Security in the Pacific 1904–1942', in Blake and Louis (eds), Churchill, for some answers. Winston's fascination with Wingate was shared by FDR and the CCS.The Chindit leader was killed in an air crash in March 1944 and his remains, intermingled with those of his mainly American companions, are buried at Arlington.
53. See Robert Pilpel, Churchill in America: An Affectionate Portrait (1977), and Kay Halle (ed.), Winston Churchill on America and Britain (1970).
54. मदर तेरेसा यांना १९९६ साली हा सन्मान मिळाला. स्वीडिश राजनैतिक अधिकारी आणि होलोकॉस्ट नायक राऔल वॉलेनबर्ग यांना १९८१ साली मरणोत्तर हा पुरस्कार मिळाला, रशियनांनी त्यांची हत्या केली होती; पेनसिल्वानियाचे संस्थापक विल्यम व हॅना पेन यांना १९८४ साली पुरस्कार मिळाला; आणि १७७५-८३ या काळातील अमेरिकी क्रांतीदरम्यानच्या सेवेसाठी मार्क्वीझ द लफायट यांना २००२ साली पुरस्कार मिळाला.
55. Alanbrooke, Diaries, p. 360.
56. John Blum (ed.), The Price of Vision:The Diary of Henry A.Wallace 1942–1946 (1973).
57. See diary extract at: www.loc.gov/exhibits/churchill/wc-trans215.html.
58. Loewenheim, Langley and Jonas (eds), Roosevelt and Churchill, p. 499.

59. John Colville in Wheeler-Bennett (ed.), Action This Day, p. 74.
60. WSC, Thoughts and Adventures, p. 33.
61. WSC, The Second World War, Vol. III, p. 673.
62. Cited in Thompson, The Yankee Marlborough, p. 349.
63. John Earl Haynes, Red Scare or Red Menace (1996) is a post-hysterical account.
64. Loewenheim, Langley and Jonas (eds), Roosevelt and Churchill, p. 532.
65. See FDR's 'Stalin likes me better' signal of 18 March 1942.
66. Loewenheim, Langley and Jonas (eds), Roosevelt and Churchill, p. 396.
67. Andrew and Mitrokhin, Archive, p. 147.
68. लॅटिमूर सोव्हिएत गुप्तहेर नव्हते वा साम्यवादीही नव्हते, त्यामुळे त्यांचा कोल्यमामधला लेख अधिकच अनाकलनीय होतो. त्यांची भरपूर संपादिक केलेली एफबीआयकडील फाइल पुढील ठिकाणी पाहायाला मिळते: foia.fbi.gov/owenlatt.html
69. See Ben Pimlott, Hugh Dalton (1985).
70. See Anthony Cave Brown, The Last Hero: Wild Bill Donovan (1982).
71. See M.R.D. Foot, SOE in France (1966), Resistance (1976), SOE: An Outline History (1984) and SOE in the Low Countries (2001), also David Stafford, Britain and European Resistance (1980) and Ken Robertson (ed.), War Resistance and Intelligence (1999). For a different perspective see Henri Michel, The Shadow War: Resistance in Europe 1939–1945 (1972).
72. See Józef Garlinski, Poland, SOE and the Allies (1969), and Jan Nowak, Courier from Warsaw (1982).
73. WSC, The Second World War, Vol. VI, p. 124.
74. Anita Prazmowska, 'Churchill and Poland', in Parker (ed.), Studies, p. 123.
75. François Kersaudy, 'Churchill and de Gaulle', in Parker (ed.),

Studies, p.129.

76. Kersaudy, 'Churchill and de Gaulle', p. 132.
77. Kersaudy, 'Churchill and de Gaulle', p. 128.
78. See Charles Williams, The Last Great Frenchman (1993), and Simon Berthon's book of the excellent BBC series Allies at War (2001).
79. Moran, Struggle for Survival, p. 81.
80. Ismay, Memoirs, p. 381.
81. Jenkins, Churchill, pp. 723–4.
82. Moran, Struggle for Survival, pp. 136–41.
83. Ismay, Memoirs, p. 322.
84. WSC, The Second World War,Vol.V, p. 432.
85. Michael Howard, Mediterranean Strategy in the Second World War (1968).
86. Brian Bond, 'Alanbrooke and Britain's Mediterranean Strategy, 1942–1944', in Freedman, Hayes and O'Neill (eds), War, Strategy, and International Politics, p. 190.
87. Bond,'Alanbrooke', p. 191.
88. Alanbrooke, Diaries, pp. 405–6.
89. जर्मनांनी इथली सर्व अव्वल दलं मागे घेतली होती, त्यामुळे तिथे गंभीर लढाई फारशी उरलीच नव्हती, कैद करण्यात आलेल्या १,००,००० सैनिकांपैकी बहुतांश जण आनंदाने शरण आले. नॉर्मंडीच्या लढाईवर याचा काही प्रभाव पडला नाही. ऱ्होन खोऱ्याकडे जाणारी दलं १२ सप्टेंबरला पॅटन यांना येऊन मिळाली त्याआधीच पॅटन यांच्या दलांनी वेगवान चढाई केली होती.
90. Ismay, Memoirs, p. 399.
91. See Alex Danchev, 'Being Friends:The Combined Chiefs of Staff and the Making of Allied Strategy in the Second World War', in Freedman, Hayes and O'Neill (eds), War, Strategy, and International Politics.
92. See, in particular, the memoirs of Anthony Eden Full Circle (London 1960) and Facing the Dictators (London 1962).
93. Dwight Eisenhower, 'Churchill as an Ally in War', in Eade

(ed.), Contemporaries, p. 203.
94. WSC, The Second World War,Vol.V, p. 543.
95. Gilbert, Volume VII, pp. 793–4.
96. Shelford Bidwell and Dominick Graham, Fire Power (1982), p. 291.
97. Alanbrooke, Diaries, p. 565.
98. Loewenheim, Langley and Jonas (eds), Roosevelt and Churchill, p. 541.
99. See Mark Walker, German National Socialism and the Quest for Nuclear Power (198) and Thomas Powers, Heisenberg's War:The Secret History of the German Bomb (1993).
100. See www.vectorsite.net/twgas.html
101. Gilbert, Volume VII, p. 865.
102. Alanbrooke, Diaries, pp. 566–7.
103. WSC, The Second World War,Vol.VI, p. 107.
104. Andrew and Mitrokhin, Archive, pp. 137–48.
105. For David Irving's view on the matter, see his introduction to a folio of related documents published in Germany at www.fpp.co.uk/bookchapters/Morgenthau.html.
106. Colville unpublished diary entry cited in Jenkins, Churchill, p. 757.
107. Romania: Russia 90 per cent, 'the others' 10 per cent; Greece: 'Great Britain (in accord with the USA)' 90 per cent, Russia 10 per cent; Yugoslavia and Hungary 50–50; Bulgaria: Russia 75 per cent, 'the others' 25 per cent.
108. WSC, The Second World War,Vol.VII, p. 198.
109. See Charmley, End of Glory.
110. Loewenheim, Langley and Jonas (eds), Roosevelt and Churchill, pp. 619–21.
111. Soames, Themselves, p. 512.

प्रकरण १० : अंतिम पर्व, १९४५-१९६५

1. Kenneth Harris, Attlee (1982), p. 243.
2. Gilbert, Volume VII, p. 1156.
3. Alanbrooke, Diaries, p. 649.
4. For the text of the Yalta Protocol see www.yale.edu/lawweb/avalon/wwii/yalta.html
5. His car was hit by a truck on 9 December 1945 and he died 12 days later.
6. Alanbrooke, Diaries, p. 667–8.
7. WSC, The Second World War,Vol.VI, pp. 512–13.
8. Jenkins, Churchill, p. 780.
9. नाझी प्रचार मंत्री जोसेफ गोबेल्सने ही संज्ञा पहिल्यांदा वापरली. या संदर्भात याल्टावर टीका करणारा त्याचा पहिला लेख Das Reichमध्ये २५ फेब्रुवारी १९४५ रोजी प्रकाशित झाला: 'जर्मन लोकांनी स्वतःची अस्त्रं खाली ठेवली, तर रूझवेल्ट, चर्चिल व स्टालिन यांच्यातील करारानुसार सोव्हिएत लोक पूर्व व आग्नेय युरोपाचा ताबा घेतील, त्यात राइशचा बराच मोठा भागही असेल. सोव्हिएत संघाच्या नियंत्रणाखालील या प्रचंड प्रदेशावर लोखंडी पडदा पडेल, त्याआड राष्ट्रांची कत्तल केली जाईल.'
10. Text at: www.yale.edu/lawweb/avalon/decade/decade17.html
11. बेव्हिन यांचं प्रचंड मोठं अधिकृत चरित्र अलीकडे पुनर्प्रकाशित झालं आहे: see Alan Bullock (ed. Brian Brivati), Ernest Bevin (2002).
12. Harris, Attlee, p. 252.
13. For a summary see: www.fordham.edu/halsall/mod/1942beveridge.html
14. House of Commons, 29 November 1944.
15. Interview in Addison, Home Front, p. 383. ते १९४८ साली भेटले आणि विन्स्टन यांनी हायेकना सांगितलं की, तत्त्वतः त्यांचं बरोबर होतं, पण 'इंग्लंडमध्ये हे कधीच घडलं नसतं.'
16. WSC, Step by Step, p. 148.Article of 9 July 1937.
17. David Cannadine (ed.), Blood,Toil,Tears and Sweat (1989), pp. 270–7.
18. Jenkins, Churchill, p. 793.

19. Election broadcast of 5 June 1945.
20. ५-१९ जुलै १९४५ या दिवसांमध्ये झालेल्या सार्वत्रिक निवडणुकांमध्ये ३,३२,४०,३९१ मतदारांपैकी ७२.८ टक्क्यांनी मतदान केलं. लेबर पक्षाला १,१५,५७,८२१ मतं मिळाली (झालेल्या मतदानातील ४८ टक्के) व ३९२ जागांवर विजय मिळाला. कन्झर्वेटिव्ह पक्षाला ८७, १६,२११ मतं व १९७ जागा मिळाल्या. लिबरल पक्षाला २१,७७,९३८ मतं (९ टक्के) व १२ जागा मिळाल्या. इतर डझनभर लहान पक्षांना काही मोजक्या जागांवर विजय मिळाला.
21. Soames, Clementine, p. 391.
22. Cannadine, Blood,Toil,Tears, pp. 279–94.
23. WSC, Great Contemporaries, p. 186.
24. House of Commons, 23 June 1944. John Campbell, Nye Bevan and the Mirage of British Socialism (1987), p. 130.
25. He published the pamphlet Towards a Christian Democracy at the time of his readmission to the Labour Party in 1945. See Peter Clarke, The Cripps Version (2002).
26. Theodore Wilson, 'The United States: Leviathan' in Reynolds, Kimball and Chubarian (eds), Allies at War, p. 196.
27. Roberts, Eminent Churchillians, p. 4.
28. Addison, Home Front, p. 358.
29. 'Churchill as a Political Opponent', in Eade (ed.), Contemporaries.
30. Roy Jenkins, 'Churchill:The Government of 1951–1955', in Blake and Louis (eds), Churchill, p. 500.
31. Cripps was a Wykehamist, as were Hugh Gaitskell and Richard Crossman.
32. David Coombs, Churchill: His Paintings (1967), pp. 105, 223 and 75.
33. Attlee, 'The Churchill I Knew', in The Observer, Churchill by His Contemporaries, p. 29.
34. Jenkins, Churchill, p. 837.
35. २३ फेब्रुवारी १९५० रोजी झालेल्या सार्वत्रिक निवडणुकांमध्ये

३,४२,७१,७५४ मतदारांपैकी ८३.९ टक्क्यांनी मतदान केलं. लेबर पक्षाला १,३२,६६,१७६ मतं (झालेल्या मतदानापैकी ४६.१ टक्के) व ३१४ जागा मिळाल्या. कन्झर्वेटिव्ह पक्षाला १,२४,९२,४०४ मतं (४३.४ टक्के) व २९८ जागा मिळाल्या. लिबरल पक्षाला २६,२१,४८७ मतं (९.१ टक्के) व ९ जागा मिळाल्या. इतरांना ३,९१,०५७ मतं व ३ जागा मिळाल्या.

36. Soames, Themselves, p. 541.
37. Cannadine, Blood,Toil,Tears, pp. 296–308.
38. See Donald Cameron Watt, Succeeding John Bull:America in Britain's Place 1900–1975 (1984).
39. John Charmley, 'Churchill and the American Alliance', Transactions of the Royal Historical Society, 6th Series,Vol. XI (2001).
40. Cannadine, Blood,Toil,Tears, pp. 310–14.
41. John Colville in Wheeler-Bennett (ed.), Action This Day, p. 97.
42. House of Commons, 30 July 1934;WSC, Arms and the Covenant, p. 160.
43. Montague Brown, Long Sunset.
44. २५ ऑक्टोबर १९५१ रोजी झालेल्या सार्वत्रिक निवडणुकांमध्ये ३,४९,१९,३३१ मतदारांपैकी ८२.६ टक्क्यांनी मतदान केलं. लेबर पक्षाला १३,९४,८८३ मतं (झालेल्या मतदानापैकी ४८.८ टक्के) व २९५ जागा मिळाल्या. कन्झर्वेटिव्ह पक्षाला १,३७,१८,१९९ मतं (४८ टक्के) व ३२१ जागा मिळाल्या. लिबरल पक्ष ७,३०,५४६ मतांवर व ६ जागांवर येऊन थांबला. इतरांना १,९८,९६६ मतं व ३ जागा मिळाल्या.
45. John Colville, The Fringes of Power: Downing Street Diaries 1939–1955 (1985), p. 634.
46. Colville, Fringes, p. 660.
47. George Isaacs, 'Churchill and the Trade Unions', in Eade (ed.), Contemporaries, p. 38.
48. Roberts, Eminent Churchillians, p. 284.
49. David Carlton, 'Churchill and the Two 'Evil Empires'', Transactions of the Royal Historical Society, 6th Series,Vol.

XI (Cambridge 2001).
50. Cannadine, Blood,Toil,Tears, pp. 335–7.
51. Cannadine, Blood,Toil,Tears, pp. 339–51.

उपसंहार: मृत्यूची सत्ता सार्वभौम नसते

1. Basil Liddell Hart, History of the Second World War (1970) p. 199.
2. Stephen Ambrose, 'Eisenhower and the Second World War' in Blake and Louis (eds), Churchill, p. 406.
3. Alanbrooke, Diaries, p. 712.
4. WSC, The Unrelenting Struggle (1942), pp. 1–2. House of Commons, 12 November 1940.
5. Gardner, Brian, Churchill in His Time, p. 313.
6. A.J.P.Taylor (ed.), Churchill: Four Faces and the Man (1969), p. 51.
7. Jenkins, 'Churchill:The Government of 1951–55,' in Blake and Louis (eds), Churchill, p. 493. वास्तविक अमेरिकी वित्तपुरवठादार व राजनैतिक अधिकारी ड्वाइट मोरो यांचं हे विधान आहे: 'कृती करणारे व श्रेय मिळणारे अशा लोकांमध्ये जग विभागलेलं आहे. शक्य असेल तर यातल्या पहिल्या वर्गात असावं. तिथे स्पर्धा खूप कमी असते.
8. R. Churchill, Companion to Volume I, p. 863. Letter of 26 January 1898.
9. Aneurin Bevan, 'History's Impresario', in Observer, Contemporaries (1965), p. 63.
10. Campbell, Nye Bevan, p. 376.
11. Harris, Attlee, p. 244.
12. Attlee, 'The Churchill I Knew', in Observer, Contemporaries, p. 35.
13. George MacDonald Fraser, Quartered Safe Out Here (2000), p. 264.
14. WSC, Thoughts and Adventures, p. 185.
15. R.V. Jones, 'Churchill and Science', in Blake and Louis (eds), Churchill, p. 432.

16. Thompson, TheYankee Marlborough (1963), p. 354.
17. Shakespeare, Julius Caesar Act V Scene V. 'सौम्य'चा या संदर्भातला अर्थ आहे सुसंस्कारी अथवा सज्जन.

◆